இந்திய சரித்திரக் களஞ்சியம்

1701-1710

ப.சிவனடி

பதிப்பு
அ.வெண்ணிலா

வெளியீடு

வெளியீடு : *25*
ISBN : 978-81-921785-1-6

இந்திய சரித்திரக் களஞ்சியம்
ப.சிவனடி

பதிப்பு : அ.வெண்ணிலா

முதல் பதிப்பு : 28, டிசம்பர்-2011 / இரண்டாம் பதிப்பு : டிசம்பர்-2018 / பக்கங்கள் : 448
ஒளியச்சு : எஸ்.தீபா, வசந்தி, ரேணுகா தேவி, கலைவாணி
அட்டை வடிவமைப்பு : ட்ராட்ஸ்கி மருது / நூல் வடிவமைப்பு : எஸ்.மாரீஸ்,
த.டேனியல் பிரபாகர் / அச்சாக்கம் : மணி ஆப்செட், சென்னை.
வெளியீடு : அகநி வெளியீடு,
எண் : 3, பாடசாலை வீதி, அம்மையப்பட்டு, வந்தவாசி - 604 408.
பேசி : 98426 37637 / 94443 60421
மின்னஞ்சல் : akaniveliyeedu@gmail.com

விலை : ரூ 7500 /- (எட்டுத் தொகுப்புகளும் சேர்த்து)

Indhiya Sarithira Kalangiyam
Pa.Sivanadi

Edited by : A.Vennila

First Edition : 28th December - 2011   /   Second Edition : December - 2018   /   Pages : 448
Laser typeset : S.Deepa, Vasanthi, Renugadevi, Kalaivani / Wrapper : Trotstky Marudhu
Layout : S.Maries, D.Daniel Prabakar   /   Printed by : Mani Offset, Chennai.
Published by : Akani Veliyeedu, No : 3, Paadasalai Street,
Ammaiyappattu, Vandavasi - 604 408.
Cell : 98426 37637 / 94443 60421
e-mail : akaniveliyeedu@gmail.com

காலத்தின் பக்கமிருந்து...

வரலாறு என்பது வெறும் நிலப்பரப்பையோ அரசர்களின் பெருமையையோ கற்களாலான கோட்டைகள் பற்றியோ பேசுவது மட்டுமல்ல; இப்புவியில் வாழ்ந்து மடிந்த மனிதர்களின் இரத்தமும் சதையுமான வாழ்க்கையைப் பதிவு செய்வதே உண்மையான வரலாறாக இருக்க முடியும்.

தமிழர்களுக்கு வரலாற்றுப் பதிவுகள் மீது அக்கறை இல்லை, தமிழில் நல்ல வரலாற்று நூல்கள் வெளிவரவில்லை என்கிற நெடுங்காலப் பெருங்கவலையைத் தீர்க்கும் வகையில் 25 ஆண்டுகளுக்கு முன் (1987 இல் முதல் தொகுதி வெளியீடு) வெளிவந்த தமிழின் மிகச் சிறந்த வரலாற்றுத் தொகுப்பு ப.சிவனடி அவர்கள் எழுதிய 'இந்திய சரித்திரக் களஞ்சியம்'.

கி.பி.1700 தொடங்கி 1840 வரை 140 ஆண்டுகால உலக, இந்திய, தமிழக வரலாற்றைப் பல்வேறு சுவாரசியமான புள்ளி விவரங்களோடும், பலதரப்பட்ட நூல்களின் குறிப்புகளோடும் அரிதினும் முயன்று தொகுக்கப்பட்டுள்ளது இந்நூல். 10 ஆண்டுகளுக்கு ஒரு நூலென 140 ஆண்டுகால வரலாற்றை 15 தொகுதிகளாக (1711-1720 ஆண்டு இரண்டாம் பத்து, இரு தொகுதிகளாக வந்துள்ளது) எழுதியுள்ளார் வரலாற்றறிஞர் ப.சிவனடி.

நம் சிந்தனைக்கு எட்டாத இந்த 140 ஆண்டுகால வரலாற்றின் ஒரு செய்தியை, ஒரு நிகழ்வை எடுத்துக்கொண்டு, அதனைத் தமிழக - இந்திய - உலகளாவிய நிகழ்வுகளுடன் ஒப்பிட்டு, வாசகர்கள் எளிமையாய் புரிந்துகொள்ளும் வண்ணம் எழுதப்பட்டுள்ளது இந்நூலின் சிறப்பாகும்.

இந்நூலின் இரண்டொரு தொகுதிகளை மட்டும் கையில் வைத்துக் கொண்டு, “இதை மறுபதிப்பாக கொண்டுவர வேண்டும்...”என்று அ.வெண்ணிலா சொன்ன போது மலைப்பாகத்தான் இருந்தது.அவரது தளராத ஆர்வமும், ஈடுபாடான உழைப்பும் “முடியும்” என்கிற நம்பிக்கையைத் தர “செய்வோம்” என்று சம்மதித்தேன்.

இந்நூலுக்கான முன்வெளியீட்டுத் திட்டப் பணிகளை விரைந்து துவங்கி, தமிழகம் முழுவதுமுள்ள முந்நூறுக்கும் மேற்பட்ட புத்தக ஆர்வலர்கள், கல்லூரிகள், இதழ்கள் எனக் கடிதங்களை அனுப்பிவிட்டு, புத்தகங்களைத் தேடும் பணிகளில் தீவிரமாய் இறங்கினோம்.

வழக்கம்போலவே, தமிழ்ச் சமூகத்தின் ஆழ்ந்த மௌனம் லேசாய் கலங்கடித்தது. எவ்விதமான பதிலும் யாரிடமிருந்துமில்லை. கனத்த மௌனத்தை உடைத்தெறிந்தது, முதல் குரலாய் ஒலித்த அன்புத்தோழர் இயக்குநர் பாரதிகிருஷ்ணகுமாரின் அழைப்பு.

“வாழ்த்துகள்... முருகேஷ். நல்ல முயற்சியில இறங்கியிருக்கீங்க. நண்பர்கள் வட்டத்தில் நானும் அறிமுகம் செய்றேன்...”

பிறகு பலரிடமிருந்தும் பதில் வர ஆரம்பித்தது.

விமர்சகர், எழுத்தாளர் டாக்டர். கே.எஸ்.சுப்ரமணியன், ‘கதைசொல்லி’ பதிப்பாசிரியர், வழக்கறிஞர் கே.எஸ்.ராதாகிருஷ்ணன், கவிஞர் தங்கம்மூர்த்தி, திருச்சி கோ.செண்பகநாதன், பொள்ளாச்சி டாக்டர் மகாலிங்கம் காலேஜ் ஆப் இஞ்சினியரிங் அண்டு டெக்னாலஜி ஆகியோர் வாழ்த்துகளோடு முன்வெளியீட்டுத் திட்டத் தொகையையும் அனுப்பித் தந்து, ஆதரித்தனர்.

விழித்திறன் மாற்றுத்திறனாளியாய் இருந்தும், புத்தக வாசிப்பில் தீராக் காதலோடு இருக்கும் சிதம்பரம் அரசுப் பெண்கள் மேல்நிலைப்பள்ளியின் அறிவியல் பட்டதாரி ஆசிரியர் ந.இரவிச்சந்திரனின் வாழ்த்தும் பாராட்டும் செயல்பாட்டிற்கு ஊக்கம் தந்தன. நூல் அறிமுகத்திற்காகக் கோவை மாநகரக் கல்லூரிகளை என்னோடு சுற்றிவந்த தோழர் ஆ.பாலாஜியின் அன்பும், ‘உயிர் எழுத்து’ வாசகர்களிடத்து நூல் வருகையை அறிமுகம் செய்த அன்புத் தோழர் சுதீர்செந்திலின் தோழமையும் மறக்க முடியாதவை.

“அந்தப் புண்ணிய புருஷரோட வாரிசுகளாயிருந்து, இந்தப் புத்தகத்தைக் கொண்டு வாரீக. ரொம்ப மகிழ்ச்சிய்யா...!” என்ற பேராசிரியர் சாலமன் பாப்பையாவின் பாராட்டும் பங்களிப்பும் நெகிழ வைத்தன.

தோழமையோடு நல்ல பல ஆலோசனைகளை வழங்கிய ‘கலைஞன்’ பதிப்பகம் மா.நந்தன், புன்னகை ததும்பும் வார்த்தைகளால் நூல் வருகையைக் கொண்டாடி, அட்டையையும் வடிவமைத்துத் தந்த அன்பினிய அண்ணன் ஓவியக்கலைஞர் டிராட்ஸ்கி மருது ஆகியோரின் தோழமைக்கு என்றும் நன்றி. இத்தொகுப்புத் தயாரிப்புப் பணிகளில் ஒரு குடும்பமாய் இருந்து பிழை திருத்தித் தந்த எழுத்தாளர் கமலாலயன், ஒளியச்சு மற்றும் வடிவமைப்புப் பணிகளைத் தூங்கா விழிகளோடு செய்து தந்த எஸ்.மாரீஸ், த.டேனியல் பிரபாகரன் என்றும் நினைவில் நிற்பார்கள்.

எல்லாவற்றிற்கும் மேலாய் புத்தகம் தேடும் முயற்சிக்கு உறுதுணையாய் இருந்து அரிய பல ஆலோசனைகளை வழங்கியதோடு, இந்நூல் உருவாக்கத்தில் பேருதவி புரிந்த அன்பிற்கினிய அண்ணன் டாக்டர் மு.ராஜேந்திரன், இ.ஆ.ப., அவர்களின் வழிகாட்டு தலுக்கும் நன்றி.

சமகால வரலாற்று நூல்களில் மிக முக்கியமானதும், தனித்துவமானதுமான நூல் எனப் பல்வேறு ஆராய்ச்சியாளர்கள், எழுத்தாளர்களால் பாராட்டுப் பெற்ற இந்நூலை, இன்றைய தலைமுறை வாசகர்கள், ஆய்வு மாணவர்கள், கல்லூரிகள், நிறுவனங்கள் எனப் பலரும் பயன்பெற வேண்டும் என்கிற நல்நோக்கில், இந்தத் தொகுப்புப் பணியை, தன் படைப்புப் பணியினும் மேலாய் நினைத்துத் தொகுத்துத் தந்த அ.வெண்ணிலாவின் இப்பணியைத் தமிழ்கூறு நல்லுலகம் போற்றிக்கொண்டாடும் என உறுதியாய் நம்புகின்றேன்.

இந்தத் தொகுப்புப் பணியில் கற்றுக்கொண்டவை ஏராளம். கடந்த 25 ஆண்டுகளாக காதலோடு செய்த நண்பர்களுக்கான புத்தகத் தயாரிப்புப் பணிகளில் இதுவரை நூற்றுக்கும் மேற்பட்ட நூல்களைக் கொண்டுவந்திருந்த போதிலும், 'அகநி' வெளியீட்டைத் தொடங்கிய இந்தப் பத்தாவது ஆண்டில், 25 ஆவது நூலாக வரலாற்றறிஞர் ப.சிவனடியின் இந்தத் தொகுப்பைக் கொண்டு வருவது, மிகுந்த மனநிறைவையும் நெகிழ்வையும் தருவதாக உள்ளது.

பெரும் சுமையுடன் தடுமாறிக்கொண்டிருந்த எங்களுக்கு ஆதரவுக் கரம் நீட்டிய அன்புள்ளங்களை நினைவுகூர்வது இரண்டாம் பதிப்பு வரும் இவ்வேளையில் அவசியமாகிறது. அரிய இந்த முயற்சியைக் கொண்டாடியதோடு, தென் மாவட்டங்களின் கல்லூரிகளில் இத்தொகுதியை அறிமுகம் செய்தவர், தூத்துக்குடி காமராஜ் கல்லூரியின் முன்னாள் முதல்வர், பேராசிரியர் சா.செல்வராஜ், அன்னம்மாள் கல்லூரியின் தாளாளர் திரு.டி.கணேசன், தினத்தந்தியின் உரிமையாளர் திரு.சிவந்தி ஆதித்தன், பிராட்லைன் கம்ப்யூட்டர்ஸ் உரிமையாளர் டாக்டர் எம்.ஆறுமுகம், ஆனந்தா மெட்டல்ஸ் உரிமையாளர் திரு.குமரப்பன், இந்து சமய அறநிலையத் துறை உதவி இயக்குநர் தேவிகாபுரம் சிவகுமார் முதலானோருக்கு நெஞ்சம் கனிந்த நன்றிகள்.

ஆனந்த விகடன் சிறந்த நூல்களுக்கான 'சிறந்த வெளியீடு' பிரிவில் விருது வழங்கி கௌரவித்தது. மணிவாசகம் பதிப்பகத்தின் நிறுவனர் ச.மெய்யப்பன் அறக்கட்டளை வழங்கிய சிறந்த பதிப்பக விருதை இத்தொகுதி பெற்றுத் தந்தது. நம்பிக்கைத் தந்த எல்லோருக்குமான நன்றிகளுடன்.

- மு.முருகேஷ்,
வெளியீட்டாளர்.

பெருங்கடலின் கரையோரத்தில்...

காஞ்சிபுரம் இலக்கிய வட்டம் நாராயணன் தமிழில் வெளியாகும் முக்கிய புத்தகங்களை உடனே தேடிப் பிடித்து வாங்கிவிடுவார். அவர் நடத்தும் கூட்டங்களில் கலந்து கொள்பவர்களுக்கு உடனுக்குடன் சுடச்சுட அப்புதிய புத்தகங்களைப் பரிசாகத் தருவார். தொட்டுத் தடவிப் பார்த்து பெரும் மகிழ்ச்சியோடு பைக்குள் வைத்துக் கொண்டு பயணம் செய்வோம். எங்கள் திருமணம் முடிந்து இரண்டரை மாதங்களே முடிந்திருந்த நேரத்தில் நானும் முருகேஷ்ும் இலக்கிய வட்டம் கூட்டத்திற்குச் சென்றிருந்தோம். அது *28.06.1998*. 'அன்புடன் இலக்கிய வட்டம் நாராயணன்' எனக் கையெழுத்திட்டு இந்திய சரித்திரக் களஞ்சியம் தொகுதி-*6* ஐ முருகேஷுக்கும், தொகுதி *8*-ஐ எனக்கும் பரிசளித்தார். நூலின் தயாரிப்போ, வரலாறு பற்றிய ஆர்வமில்லாததோ, சரியான காரணத்தைக் கூறமுடியவில்லை... எந்தச் சுவாரசியமுமின்றி புத்தகத்தைப் பைக்குள் போட்டுக் கொண்டு, நாங்கள் இருவரும் பேருந்தில் வெறும் பேச்சோடு பயணம் செய்தோம். இரண்டு தொகுதிகளும் எங்கள் புத்தக அலமாரிகளில் அடைக்கலம் புகுந்தன. வேறெதாவது புத்தகத்தைத் தேடும்போது கண்ணில் படும். 'அய்யோ இந்தப் புத்தகத்தை இன்னும் படிக்கவில்லையே' என ஒரு விநாடி தோன்றும். பிறகு அவசரமாக அந்தப் புத்தக நினைவைக் கடந்து விடுவேன்.

சரியாகப் பதினொரு ஆண்டுகள் கழித்து அந்தப் புத்தகத்தை நான் தேடியலையும் நிலை உண்டானது. டாக்டர் மு.ராஜேந்திரன்,இ.ஆ.ப அவர்களுடன் இணைந்து தொகுத்த 'வந்தவாசிப் போர்-250' புத்தகத் தயாரிப்பிற்காக வந்தவாசியின் வரலாற்றைத் தேடியலைந்தேன். வந்தவாசி பற்றிய குறிப்புகள் இடம்பெற்றுள்ள நூல்களைத் தேடியலைகையில் நண்பர்கள் பரிந்துரைத்த நூல்களில் முதல் இடம் பிடித்தது ப.சிவனடி எழுதிய இந்திய சரித்திரக் களஞ்சியம். மனத்திற்குள் மிகப்பெரிய வேதனைப் பந்து சுழன்றது. என் வேரை எனக்கு அறிமுகப்படுத்தும் பொக்கிஷத்தைக் கைகளில் வைத்துக் கொண்டு, பாராமுகமாய் இருந்த என் அறியாமை எனக்கு உறைத்தது. தவிர்க்க இயலாமல் மனத்திற்குள் நான் இழந்த என் தந்தையின் நினைவு வந்தது. புத்தகப் பெரும் புதையலுக்குள் தேடி தொகுதி-6-ஐக் கண்டெடுத்தவுடன் மனம் முழுக்கப் பரவசம். வந்தவாசிக் கோட்டையைப் பற்றியும், வந்தவாசிப் போர் பற்றியும் அவ்வளவு தகவல்கள்.

காலம் கடந்து நான் கண்டெடுத்தாலும் இரண்டு உண்மைகளை உணர்ந்தேன். ஒன்று, இத்தொகுப்புகள் எழுதப்பட்டு 25 ஆண்டுகள் கழித்தும் அதனுடைய தேவை இன்றும் மாறாமல் இருந்தது. மற்றொன்று, அத்தொகுப்புகளுக்குச் சமமான புத்தகங்கள் பின்வந்த காலங்களில் வேறொன்றும் வெளிவராதது. புறக்கணிக்கவே முடியாத இடத்தில் சிவனடியின் தொகுப்புகள் எக்காலத்தும் நிற்கும் என்ற உண்மை, என்னை மொத்தத் தொகுப்புகளையும் தேட வைத்தது. இணையம், நூலகங்கள், ஆய்வு மையங்கள் என பல இடங்களில் சுற்றியலைந்தேன். எழுத்தாளர் எஸ்.ராமகிருஷ்ணன் தன் வலைப்பக்கத்தில் ப.சிவனடியின் ராட்சஸத்தனமான பங்களிப்புப் பற்றி எழுதியிருந்ததைப் படித்தேன். ப.சிவனடியின் மேல் தீராப் பிரமிப்பு உண்டானது.

புதுச்சேரி பிரெஞ்சு ஆய்வியல் நிறுவனத்திற்குச் சென்று அங்கிருந்த அவரின் 14 தொகுதிகளையும் பார்த்தேன். புரட்டிப் பார்த்தால் மயக்கம் வருவது போல் இருந்தது. ஒரு தனி நபர், இவ்வளவு பெரிய பணியை எப்படிச் செய்ய முடிந்தது என்ற திகைப்பில் இருந்து மீள முடியவில்லை. ஆனால் அந்த ஆய்வியல் நிறுவனத்தில் குறிப்புகள் எடுத்துக்கொள்ள வாய்ப்பிருந்ததே தவிர மொத்தப் புத்தகத்தையும் பிரதி எடுக்க அனுமதியில்லை. அவரின் 14 தொகுதிகளையும் எனக்கென்று வைத்துக்கொள்ளத் தொடர்ந்து தேடினேன். பிறகு அத்தனைத் தொகுதிகளையும் பெற இயக்குனர் சிம்புதேவன், நியூ புக் லேண்ட்ஸ் சீனுவாசன் ஆகியோர் ஊக்கம் தந்தனர். முன்னாள் நூலக இயக்குனர் ஆவுடையப்பன், உலகத் தமிழாராய்ச்சி நிறுவன இயக்குனர் பெருமாள்சாமி, மாவட்ட மைய நூலகங்களில் இருந்து தொகுதிகளைப் பெற உதவிய நண்பர்கள் டி.ரமேஷ், சி.ஜெயக்குமார், என்.ஆர்.அரங்கநாதன், பி.முருகன் ஆகியோரின் உதவியுடன் மொத்தத் தொகுதிகளையும் ஒன்று திரட்டினேன்.

தமிழ் இலக்கிய உலகிற்குள் வரலாறும் இணைந்து செயல்படுகிறதா என்ற சந்தேகம் உள்ளது. அப்படி இருப்பின் தமிழ் இலக்கியவாதிகளும் வரலாற்றறிஞர்களும் ப.சிவனடியை உச்சி முகர்ந்து கொண்டாடலாம்.ஒரு பல்கலைக்கழகம் முயன்று இப்படிப்பட்ட பெரும் பணியைச் செய்திருக்க வேண்டும். தனிநபராய்ச் சிவனடி செய்திருக்கிறார்.

ப.சிவனடி தன்னுடைய சுய உழைப்பில், பொருளாதாரத்தில் இத்தொகுதிகளைக் கொண்டு வந்துள்ளார். கி.பி. 1700-முதல் கி.பி. 2000 வரையான 300 ஆண்டுத் தமிழக, இந்திய, உலக வரலாற்றை எழுதத் திட்டமிட்டு, தன் வாழ்நாளையே அதற்காகச்

செலவிட்டுள்ளார். 1987-தொடங்கி ஆண்டுக்கொரு புத்தகம் என முயன்று 14 தொகுதிகளை வெளியிட்டுள்ளார். சிலருடைய பிறப்பும், மரணமும் வரலாற்றில் மிகப்பெரிய பாதிப்புகளை, இழப்புகளை உண்டாக்கும். ப.சிவனடியின் மரணம், தமிழகம் 160 ஆண்டுகால வரலாற்றைப் பதிவு செய்ய முடியாமல் செய்துவிட்டது.

ப.சிவனடி அவர்களின் தனிப்பட்ட வாழ்வைப் பற்றி எனக்கொன்றும் தெரியாது. அவர் சென்னையில் வசித்ததாகக் கேள்விப்பட்டு எழும்பூர், அசோக் நகர் பகுதிகளில் தேடித் திரிந்தேன். அவரைத் தினம் சந்தித்த, அவருடைய கடைக்கருகில் வசித்த முதியவர் ஒருவரிடம் சிவனடி பற்றிப் பேசும் வாய்ப்பு மட்டுமே கிடைத்தது. கலைஞன் பதிப்பகம் மாசிலாமணி அவர்கள் மூலம் ஓவியர் டிராட்ஸ்கி மருதுவும், எழுத்தாளர் மா.அரங்கநாதனும் சிவனடியை அறிந்திருந்தனர். நண்பர்கள் மூலமாக அவர் விருதுநகர்க்காரர் என்றறிந்து, விருதுநகரிலும் தேடினேன். செய்தியறிய முடியவில்லை, அவரைப் பற்றிய தகவல்கள் ஒன்றும் கிடைக்காமல் போகப் போக, அவரின் தொகுப்புகள் என்னை மிகமிக நெருங்கி வரத் தொடங்கின. அவரின் தொகுப்புகளை மீண்டும் கொண்டுவர வேண்டும் என்ற ஆர்வம் மேலெழத் தொடங்கியது.

கடந்த ஏப்ரல் 5-ஆம் தேதி துவங்கி இன்றுவரை என் நினைவில் வேறெதுவும் இல்லை. புத்தகங்களைத் தட்டச்சு செய்யச் செய்வது, பிழைதிருத்தம் பார்ப்பது, பொருத்தமான படங்களைத் தேடுவது என 5,000 பக்கங்களை மொத்தமாக அச்சுக்கு கொண்டுவருவதற்கான அத்தனை நெருக்கடிகளையும் நான் அனுபவித்துவிட்டேன். அத்தனை வேலைகளிலும், ப.சிவனடி மீதான மதிப்பும் பிரமிப்பும் கணந்தோறும் கூடிக்கொண்டேயிருந்தது.

ப.சிவனடி 14 தொகுதிகளிலும் வரலாற்றைச் சொல்லப் பயன்படுத்திய உத்தி, மொழிநடை, சொன்ன விதம் குறித்து தமிழின் மிக முக்கியமான வரலாற்றறிஞரான டாக்டர் ராஜையன் தன் முன்னுரையில் விரிவாகக் கூறியுள்ளார் ஒரு வாசகியாக நான் ப.சிவனடியை வாசித்து அறிந்த விதம் தனிப்பட்ட விதத்தில் எனக்கு நெகிழ்ச்சியானது.

ஒரு சிறு வரலாற்று நிகழ்வைச் சொல்ல முனையும் போது, அவரின் மனத்தில் அந்நிகழ்வு மட்டும் முக்கியத்துவம் பெறுவதில்லை. அந்நிகழ்வு போன்று ஏற்கனவே வரலாற்றில் இடம் பெற்றுள்ள விதம், நிகழ்வு நடைபெற்ற இடம், அதன் வரலாற்றுப் பின்னணி, அதன் அரசியல் விளைவுகள்... என ஆழமான பார்வையுடன் வரலாற்றைப் பதிவு செய்கிறார். வரலாறு அறிஞர்களுக்கு மட்டுமல்ல; சாமான்ய மக்களுக்குமே என்ற புரிதல் அவரின் பார்வையில் உள்ளது. வரலாற்றைத் தனித்துப் புரிந்து கொள்ளாமல் அதன் அத்தனைப் பரிமாணங்களுடன் சேர்த்து புரிந்து கொள்வதே முழுமையான புரிதலாக இருக்க முடியும் என்பதையும் உணர்த்துகிறது இத்தொகுப்பு.

ஆசிரியரின் கருத்தாக எதையும் கூறாமல், பல இடங்களில் வரலாற்று நிகழ்வுகளை மட்டுமே பதிவு செய்துள்ளார். மிகச் சில இடங்களில் மட்டுமே நிகழ்வுகள் குறித்துத் தன் கருத்துகளைப் பதிவு செய்கிறார். அக்கருத்துகள் சிலவற்றில் எனக்கு உடன்பாடு கிடையாது. குறிப்பாகச் சமணம், பௌத்த சமயம் சார்ந்த கருத்துகளைக் கூறலாம். இத்தொகுப்புகளில் ஒன்றுடன் ஒன்று மிக நேர்த்தியாகப் பின்னப்பட்டுள்ள அரிய தகவல்களைத் தமிழ் வரலாற்று விரும்பிகளிடம் கொண்டு சேர்க்கவே இத்தொகுப்பை மறுபதிப்பு செய்ய விரும்பினேன்.

நான் ரசித்துப் படித்து பாதுகாக்க விரும்பிய இத்தொகுப்பைப் பாதுகாத்துக் கொள்ள வேண்டும் என்ற உணர்வுடன் நிறுத்திக் கொண்டிருக்கலாம். மீண்டும் இந்த

தொகுதிகளை மறுபதிப்பு கொண்டு வர வேண்டும் என்ற பேராவல் என்னைப் புதைமணலில் உள்ளிழுப்பதைப் போல் உள்ளிழுத்துக் கொண்டே இருந்தது. என் சொந்தப் படைப்புப் பணிகளை முழுமையாகத் தொலைத்துவிட்டு இம்மறுபதிப்புப் பணியில் ஈடுபடுத்திக் கொண்டேன். காரணம் தமிழ் வாசகர்களுக்கு நல்ல புத்தகத்தைக் கொண்டு சேர்க்க வேண்டும் என்ற அக்கறை. இதுவும் படைப்புப் பணியின் மிக முக்கிய அங்கமாக நினைக்கிறேன்.

மறுபதிப்புப் பணியில் நான் சந்தித்த பிரச்சனைகளையும் எதிர்கொண்ட இடர்களையும் இங்கு நிச்சயம் பதிவு செய்ய வேண்டியுள்ளது. ஆனால் அது மிக நீளும். ஒரு தனிநபரின் சத்தமில்லாத, எந்த அணியாலும் அங்கீகரிக்கப்படாத, மிகப்பெரிய பங்களிப்பைக் கொண்டாட வேண்டும் என்ற எளிய நோக்கத்தின் முன் அப்பிரச்சனைகளை எல்லாம் எளிதாகக் கடந்தேன். நான் நம்பிக்கை இழந்த நேரங்களில் நம்பிக்கைக் கொடுத்து ஊக்கப்படுத்திய டாக்டர் மு.ராஜேந்திரன்,இ.ஆ.ப, நான் சோர்வுறும் போதெல்லாம் என்னைத் தேற்றி, உற்சாகப்படுத்திய மு.முருகேஷ், இருவரின் அன்பு இல்லையேல் இப்பணி நிறைவேறியிருக்காது.

'இந்தப் புத்தகத்தை எப்படியும் கொண்டு வந்துடும்மா' என உற்சாகப்படுத்திய அண்ணன் டிராட்ஸ்கி மருது, நான்கு மாதமாக வீட்டை மறந்து எங்களோடு இப்பணியில் இருக்கும் தம்பி டேனியல் பிரபாகர், 'ஆள பிச்சி எடுக்காத ஆத்தா' என அன்பாய்க் கடிந்து கொண்டே வேலை பார்த்த மாரீஸ். 'சிவனடி புத்தக வேலை எப்பம்மா முடியும், எங்க கூட எப்ப வெளிய வருவ' என தினம் ஏக்கமாய்க் கேள்விகளால் நாட்களைக் கடத்திய என் அன்பு மகள்கள், 'நீ ரொம்ப பெரிய வேலைய எடுத்திட்ட' என கூறிக்கொண்டே, வீடு குறித்த சிந்தனையையே நான் முழுமையாய் மறந்திருக்க, என்னை அரவணைத்துக் கொண்ட அம்மாவும்... இப்பணியினைச் சுமந்திருக்கிறார்கள்.

எல்லோருக்குமான ஈர அன்புடன்,
அ.வெண்ணிலா.
02.12.2011

முனைவர். **கே.ராஜைய்யன்,** எம்.ஏ., எம்.லிட்., பி.எச்டி.,
முன்னாள் பேராசிரியர் மற்றும் தலைவர்
வரலாற்றுப் படிப்பியல் துறை
மதுரை காமராஜர் பல்கலைக்கழகம்
மதுரை - 625 021

வரலாற்றை வாசிப்பதில் ப.சிவனடியின் அணுகுமுறை

1927-ஆம் ஆண்டு விருதுநகரில் பிறந்த ப.சிவனடி ஆரம்ப காலக் கட்டத்தில் இருந்தே மிக எளிமையானவர். அவர் பல இடங்களில் சொல்லியுள்ளது போல் ஆரம்ப காலத்தில் எந்த எழுத்துப் பணிகளிலும் அவர் ஈடுபடவில்லை.

இவருடைய "இந்திய சரித்திரக் களஞ்சியம்" 15 நூல்களாக வெளி வந்துள்ளது. இவர் எடுத்துக் கொண்ட காலம் கி.பி.1700 இல் ஆரம்பித்து கி.பி. 1840 இல் முடிவடைகிறது. ஆனால் இவர் கி.பி. 2000 வரை எழுத திட்டமிட்டிருந்தார். ஒவ்வொரு பத்து வருடங்களுக்கும் ஒரு தொகுப்பு என திட்டமிட்டு ஒவ்வொரு தொகுப்பிலும் 10 ஆண்டுகளின் சமூக, அரசியல், பொருளாதார, மருத்துவ மற்றும் விஞ்ஞான வளர்ச்சி பற்றி வரிசைக்கிரமமாக எடுத்துரைத்துள்ளார்.

இவருடைய படைப்புகள் தொகைநூல் (Anthology) என்று கூறப் பட்டாலும், இவர் உருவாக்கிய 15 நூல்களும் தொகைநூல்களுக்கான வடிவத்தில் அமையவில்லை. தொகைநூல்களில் பொருட்கள் வருடவாரியாகவும் வரிசைக்கிரமமாகவும் அமைக்கப்பட வேண்டும். ஆனால் திரு ப.சிவனடி அவர்களின் படைப்புகள் வருடவாரியாக மட்டும் அமைக்கப்பட்டுள்ளது. வரிசைக்கிரமமாக அமையப்பெறவில்லை. எனவே, தொகை நூல்களுக்கான முழு வடிவம் இவருடைய படைப்புகளில் பின்பற்றப்படவில்லை. இதுவே இவருடைய தொகுப்பு நூல்களுக்கான சுவாரசியமாகவும் உள்ளது.

திரு ப.சிவனடி அவர்கள் பின்பற்றிய வடிவம் புதியது என்றாலும் அவை குறிப்பிடத்தக்கது. பத்து வருடங்களுக்கு ஒரு தொகுப்பு என்பதே ஒரு புதிய முறை. ஒவ்வொரு தொகுப்பிலும் முதல் சில பக்கங்கள் அப்புத்தகம் பற்றிய குறிப்பிற்கு ஒதுக்கப்பட்டுள்ளது. இக்குறிப்பிலிருந்து அத்தொகுப்பில் இடம் பெற்றுள்ள வரலாற்று நிகழ்வுகள் குறித்து அறிந்துகொள்ளலாம்.

இவர் 5000ம் பக்கங்கள் கொண்ட 14 தொகுப்புகளை வெளியிட மிகுந்த சிரத்தை எடுத்துக்கொண்டுள்ளார். இவர் பின்பற்றிய தொகுப்புமுறை, பொருள் மற்றும் வடிவம் ஆகியன தமிழ் இலக்கியத்தில் ஒரு புதிய அணுகுமுறை. அச்சுத் தொழில்நுட்பம் வளர்ச்சியடையாத காலகட்டத்தில் இவர் தனது தன்னம்பிக்கை, விடாமுயற்சியின் மூலமும் இந்த சாதனையை செய்துள்ளார்.

இவரது நூல்களை தற்போது மறுபதிப்பு கொண்டு வருவதின் மூலம் பலரின் எதிர்பார்ப்புகள் நிறைவேறியுள்ளன.

திரு ப.சிவனடி அவர்களின் தொகுப்புகள் கி.பி. 1700 முதல் கி.பி.1840 வரையான காலகட்டத்தை உள்ளடக்கியது. இவர் எடுத்துக்கொண்ட இக்காலகட்டம் இந்திய வரலாற்றில் மிகவும் முக்கியமானது. இக்கால கட்டத்தில்தான் பல முக்கிய நிகழ்வுகள், புரட்சிகள், அரசியல், சமூக, பொருளாதார மாற்றங்கள் மற்றும் அறிவியல் கண்டுபிடிப்புகள் நடை பெற்றுள்ளன.

இவர், நிகழ்வுகளை வருடவாரியாக மட்டும் குறிப்பிடாமல் சில இடங்களில் நாட்கள் வாரியாகவும் குறிப்பிட்டுள்ளார். மேலும் ஒரே நிகழ்ச்சி வேறு இடங்களில் நடந்திருந்தால் அத்தகைய நிகழ்வுகளையும் குறிப்பிட்டு விளக்கியுள்ளார். இத்தகைய ஒப்பியல் வரலாற்றை எழுத இவர் மிகுந்த சிரத்தை எடுத்துக்கொண்டுள்ளது தெரிய வருகிறது.

வரலாற்றை எழுதுவது என்பது ஒரு புதிய பரிமாணத்தை அடைந்துள்ளது. வரலாறு என்பது வெறும் பெயர்கள், ஆண்டுகள், சம்பவங்களை குறிப்பிடுவது மட்டும் அல்ல. கடந்த காலங்களில் நடந்த நிகழ்ச்சிகளை அப்படியே பிரதிபலிக்கக் கூடியதாக இருக்கவேண்டும். வரலாற்று ஆசிரியர்கள் தங்களுடைய கருத்துக்களை பதிவுசெய்வதோடு தக்க குறிப்புகளுடன் வரலாற்றை எழுதி ஒரு முடிவுரையும் கொடுக்கவேண்டும். திரு ப.சிவனடி அவர்கள், தன்னுடைய படைப்புகளில் மேற்படி வடிவத்தை பின்பற்ற உரிய முயற்சி எடுத்துக் கொண்டுள்ளார். இவருடைய படைப்புகளின் ஆரம்பக் கட்டம் பழமையான வடிவத்தில் இருந்தாலும் அவருடைய படைப்புகளின் அட்டவணை மற்றும் குறிப்புகளில் புதிய அணுகுமுறை உள்ளது. இது ஒரு குறிப்பிடத்தக்க வளர்ச்சியாகும்.

இவர் தன்னுடைய படைப்புகளின் பலனை அனுபவிக்க அதிகநாட்கள் வாழவில்லை. ஆனால் அவரைப் பற்றி தெரிந்தவர்கள் மற்றும் அவருக்கு அதிகமாக அறிமுகமானவர்கள் அவருடைய இலக்கிய தேடுதல் பற்றியும் அவர் பல்வேறு நூல்களில் இருந்து எடுத்துவைத்துள்ள குறிப்புகள் பற்றியும் தெரிவித்துள்ளனர்.

இந்திய நாடு தனது பரந்த நிலப்பரப்பு, பல்வேறு வகையான கலாச்சாரம், வாழ்க்கையை அதன் போக்கிலேயே ஏற்றுக்கொள்ளும் மக்கள், இயற்கை வளங்கள், மதிப்பற்ற இரத்தின கற்கள், வாசனை திரவியங்கள் போன்றவைகள் காரணமாக, அயல்நாட்டு வணிகர்களின் கவனத்தை ஈர்த்தது. இந்தியாவில் அந்த காலக்கட்டத்தில் இருந்த குறுநில மன்னர்களிடையே இருந்த பகைமை மற்றும் ஒற்றுமையின்மை அயல்நாட்டினர்களின் படையெடுப்பிற்கு வழிகோலியது. இக்காரணங்களினால் பேராசைக் கொண்ட பல ஏதேச்சதிகார நாடுகள் இந்தியா மீது படையெடுத்து தங்கள் பேராசை, ஏதேச்சதிகாரம், கனவுகளை, இந்தியாவில் தேட ஆரம்பித்தனர். எனவே, இந்திய வரலாற்றைப் பற்றி எழுதும் எந்தவொரு எழுத்தாளரும் பிற நாடுகளைப் பற்றிய விவரங்கள் தெரிந்திருக்க வேண்டும். பல நாடுகள் பற்றிய அறிவை திரு ப.சிவனடி என்ற இப் புகழ்பெற்ற எழுத்தாளரும் பெற்றிருக்கிறார்.

திரு ப.சிவனடி அவர்களின் எடுத்துரைக்கும் முறையினை குறிப்பிட வேண்டும் என்றால் குறிப்பாக ஓராண்டை -அதாவது 1751-ஆம் ஆண்டை விவரிக்கும் போது அவ்வாண்டின் முக்கிய நிகழ்வான இராபர்ட் கிளைவின் ஆற்காடு வெற்றியை மட்டும் குறிப்பிடாமல் இந்திய போர்க்களத்தில் முதன்முறையாக பயன்படுத்தப்பட்ட பீரங்கிகள் பற்றியும் இதே ஆண்டு நடந்த ஒரிசா மற்றும் மராத்திய போர்கள், இந்த ஆண்டில் ஆங்கிலேயர்கள் இந்தியாவில் மேற்கொண்ட நில அளவை கணக்கெடுப்பு, இங்கிலாந்தின் பெத்தலகேமில் ஆரம்பிக்கப்பட்ட மனநல மருத்துவமனை, விடுதலை வீரர் புலித்தேவர் ஸ்ரீவில்லிப்புத்தூர் கோட்டையைக் கைப்பற்றியது, “நிக்கல்” என்ற உலோகம் கண்டுபிடிக்கப்பட்டது மற்றும் சருகணி மாதாகோவில் கட்டப்பட்டது ஆகியவற்றை பற்றியும் குறிப்பிடுகின்றார். இவ்விவரங்கள் மிக விரிவாக குறிப்பிடப்பட்டுள்ளன.

இத் தொகுப்புகளில் புகழ்பெற்ற மெகாலே, இராபர்ட் கிளைவ், டார்வின், ரப்பர் டயரைக் கண்டுபிடித்த குட்இயர், ஜி.யூ.போப், கவிஞர் ஷெல்லி, ஹெர்குலிஸ், நெப்போலியன், இராணி மங்கம்மாள், இந்தியாவின் முதல் சுதந்திரப் போரின் வீரர்களான, மருதுபாண்டியன், சின்னமருது, திப்பு சுல்தான் மற்றும் பலரைப் பற்றி குறிப்பிட்டுள்ளார்.

இவர் ஒரு வருடத்தைப் பற்றி குறிப்பிடும் போது அவ்வருடத்தோடு தொடர்புடைய மனிதர்கள், நாடு மற்றும் நகரங்களோடு குறிப்பிட்டு விவரிக்கிறார். ஒரு சம்பவத்தை விவரிக்கும் போது அது தொடர்பான வேறு சம்பவத்தைக் குறிப்பிட்டு எவ்வாறு ஒவ்வொன்றும் மற்றவற்றுடன் சம்பந்தப்பட்டுள்ளது என்பதையும் விவரிக்கிறார். இது ஒரு வரலாற்று இணைப்பு ஆகும்.

திரு ப.சிவனடி அவர்களின் படைப்புகளை மறுபதிப்பு செய்ததற்காக அகநி பதிப்பகம் கவிஞர் மு. முருகேஷ் ஐ மனதாரப் பாராட்டுகிறேன்.

மேலும், விவரங்களை சரிபார்த்து தவறுகளை திருத்திக் கொடுத்த டாக்டர். மு.ராஜேந்திரன்,இ.ஆ.ப., அவரின் பணியை பாராட்டுகிறேன். 15 தொகுப்பு களையும் தேடிக்கண்டுபிடித்து தகுந்த இடங்களில் புகைப்படங்களையும் இணைத்து மறுபதிப்பு கொண்டுவரும் அ.வெண்ணிலா அவர்களின் பணியை பாராட்டுகிறேன்.

இந்த மறுபதிப்பின் மூலம் திரு ப.சிவனடி அவர்களின் இலக்கிய பங்கினை நாம் அறிந்து கொள்வதுடன் அவர் நமக்களித்துள்ள வரலாற்றுப் புதையலை முழுமனதோடு பாராட்டக் கடமைப் பட்டுள்ளோம்.

K. Rajayyan

31-10-2011

இந்திய சரித்திரக் களஞ்சியம்

முதற் தொகுதி
பதினெட்டாம் நூற்றாண்டு - முதற் பத்து
தோற்றுவாய்

1701 - 1710

இரண்டாம் பதிப்பின் முன்னுரை

இன்றைக்குச் சுமார் பன்னிரண்டு ஆண்டுகளுக்கு முன்னர் இந்திய சரித்திரக் களஞ்சியத்தின் முதற் தொகுதி தமிழ் இலக்கிய உலகிற்கு வந்தது. அதனடியாய் ஆண்டிற்கு ஒன்று அல்லது இரண்டு வீதம் 1998 வரை பதினான்கு தொகுதிகள் பதினைந்து புத்தகங்களாய் வெளியாயின. இந்த ஆண்டில் வரவிருந்த பதினைந்தாம் தொகுதியை அடுத்த ஆண்டில்தான் காண முடியும்.

படிப்பாளி வரலாற்றுடன் நேரடியாய் ஈடுபட வேண்டும்; வரலாறு சுவையாய்ச் சொல்லப்பட வேண்டும்; வரலாறு மானுடம் முழுமையையும் தழுவியதாய் இருத்தல் வேண்டும் என்ற எண்ணங்களுடன் வரலாற்றைப் பொதுமையாக்க வேண்டும் என்ற இலட்சியத்துடன் இத்தொகுதிகள் எழுதப்பெற்று வருகின்றன.

மானுடப் பாடுகள், தோல்வியினால் சுருண்டு விடா வெற்றிகள் அனைத்தும் எல்லைக் கோடுகளையும் இனப் பிரிவுகளையும் மொழி வேறுபாடுகளையும் சித்தாந்த முரண்பாடுகளையும் சமய பேதங்களையும் நோக்காது. அவை மனிதனின் பொதுப் பணிகள் என்று இம்மானுட இதிகாசம் எடுத்துக் கூறியிருக்கின்றது. உலகின் பல பகுதிகளில் கிளர்ந்த மெய்யியல் கருத்துகளும் சமயங்களும் மனிதரனைவர்க்கும் பொதுவான பண்பாட்டுச் சொத்துகள் என்ற ஒருமித்த கருத்தோடுதான் இந்நூல் வரிசை நோக்குகின்றது.

நம்மனோர் பொதுவான பண்பாட்டு மரபுகளைக் கொண்டிருந்த போதிலும் சமூக வாழ்க்கையில் தனித்தனிப் பெட்டிகளாக வாழ்ந்து வருவதால், வரலாறு வாழ்க்கையொடு அனைவர்க்கும் பொருந்திப் போவது கடினமாயிருக்கின்றது. ஆதலால் நம்மனோர் இம்மனத்தடைகளிலிருந்து தப்பி இந்தியப் பண்பாட்டு மரபுகளின் காவலர்களான ஞானியரையும் வீரர்களையும் அறிஞர்களையும் தமக்குரியர் என்று ஒன்றாக்கிக் கொள்ள முடியாத மனநிலை பலரிடம் இருப்பதை நம்மால் உணர்ந்து பார்க்க முடியும்.

மக்களனைவரும் அவர்கள் மீது ''சொந்தம் கொண்டாட'' இயலாதவாறு, அவர்களை அமல்படுத்தும் செயல் அறிந்தோ அறியாமலோ நடந்து கொண்டே இருக்கின்றது. வரலாற்று நாயகர்களை நாணமின்றித் தம் சாதிக்காரர் என்று உரிமை பாராட்டிச் சிலை நடவும் அதற்காகப் போராடவும் செய்வது இதைப் புலப்படுத்தும்.

சரித்திரம் கொள்கைகளையும் கோட்பாடுகளையும் இனங்களையும் சாதிகளையும் மதங்களையும் பற்றிப் பேசினாலும் இப்பிரிவினைகளுக்கெல்லாம் அப்பாற்பட்டு நிற்பதாகும். மனிதரை அது தெய்வ நிலைக்கு உயர்த்துவதில்லை; அரக்கர் என்று தாழ்த்துவதுமில்லை; வரலாறு என்னும் கண்ணாடி வெறும் பிரதிபலிப்பான் தான். அது தவறுகளைச் சுட்டிக்காட்டுவதோ; விமரிசிப்பதோ இல்லை. அவற்றில் எதையாவது குறித்து அது முகஞ் சுழிக்கலாம் அல்லது முறுவலிக்கலாம். யாதும் ஊரே; யாவரும் கேளிர் என்ற பரந்த ஆன்ம நேய உணர்விற்கு வரலாறுதான் ஊற்றுக்கண். வரலாறு எடுத்துரைக்கும் மனிதர்களை நாம் மெய்யாகவே உணர்ந்துவிட்டால், அசோகரும் அலெக்சாந்தரும்; அக்பரும் ஔரங்கசீபும்; வால்டயரும் நெப்போலியனும்; காந்தியும் இட்லரும் போன்றோர் எக்காலத்திலும் இருந்து வருகின்றனர் என்பதைத் தெளிவாய்த் தெரிந்துகொள்ள முடியும்.

முதற் தொகுதியின் இந்த இரண்டாம் பதிப்பு முற்றிலும் திருத்தப்பட்டது. ஏராளமான செய்திகள் இந்தப் பதிப்பில் புதிதாய்ச் சேர்க்கப்பட்டுள்ளன. பேரண்டமென்னும் அண்ட சராசரத்தின் தோற்றுவாய் பற்றிப் பல்வேறு காலங்களில் வாழ்ந்திருந்த மாந்தர் வெளிப்படுத்திய சிந்தனைகள் தற்கால அறிவியலாரின் கருத்துகளோடு விரித்துத் தரப்பட்டுள்ளன. அவற்றை ஒப்புநோக்கி மனிதர் தம் தோற்றுவாய் பற்றி அறிந்து கொள்வதற்காக எவ்வாறெல்லாம் சிந்தித்தனர் என்பதைக் காண முடியும். மானுடச் சிந்தனையின் ஒருமையையும் அது தனது தோற்றுவாய் பற்றி அறிந்து கொள்ள முற்பட்ட நாட்டத்தையும் உணர்ந்து கொள்ளலாம்.

சுந்தரத் தெலுங்கென்று பாரதியார் சொன்னாற்போல் சொல்லில் அழகு தமிழ்ச் சொல்லே என்று தமிழுணர்ந்தோர் உரைப்பதுண்டு. வாயால் மொழியவும் மனத்துள் ஒலிக்கவும் இன்பந்தருவது தமிழ் என்பது உணர்ந்தறிந்த உண்மையாகும்.

தமிழில் எழுதப்பட்டுள்ள பெரும்பாலான வரலாற்று நூல்கள் எடுத்துக் கொண்டுள்ள பொருளுக்குச் சிறப்புத் தந்து, சொல்லும் பாங்கையும் மொழி நடையையும் முக்கியம் எனக் கருதாமையால், வரலாறு படிப்பதற்கு வறண்டது என்ற எண்ணம் பலருக்கு வந்து விட்டது.

அடிப்படையில் எழுத்தாளரான களஞ்சிய ஆசிரியர் அதை எண்ணத்தில் இருத்திக் கொண்டு, கூடியமட்டிலும் இனியதும் எளியதுமான நடையில் மானிட வரலாற்றைச் சொல்ல முயன்று வருகின்றார். அவர் மீட்டுகின்ற தமிழ் சுந்தரத் தமிழ்; சுத்தத் தமிழ்

அன்று. மேலும் தனித் தமிழ் என்பது தலித்து தமிழ் அன்று. தனித் தமிழ் ஆர்வலர்கள் தள்ளி வைக்கப்பட வேண்டிய தலித்துகளுமல்லர். தமிழறியாதவர்களின் அறியாமையினாலும் ஆற்றாமையினாலும் இத்தகைய பிழைபட்ட கருத்துகள் மலியத் தொடங்கியுள்ளன.

மானுட வரலாறு கூறும் நூல் படிக்கவும், படித்ததை எண்ணத்தில் ஏற்றவும் இயைந்த விதத்தில் அமைதல் நன்று. மாவீரர்களையும் அவர் தம் வீரச் செயல்களையும் விவரித்து வருகையில்; போர்க் கொடுமைகளால் ஆற்றொணாத் துயருக்குள்ளாகும் மாந்தரையும் வீணான போர் அழிவுகளையும் மனக்கண் முன்கொண்டு வந்து நிறுத்துகையில்; மனத் துயரங்களைப் போக்குவதிலும் நோய்களை ஆற்றுவதிலும் கலை, இலக்கியப் படைப்புகளைத் தோற்றுவிப்பதிலும் மானுடர் நிகழ்த்தும் அரிய சாதனைகளை இயம்புகையில்; அறிவியல் கண்டுபிடிப்புகளால் புவியையும் அண்ட வெளியையும் ஒருமைக்குள் கொணரும் அறிவியலாரின் அரும்பணிகளையும் சிந்தனைகளையும் விண்டுரைக்கையில், விருப்பு வெறுப்புகளுக்கெல்லாம் ஆள்படாத வரலாறு நடுவு நிலையோடு அடக்கமான, அமைதியான ஆறு போல் அமைந்து செல்ல வேண்டும்.

இந்தியா போன்று ஆகார விகுதி பெற்று வரும் பெயர்ச் சொற்களை வாய்விட்டும் மனத்திற்குள்ளும் படிக்கையில், அவை நடையொழுக்கில் ஒரு தடங்கலை அல்லது நெருடலை உண்டாக்குவதை உணரலாம். அவை அம் விகுதி பெற்றால் அவற்றை வாயால் மொழியவும் மனத்துள் ஒலிக்கவும் இனிமையா யிருக்கின்றது என்பதை உணர முடியும். அவ்வாறு உணர்ந்து கண்டதால் இனிமை கருதி இந்தியம், சீனம், ஆசியம், இரஷியம், ஐரோப்பியம் என்று இப்பெயர்ச் சொற்களுக்கு, அம் விகுதி தரப்பட்டுள்ளது. சீனம் என்பது ஏற்கெனவே வழக்கில் உள்ளது. இது தமிழில் ஏற்கப்பட்ட வழக்கேயாகும். பாரத் பாரதமாயும் நேபாள் நேபாளம் எனவும் தமிழில் வழங்குவதைக் காணலாம். ஆதலால் அம் விகுதி பெறும் இப்பெயர்கள் எந்தக் குழப்பத்தையும் படிப்பவர்களிடையே உண்டாக்கப் போவதில்லை என்பது ஆசிரியரின் கருத்தாகும்.

இங்கு ஹீரோடாட்டசின் வாழ்க்கையும் பணியும் கூறப்படுகின்றன. அவரின் ''வரலாறுகள்'' என்ற நூல் அவரை ஏன் ''வரலாற்றுத் தந்தை'' ஆக்கிற்று என்பதை அவருடைய வாழ்க்கை வரலாற்றிலிருந்து தெளியலாம். அறிஞர்கள் வரலாற்றுக்கு எவ்வாறெல்லாம் பொருள் கொண்டனர் என்பதற்குச் சில எடுத்துக்காட்டுகள் கூறப்பட்டுள்ளன.

இந்திய சரித்திரக் களஞ்சிய முதற் தொகுதியின் இந்த இரண்டாம் பதிப்பு இவ்வரிசையில் பதினாறாவதாய் வெளி வருகின்றது. இந்நூல் வரிசையை எழுதத் தொடங்கிய போது காட்டில் நுழைந்து விட்ட சிறுவனைப் போலவே இருந்தேன். தனிக் காட்டுராஜா போல எனலாம். ஏ.வி. சுப்பிரமணியன், கி. வேங்கடசுப்ரமணியன் போன்ற அறிஞர்களின் ஊக்குதல் என்னை இதில் ஆழ்ந்து ஈடுபட வைத்தது. பின்னர் பேராசிரியர் எஸ். நாகரத்தினம, ஔவை நடராசன், எங்கள் கண்ணன், இளங்கோ ஆகியோர் கூறிய கருத்துகளின் காரணமாய், இந்நூல் வரிசை படிப்பாளியருக்குப் பயன்படும் விதத்தில், விரிந்த பொருளடக்கம், உலகு தழுவிய நிகழ்வுகளின் பட்டியல், கால நிரல் ஆகியன இணைக்கப்பட்டன. இது தனிமனித ஆக்கமேயெனினும் மேற்கூறியவர்களின் ஊக்குதலும், தூண்டுதலுமே இவற்றுக்கெல்லாம் காரணமாயின. எனினும் இந்நூல் வரிசை குறித்துப் பரந்த அளவில் படிப்பாளிகளிடமிருந்து கருத்து எதுவும் வராததைக் குறை என்றே சொல்லலாம்.

நீடித்த உடல் நலமின்மையால் எனது பணியில் சற்று தவக்கம் ஏற்பட்டு வருகின்றது. அதையும் மீறி இயன்ற வரை பணி தொடர்ந்து வருகின்றது. வரலாற்று உணர்வைப் படிப்பாளிகளிடையே பரப்புவதில் ''ராணி'' வார இதழின் ஆசிரியரான அ.மா.சாமி ஆற்றிவரும் பங்கு பாராட்டுக்குரியது. அதில் அவர் என்னையும் ஈடுபடுத்தியதற்கு நன்றி செலுத்துகின்றேன்.

இத்தொகுதி முற்றிலும் திருத்தப்பட்டது; மீண்டும் புதிதாய் எழுதப்பட்டது என்றும் கூறலாம். பல புதிய செய்திகளும் புதிய பொருள்களும் சேர்த்துச் செறிவாக்கப்பட்டுள்ளது. இருப்பினும் இன்னும் பல பொருள்கள் இதில் சேரவில்லை என்ற மனக் குறையும் இருக்கின்றது. எனினும் இது முடிவு பெறாத மொட்டைக் கோபுரமன்று; இக்கோபுரத்திற்குப் புதிதாய்ச் சில உருவங்களைச் சேர்த்தால் போதும். அதை அடுத்துப் பார்த்துக் கொள்ளலாம் என்று அமைந்து விடலாம்.

அசோக் நகர், ப. சிவனடி
15.11.1999

முதற் பதிப்பின் முன்னுரை

இந்தியம் வரலாற்றுக் காலத்திற்கு முன்னரே வெளியுலகுடன் தொடர்பு கொண்டு வந்திருக்கின்றது என்பதைச் சரித்திர ஏடுகள் குறிப்பிட்டுக் காட்டுகின்றன. இந்தியத்தில் போன்று அலையலையாக வந்தேறிகள் புகுந்த நாடுகள் சிலவே யாகும்.

இந்தியம் மேலைத் தேசத்தினரின் கற்பனைக் குதிரைகளுக்கு இறக்கை கட்டிப் பறக்க விட்டிருக்கின்றது.

வரலாற்றுக் காலந்தொட்டு மேற்கும் கிழக்கும் நிலவழியாகவும் கடல் வழியாகவும் வாணிபத் தொடர்பு கொண்டிருந்தமையால், இப்பயணங்களில் பெறப்பட்ட செய்திகள், மேலை நாட்டினரின் நில நூல் அறிவைப் பெருக்க உதவின என்பதை ஹீரோடாட்டஸ், தாலமி முதலானோரின் நூல்கள் காட்டுகின்றன.

கிரேக்கர் காலந்தொட்டு ரோமானியப் பேரரசு செழித்திருந்த காலம் வரையிலும், மேற்குலகம், கீழையுலகுடன் கொண்டிருந்த இந்த உறவானது, கி.பி 1453-ஆம் ஆண்டு ரோமானியப் பேரரசான பைசாந்தியம் முஸ்லிம் படையெழுச்சிமுன் வீழ்ச்சி அடைந்ததையடுத்துத் துண்டிக்கப்பட்டு விட்டது. இவ்விரு பகுதிகளுக்குமிடையே ஒரு திரையே விழுந்து விட்டது எனலாம். ஐரோப்பியரைக் கீழைத் தேசம் எதையும் நெருங்க விடாமல் அராபியர் தடுத்து நிறுத்திவிட்டனர்.

தாலமி போன்ற பல்வேறு துறை வல்லுநரான அறிவியலார் கி.பி 2-ஆம் நூற்றாண்டு வாக்கில் நமது மண்ணுலகம் பற்றிய நில நூலைத் தொகுத்து எழுதினாரெனினும், அதற்கு 13 நூற்றாண்டுகளுக்குப் பிறகுதான், அந்நூல்கள் ஐரோப்பியரைத் தூண்டிக் கடலில் கலஞ்செலுத்தச் செய்தன. அதன் பிறகுதான் அந்தத் திரை விலகி, இவ்விரு உலகங்களுக்குமிடையே நேரடியான தொடர்பு ஏற்பட்டது.

இதில் புதுமை என்னவென்றால், தமது சம்பாரப் பொருள்களான மிளகு, ஏலம், கருவாப்பட்டை, இஞ்சி, மஞ்சள், முத்து இன்னும் ஏறத்தாழ நூறு வகையான பண்டங்களை மேலையுலகிற்கு விற்றுப் பொன்னும் பொருளும் ஈட்டிய இந்தியமும், பிற கீழை நாடுகளும், அவற்றை எடுத்துக் கொண்டு கிரேக்கத்தையோ, ரோமையோ, அடைய முற்படாமையேயாகும். அராபியர் தாமே இந்தியத்தின் மேற்கரைக்கும், கீழ்கரைக்கும் வந்து அவற்றைத் தாமே வாங்கி ஐரோப்பியருக்கு விற்று வந்ததால், இந்தியமும், கீழை நாடுகளும் கடலோடி நெடுந்தொலைவு செல்லவில்லை. தன்னை நாடி வந்து வாங்கிச் செல்வோர் இருந்தமையால்தான் இந்தியமும் கீழை நாடுகளும் முன்னூக்கத்தை இழந்தன போலும்.

ஐரோப்பியத்திலிருந்து கடலோடிகள் கடவுளையும், காற்றையும் நம்பித் தமது பாய்மரக் கப்பல்களில் கிழக்கை நோக்கிப் புறப்பட்டனர். அராபியரின் ஏகபோக வாணிபத்தை முறியடித்துத் தாமே நேரடியாகத் தொடர்பு கொள்ள வேண்டுமென்று அவர்கள் தொடங்கிய நெடும் பயணம் பதினைந்தாம் நூற்றாண்டின் இறுதியில் *(1498)* கள்ளிக் கோட்டையில் வந்து நின்றது.

அதன் பிறகு கிட்டத்தட்ட இரண்டு நூற்றாண்டுக் காலம் இந்தியத் துணைக் கண்டமும், கீழை நாடுகளும் ஐரோப்பியரின் வாணிபப் பண்ட சாலைகளாகவே இருந்து வந்தன. இங்கிருந்த ஆடம்பரப் பொருள்களான மிளகும், மென்துகிலும், ஏலமும், முத்தும், பருத்தியும், அகிலும், சந்தனமும், இஞ்சியும் வழிவழியாகச் சென்றது போலவே மேலையுலகிற்குச் சென்றன.

முதலில் வந்தேறிய போர்த்துக்கீசரின் நயமற்ற பண்பும், அவர்களின் இடத்தைப் பிடிக்கப் போட்டியிட்ட டச்சுக்காரரின் வலுவின்மையும், இவ்விரு நாட்டவரும் இந்தியத்தில் நிலையான இடத்தைப் பெற முடியாதவாறு செய்து விட்டன.

இவ்விருவரையும், அடுத்துப் பதினேழாம் நூற்றாண்டின் தொடக்கத்தில் வந்த ஆங்கிலேயரும், அவரையடுத்து வந்தேறிய பிரஞ்சுக்காரரும் வெறும் வாணிபத்துடன் நில்லாது, இந்தியத்தில் தமக்கென்று அகண்ட பேரரசு ஒன்றை நிறுவுவதற்காக, உள் நாட்டுச் சிற்றரசர்களைப் பகடைக் காய்களாக வைத்து அரசியல் சூதாட்டமும் ஆடினர்.

சிறு படைகளை வைத்துக் கொண்டு, மிகப் பெரிய இந்தியப் படைகளைச் சிதறச் செய்து, புது ஊக்குதலும் துணிவும் பெற்றனர்.

இதில் இறுதி வெற்றி ஆங்கிலேயருக்குக் கிடைத்தது. அவர்கள் பதினெட்டாம் நூற்றாண்டின் முற்பகுதியில் தொடங்கி, அந்நூற்றாண்டு முடிவதற்குள் *(1799)* இந்தியத்தைக் கிட்டத்தட்ட தமதாக்கிக் கொண்டனர்.

பிரஞ்சுக்காரர் வளங் குளிர தென்னிந்தியத்தில் காலூன்றியதால், அவர்கள் இந்தியத்தில் அடைந்த நிலப்பரப்பு வெறும் திட்டுகளாகவே போய்விட்டன.

ஆங்கிலேயரோ பிளாசியின் நெல் வயல்களில் பீரங்கிக் குண்டுகளை விதைத்து, வங்கம் என்ற நிலப்பரப்பிற்கு உரிய மிகப்பெரிய நிலப் பிரபுக்களாகி, மாபெருஞ் செல்வராகி, இந்து தேசம் முழுவதையும் வெற்றி கொண்டு விட்டனர்.

கடலோடி மண் கவர்ந்த ஐரோப்பியப் போட்டியாளரில் முதலிடம் பெற்ற ஆங்கிலேயர், உலகின் நான்கு திக்குகளிலும், ''பூமிப் பந்தின் மேலும், கீழும்'' தமது ஆதிக்கக் கொடியைப் பறக்க விட்டனர். இது பதினெட்டாம் நூற்றாண்டு வரலாற்றின் பல்வேறு பட்டைகளில் ஒன்றான அரசியல் பக்கமாகும்.

உலகத்துச் செல்வம் ஐரோப்பியத்தில் போய்க் குவிந்தது. ஆண்டிற்கு ஐந்து பவுன்ட் சம்பளத்திற்குக் கம்பெனி வேலைக்கு வந்தவர்கள், இந்தியத்திலிருந்து கோடீசுவரர்களாக இங்கிலாந்து திரும்பினர். சென்னையில் பெருஞ்செல்வம் ஈட்டிய தாமஸ் பிட்டின் குடும்பம் பிரிட்டனுக்கென்று இரண்டு பிரதமர்களைக் கொடுத்தது. கிளைவு போன்றவர்கள் பணத்தின் உதவியால் பாராளுமன்ற உறுப்பினராக முயன்றனர்.

இக்கால கட்டத்தில் ஐரோப்பியக் கட்டமைப்பில் பெரிய மாறுதல்கள் நடக்கலாயின.

பிரான்சிலும், இங்கிலாந்திலும் பதினேழிலும் பதினெட்டிலும் அரசியல் சிந்தனையாளர்களும், தத்துவ ஞானிகளும், பல்வேறு துறைகளைச் சேர்ந்த அறிவியலாரும் அறிவு மறுமலர்ச்சி யுகம் ஒன்றைத் தோற்றுவித்துக் கொண்டிருந்தனர். இருபதாம் நூற்றாண்டில் உலகம் காணவிருந்த அரசியல் பொருளாதார முன்னேற்றங் களுக்கும், அறிவியல் பெருந்தாவலுக்கும் இந் நூற்றாண்டுகளில் தான் மனிதன் கால் கோளிட்டான்.

இந்த அறிவு மறுமலர்ச்சி யுகம் உடனடியாக இரண்டு பெரும் புரட்சிகளைத் தோற்றுவித்தது.

மற்றொன்று; பொருளாதாரம் சார்ந்தது. அது இந்தியம் போன்ற காலனிகளிலிருந்து கொண்டு வந்து குவித்த செல்வச் செழிப்பினால் உந்தப்பட்டு எழுந்த தொழிற் புரட்சி இப்புரட்சியினால் பன்னெடுங்காலமாக நிலை பெற்றிருந்த கட்டமைப்புகளெல்லாம் புது வடிவம் பெற்றன.

இவையிரண்டும் பதினெட்டாம் நூற்றாண்டில் நிகழ்ந்தன.

கிரேக்க நாகரிகத்தின் அறிவு முதிர்ச்சியின், தொன்மை மிகும் அப்பண்பாட்டின் வழிவந்தோரென்றும், வாரிசுகளென்றும் பெருமைப்பட்டுக் கொண்ட ஐரோப்பியர்கள், புதியதொரு பண்பாட்டு அலையை உலகெங்கிலும் இப்பதினெட்டாம் நூற்றாண்டில், தமது அரசியல் செல்வாக்கையும், ஆதிக்கத்தையும் கொண்டு பரவச் செய்தனர்.

நாகரிகத்திலும், பண்பாட்டிலும் மிகவும் தொன்மையான பாரம்பரியத்தைக் கொண்டிருந்த இந்தியம் இக்கால கட்டத்தில் எந்தெந்த வகையில் இப்புதிய அரசியல் மற்றும் பண்பாட்டு அலையெழுச்சிகளுக்கு ஆட்பட்டது என்பதை ஆண்டு வரிசைப்படி எடுத்துக்காட்டும் நோக்கத்துடன் 'இந்திய சரித்திரக் களஞ்சியம்' என்ற இவ்வரிசை வெளி வருகின்றது.

இம்முதற் தொகுதி பதினெட்டாம் நூற்றாண்டின் முதல் பத்தாண்டுகளைக் கொண்டிருக்கின்றது. இதற்கு ஆதார சுருதியாக, உலகத்தின் தோற்றத்தில் தொடங்கி, வரலாற்றுடன் தொடர்புடைய பல செய்திகளும், குறிப்பிடத்தக்க வரலாற்று நிகழ்ச்சிகளும், இந்திய வரலாறும் இம்முதல் தொகுதியின் முற்பாகத்தில் இணைக்கப்பட்டுள்ளன.

களஞ்சியம் என்பது செய்திகளை அகர வரிசையில் தொகுத்துத் தருவது என்ற மரபினின்று, இச்சரித்திரக் களஞ்சியம் சற்று மாறுபட்டிருப்பினும், ''களஞ்சியம்'' என்ற சொல்லின் பொருளுக்கேற்பவும், களஞ்சியம் என்பதன் இலக்கணத்திற்கிணங்கவும், இந்திய வரலாற்றைத் தொட்ட நிகழ்ச்சிகள் தொகுத்துத் தரப்பட்டிருக்கின்றன.

18.12.87, ப. சிவனடி
சென்னை.

பொருளடக்கம்

1701

தோற்றுவாய் 41

பேரண்டத் தோற்றம் - பெரு வெடிப்பு -41
பெரு வெடிப்பு -41
விசும்பு விரிதல் -41
புரோட்டான், எலக்டிரான், நியூட்டரான் -41
அணுக்கள் தோற்றம் -42
வளிகள் தோற்றம் -42
கோள்கள், உடுக்கள், பால் மண்டலங்கள் -42
பெரு வெடிப்புக் கொள்கை 1920 தொட்டு -43
எட்வின் பவல் ஹபிள் -43
''அண்ட முட்டை'' ஜார்ஜஸ் லிமைட்டர் -43
ஜார்ஜ் கமோவ் -43
இராபட்டு ஹென்றி டிக்கி -43
அர்னோ அல்லன் பென்சியாஸ் -43
இராபட்டு உடுரோ வில்சன் -43
கருத்து வேறுபாடுகள் -46

உலகத் தோற்றம் - அறிவியல் நோக்கு 47

சூரியன் தோற்றம் -47
கோள்கள் தோற்றம் -47
வேதிப் பொருள்கள் -47
ஓர் உயிரணு -47
ஒற்றைச் செல் உயிரணுக்கள் -47
உயிர்வளி உண்டாதல் -47
ஒளிச் சேர்க்கை - செடியினங்கள் -47
உயிர்வளி ஓசோனாகி உயிர்காக்கும் கவசமாதல் -47
ஒன்றுக்குமதிகமான செல்களுள்ள உயிரணுக்கள் தோற்றம் -47
கடலில் உயிர்கள் தோற்றம் -47
மண்ணுலக நிலப்பரப்பு வறள்தல் -47
நீர்-நில உயிரினம் தோற்றம் -47
முதல் ஊர்வன -47
டயனோசார் -47

பாலூட்டிகள் காலம் -47
முதல் வகை உயிரினம் பிரைமேட் -47
மனிதப் பரிணாமம் எட்டு மில்லியன் ஆண்டுகளுக்கு முன் -53
மனிதப் பரிணாமம் மூன்று மில்லியன் ஆண்டுகளுக்கு முன் -54
மனிதப் பரிணாமம் இரண்டரை மில்லியன் ஆண்டுகளுக்கு முன் -56
மனிதப் பரிணாமம் ஒன்றரை மில்லியன் ஆண்டுகளுக்கு முன் -57
மனிதப் பரிணாமம் ஐந்து இலட்சம் ஆண்டுகளுக்கு முன் -57
   குகை ஓவியங்கள் 15000 ஆண்டுகளுக்கு முன் -58
எதிர்கால மனிதன் -60
எதிர்காலவியல் -61
கையா கொள்கை -63
மனிதத் தோற்றுவாய் தேடித் தொல்லியலார் -64

தோற்றுவாய் - காலங்கள்தொறும் மனிதச் சிந்தனை   65

சிவ தாண்டவம் -66
பரிபாடலில் தோற்றமும் அழிவும் -67
இருக்கு வேதம் கூறும் படைப்பு -68
வேதங்கள் கூறும் படைப்பு -69
"சிருஷ்டி" -70
படைப்புக் கடவுள் பிரமன் -70
மனு படைக்கத் தொடங்கிய இடம் -70
உலகம் தோன்றிய இடம் குருச்சேத்திரம் -71
வேத அறிவு கொண்டு படைப்பு -71
காம சூத்திரம் கூறும் படைப்பு -71
சுமேரியரின் படைப்புக் கதை -72
அசிரியர் படைப்புப் பற்றி -73
படைப்பு - சீனர் -74
   யின், யாங்கு விளக்கம் -75
   படைப்பு திருவிவிலியம் -77
   படைப்பு கி.மு 4004? -79
   படைப்பு கிரேக்கர் -79
   படைப்பு பாரசிகர் -80
   படைப்பு வைக்கிங்குகள், டியூட்டன்கள் -81
   படைப்பு வின்னிபகோ இந்தியர் -83
   படைப்பு தென்னாஸ்திரேலியம் -84
   படைப்பு பசிபிக்குத் தீவுகள் -85
   படைப்பு ஆப்பிரிக்கம் - சுலு -86

இந்தியக் காலக் கணிப்பு   87

மனவந்தரம் - மனுவின் ஆயுள் காலம் -87
பதினான்கு மனுக்கள் -87
நான்கு யுகங்கள் -87

மனித ஆண்டு, தெய்வ ஆண்டு -87
சதுர்யுகக் கணக்கு -89
சதுர்யுகச் சக்கரவர்த்திகள் -89
யுகம் என்றால் என்ன? -89
ஆரிய பட்டர் -90
வராகமிகிரர் -90

இந்திய ஆண்டுக் கணக்குகள் — 91

கலியுக சகாப்த ஆண்டு -91
சாலிவாகன அல்லது சக ஆண்டு -92
சுகர்சன் ஆண்டு -92
விக்கிரம ஆண்டு -93
தமிழ் ஆண்டுகள் அறுபது -93
நால்வகைப் பிரளயம் -93
யுகங்களும் யுக தர்மங்களும் -94
முனிவர் எழுவர் (சப்த ரிஷி) -94

இந்திய வரலாற்று மரபுகள் — 95

தொன்மங்களும் வரலாற்றுச் சான்றுகளும் -95
பாரதப்போர் நிகழ்ந்த ஆண்டு -95

வரலாறு கூறும் பதினென் புராணங்கள் — 95

புராண வகை -101
துணைப் புராணங்கள் -101
முப்பெரும் புராணங்கள் -101

இந்தியம் சுருக்க வரலாறு (வட இந்தியம்) — 102

இந்தியம், இந்து பெயர் விளக்கம் -102
இமயம் -103
அரணும் ஆறுகளும் -104
இந்து குஷ் -104
அயலார் வந்த வழி -105
வடமேற்குப் பகுதி -105
சிந்து பாயும் காசுமீரம் -106
பிரம்மபுத்திரன் ஆறு -106
கங்கைச் சமவெளி -106
மகாநதி -107
அராவலி மலைத் தொடர் -107
விந்தியம் -108
நர்மதை -108
இந்தியத் தீவக்குறை -108

சிந்து வெளி நாகரிகம் — 109

ஆரியர் வருகை — 110

இந்திய - ஆரியர் (112-113) 111

    வேத காலம் -112
    திரயீவித்ய -112
    வேதங்கள் -112
    வேதங்களின் பிரிவுகள் -112
    வேதங்களின் எல்லை -113
    வேதங்களின் மாறாத் தன்மை -113
    சுருதி -113
    அபௌருஷேயங்கள் -113
    ஒளி பொருந்திய ஆரியர் -113
    வரலாற்றுக் காலம் -114
    கி.மு. ஏழாம் நூற்றாண்டு -114
    மகாஜன பாதங்கள் (600-32, கி.மு) -114
    பதினாறு அரசுகள் -115
    அவந்தி -115
    உச்சயினி -116
    கோசலம் -117
    மகதம் -118
    சிசுநாகர் -120
    பிம்பிசாரன் -120
    "பிம்பிசார கதை" தமிழில் -120
    நந்தர் -122
    அஜாதசத்துரு -123
    லிச்சாவியர் -123
    வைசாலி - வர்த்தமானர் தொடர்பு -123
    லிச்சாவியர் வரலாறு -124
    நவ நந்தர் -126
    மகாவீரர் - (590-468 கி.மு.) -127
    பெற்றோர் -127
    சத்திரியர் குடியினர் -127
    சமணம் பொருள் -127
    கற்ப சூத்திரம் - பத்திரபாகு -128
    மகாவீரரும் சமணமும் -129

கௌதம புத்தர் (563-483 கி.மு) 131

    பிறப்பு வளர்ப்பு -131
    துறவு -131
    புத்தரின் ஆசான்கள் -131
    புத்தர் ஞானம் பெறுதல் -131
    முதல் உபதேசம் -135
    புத்தர் பயணம் -136
    பரிநிர்வாணம் -136
    புத்தரின் அஸ்தி -137

கிரேக்கர் — 137

- கிரேக்கரும் ஆரியரே -137
- தொல்கால நாகரிகம் -137
- மைசீன் -138
- மைசீனிய வீழ்ச்சி -138
- பாரசிகர் படையெடுப்பு -139
- சைரஸ் -139
- கிரேக்கரின் உள் பகை -140
- மாசிடோனிய எழுச்சி -140
- அலெக்சாந்தர் வெற்றிகள் -140
- அம்பி -140
- தட்சசீலம் -141
- பல்கலைக் கழகம் -141
- தட்சசீலப் பழக்க வழக்கங்கள் -142
- புருசோத்தமன் தோல்வி -143
- கிரேக்கர் படையெடுப்பின் பயன் -144

மௌரிய மரபுத் தோற்றம் (320-187 கி.மு) — 144

- சந்திர குப்தர் ஒன்றுபட்ட நாடாக்குதல் -145
- கௌடில்யர் -145
- அர்த்த சாஸ்திரம் -145
- சந்திர குப்தரின் பேரரசெல்லை -146
- பிந்துசாரர் -147
- அசோகர் -147
- அசோகர் வரலாற்றில் -147
- பிரின்செப்பு அசோகர் பொறிப்புகளைப் படித்தறிதல் -147
- அசோகரை வரலாறு அறிதல் -147
- அசோகரின் ஆண்மக்கள் -148
- குணாளன் -148
- மகேந்திரன் -149
- அசோகர் இறந்தது எங்கு? -149
- கிரேக்கரிடம் அசோகர் அனுப்பிய தூதுவர் -150
- கடைசி மௌரியர் -150
- பாடலிபுத்திரம் -150

கலிங்கம், காரவேலர் (191-163 கி.மு) — 152

- ஆத்தி கும்பக் கல்வெட்டு -152
- காரவேலரின் தமிழகப் படையெடுப்பு -152
- காரவேலர் சமணர் -152
- சுங்க மரபு (185-73 கி.மு) -153
- கண்ணுவ மரபு (75-30 கி.மு) -153
- சாதவாகனர் (270-550 கி.பி) -154
- மினாந்தர் (152-159) -154

    மிலிந்த - பணா -154
    பௌத்தம் தழுவிய கிரேக்கர் -154

குசாணர் — 156

    சீனத் தாயகம் -156
    நாடோடி யூச்சி இனத்தார் -156
    கனிஷ்கர் (78-100) -157
    கனிஷ்கர் சக ஆண்டை உண்டாக்கினார்? -157
    பௌத்தம் தழுவினார் -157
    கனிஷ்கர் ஆட்சி - மகாயானப் பௌத்த எழுச்சி -158
    காந்தாரச் சிற்பக் கலை -158
    பௌத்தச் சங்கம் -160
    கனிஷ்கர் காசுமீரத்தைத் தானம் தருதல் -160

குப்தர்கள் (275-550) — 160

    முதலாம் சந்திர குப்தர் (320-350) -160
    இரண்டாம் சந்திர குப்தர் (376-415) -161
    இயக்கியர் வழிபாடு -162
    குப்தர் ஆட்சியில் பாடலிபுத்திரம் -162
    ஃபாகியான் வருகை -162
    சீன நாடோடியர் -163
    தாம்ரலிப்தி -163
    பொற்காலம் -163
    காளிதாசர் (5 நூ) -163
    பிற இலக்கியங்கள் -164
    ஆரிய பட்டர் (476-520) -164
    ''ஆரிய பட்ட'' நூல் -164
    குப்தர் காலம் முடிதல் -165

வெள்ளை ஹுணேர் நல்ல ஹர்ஷர் — 165

    ஹுணேர் யார்? -165
    அட்டிலா -165
    ஹர்ஷ வர்த்தனர் -166
    பௌத்தம் பரப்பியவர் -166
    உவான் சுவாங்கு வருகை -167
    பௌத்த சங்கம் கூட்டுதல் -167
    ஹர்ஷர் இறப்பு -169

இரசபுத்திரர் யார்? — 169

இஸ்லாம் — 170

    முகமது நபிகள் -170
    திருக் குரான் -170
    குரானின் நோக்கம் -171

அரபுகள் வருகை - முதல் முஸ்லிம் படையெடுப்பு — 172

    இமாமுதீன் முகமது இபின் காசிம் -173
    சிந்துப் படையெடுப்பின் நோக்கம் -173
    காசிமிற்கு நேர்ந்த கதி -173

கசனி முகமது — 174

    குரானை ஆழக் கற்றவர் -174
    தானேசுவரம், மதுரா, கானோஜ் -174
    சோமநாதம், கோயில்கள் கொள்கை, அழிப்பு -174
    பதினேழு முறை இந்தியப் படையெடுப்பு -174

முஸ்லிம் ஆட்சி தொடக்கம் — 176

    முதல் தாக்குதல் -176
    கோரியின் ஷிகாபுதீன் -176
    குத்புதீன் அடிமை மரபு -176
    முதல் சுல்தான் -177

தில்லியில் சுல்தான்கள் ஆட்சி — 177

    செங்கிஸ் கான் (1155-1227) -178
    செங்கிஸ் கான் வெற்றிகள் -178
    செங்கிஸ் கான் கல்லறை -179
    இந்தியத்தில் மங்கோலியர் -179
    மாலிக்கு காபூர் படையெடுப்பு -179
    வங்கத்திலும் தென்னாட்டிலும் கலகம் -180
    தலை வரி - ஜிஸ்யா -180
    நிலநடுக்கம் - (1505) -180
    முடத் தைமூர் (1336-1405) -180
    இந்தியத்தில் தைமூர் -181
    தைமூர் கல்லறை -181
    சுல்தான் ஆட்சி ஒரு கணிப்பு -182
    இஸ்லாமிய எழுச்சி -182
    உருது மொழி -182
    இராமானந்தர் (1299-1411) -183
    இராமானந்தரின் பன்னிரு சீடர்கள் -185
    கபீர் (1440-1518) -185
    கபீரின் பிறப்பு, வளர்ப்பு -185
    கபீரின் பாடல்கள் -185

முகலாயர் ஆட்சி தொடக்கம் — 188

    தைமூர் குடிப் பாபர் (1483-1530) -188
    சாமர்க்கண்டு -189
    தைமூர் கல்லறை -190
    பாபர் திருமணம் -191

    முதல் பானிப்பத்துப் போர்   -193
    பாபரின் முகலாயப் பேரரசு   -194
    பாபரின் இரகசிய உயில்   -194

உமாயூன் (ஆ.கா. 1530-1556)   195

    ஷேர் கானுடன் போர், தோல்வி   -196
    உமாயூனின் காதல்   -197
    அக்பர் பிறந்தார்   -198

ஆப்கானிய சூர் குடியின் ஆட்சி (1542-1554)   199

    அக்பர் (ஆ.கா. 1556-1605)   -201
    பாலைவனத்தில் பிறப்பு   -201
    இரசபுத்திரருடன் மண உறவு   -202
    அபுல் ஃபசலுடன் நட்பு   -202
    பிரதாப சிங்கனின் வீரம், சேடக்குக் குதிரை   -203
    அக்பரின் பொறையுடைமை   -205

ஜகாங்கீர் (ஆ.கா. 1569-1627)   207

    தவமிருந்து பெற்ற பிள்ளை ஜகாங்கீர்   -207
    மாதந்தொறும் மணம் புரிந்த ஜகாங்கீர்   -208
    நூர்ஜகான் (1576-1634)   -209
    "கறுப்புத் தாஜ்"   -211

ஷாஜஹான் - (ஆ.கா. 1628-1658)   211

    சகோதரக் கொலைக்குப் பின் அரசராதல்   -211
    ஷாஜஹானின் அக வாழ்க்கை   -212
    மகள் ஜகனராவுடன் தகாத உறவு   -212
    சிற்றின்ப நாட்டம் மிகுந்தவர்   -212
    ஷாஜஹானின் பெண் மக்கள்   -215

ஔரங்கசீபு (ஆ.கா. 1658-1707)   216

    எளிய வாழ்க்கையும் ஓயாப் போர்களும்   -216
    ஔரங்கசீபின் கடிதங்கள்   -216

மராட்டியர் எழுச்சி   218

    மராட்டியரின் போர்த்திற மரபுகள்   -218
    மாலிக்கு அம்பர்   -219
    மராட்டியர் கூலிப் படை   -220
    ஷாஜி பான்ஸ்லே - 1594-1664)   -221
    எளிய குடிப்பிறப்பு   -221
    தக்காண அரசுகளின் படைகள்   -221
    இரணதுல்லா கான் நட்பு   -221
    பெங்களூர் ஜாகிர்   -222
    மராட்டியர் வீர வரலாறு கூறும் பக்கார்   -224

சிவாஜி (1627-1680) -224
அன்னை ஜீஜாபாய் -224
தாதாஜி கொண்ட தேவர் -224
அப்சல் கான்-புலிநகம் -227
அப்சல் கான் -227
சிறையில் சிவாஜி -230
ஒளரங்கசீபின் கோயில் அழிப்பு -230

சீக்கிய சமயமும் சீக்கியரும் 232

குரு நானக்கு (1469-1535) -232
நானக்கு இருமையற்றவர் -232
பாபர் பற்றிக் குரு நானக்கு -232

இந்திய - அயலுலகத் தொடர்புகள் 237

இந்தியமும் சீனரும் -237
ஐரோப்பியர் வருகை -237
குரு மிளகு -238
பருவக் காற்றுகள் -238
மிளகு நாட்டம் -238
வெனிஸ், ஜெனோவ நகர வணிகர்கள் -238
இந்தியத்திற்குக் கடல் வழி காணும் முயற்சி -238
பண்டை ஐரோப்பியரும் இந்தியமும் -240
போர்த்துக்கீசரின் இந்திய வருகை -241
இந்துமாக்கடலில் போர்த்துக்கீசர் -243

போர்த்துக்கீசர் வருகையின்போது இந்தியம் 245

தென்னக அரசியல் நிலை -245
வட பாரத அரசியல் நிலை -245
தக்காண அரசியல் நிலை -246
கலை, இலக்கிய சமூக வாழ்க்கை -246
தமிழகம் -246
காளமேகம் -246
வடபாரதம் -246
வாஸ்கோடகாமா (1465-1524) -247
கடலில் நெடும் பயணம் -247
கப்பாட்டில் கரையிறங்குதல் -247
வாஸ்கோடகாமா வரலாறு -248
காமோயென்ஸ் எழுதிய "லூசியட்ஸ்" -248
டச்சுக்காரர் -249
எங்கும் ஐரோப்பியர் -250
ஆங்கிலேயர் இந்தியம் வந்தது ஏன்? -250
சர் ஃபிரான்சிஸ் டிரேக்கு (1540-1596) -250
சர் தாமஸ் காவண்டிஷ் (1555-1592) -250
இலண்டன் நகரக் கம்பெனி அமைப்பு -250

சூரத்தில் பண்டசாலை அமைத்தல் -250
சூரத்து -252
சென்னை -252
பம்பாய் -252
கல்கத்தா -253
பிரிட்டனின் இராணுவ பலம் -253
போர்த் தந்திரம் -253
இராணுவ வலிமை -253
படைக் கலன்கள் -254
மரப் பீரங்கிகள் -254
கப்பலில் பீரங்கிகள் -254
கப்பற்படை தோற்றம் -255
இந்திய இராணுவம் -255
ஔரங்கசீபிற்குப் படைக்கலன்கள் -256
சிவாஜிக்குப் படைக்கலன்கள் -257
நாட்டு மன்னர்களுக்குப் படைக் கலன்கள் -257
இந்தியத்தில் படைக்கலன்கள் செய்தல் -257
பம்பாயில் கப்பல் கட்டுந்துறை -257
பதினெட்டாம் நூற்றாண்டு இந்தியம் - ஆபே துபாய் -258
பண்டை இந்திய அரசர்களின் போர் வரலாறு -258
பாளையக்காரர்கள் - -259

பதினேழாம் நூற்றாண்டு உலகமும் இந்தியமும் — 259

ஐரோப்பியம் துயில் நீங்கி எழுதல் -259
புதிய கண்டுபிடிப்புகளும் வாணிபச் செழிப்பும் -259
கூட்டுப் பங்கு நிறுவனங்கள் -260
அடிமை வாணிபம் பெருகுதல் -260
அறிவியல் வளர்ச்சி -261
கலை, இலக்கியம் -261
புத்துணர்ச்சியும் புதிய உண்மைகளும் -262
முதலாளித்துவத் தோற்றம் -262
ஐரோப்பியரின் உலகத் தலைமை -263

பதினேழாம் நூற்றாண்டு இந்தியம் — 263

இந்திய அரசியல் நிலை 17-நூற்றாண்டில் -263
தென்னிந்திய அரசியல் நிலை -263
வடபாரத அரசியல் நிலை -264
கலை, தொழில் -264
பதினேழில் தமிழகம் -265
தமிழகத்தில் கிறித்தவம் -266
டீ நொபிலியின் சம்ஸ்கிருத ஆர்வம் -266
பறையர் கிறித்தவம் தழுவுதல் -266
அருளானந்தர் -267
இன்னல்களும் அமைதியின்மையும் -267

சாதிக் கொடுமைகள் -268
கலை, இலக்கியம் -268
17-இல் தமிழ், இலக்கியம் -268
''விசுவ குணதர்ச சம்பூ'' -269
பண்டைக் கல்வி முறையும் ஏட்டு நூல்களும் -270
திண்ணைப் பள்ளிகள் -270
ஏடும், எழுத்தாணியும் -270
பள்ளி நேரம் -271
திண்ணைக் கல்வி முறை -271
கற்கும் வயது -272
காணிக்கை -272
ஏடு, எழுத்தாணி -273
எழுதும் முறை -273
சுவடிகள், ஏட்டு வகைகள் -274
அடிப்படை நூல்கள் -274
தண்டனைகள் -274
ஓலைச் சுவடி -275
படியெடுத்தல் -276
சுவடிகள் பாதுகாப்பு -276

வரலாற்றின் கதை 276

வரலாற்றுக் காலம் -277
ஹீரோடாட்டஸ் -277
ஏதன்ஸ் நகரம் -278
கிரேக்கப் பொற்காலம் -279
கவிஞரா? வரலாற்றாசிரியரா? -279
கலைப் படைப்பு -280
அயோனியன் -281
நாடோடிய ஹீரோடாட்டஸ் -281
அனாக்சிமேண்டர் -282
தூசிடைடுஸ், செனாஃபன், போலிபயாஸ் -282
மெய்யான வரலாற்றாசிரியர் -282
இந்தியம் பற்றி ஹீரோடாட்டஸ் -283
வரலாறு: காரல் மார்க்ஸ் (1818-1883) நோக்கு -283
பொய்யிலா வரலாறு அலுப்பூட்டும் - அனட்டோல் ஃபிரான்ஸ் -284
வரலாறு: இனிய தேவதைக் கதையா? வான் லூன் -285
வரலாறு: ஆபத்தான கஷாயம் -285
வரலாறும் இந்து நாளிதழும் -286

1701

1. காவிரியைத் தடுத்த சிக்கதேவராயர் 288

தடம் புரளும் காவிரி -288
சோழர் காலத்துப் படையெடுப்பு -288
மைசூர் நாடு - எருமை நாடு -288
திருச்சிராப்பள்ளி மீது மைசூர் ஆசை -289
காவிரியை அடைத்தல் -289
சிக்கதேவராயர் கட்டிய அணைகள் -289
கர்நாடக அணைகளுக்கு முன்னோடி -289
திப்பு சுல்தானும் காவிரியும் -289

2. பிரஞ்சுக்காரர் புதுச்சேரியில் நிலைப்படுதல்   291

ஃபிரான்சுவா மார்டின் (1634-1706) -291

வரலாற்றுப் புள்ளிகள்
அரசியல்

ஸ்பானிய வாரிசுரிமைப் போர் -292

சமயம்

(அ) இலண்டனில் யூதர் வழிபாட்டுக் கூடம் -292
(ஆ) மலபாரில் கத்தோலிக்கப் பேராயர் -292

கலை, இலக்கியம்

பரஞ்சோதியாரின் திருவிளையாடற் புராணம் -292
பரஞ்சோதியார் பலர் -292
திருவிளையாடற் புராணங்கள் நான்கு -292

கல்வி

(அ) ஏல் பல்கலைக்கழகம் அமைப்பு -293
    எலிகு ஏல் (1649-1721) -293
(ஆ) வெனிஸ் பல்கலைக்கழகம் -295

தொழில், வாணிபம், வேளாண்மை

விதை நடு கருவி -295
ஜெத்துரோ துல் (1674-1741) -295

மக்கள்

(அ) இலண்டனில் மக்கள் தொகைப் பெருக்கம் -295
    பிளேக்கு (1665) -295
    இலண்டன் பெருந் தீ (1666) -295
(ஆ) இந்துமாக் கடலில் ஐரோப்பியக் கடற் கொள்ளையர் -296
    மடகாஸ்கரில் -296
    கேப்டன் கிடு (1645-1701) -296
    இந்தியக் கரையோரங்களில் -297

பிறப்பு

ஆண்டர்ஸ் செல்சியஸ் (1701-1744)   -299

இறப்பு

இரண்டாம் ஜேம்ஸ்   -299

1702

அரசியல்

1. இந்தியத்தின் முதல் ஒத்துழையாமை இயக்கம்   301
   வேணாட்டின் எட்டரை யோகம்   -301
   நாஞ்சில் நாடு   -301
   எட்டு வீட்டில் பிள்ளைமார்   -301

2. கிழவன் சேதுபதி - தன்னாட்சி முதல்வர்   302
   சேதுகாவலர் சேதுபதிகள்   -302
   மறவர் பிரிவுகள்   -302

வரலாற்றுப் புள்ளிகள்
அரசியல்

இங்கிலாந்தில் ஆன் ஆட்சி தொடக்கம்   -304
ஸ்டுவட்டு அரசகுடி   -304
ஜானதன் ஸ்விஃப்டு   -304
அலெக்சாந்தர் போப்பு   -304
ஜோசஃபு அடிசன்   -304

கலை, இலக்கியம்

இலண்டனில் முதல் நாளிதழ்   -305

சட்டம்

கடலாதிக்க எல்லை வரையறுப்பு   -305

தொழில், வாணிபம், வேளாண்மை

பிரிட்டனின் வாணிப நிறுவனங்கள்   -305
ஜோசையா சைல்டு (1630-1699)   -305
வணிகப் பண்டசாலைகள்   -305
பிரிட்டிசுக் கம்பெனிகள்   -305

இராணுவம், போர்

சென்னையில் முதல் வெடி மருந்து செய்தல்   -308

இயற்கைச் சீற்றம், பஞ்சம்

தக்காணத்தில் பஞ்சமும் கொள்ளை நோயும்   -309

பொது

(அ) கல்கத்தா வில்லியம் கோட்டை முற்றுப் பெற்றது -309
(ஆ) இங்கிலாந்தில் குதிரைப் பந்தயம் தொடக்கம் -309

1703

1. சீறாப் புராணம் முற்றுப் பெற்றது 311

உமறுப் புலவர் (1642-1703) -311
கடிகை முத்துப் புலவர் -311
சீதக்காதி, சதக்கத்துல்லா அப்பா -311
சீறதுன்னபி சீறா ஆனது-311
செய்குத் தம்பிப் பாவலர் (1872-1950) உரை -311
கா.மு. ஷெரிபு -311

வரலாற்றுப் புள்ளிகள்

அரசியல்

வங்க நவாபு குடி தோற்றம் (1703- 1770) -312

அறிவியல்

ஐசக்கு நியூட்டன் அறிவியல் கழகத் தலைவர் -313

கலை, இலக்கியம்

இஸ்லாந் தழுவிய பிராமணப் புலவர் -313

மக்கள்

எழுத்துச் சுதந்திரத்திற்காக டீஃபோ சிறை -314
டோரி, விக்கு கட்சிகள் -315

தொழில், வாணிபம், வேளாண்மை

அடிமை வாணிபத்திற்குப் புது நிறுவனம் -315

பிறப்பு

ஜான் வெஸ்லி (1703-1791) -316

இறப்பு

(அ) உமறுப் புலவர் (1642-1703) -316
(ஆ) சாமுவேல் பீப்ஸ் (1633-1703) -316
(இ) இராபட்டு ஹூக்கு (1635-1703) -316

3

1704

அரசியல்

1. தாயுமான சுவாமிகள் *318*

சும்மா இரு *-320*
சிவ சிந்தனை *-320*
அரசி மீனாட்சியின் தகாச் செயல் *-320*
காட்டூரணியில் தாயுமானவர் *-320*
தாயுமானவர் பாடல்கள் *-321*
ஏகான்மவாத எதிர்ப்பு *-322*

2. மங்கம்மாள் தீர்த்து வைத்த பூணூல் வழக்கு *322*

பட்டு நூல்காரர் என்ற சௌராட்டிரர் *-322*
சௌராட்டிரரும் பிராமணரே *-322*
மங்கம்மாள் - ஆட்சி முடிவு *-322*

3. சிக்க தேவராயர் ஆட்சி முடிவு *325*
அவைப் புலவோர் *-325*
பெங்களூரை விலைக்கு வாங்குதல் *-325*

4. ஆங்கில அரசியல் மெய்யியலார் ஜான் லாக்கு *327*

ஷாஃப்ட்ஸ்பரி பிரபின் நட்பு *-327*
லாக்கின் அரசியல் கருத்துகள் *-327*

வரலாற்றுப் புள்ளிகள்
அரசியல்

(அ) பிரிட்டன் ஜிப்ரால்டரைக் கவர்தல் *-330*
''ஜெபலின் பாறை'' *-330*
(ஆ) வேப்பேரி, புரசைவாக்கம், கீழ்ப்பாக்கம் *-330*
குத்தகைக்கு ஊர்கள் *-331*
ஊர்களைப் பெற ஏல் முயற்சி *-331*
தாவூது கான் தந்த நெருக்கடி *-332*
புரசைவாக்கம் *-332*
பிரஞ்சு முற்றுகையில் வேப்பேரி *-334*
சாலைகளும் இடங்களும் *-334*

அறிவியல்

(அ) ஒரு நட்சத்திரம் உருவாகின்றது *-334*
(ஆ) நியூகமன் நீராவிப் பொறி *-335*
(இ) அறிவியலாருக்குக் கோப்ளே பதக்கம் *-335*

கலை, இலக்கியம்

(அ) தமிழ் நாவலர் சரிதை *-336*

(ஆ) அமெரிக்கத்தில் முதல் செய்தி இதழ் -336

இராணுவம், போர்

ஸ்பானிய வாரிசுரிமைப் போரர் பிளனிம் சண்டை -336

பொது

மூர்சிதாபாது நகரம் அமைப்பு -337
பிரிட்டிசு ஆட்சி மையம் -337

பிறப்பு

தாயுமானவர் (1704-1742) -337

இறப்பு

(அ) சிக்க தேவராயர் (?-1704) -337
(ஆ) ஜான் லாக்கு (1632-1704) -337

1705

1. வால்மீன் ஹேலி கொள்கை   339

சங்க இலக்கியத்தில் வால்மீன் -339
ஹேலி கொள்கை -340
வால்மீன்கள் எங்கிருந்து வருகின்றன? -341
"ஒளட்டு முகில்" -341
வானுலகு என்பது எது? -341
வால்மீன்கள் எத்தனை? -342
வால்மீன் அமைப்பு -342
பெயர் வைக்கும் முறை -343
வால்மீனை ஆராய விண்கலம் -343
ஆய்வு தொடர்தல் -343

வரலாற்றுப் புள்ளிகள்

அறிவியல்

நியூட்டனுக்குச் சிறப்பு -344

சமயம்

கொல்லத்தில் சிரியன் கிறித்தவப் பேராயர் -344

கலை, இலக்கியம்

பிரஞ்சு மொழியில் ஆயிரத்தோர் இரவுகள் -345

இயற்கைச் சீற்றம், பஞ்சம்

(அ) பதினெட்டாம் நூற்றாண்டில் பஞ்சங்கள் -345
(ஆ) பிரான்சில் கொடிய பஞ்சம் -345

பொறியியல்
 கப்பல் சுக்கான் சக்கரம் -345

1706

1. தரங்கம்பாடியில் டேனியர் மிசன்   347
 டென்மார்க்கு நாடு -347
 வைக்கிங்குகள் -347
 கான்யூட்டு மன்னர் -347
 அரசர்கள் தேர்வு முறை -347
 கூட்டாட்சியில் வலுவடைதல் -347
 டேனியத்தின் கிழக்கிந்தியக் கம்பெனி -347
 அமைப்பு -347
 தரங்கம்பாடியை அடைதல் -348
 தரங்கம்பாடியில் குடியேறத் தஞ்சை நாயக்கர் இசைவு -348
 தரங்கம்பாடியில் டேனிய மிசன் -348
 சீகன்பால்கு வருகை -348
 தரங்கம்பாடியும் செராம்பூரும் -348

2. புதுச்சேரியும் ஃபிரான்சுவா மார்டினும் (1634-1706)   350
 ஃபிரான்சுவா மார்டின் தலைமை ஆளுநர் -350
 புதுச்சேரி மையம் -350
 மார்டின் வரலாறு -350
 மார்டின் இறப்பு -352
 பிற பிரஞ்சுக் குடியேற்றங்கள் -352
 காரைக்கால் -352
 மாகி -353
 ஏனாம் -353
 சந்திர நகர் -354

3. சீனச் சோதிட நூல் ஈ சின்   354
 கன்ஃபூசியஸ் (551-478 கி.மு.) -354

வரலாற்றுப் புள்ளிகள்
கலை, இலக்கியம்
 மச்ச புராணம் இயற்றிய வடமலையப்ப பிள்ளை -356
 இயற்கைச் சீற்றம் -356
 இத்தாலியில் நில நடுக்கம் -356

பிறப்பு
 பெஞ்சமின் ஃபிராங்கிளின் (1706-1790) -357

இறப்பு
 மங்கம்மாள் சிறையில் மரணம் -357

ஃபிரான்சுவா மார்டின் (1634-1706)   -357

1707

ஔரங்கசீபு மறைந்தார் (1618-1707)   359

    ஔரங்கசீபு பிறப்பு   -359
    தந்தையைச் சிறையிலிட்டு அரியணை ஏறுதல்   -359
    தக்காணப் போர்கள்   -359
    குரு தேஜ் பகதூரைக் கொல்லுதல்   -361
    பன்மொழி கற்றவர்   -361
    தாடி, இசை மீது பகை   -362
    ''இசையை ஆழமாய்ப் புதைக்கவும்''   -362
    ஔரங்கசீபிற்குப் பிறகு   -364

வரலாற்றுப் புள்ளிகள்
அரசியல்

    (அ) பகதூர் ஷா அரசராதல்   -365
    (ஆ) இங்கிலாந்தும் ஸ்காட்லாந்தும் இணைந்தன   -365
    (இ) தோஸ்து முகமதுகான் போபால் நவாபானார்   -365

அறிவியல்

    நீராவிப் படகு உருவானது   -366

கல்வி

    இந்தியத்தின் முதல் மகளிர் பள்ளி   -366

இயற்கைச் சீற்றம்

    ஃபியூஜி எரிமலை கடைசியாய் வெடித்தது   -366

மக்கள்

    சென்னையில் சாதிச் சண்டைகள்   -367
    வெள்ளையர் பட்டணம், கறுப்பர் பட்டணம்   -367
    வலங்கை, இடங்கைச் சாதியர்   -367

பிறப்பு

    (அ) கரோலஸ் லினீயஸ் (1707-1778)   -368
    (ஆ) ஜார்ஜஸ் - லூயி லெக்லர் பஃபோ (1707-1788)   -368
    (இ) லியோனார்டு ஓய்லர் (1707-1783)   -369

இறப்பு

    ஔரங்கசீபு (1618-1707)   -369

1708

1. ஆங்கில அகர முதலி வளர்ச்சி — 371
   - கிளாசரி -371
   - திசாரஸ் -371
   - A General English Dictionary -371
   - வெஸ்லி அகர முதலி -371
   - ஆக்ஸ்ஃபோர்டு அகர முதலி -371

2. எழும்பூரின் கதை
   - கம்பெனிக்கு எழும்பூர் கிடைத்தல் -373
   - எழும்பூர் தொன்மையானது -373
   - எழும்பூரின் சிறு அரண் -374
   - கவட்டை (ஸ்பர்) ஏரி -374

3. குரு கோவிந்தர் தீக்குளித்தார் — 375
   - குரு கோவிந்தர் பற்றிப் பாரதியார் பாடல் -375
   - குரு தேஜ் பகதூரின் மகன் -375
   - கால்சாவின் தோற்றம் -377
   - "பஞ்ச பியாரர்" -377
   - குரு கோவிந்தர் மீது விடாது தாக்குதல் -377
   - குரு கோவிந்தர் மீது கொலைத் தாக்குதல் -377
   - குரு கோவிந்தர் தீக்குளித்தல் -377
   - சீக்கியர் கிளர்ச்சியை முகலாயர் ஒடுக்குதல் -381

வரலாற்றுப் புள்ளிகள்
அரசியல்
- (அ) வேலூர்க் கோட்டையை மராட்டியர் இழந்தனர் -381
- (ஆ) இரண்டு கம்பெனிகள் இணைப்பு -382
- (இ) வங்க, சென்னை, பம்பாய் மாநிலங்கள் அமைப்பு -383
- (ஈ) மராட்டியர் எழுச்சி - சாகு முடி சூட்டுதல் -383

கலை, இலக்கியம்
- (அ) பண்டைக் கிரேக்க எழுத்து ஆய்வு -385
- (ஆ) வியன்னாவின் நிலையான நாடகக் கொட்டகை -385

பிறப்பு
- மூத்த பிட்டு (1708-1778) -385

1709

அயலுலகிற்கு தமிழகத் துணிகள் — 387
- உலகெங்கும் தமிழகத் துணிகள் -387

நீலச் சாயத்துணி, திருவண்ணாமலைத் துணி, -387
சாலாம்புரித் துணி, கினேத்துத் துணி, -387
கருநாடகத் துணி, சாலாம்புரி, இரட்டுத் துணி, -388
பழவேர்க்காட்டுக் கைக் குட்டை, சீட்டித் துணி -390
சர்வபள்ளித் துணி -390
சாயப் பட்டறைகள் -390
நெசவாளர் -390
துகில் விடு தூது -391
புதுச்சேரியில் நாணயச் சாலை -392

அரசியல்

(அ) சென்னையில் புது ஆளுநர்கள் -392
(ஆ) சுவிடியப் பேரரசு மறைந்தது -392

தொழில், வாணிபம், வேளாண்மை

(அ) ஐரோப்பியர் பீங்கான் இரகசியம் அறிதல் -393
(ஆ) இரும்பை உருக்கக் கல் கரி -393

இயற்கைச் சீற்றம், பஞ்சம்

ஐரோப்பியத்தில் பஞ்சம் -393

மக்கள்

(அ) புதுச்சேரியில் ஏசு சபையினர் கோயிலை இடித்தனர் -393
(ஆ) முஸ்லிம்களுக்குள் வகுப்புக் கலவரம் -394

பிறப்பு

ஆனந்தரங்கம் பிள்ளை (1709-1761) -394
டாக்டர் சாமுவல் ஜான்சன் (1709-1784) -394

1710

1. இந்திய அச்சுக் கலை வளர்ச்சியும் தாளும் அச்சுப் பொறியும் கண்ட மா மனிதர்களும் 396

தாள் கண்டுபிடித்த சாய் லுன் -396
அச்சுப் பொறி கண்ட கூடன்பர்கு -399
இந்தியத்தின் அச்சுக் கலை -400
தமிழ் அச்செழுத்து வார்ப்பு -400
முதல் தமிழ்த் துண்டு வெளியீடு -400
மர எழுத்துகள் -401
இந்தியத்தில் அச்சான முதல் தமிழ் நூல் -401
தமிழில் புதிய ஏற்பாடு -401
சீகன் பால்கு -402

வரலாற்றுப் புள்ளிகள்

அரசியல்

(அ) முதல் ஆர்க்காட்டு நவாபு சாதத்துல்லா கான் -402
சுல்ஃபிகர் கான், தாவூது கான் -402
நெவாயத்துகள் ஈராக்கிலிருந்து -402
தேசிங்கு ராசன் -402
(ஆ) டோரிக் கட்சி ஆட்சிக்கு வருதல் -404

சமயம்

புனித பால் கோயில் கட்டி முடிக்கப் பெறுதல் -404

கலை, இலக்கியம்

(அ) செண்டலங்காரன் விடு தூது -404
தூது இலக்கியங்கள் - தெ.பொ.மீ -404
விறலி விடு தூது இலக்கியங்கள் -405
(ஆ) மூன்று வண்ணங்களில் அச்சிடும் முறை தோற்றம் -405

தொழில், வாணிபம், வேளாண்மை

பிரிட்டனின் தென்கடல் வாணிப நிறுவனம் -406

இயற்கைச் சீற்றம், பஞ்சம்

மதுரைச் சீமையில் பஞ்சம் -406

பிறப்பு

(அ) பதினைந்தாம் லூயி (1710-1774) -406
(ஆ) வில்லியம் ஃபிரீடுமன் பாக் (1710-1784) -406

இறப்பு

கிழவன் சேதுபதி -407

பத்தாண்டுகளின் களஞ்சியச் சுருக்கம் -408
ப.சிவனடி நேர்காணல் -441
சொல்லடைவு -445

சுருக்கக் குறியீட்டு விளக்கம் :

சு - சுமார்
நூ - நூற்றாண்டு
ப.கா - பதவிக் காலம்
ஆ.கா - ஆட்சிக் காலம்
இ - இறப்பு
பி - பிறப்பு
இ.ச.க - இந்திய சரித்திரக் களஞ்சியம்

தோற்றுவாய்

பல்லுயிரும் பலவுலகும் படைத்தளித் துடைக்கினு மோர்
எல்லையறு பரம்பொருள் முன்னிருந்தபடி இருப்பதுபோல்...

- மனோன்மணியம் சுந்தரம் பிள்ளை - (1858-1897)

பேரண்டத் தோற்றம் பெரு வெடிப்பு

உலகங்கள் அனைத்தும் உடுக்களும் அவற்றின் திரட்சிகளும் சேர்ந்த அண்ட சராசரமாகிய பேரண்டம் என்னும் பிரபஞ்சம் பதினைந்து பில்லியன் அல்லது பன்னிரண்டு பில்லியன் ஆண்டுகளுக்கு முன்னர் தோன்றியிருக்கலாம்; வானவெளியெங்கும் விரவிக் கிடக்கும் எண்ணிலடங்கா நட்சத்திரங்களின் திரட்சியான எண்ணற்ற பால் மண்டலங்களில் ஒன்றின் ஓரத்தில் சுழன்று கொண்டிருக்கும் ஒரு சூரிய குடும்பத்தைச் சேர்ந்த பூமி என்னும் உலகம் சுமார் 450 கோடி ஆண்டுகளுக்கு முன்னால் உண்டானது; அந்த உயிரினச் சூழல் மண்டலமாகிய மண்ணுலகில் சுமார் 350 கோடி ஆண்டுகளுக்கு முன்னர் உயிர்கள் செழிக்கலாயின; பல்வேறு கால கட்டங்களில் படிப்படியாய் மலர்ந்து வந்த பரிணாம வளர்ச்சியில் ஏறத்தாழ 250,000 ஆண்டுகளுக்கு முன்னர் பெரிய மூளையையுடைய மனிதன் (ஹோமினிடு) என்ற மதி மனிதன் (ஹோமோ சேப்பியன்) தோன்றியிருக்கலாம்...

வானத்தை அண்ணாந்து பார்த்து மண்ணுலகின் மறை பொருள்களுக்கெல்லாம் மனிதன் விடைகாணத் தொடங்கிய காலந்தொட்டு இருபதாம் நூற்றாண்டு வரையில் பல இட்சம் ஆண்டுகளாய் மானுடச் சிந்தனையில் ஏற்பட்டு வரும் தெளிவுகள் என்று மேற்சொன்ன தோற்றுவாய்க் கொள்கைகளை அல்லது கணிப்புகளை அல்லது அனுமானங்களைக் கூறலாம்.

எனினும் பேரண்டத்தின் தோற்றுவாய் பற்றிய அறிவியலாரின் தற்காலக் கொள்கைகள் வெறும் அனுமானங்களின் அடிப்படையில் கட்டப்பட்டவை அன்று. மனிதன் பல்லாயிரம் ஆண்டுகளாய் உருப்படுத்திவரும் வானியல், இயற்பியல் கணிப்புகளின் அடிப்படையில் உய்த்துணர்ந்து அறிவியல் உலகின் முன் அவை வைக்கப்பட்டுள்ளன; அவை பண்டைச் சிந்தனைச் சங்கிலிகளின் புதிய கண்ணிகள்.

இக்கட்டுரையின் தொடர்ச்சியாய் உலகில் பல்வேறு காலங்களில் நிலவிய பல நாகரிகங்கள் தோற்றுவாய் குறித்துக் கோத்து வரும் சிந்தனைச் சங்கிலிகள் பின்னர் எடுத்துக்காட்டப்பட்டுள்ளன. அவற்றைப் பெரு வெடிப்புக் கொள்கையுடன் ஒப்பு நோக்குகையில், அதன் வலுவான அறிவியல் பின்புலம் தெளிவாய் விளங்கும்.

உருவகிக்கப்பட்டது போல் தோன்றுகின்ற பேரண்டம் என்னும் பிரபஞ்சத் தோற்றுவாய் பெரு வெடிப்புடன் (*Big Bang*) தொடங்குகின்றது. அந்த மாபெரும் வெடிப்பின் போது உருவ அளவு அற்றதாய் (*Zero size*), கணிப்பு வரம்பு கடந்த வெப்பமுடையதாய் அண்டம் இருந்தது. இவ்வெடிப்பு நிகழ்ந்த முதல் நொடியின் இறுதியில் விசும்பு விரிந்து அகன்றது. அப்போது கதிர்வீச்சின் வெப்பம் வெகு விரைவாய்ச் சுமார் நூறு மில்லியன் டிகிரி அளவில் குறைந்தது.

அந் நேரத்தில் அண்ட வெளியில் ஃபோட்டான்கள் (*Photons* - ஒளியன்கள்; மின்காந்தக் கதிர்வீச்சின் துகள்), எலக்டிரான்கள் (*electrons* - மின்னணுக்கள் எதிர் மின்னோற்றமுள்ள ஓர் அடிப்படைத் துகள்; எல்லா அணுக்களிலும் அணுக்கருவைச் சுற்றி இருப்பது), நியூட்ரான்கள் (*neutrons* - அல்லணுக்கள்) ஆகியன இருந்திருத்தல் கூடும். இவை மின்னேற்றம் அற்றவை; வெகு இலேசானவை; அவற்றை வலுக்குன்றிய விசையும் ஈர்ப்பும் மட்டுமே பாதிக்கவில்லை. இவற்றொடு சில புரோட்டான்களும் (*Protons* - முன்னணுக்கள்; நேர் மின்னேற்றம் நிலைத்த அடிப்படைத்துகள்; அணுக்கள் அனைத்தின் உட்கருவின் ஆக்கப்பகுதி; இதை நேர் ஏற்ற அணு என்றும் கூறலாம்) நியூட்ரான்களும் (*neutrons*) இருந்திருக்கலாம். அண்ட விசும்பு மேலும் விரியவே அந்த அளவில் துகள் / எதிர்த்துகள் இணைகள் உண்டாயின.

பெரு வெடிப்பு நிகழ்ந்த நூறு நொடிகளுக்குப் பிறகு வெப்பநிலை சுமார் ஓராயிர மில்லியன் டிகிரிக்குக் குறைந்திருக்கும்.

அணுக்கள் தோற்றம்

அந்த வெப்பநிலையில் உட்கரு விசைகளினால் (*nuclear forces*) தூண்டப் பெற்றுப் புரோட்டான்களும் நியூட்ரான்களும் கலந்து ஒற்றை நியூட்ரானும் ஒற்றைப் புரோட்டானும் அடங்கிய கனநீர் வளியின் (*deutrium*) உள் கருக்களாகின்றன. இந்நீர்வளி உள்கருக்கள் மேலும் பல புரோட்டான்களுடனும் நியூட்ரான்களுடனும் ஒன்றிணைந்து (இரண்டு புரோட்டான்களும் இரண்டு நியூட்ரான்களும் அடங்கிய) ஹீலியம் (*helium* - ஓரணு வளி; தீப்பிடிக்காதது) உள்கருவாயும் லித்தியம் (*lithium* - பளுக்குறைந்த வெண்ணிறக்கார உலோகம்) பெரிலியம் (*beryllium* - இலேசானது; ஆயினும் கடினமான உலோகம்; நச்சுத் தன்மையுடையது) போன்ற பல தனிமங்களாயும் உருவானது.

பெருவெடிப்பு நிகழ்ந்த சுமார் 15 பில்லியன் ஆண்டுகளுக்கு முன்னர், சில மணி நேரத்திற்குள் ஹீலியம் உள்கருவும் பிற தனிமங்களும் உண்டாவது நின்றிருக்கும். அடுத்த மில்லியன் ஆண்டுகளில் பேரண்டம் குறிப்பிடத்தக்க வளர்ச்சி எதுவுமின்றித் தொடர்ந்து விரிவாகி வந்திருக்கும்.

இதனிடையே வெப்பநிலை சில ஆயிரம் டிகிரிகள் குறைந்திருக்கும். அந்தக் கட்டத்தில் உள் கருக்கள் தமக்கும் மின்னணுக்களுக்கு மிடையேயுள்ள மின்காந்த ஈர்ப்புகளை விஞ்சுவதற்குப் போதிய ஆற்றல் அற்றவையாய்விடும். அதனால் அவை மின்னணுக்களுடன் இணைந்து அணுக்களாய் விடும்.

எண்ணற்ற கோள்களும் உடுக்களும் பால் மண்டலங்களும் நமது பூமிக்கோள் உள்பட வானவெளியில் இருக்கின்ற அனைத்தும் அடங்கிய பேரண்டம் என்ற பிரபஞ்சத்தின் தோற்றுவாய் பற்றிய பெரு வெடிப்புக் கொள்கை அணுக்களுடன் நிற்கவில்லை.

அதையடுத்து நூறுமில்லியன் ஆண்டு நிலவிய இடைநிலையையடுத்து உடுக்களும் உடு மண்டலங்களான பால் மண்டலங்களும் (*galaxies*) உருவாகத் தொடங்கித் தற்காலத்துப் பேரண்டம் - பிரபஞ்சம் உண்டானது. இருப்பினும் அது இன்றைய தரங்களின்படி இன்னும் மிகச் சிறியதாகவே இருந்தது.

பெருவெடிப்புக் கொள்கை

பெருவெடிப்புக் கொள்கை 1920-ஆம் ஆண்டுகளிலிருந்து உருவாகி, இன்று (1999) உலகெங்கிலுமுள்ள அறிவியலார் ஏற்றுக் கொள்ளத்தக்கதாய் விளங்குகின்றது.

அமெரிக்க வானியலாரான எட்வின் (பவல்) ஹபிள் (*Edwin [Powell] Hubble*, 1889-1953), விண்மீன் திரள்களான பால்மண்டலங்கள் ஒன்றை விட்டொன்று மிகுந்த வேகத்தில் பிரிந்து செல்கின்றன என்பதை 1929-ஆம் ஆண்டில் மெய்ப்பித்தார். அறிவியலார் அதற்குச் சுமார் பத்தாண்டுகளுக்கு முன்னரே இதை அறிந்திருந்தனர்.

விண்மீன் திரள்கள் கடுகி விலகிச் செல்கின்றன என்றால், அவை நூறு ஆண்டுகளுக்கு முன்னர் ஒன்றுடனொன்று நெருக்கமாயிருந்திருத்தல் வேண்டும்; ஆயிரம் ஆண்டுகளுக்கு முன்னர் இன்னும் நெருங்கியிருக்க வேண்டும்; அவை ஒரு காலத்தில் மிகுந்த செறி தொகுதியான நிறை பொருளின் ஒரு பகுதியாயிருந்திருத்தல் வேண்டும் என்று இரஷியக் கணிதவியலாரும் அண்டவியலாருமான அலெக்சாந்தர் ஃபிரைடுமன் (*Alexander Friedman, 1888-1925*) 1922-ஆம் ஆண்டு கூறிவிட்டார்.

பேரண்டம் மெய்யாகவே இங்ஙனம் பரவுமாயின், அது முந்திய காலத்திலிருந்ததைவிட ஒவ்வொரு நாளும் பெரிதாகியே வருகின்றது எனலாம். நாம் ஒரு திரைப்படத்தைப் பின்னோக்கி ஓட்டுவதைப் போன்று காலத்தில் பின்னோக்கிச் செல்வதாய்க் கற்பனை செய்து கொள்வோமாயின் பேரண்டம் - பிரபஞ்சம் ஒவ்வொரு நாளும் சிறியதாகிக் கொண்டே இருப்பதைக் கட்டாயம் கண்டிருப்போம். ஓர் அண்டமானது மெய்யான முடிவு எதுவும் எக்காலத்திலும் இல்லாதவாறு வரையில்லாத ஒரு காலப் பகுதிக்குள் பின்னோக்கிச் சென்று காலவெளிக்குள் சுருங்க முடியாது. ஏனெனில், சுருங்கிச் செல்கின்ற அண்டம் இறுதியாய் ஒரு பூச்சியமாய்க் குறுகியாக வேண்டும். அவ்வாறு பூச்சியமாவது ஓர் அண்டத்தின் ஒரு தொடக்கத்தைக் குறித்தாக வேண்டும். ஃபிரைடுமன் 1922-ஆம் ஆண்டு இக்கருத்தை முன் வைத்தார். அவர் அதற்கு மூன்றாண்டுகளுக்குப் பிறகு இறந்து விட்டமையால், இக்கொள்கை குறித்துத் தொடர்ந்து ஆராய முடியாமற் போயிற்று.

''அண்ட முட்டை''

ஃபிரைடுமினின் ஆராய்ச்சி பற்றி அறியாதிருந்த பெல்ஜிய வானியலாரான ஜார்ஜஸ் லிமைட்டர் (*Georges Lemaitre, 1894-1966*) 1927ஆம் ஆண்டு அதே முடிவிற்கு வந்தார். முதற்கண் அண்டத்திலுள்ள பொருள்களனைத்தும் மிக நுண்ணிய திரளுருவாய்ச் சேர்த்துச் செறிவாக்கப்பட்டுள்ளன என்று அவர் கூறினார், அவர் இந்தத் திரளுருவை ''அண்ட முட்டை'' (*Cosmic egg*) என்றழைத்தார். அந்தத் திரளுரு குமுறிப் பரவிற்று.

ஹபிள் 1929-ஆம் ஆண்டில் தன் அண்டவிதியை முன் வைத்து, அதற்கு அடிப்படையாய் அமைந்த நுட்ப ஆய்வுகளை விவரித்த காலையில், விரிந்து பரவுறும் ஓர் அண்டம் இப்படித்தான் இருந்திருக்க முடியும் என்பது தெளிவானது.

பால் மண்டலங்களனைத்தும் நம்மை விட்டு விலகி வெகு தொலைவு பின்னோக்கிச் செல்கின்றன. அவை வெகு வேகமாய் நம்மைவிட்டு வெகு தொலைவில் சென்று கொண்டிருக்கின்றன-என்பது நம்மையும் நாம் அடங்கியுள்ள பால் மண்டலத்தையும் பற்றிய சிறப்பான எதையும் காட்டுகின்றது என்று கொள்ள முடியாது. விரிந்து பரவுறும் ஓர் அண்டம் என்பது, பால் மண்டலங்கள் அனைத்தும் ஒன்றைவிட்டொன்று விலகி வெகு தொலைவு பின்னே செல்கின்றது என்றே பொருள்படும். நாம் ஏதேனும் ஒரு பால்மண்டலத்தில் இருந்து கொண்டு பிரபஞ்சத்தை, அண்டத்தை நோக்குவோமாயின், ஹபிளின் விதி பொருந்துவதை நம்மால் காண முடியும்.

ஆன்றோமேடா பால் மண்டலமும் (*Andromeda*-இது விண்வெளியின் வடபகுதியிலுள்ள விண்மீன் திரள்; திருகுகள் வடிவப் பால்மண்டலம்; நமது பால் மண்டலத்திலிருந்து 2.2 மில்லியன் ஒளி ஆண்டிற்கு அப்பாலுள்ளது. ஒளியாண்டு என்பது ஒளி ஓராண்டில் சென்றடையும் தொலைவு. ஒளியின் வேகம் நொடிக்கு 29,97,82,458 மீட்டர்) அதனருகிலுள்ள வேறு சில பால்மண்டலங்களும் நெருங்கி வருகின்றன. அவை யனைத்தும் ஒரே வட்டாரத்தைச் சேர்ந்தவையாகும். இப்பால்மண்டலங்களின் தொகுதியில் நமது பால்மண்டலமும் ஆன்றோமேடா பால்மண்டலமும் அடங்கியுள்ளன. அவை ஒன்றோடொன்று இயலீர்ப்பு ஆற்றலால் கட்டுண்டு பொதுவான ஓர் ஈர்ப்பு மையத்தில் இயங்குகின்றன. அதனால் குறிப்பிட்ட ஏதேனும் ஒரு நேரத்தில் அவற்றுள் சில நெருங்கவும் ஒன்றுக் கொன்று விலகிச் செல்லவும் செய்கின்றன.

பரவுற்று விரிந்து செல்லும் அண்டம் என்றால் தனித்தனியான ஒவ்வொரு பால்மண்டலமும் பிற பால்மண்டலங்கள் அனைத்திடமிருந்து விலகிச் செல்கின்றன என்று பொருள் கொள்ளலாகாது என்று அறிவியலார் கருதலாயினர். ஆனால் பால்மண்டலங்களின் கொத்து (*Clusters*) ஒவ்வொன்றும் ஏனைய சொத்துகள் அனைத்திடமிருந்தும் விலகிச் செல்கின்றது எனலாம். இத்தகைய பால்மண்டலக் கொத்துகள் என்ற ஒவ்வொன்றையும் கொண்டு நமது பிரபஞ்சம் கட்டப்பட்டுள்ளது.

விரிந்து பரவுறும் அண்ட முட்டை என்ற கோட்பாட்டை எடுத்துக்கொண்டு, அதைப் பரவச் செய்தவர் இரஷிய - அமெரிக்கரான ஜார்ஜ் கமோவ் (*George Gamow, 1904-1968*) இவர் அண்ட வெளியில் ஹீலியம் அளவற்றுக் கிடப்பதை விளக்கியுரைத்தவர் ஆவார்.) இவர்தான் தொடக்கத்தில உண்டான விரிவிற்குப் ''பெரு வெடிப்பு'' (*Big Bang*) என்று பெயரிட்டார். இந்தச் சொற்றொடர் உடனே மனத்தில் பதிந்து இன்று பெரு வழக்காகிவிட்டது. அது நமது பிரபஞ்சத்தில் ஏற்பட்டிருக்கக் கூடியதும் நாம் கற்பனை செய்து பார்க்கக் கூடியதுமான மாபெரும் வெடிப்பு ஆகும். அது எந்த சூப்பர் நோவாவின் வெடிப்பையும் விட மாபெரியது. (*Supernova;* அணுக்கரு எரிபொருள் தீர்ந்து போனதால் உண்டாகும் உறுதியின்மையால் அழிந்து போகக்கூடிய வெடிப்புக்குள்ளாகிப் பேரொளி காட்டி அவிந்து போகின்ற ஒரு நட்சத்திரம்.)

பெரு வெடிப்புடன் உண்டான கதிர்வீச்சு எந்தத் திக்கிலிருந்தும் கவனிக்கக்கூடிய குறைந்த ஆற்றலுள்ள நுண்ணலைக் கதிர்வீச்சாக, இன்னும் கண்டுபிடிக்கக் கூடியதாய் உள்ளது. இந்தக் கதிர்வீச்சு கணக்கிடக்கூடிய சில தன்மைகளை உடையதாயிருக்கும்.

அமெரிக்க இயற்பியலாரான இராபட்டு ஹென்றி டிக்கி (*Robert Henry Dicke,, 1916-,* நுண்ணலைக் கதிர்வீச்சுப் பின்புலம் உள்ளது என்பதை வருவதுரைத்தவர்) இக்கருத்தை மேலும் ஆராய்ந்தார். அமெரிக்க வானியற்பியலாரான அர்னோ அல்லன் பென்சியாஸ் (*Amno Allan Penzias, 1933,* அவரின் கூட்டாளியான இராபட்டு ஊட்ரே வில்சன் (*Robert Woodrow Wilson 1936;)* என்ற இருவரும் 1964 ஆம் ஆண்டு அண்டவெளிப் பின்புல நுண்ணலைக் கதிர்வீச்சைக் (*background microwave radiation*) கண்டுபிடித்தனர். அவர்கள் கமோவும் டிக்கியும் முன்னுரைத்த கொள்கைகளுடன் தமது கண்டுபிடிப்புப் பொருந்தியிருந்ததைக் கண்டனர்.

பெரு வெடிப்பு ஒன்று நிகழ்ந்தது என்பதை வானியலார் இந்தக் கண்டுபிடிப்பின் பிறகுதான் ஒப்புக் கொள்ளலாயினர். அண்டம் என்பது ஏறத்தாழப் பதினைந்து பில்லியன் ஆண்டுகளுக்கு முன் மிகச்சிறிய ஒரு பொருளிடமிருந்து தொடங்கிற்று என்பது இப்போது பொதுவாய்க் கருதப்படுகின்றது. எனினும் பத்து பில்லியன் ஆண்டுகளுக்கும் குறையாத காலத்திற்கு முன்னர் அது நிகழ்ந்திருக்கலாம்; இருபது பில்லியன் ஆண்டுகளுக்கு முன்னரும் ஏற்பட்டிருக்கலாம்.

பிரபஞ்சமானது எப்படியோ இன்றைக்கு இருக்கின்ற வடிவில் படைக்கப்பட்டது என்று ஊகிப்பதை விட மிகச் சிறிய பொருளால் உண்டாக்கப்பட்டுச் சிறுகச் சிறுக இன்று நிலவுவதைப் போன்று பரந்தனவும் பல்வேறு பட்டனவுமான பால்மண்டலக் கொத்துக்களாய்ப் படிமுறை வளர்ச்சி பெற்றது என்று கருதுவதே அறிவிற்குப் பொருத்தமாய்த் தோன்றுகின்றது எனலாம்.

பிரபஞ்சம் கண்டமேனிக்கு உண்டான செயல் முறையின் விளைவாய்ப் பூச்சியம் என்ற இன்மையிலிருந்து மிக நுண்ணிய வடிவினதாய் உருவாகியிருக்கலாம் என்ற எண்ணத்தினடிப்படையில் இயற்பியலார் இப்போது ஆராய்ந்து வருகின்றனர். அத்தகைய நுண்ணிய தொன்முது பிரபஞ்சங்கள் அளவிட இயலாத இன்மையின் வழியே எண்ணிறந்த எண்ணிக்கையில் உருப்பெற்றிருக்கலாம். எண்ணற்ற பலவான அப்பிரபஞ்சங்களில் ஒன்றில் நாம் வாழ்கின்றோம் என்று இயல்பியலார் சிலர் கருதுகின்றனர்.

இருப்பினும் பெருவெடிப்பிலிருந்து பிறந்தது பிரபஞ்சம் என்ற கொள்கையையே இயற்பியலார் பெரிதும் ஏற்கின்றனர். அக்கொள்கை அவ்வாறே நீடித்து வருமாறு செய்கின்றனர்.

அம்மாபெரும் இயல் நிகழ்ச்சியின் முதல்நிலைக் கட்டங்களைப் பொருத்த வரையில், நிச்சயமாய்க் கொள்ள முடியாதன வெகுவாய் உள்ளன. பிரபஞ்சமென்னும் அண்டம் பெருவெடிப்பிற்குப் பிறகு இன்று இருக்கின்ற நிலையை அடைந்தது என்பதை உறுதியாய் நிறுவுவதற்கில்லை. பிரபஞ்சப் பரிணாமத்தின் தொடக்க நிலைகள் குறித்து இன்னும் கருத்து வேறுபாடுகள் நிலவுகின்றன.

எடுத்துக்காட்டாய், அண்டமானது முதற்கண் மிகமிக நுண்ணியதாய் இருந்தது என்றும் அளவிட முடியாத அளவிற்கு மிகு வெப்பமாயிருந்தது என்றும் பொதுவாய் அனுமானிக்கப்பட்டது. எனினும் கற்பனையே செய்து பார்க்க முடியாத அளவிற்கு ஒரு விநாடியில் மிகச் சிறிய கால அளவிற்குள் அது பெரிதாகி, குவார்க்குகள் (*quark*) எனப்படும் மூலாதாரமான பெருந்துகள்கள் உண்டாகுமளவிற்குக் குளிரடைந்து விட்டது.

அதன்பிறகு மேலும் நீண்ட காலம் சென்ற பின், அதாவது ஒரு விநாடியில் பத்தாயிரத்தில் ஒரு பங்குக் காலத்தில் குவார்க்குகள் மூன்று மூன்றாய் ஒன்று சேர்ந்து புரோட்டான்கள், நியூட்ரான்கள் எனப்படும் அணு உள்கருத் துகள்கள் உருவாகக் கூடிய அளவிற்கு வெப்பம் குறைந்து விட்டது.

அதன்பின்னர் பல்லாயிரக்கணக்கான ஆண்டுகள் கழிந்ததும் புரோட்டான்களும் நியூட்ரான்களும் ஒன்றொடொன்று சேர்ந்து அணு மையக்கருக்கள் உண்டாகி, அவை எலக்டிரான்களை ஈர்த்து முழுமை குன்றாத அணுக்களாய் உருப் பெறுவதற்கு வேண்டிய அளவிற்குப் பிரபஞ்சத்தின் வெப்பம் குறைந்தது. அதற்கு நூறு மில்லியன் ஆண்டுகள் இடைவெளியையடுத்து உடுமண்டலங்களான பால்மண்டலங்களும் உருவாகத் தொடங்கித் தற்காலத்துப் பிரபஞ்சம் உண்டானது. இருப்பினும் அது இன்றைய தரங்களின்படி இன்னும் மிகச் சிறியதாகவே இருந்தது.

கருத்து வேறுபாடுகள்

பெரு வெடிப்புக் கொள்கையைச் சிறிது திருத்தி 1970-ஆம் ஆண்டுகளில் புதிதாய் ஒரு கருத்துக் கூறப்பட்டது. அதற்கு ''உப்புகின்ற அண்டம்'' *(inflationary universe)* என்பது பெயர். பிரபஞ்சம் முதலில் பரவுற்று விரிந்தது. வெகு விரைவாய் நிகழ்ந்தது என்று இக்கொள்கை கூறுகின்றது. அது பிரபஞ்சத்தின் பரிணாமம் பற்றிய வடிவங்களைப் பல வழிகளில் மாற்றியமைக்கின்றது.

பிரபஞ்சமானது புரோட்டான்கள், நியூட்ரான்கள், எலக்டிரான்கள் ஆகிய இயல்பான பொருள்களால் கிட்டத்தட்ட முற்றிலும் ஆனது என்ற நிகழ்ச்சி ஒரு சிக்கலை உண்டாக்குகின்றது. இந்தப் பொருளுக்கு எதிரான, எதிர்ப் புரோட்டான்கள், எதிர் நியூட்ரான்கள் ஒரே நேரத்தில் உருவாகாமல் அது உண்டாக முடியாது. மேற் கூறப்பட்ட கூட்டம் ஒன்றிணைந்து எதிர்ப் பொருள் *(anti matter)* ஆகின்றது. பிரபஞ்சமானது சம அளவில் பொருளும் எதிர்ப்பொருளும் அடங்கியதாயிருக்க வேண்டும் என்றே தோன்றுகிறது. எனினும் அவ்வாறு இல்லையென்றுதான் நம்மால் கூற முடியும். பிரபஞ்சமானது கிட்டதட்டப் பொருளால் ஆனது.

அது நல்லதேயாகும். பிரபஞ்சம் பொருளையும் எதிர்ப் பொருளையும் சம அளவுகளாகக் கொண்டிருக்குமாயின், அவையிரண்டும் எவ்வளவு வேகத்தில் உண்டாயினவோ அத்தனை வேகத்தில் ஒன்றையொன்று அழித்துவிடும். அதன்பிறகு வெறும் கதிர்வீச்சு மட்டுமே மிஞ்சும். அப்போது நமது பிரபஞ்சம் நிலை பெற்றிருக்கவே முடியாது.

பெருவெடிப்பின் பின்னர் முதல் நொடிகளில் உண்டான மிகு உயர் வெப்ப நிலைகளில் பொருள் எவ்விதம் நடந்து கொண்டது என்பதைப் பற்றிக் கூறும் புதிய கொள்கை ஒன்றும் உள்ளது. அதன் பெயர் ''ஒருங்கிணைந்த மேம்பட்ட கொள்கைகள்'' *(GUT - Grand Unified Theories)*, பொருள் உண்டானதில் மிக நுண்ணிய உருக்கோட்டம் *(asymmetry)* இருந்தது என்பதை அக்கொள்கைகளள் காட்டுகின்றன. சாதாரணமான பொருளானது *(matter)* எதிர்ப் பொருளை விட *(anti matter)* ஒரு பில்லியனுக்குமதிகமாய் உண்டாகின்றது. பொருளும் எதிர்ப் பொருளும் ஒன்று சேர்ந்து ஒன்றையொன்று அழிக்கையில், மிகையான ஒரு பில்லியன் பங்குப் பொருள் எஞ்சுகின்றது. அவ்வாறு எஞ்சிய பொருளிலிருந்து பிரபஞ்சத்திலுள்ள பால்மண்டலங்கள் உண்டாயின என்பது அக் கொள்கைகளாகும்.

பெருவெடிப்புக் கொள்கையிலுள்ள இன்னொரு சிக்கல் யாதெனின், பிரபஞ்சத்தின் "மொத்தைத் திரட்சி" என்ற கொள்கை ஆகும்.

பெருவெடிப்புக் கோளவடிவில் செவ்வொழுங்குடைய தாயிருத்தல் வேண்டும். அதாவது எல்லாத் திக்குகளிலும் அது சமமான அளவில் பரந்து விரிந்திருக்க வேண்டும். அவ்வாறாயின் அண்டத்தில் சமமாய்ப் பரப்பப்பட்ட அணுத் திரண்மம் ஒரு வகையான ஒரே சீரான ஆவி அடங்கியதாயிருத்தல் வேண்டும். இந்த ஆவி ஒன்று திரண்டு நட்சத்திரங்களையும் பால்மண்டலங்களையும் உருப்பெறச் செய்தது எது?

பிரபஞ்சத்தின் "மொத்தைத் திரட்டு" என்ற கொள்கைக்கு விளக்கமாய் உப்பல் கருத்து உள்ளது என்று தோன்றுகின்றது. இயற்கைப் படைப்பு உண்டானது பற்றிய இடர்ப்பாடுகள் அனைத்தையும் நீக்கித் தெளிவை ஏற்படுத்தும் காலம் வரலாம். அது வரையிலும் "பெரு வெடிப்புக் கொள்கை" அறிவியலார் அனைவரும் ஏற்கத் தக்க ஒன்றாய் விளங்குகின்றது.

படைப்பு அல்லது தோற்றுவாய் பற்றிய மனிதச் சிந்தனையில் "பெருவெடிப்புக் கொள்கை" இருபதாம் நூற்றாண்டு மனிதனின் எண்ண வளர்ச்சியில் புதியதோர் எல்லைக்கோடு எனலாம். வானம் விரிவதைப் போல் மனிதச் சிந்தனையும் எதிர்காலத்தில் இன்னும் விரியலாம்.

Asimov, Isaac	*The Exploding Suns, London, 1985.*
Chandrasekharan, P.C.	*Understanding the universe, an article in 2 parts, The Hindu. 8.4.1999 and 15.4.1999*
Sagan, Carl	*Cosmos, 1980*

உலகத் தோற்றம்

அண்டமென்னும் பிரபஞ்சத்தின் தோற்றுவாய் பற்றி வானியலாரும் இயற்பியலாரும் உய்த்துணர்ந்தும் கணித்தும் கூறும் கொள்கைகளை மேலே கண்டோம். அகன்று பரந்து விரிந்து செல்லும் அளவிடற்கரிய விசும்பு வெளியில் நிறைந்து கிடக்கும் எண்ணற்ற பால்மண்டலங்கள் என்ற உடுத்திரட்சிகளுள் ஒன்றில் அடங்கியுள்ள கோடானு கோடி சூரியக் குடும்பங்களுள் ஒன்றைச் சேர்ந்த இம்மண்ணுலகத் தோற்றம் குறித்தும் அறிவியல் ஞானத்தால் கூட இன்னும் ஒத்த கருத்தைக் காண முடியவில்லை. எனினும் அறிவிற்குப் பொருத்தமான விளக்கங்கள் கிடைத்துள்ளன.

ஏறத்தாழ ஐந்து பில்லியன் ஆண்டுகளுக்கு முன்னர் சூரியக் குடும்பம் சுழன்று கொண்டிருந்த தூசும் வளியும் அடங்கிய முகிலாய் இருந்திருக்கலாம்; அந்த முகில் பேரொளியுடையதாயிருந்தது. இந்த முகிலின் நடுப்பகுதி சிறுகச் சிறுக இறுகிச் சுருங்கிச் சூரியனானது. இந்தச் சூரியன் தன்னைச் சுற்றிலும் சப்பட்டையான வளி வளையத்தை வீசியது.

இந்த வளையத்திற்குள் வளி இறுகிக் கோள்கள் தோன்றின. வியாழன் (*Jupiter*), சனி (*Saturn*), யுரனஸ் (*Uranus*), நெப்டியூன் (*Neptune*) ஆகிய வளிக்கோள்கள் கெட்டியாகி உருவாயின. இவ்வாறே நிலப் பரப்பையுடைய கோள்களான புதன் (*Mercury*), வெள்ளி (*Venus*), பூமி (*Earth*), செவ்வாய் (*Mars*) முதலியன உருவாயின; அல்லது அவை புதிதாய்ப் பிறந்த சூரியனிலிருந்து வீசியெறியப்பட்ட பொருள்கள் இறுகிக்

கோள்களாகியிருக்கலாம். அப்போது சூரியன் சுருங்கிக் கொண்டே சென்று மேலும் மேலும் வெப்பமடைந்தது.

நமது பூமி தொடக்கத்தில் 4000 டிகிரி செண்டிகிரேடு வெப்பமான ஆவித்திரட்சியாய் இருந்திருத்தல் வேண்டும். அதாவது ஏறத்தாழச் சூரியனைப் போன்று அவ்வளவு வெப்பமாயிருந்தது. இந்த வெப்பம் சுமார் 470 கோடி ஆண்டுகளுக்கு முன்னர் குளிரத் தொடங்கவே, ஆவி திரவமாய் விட்டது. பின்னர் வெப்பநிலை 1000 டிகிரி செண்டிகிரேடு ஆனது. தீப்பிழம்பாய்க் கிடந்த பூமியின் மேற்பரப்பில் முதன்முதலாய்த் திடப்பொருளான மேற்பரப்புத் துகள்கள் மிதக்கலாயின.

இந்த வெப்பம் மேலும் குறைந்து 700 டிகிரி, செண்டிகிரேடாயிற்று. அப்போது மண்ணுலகின் மேற்புறணி - மேலோடு - சுமார் நூறு மைல் கனத்திற்கு இறுகிற்று.

இப்போது பூமியைச் சுற்றிக் கனத்த மேகத்திரை தொங்கியது; அதாவது வளிகள் - ஆவிகள் குளிர்ந்து திரவத் திவலைகளாய் மாறின.

மேலும் மேலும் வெப்பம் குறையவே மழைத் துளிகள் விழத் தொடங்கின; இது விரைவில் பெருமழையாகி, விடாது பெய்து சுமார் அறுபதாயிரம் ஆண்டுகள் கொட்டிற்று; இவ்வாறு பூமியின் மேலே தொடங்கிய முகில் திரை விடாது பொழிந்தமையால் மாக்கடல்கள் உண்டாயின; நிலப்பரப்பு வெள்ளக் காடானது.

நீர்ப் பெருக்கினால் மண்ணுலகின் மேற்பரப்புக் குளிர்ந்து, அதன் வெப்ப நிலை சிறுகச் சிறுக இறங்கி, இன்றுள்ள 20-30 டிகிரி செண்டிகிரேடாய் விழுந்தது.

இறுதியாய் 300 கோடி ஆண்டுகளுக்கு முன்னர் ஊழி மழை நின்றது. எனினும் இம்மண்ணுலகம் இந்தக் கட்டத்தில் உயிர் வாழத்தக்க இடமாய் மாறி விடவில்லை.

பூமியின் பரவெளியில் கரியமில வாயு மீத்தேன், அம்மோனியா ஆகியன அடங்கியிருந்தன. (*carbon dioxide* - இது கரி ஈராக்சைடு எனப்படும்; CO_2 காற்று வெளியில் 0.4 சதம் உள்ளது. *Methane* - நிறமற்றதும் மணமற்றதுமான நச்சிலா வளி; *ammonia* - நச்சிலா வளி; கார மணமுடையது)

இவ்வளிகள் சூரிய ஒளியிலிருந்து வந்து கொண்டிருந்த புற ஊதாக் கதிர்வீச்சிலிருந்து பாதுகாப்புத் தர முடியாதனவாகும்.

பூமியின் உள் கருவிலிருந்து எரிமலைக் குழம்புகள் வெளியேறியமையால், அதன் மேற் புறணியானது இன்னும் குமுறிக் கொண்டேயிருந்தது.

பூமியின் வெறும் பாறைகளை எந்தச் செடியும் அலங்கரிக்கவில்லை; மேற்புறத்தில் சூழ்ந்து கிடந்த பகுதிகளில் தேங்கி நின்ற மாக்கடல்களில் உப்பு நீர் தத்தளித்துக் கொண்டிருந்தது.

இருப்பினும் உயிர் தோன்றக் கூடிய நம்பிக்கையே இல்லாத இந்தச் சூழ்நிலையிலும் உயிர் வித்துக்கள் இருந்தன எனலாம். தொடக்க நிலைச் சூழலில் கதிர் வீச்சும் மின் தாக்குதலும் பூமியில் இருந்த கலவையில் ஏற்படுத்திய தாக்குதலினால் திகைக்க வைக்கும் வண்ணம் பல்வேறுபட்ட நுட்பமான வேதிப்பொருள்கள் உண்டாகியிருத்தல் வேண்டும்.

அப்போது அமினோ காடிகள், ஃபார்மிக் காடி, யூரியா முதலியன மின்னல்களால் உண்டாக்கப்பட்டுக் கடல்களுக்கு அடித்துச் செல்லப்பட்டன. (*amino acids* -

இன்றியமையா வேதிப்பொருள்கள்; புரதங்களின் மூலக்கூறுகளின் சேர்க்கை; *formic acid* - நிறமற்றது; அரிக்கக் கூடியது; இயற்கையாய் உண்டாக வல்லது; *urea* - நீரிய உப்பு; வெண்ணிறப் படிகச் சேர்மம்; நீரில் கரையக் கூடியது; அம்மோனியா போன்ற மணமுடையதாயிருக்கும்;) அங்கு அவை பலகோடி ஆண்டுகள் சேர்ந்து, வேதிக் 'குழம்பு' ஒன்று உண்டானது. இந்தக் குழம்பில் உயிர்கள் தோன்றுவதற்கு இன்றியமையா வேதிப் பொருள்கள் அனைத்தும் கிட்டத்தட்ட இருந்தன.

இங்ஙனம் தற்செயலாய் உண்டான இந்த வேதிக் "குழம்பாகிய" கலவையில் உயிர்கள் இனப்பெருக்கம் செய்யக்கூடிய நுட்பமான மூலக்கூறுகள் இருந்தன.

இவற்றுள் பெரும்பாலானவையும் சாதாரணமான மூலக்கூறுகளும் சேர்ந்து ஓர் உயிரணு இனப்பெருக்கம் செய்ய வல்ல வேறுபட்ட கட்டமைப்பையுடைய ஓர் உயிரணு (*cell*) - உண்டானது. இது சுமார் 350 கோடி ஆண்டுகளுக்கு முன்னர் தொடங்கிற்று.

முதலில் தோன்றிய இவ்வுயிரணுக்கள் எல்லா உயிரணுக்களையும் போலவே, செல் சவ்வு எனப்படும் தோல் போன்ற ஒரு கட்டமைப்பினால் காக்கப்பட்டிருந்தன.

அடுத்த ஐம்பது கோடி ஆண்டுகளில் இந்த ஒற்றைச் செல்கள் - உயிரணுக்கள் - ஆல்கே, பாக்டிரியா என்று இரு வகைகளாய்ப் பிரிந்தன. (*algae* - பாசிகள்; ஒற்றைக் கண்ணறையாலான உடல்; கண்ணறை அமைப்பே மூச்சு விடுதல், கழிவகற்றுதல், இனப்பெருக்கம் செய்தல் முதலிய வேலைகளைச் செய்யப் பயன்படுவது; *bacteria* - குச்சியங்கள்; குச்சி போன்ற வடிவமுள்ள உயிரிகள்; கோல், சுருள், கோளம் ஆகிய மூன்று வடிவங்களில் உள்ளவை.) இவைதாம் இம்மண்ணுலகில் உயிரினம் அனைத்திற்கும் - செடியினம், விலங்கினம் அனைத்திற்கும் மூலமாகும்.

உயிரணுக்கள் இவ்வாறு உண்டாகிய அந்த வேளையில், புற ஊதாக் கதிர்களின் கதிர்வீச்சு உயிர்களுக்குத் தீங்கு விளைவிப்பதாயிருந்தது. பரிணாம வளர்ச்சி இனிமேலும் தொடரு முன்னர், பூமியின் சுற்றுச் சூழல் மாறியாக வேண்டும்; அதற்கு உயிர்வளி எனப்படும் ஆக்சிஜனும், அதன் நெருங்கிய தொடர்புடைய ஓசோனும் உண்டாகி, பூமிக்குத் தீங்கு பயக்கும் கதிர்வீச்சை வடிகட்டித் தடுத்தாக வேண்டும். (*oxygen* - உயிர்வளி அல்லது உயிரியம்; மணமற்ற வளி; நிறமுமற்றது. இது காற்று வெளியில் 21% அளவிற்குத் தனி உயிர்வளியாயிருப்பது; நீரில் 79% உள்ளது. உயிர் வாழவும் பொருள்கள் எரியவும் இன்றியமையாதது; *Ozone* - மிகு வேதி வினையுள்ள நீலநிற வளி.)

முதல் "உயிர்வளி ஆலைகள்" பச்சையம் அடங்கிய ஆல்கே எனப்படும் பாசி வகையாகும்; இது வெகு நுட்பமான மூலக்கூறு. இது ஒளிச் சேர்க்கை எனப்படும் முறையின் வாயிலாய்ச் சூரிய ஒளியிலிருந்து தனக்கு வேண்டிய சக்தியை எடுத்துக் கொள்கின்றது. (*Photosynthesis* - ஒளிச் சேர்க்கை; தாவரங்கள் இலைத் துளைகளின் வாயிலாகப் பெறும் கார்பன் டை யாக்சைடு - கரி ஈராக்சைடு - வேர் வழியாய் மண்ணிலிருந்து பெறும் ஊட்டநீர் ஆகியவற்றைக் கொண்டு, தம் பசும் இலைகளும் தண்டுகளும் கதிரவன் ஒளியில் பச்சையத்தின் உதவியால் மாப்பொருளை உண்டாக்குவதற்கு ஒளிச்சேர்க்கை என்று பெயர்.)

இவ்வாறு உண்டான சக்தி காற்று வெளியிலுள்ள நீரையும் கரி ஈராக்சைடையும் சர்க்கரைகளாய் மாற்றி விடுகின்றது; தாவரங்கள் இவற்றைக் கொண்டு வளர்கின்றன. இவை வெளியிடும் ஆக்சிஜன் காற்று வெளியில் கலக்கின்றது.

செடியினங்கள் அனைத்தும் ஒளிச்சேர்க்கையின் வாயிலாய்த்தான் தமது வளர்ச்சிக்கு வேண்டிய சக்தியைப் பெறுகின்றன. இது விலங்கினங்களின் வாழ்க்கை முறையிலிருந்து வேறுபட்டதாகும். விலங்கினங்கள் பிற விலங்கினங்களை உண்டு வாழ்கின்றன.

இங்ஙனம் உண்டான ஆக்சிஜன் சிறுகச் சிறுகக் காற்று மண்டலத்தில் புகுந்தது. மேலே சென்றதும் இயல்பான உயிர்வளி ஓசோனானது. இவை கீழே தரையில் பல்கிப்பெருகிய உயிரினங்களைக் காக்கும் கவசமாய் அமைந்து, அன்றிலிருந்து அவற்றைக் காத்து வருகின்றன.

ஏறத்தாழ 150 கோடி ஆண்டுகளுக்கு முன்னர், இது போன்ற முன்னேற்றப் போக்குகளினால், உயிர் வாழ்க்கைக்கு ஏற்ற இடமாய் இம்மண்ணுலகம் மாறியது. பல்வேறு சேர்க்கைகளினால் உயிரின வாழ்க்கைக்கு அது ஆதாரமானது.

நூற்றிருபது கோடி ஆண்டுகளுக்கு முன்னர் ஒன்றுக்குமதிகமான அணுக்களை - செல்களைக் கொண்ட உயிரினங்கள் மண்ணுலகில் வாழலாயின. நாற்பத்தைந்து கோடி ஆண்டுகளுக்கு முன்னர் உலர்ந்துவிட்ட நிலத்தைப் பற்றி ஊன்றிய முதல் கடற்செடிகள் வேர் விட்டன.

உயிர் முதலில் கடலில்தான் தோன்றியது. அது மண்ணுலகில் வாழ்ந்துவரும் மொத்தக் காலத்தில் குறைந்தது எட்டில் ஒரு பங்குக்காலம் கடலில்தான் இருந்து வந்திருக்கின்றது. உயிரணுக்களில் இறுதியாய்க் குறிப்பிடத்தக்க உயிர்நாடியான உயிரியல் மாறுதல் அமைந்த காரணத்தால் அவை கடலுக்கு வெளியேயும் ஏரிகள், ஆறுகள் உலர்ந்து வற்றிப் போய்விட்டாலும் நசிந்துவிடாமல் வாழக்கூடிய பாதுகாப்பான தன்மையைப் பெற்றிருக்க கூடும். இந்தக் கட்டத்தில் மண்ணுலகின் நிலப்பரப்பு வறண்டு கிடந்தது; ஏன் அவ்வாறு நிகழ்ந்தது என்பது நமக்குத் தெரியவில்லை.

சந்திரன் பூமியிடம் பிடிபட்டிருக்கலாம். அதன் விளைவாய்த் திடீரென்று அலையெழுச்சி மிகுந்து உயிர்கள் மேலும் மேலும் கரைக்குத் தள்ளப் பட்டிருக்கலாம்; அந்தக் காலங்களில் ஏற்படுகின்ற உலர் சூழலுக்கு ஏற்ப உயிரினங்கள் பொருந்தி வாழக் கூடிய ஆற்றலை இயற்கையாகவே பெற்றிருக்கலாம்.

மேற்கூறியவற்றில் எது காரணமாகயிருந்தாலும் சரி, உயிரினங்கள் ஏறத்தாழ நாலரைக்கோடி ஆண்டுகளுக்கு முன்னர் நில உலகின் மேற்புறத்தை நோக்கிப் படையெடுக்கத் தொடங்கிவிட்டன.

அவை நில-நீர் வாழ் விலங்கினங்களாம்; அவை செதிள்களையுடைய துடுப்புகளைப் பெற்றிருந்தன; நீர் நிலைக்கு நீர் நிலை தத்திச் சென்றன. அவற்றுக்கு மூச்சு விடக் கூடிய நுரையீரல்கள் உண்டாயின; ஊர்ந்து செல்லக் கால்கள் முளைத்தன; எனினும் அவை இனப்பெருக்கம் செய்யத் தண்ணீருக்குச் சென்றாக வேண்டும்.

இவற்றையடுத்து 35 கோடி ஆண்டுகளுக்கு முன்னர், முதல் ஊர்வன இனம் தோன்றியது. இவை நில - நீர் வாழ் விலங்குகளை விட உடலமைப்பிலும் இனப்பெருக்க முறையிலும் சிறப்பாய் அமைந்து, உயிரினங்கள் பல்கிப் பெருகித் திரிந்து உலகை ஆண்டு அனுபவிப்பதில் வல்லவையாயிருந்தன.

ஏனெனில் ஊர்வனவற்றின் முட்டைகளில் அவற்றுக்கு வேண்டிய தண்ணீர் அடங்கியிருந்தது. அதனால் அவை நீர் நிலைக்குச் செல்லாமல் தரையிலேயே முட்டைகளை இட்டு இனம் பெருக்க முடியும்.

பரிணாம வளர்ச்சி பேரளவில் பெருகிய இவ்வேளையில் வெவ்வேறு வகையான ஊர்வன தோன்றித் தமக்கென்று உலகில் புதிய இடங்களைத் தேடிக் கொண்டன.

அதே நேரத்தில் நாம் இன்று அடையாளங் காணக் கூடிய பூச்சியினங்கள் மேற்கூறிய உயிரினங்களிடையே தோன்றின.

இக்காலத்தில் தட்ப வெப்ப நிலை வெப்பமாயும் வறண்டும் இருந்தது; பெரும்பாலான நிலப்பரப்பு முழுமையும் பாலைச் சோலைகளும் சதுப்புநிலக் காடுகளும் இங்குமங்கும் கிடந்த பாலைவனம் போல இருந்தது. அதனால் நில-நீர் வாழ்வன கடலுக்குத் திரும்பலாயின; ஊர்வன வாழ்வதற்கு ஏற்ற இடமாய் நிலம் இருந்தது; அவற்றுள் டயோனசார் எனப்படும் பெரும் விலங்கும் அடங்கும்.

பெரும்பல்லிகளான டயோனாசார்கள் பத்து கோடி ஆண்டுகள் இம்மண்ணுலகை ஆண்ட பின்னர், சுமார் ஒரு கோடி ஆண்டுகளுக்கு முன்னர் திடீரென்று மறைந்து அழிந்தன. மனிதன் இப்பூமியில் இதுவரை வாழ்ந்துள்ள காலத்தைப் போல் இது 50 மடங்கு நீண்ட காலமாகும்.

டயோனாசார்களிலிருந்து பரிணாம வளர்ச்சி பெற்ற ஆதிப் பாலூட்டிகள் உலகைத் தமதாக்கின. ஊர்வன சிறு எண்ணிக்கையில் உயிர்பிழைத்து நின்றன. அவற்றிலிருந்து பறவைகள் படிமுறை வளர்ச்சி பெற்று உண்டாயின.

பாலூட்டிகள் பன்னெடுங் காலம் காத்திருந்த பின்னர், பரிணாம வளர்ச்சியில் தமக்குரிய மேலாண்மையைப் பெற ஆயத்தமாயின.

அவை ஊர்வனவற்றை விடப் பல்திறன் கொண்டிருந்தன; சுற்றுச் சூழலுக்கு ஏற்பத் தம்மை மாற்றிக் கொண்டன. மாறிவரும் சூழ்நிலைக்கு ஏற்பத் தம்மை இசைத்துக் கொள்வதற்கு வசதியாய், அவை பெரிய மூளையை வளர்த்துக் கொண்டன; குட்டிகளை ஈன்றன; அவற்றை நெடுங்காலம் பேணின; பெண் விலங்கு ஈன்றதும் குட்டி தானே உணவு உண்ணும் வரை அதற்குப் பாலூட்டியது.

உயிரினங்கள் இப்போது மண்ணுலகில் நாம் எண்ணிப் பார்க்க கூடிய அத்தனை மூலை முடுக்குகளையும் நிரப்பி விரிந்தன. துருவப் பனித்தகடுகள், உயர்ந்த மலைகள், வறண்ட பாலைவெளிகள் ஆகியவை மட்டுமே ஒப்பு நோக்குகையில் உயிர்களற்றவையாயிருந்தன.

உயிரினத்தின் தொடக்கத்திலிருந்து முடிவு வரையிலும் அது ஒன்றோடொன்று கலந்து உயிரினப்பெருக்கம் செய்யும் தனிப்பண்புடைய பல்வேறுபட்ட உயிரினங்கள் மில்லியன் கணக்கில் இருக்கின்றன. இவற்றுள் பெரும்பாலான உயிர்கள் இன்று அழிந்தொழிந்துவிட்டன. எனினும் இப்போது ஏறத்தாழ, 2,000,000 அதாவது இருபது இலட்சம் உயிரினங்கள் உலகில் எஞ்சி இருக்கக் கூடும். அவையும் அருகி வருகின்றன.

வெவ்வேறுபட்ட உயிரினமும் வெவ்வேறு வகையான வீச்சிற்குள் அடங்கியுள்ளது. சில விலங்குகள் எங்கும் பரந்து வாழ்கின்றன; வேறு சில கடல்களிலும் கண்டங்களிலும் உயிர் வாழ்கின்றன; இன்னுஞ் சில மிகவும் சுருங்கிய வீச்சினுள்

குறிப்பிட்ட சிறு தீவில் மட்டும் காணப்படுகின்றன; அல்லது தனித்து ஒதுங்கிக் கிடக்கும் பள்ளத்தாக்குகளில் மட்டுமே உள்ளன. மொத்தத்தில் பார்க்கும் போது, பரந்த வீச்செல்லையில் வாழ்கின்ற உயிரினங்கள் பெரிதும் அந்தந்த இடங்களில் ஏற்படும் மாறுதல் அல்லது நாசத்திற்கு ஆள்படாதவை யாயும் பரிணாம வளர்ச்சி நோக்கில் பார்க்குங்கால் கணக்கில் எடுத்துக் கொள்ளக்கூடிய ஒரே சிறப்புத் தன்மையாகிய உயிர் பிழைத்து வாழ்தல் என்பதில் மிகுந்த வெற்றி கண்டனவாயும் இருக்கின்றன.

இவ்வுயிரினத் தொகுதியில் நாம் மிகவும் அக்கறை கொள்ளக் கூடியது முதல் வகை (Primate) உயிரினமாகும். அதில் மனித இனம் அடங்கியுள்ளது.

மொத்தத்தில் பார்க்கும்போது "பிரைமேட்" என்ற முதல்வகை உயிரினமானது (மனித இனத்தைத் தவிர்த்துப்) பெரிதும் வியக்கத்தக்க விதத்தில் வெற்றி மிக்கதாய் இருந்ததில்லை. முதல் பிரைமேட் சுமார் 75,000,000 ஆண்டுகளுக்கு முன்னர் பரிணாம வளர்ச்சி பெற்றிருக்கலாம். இப்போது இவற்றுள் சுமார் 200 வகை உயிரினங்கள் (இவற்றுடன் நாம் மனிதனைச் சேர்க்காமல் பார்த்தால்) கிட்டத்தட்ட முற்றிலும் வெப்ப மண்டலப் பகுதியில்தான் வாழ்கின்றன. இவற்றில் எவ்வகை உயிரினமும் (மீண்டும் இதிலிருந்து மனிதனைத் தள்ளி விட்டுப் பார்த்தால்) பெரும்பரப்பில் காணப்படவில்லை என்பது மிகவும் முக்கியமாகும்.

பிரைமேட் என்ற முதல் வகை உயிரினத்தின் பிரிவுகள் அடங்கிய கூட்டத்தில், மிக உயர்ந்த அளவிற்கு மூளையை வளர்த்துக் கொண்டது ஹோமினிடு (hominid) எனப்படும் குடும்பத்தைச் சேர்ந்த உயிரினமாகும். ஹோமினிடு என்ற இலத்தீனச் சொல்லுக்கு "மனிதன்" என்று பொருள். ஹோமினிடு குடும்பத்தைச் சேர்ந்த அனைத்தும், அவற்றில் மிகவும் தொன்மையானது கூட, இன்று உயிர் வாழும் இனங்களில் மனித இனத்தின் மிக நெருங்கிய இனமாகிய தற்காலத்து வாலில்லாக் குரங்குகளை விடத் தற்காலத்து மனித இனத்தையே மிகவும் ஒத்திருக்கின்றன.

ஹோமினிடுகள் குறைந்தது 14,000,000 ஆண்டுகளுக்கு முன்னரே நிமிர்ந்து நின்றன. இது தொடக்க நிலையில் கிழக்காப்பிரிக்கத்தில் நிகழ்ந்திருக்கலாம். எனினும் ஹோமினிடுகள் காலப்போக்கில் தென்னாப்பிரிக்கத்திலும் தென் ஆசியத்திலும் பரவின. அவற்றின் கட்டங்கட்டமான பரிணாம வளர்ச்சி தொல்லியல் ஆய்வில் தெளிவாகியுள்ளது. அதைக் கீழே விவரிக்கின்றோம்.

எட்டு மில்லியன் ஆண்டுகளுக்கு முன்னர்

வாலில்லா குரங்கிற்கும் மனிதனுக்கும் முன்னோர் என்று கருதப்படும் இரமப்பித்திக்கஸ் (Ramapithecus) என்ற ஹோமினிடு சுமார் எட்டு மில்லியன் ஆண்டுகளுக்கு முன்னர் நிலவியது. அதன் முன்னோர் அடர்ந்த காடுகள் சூழ்ந்த பகுதியில் மரங்களின் உச்சியில் வாழ்ந்தனர். அவர்கள் இப்போதும் பூமியின் நீராவி நிரம்பிய தாழ்நிலக் காடுகளில் இன்னும் வாழ்ந்து மரக்கிளைகளில் ஏறிக் கனிந்த பழங்களையும் வேர்களையும் கிழங்குகளையும் உண்டு திரிகின்றனர். எனினும் இந்தப் புதிய தலைமுறை இரமப்பித்திக்கஸ்களின் வாழ்க்கை முறை முற்றிலும் வேறாயிருந்தது. அவை முரட்டு முள்கள் நிறைந்த கறுப்பு, பழுப்பு நிற மரங்கள் வளர்ந்த சிறு காடுகளுடன் கூடிய, மஞ்சள் நிறப் புற்கள் செறிந்த வறண்ட நிலப்பரப்பில் வாழ்ந்தன.

இவர்கள் இப்போது காடுகளில் உண்ட உணவும் வேறுபட்டிருந்தது. ஏனெனில்

இங்கு கனிந்த பழங்களோ, சாறு நிறைந்த மலர் மொட்டுகளோ, வேர்களோ இல. அவற்றின் முக்கிய உணவாய்க் கடினமான கொட்டைகளும் வலுவான வித்துகளும் இருந்தன. அவர்களுக்கு வேறு எதுவும் கிடைக்காவிடில் வேர்களையும் கிழங்குகளையும் உண்டு காலந்தள்ள வேண்டியதுதான். இங்கு கடினமான தோள்களுடைய பூச்சிகளும் வறண்ட பல்லிகளும் நிறைந்திருந்தன. அவை இவற்றைப் பிடித்துத் தின்று அவற்றிலிருந்து கிடைத்த சிறிதளவு ஊட்டத்தைப் பெற்றன. அவை தம் முன்னோர் பெற்றிருந்த அதே வலிமையைப் பெறுவதற்காக, அவர்களை விட மிகுதியாய் உண்டனர் என்பதையும் உண்டவற்றை நன்கு மென்று தின்றனர் என்பதையும், இன்று நமக்கு எச்சமாய்க் கிடைத்துள்ள அவர்களின் தாடையிலும் பற்களிலுமிருந்து அறிந்து கொள்ள முடிகின்றது. அதற்கேற்ப அவற்றின் முன்னம் பற்கள் சிறியனவாயும் பின்னம் பற்கள் கடினமான உணவை நன்கு மெல்லக் கூடிய விதத்தில் அகன்றும் தட்டையாயும் இருப்பதிலிருந்து இதை நாம் அறிகின்றோம். இவ்வாறு திடீரென்று அமைந்து விடவில்லை. அதற்குப் பல்லாயிரக் கணக்கான ஆண்டுகளாயின. இந்தக் கூட்டத்தைச் சேர்ந்த ஒருத்தியின் எச்சங்கள் ஆராயப்பட்டு இம்முடிவுகள் பெறப்பட்டன. ஆராய்ச்சியாளர் இந்தக் கூட்டத்துக்கு இரமப்பித்திக்கஸ் என்ற பெயரைக் கொடுத்தனர்.

மூன்று மில்லியன் ஆண்டுகளுக்கு முன்னர்

இப்போது தட்ப வெப்ப நிலை வறண்டிருந்தது. இக் காலத்தில் வாழ்ந்த ஹோமினிடை அறிவியலார் ஆஸ்திரேலோபித்திக்கஸ் அஃபரன்சிஸ் (*Australopithecus afarensis*) என்று அழைக்கின்றனர். இக்காலத்தில் இயற்கைக் காட்சிகளும் பெரிதும் மாறிவிட்டன. கண்டங்கள் நகர்ந்து, பாறைத் தளத்தில் இடைமுறிவுகள் (*faults*) இருக்கின்ற நிலப்பரப்புச் சிறுகச் சிறுக அமையலாயிற்று. அப்போது நீண்டு ஒடுங்கிய பாறைத்தளங்கள் (*slabs*) மெல்ல மெல்ல அடங்கி நீண்டு, ஆழமான பிளவுப் பள்ளத்தாக்குகள் உண்டாயின. அவற்றின் படுகைகளில் ஆழங் குறைந்த ஏரிகள் தோன்றின. பூமியின் உள்புறத்திலிருந்து உருகிய பொருள் மேலே வந்தது. பிளவுகளின் ஓரங்களில் நெடுகிலும் எரிமலைகள் குமுறிக் கொண்டிருந்தன. எங்கெங்கிலும் புல்வெளிகள் பரவியிருந்தன. பல இடங்களில் மரங்கள் செழித்திருந்தன; எனினும், காடுகள் தொடர்ச்சியாய் விரிவடைந்திருக்கவில்லை.

அத்தகைய குறுங்காடு ஒன்றின் ஓரத்தில், ஒரு சிறு விலங்கு மரத்திலிருந்து தரையில் குதித்து நிமிர்ந்து நின்றது. எங்கேனும் இடர் உள்ளதா என்று அது சுற்று முற்றும் பார்த்தது; அப்போது மேலும் பன்னிரண்டு விலங்குகள் கிளைகளிலிருந்து குதித்து, முதலில் இறங்கியவனைச் சுற்றி நிற்கின்றன. அவற்றில் ஆணும் உருவில் சிறிய பெண்ணும் குழந்தைகளும் இருந்தன. சில பெண்களிடம் கைக் குழந்தைகளும் இருந்தன. அது பெரிய குடும்பம்.

அவை வாழ்ந்திருந்த குறுங்காட்டில் உணவு அருகிப் போனது. அதனால் அவை இடம் பெயர்கின்றன. அந்தப் பள்ளத்தாக்கின் கீழே ஓர் ஏரியினருகில் இருந்த பசுமையான ஓரிடம் அவற்றுக்கு நம்பிக்கை ஊட்டுவதாய்த் தெரிந்தது. அவை மிகுந்த நம்பிக்கையுடன் மரத்திலிருந்து இறங்கிக் கீழே நடை போடுகின்றன. எரிமலை கடைசியாய் வெடித்தபோது அப்பகுதியெல்லாம் விரிந்து பரவிக்கிடந்த சாம்பலில் அவற்றின் காலடித் தடங்கள் பதிந்தன. அவற்றின் கால்கள் கடந்த ஐந்து மில்லியன் ஆண்டுக் காலத்தில் வளர்ச்சியடைந்துவிட்டன என்பதை அவற்றின் நடையும் நிலையும் காட்டுகின்றன.

இந்திய சரித்திரக் களஞ்சியம் | 55

மரமேறுவதற்கு மட்டுமே நன்றாயிருக்கக்கூடிய வகையில் நிலையாய் வளைந்திருந்த உடலமைப்பைக் கொண்டனவாயிருந்து வந்த அவற்றின் கால்கள், உடம்பின் பளுவைத் தாங்கி நிமிர்ந்து நேரே நிற்கக் கூடியனவாய் உருவாகிவிட்டன. இருப்பினும் அவற்றின் தோள்கள் இக்காலத்தில் சிறிதே மாறியிருந்தன. கிளைகளைப் பற்றிப் பிடிப்பதற்காக அவற்றின் விரல்கள் இன்னும் வளைந்தேயிருந்தன. அவற்றின் தோள்பட்டைக் குழி (*socket*) மேல் நோக்கியமைந்து, கையை உயரமாய் நீட்டுவதற்கு வசதியாய்விட்டது. இவ்விரு கூறுகளும் மரத்தில் வாழும் வாழ்க்கைக்கு வேண்டியனவாகும்.

நிலப்பரப்பு வறண்டு போய் மரங்கள் இங்கொன்றும் அங்கொன்றுமாய் இருக்குமாயின் தரையில் வாழ்வதற்கு நன்கு பொருந்திப் போய்விட்ட விலங்குகள், மரத்திலும் நிலத்திலும் வாழக்கூடிய இந்த ஆஸ்திரேலோப்பித்திக்கஸ் அஃபரன்சிஸ் என்ற விலங்கைவிட மிக நன்றாய் உயிர்ப்பிழைத்து நிற்கக் கூடியதாயிருக்கும்.

அந்தக் காலம் வெகு தொலைவில் இல்லை.

இரண்டரை மில்லியன் ஆண்டுகளுக்கு முன்னர்

இது ஆஸ்திரேலோப்பித்திக்கஸ் ரொபஸ்டஸ் (*Australopithecus robustus - A.africanus*), ஆஸ்திரேலோபித்திக்கஸ் ஆஃபிரிக்கன்ஸ் என்ற ஹோமினிடுகளின் காலமாகும்.

எரிமலைகள் இன்னும் கொந்தளித்துக் கொண்டிருந்தன. பிளவுண்ட சமவெளி நெடுகிலும் இன்னும் புல் வெளிகள் பரவியிருந்தன. எனினும் இங்குமங்குமாய்க் குடை வடிவான மரங்களும் குட்டையான புதர்களும் மஞ்சள் நிறமாயிருந்த நிலப்பரப்பில் இருந்தன. பெரிய கழுதைப்புலிக் கூட்டம் ஒன்று ஏரிக்கரையில் ஒட்டைச்சிவிங்கி போன்ற ஒரு விலங்கைக் கொண்டுவந்து போட்டுக் குதறிக் கொண்டிருந்தன.

ஒரு பெரிய புதருக்குள் கனத்த உருவுள்ள விலங்குகள் முன் நிறைந்த புதரின் இலைகளையும் சிறு பழங்களையும் தின்று கொண்டிருந்தன. அவை நிமிர்ந்து நின்றன; இல்லையேல் நாம் அவற்றைச் சிம்பன்சிகள் (மனிதக் குரங்குகள்) என்று தவறாய் எண்ணிவிடுவோம். ஏனெனில் அவற்றுக்குச் சிம்பன்சிகளுக்கு இருப்பதைப் போன்ற கனத்த உடம்பும், மிகப்பெரிய பற்களுடன் கூடிய தாழ்ந்த அதே தாடைகளும் இருந்தன. இவை ஆஸ்திரேலோப்பித்திக்கஸ் ரொபஸ்டஸ் என்ற ஹோமினிடு வகையைச் சேர்ந்தவையாகும். அவை தமக்குரிய இருப்பிடம் போல் இந்த இடத்தில் இருந்து கொண்டு, மன நிறைவோடு தமக்குக் கிடைத்த இலை தழைகளை மென்று தின்றன.

திடீரென்று அருகிலிருந்த புல் விலகுகின்றது. சுமார் பன்னிரண்டு விலங்குகள் கிரீச்சிட்டுக் கொண்டு இலைகளை மேய்ந்து கொண்டிருந்த ரொபஸ்டஸ் கூட்டத்தை நோக்கி ஓடுகின்றன. அவை ரொபஸ்டஸ் கூட்டத்தைப் போன்ற தோற்ற முடையனவெனினும், கனம் குறைந்தவையாயிருந்தன. அவற்றின் தாடை பார்ப்பதற்குக் கனமாயில்லை. இவை ஆஸ்திரேலோப்பித்திக்கஸ் ஆஃபிரிக்கானஸ் என்ற வகையைச் சேர்ந்தவை.

தடித்த விலங்குகளின் கூட்டம் இலை தழைகளை மேய்ந்து கொண்டே எதிர் உறுமல் உறுமின. அவை புதிதாய் வந்த விலங்குகளை எதிர்த்து நிற்பது போல் பல்லையும் ஈறுகளையும் காட்டின. அவற்றை மேயுமிடத்திலிருந்து விரட்டிவிட முடியாது. அதனால் தாக்க வந்த கூட்டம் நின்று விட்டது. அவை உறுதியாய் நிற்கின்றன

என்பதைத் தாக்க வந்த கூட்டம் கண்டு கொண்டது. ஆதலால் தாக்க வந்த கூட்டம் மெல்லப் பின்வாங்கியவாறு முரட்டுத்தனமாய் உறுமிக் கொண்டே சென்றன. ரொபஸ்டஸ் கூட்டம் புதரினுள் மறைந்துவிட்டது.

தாக்க வந்தவை ஏரிக் கரையிலிருந்த கழுதைப் புலிகளின் பக்கம் திரும்பின. அவை ஒரு கூட்டமாய்ச் சேர்ந்து கழுதைப்புலிகளைத் தாக்கின. கழுதைப் புலிகள் இந்தத் திடீர்த் தாக்குதலால் திடுக்கிட்டுப் போய்த் தாம் வேட்டையாடித் தின்று கொண்டிருந்த விலங்கைப் போட்டுவிட்டுக் கிலியால் ஓடின. தாக்க வந்தவை செத்துக்கிடந்த விலங்கைச் சூழ்ந்தன. அவற்றில் சில அதைக் கிழித்துத் தின்றன. வேறு சில ஏமாற் ஓடிப்போன கழுதைப் புலிகளை நோக்கிக் கழிகளை வீசியபடி உறுமியவாறு காவலிருந்தன.

ஏ.ஆஃப்பிரிக்கானஸ் என்ற இந்த வகைக் கூட்டம் தாவரங்களையும் ஊனையும் உண்ணக் கூடியவை. அவை அவற்றைப் பெறுவதற்காக ஒன்று சேர்ந்து கொள்ளும். குறுங்காட்டிலிருந்த இவற்றின் பெரிய இனத்தவை தொடர்ந்து காட்டுப் பழங்களை மென்று தின்று வந்தன. அவற்றுக்கு ஊனுண்பதும் கூடி வேட்டையாடுவதும் ஒத்து வரவில்லை.

ஒன்றரை மில்லியன் ஆண்டுகளுக்கு முன்னர்

படிமுறை வளர்ச்சியின் இந்தக் கட்டத்தின் களம் மேலே விவரித்ததைப் போன்ற இடம் போலவே தோன்றுகின்றது. ஏனெனில் நிலப்பரப்பில் சிறுமாற்றமே உண்டாகியுள்ளது. இருப்பினும் தட்ப வெப்பநிலை இப்போது மிகவும் குளிர்ந்து விட்டது. சிம்பன்சி போன்ற பெரிய விலங்குகள் இன்னும் புதருக்குள் காட்டுப் பழங்களைத் தின்று திரிந்தன. எனினும் காட்டுப் பழங்களைத் தின்ற முந்தைய விலங்குகளை விட இவை பெரியனவாயிருந்தன. அவற்றின் தாடை எலும்புகளும் கனமாயிருந்தன.

இவை முற்பட்ட காலத்து ஏ.ரொபஸ்டஸ் இனத்தவை என்பதை மானுடவியலார் புரிந்து கொள்ளுமுன்னர் பிற்காலத்தில் இவற்றுக்கு சிஞ்சந்தரோப்பஸ் (*Zinjanthroupus*)-கொட்டையுடைக்கும் மனிதன் என்று பெயரிட்டனர்.

இவை வாழ்ந்த இடத்திற்கு வெகு தொலைவிற்கு அப்பால், முற்காலத்து ஏ. ஆஃப்பிரிக்கானஸ் என்ற வகையிலிருந்து படி முறை வளர்ச்சி பெற்ற மனிதக் குரங்கு போன்ற சிறிய விலங்குகள் பல கூடி, செத்துப்போன மறிமானை (*antelope*) இழுத்துச் சென்றன. அவற்றிடம் ஓரம், நுனி உடையனவும் வெட்டுக்கருவி போலும் செதுக்கப் பெற்ற கற்கருவிகளும் இருந்தன. ஏனெனில் அவை கருவிகள் செய்யும் திறனம் பெற்றிருந்தன. அவற்றின் இந்தப் பண்பாடு (*culture*) பின்னர் பழைய கற்காலம் (*palaeolithic*) என்று பெயர் பெற்றது. இவ்விலங்குகளின் அறிவியல் பெயரான ஹோமோ ஹேபிலிஸ் (*Homo habilis*) என்பது அவற்றின் கருவியாக்கத் திறனை வெளிப்படுத்துகின்றது. இப்பெயருக்குக் ''கைத் திறமுடையன்'' (*handy man*) என்று பொருள்.

இவ்விரு கூட்டங்களும் அருகருகே நிலவின. எனினும் அவை ஒன்றையொன்று காணாதது போல் முற்றிலும் ஒதுங்கி வாழ்ந்தன. அவையிரண்டும் இப்போது வேறு விதமான வழிகளில் படிமுறை வளர்ச்சி பெற்றுவிட்டன. அவை ஒரே வகை உணவிற்காக ஒன்றொடொன்று போட்டியிட வேண்டியதில்லை.

ஐந்து இலட்சம் ஆண்டுகளுக்கு முன்

இவள் (இந்த வகையின் பெண்ணொருத்தியின் எச்சங்கள் கண்டுபிடிக்கப் பட்டதால், இங்ஙனம் அழைக்கின்றோம்) மனிதரைப் போன்ற தோற்றமுடைய ஹியூமனாய்டு (*humanoid*) என்ற கூட்டத்தைச் சேர்ந்தவள். அவள் ஆப்பிரிக்கத்திலிருந்து முதன்முதலாய் வெளியேறி ஐரோப்பியம், ஆசியம் எங்கும் பரவிய முதல் கூட்டத்தைச் சேர்ந்தவள். அவள் பிற்காலத்தில் சீனம் என்று அறியப்படுகின்ற நாட்டில் ஒரு குகையின் வாயிலில் குனிந்து உட்கார்ந்திருந்தாள். எனினும் அவளுக்கு வெகு தொலைவிற்கப்பால் ஸ்பெயின் என்றும் சாவகம் என்றும் தாஞ்சானியம் என்றும் அழைக்கப்படப்போகும் இடங்களிலும் இவளைப் போன்ற உயிர்கள் நிலவின.

அவள் எழுந்து நின்றால் இருபதாம் நூற்றாண்டு மனிதரைப் போன்றே தெரிவாள். ஆனால் அவளது தாடை கனத்திருக்கும்; புருவங்கள் புடைத்திருக்கும்; நெற்றி தட்டையாயிருக்கும். அவள் நிமிர்ந்து நிற்பதால் அவளது இனத்துக்கு ஹோமோ எரக்டஸ்-நிமிர் மனிதர் (*homo erectus*) என்று பெயர் ஏற்பட்டது.

வேட்டைக்குச் சென்றவர்கள் வீழ்த்தப்பட்ட காட்டெருமையை இழுத்து வந்ததையும் பிற பெண்கள் கை நிறையக் காட்டுப் பழங்களையும் (*hackberries*) பைன் மரக் கொட்டைகளையும் அள்ளிக் கொண்டு வந்ததையும் பார்த்துக் கொண்டிருந்த அவளுக்கு, அவர்கள் கொண்டுவரும் உணவு பற்றியும் அதை எவ்வாறு ஆக்குவது என்பது குறித்துமே எண்ணமெல்லாம் இருந்தது.

அவள் பிறருடன் கூடி வாழ்ந்தாலும் பெற்றோர் கற்றுத் தந்த திறன்களை அறிந்து தெரிந்ததாலும் அவளுக்கு வேண்டிய அளவு உணவு கிடைத்தது. அவள் தன் முன்னிருந்த தீக்குழியிலிருந்து நீற்றுப்போன வெண் சாம்பலைக் குச்சியால் கிளறி, அதனடியிலிருந்த செந்தணலை வெளிப்படுத்தினாள். அவள் கங்குகளின் மேல் உலர்ந்த சுள்ளிகளைப் போட்டு எரியச் செய்தாள். இந்த நெருப்பு எப்போது, எவ்வாறு மூட்டப்பட்டது என்பது அவளுக்குத் தெரியாது; ஆனால் அதை அணைந்து விடாமல் எரியச் செய்வது அவளது பொறுப்பு. அது பெரும் நெருப்பாகும். ஏனெனில் அந்த நெருப்புத் தின்பதற்குப் பதமாய் இறைச்சியை வேக வைக்கிறது. அவர்கள் உடனே தின்னாது மீதப்படும் இறைச்சியைக் காத்து வைப்பதற்கு அதன் புகை பயன்பட்டது; அதன் ஒளி பொருந்திய சுடர் இரவில் திரியும் கொடிய விலங்குகளை அஞ்சி ஓடச் செய்கின்றது.

அது தனது கடமை என்பதை அவள் அறிவாள். ஏனெனில் அக்குகையில் வாழ்ந்த 23 பேரடங்கிய கூட்டம் அது பற்றிப் ''பேசி'' முடித்துவிட்டது. வாயால் அன்று. அந்தக் கூட்டத்திற்குப் பொருள்படக் கூடிய குறிப்பிட்ட ஒலிகளைக் கொண்டு ''பேசின''. இது நாகரிகத்தை நோக்கி முன்னேறிய நெடிய பாதையில் நீண்ட எட்டாகும்.

பதினையாயிரம் ஆண்டுகளுக்கு முன்னர் குகை ஓவியங்கள்

மனிதனுக்கு முன்னால் குதிரை உருவாகியது. இந்த மனிதனின் கையிலிருந்த கல் தட்டின் ஒரு பகுதியில் செம்மண் இருந்தது; அவன் பாசி மொத்தையைக் கொண்டு குகைச் சுவரில், கனமாய்ப் பூசினான்; அதை அடிப்படை உருவமாய் வைத்துக் கொண்டு அட்டைக் கரியால் (*Soot*) அந்த உருவத்தின் பின்புறம் பூசுகின்றான். அது உருவத்தின் காதுகளைக் காட்டியது. அதே கரியைக் கொண்டு கால்களையும் குளம்புகளையும் வரைந்தான். அவன் குதிரை ஓவியத்தைத் தீட்டினான்.

அவன் இடுக்கமான இடத்தில் மினுக்கு மினுக்கென்று எரிந்த நெருப்பு வெளிச்சத்தில், சற்று பின்னால் தள்ளி நின்று தனது ஓவியப் படைப்பைக் கண்டு மதிப்பிடுவது மிகக் கடினம்; எனினும் அவன் திறமையனைத்தும் கொண்டு பணி முடித்திருந்தான். அது அவனுக்கு ஆழ்ந்த மன நிறைவைக் கொடுத்தது.

அவன் குறுகலான சுண்ணாம்புப் பாறைச்சந்து வழியே குனிந்து நெளிந்து குகை வாயிலுக்குச் சென்ற வழியில் வேறு பிற ஓவியங்களும் இருந்தன. எருதுகள், கலை மான்கள், *(reindeer)*, காட்டெருமைகள், காண்டாமிருகங்கள் முதலியன அவனுக்கு நெடுங்காலத்திற்கு முன்னரே அந்தக் குகையின் சுவர்களில் தீட்டப்பெற்றிருந்தன.

அவன் தீயை அணைத்து விட்டுச் சுண்ணாம்புப் பாறைத் திட்டு மேல் நின்ற போது பகலொளியில் கண் கூசியது. அவன் கீழேயிருந்து மலையிடுக்கைப் பார்த்தான். வெகு தொலைவிலிருந்த ஒரு கொடும் பாறையிலிருந்து புகை கிளம்பிற்று. அந்தப் பாறை அருகில்தான் அவனுடைய மக்கள் வாழ்ந்தனர். அவர்கள் இனி வரவிருக்கும் கொடிய பனிக்குளிரிலிருந்து பாதுகாப்பாய் இருக்க, அங்கு ஒரு நீண்ட பாறையின் கீழே வாழ்ந்தனர்.

அவன் ஹோமோ சேப்பியன் *(Homo sapien)* என்ற இனத்தைச் சேர்ந்தவன்; அது சேப்பியன்களின் உள்பிரிவைச் சேர்ந்தது. *(sapien* என்ற சொல்லுக்கு மெய்யறிவு, பட்டுணர்வு, பகுத்தறிவு என்று பொருள்) அந்தப் பகுதியில் அவனைப் போல் பத்தாயிரம் பேர் வாழ்ந்திருக்கலாம். அப்பகுதி பின்னொரு காலத்தில் நடு பிரான்ஸ் என்று அறியப்படும். அதற்கும் வடக்கே ஜெர்மனியின் துந்தரப் பகுதிகளில் அவனுக்கு ஒட்டுறவுடைய ஹோமோ சேப்பியன்ஸ் நீந்தார்த்தாலன்சிஸ் *(Homo sapiens neanderthalensis)* என்ற மக்கள் வாழ்ந்தனர். அவர்கள் அவன் காலத்திலேயே மறைந்தொழிந்தனர். அவர்கள் குமுறிப் பரவி வந்த பனியூழியினால் அல்லது வெற்றி மிக்கவர்களாய் விளங்கிய ஹோமோ சேப்பியன்ஸ் *(Homo sapiens)* என்ற மக்களுடன் கலந்து விட்டதால் மறைந்து விட்டனர்.

நடுப்பிரான்சில் வாழ்ந்த இந்த மனிதனுக்கு அவன் வாழ்ந்த குகையின் பெயரால் நாம் குரோ-மகனான் மனிதன் *(Cro-magnon man)* என்று இன்று பெயரிட்டுள்ளோம். அவனுக்குக் கலைத்திறனும் முன்னேறிய பழைய கற்காலப் பண்பாடும் இருந்தமையால், அவன் இனித் தோன்றவிருந்த மனித இனத்தின் மூதாதையாயினான்.

ஐயாயிரம் ஆண்டுகளுக்கு முன்

ஆற்று வெளியில் எப்போதும் சிறந்த செடியினங்கள் விளைந்தன. பெரும்பாலான உணவுப் பொருள்கள் ஏதேனுமொரு செடியிலிருந்து விளைவதால், வட ஐரோப்பியத்தின் ஆற்றுவெளிகளில் மனிதர் நன்கு குடியேறியிருந்தனர். வித்திலிருந்து செடிகள் முளைக்கின்றன என்ற அறிவு மக்களுக்கு இருந்ததால், மனிதக் குடியேற்றங்கள் வித்துகளைச் சேகரித்துச் செழிப்பான ஆற்றுவெளியில் நட்டன. செடிகளில் கதிர்கள் முற்றியவுடன் அவற்றைக் கல்லிலான அரிவாளால் அறுத்தனர். தானிய மணிகளை இரண்டு கற்களுக்கிடையே விட்டுத் திரித்து மாவாக்கினர்.

தாவரங்களைப் போலவே விலங்குகளையும் பெருக்க முடியும். வடக்கிலிருந்த குளிர்ச்சியான சமவெளிகளில் இறைச்சி கிடைக்குமென்று மக்கள், இடம் பெயர்ந்து சென்ற கலைமான்களைப் பின் தொடர்ந்தே சென்றனர். ஆனால் ஓரிடத்தில் நிலையாய்க்

குடியிருந்தவர்களால் இதைவிடச் சிறப்பாய் இறைச்சி பெற முடியும் என்று கண்டனர். அவர்களின் கன்று காலிகள், வெள்ளாடுகள், செம்மறியாடுகள், பன்றிகள் ஆகிய விலங்குகளைத் தம் குடியேற்றங்களுக்கு அருகிலுள பட்டிகளில் அடைத்து வைத்து வளர்க்க முடியும். அவற்றிடமிருந்து இறைச்சி, கம்பளி மயிர், பால் முதலியவற்றைத் தொடர்ந்து பெற முடியும்.

அதன் விளைவாய், வரலாற்றிலேயே முதன் முறையாய்க் கற்கருவிகளைக் கொண்டு மரத்தடிகளை அறுத்தெடுத்த பலகைகளைக் கொண்டு பெரிய வீடுகளை எழுப்பினர். களி மண்ணையும் குச்சிகளையும் சேர்த்துச் சுவர்கள் அமைத்துக் கெட்டியான வீடுகளையும் அவர்களால் கட்ட முடிந்தது. அறுவடைக்குப் பின் எஞ்சும் வைக்கோலைக் கொண்டு கூரை அமைத்தனர். அவர்களுக்கு மண்பாண்டங்கள் செய்யவும் கொம்புகளில் கலைப் பொருள்களை ஆக்கவும் இப்போது நேரம் கிடைத்தது.

இந்தக் காலத்திற்குப் புதிய கற்காலம் (neolithic) என்று பெயர். இப்புதிய பண்பாடு முகிழ்ந்து விட்டதற்குப் பயிர்ச் செய்கையும், விலங்கு வளர்ப்பும் கட்டியம் கூறின. நிலையாய்க் குடியமர்ந்து விட்ட இம்மக்கள் நிலைபெற்றிருந்த, தம் வாழ்க்கை முறையை வைத்தும் மனத்தைப் பயன்படுத்தியும் மறைபொருளான சிக்கல்களைத் தீர்க்கும் வழி வகைகளைத் தேடினர். அவர்கள் முதலில் வெண்கலத்தையும், பின்னர் இரும்பையும் உருக்கி அவற்றைப் பயன்படுத்தக் கற்றுக் கொள்ளும் நாள் வெகு தொலைவிலில்லை. இந்த அறிவு மக்கள் வாழ்ந்த உலகப் பகுதியெங்கும் விரைவில் பரவப் போகின்றது.

எதிர்கால மனிதன்

பதினைந்து பில்லியன் ஆண்டுகளுக்கு முன்னர் பெரு வெடிப்பில் பிறந்தது என்று கொள்ளப்படும் பேரண்டத்தையும் ஏறத்தாழ 450 கோடி ஆண்டுகளுக்கு முன்னர் தோன்றியது என்று கணிக்கப்படும் இப்பூமியையும் சுமார் எட்டு மில்லியன் ஆண்டுகளுக்கு முன்னர் பரிணாம வளர்ச்சி பெற்ற இரமப்பித்திக்கஸ் என்ற மனித இன முன்னோரையும் அதிலிருந்து படி முறையாய்ப் பல மில்லியன் ஆண்டுகளாய் உருப்பெற்று வரும் தற்கால மனிதனையும் மேலே கட்டம் கட்டமாய், படிப்படியாய் விவரித்து வந்தோம்.

இனி எதிர்காலம் எப்படியிருக்கும் என்பதைக் குறித்து எதிர் காலவியலார் (*futurologist*) சிந்தித்துப் பல அனுமானங்களைக் கூறி வருகின்றனர். பத்தொன்பதாம் நூற்றாண்டிலிருந்து இதுவரை மனிதத் தோற்றுவாய் குறித்து ஆராயப் புகுந்தவர்கள் கண்ட தொல்மானுட எச்சங்களை நுணுகி ஆராய்ந்து கண்ட முடிவுகளின் அடிப்படையில் எதிர்காலம் பற்றிய புதுத்துறை (*futurology*) தோன்றிவிட்டது.

எதிர்காலம் எப்படியிருக்கும் என்பதைக் காண வேண்டியது இன்றியமையாததாய் விட்டது. (பவிஷ்ய புராணம் ஒப்பு நோக்குக)

தொன்னெடுங்காலத்தில் மனிதக் குரங்குகள் போன்ற விலங்குகள் இரவில் வானத்தை அண்ணாந்து பார்த்து அங்கு மின்னிய மீன்களைக் கண்டு இவ்வொளிப் புள்ளிகள் யாவை; அவை ஏன் இருக்கின்றன என்று வியந்த காலம் ஒன்று இருந்திருக்க வேண்டும். இக் குரங்குகள் அதற்குச் சிறிது காலத்திற்குப் பிறகு மொழியை உண்டாக்கிக் கொண்டன; அப்புறம் கதைகள் சொல்லப்பட்டன; தலைக்கு மேலிருந்த மீன்களைப் பற்றிக் கற்பனைக் கதைகள் பின்னப்பட்டன; அந்த உடுக்கூட்டம் ஒரு வேட்டைக்காரனைப் போல் தெரிந்தது; அதற்கு மேலே ஒரு பெரிய கரடியின் உருவம் போல் காணப்பட்டது; இத்தகைய கதைகள் பூச்சாண்டி அச்சத்தைப் போக்குவதற்காக இருட்டில் சொல்லப்பட்டன.

எதிர்காலம் பற்றிய ஊகங்கள் இருட்டுக் குகைகளில் கதைகளாய்ப் பிறந்ததை மனிதச் சிந்தனையில் தோன்றிய புரட்சி எனலாம். எனினும் எதிர்காலம் பற்றி ஊகிப்பது என்பது மிகவும் அண்மைக் காலத்தில் தோன்றியதாகும். ஆயினும் ''புற்று நோய் போல் பரவிப் பெருத்துவரும் மக்கள் எண்ணிக்கை குறித்தேனும் தன் வாழ்க்கைக்கும் தன் மக்களின் வாழ்க்கைக்கும் பிறகு என்ன நடக்கும் என்பது பற்றியேனும் ஒரு முறையேனும் கவலைப்படாத ஒருவன், இன்று தன்னைப் பண்பாடுடைய மனிதன் என்று அழைத்துக் கொள்ள முடியாது.

ஆப்பிரிக்கத்தின் புதையுயிர்த் தடங்களிலிருந்து துண்டு துண்டாய்க் கிடைத்துவரும் இரமப்பித்திசீன் என்ற உயிரினத்திற்கு, நாம் வாழும் இந்தக் காலம் எத்தனை தொலைவானதோ, அதைப்போல் நமக்குத் தோன்றக் கூடிய வெகு தொலைவான எதிர்காலத்தை நாம் காணும் பேராசைதான் எதிர்கால அறிவியல்'' என்று அறிவியல் எழுத்தாளர் ஒருவர் மானுடப் படிமுறை வளர்ச்சியின் எதிர்காலத்தைப் பற்றிய நோக்கைக் குறிப்பிடுகின்றனர்.

எதிர்காலத்தை எட்டிப் பார்க்கும் திறன் மிக அண்மைக் காலத்தில்தான் பெறப்பட்டது. நாம் கடந்த காலத்தைக் காண்கின்ற வரையில் எதிர் காலத்தைப் பார்க்கவே முடியாது. எப்போதும் விரிந்து கொண்டேயிருக்கும் அகல் விரிவான கடந்த

காலக் காட்சியை வைத்து எதிர் காலத்தைக் கணித்து அடையாளம் காணப் பார்க்கின்றோம்.

எதிர்காலவியல்

கடந்து போன காலங்களை ஊகித்து உணரும் வேலை கற்பதற்குக் கடினமான பாடமாகும். கடந்த காலத்தின் முத்திரைகளாயிருந்து வரும் புதையுயிர்கள் மனித இனத்திற்கு எப்போதும் ஆர்வத்தை உண்டாக்கி வந்திருக்கின்றன. சான்றாக, அவை பற்றிக் கிரேக்க எழுத்தாளர்கள் குறிப்பிட்டுள்ளனர். அவை ஒரு காலத்தில் நிலவிய உயிர்களின் எச்சங்கள் என்பதை ஹீரோடாட்டாஸ் (*Herodotus*, சு. 485-425 கி.மு) உறுதியாய் இனங் கண்டிருந்தார். அவர் அவற்றை மேல் எகிப்தின் மலைப்பகுதிகளில் கண்டுவிட்டு, அப்பகுதிகள் முற்காலத்தில் நீருக்கடியில் இருந்தன என்பதை விளங்கிக் கொண்டிருந்தார்.

லுக்ரீஷகம் (*Lucretius*, கி.மு. முதல் நூ) இதை வெகு அருமையான தனது நூலில் (*De Rorum Natura*) மனித ஆற்றலுக்கு அப்பாற்பட்ட விளைவுகள் என்று சொல்லப்பட்டவற்றை ஏளனம் செய்துள்ளார்; இம் மண்ணுலகம் ஒவ்வோர் உயிரினத்தையும் உண்டாக்கிற்று; மாபெரும் விலங்குகளெல்லாம் அதன் கருப்பையிலிருந்து வெளிப்பட்டன என்று அவர் கூறுகின்றார்.

அறிவொளி எல்லாக் காலத்திலும் துலங்குவதில்லை. மிகப்பெரிய எலும்புப் புதைவுகளைக் கண்டுவிட்டு மாபெரும் இராக்கதர்கள் இம்மண்ணுலகில் திரிந்தனர் என்ற கதைகள் பிற்காலத்தில் பிறந்தன.

எரட்டோஸ்தனிஸ் (*Eratosthenes*, சு. 276-194 கி.மு) கி.மு மூன்றாம் நூற்றாண்டில் வாழ்ந்தவர்; அவர் உலகம் உருண்டை என்பதைக் கண்டுகொண்டவர்; அவர் மிகவும் துல்லியமாய் உலகின் சுற்றளவை அளந்து விட்டார்; அதே காலத்தில் வாழ்ந்த சாமோஸ் அரிஸ்டார்க்கஸ் (*Aristarchus of Samos*, சு. 310-சு.230 கி.மு) பூமியும் பிற கோள்களும் சூரியனைச் சுற்றி வருகின்றன என்று கூறிவிட்டார். இவ்வாறு உய்த்துணரப் பட்டனவெல்லாம் மூடநம்பிக்கைப் பூச்சுப் பூசப்பட்டு விட்டன.

ஐரோப்பியத்தில் கிரேக்கரின் சிந்தனை அறிவு மூடி மறைக்கப்பட்டு விட்டது. பதினைந்தாம் நூற்றாண்டில் தோன்றிய மறுமலர்ச்சிக் காலம் வரையிலும் கல்வியறிவு புத்துயிர் பெறவில்லை. அக்காலத்தில் லியோனார்டோ டா வின்சி (*Leonardo da Vinci* 1452-1519) புதையுயிர்ப் படிவங்களை ஆராய்ந்து அவை எவ்வாறு தோன்றின என்பதை விளங்கிக் கொண்டார். இலைகள் ஏன் பாறைகளினூடே முழுமையாய்க் காணப்படுகின்றன என்பதை அவர் விளக்குகின்றார்;

''அடுத்தடுத்துச் சேற்று வெள்ளம் பாய்ந்ததால் சேறு அவற்றை (இலைகளை) மூடிவிட்டது. பின்னர் அச்சேறு மொத்தமாய்ச் செறிந்து விட்டது. அதுவே அடுத்தடுத்துப் படிந்து கல்லாயிற்று. அது (இலை) சேற்றுப் படிவங்களுடன் இசைந்துவிட்டது.''

ஆனால் லியோனார்டோவிற்கு அப்போது இம் மண்ணுலகின் வயது தெரியாது.

சமயமும் சமய நம்பிக்கைகளும் நாம் கடந்த காலத்தை ஆராய்வதற்குக் குறுக்கே நின்றன. பதினேழாம் நூற்றாண்டினரான ஜேம்ஸ் உஷர் என்பவர் அதற்குத் தடையாய்ப் பெருஞ்சுவரை எழுப்பினார். உஷர் எழுப்பிய தடைச் சுவர் பத்தொன்பதாம்

நூற்றாண்டில் சரியத் தொடங்கியது. இத்தடைச்சுவர்கள் பொடிப் பொடியாவதற்கு ஒரு பல்லி காரணமானது. சசக்சைச் சேர்ந்த லூவஸ் (*Lewes*) என்ற இடத்தில் இடிபாடுகளுக்கிடையில் கிடியோன் மேண்டல் (*Gideon Mantell*) என்ற மருத்துவரின் இளம் மனைவி ஒரு பல்லைக் கண்டெடுத்தார். கணவனும் மனைவியும் அப்பல்லை எடுத்துக் கொண்டு ஆக்ஸ்ஃபோர்டைச் சேர்ந்த கற்றறிவாளரான பக்குலேண் (*Buckland*) என்பவரிடம் சென்றனர். அவர் மிகுந்த கெட்டிக்காரரெனினும் இந்தப் பல்லைக் குறித்து அவரால் எம்முடிவிற்கும் வரமுடியவில்லை. ஆனால் இப்பல்லுக்குரிய உயிரின் பெயர் இகுவானாடான் (*iguanodon*) என்று மேண்டல் பெயரிட்டு விட்டார். (இகுவான என்பது ஒரு வகைப் பல்லி; டான் என்பது பல்)

பக்குலேண் இதனிடையே ஆக்ஸ்ஃபோர்டினருகே மற்றொரு பல்லையும் அவ்வுயிரின் எச்சங்களையும் புதை தடத்தில் கண்டு அதற்கு மெகலோசாரஸ் (*Megalosaurus*) என்று பெயரிட்டுவிட்டார். இதற்குப் பெரும்பல்லி என்று பொருள்.

மனிதன் இங்ஙனம் கண்ட இரண்டு டைனோசார்களுக்கு இப்படிப் பெயரிடப்பட்டது. புதிதாய்க் கண்டுபிடித்த இவ்விரு விலங்குகளும் மிகப்பெரிய ஊர்வன இனத்தைச் சேர்ந்த தனிக்கூட்டம் என்று ஆங்கிலத் தொல்லியலாளரான ரிச்சர்டு ஓவன் (*Richard Owen, 1804-1892*) 1842 இல் வகைப்படுத்தினார். அவர் இவ்விலங்கினத்திற்கு டைனோசாரியா (*dinosauria*) என்ற பெயரைக் கொடுத்தார். அதனால் மனித சிந்தனையில் ஆற்றல் மிகும் புதுக்கருத்தும் கற்பனைக்குப் புதிய பரிமாணமும் உண்டாயின.

இலண்டனில் 1851-ஆம் ஆண்டு மாபெரும் பொருள் காட்சி (*Great Exhibition*) நடந்த போது டைனோசார் அனைவரும் அறிந்ததாயிற்று. இங்கிலாந்தின் நீர் நிலைகளில் யானையைவிடப் பெரிய விலங்குகள் சுற்றித் திரிந்தன என்ற கருத்து மக்களின் கற்பனையைக் கவர்ந்துவிட்டது.

இதனிடையே மண்ணுலகின் வயது வெகு வேகமாய்ப் பின்னுக்குப் போய்க் கொண்டே வந்தது. உஷர் கட்டிய கற்பனைச் சுவர் சரிந்து விழுந்தது. பதினெட்டாம் நூற்றாண்டிலேயே பரிணாமக் கொள்கைகள் நிலவி வந்தன. எடுத்துக்காட்டாய் அக் கொள்கைகள் பலவற்றை இராஸ்மஸ் டார்வின் (*Erasmus Darwin, 1731-1872*) இவர் சார்லஸ் டார்வினின் பாட்டனார்) கவர்ச்சிமிகும் சந்தப் பாடல்களாய்ப் பாடினார். அவர் தனது ''இயற்கைக் கோயில்'' (*The Temple of Nature*) என்ற நூலில் (1803) உயிரினத்தின் தொடக்க நிலைகளிலிருந்து, அது மனிதனாய்ப் பரிணமித்தது வரையிலும் குறிப்பிடத்தக்க அளவில் மிகத் துல்லியமாய்க் கூறியிருக்கின்றார்.

டார்வினின் ஈரடிப் பாக்கள் அழகாயும் நிலை பெற்று நிற்கக் கூடியனவாயும் இருந்தன. சுண்ணாம்புக்கல்லில் செதுக்கி வைக்கப்பெற்ற சிற்பம் உருவானதைப் பளிச்சென்று மனதில் பதியும் விதத்தில் பாடிக்காட்டின:

காலங்கள் தோறும் உயிரினம் வாழ்ந்த வெளி விரிந்தது;
உடல்கள் அழிந்தன;
உருவங்கள் பதிந்தன.

- இராஸ்மஸ் டார்வின்

சுண்ணாம்புக்கல் மலைகளைக் ''கடந்த காலத்துப் பேருவகையின் மாபெரும் நினைவுச் சின்னங்கள்'' என்று கொண்டாடினார். அவர் ஜேம்ஸ் (எஃபிரயிம்)

லவ்லாக்கின் (James Ephramim) Lovelock: பிறப்பு 1919; பிரிட்டிஷ் அறிவியலார்) கையா கொள்கையை ஒரு வகையில் முன்னோக்கி விட்டார் எனலாம்.

கையா கொள்கை

மண்ணுலக உயிரினங்கள் முழுமையும் தன்னுள் விளைவை உண்டாக்கினாலும், பூமியானது உயிரியல் மாறுபாடுகளைத் தானே சமநிலைப்படுத்திக் கொள்ளக்கூடிய இயல்பையுடைய ஒரே உயிர்ப் பொருள்-Homeostanic organism - என்பது கையா கொள்கையாகும். அவர் இக்கொள்கையை விளக்கி எழுதிய "கையா" என்ற நூல் 1979 இல் வெளிவந்தது.

இராஸ்மஸ் டார்வின் முன் வைத்த கொள்கைகளை நிறுவத்தக்க சான்றுகள் அப்போது இருந்தில. பன்னெடுங்காலத்தின் முன்னர், பல மில்லியன் ஆண்டுகளாய் உயிர்கள் இருந்து வருகின்றன என்பதைக் காட்டும் சான்றுகள் 1842-ஆம் ஆண்டிற்குப் பிறகு (ஓவன் டைனோசார் என்று பெயர் கொடுத்ததற்குப் பிறகு) கிடைத்தன.

நிலத்தியல் மண்ணுலகின் வயதைப் பின்னுக்குத் தள்ளிக் கொண்டே சென்ற நேரத்தில், அப்பாறைகளே இராஸ்மசின் பேரனான சார்லஸ் டார்வினின் வளர்ச்சிக் கொள்கைக்குச் சான்றாயின. உயிர் வாழ்க்கை நாடகம் முழுவதையும் அரங்கேற்றுவதற்கு இன்னும் வேளை வரவில்லை. தொல்மானுடவியல் பையப் பைய வெற்றி கண்டது. கற்றோரும் மற்றோருமாய் எண்ணற்றோர் அரும்பாடுபட்டு உண்மைகளை நெடுங்காலமாய்த் திரட்டி வந்ததால், அந்த வெற்றி கிடைத்தது.

தோற்றுவாய் தேடி

மனித இனத்தின் தோற்றுவாயைக் கண்டறிவதற்காக உலகம் பத்தொன்பதாம் நூற்றாண்டின் பிற்பகுதியில் தொடங்கிய ஆய்வுப் பணி படிப்படியாய் அடைந்த வெற்றிப் பாதையில் நாம் காண்பவை வெகு சுவையானவையாகும்.

மானுடத் தோற்றுவாயைத் தேடியலையும் அறிவியல் துறை மேற்கொண்டுள்ள தேட்டத்தின் வரலாறும் அதைத் தேடியவர்களின் வரலாறும் கிட்டத்தட்ட ஒன்றேயாம்.

தொடக்க நிலைக் கண்டுபிடிப்புகளுள் பல, ஐரோப்பியத்தின் மக்கள் நெருக்கமாய் வாழ்ந்த இடங்களில் நிகழ்ந்தது, அத்தனை வியப்பூட்டவில்லை. அத்துடன் பத்தொன்பதாம் நூற்றாண்டில் பல குகைகளிலும் தொல் மானுடவியல் பற்றிய சான்றுகள் கிடைத்தன. எடுவர்டு ஆர்மாண் இசிடோர் ஹிப்போலைட்டு லேட்டே (Edouard Armand Isidore Hippolyte Lartet, 1801-1871) மனிதன் கடைசிப் பனியூழிக் காலத்தில் ஐரோப்பியத்தில் வாழ்ந்தான் என்பதை 1863-ல் கண்டுபிடித்தார். அதற்குச் சிறிது காலத்திற்குப் பிறகு குரோ-மகனான் மனிதனின் (Cro-magnon man) பல எலும்புக் கூடுகளையும் அவர் கண்டுபிடித்தார். இம் மனிதன் ஐரோப்பியத்தில் இதற்கு முன்னர் கண்டுபிடிக்கப்பட்டவர்களுக்கு முற்பட்டவன்.

சார்லஸ் டார்வினின் (Charles Darwin 1809-1882) பரிணாம வளர்ச்சிக் கொள்கைகள் 1858-ஆம் ஆண்டு வெளி வந்ததும் வெகுவாய்ப் படிமுறை வளர்ச்சி பெற்ற மனிதக் குரங்குகளுக்கும் மனிதனுக்குமிடையேயுள்ள "தொலைந்த கண்ணியைத்" (missing link) தேடும் முனைப்பு மிகுந்தது. மாரி யூஜின் ஃபிரான்சுவா தாமஸ் துபோய் (Marie Eugene Francois Thomas Dubois, 1858-1940, டச்சுத் தொல்மானுடவியலார் 1851-ஆம் ஆண்டில்

சாவா மனிதன் எனப்படும் நிமிர் மனிதனின் (*Homo erectus*) துண்டாகிக் கிடந்த எச்சங்களைக் கண்டுபிடித்தார். இது 0.5-1.5 மில்லியன் ஆண்டுகளுக்கு முன்னர் நிமிர்ந்து நடந்தது. துபோய் தனது கண்டுபிடிப்புகளுக்கு அளித்த விளக்கங்கள் அப்போது ஏளனத்திற்குள்ளாயின. எனினும் ஆட்டோ சடன்ஸ்கி (*Otto Zdansky*) 1926 ஆம் ஆண்டு பிகிங்கின் அருகில் நிமிர் மனிதனின் பிற மாதிரிகளைக் கண்டு விளக்கம் தந்த பின்னரே துபோயின் கொள்கை ஏற்கப்பட்டது.

ஹோமினிடே (*Hominidae*) என்ற மனிதக் குடும்பம் ஆப்பிரிக்கத்திலிருந்த வாலில்லாக் குரங்கிலிருந்து தோன்றிப் பூமி எங்கும் பரவிற்று என்பது பொதுவாய் ஏற்கப்பட்டுள்ளது.

ரேமண் ஆர்தர் டாட்டு (*Raymond Authur Dart*) சாவா மனிதனை விட இருமடங்கு பழமையான ஆஸ்திரேலோபித்திகஸ் ஆஃபிரிக்கானஸ் என்ற ஹோமினிடை 1924-ஆம் ஆண்டு போத்சவானாவின் தௌங்கு (*Taung, Botswana*) என்ற இடத்தில் கண்டுபிடித்தார். இது 1.2-2.5 மில்லியன் ஆண்டுகள் பழமையானது. மனிதக் குடும்பத்தினுள் மெய்யாகவே முதல் தொன் முதுமையானதாய்த் ''தௌங்குப் பாப்பா'' விளங்குகின்றது. அதற்குச் சிறிது காலத்திற்குப் பிறகு பிரிட்டிசு-தென்னாப்பிரிக்கத் தொல் மானுடவியலாரான இராபட்டு புரூம் (*Robert Broom - 1866-1951*) இரண்டாவது சான்றை ஸ்டெர்க்கு ஃபோண்டயின் (*Sterkfontein*) என்ற இடத்தில் கண்டுபிடித்தார். அதைத் தொடர்ந்து 1938-ஆம் ஆண்டில் 1-2 மில்லியன் ஆண்டுப் பழமையான ஆஸ்திரேலோபித்திக்கஸ் ரொபஸ்டஸ் என்ற முதல் இன வகையைக் கண்டுபிடித்தார்.

மிகப் பழமையான ஹோமினிடு, கிழக்காப்பிரிக்கத்தில் அகப்பட்டது. பிரிட்டிசு-கீன்ய தொல்லியலாரும் தொல்மானுடவியலாருமான லூயி (சேமூர் பேசட்டு) லீக்கேயும் (*Louis (Seymour Bazett) Leakey, 1875-1972*) பிரிட்டிசுத் தொல்மானுடவியலாரான மேரி (டக்ளஸ்) லீக்கேயும் (*Mary Doglas Leakey* பிறப்பு - 1913) 1950-ஆம் ஆண்டுகளின் பிற்பகுதியிலிருந்து தொன்மையான ஹோமினிடுகளை வரிசையாய்க் கண்டுபிடித்து வந்தனர். மேரி லீக்கே 1959 மே மாதம் சுமார் 1.75 மில்லியன் ஆண்டுப் பழமையான சினந்தரோப்பஸ் போய்சே (*Zinanthropes Boisei*) என்ற ஆஸ்திரேலோபித்திகஸ் இன வகையைக் கண்டுபிடித்தார். இதுவே வெகு தொன்மையான ஹோமினிடு என்று பல காலமாய் அறியப்பட்டிருந்தது. மேரி அதற்கடுத்த ஆண்டில் தானே கருவிகளைச் செய்து பயன்படுத்தி வந்த பெரிய மூளை படைத்த ஹோமோ ஹேபிலிஸ் என்ற ஹோமினிடைக் கண்டுபிடித்தார்.

மனித இனத் தோற்றங்களின் காலத்தை மிகவும் பின்னுக்குத் தள்ளிய கண்டுபிடிப்பு 1974-ஆம் ஆண்டு செய்யப்பட்டது. அப்போது அமெரிக்கத் தொல்மானுடவியலரான டொனால்டு ஜோகன்சன் (*Donald Johanson*, பிறப்பு, 1943) ஆஸ்திரேலோப்பித்திக்கஸ் ஆஃபரன்சிஸ் வகையைச் சேர்ந்த ''லூசி'' (*Lucy*) என்ற பெண்ணின் எலும்புக்கூட்டை வடகிழக்கு எத்தியோப்பியத்திலுள்ள அஃபார் (*Afar Valley*) பள்ளத்தாக்கில் கண்டுபிடித்தார். மேரி லீக்கே அதற்கு இரண்டாண்டுகளுக்குப் பிறகு நிமிர்ந்து நடந்த ஒரு ஹோமினிடின் காலடித்தடத்தை லேட்டோலி (*Laetoli*) என்ற இடத்தில் எரிமலைச் சாம்பலின் மேல் கண்டுபிடித்தார். இதைத் தவிர வேறு எந்த எச்சமும் கிடைக்கவில்லை. இது சுமார் 3.75 மில்லியன் ஆண்டுகள் பழமையானது.

மிகவும் தொன்மையான ஹோமினிடு 4.4 மில்லியன் ஆண்டுப் பழமையானது என்பது இப்போது ஏற்கப்பட்டுள்ளது. அதுவும் அஃபார் பள்ளத்தாக்கிலிருந்து தான் பெறப்பட்டது. ஜப்பானிய அமெரிக்க எத்தியோப்பியக் குழு ஆஸ்ரேலோப்பித்திக்கஸ்

5

இரமிடஸ் என்ற ஹோமினிடை 1994-ஆம் ஆண்டில் கண்டுபிடித்தது. இது முழுமையான எலும்புக் கூடாய்க் கிடைக்கவில்லை. இது 17-20 பேரடங்கிய ஒரு கூட்டத்தின் எலும்புகளும் பற்களுமாய் 50 துண்டுகள் அடங்கியது. இதில் தாடை எலும்பு, மண்டையோடு முதலியவற்றின் எலும்புகளும் முழுமையான இடக்கையும் உள்ளன. கருவிகள் ஆக்கும் காலத்தை மேலும் சுமார் இரண்டு மில்லியன் ஆண்டுக்குப் பின் தள்ள இக்கண்டுபிடிப்பு உதவியது. இவ்வகை உயிரினங்கள் பற்றி முன்னர் குறிப்பிட்டுள்ளோம்.

இக்கண்டுபிடிப்புகளை வகைப்படுத்தவும் அவற்றுக்கிடையிலிருந்த உறவுகளுக்கும் அவற்றின் இடம் பெயர்ச்சிகளுக்கும் விளக்கம் பெறவும் டிஎன்ஏ பகுப்பாய்வுகள் துணை புரிகின்றன.

தோற்றுவாய் - காலங்கள்தொறும் மனிதச் சிந்தனை

அறிவியலார் அண்டத்தோற்றம் குறித்தும் அதிலடங்கிய பன்னூறு கோடி உடுக் கூட்டங்களில் ஒன்றின் மூலையிலமைந்த புவி என்னும் மண்ணுலகின் தோற்றம் பற்றியும் அங்கு உண்டான உயிரினச் சுற்றுச் சூழலில் பிறந்த உயிரினங்களின் படிமுறை வளர்ச்சி குறித்தும் பல்வேறு சான்றுகளையும் கருதுகோள்களையும் அடிப்படையாய் வைத்துக் கணித்தபின் அனுமானித்த கொள்கைகளின் வீச்சுகள் மேலே விரிவாக்கப்பட்டன. இனி, இவ்வுலகின் பல்வேறு இடங்களில் பல்வேறு காலங்களில் பண்டு வாழ்ந்த ''நாகரிக மாந்தர்'' தம் அறிவுக்கெட்டிய முறையில் எவ்வாறு தோற்றுவாயைத் தொட்டுக் காட்ட முயன்றனர் என்பதைக் காண்போம்.

சிவ தாண்டவம்

உலக அரங்கில் விரல்விட்டு எண்ணக்கூடிய நாகரிகங்களிலும் அங்கங்கு வாழ்ந்த பண்டை மக்களிடையிலும் எண்ணற்ற கடவுளர் பலகாலம் செல்வாக்குப் பெற்றிருந்தனர்; அவர்களை வழிபட்ட மக்களை வந்தேறியர் வென்றடக்கியதைப் போன்று, அவர்களின் கடவுளரும் மாற்றுருக்கொண்டனர்; மறைந்தனர்; ஆயினும் சிந்துவெளியில் நிலவிய தொன்முது நாகரிகத்தில் தொழப்பட்ட மகாதேவன் என்னும் பசுபதி நாதனாகிய சிவன் இன்னும் உருச்சிதையாமல் தமிழர் வாழுமிடங்களிளெல்லாம் வழிபடப்படுகின்றார்.

மகா மசானம் என்ற ஒளி நகரான காசியில் விசுவநாதனாயும் பாரதத்தின் தென்கோடியில் இராமலிங்கனாயும் பிற இடங்களில் அவ்வத் தலங்களின் பெயர்களை ஏற்றும் இலிங்க வடிவில் விளங்கும் இத் தெய்வத்தின் கலை வடிவம் நடராசத்தாண்டவப் படிமம் ஆகும். நடராச வடிவம் பற்றியும் அதன் வேறு கூறுகள் குறித்தும் ஆனந்த குமாரசாமி அளித்த மெய்ப்பொருள் விளக்கங்கள் காரணமாய்ச் சைவ சமயம் உலக அரங்கில் ஏற்றம் பெற்றது.

சிவ தாண்டவமானது படைத்தல், காத்தல், அழித்தல் என்ற முத்தொழில்களின் வடிவம் என்பது ஆனந்த குமாரசாமியின் விளக்கமாகும்.

''ஊழி நெருங்கையில் சிவன் தீயின் உருவில் நடனமாடிய படியே பிரபஞ்சத்தைச் சங்காரஞ் செய்கின்றான். அதன் வாயிலாய் உலகங்கள் அனைத்திற்கும் புதிய அமைதியைக் கொடுக்கின்றான்.''

பரிபாடலில் தோற்றமும் அழிவும்

கடைச் சங்க காலத்து (கி.மு. 350-கி.பி 250) நூலான பரிபாடலின் இரண்டாம் பாடலும் திருமாலைப் போற்றும் கடவுள் வாழ்த்தாகவே அமைந்துள்ளது. இப் பாடலைப் பாடியவர் பெயர் கீரந்தையார்; நன்னாகனார் இதற்கு இசை வகுத்தார்; பாலை யாழ் இப்பாடலுக்குரிய பண்ணாகும்.

தொன்முறை இயற்கையின் மதியோ....
.... மரபிற்றாகப்
பசும்பொன் உலகமும் மண்ணும் பாழ்பட
விசும்பில் ஊழி ஊழூழ் செல்லக்
கருவளர் வானத் திசையில் தோன்றி
உருவறி வாரா ஒன்றன் ஊழியும்
உந்துவளி கிளர்ந்த ஊழூழ் ஊழியும்
செந்தீச் சுடரிய ஊழியும், பனியொடு
தண்பெயல் தலைஇய ஊழியும் அவையிற்று
உள்முறை வெள்ளம் மூழ்கி ஆர்தருபு
மீண்டும் பீடுயர்வு ஈண்டி அவற்றிற்கும்
உள்ளீடாகிய இருநிலத் தூழியும்
நெய்தலும் குவளையும் ஆம்பலும் சங்கமும்
மையில் கமலமும் வெள்ளமும் நுதலிய
செய்குறி ஈட்டம் கழிப்பிய வழிமுறை
கேழல் திகழ்வரக் கோலமொடு பெயரிய
ஊழி ஒருவனை உணர்த்தலின் முதுமைக்கு
ஊழி யாவரும் உணரா
ஆழி முதல்வ நின் பேணுதும்; தொழுது

இப்பாடலின் முதல் பகுதி காலத்தின் பெருமையையும் அந்தக் காலத்தையும் கடந்தவன் திருமால் என்பதையும் அத்திருமாலினது அளவிறந்த ஆற்றலின் ஒரு கூற்றினைக் காட்டுவதாய் நடந்து வருகின்ற கற்பத்திற்கு ''வராக கற்பம்'' என்று பெயர் அமைந்துள்ளது என்பதையும் கூறுகின்றது.

ஊழி என்பது உலகங்கள் அனைத்தும் அழியுங்காலத்திற்கும் பின் அவை தோன்றுங் காலத்திற்கும் உரிய பெயராகும். இவ்வுலகம் அழியுங்கால் முதலில் இவ்வுலகிலுள்ள பொருள்கள் எல்லாம் அழிந்து மண்ணாகும். பிறகு விண்ணுலகும் மண்ணுலகும் ஒருங்கே பாழ்பட்டு அழியும். வானத்திலுள்ள ஞாயிறும் திங்களும் கெடுவதால் அவ்வானமும் அழகிழந்து அழியும். இவ்வாறு இவை யாவும் அழிவடைவதற்குள் எத்தனையோ ஊழிகள் முறை முறையே கழிந்துவிடும்.

இந்நிலையில் திரும்பவும் இவ்வுலகத் தோற்றம் உண்டாகும். அப்போது வானம் தன் குணமாகிய ஒளியுடனே தோன்றும்.

அவ்வானத்தில் காற்று, தீ, நீர், மண் ஆகிய நான்கு பூதங்களின் பரமாணுக்கள் கண்ணுக்குத் தெரியாதபடி வளரும். இங்ஙனம் முதற்கண் தோன்றிய ஆகாய ஊழியும், அதன் பிறகு பொருள்களனைத்தையும் அசைத்துக் கொண்டு எழுகின்ற காற்றுந் தோன்றுகின்ற முறை முறையான ஊழிகளும்

அக்காற்றினின்றும் செந்தழல் தோன்றிய தீயூழியும்

அத்தணலினின்றும் தோன்றிப் பனியும் குளிர்ந்த மழையுமாய்ப் பொழிகின்ற நீர் ஊழியும்

அவற்றின் பின்னர் அந்நீரினின்றும் தோன்றிய நிலத்தின் ஊழியும்

என்ற இவ்வூழிகளால் நெய்தல், குவளை, ஆம்பல், சங்கம், கமலம், வெள்ளம் என்று சொல்லப்பட்ட காலத்தைக் குறிப்பிடும் பெரிய எண்களின் கூட்டம் கழிந்த பின்னர், நீராகிய பெரு வெள்ளத்திற்குள் மூழ்கிக் கிடந்த இப்பெரு நிலத்தினைத் திருமால் வராக உருக்கொண்டு பெயர்த்து எடுத்து வெளியே கொணர்ந்தார்; அதனால் இந்தக் கற்பத்திற்கு "வராக கற்பம்" என்னும் பெயராயிற்று. இப்பெயர் திருமாலின் எண்ணற்ற அருஞ் செயல்களுள் ஒன்றையே உணர்த்துவதாகும். அவன் இத்தகைய அருஞ்செயல்களைக் கற்பங்கள் தொறும் செய்து வருகின்றான்.

அச் செயல்கள் எத்தனை என்பதை யாராலும் அறிய ஒண்ணாது. இதனால் அவன் இச்செயல்களை நிகழ்த்தியதற்கு எத்தனை கற்பங்கள் ஆகியிருக்கும் என்று ஆனது முழுமையையும் உணர முடியாது போகின்றது.

இங்ஙனம் முதுமை உணர முடியாத சிறப்பினையுடைய முதல்வனே! சக்கரப் படையினை ஏந்திய திருமாலே! நின்னை யாங்கள் விரும்பித் தொழுகின்றோம்!

உலகம் அழியுங்கால் நிலம் நீரிலும் நீர் நெருப்பிலும் நெருப்புக் காற்றிலும் காற்று வானிலும் ஒடுங்கி அழியும்.

அவை தோன்றுங்காலும் இம்முறையே வானத்தினின்று காற்றும் காற்றினின்று தீயும் தீயினின்று நீரும் அந்நீரினின்று நிலமும் தோன்றினவாகும் என்று நமது பண்டை நூல்கள் கூறும்.

நெய்தல், குவளை, ஆம்பல், சங்கம், வெள்ளம் என்பன மிகப் பெரிய எண்ணைக் குறிக்கும் எண்ணுப் பெயர்களாகும். கற்பம் என்பது 432 கோடி ஆண்டுகளைக் கொண்ட பிரமனது ஒரு நாள்.

இருக்கு வேதம் கூறும் படைப்பு

இருக்கு வேதத்தின் புகழ்பெற்ற துதிப்பாடலான புருஷ சூக்தம் படைப்பைப் பற்றிக் கூறுகின்றது.

'உடலொடு கூடிய ஆன்மா அல்லது மனித வடிவம்; ஆன்மா என்றும், பிரபஞ்சத்தின் மூலாதார சக்தி என்றும் கருதப்படுவது; உயிருள்ள அனைத்துக்கும் உயிரூட்டும் தத்துவமாய் விளங்குவது' என்ற புருஷம் வேள்வியில் வெட்டி அவியாகச் சொரியப்படுவதிலிருந்து உலக உற்பத்தி தொடங்குகிறது என்று கவிஞர் பாடுகின்றார்.

'இம்மாபெரும் பலியிலிருந்து வேதங்கள், பரிகள், ஆவினம், ஆடு, வானில் திரியும் ஜீவராசிகள் காட்டு விலங்குகள், வீட்டு விலங்குகள் தோன்றுகின்றன. கவிஞர் அதன்பிறகு மனித இனம் உற்பத்தியானதை எடுத்துரைக்கின்றார்; இறுதியாகச் சூரியன், சந்திரன், பஞ்ச பூதங்கள் உண்டாகின்றன.

இப்பாடல்களின் மொழிபெயர்ப்பு வருமாறு:

'இந்த உயிரை எத்தனை துண்டுகளாக்கி அவர்கள் பலியிட்டனர்? அவனுடைய வாய் என்னவானது? அவனது கைகள், தொடைகள், கால்கள் இன்று என்னவென்று அழைக்கப்படுகின்றன?

"அவனது வாய் புரோகிதன் (பிராமணன்) ஆனது; கை ஒரு படைவீரன் (ராஜன்யா) ஆக்கப்பட்டது; அவனது தொடை வேளாளன் (வைசியன்) ஆக்கப்பட்டது; அவனது காலிலிருந்து தொழும்பன் (சூத்திரன்) வந்தான்.

"அவனது உள்ளத்திலிருந்து நுட்பமான முதற்பொருள் எழுந்தது. அவன் தலையிலிருந்து வானமும், காலிலிருந்து பூமியும் தோன்றின. காதிலிருந்து பர வெளி விரிந்தது. இவ்வாறு அவனது அங்கங்கள் உலகங்களாயின."

(ஆதாரம்: The Oxford History of India - பக்கம் 69)

வேதங்கள் கூறும் படைப்பு

பிரபஞ்சத்தின் ஆதிமூலம் பற்றி வேதங்களில் பல்வேறு கருத்துகள் காணப்படுகின்றன. பிரபஞ்சம் அக்கினியிலிருந்து வந்ததென்று கூறப்படுகின்றது.

நிலம், வான், பகல், இரவு ஆகியவற்றுக்குப் பிறகு நீரும், மருந்துகளும் உண்டாயின.

ஆன்மாக்களனைத்தும் துவஷ்டாவிலிருந்து பிறந்தன.
இந்திரன் மண்ணையும், விண்ணையும் படைத்தான்.
அவனே மூவுலகையும், உயிரினங்களையும் உண்டாக்கினான்.

விசுவகர்மனும், வருணனும் பிரபஞ்சத்தைப் படைத்தவர்கள் என்றும் கூறப்படுகின்றது.

இவையனைத்தும் வேதகாலத்து முனிவர்களால் தெளிவாகக் குறிப்பிடப்பட்டுள்ளன. இந்தப் பெருமையெல்லாம் இறைவனையே சேருமென்று கூறியுள்ளனர். பல்வேறு கடவுளரையெல்லாம் தனித்தனிக் கடவுளாக வேதங்கள் கருதவில்லை என்பதையே இது காட்டுகிறது.

பிரபஞ்ச உற்பத்தியின் பல்வேறு கட்டங்களை இருக்கு வேதத்தின் நாசாதிய சூக்தம் உயிர்த் துடிப்புடன் கூறுகின்றது. பிரபஞ்சத்தின் தொடக்கத்தில் சத், அந்தரிக்ஷா, வையோமா ஆகியன இருக்கவில்லையென்று அது கூறுகின்றது. ஒன்றே ஒன்றுதானிருந்தது. வேறெதுவுமிருக்கவில்லை.

அனைத்தையும் சூழ்ந்திருந்த இருள் இருந்தது.

தண்ணீர் இருந்தது; ஒளியில்லை.

அந்த 'ஒன்று' தபசிலிருந்து தோன்றியது.

இந்தத் தபஸ் என்பது இந்தப் பிரபஞ்சத்தின் தொடக்கத்திற்கு உள்ளார்ந்த மனச் சான்றாக விளங்கியது.

அதன்பிறகு உலகின் அதிசயங்கள் அதிலிருந்துதான் வெளிப்பட்டன.

இந்தத் 'தபஸ்' என்பது எங்கும் நிறைந்திருக்கும் சக்தி.

இது அறிவு, ஆவி, செயல் என்னும் மூன்று செயற்பாடுகளுக்கும் ஊற்றுக் கண்ணாக விளங்குகின்றது.

யசுர் வேதத்தின் புருஷ சூக்தம் கூட எங்கும் நிறைந்திருக்கும் ஒரே சக்திதான் உலகத்தைத் தோற்றுவித்தது என்று கூறுகிறது.

எங்கும் நீக்கமற நிறைந்திருக்கும் இந்தச் சக்தியானது, தனித் தன்மை வாய்ந்த விசுவ கர்மா என்றும், எங்கும் நிறைந்ததும், 'கண்ணுக்குத் தெரியாததுமான சோதி என்றும் பரமவையேமன், பரமபதம், அவியக்தம் என்றும் பல்வேறு பெயர்களால் அழைக்கப்படுகிறது. அதை அடைபவன் உலகின் துன்பத் தளைகளை அறுத்தெறிந்து நன்மை அடைவான்.

(Indian Philosophy Dr. Vatsayan, Kedar Nath Ram Math&Meerut)

சிருஷ்டி

இது பரத கண்டத்தில் ஆத்திக மதத்தவராகிய ஆரியர்கள் கூறியபடி பலவிதம். அவற்றுள் சைவர், தத்துவ தீதனாகிய பரமசிவத்தைக் கலந்த சக்தி மாயையை க்ஷோபிக்க, அம்மாயையினின்றும் சகத் உண்டாம் என்பர்.

வைணவர் உலகம் கடல் கொண்ட காலத்துத் தனித்து நின்ற நாராயணன் ஆலிலையில் யோக நித்திரை புரிய அவர் நாபியில் பிரமன் உதித்து உலக சாதிகளைச் சிருஷ்டிப்பன் என்பர்.

ஸ்மார்த்தர், பிரமம் பொன்மயமான அண்டம் ஒன்றை ஆக்கி அதில் பிரவேசிக்க அவ்வண்டத்து இருந்து பிரமன் தோன்றி உலக சிருஷ்டி புரிவான் என்பர்.

- அபிதான சிந்தாமணி

படைப்புக் கடவுள் பிரமன்

பிரமன் பிற்கால வேதங்களில் படைப்புக் கடவுளாய்க் காட்டப்படுகின்றான். அவன் காத்தல் கடவுளான சிவனையும், அழித்தல் கடவுளான திருமாலையும் நிலைப்படுத்தும் கடவுளானான். பிரமன், திருமால், சிவன் என்ற மும்மூர்த்திகளில் பிரமத்தின் ஒரு கூறாய்ப் பிரமன் உள்ளான்.

பண்டை வேதங்களின் கருத்துக்களை மறை பொருளாய்க் கூறுகின்ற ஒரு தொன்மக் கதையில், பிரமன் இருபால் கூறுகளை உடையவன் என்றும் அவனிலிருந்து ஆணும் பெண்ணும் படைக்கப்பட்டனர் என்றும் சொல்லப்படுகின்றது.

மனு படைக்கத் தொடங்கிய இடம்

ஏமகூட மலையின் தெற்கிலும் ஜாலந்திரத்திற்கு வடக்கிலும் உள்ள இடத்திற்குக் குலாந்த பீடம் என்று பெயர். இது இன்றைய இமாசலப் பிரதேசத்தில் உள்ளது. குலாந்த பீடம் என்றால் உலகின் முடி என்று பொருள். இது மனித நடமாட்டமே இல்லாத காடாகையால், மனு இங்கு மறுபடியும் உலகைத் தொடங்கினான். (மனவந்தரம் காண்க) மனித இனம் தோன்றியதற்கு முன்னர் பெரிய ஊழிவெள்ளம் ஒன்று வந்தது. அப்போது சிறு மீன் ஒன்று மனுவிடம் சொன்னது:

''நீ ஒரு பெரிய மரக்கலம் செய்து அதனுள் சப்தரிஷிகளையும் மீண்டும் உயிர்கள் தோன்றுவதற்கு வேண்டிய செடிகளையும் விலங்குகளையும் இருக்க வை.'' மீன் இதைச் சொன்ன பிறகு உருவில் பெருத்தது. அதற்கு ஒரு கொம்பும் முளைத்தது. மனு அந்த மீனில் மரக்கலத்தைக் கட்டினார். மீன் முன்னர் சொன்னபடி ஊழி வெள்ளம் வந்தது. நீர்மட்டம் உயர உயரக் கடலை நோக்கிச் செல்ல வேண்டிய மீன் பூவுலகின் மையத்தை நோக்கி மரக்கலத்தை இழுத்துப் போனது. வெள்ளம் வடிந்ததும் ஏழு முனிவர்களும் தவநிலை கலையாதிருந்தனர்.

எனினும் மனு, ஜதரூபை என்ற இரு உயிர்கள் தோன்றின. அவர்களின் வழியாகவே மனித இனம் பெருகலானது. இந்தப் பகுதியே மணாலி என்ற இடமானது. இதைப் பற்றிய குறிப்புகள் சமஸ்கிருத இலக்கியங்களிலும் சீன நாடோடியான உவான் சவாங்கின் பயணக் குறிப்புகளிலும் காணப்படுகின்றன.

உலகம் தோன்றிய இடம் குருச்சேத்திரம்

குருச்சேத்திரம் ஆரிய வர்த்தத்தில் மிக மேலான நிலையை வகித்த இடமாகும். அதை இந்தியக் கோட்பாடுகளின் கருப்பை என்கின்றனர். சரசுவதி ஆறு பண்டு இங்கு மிடுக்குடன் நடை பயின்றாளாம். வியாசர் மகா பாரதத்தை இந்தச் சரசுவதி ஆற்றின் கரையில்தான் இயற்றினார். வேதங்கள் சாகை பிரிக்கப்பட்டதும் இங்குதானாம். இவை அனைத்திற்கும் மேலே கௌரவரும் பாண்டவரும் இங்குதான் போர் புரிந்தனர். கீதையின் தோற்றுவாயும் குருச்சேத்திரமேயாகும். இங்குள்ள ஜோதிசர் என்ற இடத்தில் கண்ணன் கீதையை அருளினான் என்பர்.

கௌரவரின் முன்னோரில் ஒருவனான குரு என்ற அரசன் பெயரால் இது குருச்சேத்திரம் என்று அழைக்கப்பட்டது. இங்கு தவமியற்றிய குரு இதைப் புண்ணிய பூமியாக்கி விட்டனன் போலும். இங்கு எத்தனையோ படையெடுப்புகள் நிகழ்ந்தது. குருதி வெள்ளம் ஓடிய போதிலும், இது தன் புனிதத் தன்மையை இழந்து விடவில்லை.

இங்குள்ள ஜிந்நிஹித்து என்ற நீர் நிலையில்தான் உலகம் தோன்றியது என்று இங்குள்ள மக்கள் நம்புகின்றனர்.

வேத அறிவு கொண்டு உலகப் படைப்பு

வேதங்களுக்கு உரை கண்டவரும் விசயநகரப் பேரரசின் காலத்தில் 14-ஆம் நூற்றாண்டில் வாழ்ந்தவருமான சாயனாரின் கருத்துப்படி, இறைவன் வேதங்களின் அறிவைக் கொண்டு உலகைப் படைத்தானாம்.

காம சூத்திரம் கூறும் படைப்பு

சுமார் கி.பி 3-4-ஆம் நூற்றாண்டைச் சேர்ந்த வாத்சியாயனர் பாலியல் வரலாற்றைக் கற்பனை கலந்து கூறுகின்றார். அவர் தனது காமசூத்திர நூலின் பாயிரத்தில்,

''உயிர்களின் இறைவனான பிரஜாபதி ஆடவரையும் பெண்டிரையும் படைத்து அவர்களின் வாழ்க்கை அறம் (தர்மம்) பொருள் (அர்த்தம்), காமம் ஆகியவற்றுக்கு இணங்க அமைவதற்காக 100,000 அத்தியாயங்களில் கட்டளைகளை உண்டாக்கினார்.

''அறத் தொடர்புள்ளவற்றை மனுவும், பொருள் பற்றியவற்றைப் பிரகஸ்பதியும்

காமம் பற்றியவற்றைச் சிவனின் வாகனமான நந்தி தேவரும் விவரித்து எழுதினர்'' என்று அவர் கூறுகின்றார்.

சுமேரியன் படைப்புக் கதை

சுமேர் (*Sumer*) ஏறத்தாழ ஆறாயிரம் ஆண்டுகளுக்கு முன்னர் நாகரிகத்தின் உச்சத்தை எட்டிய நகர அரசுகளைக் கொண்டிருந்தது. அது பாபிலோனின் தென் பகுதியாகும். இது இன்று ஈராக்கில் உள்ளது. இப்பண்டை மக்கள் பேசியது சுமேரியன் என்ற மொழியாகும். இம்மொழி வழக்கிழந்தது. அது உலகின் வேறு எம் மொழியுடனும் உறவுடையதன்று.

படைப்பைப் பற்றிக் கூறும் மிகப் பழைமையான சுமேரியரின் கதை நமக்குச் சிதைந்த நிலையில் துண்டு துண்டுகளாய்க் கிடைத்துள்ளது. பிரபஞ்சத்தைப் படைத்தது நம்மு (*Nammu*) என்ற பெண் தெய்வம். இதற்குக் ''கடல்'' என்று பொருள். நம்மு எவரின் உதவியுமின்றி விண்ணையும் மண்ணையும் படைத்தாள் என்று அது கூறுகின்றது. நாகரிகமற்ற மூன்று நாட்டுப்புற மக்கள் சுமேரியத்தின் மீது படையெடுத்து வந்து, அதை வெற்றி கொண்ட பின்னரும், மேற்சொன்ன படைப்புக் கதையின் பல கூறுகள் அப்படியே மாறாதிருந்தன. நம்மு இந்தக் காலத்தில் (''உப்புநீர்க் கடவுள்'' என்ற பொருளில்) தியமத்து (*Tiamat*) என்ற புதுப் பெயரில் அழைக்கப்பட்டாள். படைப்புத் தொழிலில் அவளது பங்கு குறைக்கப்பட்டு விட்டது. அவள் இம்முறை ''நன்னீர்க் கடவுளான'' ஆப்சு (*Apsu*) உதவியுடன் தெய்வங்களைப் பெற்றெடுத்தாள். அத்துடன்

பூதங்கள், தேள் மனிதர், செண்டார்கள் (*centaur*-மனிதத் தலையும் குதிரையின் உடலும் உடையது) ஆகியவற்றையும் பெற்றாள்.

இறுதியில் நாயகனான மர்துக்கு (*Marduk*) அவளை இடி, மின்னல், புயல், தீ ஆகியவற்றின் உதவியொடு ''தோடுடைய மீனைப்போல'' நடுப்பகுதியில் வெட்டி வீழ்த்தினான். அவளது பாதி உடலைக் கொண்டு விண்ணை ஆக்கினான். ஆண் தெய்வம் படைப்புத் தொழிலைப் பெண் தெய்வத்திடமிருந்து எடுத்துக் கொள்வதைத் திருந்திய இக்கதை கூறுகின்றது.

படைப்புப் பற்றி அசிரியர்

அசிரியம் என்பது வட மெசபடோமியத்தில் நிலவிய பண்டை முடியரசாகும். அது இன்றைய ஈராக்கு நாட்டில் இருந்தது. அசிரியப் பேரரசு கி.மு. 721 முதல் 633 வரை நீடித்தது. அது எகிப்திலிருந்து பாரசிக வளைகுடா வரை விரிந்திருந்தது. அதன் தலையாய நகரங்கள் ஆசூர், நினிவா ஆகும். மண் மேடிட்டுப் போன இப்பண்டை நகரங்கள் இரண்டையும் இன்று அகழ்ந்து அசிரிய நாகரிகத்தின் சிறப்புகளை வெளியே கொண்டு வந்துவிட்டனர். அசிரிய மொழியில் கி.மு 1000-ஆம் ஆண்டுவாக்கில் பிரபஞ்சத் தோற்றுவாய்ப் பற்றி ஒரு பாட்டு எழுதப்பெற்றது. அது அண்டத்தின் தோற்றுவாயொடு தொடங்கிப் பல்வலிக்கு மருந்து சொல்வதொடு முடிவடைகின்றது. பண்டைக்கால மக்களின் அன்றாடப் பேச்சு வழக்கிலும் பழக்க வழக்கங்களிலும் நாள்தொறும் நிகழும் மிகவும் சிறு தரமான நிகழ்ச்சிகளொடு மாபெரும் அண்டவெளி நிகழ்வுகள் தொடர்புபடுத்திக் கூறப்பட்டு வந்தன என்பதை இந்தப் பாடல் காட்டுகின்றது.

வானக இறைவனான
''அணு'' விண்ணைப் படைத்தபின்
விண் மண்ணைப் படைத்தது
மண் ஆறுகளைப் படைத்தது
ஆறுகள் கால்வாய்களை உண்டாக்கின
கால்வாய்கள் சதுப்பு வெளிகளைப் படைத்தன
சதுப்பு வெளிகள் புழுவைப் படைத்தன
புழு சூரியக் கடவுளான ஷாமேஷிடம் சென்றது
கண்ணீர்விட்டவாறு ''ஈஆ'' வின் முன் நின்றது
''உண்ண உணவெனக்கு என்ன ஈவாய்?
அருந்துதற்கு என்ன தருவாய்?''
''உலர்ந்த அத்திப்பழமும் அக்குரோட்டும்
யாம் தருவோம்''
''உலர்ந்த அத்தியும் அக்குரோட்டின்
கொட்டையும் எனக்கெதற்கு?.
என்னைத் தூக்கிப் பிடித்துப் பற்களுக்கும்
ஈறுகளுக்கும் இடையில் இருக்க விடுக...''
''ஏ புழுவே நீ இதனைக் கூறியமையால்
ஈஆ தன் வலிய கரங்கொண்டு நின்னை அழிக்கட்டும்.''

எகிப்தியரின் படைப்புக் கதை

எகிப்து சுமார் 5200 ஆண்டுகளுக்கு முன்னரே ஒன்றுபட்ட நாடாய் மலர்ந்து உலக நாகரிகத் தொட்டில்களில் ஒன்றானது. அம்மக்கள் படைப்பைப் பற்றிக் கொண்டிருந்த கருத்தும் சிந்தனைக்குரியது.

உலகக் கடலின் பெயர் நூ (*Nu*) அதில் நெபர்ச்சர் (*Neb-er-tcher.*) உலகளாவிய தெய்வம்) வாழ்ந்திருந்தது. இந்தக் கடவுள் படைக்கும் ஆற்றலுடைய கெப்பிரி (*Khepri,Ra* என்ற ஞாயிற்றுக் கடவுள்) என்பதன் வடிவத்தை எடுத்தது. அது, தன் பெயரை ஒலித்து விட்டுத் தான் நிற்பதற்கென்று ஓரிடத்தை நிறுவிய பிறகு தன் நிழலையே கூடியது. பிறகு உலர்ந்த சூழலின் தெய்வமான ஷூ (*Shu*), நீர்த் தெய்வமான தெஃபநட்டு (*Tefnut*) என்ற இரண்டையும் ஈன்றது. பின்னர் முரணான இவ்விரு தெய்வங்களும் கூடி, வானவெளியில் நட்டு (*Nut*), கேபு (*Keb*) என்ற இரண்டு தெய்வங்களைப் பெற்றன.

கேப்பிரியின் கண்ணான பகலவன் கிழக்கிலிருந்து மேற்காகப் பகலெல்லாம் செல்ல, நட்டு என்ற தெய்வம் கேப்பிரியிடம் வானவெளியிலேயே இருந்தாள். இருள் சூழ்ந்ததும் நட்டு மெல்ல மெல்லக் கீழிறங்கி வந்து மண்தெய்வமான கேபின் நெஞ்சில் ஓய்வு கொண்டாள்.

கேபும் நட்டும் சேர்ந்து ஓசிரிஸ், சேத்து, நெஃப்திஸ் என்ற மக்களை ஈன்றனர். இங்ஙனம் முதலில் தோன்றிய ஒன்பது தெய்வங்களின் வட்டம் உண்டானது.

(Khepri அல்லது கீச்-ஞாயிற்றுக்கடவுள், Shu-உலர் தெய்வம்; Tefnut-நீர்த் தெய்வம்; Keb-மண்தெய்வம்; Nut-வானவெளித் தெய்வம்; Osiris-நாக நாயகம்; Isis-பசுவின் கொம்பு முளைத்த கருவளப் பெண் தெய்வம்; Set-கழுதை வடிவானது; ஓசிரிசின் உடன் பிறந்தவன்; Nephys-சிறு தெய்வம்)

படைப்புப் பற்றிச் சீனர்

திருவிவிலியத்தில் இடம் பெற்றுள்ள ஆதியாகமத்துடன் ஒப்பிடத்தக்க வகையில் உலகப் படைப்பு எதனையும் பற்றிப் பிற தொன்மங்களைப் போலவே சீனத் தொன்மங்களும் கூறவில்லை. எனினும் சீன மெய்யியலாரான லோட்சே (*Laotzu* சு.6 நூ.கி.மு. இப்பெயருக்கு ''முது ஆசான்'' என்று பொருள்), ஷீசூ (*Hsi-tzu*) லிஷ்-சூ (*Lich-tzu*, கி.மு. 4நூ) (*Ling-hevun*) முதலிய சீனப் பேராசான்கள் கூறிய அண்டத் தோற்றம் (*Cosmogenics*) சார்ந்த சில கொள்கைகள் உள்ளன. அவர்கள் மிகவும் எளிமையான சொற்களைக் கொண்டு கூறியுள்ள பல்வேறு கருத்துகளனைத்தையும் ஒரே கோலத்தில் கீழ்க்கண்டவாறு காட்டிவிடலாம்.

(உலகு தோன்றியதற்கு முன்பிருந்த) சூனியம் (*chaos*) அல்லது வடிவற்ற, உருப்பெறாத உலகமானது, முன்னரே இருந்து வருகின்ற மேலுயர்வான ஒரு விதிமுறையின் தூண்டுதலால் செயல்படுகின்ற இரு வகையான யாங்கு (*Yang*) என்றும் யின் (*Yin*) என்றும் விரிவடைகின்றது. (பிரபஞ்சத்தைச் சூழ்ந்து கொண்டிருந்த இரண்டு நீர்மங்களின் (*ether*) பெயர் யின், யாங்கு ஆகும். யின் ஆகிய நீர்மம் மண்ணுலகமாகும். அது இருண்டது; பெண்மையது; கனமானது. யாங்கோ வானம் ஆகும். அது ஒளி நிறைந்தது. ஆண்மையது; இலகுவானது) அவை ஒன்றுடனொன்று முரண்பட்டும் ஒத்திசைந்தும் பொருள்கள் அனைத்திலும் உயிர்கள் அனைத்திலும் இயங்கியமையால் பிரபஞ்சம் பையப்பைய உண்டானது; முதலில் வானமும் (யாங்கு) மண்ணுலகும் (யின்) உண்டாயின.

யின், யாங்கு விளக்கம்

ஆதியில் ஈதர் (*chi*) என்னும் நீர்மம் அடங்கிய ஒரே அண்டக்கூறு (*cell*) மட்டுமே இருந்தது. அது தாவோ (*tao*) என்ற ஆக்க ஆற்றலினால் துடிக்குமாறு செய்யப்பட்டது. இவ்வினையினால் உண்டான நெருக்குதல் காரணமாய் அண்டக்கூறு எதிரானதும் ஒத்திசைந்ததுமான இரு பகுதிகளாய்க் கிழிந்தது. அவை பிரபஞ்சத்தைச் சூழ்ந்திருக்கும் இரண்டு நீர்மங்களாயின. அவற்றுக்கு யின் என்றும் யாங்கு என்றும் பெயர்.

(ஒரு வகையான இயற்கை விதி தொடர்ந்து செயல்படுவதால் இவையிரண்டும் மாறி மாறி வருகின்றன. அந்தச் செயல்பாட்டினால் ஐம்பூதங்கள் உண்டாயின. சீனர் நீர், நெருப்பு, மரக்கட்டை, உலோகம், மண் ஆகிய ஐந்தையும் ஐம்பூதங்கள் என்று பிரித்துள்ளனர். இது தமிழரின் ஐம்பூதக் கொள்கையிலிருந்தும் கிரேக்கரின் நாற்பூதக் கொள்கையிலிருந்தும் மாறுபட்டது. இப்பூதங்களைப் பல வகைகளில் சேர்த்து இவ்வுலகிலுள்ள ஏராளமான பொருள்கள் உண்டாயின.)

யின், யாங்கு, ஐம்பூதங்கள் முதலியவற்றை வைத்துத்தான் சீனத்தில் வழிவழியாய் வகைப்பாடுகள் செய்யப்படுகின்றன. வண்ணங்கள், பேரரசின் பகுதிகள், உடலுறுப்புகள், எண்கள், மேலும் பல பொருள்கள் அனைத்தும் மேற்சொன்னவற்றின் அடிப்படையில் வகை செய்து பிரிக்கப்படுகின்றன. அவை இயற்கைச் சக்திகளை, ஏன் வரலாற்றின் போக்கையும் அரச மரபுகளின் தலை எழுத்தையும் நிர்ணயம் செய்கின்றன என்று சீனர் நம்பினர்.

இவை முற்றிலும் கருத்தியலான (*abstract*) கொள்கைகள்; தொன்மக் கதைகளன்று. அவை பழைமையான அல்லது மக்களிடையே பெரிதும் வழங்கி வந்த தொன்மங்களின் எதிரொலியாய் மெய்யியல் முறையில் எடுத்துரைக்கப்பட்டனவாயிருக்கலாம். துரதிருஷ்டவசமாய், பழைமையான அத்தொன்ம நூல்கள் நமக்குக் கிடைக்கவில்லை.

இதை எடுத்துக்காட்டுவனவாய் விசித்திரமான சில உண்மைகள் இருக்கலாம். எனவே மெய்யியல் கோட்பாடுகளாகிய யின்னும் யாங்கும் ஒரு காலத்தில் முழுக்கவும் கருத்தியல் கோட்பாடுகளாய்க் கொள்ளப்படாமல் இருந்திருக்கலாம். உவாய்-மன்-சூ (*Huai-man-tzu*) என்ற அறிஞர் எழுதியுள்ள ஒரு நூலில் ஓரிடத்தில் அவையிரண்டும் (யின், யாங்கு) கடவுளர் (*zhen*) என்று சொல்லப்படுகின்றன; அவை அண்டம் தோன்றியதற்கு முன்னர் நிலவிய இன்மையான தனிமத்திலிருந்து எழுந்தன என்றும், அவை முறையே மண்ணையும் விண்ணையும் நடத்திச் செல்லும் பொறுப்புடையன என்றும் அதில் கூறப்பட்டுள்ளது.

சூனியம் என்பது பற்றியும் இப்படித்தான் கூறப்படுகின்றது. அது மனத்தின் அற்புதம் என்று மெய்யியலாரான தத்துவ ஞானியருக்குத் தோன்றுகின்றது. இது முக்கியமானதாயும் தர்க்க அடிப்படையில் மாறுபட்டும் இருக்கின்ற கருத்தாய் இருந்தபோதிலும் சூனியம் என்பது இருக்கக்கூடிய ஒன்று என்று சில வேளைகளில் கூறப்படுகின்றது.

சான்றாக, சுவாங்கு-சூ (*Chuang-Tzu, 4-3* நூ.கி.மு) என்ற அறிஞர் ஒரு கதையைக் கூறுகின்றார்.

தென்கடல் பேரரசர் (அதாவது கடவுள்) ஆகிய ஷூ (*Shu*), வடகடல் பேரரசரான ஹு (*Hu*) வை நடுமையப் பேரரசரின் இடத்தில் சில வேளைகளில் சந்திப்பதுண்டு. நடுமையப் பேரரசரான ஹன்-துன் (*Hun-tun*) அவர்களை எப்போதும் சிறந்தமுறையில்

நடத்தி வந்தார். ஆதலால் அவர் தம்மீது காட்டிய அன்பிற்கு நன்றி செய்யும் பொருட்டு இவ்விருவரும் கூறினார்கள்;

''மானுடரனைவருக்கும் காணவும் கேட்கவும் உண்ணவும் மூச்சுவிடவும் ஏழு ஓட்டைகள் உள்ளன. ஆனால் ஹன்-துன்னுக்கு மட்டும் ஓர் ஓட்டை கூட இல்லை. ஆதலால் நாம் அவருக்குச் சில ஓட்டைகளைப் போடுவோம்.''

அவர்கள் அவ்வாறே ஒரு நாளைக்கு ஒன்று வீதம் ஹன்-துன்னுக்கு ஓட்டை போட்டனர். ஆனால் ஹன்-துன் ஏழாவது நாளன்று இறந்து போனார். இது எதைக் குறிக்கின்றதெனின், சூனியம் செத்துப் போனது உறுதி என்பதேயாகும். அதன் இடத்தில் அதே நேரத்தில் உலகம் பிறந்தது என்பதில் ஐயமே இலது.

சூனியம் பற்றி இதர நூல்கள் மிகவும் பொருத்தமான முறையில் விவரிக்கின்றன. எனினும் அவை மாறுபட்டிருக்கின்றன. எனவே ஷான் ஹை சிங்கு (குன்றும் ஆறும் பற்றிய பண்டை நூல்) தொன்மக் கதைகளில் வரும் பகுதிகள் அடங்கிய ஒரு நிலப் படத்தையும் பூதங்களின் பட்டியலையும் தருகின்றது. வானத்திலிருந்த யாருக்கும் தெரியாத ஒரு மலைமீது மஞ்சள் நிறப் பை போன்ற ஒரு பறவை இருந்தது. அது அதே நேரத்தில் தீப்பந்தைப் போன்று சிவப்பாயும் இருந்தது. அதற்கு ஆறுகால்களும் நான்கு இறக்கைகளும் இருந்தன. ஆனால் முகம் இல்லை. ஏழு ஓட்டைகளும் இல்லை. எனினும் அது ஆடவும் பாடவும் வல்லது. அது தான் சூனியம், இன்மை அல்லது பாழ். அது மஞ்சள் பேரரசரான ஹு - வாங்கு-தி (இந்த மஞ்சள் பேரரசரே சீனத்தின் முதல் அரசர் என்று கொள்ளப்படுகின்றார்) ஆக இருக்கலாம்.

சூனியம் என்ற பாழ் நீண்ட வாலையுடைய நாயாகவும் காட்டப்படுகின்றது. அந்த நாய்க்குக் கண் இருந்தது. எனினும் அதனால் காண முடியாது; காதுகளிருந்தும் கேட்க இயலாது.

ஹன் அரச குடியின் (206 கி.மு 220 கி.பி) ஆட்சிக்கு மிகவும் பிற்பட்ட காலத்தில் எழுந்த பண்டைத் தொன்மக் கதை ஒன்றுடன் கிட்டத்தட்ட ஒப்பிடத்தக்க ஒரு கதை உள்ளது. அதன் பெயர் 'சன்-ஊ -லி-கி.'' அது கி.பி. மூன்றாம் நூற்றாண்டைச் சேர்ந்தது. அதில் கூறப்பட்டுள்ளதாவது;

விண்ணும் மண்ணும் உண்டானதற்கு வெகு காலத்திற்கு முன்னர் சூனியமானது ஒரு கோழி முட்டையாயிருந்தது. பான்-கூ இந்த முட்டைக் குள்ளிருந்துதான் பிறந்தான். பதினெட்டாயிரம் ஆண்டுகளுக்குப் பின் சூனியம் ''திறந்தது''. கனத்த, செம்மையற்ற தனிமங்களாலான யின் மண்ணுல கமாயிற்று. அதற்கு நேர்மாறாய் மிக இலகுவாகவும் தூய்மையாயுமிருந்த தனிமங்கள் யாங்கு ஆகி விண்ணுலகு உண்டானது.

வானம் ஒவ்வொரு நாளும் பத்தடி உயர்ந்தது. மண்ணுலகம் பத்தடி ஆழமானது. அதைப்போன்று பான்-கூவின் உருவமும் ஒவ்வொரு நாளும் பத்தடி அதிகமாயிற்று. ஆதலால் பதினெட்டாயிரம் ஆண்டுகளுக்குப் பிறகு விண்ணுக்கும் மண்ணுக்கும் இடையிலிருந்த தொலைவின் அளவிற்குப் பான்-கூவின் உடல் வளர்ந்தது.

கி.பி ஆறாம் நூற்றாண்டைச் சேர்ந்த மற்றொரு நூலில் பான்-கூ-பற்றிய வேறுபட்ட கதைகளும் காணப்படுகின்றன. அவன் செத்த பிறகு அவனது உடலின் பல்வேறு உறுப்புகள் உலகின் பல்வேறு பகுதிகளாயின என்று இந்நூல் கூறுகின்றது. அவன் தலை நான்கு திக்குகளிலும் அமைந்த மலைகளாயிற்று; அவனது கண்கள் சூரிய சந்திரராயின. அவனது சதை ஆறுகளும் கடல்களுமாயின. அவனது தலை முடிகள் மரஞ்செடி கொடிகளாயின.

ஹன் அரசகுடி (206 கி.மு-220 கி.பி), இட்சின் அரச குடிகளின் (கி.பி. 265-420) காலத்தில் மக்களிடையே வழங்கிய தொன்மக் கதைகளில், பான் கூவின் தலை கிழக்கே மலையானது. வயிறு நடுவிலமைந்த மலையாயிற்று. வலத் தோள் வடக்கு மலையாயும் காலடிகள் மேற்கு மலையாயும் உருப் பெற்றன என்று சொல்லப்பட்டுள்ளது.

இது பற்றிப் பண்டை அறிஞரின் கருத்துகள்; அவனது கண்ணீர் ஆறுகளாயும், ஓடைகளாயும் வடிவெடுத்தன. அவனது மூச்சு காற்றானது; குரல் இடி முழக்கமாயும் கண்கள் மின்னல்களாயும் மாறின.

ஒரு பண்டைக் கதை; பான்-கூ மகிழ்ச்சியாயிருக்கும் போது தட்பவெப்ப நிலை அமைதியாயிருக்கும். அவன் வெகுண்டால் அது மோசமாய் விடும். (இதெல்லாம் அவன் செத்ததற்கு முன்னர்) ஷு அரசமரபுகளின் காலத்தில் (1050-722 கி.மு) வழங்கிய கதைகளின் படி, பான்-கூவும் அவனுடைய மனைவியுமே யின், யாங்கு ஆயினர்.

இவற்றுக்குப் பிற்பட்ட காலத்திலும் பான்-கூ இங்ஙனமே சித்திரிக்கப்பட்டான்; பான்-கூ செத்ததும் அவனது மூச்சு காற்றாயும் முகில்களாயும்; குரல் இடி முழக்கமாயும் மின்னலாயும்; இடக்கண் சூரியனாயும் வலக்கண் சந்திரனாயும்; அவனுடல் ஐந்து மலைகளாயும்; குருதியும் கோழையும் பித்தமும் ஆறுகளாயும், ஓடைகளாயும்; நரம்புகளும் நாளங்களும் மண்ணுலக அடுக்குகளாயும்; தோலும் சதையும் வயல்களாயும் நிலங்களாயும்; முடிகளும் புருவங்களும் உடுக்களாயும் கோள்களாயும்; பற்களும் எலும்புகளும் உலோகங்களாயும்; விந்தும் எலும்புச் சோறும் முத்துக்களாயும் பவளங்களாயும்; வியர்வை மழையாயும் சதுப்பு நிலங்களாயும் அவனுடலில் ஒட்டியிருந்த தெள்ளுப் பூச்சிகள் மனிதராயும் மாறலாயின.

இப்புராணக் கதைகளெல்லாம் மெய்யியலாரின் கோட்பாடுகளுக்கு நேர் எதிரான முறையில் மக்களிடத்தில் செல்வாக்குப் பெற்றிருந்தன என்பதை இச்செய்திகள் காட்டுகின்றன. இக்கதைகள் ஆறாம் நூற்றாண்டில் கூடச் சீனத்தின் தென்பகுதியில் மட்டும் வழங்கியுள்ளன. இன்று சீனத்தில் வாழும் மக்களுடன் ஒட்டுறவுடைய காட்டு மிராண்டி மக்களின் வருகையொடு இக்கதைகளும் சீனத்தை வந்தடைந்தன என்பது ஏற்றுக் கொள்ளப்படுகின்றது. அம் மக்கள் இன்றும் தென் சீனத்தின் அதே பகுதிகளில் சிதறி வாழ்கின்றனர். இருப்பினும் இம்மக்களிடையே வழங்கிவரும் புராணக் கதைகள் பான்-கூவுடன் ஒப்பிடக்கூடிய விதத்தில் மாபெரும் உருவுடைய இராக்கதனின் கதை எதையும் கூறவில்லை.

(பான்-கூவின் இக்கதைகளை இருக்கு வேதம் கூறும் படைப்புக் கருத்துடன் ஒப்பிடுக.)

திருவிவிலியத்தில் படைப்பு

ஆதியிலே தேவன் வானத்தையும் பூமியையும் படைத்தான்.

பூமியானது ஒழுங்கற்றும் வெறுமையாயுமிருந்தது; ஆழத்தின் மேல் இருள் இருந்தது; தேவ ஆவியானவர் நீரின் மேல் அசைந்தாடிக் கொண்டிருந்தார்.

தேவன் வெளிச்சம் உண்டாகக் கடவது என்றார்; வெளிச்சம் உண்டாயிற்று.

வெளிச்சம் நல்லது என்று தேவன் கண்டார். வெளிச்சத்தையும் இருளையும் தேவன் வெவ்வேறாய்ப் பிரித்தார்.

தேவன் வெளிச்சத்திற்குப் பகல் என்று பேரிட்டார். மாலைப் பொழுதும் விடியற் காலையுமாகி முதல் நாளானது.

பின்பு தேவன், நீரின் நடுவில் விசும்பு விரிவடையக் கடவது என்றார்; அது நீரினின்று நீரைப் பிரிக்கக்கடவது என்றும் சொன்னார்.

தேவன் விசும்பை விரியச் செய்து அதற்கு கீழே இருக்கும் நீரையும் அதற்கு மேலே இருக்கும் நீரையும் பிரியுமாறு செய்தார்; அது அங்ஙனமே ஆயிற்று.

தேவன் அகன்ற விசும்பிற்கு வானம் என்று பெயரிட்டார்; மாலைக் காலமும் விடியற் காலமுமாகி இரண்டாம் நாள் வந்தது.

பின்பு தேவன் வானத்தின் கீழே இருக்கின்ற நீர் ஓரிடத்தில் சேரவும் வெட்டாந்தரை காணப்படக் கடவது என்றார்; அது அவ்வாறே ஆனது.

தேவன் வெட்டாந்தரைக்குப் பூமி என்றும் சேர்ந்த நீருக்குக் கடல் என்றும் பெயரிட்டார்; தேவன் அது நல்லது என்று கண்டார்.

அப்போது தேவன் புல்லும் விதையைப் பிறப்பிக்கும் பூண்டுகளும் பூமியின் மேல் தம் விதைகளையுடைய தத்தம் சாதியின்படியே கொடுக்கும் கனிமரங்களும் முளைக்கக் கடவது என்றார்; அது அங்ஙனமே ஆயிற்று.

பூமியானது புல்லையும் தத்தம் சாதிப்படி விதையைப் பிறப்பிக்கும் பூண்டுகளையும் தத்தம் சாதியிலேயே தத்தம் விதையுடைய கனிகளைக் கொண்டும் மரங்களையும் முளைக்கச் செய்தது; தேவன் அது நன்று என்று கண்டார்.

மாலையும் காலையுமாய் மூன்றாம் நாளானது.

பின்பு தேவன் பகலுக்கும் இரவிற்கும் வேறுபாடு உண்டாகத் தக்கதாய் வானம் என்ற விரிவிலே சுடர்கள் உண்டாகக் கடவது; அவை அடையாளங்களுக்காகவும் காலங்களையும் நாள்களையும் ஆண்டுகளையும் குறித்ததற்காகவும் இருக்கக் கடவது என்றார்.

அவை பூமியின் மேல் ஒளிபடும்படி வானம் என்ற விசும்பு வெளியில் சுடர்களாயிருக்கக் கடவது என்றார்; அது அங்ஙனமே ஆனது.

தேவன் பகலை ஆளப் பெரிய சுடரும் இரவை ஆளச் சிறிய சுடரும் ஆகிய மாபெரும் இரு சுடர்களையும் உடுக்களையும் உண்டாக்கினார்.

அவை பூமியின் மேல் ஒளிதரவும் பகலையும் இரவையும் ஆளவும் வெளிச்சத்திற்கும் இருளுக்கும் வேறுபாடு உண்டாக்கவும் தேவன் அவற்றை வானம் என்ற விசும்பில் வைத்தார்; தேவன் அது நன்று என்று கண்டார்.

மாலையும் காலையுமாகி நான்காம் நாளானது.

பின்பு தேவன் நீந்தும் உயிர்களாயும் பூமியின் மேலே இருக்கும் விசும்பிலே பறக்கும் பறவைகளாயும் நீரானது திரளாய்ப் பிறப்பிக்கட்டும் என்றும் கூறினார்.

தேவன் பெரிய மீன்களையும் நீரில் தத்தம் சாதிப்படி திரளாய் உண்டாக்கப்பட்ட எல்லாவிதமான நீர்வாழ் உயிரினங்களையும் சிறகுள்ள பல சாதிப் பறவைகளையும் படைத்தார். தேவன் அது நல்லது என்று கண்டார்.

தேவன் அவற்றை வாழ்த்தியருளி, நீங்கள் பல்கிப் பெருகிக் கடல்நீரை நிரப்புங்கள் என்றும் பறவைகள் பூமியில் பெருகக் கடவது என்றும் சொன்னார்.

மாலையும் காலையுமான ஐந்தாம் நாள் விடியலாயிற்று.

பின்னர் தேவன் பல்வேறு இனமான நாட்டு விலங்குகளையும் ஊர்வன வற்றையும் காட்டு விலங்குகளையும் உண்டாக்கினார்.

தேவன் பின்னர் தனது சாயலையும் உருவத்தையும் உடைய மனிதனை உண்டாக்குவோமாக; அவன் கடல்களின் மீன்களையும் வானத்துப் பறவைகளையும் விலங்கினங்களையும் பூமியனைத்தையும் பூமியின் மேல் ஊர்கின்ற உயிர்கள் அனைத்தையும் ஆளக்கடவான் என்றார்.

தேவன் தனது சாயலில் மனிதனைப் படைத்தார். ஆணும் பெண்ணுமாக அவர்களை உண்டாக்கினார்.

மனிதன் படைப்பு கி.மு. 4004?

ஜேம்ஸ் உஷர் (*James Usher or Ussher, 1581-1656*) டப்ளினில் பிறந்த பேராயர். விவிலியத்தில் கரை கண்ட விற்பன்னர். அவர் பழைய, புதிய ஏற்பாடுகளில் சொல்லப்பட்டுள்ள கால நிரலைத் தொகுத்து 1650-1654 ஆண்டுகளில் ஒரு நூலை வெளியிட்டிருந்தார். அதில் அவர் உலகம் படைக்கப்பட்ட காலத்தைக் கணித்துக் கூறியிருந்தார். (*Annals of the Old and New Testament*). அவரது கணக்குப்படி கி.மு. 4004 ஆம் ஆண்டு அக்டோபர் 23 அன்று காலை ஒன்பது மணிக்கு மும்மைச் சக்தியால் முதல் மனிதன் படைக்கப்பட்டான்.

இந்தக் கருத்து இலண்டன் நகரில் 1779 ஆம் ஆண்டு வெளிவந்த ''உலகளாவிய வரலாறு'' (*Universal History*) என்ற நூலில் இடம் பெற்றிருந்தது. தென்கிழக்கு ஈராக்கில் ஷட்-அல்-அரபு ஆற்றின் கரையிலுள்ள பாஸ்ரா நகரிலிருந்து இரண்டு நாள் பயணத்தின் பின் அடையக்கூடிய தொலைவில் யூஃபிரிட்டிஸ் ஆற்றின் கரையிலிருந்த ஏதேன் தோட்டத்தில் மனிதன் படைக்கப்பட்டான் என்று கணித்துவிட்டனர்.

திரு விவிலியத்தை ஆழ்ந்த பற்றுடன் நம்புபவர்கள் இந்தக் கணிப்பை அப்படியே ஏற்றுக் கொள்கின்றனர். அத்தகையோர் அமெரிக்க நாட்டில் இன்றும் உள்ளனர். இந்தக் கணிப்பை அடிப்படையாய் வைத்து அவர்கள் நூல்களையும் வெளியிட்டு வருகின்றனர்.

படைப்பு - கிரேக்கர்

உலகம் எவ்வாறு தொடங்கியது அல்லது அது தோன்றியதா? கடவுளர் எப்படித் தோன்றினர்? மனிதன் எங்ஙனம் தோன்றினான்? உலகம் எத்தனை கால கட்டங்களைத் தாண்டி வந்துள்ளது? நாம் இன்று இவற்றைப் பற்றிச் சிந்தப்பதைப் போன்று, பண்டைக் கிரேக்கரும் பல்லாயிரம் ஆண்டுகளுக்கு முன்னர் இவ் வினாக்களை எழுப்பினர்.

தொன்மங்களில் கூறப்பட்டுள்ள புலவனான ஆர்ஃபியல் (*Orpheus*) ''காலம்'' முதலில் தோன்றியது என்று நம்பியதாய்ச் சில நூல்களில் சொல்லப்பட்டுள்ளது. காலம் தொடக்கத்திலேயே இருந்தது. அதற்குத் தொடக்கம் இல்லை. காலத்திலிருந்து தெளிவற்ற சூனியம் வந்தது.

இருளும் பனிமூட்டமுமான விரிந்து படர்ந்த வானவெளி தோன்றியது. காற்று வெளியின் மேல் மண்டலம் அல்லது விசும்பு தோன்றியது. பனிமூட்டமானது காலத்தின் கட்டளைக்கிணங்கக் காற்றுவெளியில் வெகு விசையுடன் சுழன்று ஒரு பெரிய முட்டையின் வடிவத்தைப் பெற்றது. அந்த முட்டை இரண்டாய் உடைந்தது. முட்டையின் நடுப் பகுதியிலிருந்து அன்பு வெளிப்பட்டது. அதன் எஞ்சிய இரு பகுதிகளும் விண்ணும் மண்ணுமாயின.

உலகம் - நிலம், கடல் முதலியவற்றைச் சுற்றிப் பெரிய வெள்ளம் போல் ஓசியானஸ் (*Oceanus*) என்ற நீர்ப்பரப்பு இருந்ததென்று கிரேக்க ஆதி கவியான ஹோமர் (சு.கி.மு. 800) பாடுவார்.

ஆர்ஃபியஸ் பற்றிய கதையில் கூறப்படுவதைப் போன்று தொடக்கத்தில் காலம் இருந்திலது என்று

கி.மு. எட்டாம் நூற்றாண்டில் வாழ்ந்த ஹீசியோடு (*Hesiod*) என்ற கிரேக்கப் புலவர் கூறுகின்றார். எனினும் பரந்ததும் பூச்சியமானதும் விவரித்து உரைக்கவியலாததும் எல்லையற்றதும் வெறுமையானதும் அளவிடற்கரிய வெளியும் பெரும் பிளவும் கூடிய சூனியநிலை (*chaos*) இருந்தது. அந்த அநாதி காலத்து வெற்று வெளியானது மனிதர்க்கும் தெய்வங்களுக்கும் பொருள்களுக்கும் முற்பட்டது. அப்போது ஒன்றுமே இருந்திலது. இந்தச் சூனிய நிலையிலிருந்து எரிபஸ் (*Erebus*) என்ற இருளும் நைக்ஸ் (*Nyx*) என்ற அவனது தங்கையாகிய இரவும் கையா (*Gaea*) என்ற மண்ணுலகும் பிறந்தன. எரிபசிற்கும், நைக்சிற்கும் பகலாகிய ஹெமராவும் (*Hemera*) காற்று என்ற ஈதரும் (*Ether*) பிறந்தனர். மண்மாதவாகிய கையா, வானுலகனான யூரனஸ் என்ற மகனைப் பெற்றாள்.

படைப்பு - பாரசிகர்

பாரசிகத் தெய்வத் திருக்கூட்டத்தில் நடு நாயகமாய் இருப்பது அகுர மஸ்ட (*Omarzyd*). அது ஞானத்தின் கடவுள். அனைத்தையும் படைத்தது. அகுர மஸ்டாவின் திருக்கூட்டத்தில் சிறுதரக் கடவுளான இறவாப் புனிதர் அமேஷ ஸ்பெண்டாஸ் (*Amesh Spendas*) உள்ளது. அதற்கு அடுத்த படியில் வணக்கத்திற்குரியோர் எனப்படும் யசத்தர் (*Yazatas*) உள்ளனர். இத் தெய்வங்களுள் அதர் (*Atar* எங்கும் திருவுடையார்) அனாகித்த (*Anahita*, நீர்த் திருவுடையார்) என்றவையும் அடங்கும்.

அகுர மஸ்ட அல்லது ஆமர்சிடிற்கு எதிராயிருப்பது ஆங்கிர மைன்யூ (*Angra Mainu*), அல்லது அகிரிமான் (*Ahriman*) எனப்படும் தீய தெய்வமாகும். இதை ஏமாற்றம் என்று பொருள் தரும் துருஜ் (*Druij*) என்ற பெயராலும் அழைப்பர். இத்தீய தெய்வத்திற்குப் பூதங்களான தேவர் (*Daevas*) படை இருந்தது. அப்பூதங்களுள் அறுவர் அமேஷ ஸ்பெண்டாசையே எதிர்த்து நிற்கும் வலிமையுடையவர்களாயிருந்தனர்.

அமேஷ ஸ்பெண்டாஸ் என்ற இறவாப் புனிதரை அகுர மஸ்ட படைத்தார். அதே நேரத்தில் ஆங்கிர மைன்யூ தீய தெய்வங்களைப் படைத்தார்.

அகுர மஸ்ட விண்மீன்களைப் படைத்தார். அவர் ஆங்கிர மைன்யூவின் தீய ஆவிகளுடன் போரிட வல்ல ஒரு படையையும் உண்டாக்கினார். அவர் ''களங்கமற்றவள்'' என்ற பெண் தெய்வமான அனாரகிதாவையும் (*Anarahita*) படைத்தார். இந்தத் தெய்வம் ஆறுகளுக்குப் பனித் துளியையும் பண்படுத்திய நிலத்தில் விழும் மழையையும் மண்ணில் விழுகின்ற நீரையும் தண்ணீரையும் அளித்தது. ஆனால் உலகம் அப்போது இன்றைக்கு இருப்பதைப் போல் இருக்கவில்லை. ஏனெனில் நிலங்கள் தோன்று முன்னரே நீர் உண்டாய்விட்டது.

''இறவாப் புனிதருள்'' ஒரு தெய்வமான அமெரிட்டாட்டு (*Ameretat*) அனைத்து வித்துகளும் விளைந்த மரத்தொடு பத்தாயிரம் வகையான செடிகளையும் உண்டாக்கியது. அது எருதுக் கொம்பு மரத்தையும் (*ox-horn-tree*) படைத்தது. அதில் விளைந்ததை உண்டவர்கள் இறவா நிலை எய்தினர். தீயதெய்வமான ஆங்கிர மைன்யூ எருதுக் கொம்பு மரத்திற்குத் தீங்கு செய்வதற்காக ஒரு பல்லியை உண்டாக்கியது. உடனே ஊருக்கஷா (*Vourukasha*) என்ற கடலில் அம்மரத்தை வைத்து அதைச் சுற்றி எந்நேரமும் காவல் காப்பதற்காக ஆறு மீன்களை அகுர மஸ்ட படைத்தது.

அதன் பிறகு நெருப்புப் படைக்கப்பட்டது. நெருப்புகள் படைக்கப்பட்டன என்பதே சரியாகும். ஏனெனில் கோயில்களில் எரியும் புனிதமான பெரிசிசவன் (*Berezisavanh*) மனிதருள்ளும் விலங்கினுள்ளும் எரிகின்ற ஒகு ஃபிரையன (*Vohu Fryena*) மரங்களுள் கனன்று கொண்டிருக்கும் ஊர்வஷிஸ்ட (*Urvazishta*) மின்னலில் உள்ள வசிஷ்ட (*Vazishta*); அகுரமஸ்ட திரு முன் எரியும் ஸ்பெனிஸ்ட (*Spenishta*) என்று ஆறு வகையான நெருப்புகள் உள்ளன.

அகுர மாஸ்ட வலிமை மிக்க ஓர் எருதைப் படைத்தார். அது சீற்ற மிகக் கொண்டதும் அறிவற்றதுமான கொடு விலங்காயிருந்தது. அதனால் உலகிற்கு எந்த நன்மையும் உண்டாகவில்லை.

ஆனால் மித்திர என்ற தெய்வம் ஓர் ஆற்றங்கரைமீது நின்ற அத்தி மரத்தினடியில் கிடந்த ஒரு பாறைக்குள்ளிருந்து வெளிவந்தது. அது ஒரு கையில் தீவட்டியும் மறு கையில் கத்தியும் ஏந்தியிருந்தது. இத் தெய்வம் முதலில் அத்தி மர இலைகளை ஆடையாய் அணிந்தது. பின்னர் ஒரு தெய்வத்தைப் போன்று நடந்து கொண்டு பகலவனுடன் ஓர் உடன்படிக்கை செய்தது. அடுத்து மித்திர ஆதியில் படைக்கப்பட்ட எருதைத் தேடிக் கண்டது. எருதின் கொம்புகளைப் பிடித்து அதன் முதுகில் ஏறியமர்ந்து அதை அடக்கிற்று. அப்போது வெரித்திரக்ஞ (*Verethragna*) என்ற பெயருள்ள தெய்வம் அண்டங் காக்கை உருக்கொண்டு தன் ஆண்டையும் மித்திரவின் நண்பனுமான பகலவனிடமிருந்து சேதி கொண்டு வந்தது. மித்திர தன் சக்தியால் எருதைக் கொல்ல வேண்டுமென்று பகலவன் கூறியிருந்தது. இளமையான தெய்வமாகிய மித்திர எருதைக் கொன்றதும், அதன் உறுப்புகளிலும் குருதியிலுமிருந்து எல்லா வகையான விலங்குகளும் பிறந்தன.

கடைசியாய் மனிதன் படைக்கப்பட்டான். கய மரிதன் (*Gaya Maretan*) என்ற முதல் மனிதனின் ஆன்மாவானது முதலில் படைக்கப்பட்ட எருதின் ஆன்மாவுடன் மூவாயிரம் ஆண்டுகள் சேர்ந்திருந்தது. கடைசியில் அகுர மஸ்டவின் வியர்வையிலிருந்து பதினைந்து வயது நிரம்பிய அழகிய குமரன் தோன்றினான்.

வைக்கிங்குகள், டியூட்டன்கள்

கிறித்தவ அப்தத்திற்குப்பின் சில நூற்றாண்டுகளில் டியூட்டானிய மக்கள் ரைன், டான்யூபு ஆறுகளுக்கு வடக்கே நடு ஐரோப்பியத்தின் பெரும் பகுதிகளில் பரவி விட்டனர். ஒரே இனம், சமயம், பழக்க வழக்கங்கள் ஆகியவற்றையுடைய இம் மக்கள் இன்று அறியப்பட்டுள்ள ஸ்காண்டிநேவிய நாடுகளிலும் - நார்வே, சுவீடன், டென்மார்க்கு - ஜெர்மனியிலும் குடியமர்ந்தனர். அவர்களின் தொன்மக் கதைகள் இப்பகுதி முழுமைக்கும் கிட்டத்தட்ட ஒரே மாதிரி அமைந்தன. அவர்களிடம் கிரேக்கரிடமும் ரோமானியரிடமும் உண்டானதைப் போன்ற இலக்கியப் பண்பாடு

அமையாததால், நார்மன் என்ற வடவர்களாகிய அம் மக்கள் தம் கதைகளை வாய் மொழியால் வெளிப்படுத்தினர்.

வட ஐரோப்பியத்திற்குக் கிறித்தவம் வந்ததும் இம் மக்களால் மிகுதியாய் நம்பப்பட்டு வந்த இக்கதைகள் ஜெர்மனி, ஸ்காண்டிநேவியம் ஆகிய நாடுகளில் எழுத்துகளிலிருந்து மறைந்தன. எனினும் வைக்கிங்குகள் என்ற இம்மக்களில் ஒரு சாரார் வடக்கே ஐசிலந்தில் குடியேறினர். ஐசிலந்தின் வைக்கிங்கு முன்னோர்களால் தான் சமய நம்பிக்கைகள் அடுத்த சில நூற்றாண்டுக் காலத்திற்குக் காத்து வைக்கப்பட்டிருந்தன.

கிறித்தவம் இங்கு பரவியதற்கு முந்திய காலத்தில் நிலவிய வடரின் தொன்மக் கதைகள் ஐசிலந்தில்தான் முதன் முறையாய் எழுதி வைக்கப்பெற்றன. பத்தாம் நூற்றாண்டைச் சேர்ந்த மூத்தது அல்லது செய்யுள் தொகுதி (*Elder or Poetic Edda*) பன்னிரண்டாம் நூற்றாண்டினதாகிய இளையது அல்லது உரைநடைத் தொகுதி (*Edda or Prose Edda*) என்ற இரண்டு தொகுதிகளில் டியூட்டானிய, நார்ஸ் மக்களின் பழங்கதைகள், மரபுகள் முதலியன எழுதி வைக்கப்பட்டுள்ளன.

எடா பாடல் தொகுதிகளை இருவகைகளாய்ப் பிரிக்கலாம். தொன்மர் அல்லது தெய்வங்கள் தலையாயவர்களாய் விளங்கும் கதைகள்; வீரகாதைகள்; வடவரின் (*Norse*) இத்தொன்மங்களிலும் பழங் கதைகளிலும் உலகின் பிற தொன்மங்களில் காணக் கிடைக்கும் சிறந்த பகுதிகளைக் காண்கின்றோம்.

வில்லம் ரிச்சர்டு வேகனர் (*Wilhelm Richard Wagner, 1813-1883*) எழுதிய மாபெரும் இசை நாடகங்களின் வாயிலாய் (இ.ச.க.தொகுதி-*12:1813* புள்ளிகள்) நார்ஸ் டியூட்டானித் தொன்மங்களிலும் கதைகளிலும் வருகின்ற தெய்வங்களும் வீரர்களும் நன்கறியப்பட்டுள்ளனர். வேகனர் தெய்வங்களுக்கும் வீரர்களுக்கும் நார்ஸ் பெயர்களைத் தராமல் ஜெர்மன் பெயர்களை இட்டுள்ளார்.

முன்னைக்கும் முன்னையான ஆதியில் ஜினுங்கேப்பு (*Ginungagap*) என்ற ஆழங்காண முடியாத கெவி பள்ளமும் பனிமூடிய மண்ணாந் தரையும் தவிர வேறெதுவும் இருந்தில. நிஃபல்ஹைம் என்ற மாண்டோர் உலகிலிருந்து (*Nifleheim*, மாண்டோர் உலகமான இந்த நார்சுச் சொல்லுக்கு மூடுபனி வீடு என்று பொருள்) பன்னிரு ஆறுகள் பாய்ந்து வந்து பாதாளத்தை நிரப்பின. அங்கு நீர் நிறைந்ததும் அது உறைந்து போனது. அதன் தெற்கில் நெருப்பு நிலமான மஸ்பெலிம் (*Muspelheim*) இருந்தது. அங்கிருந்து வெப்பக் காற்று வீசியது. அது உறைந்த பனியை உருக்கிப் பனிப்புகையை ஆக்கிற்று. பனிப் புகையிலிருந்து உறைபனிக் கன்னியரும் (*Frost Maidens*) முதல் அரக்கனான ஒய்மிரும் (*Ymir*) ஒய்மிருக்குப் பாலூட்டிய ஆதும்பலவும் (*Audhumbla*) தோன்றினர். ஒய்மிரின் வியர்வையிலிருந்து பிற அரக்கர் தோன்றினர். உறை பனியிலிருந்து ஓடின், விலி, வி (*Odin, Vili, Ve*) ஆகியோரின் தந்தையான தெய்வம் தோன்றியது. அவர்கள் ஒய்மிரை வெட்டி வீழ்த்தினர். ஒய்மிரின் உடலிலிருந்து மண்ணுலகம் உண்டானது. குருதியிலிருந்து கடலும் எலும்பிலிருந்து மலைகளும் மயிரிலிருந்து மரங்களும் மண்டை ஓட்டிலிருந்து வானுலகும் மூளையிலிருந்து முகில்களும் உண்டாயின. அவனின் புருவங்களிலிருந்து மனித இனம் வாழக்கூடிய மிட்கார்டு (*Midgard*) என்ற இடம் உண்டாக்கப்பட்டது. இரு அரக்கரைத் தவிர ஏனையோரெல்லாம் ஒய்மரின் குருதியில் மூழ்கி இறந்தனர். இதிலிருந்து தப்பிய பெர்ஜெல்மிரும் (*Bergelmir*) அவனுடைய மனைவியும் விண்வெளியின் ஓரத்திற்கு ஓடிப்போய் அங்கு தமக்கென்று போட்டுன்ஹீம் (*Fotunheim*) என்ற வீட்டைக் கட்டிக் கொண்டனர். அவர்களிலிருந்து ஏனைய அரக்கரெல்லாம் தோன்றினர்.

ஒடின் விண்ணின் கதிரவனையும் நிலவையும் வைத்துப் பகலையும் இரவையும் ஒழுங்குபடுத்தினான். பிறகு தெய்வங்கள் ஒரு தேவதாரு (*ash*) மரத்திலிருந்து ஒரு மனிதனைப் படைத்து, அவனுக்கு ஆஸ்கி (*Aske*) என்று பெயரிட்டனர். பின்னர் பூர்ச்ச மரத்திலிருந்து (*alder*) அல்லது திராட்சைக் கொடியிலிருந்து எம்பல (*Embla*) என்ற பெண்ணையும் படைத்தனர். ஒடின் இவ்விருவருக்கும் உயிரையும் ஆன்மத்தையும் தந்தான். விலி பகுத்தறிவையும் இயக்கக் காற்றையும் அளித்தது. வி புலனறிவையும் பேச்சையும் கொடுத்தது.

பேரண்டத்தை இக்டிரசில் (*Yggdrasil*) என்ற தேவதாருமரம் தாங்கிக் கொண்டிருந்தது. அதன் மூன்று வேர்கள் மனிதர், அரக்கர், மாண்டோர் முதலியோர் உறையும் இடங்கள் வரை ஓடின. ஒவ்வொரு வேரின் அருகிலும் ஒரு கிணறு இருந்தது. அதிலிருந்து மரத்திற்கு நீர் பாய்ச்சப்பட்டது. இம்மரம் என்றாவது ஒரு நாள் கீழே சாயும். அப்போது பேரண்டமும் கீழே விழுந்துவிடும் என்று அவர்கள் நம்பினர்.

இக்காலத்தில் ஒடின், விலி, வி ஆகிய மூன்று தெய்வங்களுடன், மேலும் பன்னிரு கடவுளர் வந்து சேர்ந்தனர். ஆனால் அவை எங்கிருந்து வந்தன என்று ஸ்காண்டிநேவிய எழுத்தாளர் கூறவில்லை.

படைப்பு - பல்வேறு மக்களின் நம்பிக்கைகள்

உலகப் படைப்பைப் பற்றிய பல்வேறு மக்களின் எண்ண வீச்சுகள் கற்பித்த நம்பிக்கைகள் ஆர்வமும் சுவையும் ஊட்டுவன:

வின்னிபகோ இந்தியர்

வின்னிபகோ இந்தியர் என்போர் அமெரிக்க ஒன்றியத்தின் விஸ்கான்சின், நெபரஸ்கா ஆகிய மாநிலங்களில் வாழும் வட அமெரிக்க இந்தியக் குலத்தாருள் ஒருவராவார். அவர்கள் பேசும் மொழி வின்னிபகோ; அது சூஸ் (*Sioux*) என்ற அமெரிந்திய மொழிக் குடும்பத்தைச் சேர்ந்தது.

''மண்ணாக்கி'' நினைவு திரும்பியபோது வானவெளியில் அமர்ந்திருந்தது. எங்கும் எதுவும் காணப்படவில்லை. மண்ணாக்கி என்ன செய்வது என்பது பற்றி நினைக்கத் தொடங்கிக் கடைசியில் அழுது விட்டான். அவன் கண்களிலிருந்து நீர் வழிந்து, அமர்ந்திருந்த இடத்தின் கீழே விழுந்தது. அவன் சற்று நேரம் கழித்துக் கீழே நோக்கியதும், அங்கு ஒளிமிக்க ஏதோ ஒன்றைக் கண்டான். ஒளி நிறைந்த அவை, அவன் சிந்திய கண்ணீர்த் துளிகளேயாம். அவன் அவை பற்றி அக்கறை காட்டவில்லை. அவை கீழே சிந்திப்பெருகி இன்றைய நீர் நிலைகளாயின; இந்நாளையக் கடல்களாயின.

மண்ணாக்கி மீண்டும் நினைக்கத் தொடங்கினான்: அவன் எண்ணினான்: ''நான் எதைப் பற்றியும் எப்போதெல்லாம் நினைக்கின்றேனோ, அது அப்போதெல்லாம் அங்ஙனமே ஆகின்றது''. அவன் முன்னர் கண்ணீர்த் துளிகள் கடலாக வேண்டுமென்று எண்ணியதுபோலவே, இப்போது ஒளியை நினைத்தான். அங்ஙனமே வெளிச்சம் வந்தது.

அதன்பிறகு எண்ணினான்; ''நான் எண்ணியவாறு ஆகுக. நான் விரும்பும் பொருள்கள் விரும்பியவாறே ஆகின்றன''. அவன் இம்மண்ணுலகு வேண்டுமென்று விரும்பினான். அவ்வாறே மண்ணுலகு ஆனது. மண்ணாக்கி மண்ணைப் பார்த்தான். அது அவனுக்கு விருப்பமாயிருந்தது. ஆனால் அது சும்மாயிராது, கடலலைகளைப் போல் அசைந்து கொண்டிருந்தது. அவன், அதன் பிறகு மண்ணில் மரங்களை உண்டாக்கினான். அவை நன்றெனக் கண்டான். மரங்கள் தோன்றிய பின்னரும் மண் அசையாதிருக்கவில்லை. எனினும் அது கிட்டத்தட்ட அடங்கிவிட்டது.

மண்ணாக்கி அடுத்து நான்கு திக்குகளையும் நான்கு காற்றுகளையும் உண்டாக்கினான். அவற்றைத் தீவாகிய மண்ணுலகை வலுவாய்ப் பற்றிக் கொள்ளும் ஆற்றல் வாய்ந்த மாபெரும் சக்திகளாய் நான்கு திக்குகளிலும் நிறுத்தினான். அப்போதும் மண்ணுலகம் அசைவதை நிறுத்தவில்லை. அவன் அதன் பிறகு நான்கு பெரிய உயிர்களை உண்டாக்கி அவற்றை மண்ணுலகின் மேல் வீசியெறிந்தான். அவை தலையைக் கிழக்கு முகமாய் வைத்து மண்ணுலகத்தைத் துளைத்தன. அவை கிட்டத்தட்டப் பாம்பு போலிருந்தன. அவை துளையிட்டபிறகு மண்ணுலகம் ஆடாது நிலை நின்றது. மண்ணாக்கி இப்போது மண்ணுலகை நோக்கினான்; அது அவனுக்கு விருப்பமுடையதாயிருந்தது.

அவன் தான் விரும்பியவாறு பொருள்கள் உண்டாவதைப்பற்றி நினைக்க வில்லை. அவன்தான் முதலில் பேசினான். ''நான் விரும்பியவாறு அனைத்தும் ஆவதால், தோற்றத்தில் என்னைப் போலிருக்கும் மனிதனை உண்டாக்குவேன்.'' அவன் ஒரு பிடி மண்ணை எடுத்து, அதில் தன்னைப்போல் ஓர் உருவம் செய்தான். அவன் அந்த உருவத்தைப் பார்த்தான். அதற்கு மனமோ, எண்ணமோ இல்லை என்பதைக் கண்டான். ஆதலால் அந்த மனிதனுக்கென்று ஒரு மனத்தை உண்டாக்கினான். அவன் அந்த உருவத்துடன் மீண்டும் மீண்டும் பேசிப் பார்த்தான். ஆனால் அது அவனுக்கு மறுமொழி கூறவில்லை. அவன் அதற்கு நாக்கு இல்லை என்பதை அறிந்தான். அதனால் அவன் அதற்கு நாக்கை உண்டாக்கினான். பிறகு மண்ணாக்கி மீண்டும் மனிதனுடன் பேசவே, அது எதை மொழிந்தாலும், அதன் பொருள் அவனுக்கு விளங்கவில்லை. ஆதலால் மண்ணாக்கி அதன் வாயில் காற்றை ஊதவிட்டு அதனுடன் பேசவும், அது அவனுக்கு மறுமொழி பகன்றது.

தென்னாஸ்திரேலியம் - பூனுரோங்கு

தென்னாஸ்திரேலியத்தில் வாழும் பூனுரோங்கு *(Boonorong)* என்ற பழங்குடியினரிடையே வழங்கும் படைப்புப் பற்றிய கதை;

ஆதி முதலில் மண்ணாக்கியையும் கடவுளையும் போலவே களிமண்ணிலிருந்து மனிதனை ஆக்குவதென்று பூஞ்செல் *(Pundjet)* முடிவெடுத்தான். எனினும் அவன் ஈடு இணையற்ற தன்னொளியுடன் ஒரே நேரத்தில் இரண்டு ஆடவரைச் செய்தான்.

அவன் தன் பெரிய கத்தியைக் கொண்டு மரப்பட்டையில் நீளமான மூன்று துண்டுகளை வெட்டினான். அவன் அவற்றில் ஒரு துண்டின் மேல் களிமண்ணை

வைத்தான். அவன் களிமண்ணைத் தன் கத்தி கொண்டு தகுந்த முறையில் பிசைந்தெடுத்தான். களிமண் வெண்மையானதும் அதில் ஒரு பகுதியை மரப்பட்டையின் இன்னொரு துண்டில் வைத்தான். அவன் களிமண்ணைக் கொண்டு காலிலிருந்து தொடங்கி மனித உருவைச் செய்யலானான். பிறகு முண்டம், கைகள், தலை ஆகியன உருப்பெற்றன. அவன் எஞ்சிய மரப்பட்டைகள் இரண்டின் மீதும் களிமண்ணை வைத்து ஒவ்வொரு மனிதனாய்ச் செய்தான். அவனுக்குத் தன் வேலை மீது மனநிறைவு உண்டானது. அவன் வெகு நேரம் மனிதர்களைப் பார்த்துவிட்டு, அவர்களைச் சுற்றி நடனமாடலானான்.

அவன் அதன் பிறகு ஒரு மரத்திலிருந்து நார்ப்பட்டையை உறித்து, அதிலிருந்த நார்களை எடுத்து ஒன்றின் தலையில் நீண்டதாயும் மற்றொன்றின் தலையில் சுருட்டையாயும் முடிகளை வைத்தான். பூஞ்செல் அவற்றைக் கண்டு மிகவும் மகிழ்ந்தான். அவன் அவற்றைச் சுற்றி மீண்டும் நடனமாடலானான்.

அவன் மீண்டும் அவற்றின் உடம்பைத் தன் கைகளால் காலிலிருந்து தலை வரை தேய்த்து மெருகு கூட்டியபின், ஒவ்வொன்றாய்க் கீழே படுக்க வைத்தான். அவற்றின் வாய், நாசித் துவாரம், கொப்பூழ் வழியே வாயால் ஊதினான். அவன் பலமாக ஊதவே அவை அசைந்தன. அவன் மூன்றாம் முறையாய் அவற்றைச் சுற்றி ஆடினான். அவன் அதன்பிறகு அவர்களைப் பேசச் செய்தான். அவன் அவர்களை எழும்புமாறு சொல்லவே அவர்கள் எழுந்து நின்றனர். அவர்கள் முழுமையாய் வளர்ந்த இளைஞர் போலிருந்தனர்.

பசிபிக்குத் தீவுகளில்

சமோவர்

தென் பசிபிக்கில் பிஜித் தீவின் வடக்கிலுள்ள தீவுத்திரள் சமோவா *(Samoa)* ஆகும்.

இங்கு வாழும் மக்கள் சமோவர். பெரிய கடவுளான தங்கலோவ *(Tangaloa)* தொடக்கத்தில் இம் மண்ணுலகின் மீது பெரியதொரு படர் கொடியை படர விட்டிருந்தார் என்று சமோவர் நம்புகின்றனர். இந்தக் கொடி அருகில் புழுக்கள் உண்டாயின. அப்புழுக்களிலிருந்து ஆணும் பெண்ணுமாய் மனிதர் தோன்றினர்.

சொசைட்டித் தீவினர்

இது தென் பசிபிக்கிலுள்ள தீவுக் கூட்டம். இது பிரஞ்சுப் பாலினீசியத்தின் ஆளுகைக்குட்பட்டது. இங்கு வாழும் மக்கள் மனிதனின் படைப்பைப் பற்றிக் கொண்டிருந்த புதுமையான நம்பிக்கை; மனிதன் முதலில் பந்தாயிருந்தான். அந்தப் பந்திற்குக் கைகளும் கால்களும் முளைத்தன. அதன்பிறகு பந்துக்குள்ளிலிருந்து தலை வெளியே இழுக்கப்பட்டது.

மைக்குரோனீசிய, மெலனீசிய மக்கள் நம்பிக்கை

இவையும் பசிபிக்குக் கடலிலுள்ள தீவுக் கூட்டங்களேயாகும். ஓசியானியம் *(Oceania)* என்ற தொகுப்பினுள் மைக்குரோனீசியம் *(Micronesia)*. மெலனீசியம் *(Melanesia)*, பாலினீசியம் *(Polynesia)* என்று மூன்று பிரிவுகள் உள்ளன. அவற்றுள் ஒன்றான மைக்ரோனீசியத் தீவுத் திரளில் மரியானம் *(Mariana)*, கரோலைன் *(Caroline)*, மார்ஷல் *(Marshall)*, ஜில்பட்டு *(Gillbert)* என்ற தீவுக் கூட்டங்களும் நாரு *(Naru)* என்ற தீவும் உள்ளன. மெலனீசியத்தில் ஃபிஜி *(Fiji)*, நியூ காலிடோனியம் *(New Caledonia)*, நியூ ஹெர்பைடுஸ்

(New Herbides), பிஸ்மார்குத் தீவுத் தொகுதி *(Bismarck Archipelago)* லூசியடு *(Luciade)*, சாலமன் *(Soloman)*, சாந்தக் கிராஸ் *(Santa Gruz)*, லாயல்டி தீவுகள் *(Loyalty Islands)* ஆகியன அடங்கும். இவையனைத்தும் ஆஸ்திரேலியத்தின் வட கிழக்கில் உள்ளன.

பாலினீசியத்தில் *(Polynesia)* சமோவா *(Samoa)*, சொசைட்டி *(Society)*, மார்க்குசஸ் *(Marguesas)*, மாங்கர்வா *(Mangarva)*, துவமோட்டு *(Tuamotu)*, குக்கு *(Cook)*, துபுவாய்த் தீவுகள் *(Tubuai Islands)*, டோங்கா *(Tonga)* முதலியன சேரும். இங்கெல்லாம் மலாய் - பாலினீசிய மொழிக் குடும்பத்தைச் சேர்ந்த மொழிகள் பேசப்படுகின்றன.

மைக்குரோனீசியத்திலுள்ள, மெலனீசிய மக்களின் முதற் படைப்புப் பற்றிய கதையில் குருதி தொடர்புபடுத்தப்படுகின்றது. அட்மிரால்டித் தீவில் வழங்கும் கதைப்படி முதல் ஆணும் பெண்ணும் இரண்டு முட்டைகளிலிருந்து வெளிப் படுகின்றனர். அம்முட்டைகள் அதற்கு முன்னர் இரத்தத்தால் உண்டாக்கப்பட்டன.

கரோலைன், மார்சல் தீவினரின் நம்பிக்கை இதைவிட ஆர்வமூட்டுவதாய் உள்ளது. முதல் மனிதர்கள் தெய்விக இரத்தக் கட்டிகளிலிருந்தும் புண் கட்டிகளிலிருந்தும் வெளியேறினர் என்று அவர்கள் நம்புகின்றனர்.

ஆப்பிரிக்கம் - படைப்புப் பற்றிச் சுலு கதை

தென்னாப்பிரிக்கத்தில் வாழும் சுலு மக்களின் தலைமூத்த முன்னோரின் பெயர் உங்குலுங்குலு *(Unkulunkulu)* ஆகும். அவர் பிரபஞ்சத்தில் உள்ள உயிரினங்கள் அனைத்தையும் படைத்தார். அவர் மனிதனை இறவா நிலையுடையவனாக்க விரும்பி, ஒரு பச்சோந்தியிடம் சாகா உயிரைப் பரிசாய் அவனுக்குக் கொடுத்தனுப்பினார். ஆனால் பச்சோந்தி கடனைக் கழிக்கின்ற மாதிரி மெல்ல மெல்லச் சென்றது. இதனிடையே கடவுளின் மனம் மாறிவிட்டது. அதனால் உயிர்கள் அனைத்தும் மடிந்து விடவேண்டும் என்ற செய்தியை ஒரு பல்லி வழியே மனிதனுக்கு அனுப்பினார்.

பல்லி பச்சோந்தியை முந்திக் கொண்டது. மனிதன் பல்லி கொண்டு வந்த சேதியை ஏற்றுக் கொண்டான். எனினும் உங்குலுங்குலு மனித இனம் அழிந்து போவதைத் தடுக்கும் எண்ணத்துடன், திருமணம் என்ற ஏற்பாட்டைச் செய்து, அதை ஒரு மரபாக்கி மனித இனத்தைக் காத்தார்.

இந்தியக் காலக் கணிப்பு

மனவந்தரம் - யுகம்

கற்பம் - மனவந்தரம் - யுகம்

பிரபஞ்சம் அழியக் கூடியது. ஒரு காலத்தில் அது தோன்றுகின்றது. மற்றொரு காலத்தில் அழிகின்றது.

பிரபஞ்சத்தைப் படைத்த பிரமனுக்குப் பிறப்பும் இறப்பும் உண்டு.

ஒரு பிரமனின் பிறப்பிற்கும் இறப்பிற்கும் இடைப்பட்ட காலத்திற்கு மகா கற்பம் என்று பெயர்.

பிரமனின் மரணத்தின் பின் வருகின்ற ஊழி வெள்ளத்திற்கு மகா பிரளயம் என்று பெயர்.

பிரமனுக்கு ஒரு நாள் ஒரு கற்ப காலமாகும்.

புராணங்களில் ஒரு கற்பம் அல்லது பிரமனின் ஒரு நாள் பதினான்கு பிரிவுகளாகப் பிரிக்கப்பட்டுள்ளது.

இப்பிரிவு ஒவ்வொன்றையும் ஆளும் தலைவன் அல்லது மன்னன் ஒரு மனு ஆவான்.

இரண்டு இலைகளை ஒன்றன் மேல் ஒன்று வைத்து, ஊசியினால் குத்தினால், ஊசி மேல் இலையில் பாய்ந்து அடியிலுள்ள இலையைக் குத்துவதற்கு ஆகும் காலம் அற்ப காலம் எனப்படும்.

இதைப்போன்ற முப்பது அற்ப காலங்கள் ஒரு திருதி.

முப்பது திருதிகள் ஒரு காலம்.

முப்பது காலங்கள் சேர்ந்தால் காஷ்டம்; அதற்கு நிமிடம் என்றும், நொடி அல்லது மாத்திரை என்றும் பெயர்.

நான்கு நிமிடங்கள் ஒரு கணிதம்
பத்துக் கணிதங்கள் ஒரு நெடுவிற்பு
ஆறு நெடுவிற்புகள் ஒரு விநாழிகை
அறுபது விநாழிகை ஒரு கடிகம்
அறுபது கடிகங்கள் (பகலும் இரவும் சேர்ந்து) ஒரு நாள்
பதினான்கு நாள்கள் ஒரு பட்சம்
இரண்டு பட்சங்கள் ஒரு சந்திர மாதம்

ஒரு சந்திர மாதம் மனிதர்களுக்கு ஓர் அகோராத்திரம்; பிதுர்களுக்கு ஒரு பகலும் இரவும் சேர்ந்த நாள்.

பன்னிரண்டு சந்திர மாதங்கள் மனிதர்களுக்கு ஓர் ஆண்டாகும்.

மனிதர்களுக்கு ஓர் ஆண்டு என்பது தெய்வங்களுக்கு ஓர் அகோராத்திரமாகும்.

கடவுள்களுக்கு முந்நூறு அகோராத்திரங்கள் ஒரு தேவ வத்ஸர அல்லது திவ்ய வத்ஸர ஆகும்.

4800 திவ்ய வத்ஸரங்கள் சேர்ந்தால், அது ஒரு கிருத யுகமாகும்.

3600 திவ்ய வத்ஸரங்கள் ஒரு திரேதா யுகமாகும்.

2400 திவ்ய வத்ஸரங்கள் ஒரு துவாபர யுகமாகும்.

1200 திவ்ய வத்ஸரங்கள் ஒரு கலியுகமாகும்.

12000 திவ்ய வத்ஸரங்கள் கொண்டது ஒரு கிருத, திரேத, துவாபர, கலியுகங்களடங்கிய சதுர் யுகமாகும்.

ஒரு மனுவின் ஆயுள் காலம் 71 சதுர் யுகங்களின் இறுதியில் முடியும். அத்துடன் தேவர், முனிவர் முதலானோரின் முதற் கூட்டத்தின் முடிவும் வந்துவிடுகின்றது.

இப்படிப்பட்ட பதினான்கு மனுக்களின் காலம் முடிந்ததும், ஒரு கற்ப காலம் நிறைவெய்தி ஓர் ஊழி ஏற்படுகின்றது.

இக்கால முழுமையும் பிரமனுக்கு ஓர் இரவாகும்.

இரவென்பது முழு ஓய்வு கொள்ளும் வேளையாகும்.

இரவு முடிந்ததும் படைப்புத் தொடங்குகின்றது.

இப்படிப்பட்ட பிரமனின் 360 அகோராத்திரங்கள் முற்றுப் பெற்றதும், ஓர் ஆண்டு நிறைவெய்துகின்றது.

இவ்வாறு இந்தக் கணக்கின்படி 120 ஆண்டுகள் முடிந்ததும் பிரமன் அழிந்து விடுகின்றான்.

ஒரு பிரமனின் ஆயுள்காலத்தைத் தொடர்ந்து மீண்டும் எச்செயலும் நடை பெறாதொழிகின்றது.

120 பிரம ஆண்டுகள் (பிரமனின் ஆயுள் காலம்) முடிந்ததும், மற்றொரு பிரமன் பிறக்கின்றான்.

பிரமனின் ஆயுள் காலம் கீழே தரப்பட்டுள்ளது.

தேவரின் 360 நாள்கள்	-	ஒரு தேவ வத்ஸர
12000 தேவ வத்ஸரங்கள்	-	ஒரு சதுர் யுகம் (மனித உயிர்களுக்கு முப்பத்தாறு இலட்சம் ஆண்டுகள்)
71 சதுர் யுகங்கள்	-	ஒரு மனவந்தரம் (ஒரு மனுவின் ஆயுள் காலம்)
14 மனவந்தரங்கள்	-	ஒரு கற்பம் (பிரமனுக்கு ஒரு நாள்)
2 கற்பங்கள்	-	பிரமனுக்கு ஒரு நாள் (ஓர் இரவு) அகோராத்திரம்
360 நாள்கள் பிரமனுக்கு	-	ஒரு பிரம ஆண்டு
120 பிரம ஆண்டுகள்	-	ஒரு பிரமனின் ஆயுள் காலம்

எனவே பிரமனின் ஆயுள் காலம் மனிதக் கணக்குப்படி 30 கோடியே 9 இலட்சத்து 17 ஆயிரத்து 376 நூறாண்டுகளாகும்.

மனுவின் ஆட்சிக் காலம் 4,32,000 மானிட ஆண்டுகள் என்று கூறப்படுகின்றது.

சதுர் யுகக் கணக்கு

சதுர் யுகத்தில் கிருத, திரேத, துவாபர, கலி யுகங்கள் அடங்கியுள்ளன.

சதுர் யுகம் முற்றுப் பெற்றதும் வேதங்கள் அழியும்.

அதன்பிறகு சப்த ரிஷிகள் வானுலகிலிருந்து மண்ணுலகிற்கு வந்து அவற்றை மீண்டும் இயற்றுவர்.

தர்ம சாஸ்திரத்தை வகுக்கின்ற மனுவும் ஒவ்வொரு திரோதா யுகத்திலும் பிறக்கின்றான்.

சதுர் யுகச் சக்கரவர்த்திகள்

நான்கு யுகங்களிலும் வாழ்ந்த குறிப்பிட்ட சில பேரரசர்களைப் புராணங்கள் குறித்துள்ளன.

கிருத யுகம் - முதல் யுகம்

அரிச்சந்திரன், முசுகுந்தன், பிரியவதன், இரணியாட்சசன், பாணன், மகாபலி மற்றும் பலர்.

திரேதா யுகம்

சாகரன், கார்த்தவீரியன், இராகு, தசரதன், இராமன் மற்றும் பலர்.

துவாபர யுகம்

பூதன், பரியசாதன், நளன், பாண்டு, தர்ம புத்திரன் (தருமர்) மற்றும் பலர்.

கலி யுகம்

(இந்தக் கலியுகத்தில் 5101 ஆண்டு இப்போது (1999) நடந்து முடிந்துவிட்டது.

(அபிமன்யுவின் மகனான) பரீட்சித்து, ஜனமேஜயன், சதவீகன், பிரகிரிதீர்த்தன், ஜெகனு, சித்திரநாதன், திரிசங்கு, பரிப்பிளவன், கனையன், மதாவீ, ரோபுஞ்சன், திக்குணன், தண்டபாணி, நைமி, அட்சநாகன் மற்றும் 26 மன்னர்கள் கலியுகந் தொடங்கி, 656 ஆண்டுகள் வரை ஆண்டனர்.

யுகம் என்றால் என்ன?

சதுர் யுகங்கள் என்ற நான்கு யுகங்கள் இதிகாசங்களிலும் தொன்மங்களிலும் புனையப்பட்ட கற்பனை என்றே பெரும்பாலும் நம்பப்பட்டு வருகின்றது. பண்டை இந்திய ஞானியர் அறிவியல் முறையில் கண்டுபிடித்துக் கணித்த அரிய படைப்புக்களே சதுர் யுகங்களாகும்.

மகா யுகம் என்பது ஒரு கால அளவு

அதாவது 1,577,971,500 நாள்கள் அல்லது 4,320,000 ஆண்டுகள் கொண்ட காலத் தொகுதி மகா யுகமாகும். இம் மகா யுகத்தின் நான்கு பகுதிகள் கிருத யுகம், திரேதா யுகம், துவாபர யுகம், கலி யுகம் முதலியனவாகும் என்பதை மேலே கண்டோம்.

ஆரிய பட்டர் (கி.பி 476-520) என்ற வானியலரர் காலம் கீழ்க் கண்டவாறு பகுக்கப்பட்டிருப்பதைக் கூறுகின்றார்:

60 நொடி	=	1 விநாடி
60 விநாடி	=	1 நாழிகை
60 நாழிகை	=	1 நாள்
30 நாள்	=	1 மாதம்
12 மாதம் அல்லது 360 சவுரா நாள்கள்	=	1 ஆண்டு (பாகம் 3- ''காலக் கிரியா'' சூத்திரம்)
365.25868 சூரிய நாள்கள்	=	1 சூரிய அல்லது மானுட ஆண்டு
30 சூரிய ஆண்டு	=	1 முன்னோர் ஆண்டு
12 முன்னோர் ஆண்டு	=	1 தெய்வ ஆண்டு
12,000 தெய்வ ஆண்டு அல்லது 4,320,000 சூரிய ஆண்டுகள் அல்லது 1,577,971,500 சூரிய நாள்கள்	=	1 மகா யுகம் (பாகம் 3- ''காலக் கிரியா'' சூத்திரம் 7))
72 மகா யுகம்	=	1 மனு அல்லது மனவந்தரம்
14 மனு	=	1 கற்பம் அல்லது பிரம்ம அரைநாள் (பாகம் 1- ''தசகிட்டிக'' சூத்திரம் 5)

மகா யுகம், ஆண்டு, மாதம் எல்லாம் சித்திரைத் திங்களின் தொடக்கத்திலிருந்து கணக்கிடப்படுகின்றன. (பாகம் 3- ''காலக் கிரிய'' பகுதி - சூத்திரம் 11) கோள்களின் சுற்றுகளெல்லாம் உச்சயினி நகருக்கு மேலே உள்ள தீர்க்க ரேகையில் சூரிய உதயத்தில் கணக்கிடப்பட்டுத் தொடங்குகின்றன. தற்போதைய கற்பமானது, எல்லாக் கோள்களும் மேடராசியின் தொடக்கத்திலிருந்து (First point Aries) ஒரே நேரத்தில் புறப்பட்டபோது தொடங்கப்படுகின்றது. (பாகம் 1 - ''தசகிட்டிக'' - பகுதி சூத்திரம் 4) என்று நமது சித்தாந்தங்கள் நிர்ணயித்துள்ளன. இப்போதைய கற்பத்தில் ஆறு மனு கடந்து 7 -ஆவது மனுவில், 27 மகாயுகங்கள் கழிந்து 28 ஆவது மகாயுகத்தில் 3/4 மகாயுகங்கள் கழிந்து, அதாவது 3 யுகங்கள் கழிந்து நாலாவதான கலியுகத்தில் உள்ளோம். அதாவது தற்போதைய சுவேத வராக கற்பத்தில் (6 X72+27+3/4) உள்ளோம்.

கலியுகத்தில் எஞ்சியுள்ள 10,74,915 ஆண்டுகளும் கடந்துவிட்டால் இந்த மகாயுகம் முடிந்து, அடுத்த மகாயுகம் தொடங்கி விடும். கலியுக முடிவில் எல்லாக் கோள்களும்

ஒரே நேர் கோட்டில் இருக்கும். நாற்பத்தி நான்கு மகாயுகங்களுக்குப் பிறகு அடுத்த கற்பம் தொடங்கும். உலகம் பிறந்து இப்படி எத்தனை கற்பங்கள் கழிந்து விட்டன என்றும் சில சாஸ்திரங்கள் கூறுகின்றன.

இப்போது ஐம்பது பிரம ஆண்டுகள் முடிந்துள்ளன. நாம் 51 ஆவது பிரம்ம ஆண்டில் உள்ளோம். இக்கணக்குகள் யாவும் கி.மு. 520 -ஆம் ஆண்டிற்கு முன்னரே நம் முன்னோரால் கண்டுபிடிக்கப்பட்டவை என்பது, நமது பண்டைய அறிவியல் திறன் வெகு மேலான நிலையில் இருந்தது என்பதைத்தான் எடுத்துக்காட்டுகின்றது.

சுமார் மூவாயிரம் ஆண்டுகளுக்கு முன்பே நமது சித்தாந்தங்கள் நிர்ணயித்துள்ள, கோள்கள் ஒரு சுற்றுக்கு எடுத்துக் கொள்ளும் கால அளவும் தற்காலக் கணிப்பும் ஒப்பு நோக்கத்தக்க ஒன்றாகும். இந்த *1,57,79,71,500* நாள்கள் கொண்ட காலத் தொகுதிகளைத்தான் நமது சித்தாந்த நூல்கள் ஒரு மகாயுகம் என்று கணித்துள்ளன. எல்லாக் கோள்களும் ஒரு நேர் கோட்டில் இருக்கும் நிலையிலிருந்து நாள்கள், மாதங்கள், ஆண்டுகள், மகா யுகங்கள், மனு, கற்பம் முதலியன கணக்கிடப்படுகின்றன.

ஒரு மகாயுகத்தின் கால அளவு மிக அதிகம் என்பதால், அது நான்கு பாகங்களாய்ப் பிரிக்கப்பட்டுள்ளது. முதல் பாகம் கிருத யுகம், ஏனைய பாகங்கள் முறையே திரேத, துவாபர, கலி யுகங்கள் என்று குறிக்கப்படலாயின.

ஆரிய பட்டர் பின்பற்றும் பிரம்ம சித்தாந்தப்படி இந்நான்கு யுகங்களும் சம கால அளவான *1,080,000* ஆண்டுகள் *(4,320,000)* ஆகும். ஆனால் வராக மிகிரர் *(505-587* கி.பி) பின்பற்றும் பிரமகுப்த சித்தாந்தப்படி இந்நான்கு யுகங்களும் கீழ்க்காணுமாறு வெவ்வேறு கால அளவுகளைக் கொண்டுள்ளன.

கிருத யுகம்	*1,728,000* ஆண்டுகள்	*(=4 X 432,000)*
திரேத யுகம்	*1,296,000* ஆண்டுகள்	*(=3 X 432,000)*
துவாபர யுகம்	*864,000* ஆண்டுகள்	*(=2 X 432,000)*
கலி யுகம்	*432,000* ஆண்டுகள்	*(=1 X432,000)*

நமது பண்டைக்காலக் கணக்கு மிகச்சரியான அறிவியல் முறையில் அமையப் பெற்றதாகும். வான்கோள்கள் ஐந்தும் ஒரே நேர்க்கோட்டில் வரும் நேரத்தைப் பூச்சியம் எனக் கொண்டு, அதிலிருந்து காலத்தைக் கணக்கிடத் தொடங்குகின்றனர். கிறித்தவக் காலக் கணக்கில் அந்தத் தொடக்கப் பூச்சிய ஆண்டை இவ்வகையில் இனங்காண முடியாது. ஆனால் மகா யுகத் தொடக்கத்தை இப்போது வேண்டுமானாலும், வானிலுள்ள ஏழு கோள்களின் இன்றைய நிலையிலிருந்து கணக்கிட்டுச் சொல்ல இயலும். இதுவே காலத்தைக் கணக்கிடச் சரியான அறிவியல் வரைமுறையாகும். ஆகவே 1999 என்று சொல்வதைக் கலி 5100 என்று குறிப்பிடுவதே, அறிவியல் முறையில் சாலச் சிறந்ததாகும்.

(பார்த்தசாரதி, கே.ஆர். கட்டுரை, தினமணி சுடர் 22.2.1992)

இந்திய ஆண்டுக் கணக்குகள்

இந்தியத்தில் காலக் கணிப்பைக் குறிக்கும் முறையான ஆண்டுக் கணக்கு முறை கி.மு. முதலாம் நூற்றாண்டு வரையில் இருந்ததில்லை என்று வரலாற்றாசிரியர் ஏ.எல். பாஷாம் கூறுகின்றார்.

இந்தியத்தின் பண்டைக் கல்வெட்டுகளனைத்திலும், ஒரு மன்னன் பட்டத்திற்கு வந்த ஆண்டிலிருந்து ஆண்டு கணிக்கப்படுகின்றது. குறிப்பிட்ட ஓர் ஆண்டிலிருந்து தொடங்கும் கிறித்தவ ஆண்டு முறையைப் போன்று, நீண்ட காலத்தைக் குறிப்பிடும் ஆண்டு முறை, வடமேற்கிலிருந்து இந்தியம்மீது படையெடுத்து வந்தவர்களால் அறிமுகப்படுத்தப்பட்டது என்று பாஷாம் கூறுகின்றார்.

துரதிருஷ்டவசமாக இந்தியர்கள் ஒரே சீரான ஆண்டுக் கணக்கைக் கைக்கொள்ளவில்லை. காலக் கணிப்பிற்குப் பல்வேறு முறைகள் அதன் பிறகு வழக்கிற்கு வந்தன என்றும் பாஷாம் கூறுகின்றார்.

அவ்வாறு இந்தியத்தில் வழக்கிற்கு வந்த பல்வேறு ஆண்டு முறைகள் வருமாறு:

அஞ்சன ஆண்டு (கி.மு. 691);
சப்தரிஷி ஆண்டு (கி.மு.56);
சக ஆண்டு (கி.பி 78);
காலச்சூரி ஆண்டு (கி.பி. 248);
குப்தர் ஆண்டு (கி.பி. 320);
ஹர்ஷர் ஆண்டு (கி.பி. 606);
கொல்லம் ஆண்டு (கி.பி. 825);

வேறு சில ஆண்டுக் கணிப்பு முறைகளும், அவற்றிலிருந்து கிறித்தவ ஆண்டைக் கண்டுபிடிக்கும் வழியும் கீழே விவரிக்கப்பட்டுள்ளன.

கலியுக சகாப்த ஆண்டு

குறிக்கப் பெற்ற கலியுக சகாப்த ஆண்டிலிருந்து 3101-ஐக் கழித்தால் நேரான கிறித்தவ சகாப்தத்தின் கி.பி. ஆண்டு கிடைக்கும். ஏனெனில் கி.மு. 3101 இல்தான் கலியுக ஆண்டு ஏற்பட்டது. அதாவது கலியுக ஆண்டு 4802 என்றால் அது கி.பி. 1701-ஆம் ஆண்டாகும். எப்படியெனில் 4802-3101 = 1701.

சாலிவாகன அல்லது சக ஆண்டு

சாலி-சிங்கம். சிங்கத்தை வாகனமாய் உடையவன். இந்தப் பெயருள்ள புகழ் பெற்ற ஓர் அரசன் குழந்தைப் பருவத்தில் சிங்க வடிவில் ஒரு வாகனத்தைச் செய்து கொண்டு அதன் மேலேறி எங்கும் சுற்றி வந்தான். இந்திய அரசு அவன் பெயரால் வழங்கும் இந்த ஆண்டைத்தான் இப்போது ஏற்றுக் கொண்டுள்ளது.

சக ஆண்டு குறிக்கப் பெற்றிருப்பின் அதனுடன் 78-ஐக் கூட்டிக் கொள்ள, அதற்கு நேரான கி.பி ஆண்டு கிடைக்கும். ஏனெனில் கி.பி 78 -ஆம் ஆண்டில்தான் சாலிவாகன சக ஆண்டு தொடங்குகின்றது. சாலிவாகன சகாப்த ஆண்டு 1641+78=கி.பி 1719 ஆகும்.

சுகர்சன் ஆண்டு

சுகர்சன் ஆண்டு குறிக்கப்பட்டிருப்பின் அதனுடன் 599-ஐக் கூட்டுவோமாயின் அதற்கு நேரான கி.பி. ஆண்டு வரும். சுகர்சன் ஆண்டைக் குறிக்கும் முறை கி.பி 599-இல் ஏற்பட்டது. சுகர்சன் ஆண்டு 1140 உடன் 599-ஐக் கூட்டினால், அது கி.பி. 1739-ஆம் ஆண்டாகும்.

விக்கிரமாங்கத அல்லது விக்கிரம ஆண்டு

இது விக்கிரமாதித்தன் பெயரால் வழங்கும் ஆண்டு. இதிலிருந்து 56-ஐக் கழித்தால், அதற்கு நேரான கி.பி ஆண்டு கிடைக்கும். விக்கிரம ஆண்டு கி.மு. 56-ல் தொடங்கியதாகும். எனவே விக்கிரம ஆண்டு 1710-56 கி.பி. 1654 ஆகும்.

தமிழ் ஆண்டுகள் அறுபது

1. பிரபவ	31. ஏவிளம்பி
2. விபவ	32. விளம்பி
3. சுக்கில	33. விகாரி
4. பிரமோதூத	34. சர்வாரி
5. பிரஜோற்பத்தி	35. பிலவ
6. ஆங்கிரச	36. சுபகிருது
7. ஸ்ரீமுக	37. சோபகிருது
8. பவ	38. குரோதி
9. யுவ	39. விசுவாசு
10. தாது	40. பராபவ
11. ஈசுவர	41. பிலவங்க
12. வெகுதானிய	42. கீலக
13. பிரமாதி	43. சௌமிய
14. விக்கிரம	44. சாதாரண
15. விஷு	45. விரோதிகிருது
16. சித்திரபானு	46. பரிதாபி
17. சுபானு	47. பிரமாதீச
18. தாரண	48. ஆனந்த
19. பார்த்திப	49. இராட்சச
20. விய	50. நள
21. சர்வசித்து	51. பிங்கள
22. சர்வதாரி	52. காளயுக்தி
23. விரோதி	53. சித்தார்தத்தி
24. விக்ருதி	54. ரௌத்திரி
25. கர	55. துன்மதி
26. நந்தன	56. துந்துபி
27. விஜய	57. ருத்ரோத்காரி
28. ஜய	58. ரத்தாட்சி
29. மன்மத	59. குரோதன
30. துன்முகி	60. அட்சய

நால் வகைப் பிரளயம்

பிரளயத்தில் பிரகிருதிக்கும் புருஷனுக்கும் பிரிவும், சிருஷ்டியில் சேர்க்கையும் ஏற்படுகின்றது. ஊழி என்ற பிரளயம் நால் வகைப்படும்;

1. நித்தியப் பிரளயம் - நிமிடந்தொறும் தோன்றிய பொருள்கள் அழிவதும் இரவுதொறும் நாம் உறக்கத்தில் உலகம் நம்மிடம் ஒடுங்குவதும்.

2. நைமித்திசப் பிரளயம் - பிரமனின் இரவுதொறும் 1000 சதுர் யுகத்திற்கு ஒரு முறை அவரிடம் ஒடுங்குவது

3. பிரகிருதி லயம் (அ) மகா பிரளயம் - ஒரு பிரமனின் ஆயுள் முடிவில் அனைத்துலகும் அந்தப் பிரமனும் நாராயணனிடம் லயமாவது.

4. ஆத்தியந்தகப் பிரளயம் - இதுவே முக்தி.

யுகங்களும் யுக தர்மங்களும்

காலங்களின் மாறுதலுடன் சட்டங்களும் மாறுகின்றன என்று நமக்குச் சட்டங்களை வழங்கிய நமது முன்னோர்கள் கூறியிருப்பது விந்தையாக உள்ளது.

மனுவின் சட்டங்கள் கிருத யுகம் அல்லது பொற்காலத்திற்குரியனவாம். கௌதமரின் சட்டங்கள் திரேதாயுகம் அல்லது வெள்ளிக் காலத்திற்குரியனவாம்.

சாங்கா, லிகிதா, ஆகியோரின் சட்டங்கள் துவாபர யுகம் அல்லது வெண்கலக் காலத்திற்குரியனவாம். பராசரரின் சட்டங்கள் கலியுகம் எனப்படும் இரும்புக் காலத்திற்குரியனவாம்.

முனிவர் எழுவர்

முன்னவரான முனிவர் எழுவர்; இவர்களே சப்த ரிஷிகள் எனப்படுகின்றனர்.

முனிவர்களுக்குரிய இலக்கணங்கள்: 1. நீண்ட ஆயுள் 2. மந்திரங்களைக் காணும் ஆற்றல் 3. ஈசுவரத் தன்மை

4. தெய்வீகப் பார்வை. 5. குணத்தாலும் வித்தையாலும் வயதாலும் உயர்வு 6.அறத்தைக் கண்கூடாய்க் கடைப்பிடித்துக் காட்டுதல் 7. கோத்திரப் பிரவர்த்தகர மாயிருத்தல் (குலத்தின் தொல்லாசானாய் இருத்தல்)

இவ்வேழு இலக்கணங்களும் அமைந்தவர்கள் முனிவர், ரிஷியாவர். இவர்களுள் முக்கியமானவர்கள் ஏழு மாமுனிவர்கள். (மகரிஷிகள்) இவர்கள் ஒவ்வொரு மனவந்தரத்திலும் வெவ்வேறாவர். இந்தக் கற்பத்தில் முதல் மனவந்தரமான சுவாயம்புவ மனவந்தரத்தில் தோன்றிய மாமுனிவர்கள் மரீசி, அங்கிரஸ், அத்திரி, புலத்தியர், புலகர், கிரது, வசிட்டர்.

இப்போது நடக்கும் வைவங்க மனவந்திரத்திற்குரிய ஏழு முனிவர்கள் அத்திரி, வசிட்டர், விசுவாமித்திரர், ஜமதக்கினி, பரத்துவாசர், கௌதமர், காசியபர்.

இந்திய வரலாற்று மரபுகள்

தொன்மங்களும் வரலாற்றுச் சான்றுகளும்

வேதங்களிலும் காவியங்களிலும் புராணங்களாகிய தொன்மங்களிலும் பொதிந்திருக்கும் வரலாற்றுச் சான்றுகள் பற்றிய ஆராய்ச்சி கடந்த இரண்டு நூற்றாண்டுகளாய் நடந்து வருகின்றது. அவை குறித்துக் கீழை நாடுகளையும் மேலை நாடுகளையும் சேர்ந்த விற்பன்னர்கள் அக்கறை கொண்டு ஆராய்ந்து வருகின்றனர். சர் வில்லியம் ஜோன்ஸ் (*Sir William Jones, 1746-1794*), பர்ஜிட்டர் (*F.E. Pargiter*), ஃபிளீட்டு (*J.F. Fleet*), வின்செண் ஸ்மிது (*V.A. Smith*), ஆல்டிகர் (*A.S. Altekar*), மங்கடு (*D.R. Mankad*),

பண்டர்க்கர் (*R.G. Bhandakar*). அகர்வால் (*V.S. Agarwal*), இராமச்சந்திர தீட்சிதர் (*V.R.R. Dikshidar*), வைத்தியா (*C.V. Vaidya*) முதலியோர் அவர்களுள் குறிப்பிடத்தக்கவராவர்.

இந்தியத்தின் தொடர் வரலாற்றை எழுத முனைந்த முதல் விற்பன்னருள் வின் செண் ஸ்மிது ஒருவராவர். அவர் தொன்மங்களில் அரச குடிகளின் பட்டியல்கள் உள்ளன என்று கண்டார்.

தற்கால வரலாற்றாசிரியர் ஒருவர் (*G.P. Singh, Early Indian Historical Tradition and Archaeology, 1994*) வின்செண் ஸ்மித்தை அடியொற்றி அரச மரபுகளின் கொடி வழிகள், குலங்களின் பெயர்கள், அரசியல், நிலநூல் போன்றவற்றை நிறுவுவதற்கு வேண்டிய சான்றுகளை அரும்பாடுபட்டுத் திரட்டி, அவற்றைக் கல்வெட்டியல், தொல்லியல், நாணயவியல் சான்றுகளுடன் ஒப்பு நோக்கியுள்ளார். அவர் தொன்மங்களில் காணப்படும் உண்மையிலிருந்து பொய்யை நீக்கப் பண்டை இந்தியத்தின் அரசியல் வரலாற்றைப் பாரதப் போருக்கு முற்பட்ட காலத்திலிருந்து சுமார் கி.பி 1200 வரை தொகுக்க அரும்பாடு பட்டிருக்கின்றார்.

தொன்மப் புனைவு கோட்பாடு வேத காலத்திலிருந்து தோன்றியது என்பர். புராணத்தை முதலில் எழுதியவர் வியாசர். பின்னர் அது பதினெட்டாய்க் கிளைத்தது. பிற்காலத்து நிகழ்ச்சிகள் தொடர்ந்து தொன்மங்களில் பதியப் பெற்று, அவை கி.மு. 500-கி.பி. 500 ஆகிய ஆண்டுகளுக்கு இடைப்பட்ட காலத்தில் விரித்துத் தொகுக்கப்பெற்றன.

அவற்றுள் சில இக்காலத்தின் பின்னும் விரிந்தன.

சில தொன்மங்கள் இன்னும் பழைய வடிவங்களில் உள்ளன என்று ஆராய்ச்சியாளர் கருதுகின்றனர். வாயு, விஷ்ணு, பிரமாண்ட் பாகவத புராணங்களில் சில அரச மரபுகள் பற்றிய செய்திகள் சமுத்திர குப்தன் (335-380 கி.பி) காலம் வரையில் மட்டுமே உள்ளன. இக்காலத்திற்கு முன்னரே அவை தொகுக்கப் பெற்றிருந்தாலும், அவற்றில் சில பிற்சேர்க்கைகள், பிற்காலத்தில் சேர்ந்தன. அவற்றைப் போலவே இலிங்க, வாமன, விஷ்ணு, தர்மோத்திர புராணங்கள் கி.பி. 700-ஆம் ஆண்டிற்கு முன்னர் எழுதி முடிக்கப்பட்டன.

அண்மையில் பெறப்பட்ட தொல்லியல் கண்டுபிடிப்புகளிலிருந்து புராணங்களில் சொல்லப்படும் முக்கியமான கால கட்டங்கள் அரச குடிகள், நகரங்கள் ஆகியவற்றுக்கு ஒன்றுக்கொன்று தொடர்பு உள்ளது என்பதை ஆராய்ச்சியாளர் கண்டுள்ளனர். எடுத்துக்காட்டாய், அத்தினாபுரம், இந்திரப் பிரஸ்தம், கோசாம்பி, காசி ஆகிய நகரங்கள் கி.மு. முதல் மில்லினியத்தவை என்பது தொல்லியல் சான்றுகளாலும் கார்பன் -14 காலக் கணிப்பாலும் உறுதி செய்யப்பட்டுள்ளன.

இந்தியத்தின்மீது பல்வேறு காலங்களில் படையெடுத்து வந்த சகர், யவனர், மிலேச்சர், ஆகியோர் புராணங்களில் குறிக்கப்பட்டுள்ளனர்.

பண்டைக்காலத்தையும் தற்காலத்தையும் சேர்ந்த கணியர்கள் பாரதப் போரின் காலம் கி.மு. 3100 -ஆம் ஆண்டிலிருந்து கி.மு 1400 என்று பல விதமாய்க் கூறுகின்றனர்.

அபிமன்யுவைக் கொன்ற ஜெயரதனைப் பொழுது சாய்வதற்கு கொன்று பழி தீர்ப்பேன் என்று பதின்மூன்றாம் நாள் போரின் போது அர்ச்சுனன் சூளுரைத்ததாய் மகாபாரதம் கூறுகின்றது. அவ்வாறு கொல்லத் தவறினால் தன்னுயிரையே மாய்த்துக் கொள்வதாயும் அர்ச்சுனன் சொல்லி விட்டான். பார்த்தசாரதியான கண்ணன் காண்டீபனுக்கு உதவுவதற்காகத் தன் சுதர்சன சக்கரத்தைக் கொண்டு சூரியனை

மறைக்கவே, ஒளிந்திருந்த ஜெரதன் பொழுது போய்விட்டது என்று எண்ணி வெளியே வந்தான். கண்ணன் அப்போது சுதர்சனச் சக்கரத்தை விலக்கவே, அர்ச்சுனன் அவனைக் கொல்வதாய்ச் சொல்லப்பட்டுள்ளது. வானியலார் இந்நிகழ்ச்சியைச் சூரிய கிரகணம் என்று கொண்டு பாரதப் போரின் காலத்தைக் கணித்துக் கூறியுள்ளனர்.

தியோடர் ஃபான் ஒப்போல்ஸஸ் (*Theodore Von Oppolzex*) கூற்றுப்படி, குருச்சேத்திரப் பகுதி மீது நான்கு முறை முழுச் சூரிய கிரகணங்கள் ஏற்பட்டன என்று அறிகின்றோம். மாலை மயங்குவதற்குச் சற்று நேரத்திற்கு முன்னர் வந்த கிரகணம் கி.மு 955 அக்டோபர் 4 அன்று உண்டானது என்றும் கி.மு. 1165 ஜூலை 8 அல்லது கி.மு. 1117 சூலை 23 அன்று வந்தவை வளையக் கிரகணங்கள் அல்ல என்றும் அவர் கூறுகின்றார். கி.மு. 1118 சூன் 28 அன்று தோன்றிய முழுச் சூரிய கிரகணம் பொழுது சாய்வதற்கு வெகு காலத்திற்கு முன்னரே வந்தது. எனினும் கி.மு. 955 அக்டோபர் 4 அன்று ஏற்பட்ட சூரியகிரகணம் தான் அந்தி சாய்வதற்குச் சிறிது நேரத்திற்கு முன்னர் தோன்றியது.

ஆதலால் பாரதப் போர் கி.மு. 955-ஆம் ஆண்டு செப்டம்பர் அக்டோபர் மாதங்களில் நடந்தது என்று கொள்ளலாமோ?

(The Hindu, August 9, 1999)

வரலாறு கூறும் பதினெண் புராணங்கள்

புராணங்களில், பேரூழிக் காலம் வரை செல்லக்கூடிய வரலாற்றுச் செய்திகள் நிறைந்து அவை அரிய கருவூலங்களாக விளங்குகின்றன.

''இப்புராணங்களில் கடவுளர், சமயம், கோட்பாடுகள், சடங்குகள், படைப்பு, உலகங்களின் காலங்கள், அண்ட சராசரங்களின் அமைப்பு, மரபு வழி பண்டை மன்னர்களின் வரலாறு, அம்மன்னர்களின் கால் வழியினர் செய்த செயல்கள் ஆகியன அடங்கியுள்ளன என்று ''சம்ஸ்கிருத இலக்கியத்தின் வரலாற்றுக் குறிப்பு'' என்ற நூலின் 86-ஆம் பக்கத்தில் கூறப்பட்டுள்ளது.

கீழே பதினெட்டுப் புராணங்கள் பற்றிய சிறு குறிப்புகள் தரப்பட்டுள்ளன;

1. பிரம்ம புராணம்

இதில் படைப்புப் பற்றிய செய்தி, மன வந்தரங்கள், கிருஷ்ணன் காலம் வரையில் சூரிய சந்திர வம்ச அரசர்களின் வரலாறு, பிரபஞ்சம் பற்றிய சொல்லோவியம், கிருஷ்ணரின் வாழ்க்கை, யோகம் எவ்வாறு செய்ய வேண்டுமென்பது பற்றிய விளக்கவுரை, முதலியன அடங்கியுள்ளன.

இதில் சர்வ வல்லமையும், சர் வியாபகமுமான உயர்ந்த சக்தி, வேதங்களின் முக்கியத்துவம், பிராமணங்களையும் பிற துறைகளையும் சேர்ந்த நூல்களும் கூறப்பட்டுள்ளன.

இப்புராணத்தில் பல்வேறு புனிதத் தலங்களின் சிறப்பும் விவரிக்கப்பட்டுள்ளது;

2. பதும புராணம்

இது ஐந்து பகுதிகளைக் கொண்டது.

1) சிருஷ்டி காண்டம்
2) பூமி காண்டம்

3) சுவர்க்க காண்டம்

4) பாதாள காண்டம்

5) உத்தர காண்டம்

இவற்றில் பிரளயத்திற்குப்பின் உண்டான படைப்பு, பிரமன், வேதங்கள், மனுக்கள் ஆகியவற்றின் மூலம் பற்றிய கட்டுரைகள் அடங்கியுள்ளன.

3. விஷ்ணு புராணம்

இதில் பராசரர், வராக கற்பத்து நிகழ்ச்சிகளில் தொடங்கி எல்லாக் கடமைகளையும், எடுத்துரைக்கின்றனர். இப்புராணம் கிட்டத்தட்ட எல்லாப் புராணங்களின் சாரம்சத்தையும் அறிமுகப்படுத்துகின்றது.

4. வாயு புராணம்

சுவேத கற்பத்துடன் தொடர்புடைய கடமையின் விதிகளனைத்தையும் வாயு பகவான் தெரியச் செய்வது இப்புராணமாகும். இதில் ருத்திர மகாத்மியம் அடங்கியுள்ளது.

இதைச் சூதர் நைமிசாரணிய ரிஷிகளுக்கு எடுத்துக் கூறுகின்றார்.

இது நான்கு பாகங்களாய்ப் பிரிக்கப்பட்டுள்ளது. அது பல விதமாகப் பிரிக்கிரியா, உபோத்கதா, அனுஷங், உபசம்ஹார என்று அழைக்கப்படுகின்றது.

இதில் முதலாவது (பிரக்கிரியா) பிரபஞ்சத்தின் படைப்பைப் பற்றிக் கூறுகின்றது.

அடுத்தது (உபோத்கதா) படைப்பையும் பல்வேறு கற்பங்களையும் கூறுகின்றது. குலபதிகளின் குலவழி விவரங்கள், பிரபஞ்சத்தின் வருணனை, முதல் ஆறு மனவந்தரங்களில் நடந்த நிகழ்ச்சிகள் அனைத்தும் உபோத்கதாவில் விரிக்கப்பட்டுள்ளன. இதில் சிவதோத்திரங்களும் காணப்படுகின்றன. பிதுர்கள் பற்றிய நீண்ட விவரமும் சில புகழ் பெற்ற ரிஷிகளின் கதைகளும் இதில் உள்ளன.

மூன்றாவதான அனுஷங்கில் ஏழு முனிவர்களையும் அவர்களின் சந்ததியினரையும் பற்றிய விவரங்கள், படைக்கப்பட்ட பல்வேறு உயிர் வகைகளின் தோற்றம் ஆகியன அடங்கியுள்ளன. அதன் பிறகு சூரிய சந்திர வமிசத்துச் சத்திரிய மரபுகளின் மிக நீண்ட முழு விவரங்கள் வருகின்றன.

நான்காவதான உபசம்ஹாரவில் மனவந்தரங்களின் எதிர்காலம், இடம், காலம் ஆகியவற்றின் அளவை, உலகின் முடிவு, யோகத்தின் பயன், சிவபுரத்தின் சிறப்புகள் காணப்படுகின்றன.

5. ஸ்ரீ பாகவதம்

இதில் பன்னிரு ஸ்கந்தங்கள் அல்லது அத்தியாயங்கள் உள்ளன.

முதல் ஒன்பது அத்தியாயங்களும், புராணங்களின் தோற்றம், படைப்பு, சீரமைப்பு, உலக முடிவு, கலியுக வருணனை, மனித வாழ்க்கையின் பல்வேறு கட்டங்கள், ஒன்பது வாயில்களைக் கொண்ட ஒரு கோட்டையுடன் மனித உடலமைப்பையும், அதன் இயக்கத்தையும் ஒப்பிட்டுக் காட்டுதல், நல்லன. தீயன ஆகிய செயல்களின் விளக்கம், அச் செயல்களுக்குக் கிடைக்கும் நற்பலனும், தண்டனைகளும், சுவர்க்க, நரகக் காட்சிகள், திருமாலின் அவதாரம் பற்றிய விவரம், மண்ணுலக,

விண்ணுலக வருணனை, பாற்கடலைக் கடைதல், பாண்டியனை அகத்தியர் குணப்படுத்திய வரலாறு, இரண்டு சத்திரிய குலங்களின் தோற்றம் ஆகியவற்றை விவரிக்கின்றன.

பத்தாவது அத்தியாயம் கிருஷ்ணனின் பிறப்பையும், வாழ்க்கையையும் கூறுகின்றது.

பதினோராவது அத்தியாயம் வேத வியாக்கியானம் தருகின்றது. வேதாந்தக் கருத்துக்களைக் கூறுகின்றது.

பன்னிரண்டாவது கிருஷ்ணனின் தெய்வத் தன்மையை எடுத்துரைக்கின்றது.

6. நாரதிய புராணம்

நாரதர் இதில் பிரிகத் கற்பத்தில் ஒழுகப்பட்ட கடமைகளை விவரிக்கின்றார். இது திருமாலைப் புகழ்கின்றது. மார்க்கண்டேயனின் பிறப்பு, சகரனின் மக்கள் அழிதல், வாமனன் அவதாரம் அடங்கியுள்ளன. பரத கண்டத்தின் நில அமைப்புப் பற்றிய விவரம் உள்ளது. இதில் சேர மரபு பற்றிய குறிப்பும் காணப்படுகின்றது.

7. மார்க்கண்டேய புராணம்

இது பெரும்பாலான பிற புராணங்களைப் போலவே உலகின் படைப்பு, சூழ்நிலை, அது பிரளயத்தில் அழிவது ஆகியவற்றைக் கூறுகின்றது.

இதில் மனுக்களின் பிறப்பும் கூறப்பட்டுள்ளது. துர்க்கையை வழிபடும் முறைகள், பவானி அரசர்களையும் அரக்கர்களையும் வெற்றி கண்டது, நன்மை தீமைகளை நன்கறிந்த பறவைகள் பற்றிய கதையை மார்க்கண்டேயர் ரிஷிகளுக்கு உரைப்பது ஆகியன உள்ளன. வாராணாசி மற்றும் இதர புனிதத் தலங்களின் பெருமையும் தரப்பட்டுள்ளது.

8. அக்கினி புராணம்

இது ஈசானு கற்பத்தை விவரிக்கின்றது. இதில் அவதாரங்கள் பற்றிய விவரம், சமயச் சடங்குகளைச் செய்யும் முறைகள் பற்றிய விளக்கம், மன்னர்களின் கடமைகள், வேதங்கள், புராணங்கள் ஆகியவற்றின் பிரிவும், அமைப்பும் பற்றிய விவரம், தானங்கள் பற்றிய விளக்கம் ஆகியன காணப்படுகின்றன.

மருந்து பற்றிய விளக்கம், பாணினியின் சூத்திரங்களை யொட்டிய உரைநடை, செய்யுள், இலக்கண விளக்கங்களும் உண்டு. இதில் கணவன் இறந்த பின் மனைவி உடன்கட்டை ஏறுகையில் செய்யும் சடங்குகள் விவரிக்கப்படுகின்றன.

9. பவிடிய புராணம்

பிரமன் சூரியனின் பெருமையை விவரித்துக் கூறிவிட்டு அகோர கற்பத்தின் நடப்பில் உலகமும், படைக்கப்பட்ட அனைத்தின் தன்மைகளும் யாவை என்பதை மனுவிற்கு விளக்குவதை இதிற் காணலாம்.

இப்புராணம் இனி வரவிருக்கும் செய்திகளையே பெரிதும் கூறுகின்றது.

பவிடிய என்ற சொல்லுக்கு, எதிர்காலம், உலகம் அழியும் முன்னர் வந்து செல்லக்கூடியன போன்ற செய்திகளைத் தீர்க்க தரிசனம் கூறுவது என்று பொருளாகும்.

இதில் இரண்டு அரச மரபுகளையும் (சூரிய, சந்திர) பற்றிக் கூறப்பட்டுள்ளது.

இந்தப் புராணத்தில் சேர, சோழ, பாண்டிய மன்னர்களைப் பற்றி ஏராளமான செய்திகள் அடங்கியுள்ளன.

10. பிரமவைவர்த்த புராணம்

இதில் இறைவனின் பெருமையும், கிருஷ்ணனின் பெருமையும் இராதல்வ கற்ப நிகழ்ச்சிகளும் வருகின்றன. இது பிரம, தேவி, கணேச, கிருஷ்ண என்று நான்கு பகுதிகளாகப் பிரிக்கப்பட்டுள்ளது. இதில் யோகாப் பியாச விதிகள் பற்றியும், பல்வேறு மந்திரங்களின் சக்தியும், புனிதத் தன்மையும் காணப்படுகின்றன.

11. இலிங்க புராணம்

இதில் அக்கினி கற்பத்தின் இறுதியில் காணுகின்ற நற்குணம், செல்வம், இன்பம், இறுதியான கதி மோட்சம் ஆகியவற்றை மகேசுவரன் விளக்குகின்றார்.

படைப்புப் பற்றிய செய்திகள், சிவனின் பெருமைகள், திருமாலின் சிறப்புகள், பிரபஞ்சம் பற்றிய வருணனைகள் முதலியனவும் உள்ளன.

12. வராக புராணம்

வராக அவதாரத்தின் சிறப்பே இதில் நிறைந்து கிடக்கின்றது. இதுவும் பிற புராணங்களைப் போன்று உலக சிருஷ்டியைப் பற்றிக் கூறுகின்றது. பிரளயம், அவி சொரிவதாலும், பிற பூசனைகளைச் செய்வதாலும் ஏற்படும் பலன்கள் ஆகியன எடுத்துரைக்கப்படுகின்றன.

13. காந்த புராணம்

இதில் ஸ்காந்தர் தத்புருஷ கற்பத்து நிகழ்ச்சிகளை விவரிக்கின்றார்.

இதில் சிவனின் பெருஞ் சிறப்பும், புனிதமும், ஸ்காந்தர் அல்லது சுப்பிரமணியனின் பிறப்பும், பாண்டிய நாட்டில் மதுரையின் தோற்றமும், காணப்படுகின்றன. இதில் பல வழிபாடுகளும், துதிகளும் உள்ளன.

14. வாமன புராணம்

நான்முகனான பிரமன் திரிவிக்கிரமனின் பெருமைக்கு இணங்க வாழக்கூடிய மூன்று குறிக்கோள்களை இதில் கூறியிருக்கின்றார்.

இதில் சிவகற்பம் பற்றிய செய்திகள் உள்ளன. திருமாலின் வாமன அவதாரம் கூறப்படுகின்றது. மகாபலியைப் பற்றியும், அவரது அறநெறி தவறாத ஆட்சி பற்றியும் விரிவான செய்திகளைக் காணலாம்.

அறம் பற்றிய அருமையான விரிவுரையும், கங்கையின் சிறப்பும், புனிதமும் இங்கு காணலாம்.

15. கூர்ம புராணம்

ஜனார்த்தனன் ஆமை வடிவில் மண்ணுக்கடியில் இறங்கியதை விவரிக்கின்றது. வாழ்க்கையின் நோக்கங்கள், கடமை, செல்வம், இன்பம், முக்தி ஆகியனவும் இலட்சுமி கற்பம் பற்றியும் இப்புராணத்தில் கூறப்பட்டிருக்கின்றது.

16. மச்ச புராணம்

திருமால் ஒரு கற்பத்தின் தொடக்கத்தில் வேதங்களைப் பரப்புவதற்காக, மனுவிற்கு நரசிம்மரின் கதையையும், ஏழு கற்பங்களில் நடந்த நிகழ்ச்சிகளையும் இந்தப் புராணத்தில் கூறுகின்றார். இதில் பெருங் கடல்களையும், கடல்களையும் அவற்றின் போக்குகளையும் பற்றிய ஏராளமான வருணனைகள் உள்ளன.

17. கருட புராணம்

கருட கற்பத்தில் திருமால் எடுத்துரைக்கும் கட்டளைகள், குறிப்பாகக் கருடரின் பிறப்பு இதில் அடங்கியுள்ளன.

ஆன்மாக்களின் மறுபிறவி பற்றிய கோட்பாட்டை இது விவரிக்கின்றது.

நரக வருணனை, பாவிகள் அங்கு படும்பாடு, இறைவன் அளித்த கட்டளைகளுக்கிணங்க வாழ்ந்த உயிர்கள் சுவர்க்கத்தில் நித்திய சுகத்தில் வாழ்தல் ஆகியனவும் இதிற் காணலாம். ஈமச் சடங்குகளை எவ்வாறு செய்வது என்ற விளக்கமும் உண்டு.

18. பிரமாண்ட புராணம்

நீள் கோள முட்டை வடிவில் உலகம் தோன்றியது அல்லது பரிணாம வளர்ச்சியடைந்தது பற்றிய புராணம் இதுவாகும். இதில் மூலப் பஞ்ச பூதங்களின் படைப்பு, பிரபஞ்சத்தொடு தொடர்புடையன, பரசுராமரின் பிறப்பும், வாழ்க்கையும் அடங்கியுள்ளன.

புராண வகை

மச்ச புராணம், கூர்ம புராணம், வராக புராணம், வாமன புராணம், வாயு புராணம், இலிங்க புராணம், பவிடிய புராணம், காந்த புராணம், மார்க்கண்டேய புராணம், பிரமாண்ட புராணம் எனப் பத்தும், திருமாலைப் பற்றிக் கூறும் விஷ்ணு புராணம், பாகவத புராணம், கருட புராணம், நாரதிய புராணம் என நான்கும்,

பிரமனைப் பற்றிக் கூறும் பிரம புராணம், பதும புராணம் என இரண்டும்,

அக்கினியைப் பற்றிக் கூறும் ஆக்கினேய புராணம் என ஒன்றும் சூரியனைப் பற்றிக் கூறும் பிரம வைவர்த்த புராணம் என ஒன்றும் ஆகப் பதினெட்டுத் தலைமைப் புராணங்கள்;

துணைப் புராணங்கள் பதினெட்டு

மேற்கூறிய தலைமைப் புராணங்களொடு கீழ்க்காணும் பதினெட்டுத் துணைப் புராணங்களும் உள்ளன.

சனத் குமார புராணம்	கலிக புராணம்
நரசிம்ம புராணம்	சாம்ப புராணம்
நாரதிய புராணம்	நந்தி புராணம்
சிவ புராணம்	சௌர புராணம்
துருவாச புராணம்	பராசுர புராணம்
கபில புராணம்	ஆதித்த புராணம்
மானவ புராணம்	மகேசுவர புராணம்
அவிசநாச புராணம்	பார்க்கவ புராணம்
வருண புராணம்	வசிட்ட புராணம்

முப்பெரும் புராணங்கள்

மேற்கூறியவற்றுடன், அவற்றுக்கிணையான புனிதத் தன்மை வாய்ந்தனவாகவும், மக்களனைவரும் அறிந்தனவாகவும் விளங்கும் மூன்று புராணங்கள் உள்ளன.

அவை வால்மீகியால் இயற்றப்பட்ட இராமாயணம், வியாசரால் எழுதப் பெற்ற மகாபாரதம், ஹரி வம்சம் ஆகியனவாம்.

ஹரி வம்சம் உலகின் தோற்றத்தையும், படைப்பையும் விவரிக்கின்றது.

எனவே இந்தியத்தின் பண்டைப் புராணங்கள் இவ்வாறு உலகின் தோற்றத்தையும், படைப்பையும், பல்வேறு மன்னர்களின் குலவழிகளையும் கூறும் வரலாறுகளாக அமைந்துள்ளன. எனினும் அவை வரலாறுகள் ஆகா.

இவையன்றித் தலமகாத்மியம், தலபுராணம் என்று குறிப்பிடத்தக்க ஊர்கள் அனைத்தையும் பற்றிய தல வரலாற்று நூல்கள் உள்ளன. அவற்றுள் அந்த ஊரின் தொடர்புடைய நிகழ்ச்சிகள் காணப்படும். நகரின் அமைப்பு, ஆற்றின் சிறப்பு, மக்கள் முதலியனவும் பற்றிக் கூறுகின்ற நில நூல்களாகவும் அவை விளங்கும்.

இவற்றுள் காணப்படும் செய்திகள் மிகைப்படுத்திக் கூறப்பட்டிருக்கும். எனினும் மதுரைத் தல புராணத்தில் கூறப்படும் கோயில் பற்றிய செய்திகள், அதன் உண்மைச் சிறப்பையே எடுத்து விளம்புகின்றன.

''எந்தையும் தாயும் மகிழ்ந்து
குலாவி இருந்ததும் இந்நாடே''

இந்தியம்

சுருக்க வரலாறு

(வட இந்தியம்)

புத்தர் தமது எண்பதாவது வயதில் குசிநகரத்தை நோக்கிச் சென்று கொண்டிருந்தார். அவர் வைசாலி நகரத்தை விட்டு நீங்கித் தமது அன்பிற்குகந்த சீடரான ஆனந்தருடன் சென்று அருகிலுள்ள மலைகளில் ஒன்றை அடைந்தார். அம்மலையின் இயற்கை அழகையும், அங்கிருந்த பல கோயில்களையும், பார்த்துவிட்டுப் புத்தர் ஆனந்தரிடம் சொன்னார்:

''சித்ரம் ஜம்புத்வீபம்,
மனோரமம் ஜீவிதம் மனுஷ்யனாம்''

''வண்ணமும் செழிப்பும் நிறைந்த இந்தியம் -நாவலத்தீவு - விரும்பத் தக்கது - இம்மனித வாழ்க்கை மகிழ்ச்சி தருவது.''

இந்தியம், இந்து பெயர் விளக்கம்

பாரசிகரின் அவஸ்த நூலில் இந்தியம் நான்கு இடங்களில் குறிக்கப்படுகின்றது என்று டாக்டர் சர்.ஜே.ஜே. மோடி *(Dr.Sir.J.J. Modi)* கூறுகின்றார். *("India in the Avesta'' in Asiatic Papers Part II by Sham sul Ulema Dr. Sir Jivanji S. Modi)* சரஷ் யாஷ்டு *(Sarash Yasht)* எனப்படும் யாம *(Yama)*, மெஹர் யாஷ்டு *(Mehar Yasht)*, திர் யாஷ்டு *(Tir Yasht)*, வெண்டிடாடு *(Vendidad)* ஆகியன அந்நான்காகும். வெண்டிடாடில் மிக முக்கியமான குறிப்பு உள்ளது. அந்நூலில் மிகச் சிறந்த பதினாறு இடங்கள் கூறப்படுகின்றன. அவற்றுள் ஹப்தஹிந்து பதினைந்தாவது இடமாகும். வேதத்தில் இதுவே சப்தசிந்து என்று சொல்லப்படுகின்றது. இந்தப் பகுதியில் பாஞ்சாலமும் சிந்தும் அடங்கும். இந்நாடு ஜீலம், செனாபு, இரவி, பியாஸ், சட்லஜ் என்ற ஐயாறுகளால் செழித்திருந்ததைக் கண்டு முஸ்லிம்கள் அதைப் பஞ்ச ஆபு அல்லது ஐயாறுகள் என்றனர். ஆனால் அங்கு சிந்து, காபூல் என்ற ஈராறுகளையும் சேர்த்து ஏழு ஆறுகள் பாய்கின்றன. இவ்வாறுகள் இரண்டும் விடுபட்டுள்ளன. ஹப்தஹிந்தும் சப்த சிந்தும் ஒரே சொல்லின் இருவேறு வடிவங்களாகும். சம்ஸ்கிருதத்தில் வரும் ''ச''கரம், அவஸ்த மொழியில் ''ஹ'' கரம் ஆகும். எனவே சப்த, ஹப்த என்ற இரண்டும் ஒரு பொருள் குறிக்கும் இரு சொற்களேயாகும்.

இந்து

இந்து என்ற பெயர் பாரசிகச் சொல்லாகும். இந்து அல்லது சிந்து ஆற்றின் அருகில் வாழும் மக்களைக் குறிக்க ஈரானியர் இச்சொல்லைப் பயன்படுத்தினர். இப் பாரசிகச் சொல் திரிந்து கறுப்பு நிறத்தைக் குறிப்பதாயிற்று. ஈரான் எக்காலத்தும் கீழையுலகையும் மேலையுலகையும் இணைத்தே வந்துள்ளது. அதனால் ஹிந்து என்ற சொல் கிரேக்கத்தை அடைந்தது. கிரேக்க மொழியில் ''ஹ'' என்ற எழுத்து இல்லாததால், கிரேக்கர் இந்நாட்டை ''இந்தோ'' *(Indo)* என்று அழைத்தனர். அதிலிருந்து இந்தியம் என்ற சொல் பிரிந்தது.

அரபி, பாரசிக எழுத்தாளர்கள் இந்தியத் துணைக் கண்டத்தைச் சிந்து - வா- ஹிந்து (*Sindh-Wa-Hind*) என்று கூறினர். இந்நாட்டில் வாழும் மக்களை ''இந்துக்கள்'' என்றனர். அதனால் இந்துக்கள் என்ற இந்தியர் வாழும் நாட்டை இந்துத்தானம் என்ற பெயர் சுட்டலாயிற்று. முஸ்லிம்கள் இங்கு குடியேறியதன் விளைவாயும் இந்தியர் இஸ்லாந் தழுவியதாலும் இஸ்லாமியரல்லா இந்தியர் இந்துக்கள் என்று கொள்ளப்பட்டனர். இங்ஙனம் சமயத் தொடர்பற்ற ஓர் அடையாளம் இந்து என்று ஒரு சமயத்தைக் குறிப்பதானது.

Agarwal J.S. In New Cambridge History of India, The Sikhs of the Punjab. Cambridge. 1980.

Davar, Firoze Cowsji Iran and India through the Ages. Calcutta. 1962.

இந்துக்களின் வழிவழியான மரபுகளிலும், கதைகளிலும் பரதகண்டம் என்றழைக்கப்பட்டது, பொன் மலையான மேரு மலைக்குத் தெற்கிலுள்ள பரதவர்ஷத்தின் பகுதியாகும். அது உலகில் அடங்கியுள்ள ஏழு தீவுகளில் ஒன்றான ஜம்பு திவீபம் எனவும் அது குறிப்பிடப்படுகின்றது.

ஆரியரின் மேன்மை வாய்ந்த குடிக்குப் பரதர் குடி என்று பெயர் இருந்திருக்க வேண்டும். அக்குடியின் பெயரால் இது பரதகண்டம் எனவும் பரதநாடு எனவும் பெயர் பெற்றுள்ளது.

இமயம்

இமய மலைத் தொடர் உலகில் மிக உயரமானதும் நீளமானதுமாகும். இது தொடர்பு அறாமல் 2500 கிலோ மீட்டர் வரை நீண்டு செல்கின்றது.

மூன்று மலைத் தொடர்கள் கிட்டத்தட்ட அடுத்தடுத்து அமைந்துள்ளன என்பது தெளிவு.

(1) உள் இமயம் எனப்படும் பெரிய ஜான்ஸ்கர் (*Zanskar*) மலைத் தொடர். இது சிந்து ஆற்றின் வளைவிற்கு அருகிலுள்ள நங்க பர்வதத்தில் தொடங்கித் தென் கிழக்காகவும், கிழக்காகவும் சென்று, பிரம்மபுத்திரன் ஆற்றின் இடுக்கை அடைகின்றது. இதன் சராசரி உயரம் 7,000 மீட்டர், சராசரி அகலம் 25 கிலோ மீட்டர்.

(2) சிறிய அல்லது பங்கி (*Pangi*) மலைத் தொடர். இது நடு இமயம் எனவும் அழைக்கப்படுவதுண்டு - இது 5,000 மீட்டருக்குமதிகமான உயரம் எழும்புவது அபூர்வமானதாகும். இதன் அகலம் 80 முதல் 100 கிலோ மீட்டர்.

(3) சிவாலிக்கு (*Siwalik*) அல்லது பீர்பஞ்சால் மலைத்தொடர்

இது புற இமயம் என்றும் குறிக்கப்படும். இது 15 முதல் 50 கிலோ மீட்டர் அகலமுள்ள பரப்பில் நீண்டு செல்கின்றது. இதன் சராசரி உயரம் 9,000 முதல் 1,300 மீட்டர்.

இத்தொடர் ஒவ்வொன்றிலும் தென் சரிவு செங்குத்தானது. வட சரிவு சிறுகச் சிறுகச் சரிந்து செல்கின்றது. வட சரிவில் பனிவரைக்குக் கீழே பொதுவாகக் காடுகள் சூழ்ந்துள்ளன. தென் சரிவு செங்குத்தாக இருப்பதால் அங்கு பனி படர்கின்றது. இப்பகுதியில் இங்குமங்குமாக மட்டுமே மரங்கள் வளர்கின்றன.

அரணும் ஆறுகளும்

இமயமலை சிங்கியாங்கையும், திபேத்தையும் இந்தியத்திலிருந்து அதன் அகன்ற வடவெல்லை நெடுகிலும் பிரித்து நிற்கும் பிறைவடிவமான மாபெரும் அரணாக நிற்கின்றது. அதில் உலகின் மிக உயர்ந்த சிகரங்கள் உள்ளன.

அவை கடவுளரும், ஞானியரும் உறையும் இடமென்று புராணங்களும், இலக்கியங்களும் பன்னெடுங்காலமாய் புகழ்ந்து வருகின்றன.

அங்கு புனிதத் தீர்த்தங்களில் ஒன்றான மானசரோவர் ஏரிக்கருகில் கைலாயம் இருக்கின்றது.

இந்தியத்தின் உயிர் கொடுக்கும் ஆறுகள் - புனிதமான கங்கை உள்பட - அம்மலையில் தான் தோன்றுகின்றன.

வடமேற்கே சிந்து, கிழக்கே பிரம்மபுத்திரன் - இது தென் மேற்குத் திபேத்தில் சாங்போ என்ற பெயரில் தோன்றி, இமயத்தின் - மீது பாய்ந்து, வட கிழக்கு இந்தியத்தில் ஓடிக் கங்கையுடன் கலக்கின்ற ஆறாகும். இதன் நீளம் சுமார் 2900 கி.மீ 1800 மைல்கள் - என்ற இரு பெரும் ஆறுகள் இமயத்திற்கு அணிசெய்யும் மாலைகள் போன்று இருபுறமும் 2500 கிலோ மீட்டருக்குமதிகமான தொலைவு பாய்கின்றன. ஆறுகள் பொதுவாய்ப் பெண்பாற் பெயரைப் பெறுவது மரபு. ஆனால் பிரம்மபுத்திரன் ஆண்பாற் பெயர் பெற்றுள்ளது என்பது விந்தையாகும்.

இந்துகுஷ்

இமயத்திலிருந்து இந்துகுஷ் நீண்டு செல்கின்றது. அதனின்று மேற்கிலும் மலைகள் உள்ளன.

கிழக்கே லுஷாய் மலைகள் உள்ளன. இந்துகுஷ் வடஆப்கானித்தானத்திலுள்ள மிகச் சிறந்த மலைத் தொடராகும். காபூல் மாகாணம் அம்மலைத் தொடரின் இதயத்தையே தொட்டுக் கொண்டு நிற்கின்றது.

இந்துகுஷ் கரடு முரடாகவும் உயர்ந்தும் இருந்த போதிலும், இமயமலைக்குரிய சிறப்புகள் அதற்கு இல்லை. இம்மலையில் உயர்ந்த சிகரங்கள் சிலவே உள. பல குழிவுகள், பள்ளங்கள் உள்ளன. அவை வடக்கிலும் தெற்கிலும் எளிதாகச் செல்வதற்கு வழி வகை செய்கின்றன.

இந்துகுஷ் மலை கடக்கக் கடினமானதன்று. ஆனால் அதிலுள்ள கணவாய்கள் மிகவும் இடுக்கண்கள் நிறைந்த வழியே செல்கின்றன. அதனால் இந்தியத்தின் வடக்குப் பகுதியில், அவை கடக்க முடியாத அரண்களாய் விளங்குகின்றன.

இந்துக் கொல்லி

அக்கணவாய்களுக்குத்தான் இந்துகுஷ் என்று பெயர். இந்துகுஷ் என்றால் இந்துக் கொல்லி என்று பொருள். ஓர் இந்தியப் படைக்கு அந்த மலையின் உச்சியில் ஏற்பட்ட கதியிலிருந்து தான் இம்மலைக்கு அப்பெயர் ஏற்பட்டது.

ஆக்சஸ் ஆற்று வெளியிலிருந்து காபூலுக்கு வரும் பல கணவாய்களின் ஒரு தொகுதி இம்மலையில் தான் உள்ளது.

அயலார் வந்த வழி

வந்தேறியவர் அனைவரையும் போலவே ஆரியர் இந்த வழியாகத்தான் இந்தியத்திற்கு வந்தனர். அலெக்சாந்தரும், அவரது படைகளும் வந்தனர். சித்தியர், மங்கோலியர் என்று மனித அலைகள் அடுத்தடுத்து இவ் வழியேதான் இந்தியத்திற்கு வந்தன.

ஆரியர் வந்த வழியிலுள்ள தற்காலத்துக் கண்டகார்ப் பகுதியைப் பண்டை வரலாற்றாசிரியர்கள் அரக்கோசியம் (*Aracosia*) என்று அழைத்தனர். இந்துப் புராணங்களில் இது ரக்கோசுகளின் (*Racos*) நாடு என்று சொல்லப்பட்டுள்ளது. குடியேற வந்த ஆரியர் இம்மக்களுடன் போரிட நேர்ந்தது. ஆரியர் அதனால் இம்மக்களை அச்சமூட்டும் இராக்கதர் ஆக்கிவிட்டனர். தற்காலத்துக் கசனிதான் அரக்கோசியம் என்று ஜெனரல் கன்னிங்காம் கூறினார்.

ஆரியர் வென்ற பத்தாவது மக்கள் அரக்கோசியர் ஆவர். ஆரியர் இந்நாட்டில்தான் இறந்தோரைப் புதைக்கத் தொடங்கினர். இது புனித நிலத்தைத் தீட்டுப்படுத்தும் செயல் என்று செந்தவஸ்த தடை செய்கின்றது.

ஸ்திராபோவும் (*Strabo*, சு.64, கி.மு. 23 கி.பி) கிரேக்க வரலாற்றாசிரியர், நில நூலார். (ஸ்திராபோ என்றால் மாறு கண்ணன் என்று பொருள்) எரட்டோஸ்தனிசும் (*Ertosthenes*, சு.276-சு. 184, கி.மு. கிரேக்க வானியலார்) சிந்து ஆற்றை இந்தியத்தின் மேற்கு எல்லையென்று கொண்டனர்.

தாலமி (*Claudius Ptolemaeus Ptolemy*, 127-145 கி.பி. கிரேக்க வானியலார்) அரக்கோசியத்தை இந்தியப் பகுதி என்று சேர்த்துச் சொன்னார். செந்தவஸ்த அரக்கோசியத்தை ஹரவைத்தீ என்கின்றது. பாரசிகப் பேரரசனான டேரியஸ் (சு.522-486 கி.மு) ஹரௌவதிச (*Harauvatisa*) என்றார்.

வடமேற்குப் பகுதி

இந்தியத்தையும், அதன் வரலாற்றில் பெரும் பகுதியையும், வட மேற்கில்தான் அறிய வேண்டும் என்பர். இது இந்துத்தானத்தின், மனுவின் ஆரியவர்த்தத்தின், பரந்த சமவெளியின் தெற்கே தொடர்ந்து செல்லும் நிலப்பரப்பு ஆகும்.

இந்தியத்தின் நெடிய வரலாற்றில், வடமேற்குப் பகுதியானது, ஒன்றுக்கு மேற்பட்ட தடவைகளில் மேற்கத்தி - மத்திய ஆசிய அரசு முறையின் ஒரு பகுதியாகச் சிறிது காலம் இருந்து வந்திருக்கின்றது.

பாரசிக மன்னரான சைரசும், டேரியசும் பாஞ்சாலத்தையும், சிந்தின் ஒரு பகுதியையும் வென்று, தமது காந்தார, மற்றும் இந்திய ஆட்சிப் பகுதிக்குள் சேர்த்துக் கொண்டிருக்கின்றனர்.

அப்போது இந்தியத்திற்கும் ஈரானுக்குமிடையே அரசியல், பண்பாட்டுத் தொடர்புகள் ஏற்பட்டிருந்தன.

இத்தொடர்புகள் அடிக்கடி அறுந்து போன போதிலும் மீண்டும் புத்துயிர் கொண்டிருக்கின்றன.

இருபதாம் நூற்றாண்டில் பாகிஸ்தானம் ஆகவேண்டும் என்ற விதிக்குள்ளான அந் நிலப்பகுதியின் வரலாற்றில் இதை நாம் காணலாம்.

சிந்து பாயும் காசுமீரம்

காசுமீரம் சதுர வடிவமானது. அதன் அழகு, அதன் மேற்கு மற்றும் தென் மாவட்டங்களின் அழகேயாகும். அங்கு நங்க பர்வதம் - இது இமயத்தின் மேற்கில் காசுமீரத்தின் வடமேற்கிலுள்ள மலை; இதன் உயரம் 8126 மீட்டர், 26,660 அடி - சிந்து ஆற்றை அல்லது அரமுக ஆற்றை எட்டிப் பார்க்கின்றது. அதன் பிம்பம் உளலார் என்ற நீல ஏரியில் தெரிகின்றது.

சிந்து ஆறு இப்பகுதி நெடுகிலும் பாய்ந்து, திடீரென்று தென்மேற்காகத் திரும்பி ஜில்ஜித்திற்குக் கிழக்கே மனிதர் புக முடியாத மலைகளின் வழியே சென்று பெஷாவர்ச் சமவெளியில் பாய்கின்றது.

காசுமீரம் பண்டைக் காலத்திலிருந்தே இந்துப் பண்பாட்டின் சிறப்புமிக்க கேந்திரமாக வந்திருக்கின்றது. இது சம்ஸ்கிருத விற்பன்னர், புலவோர் முதலானோரின் இல்லமாக விளங்கியது. நடு ஆசியத்தில் இந்துப் பண்பாட்டைப் பரப்ப உதவியது.

பண்டை இந்தியத்தின் மெய்யான ஒரே வரலாற்றாசிரியரான கல்ஹணர் இங்குதான் பிறந்தார்.

பிரம்மபுத்திரன்

பிரம்மபுத்திரனும் அதன் கிளை ஆறுகளும், தேயிலை, காபி, பழங்கள் முதலியவை விளையத் துணை புரிந்து, வடகிழக்கு எல்லைப் பகுதியில் மேலோங்கி நிற்கின்றன. இப்பகுதியில் எளிதாகச் செல்வதற்குச் சாலைகள் இல்லை.

ஆண்டில் முக்கால்வாசிக் காலம் பெருமழை பெய்வதால், சாலைகள் அடித்துச் செல்லப்படுகின்றன. காடுகள் மண்டிக் கிடக்கின்றன.

கங்கைச் சமவெளி

கங்கைச் சமவெளி குன்றுகளும் பாலை நிலமும் அடங்கிய நடுப்பகுதி, தீவக் குறை - என்று மூன்று பகுதிகளாகப் பிரிக்கப்படுகின்றது.

தட்டையான அகன்ற சமவெளிக்கு இந்திய கங்கைச் சமவெளி என்று பெயர்.

இது சிந்து ஆற்றின் கழிமுகத்திலிருந்து கங்கையின் கழிமுகம் வரை நீண்டிருக்கின்றது.

இருப்பினும் பஞ்சாபிலிருந்து கங்கை பாயும் பகுதிக்குச் செல்லும் ஒரே வழி இராஜஸ்தானப் பாலைவனத்தின் வடகோடிக்கு இடைப்பட்ட குறுகலான பாதையேயாகும். இமயமலை வழியாகவும் அங்கு செல்லலாம்.

இது போர் முக்கியத்துவம் வாய்ந்த பகுதியாகும். இங்கு இந்தியத்தின் தலைவிதி வரலாற்றுக் காலத்தில் நடந்த போர்களில் ஐந்து முறையேனும் நிர்ணயிக்கப் பட்டிருக்கின்றது.

டெல்லி இதற்குத் தெற்கில் இருக்கின்றது.

கங்கை பாயும் நிலப்பரப்பில் சமவெளியின் தலையாய அரசுகள், மிகத் தொன்மையான அரசுகள், இந்தோ - ஆரிய நாகரிகத்தின் பண்டைக் கேந்திரங்கள், தொழில்கள், செல்வம், இவையனைத்தும் இந்தக் கங்கைச் சமவெளியில்தான் தோன்றிப் பெருகின.

கங்கையெனும் நூறு நாமங்களைக் கொண்ட இந்த மாபெரும் ஆறு மௌனமாக, எல்லையற்ற காலமாக இப்பகுதியில் பாய்ந்து, அலுக்காமல், சலிக்காமல் மண்ணை வளப்படுத்துகின்றது.

அதனைக் கங்கைத் தாய் என்று போற்றி வழிபடும் கோடானுகோடி மக்களுக்கு வாழ்க்கையும் வலிவும் தருகின்றது. அம்மக்கள் அரித்துவாரம், பிரயாகை, வாரணாசி என்ற இடங்களில் கங்கையின் புனித நீரில் தம்மைத் தூய்மைப்படுத்திக் கொள்கின்றனர்.

கங்கை பிரம்மபுத்திரனுடன் கலந்த பிறகு, அது அகன்று விரிகின்றது. முடிவேயில்லாமல் பல இடங்களில் பாசனக் கால்வாய்களில் பாய்ந்து, நாட்டைச் செழிக்கச் செய்கின்றது.

மகா நதி

இது மலைப்பாங்கான அகன்ற நிலப்பரப்பினால், வங்கத்தின் கீழ்ப் பகுதியிலிருந்து பிரிக்கப்பட்டிருப்பினும், மகாநதி பாயும் நிலப்பரப்பும், கீழ் வங்கத்தைப் போன்று ஒரே தன்மையானதாகவே இருக்கின்றது.

அதன் வடிநிலைப் பகுதியில் ஒரிசாவின் செழிப்பு மிக்க நிலப்பரப்பு உள்ளது. கீழ் வங்கத்தைப் போலவே, எல்லா வகையிலும் இப்பகுதி இருக்கின்றது.

மகாநதி - தென் மத்தியப் பிரதேசத்தில் தோன்றி, வடக்கே ஓடி, பிறகு தெற்கிலும், கிழக்கிலும் பாய்ந்து வங்கக்கடலில் கலக்கின்றது. இதன் நீளம் 885 கிலோ மீட்டர் - 550 மைல்கள். அது கடலில் கலக்குமிடத்திற்கருகே வங்கக் கடலின் கரையிலுள்ள பூரியில் ஜெகன்னாதர் கோயில் இருக்கின்றது.

அராவலி

அராவலி என்றால் வலிமை பொருந்திய மலை என்று பொருள். சிந்து ஆற்றுக்கு அடுத்தாற் போல் வட கிழக்கிலிருந்து, தென் மேற்காகச் செல்லும் பழமையான மலைத் தொடருக்கு அராவலி என்று பெயர்.

இது இரசபுதனத்தை இரு கூறுகளாகப் பிரிக்கின்றது.

அதன் வடமேற்கே தார்ப் பாலைவனம் அல்லது மாபெரும் இந்தியப் பாலை நிலம் உள்ளது.

இந்தப் பாலைவனம், சிந்து ஆற்றை விட மிகப்பெரிய அரணாக நின்று, இந்தியத்திற்குள் அயலார் நுழைவதைத் தடுக்கின்றது. அது சிந்து ஆற்றுக்கும் அராவலி மலைத் தொடருக்குமிடையே 480 கிலோமீட்டர் தொலைவு நீண்டிருக்கின்றது.

இருப்பினும் இப்பகுதியில் ஜெயசால்மர், பிக்கனீர் என்று இரண்டு நகரங்கள் உள்ளன.

அராவலிக்குத் தெற்கில் இரசபுதனம் சம்பலுடன் கூடிக் கங்கைச் சமவெளிப் பகுதியில் கிட்டத்தட்ட அடங்குகின்றது.

அதன் செழிப்பான பாணஸ் ஆறு வடக்கில் ஓடி யமுனையில் கலக்கின்றது.

இங்குதான் ஜெய்ப்பூர், உதயப்பூர், ஜோத்பூர் ஆகிய மாபெரும் இரசபுத்திர நகரங்கள் உள்ளன. புகழ்பெற்ற சாம்பர் என்னும் உப்பு நீர் ஏரி இப்பகுதியில் இருக்கின்றது.

விந்தியம்

கங்கைச் சமவெளி மெல்லத் தெற்கு நோக்கி மேடாகின்றது. இது துணைக் கண்டத்தின் மேற்கிலிருந்து கிழக்கே பிரிகின்றது. இப்பகுதியில் விந்தியம் உள்ளது.

இது அகலத்திலும் உயரத்திலும் பல்வேறுபட்ட அளவுகளையுடையது. கரடு முரடானது. இம் மலைத்தொடர் ஆரியர் காலத்திற்கு முற்பட்ட பண்டை மக்களில் பலருக்குப் புகலிடமாய் இருந்து வந்திருக்கின்றது.

விந்தியத்தின் தெற்கே, உயர்ந்த மலைப் பகுதியிலிருந்து மிகத் தாழ்ந்த குறுகலான பகுதியில் நர்மதை ஆற்றுப் பள்ளத்தாக்கு அமைந்திருக்கின்றது.

இதன் தெற்கே சாத்பூரா மகாதேவ - மைக்காள மலைத் தொடர் உள்ளது.

நர்மதை

சாத்பூரா மலையின் தென் சரிவுகளில் நர்மதை - இது மத்தியப் பிரதேசத்தில் தோன்றி மேற்கே பாய்ந்து காம்பே வளைகுடாவில் கடலில் கலக்கின்றது. இது இந்தியத்தின் இரண்டாவது புனித ஆறாகும். இதன் நீளம் 1290 கிலோ மீட்டர் - 801 மைல்கள் - மேற்கே பாய்வதைப் போன்று மகா நதி கிழக்கே பாய்ந்து வங்கக் கடலில் கலக்கின்றது.

இரட்டைச் சுவரான இம் மலைத்தொடர், இந்தியத்தின் தென் தீவக் குறையை வடக்கின் சமவெளியிலிருந்து பிரிக்கின்றது.

இது இவ்விரு பகுதிகளுக்குமிடையே தொடர்புகள் ஏற்படுவதற்கு இடையூறாக இல்லாவிடினும், கடந்த காலத்தில் அரசியல் இணைப்பை உண்டாக்குவதைக் கடினமாக்கிற்று.

பேராற்றல் வாய்ந்த பேரரசர் ஹர்ஷர் கி.பி. ஏழாம் நூற்றாண்டில், தனது பேரரசைத் தெற்கில் விரிக்கக் கருதிப் படைகொண்டு வந்தபோது நர்மதையாற்றின் கரையோடு அவர் நின்றுவிட நேர்ந்தது.

இந்தியத் தீவக் குறை

இந்தியத் தீவக்குறை, குமரி முனை கேரளக் கரையோரப் பகுதி, சோழ மண்டலக் கரையோரப் பகுதி, என்று அழைக்கப்படும் பகுதிகளடங்கிய நிலப்பரப்புப் பகுதி ஒன்று வடமேற்கிலும், மற்றொன்று வட கிழக்கிலுமாக 1500 கிலோ மீட்டர் நீளுகின்றது. இவ்விரு கடற்கரையோரப் பகுதிகளிலும் இயற்கைத் துறைமுகங்கள் சில உள.

மேற்கில் கொச்சி, கோவா, பம்பாய் என்ற துறைமுகங்கள், கப்பல்கள் பத்திரமாக நங்கூரம் பாய்ச்சுவதற்கு ஏற்றவையாயுள்ளன.

கிழக்கில் சென்னை, விசாகப்பட்டினம் போன்ற துறைமுகங்களும் எண்ணற்ற சிறு துறைமுகங்களும் உள்ளன.

நிலநடுக்கடல் பகுதிக்கும், ஆப்பிரிக்கத்திலிருந்து சீனத்திற்கும் செல்கின்ற கடல்வழிகள் அமைந்திருப்பதால், இந்தியம் இவ்விரு பகுதிகளிலும் உள்ள நாடுகளுடன் செழிப்பான வாணிபத்தை நடத்தி வந்திருக்கின்றது.

சிந்து சமவெளி நாகரிகம் (கி.மு. 2500-1500)

சிந்துவெளி நாகரிகத்தின் காலம் கி.மு. 2500 - முதல் கி.மு. 1500 வரை என்று தற்காலிகமாகக் கணித்திருக்கின்றனர். சிம்லாவின் மலையடிவாரத்திலுள்ள ரூபார் என்னுமிடத்திலிருந்து, அரபுக் கடற்கரையிலிருக்கும் சத்கா ஜந்தோர் வரையிலும் ஏறத்தாழ ஆயிரம் மைல் தொலைவிற்கு அறுபதுக்கு மேற்பட்ட அரப்பன் நாகரிக நகரங்கள் அகழ்ந்தெடுக்கப்பட்டன.

பண்டைப் பாஞ்சாலத்தின் அரப்பன் என்ற இடத்தில் 1921-ஆம் ஆண்டு அகழ்வு நடந்தது. அப்போது சர். ஜான் மார்சல், டி.ஆர். சாஹ்னி என்பவரை இப்பணிக்கென அங்கு அனுப்பி வைத்தார்.

அரப்பன் டெல்லியின் வடக்கே சுமார் 80 கிலோ மீட்டரில் உள்ளது. லாகூரிலிருந்து மூல்தான் செல்லும் இருப்புப் பாதையின் அருகில் உள்ளது.

சிந்து ஆற்றின் கரையோரமாகத் தெற்கில் சுமார் 400 மைல்களுக்கப்பாலுள்ள மகஞ்சோதரா (மாண்டோர் குன்று) என்ற மேட்டில் 1922 இல் அகழ்வு நடந்தது.

பண்டை இந்தியத்தை வரலாற்று அடிப்படையில் அறிந்து கொள்வது என்ற நோக்கையே, இவ்விரு இடங்களிலும் நடந்த அகழ்வுகள் மாற்றி விட்டன.

அரப்பாவில் கண்டெடுக்கப்பெற்ற பண்டை நாகரிகச்சின்னங்களின் செழுமையானது, அரப்பாவையே அது குறித்து நிற்கும் சிந்துவெளி நாகரிகம் என்ற பெருஞ் சிறப்பொடு ஒன்றச் செய்துவிட்டது.

அங்கு காணப்பட்ட பொருள்களைக் கதிர்வீச்சு முறை கொண்டு காலங் கணித்த போது, அவை குறைந்தது கி.மு. 2300 முதல் 1750 வரையிலான காலப் பழமை வாய்ந்தவை என்று உறுதிப்படுத்தப்பட்டது.

சிந்துவெளி நாகரிகம் பரந்த அளவில் எழுபதிற்குக் குறையாத இடங்களில் இப்போது (1977) கண்டுபிடிக்கப்பட்டுள்ளன. அவை பஞ்சாபிலும், சிந்திலுமாக ஏறத்தாழ ஐந்து இலட்சம் சதுர மைல் பரப்பில் விரிந்து கிடக்கின்றன.

பலுச்சித்தான எல்லைப் பகுதியிலிருந்து இரசபுதனப் பாலைவனம் வரையிலும் அவை பரந்து கிடக்கின்றன.

அரப்பன் நாகரிகத்தின் எட்டாக்கைப் பகுதிகள், அண்மையில் தற்கால ஈரானிய எல்லைக்கருகிலுள்ள சத்கா ஜந்தோர் உட்பட, மகரான் கரை நெடுகிலும் கண்டுபிடிக்கப்பட்ட இடங்களிலிருந்து, சிந்துவெளி மக்கள் சுமேரியருடன், குறிப்பாக அங்கு அக்காடு சர்கோன் (கி.மு. 2334-2279) ஆட்சி செய்த காலத்தில், செழிப்பாக வாணிபம் நடத்தினர் என்பது தெரிகின்றது.

சுமேரியத்தின் ஊர் என்னுமிடத்தில் தோண்டிய போது, அங்கு அரப்பன் முத்திரைச் சின்னங்கள் கண்டெடுக்கப்பட்டன. அரப்பனிலும், மகஞ்சோதாரத்திலுமிருந்த வணிகர்கள் சுமேரிய வணிகருடன் கி.மு. 2300, கி.மு. 2000 ஆகிய ஆண்டுகளுக்கிடைப்பட்ட காலத்தில் வணிகம் செய்தனர் என்று கண்டறியப்பட்டுள்ளது.

அரப்பனில் ஆற்றின் மருங்கே பெரிய தானியக் களஞ்சியங்கள் இருப்பதை வைத்துப் பார்க்கும் போது, சிந்து வணிகர்கள், உபரித் தானியங்களைச்

சுமேரியத்திற்கும், ஒரு வேளை வேறு இடங்களுக்கும் ஏற்றுமதி செய்திருக்கக்கூடும் என்பது தெரிகின்றது.

கி.மு. 1750-ஆம் ஆண்டுக்குப் பிறகு அரப்பன் நாகரிகத் தன்மையே மாறும் வகையில் பல்வேறு கூறுகள் தோன்றலாயின.

இதுவரையிலும் ஒரே சீராக இருந்து வந்த வாழ்க்கை முறையும், சுற்றுச் சூழலும் மாறலாயின. இதற்கு முன்னர் தெருக்கள் மிகுந்த கவனத்தோடு நேர் சீராக அமைக்கப்பட்டு வந்த நிலை மாறுகின்றது. வீடுகள் அளவில் சிறியவையாகின்றன. மட்பாண்டங்களும், வடிகால் முறையும் சீர்கெட்டன அல்லது மறையலாயின.

இந்நாகரிகத்தின் சித்திர எழுத்துகள் இன்னும், அறிஞர் அனைவரும் ஏற்கும் விதத்தில் படிக்கப்படாமல் இருக்கின்றன.

எனினும் இந் நாகரிகத்தைப் பற்றி, இம்மக்களின் வாழ்க்கை முறை, சமயம், சமூகப் பழக்கவழக்கங்கள், வழிபாட்டு முறை, கட்டடக் கலை போன்ற பல்வேறு துறைகள் பற்றிய செய்திகள் நன்கு தெரிய வந்துள்ளன.

நாடோடிகளும், உடலுரமுள்ளவர்களுமான ஆரியர்களின் ஊடுருவலால், தொடர்ந்து வாழ்க்கை முறை நிலை குலைந்து போனதால், இம்மக்கள் நாகரிகத்தின் பலன்களை அனுபவித்து வீரங்குன்றிய போது, சிந்துவெளி நாகரிகம் உயிர் பிழைத்து நிற்பது இயலாததாகியது.

அவர்களின் நாகரிகம் தொடர்ந்த தாக்குதல்களில் சிதறுண்டபோது, அதன் சின்னங்களைப் பரந்த நிலப்பரப்பில் விட்டுச் சென்றனர். அவற்றை வடமேற்கு இந்தியமெங்கிலும் காண முடிகின்றது.

சிந்துவெளி மக்கள் தமது நகரங்களை விட்டு ஓடினர். அந் நகரங்களின் வீடுகளில் ஏழையான மக்கள் குடியேறினர். அவர்கள் இடிந்துபோன வீடுகளில் வாழ்ந்தனர். உடைந்த செங்கற்களைக் கொண்டு நீள் சதுரமான வீடுகளைக் கட்டினர். காலப்போக்கில் அப் பண்டை நகரங்கள் மண்மேடிட்டுப் போயின.

சிந்துவெளி நாகரிக ஊர்கள் தொடர்ந்து 1998 வரை கண்டுபிடிக்கப்பட்டு வருகின்றன. இந்நாகரிகம் சிந்து ஆற்றின் கரையோரங்களில் மட்டுமன்றித் தடமழிந்து போன சரசுவதி என்ற ஆற்றின் கரைகளிலும் செழித்திருந்தது என்பதை ஆராய்ச்சியாளர் இப்போது நிறுவியுள்ளனர். அதனால் இந்நாகரிகத்தைச் சிந்துவெளி நாகரிகம் என்னாது, சிந்து - சரகவதி ஆற்றுவெளி நாகரிகம் என்ற புதுப் பெயரால் அழைக்க வேண்டுமென்று சிலர் கோரி வருகின்றனர். சிந்துவெளி நாகரிகம் பண்டை எகிப்திய, மெசபடோமிய நாகரிகங்களின் பரப்பெல்லையைவிட மிகவும் விரிந்திருந்தது.

ஆரியர் வருகை

தற்காலத்தில் ஆப்கானித்தானமும் பலுச்சித்தானமும் அடங்கிய பகுதிக்குக் கிரேக்கர் இட்ட பழம் பெயர் அரியான (*Arriana*) ஆகும். ''அரியான என்பது இந்தியத்தைப் போன்று தெற்கிலும் வடக்கிலும் அதே கடலையும் மலைகளையும் எல்லைகளாய்க் கொண்டது. அதே ஆறான ஜீலத்தையும் எல்லையாய் உடையது. சிந்து ஆறு அதற்கும் இந்தியத்திற்கும் இடையில் ஓடுகின்றது. இந்த ஆறு காஸ்பியன் வாயில்களிலிருந்து (*Gaspian Gates*) கார்மேனியம் (*Carmenia*) வரை கோடு கிழித்தது போல் மேற்கு நோக்கிப் பாய்வதால் அரியானவின் வடிவம் நாற்கோண வடிவினதாய் உள்ளது'' என்று ''ஸ்திராபோவின் நிலநூல்'' (*The Geography of Strabo*) என்ற நூலில் சொல்லப்பட்டுள்ளது.

அது அயிர்யன் - வெஜோ (*Ariyan - Vejo*) என்று அழைக்கப்பட்டதாய் அவஸ்த கூறுகின்றது. இது மிகவும் தொன்மையான நாடு என்று வருணிக்கப்படுவதாலும் அது இந்தியத்தின் வடபாலில் இருந்தது என்று வேதங்களிலிருந்து நமக்குத் தோன்றுவதாலும் அது பேலூர் - டகு, மஸ்டகு (*Belurtagh. Mustagh*) (அல்லது பனிமலை) ஆகியவற்றின் மேற்கிலும் பாமிர் (*Pamir*) உள்பட அமு, சைசுன் (*Amu Syhun*) ஆகியவற்றின் தோற்றுவாய்க்கு அருகிலும் இருந்ததென்று கருதப்படுகின்றது. ஆரிய இனத்தாரில் ஒரு பகுதியினர் பல்வேறு காலகட்டங்களில் இங்கிருந்து புலம் பெயர்ந்து ஐரோப்பியத்தில் குடியேறினர். பின்தங்கியிருந்த ஆரியர்கள் அதன்பிறகு தெற்கில் புலம் பெயர்ந்து ஈரானிலும் பாஞ்சாலத்திலும் குடியேறினர்.

ஆரியர்கள் நடு ஆசியத்தில் வாழ்ந்திருந்த காலத்தில் வருணன்தான் அவர்களின் கடவுள் திருக் கூட்டத்தில் தலையாய இடம் பெற்றிருந்தான். அவர்கள் பாஞ்சாலத்தில் குடியேறிய பின்னர் வேளாண்மை, சமயம் ஆகிய துறைகளில் சீர்திருத்தங்கள் ஏற்பட்டன. அப்போது அவர்கள் வருணனை இறக்கிவிட்டு இந்திரனைத் தலைமைக் கடவுளாக்கினர். இதுபற்றிக் கருத்து வேறுபாடுகள் எழுந்தமையால் பாஞ்சாலத்தில் முதலில் குடியேறிய ஆரியரிடையே இரண்டு பிரிவுகள் உண்டாயின. இதனால் ஏற்பட்ட மனவேறுபாடுகளில் அவர்களிடையே நிலையான பிளவு ஏற்பட்டு விட்டது. இப்புதிய சீர்திருத்தத்தை எதிர்த்தவர்களின் கூட்டம் வடமேற்கில் குடிபெயர்ந்தது. அவர்கள் அங்கு பால்கிலும், (*Balkh*) பிற இடங்களிலும் சிறிது காலம் வாழ்ந்த பின்னர் ஈரானில் நிலையாக அமைந்தனர். அவர்கள் ஜராதுஷ்டிர சமயத்தைப் பின்பற்றிய ஜராதுஷ்டிர சமயத்தவர். அவர்களின் மறைநூல் அவஸ்த ஆகும். அவர்கள் தற்காலத்து இந்தியப் பார்சிகளின் முன்னோராவர்.

இந்துக்களின் முன்னோரான மற்றொரு கூட்டம் பஞ்சாலத்திலிருந்து சிறுகச் சிறுகப் பரவிற்று. அவர்கள் கிழக்கில் சரசுவதி ஆற்றின் கரை வரையிலும் பரவிப் பழங்குடியினரை வென்று தெற்கு வரையிலும் பரவினர். (*Max Mueller's, Science of Language*)

இந்திய ஆரியர்

இந்திய - ஆரியர் காலத்தின் முதல் நூற்றாண்டுகள் (கி.மு. 1500-1000) பற்றிய தொல்பொருள் சான்று எதுவும் இல்லை.

ஆனால் ஆரியர்களின் வேதங்களிலிருந்து அக்காலத்தைப் பற்றிய சில செய்திகளை நம்மால் சேர்த்துப் பார்க்க முடிகின்றது.

மறை நூல்களான வேதங்களை வழிவழியாக வாய் வழியாகவே, ஒவ்வொரு குலத்தினரும், கடும் கட்டுத்திட்டத்துடன் காத்து வந்துள்ளனர்.

இவற்றுள் மிகவும் பழமையானதும், முக்கியமானதும் இருக்கு வேதமாகும்.

ஆரியருக்கு முற்பட்ட சிந்து சமவெளி மக்களைப் போலல்லாது, ஆரியர்கள் குலக் கிராமங்களில் தமது கால் நடைகளுடன் வாழ்ந்து வந்தனர். மூங்கிலாலும், இலை தழைகளாலும் கட்டப்பெற்ற குடிசைகளில் வாழ்ந்தனர்.

இருக்கு வேதம் கி.மு. 800 ஆம் ஆண்டுக்கு முன்பு வரை பாடப் பெறவில்லை என்பர்.

வேத காலம்

''வேதங்கள் அறிவின் இருப்பிடம். அறிதல் என்னும் கருத்தை உணர்த்தும் ''வித்'' என்னும் வினையினடியில் பிறந்ததே வேதம் என்னுஞ் சொல்.

''சங்கிதைகள், பிராமணங்கள், ஆரணியகங்கள், உபநிடதங்கள் என்னும் பகுதிகளால் அமைந்து விளங்கும் வேதங்கள்

''இருக்கு, யசுர், சாமம், அதர்வம், என நான்கு பிரிவுகளைடையன.

''மொழியைப் பற்றிய அளவில் வேதங்கள் பாணினி ஆசிரியர் கூறும் சம்ஸ்கிருதத்தின் நின்றும் வேறாயது.

''வேதங்கள் தனிக் கவியின் ஆக்கமன்று. இவை வெவ்வேறு காலங்களில் கவிகள் பலரால் பல்வேறு சூழ்நிலைகளில் இயற்றப்பட்டு, நெடுங்காலம் வழங்கி வரும் பொழுது, ஒருகால் ஒன்று சேர்த்துப் பிரிவு பிரிவுகளாகத் தொகுத்து அமைக்கப்பட்டன.

''பல நூற்றாண்டுகள் வளர்ந்த பின்னரே, வேத இலக்கியங்கள் இன்று காணப்பெறும் உருவைப் பெற்றிருக்கலாம் என ஊகிக்கப்படுகின்றது.

திரயீவித்ய

''இவ்வேதங்களைக் குறிக்க வரும் பெயர்களுள் ''திரயீவித்ய'' என்பது ஒன்று. இது வேதங்களின் அமைப்பைக் காட்டுகின்றது.

வேதங்கள்

''இருக்கு, யசுர், சாமம் என்பவையே இவ்வித்தையின் முப்பெரும் பிரிவுகள்.

''நான்காம் வேதமான அதர்வம் நெடுங்காலத்திற்குப் பின்னரே வேத இலக்கியத்தில் இடம் பெற்றமையால் இது இங்கு வேதங்களில் ஒன்றாகக் கூறப்படாதிருக்கக் காண்கிறோம்.

''நாளடைவில் அதர்வ வேதம் வேதங்களுடன் இணைந்து நான்காவது வேதமாயிற்று.''

வேதங்களின் பிரிவுகள்

''இந்நால்வகை வேதங்களும் தனித்தனி நான்கு பிரிவுகளாக வகுக்கப்பட்டன. இவற்றுள் முதற்பிரிவு,

'சங்கிதை என்றும்

''இரண்டாம் பிரிவு பிராமணங்கள் என்றும், மூன்றாம் நான்காம் பிரிவுகள் முறையே,

''ஆரணியங்கள், உபநிடதங்கள் என்றும் பெயர் பெறுகின்றன.

''எனவே வேதங்களின் பகுதிகளைக் குறிப்பிடும் பொழுது, இது இருக்கு வேத சங்கிதை, இது இருக்குவேதப் பிராமணம், இது இருக்கு வேத உபநிடதம் என்றெல்லாம் குறிப்பிடுவது வழக்கம். இவ்வாறு ஏனைய வேதங்களின் பிரிவுகளையும் தனித்தனியாகக் குறிப்பிடலாம்.

வேதங்களின் எல்லை

''வேதங்களின் எல்லை உபநிடதங்கள். அந்தம் என்றால் முடிவு என்பது பொருள். எனவே உபநிடதங்கள் வேதாந்தங்கள் எனவும், மறைமுடிவு எனவும் பெயர் பெறலாயின.''

வேதங்களின் மாறாத் தன்மை

''வேதங்களெல்லாம் பல்லாயிரக்கணக்கான வருடங்களுக்கு முன்பு எவ்வாறு எழுந்தனவோ, அதே உருவில் இன்றுவரை மாற்றம் எதுவும் பெறாது காணப்படுகின்றன.

''எம்மனோர் இவற்றை எழுத்திற் பொறிக்காது பரம்பரை பரம்பரையாக வாயால் ஓதிச் செவியால் கேட்டு வந்ததே இதற்குக் காரணமாகும்.

சுருதி

''இதையொட்டியே வேதம் சுருதி எனவும், எழுதாமறை எனவும் பெயர் பெறலாயிற்று.''

''வேதங்கள் ஓதுவதில் பயிற்சி பெற்றவர்கள் இன்று கூட இவற்றை அச்சேறிய வேதநூல்களைப் பார்த்து ஓதாமல், தம் ஆசிரியர் வாயால் முதலில் ஓதி உச்சரிக்க, அவற்றைத் தாம் அவதானித்துக் கேட்டுப் பின்னர் அவரைத் தொடர்ந்து அவ்வழியே ஓதியும், தம் மாணவர்களை அவ்வாறே ஓதுவித்தும், இவ்வரிய பொக்கிஷத்தை நாலாயிர வருஷங்களுக்கும் அதிகமான காலமாகப் பேணி வந்திருக்கிறார்கள். இவ்வாறு பேணப்பட்டு வந்துள்ள வேத இலக்கியத்தில் இடைச் செருக்கல்கள் எதுவுமே கிடையா.

அபௌருஷேயங்கள்

''வேதங்கள் தெய்விகம் வாய்ந்தவை. இவற்றிற்கு அபௌருஷேயங்கள் என்னும் அடைமொழியை ஈந்து, வேத நூல்கள் மக்களால் ஆக்கப்படாத தெய்விக நூல்கள் என ஆஸ்திகர்கள் போற்றுவார்கள். இதுபற்றியே சமய நூல்கள் எல்லாம் வேதங்களை முதல் நூலாகக் கொள்கின்றன.

- டாக்டர் கா. கைலாச நாதக் குருக்கள்: வட மொழி இலக்கிய வரலாறு

பிரகாசமான இறைவர்களைப் பூசித்த ஒளி பொருந்திய ஆரியர்

ஆரியர்கள் ''பிரகாசமான இறைவர்களை'' - வழிபட்டனர். அதனால் அவர்களும் பிரகாசமானவர்களாகவும், மகிழ்ச்சி மிக்கவர்களாகவும் இருந்தனர்.

கி.மு. 2000 தொடங்கி கி.மு. 1400 வரை ஒளிபிறங்கிய இந்த வேத காலத்தில் நாம் கோயில்களையோ, சிலைகளையோ பற்றி எதுவும் கேள்விப்படவில்லை. சாதி வேறுபாடோ, கட்டாயக் கைம்மையோ இருக்கவில்லை. இந்த உண்மை தெள்ளத் தெளிவாக, உறுதியாக வேத மொழிகளில் ஒலிக்கின்றது.

''இரண்டாவது கணவனைக் கட்டிக் கொண்டவனின் மகன்'' என்றோ, ''கைம்பெண்ணை மணந்து கொண்டவன், இவன்'' என்றோ எந்த இழி மொழியும்

காணப்படவில்லை. சதி என்ற உடன்கட்டை முறைக்கோ, குழந்தை மணத்திற்கோ எவ்விதமான ஆதரவும் இருந்ததாக எந்தச் சான்றும் இல்லை.

எனவே பண்டை ஆரியர்கள் நமது மனக்கண்ணுக்கு மா பெரியவர்களாக, வலிமை மிக்கவர்களாக, நீண்ட மூக்கும், நல்ல நிறமும், புன்னகை தவழும் முகமும் உடைய மகா புருஷர்களாகத் தோன்றுகின்றனர்.

வரலாற்றுக் காலம்

இந்திய வரலாற்றில் முதன்முதலில் தெளிவாகத் தெரியவந்த காலம் கி.மு. 326 ஆகும். அது அலெக்சாந்தர் இந்தியத்தின் மீது படையெடுத்து வந்த ஆண்டு. அறிந்த இந்தக் காலப் புள்ளியிலிருந்து பின்னோக்கி, அல்லது அதற்குச் சற்றுப் பிந்திய மௌரியர் காலத்தின் தோராயமான காலத்திலிருந்து கணக்கிட்டோமேயானால், இலக்கியங்களில் கூறப்பட்டுள்ள வரலாற்று மரபுகளையும் பயன்படுத்திக் கணிப்போமாயின் வட இந்தியத்தில் கி.மு. ஏழாம் நூற்றாண்டிலிருந்த சில வட இந்திய அரசுகள் பற்றிய சிறு செய்திகள் சற்று துலங்கக் கூடும்.

இந்தியத் தீவக் குறையிலோ, வங்கத்திலோ கி.மு. 300-ஆம் ஆண்டிற்கு முன்னர் நடந்த குறிப்பிட்ட, சில நிகழ்ச்சிகளைப் பற்றித் திட்டவட்டமான உறுதி எதையும் செய்ய முடியாது.

சமணர், பௌத்தர், பிராமண சமயத்தவர் முதலானோர் சமயப் பணிகளுக்காக, எழுதிவைத்த நூல்களிலிருந்து தான், வட இந்திய அரசுகள் பற்றிய நிகழ்ச்சிகளில் அற்ப சொற்பமான செய்திகளைச் சிறிதளவு பெற முடிகின்றது.

கி.மு.ஏழாம் நூற்றாண்டு

கி.மு. ஏழாம் நூற்றாண்டில் இந்தியத்தின் பெரும் பகுதிகளில் பரந்த நிலப்பரப்பு முழுமையிலும் காடுகள் மண்டிக் கிடந்தன என்று நிச்சயமாகக் கொள்ளலாம். அக்காடுகளில் பலவகைப்பட்ட கொடிய விலங்குகள் வாழ்ந்திருந்தன. காட்டுமிராண்டிகளான மக்கள் இனம் வாழ்ந்திருந்தது. சிந்து, கங்கைச் சமவெளிகளில் மட்டும் நெடுங்காலமாக நிலைத்து நின்ற நாகரிக மக்களின் குடியேற்றங்கள் பரந்திருந்தன.

விந்தியப் பிரதேசத்திலுள்ள உச்சயினி இந்தியத்தின் ஏழு புனித நகரங்களில் ஒன்றாக விளங்குகின்றது. அதன் இப்பண்டைப் பெயர் அப்படியே மாறாமல் இன்றும் இருந்து வருகின்றது. இதற்கு ஈடான புண்ணியத் தலம் காசியேயாகும். (ஏழு புனிதத்தலங்கள் வாரணாசி (காசி) அரித்துவாரம், காஞ்சி (காஞ்சிபுரம்) அயோத்தி, அமராவதி, (துவாரிகா), மதுரா, உச்சயினி).

மகாஜன பாதங்கள் (600-321 கி.மு.)

வட இந்தியாவில் கி.மு. ஏழாம் நூற்றாண்டின் தொடக்கத்தில் தலையாய வல்லரசு எதுவும் நிலவவில்லை. அது பல சிற்றரசுகளாய்ப் பிரிந்து கிடந்தது. அவை மகாஜனபாதங்கள் (பெருநிலங்கள்) எனப்படுகின்றன. அத்தகைய பதினாறு நாடுகள் கி.மு. 600-321 காலத்தில் இருந்தன. அவற்றுள் விரிஜி போன்ற குடியரசுகளும் மகதம் போன்ற முடியரசுகளும் இருந்தன. அங்கு வேளாண்மைப் பொருளியல் சீராய்ப் பெருகியது. நகரங்களும் பெருகின. வாணிபம் செழித்ததால் நாணயங்கள் அச்சிடப்

பெற்றன. இக்காலத்தில் பிராமி எழுத்து வழக்கிலிருந்தது. இக்காலத்தில் தான் புதிய சீர்திருத்த இயக்கங்கள் முகிழ்த்தன. அவற்றுள் சமணமும் பௌத்தமும் தலையாயனவாகும்.

அப்போது முக்கியமான மூன்று முடியரசுகள் இருந்தன. அவை மகதம், கோசலம், வத்சம் ஆகியவையாகும். குரு, பாஞ்சாலம், சூரசேனம், காசி, மிதிலை, அங்கம், கலிங்கம், அஸ்கமம், காந்தாரம், காம்போசம் போன்ற சிற்றரசுகளும் இருந்தன. ஹைஹயர். விதிகோத்திரர் என்ற இரண்டு முடியரசுகளைத் தொன்மங்கள் காட்டுகின்றன. அதில் ஒன்று அவந்தியையும் மற்றொன்று சேதி முடியரசையும் குறிக்கலாம்.

பதினாறு அரசுகள்

அங்கம்	பாஞ்சாலம்
காசி	மச்சய
கோசலம்	சூரசேன
விரிஜி (வஜ்ஜி)	அசுவக
மல்ல	அவந்தி
சேதி	காந்தாரம்
வத்ச (வம்ச)	காம்போசம்
குரு	மகதம்

அவந்தி

தென்மேற்கிலிருந்த அவந்தி நாடு இருபத்தைந்து நூற்றாண்டுகளுக்கும் அதிகமான செழுமையுடைய பண்பாட்டு மரபைக் கொண்டதாகும். அது இன்று மாளவம் என்று அறியப்பட்டுள்ளது. அவந்தி என்பது நாட்டையும் அதன் மக்களையும் சுட்டும். அவந்தியின் தலைநகரம் உச்சயினி. அவந்தியில் சிறப்பு வாய்ந்த கலை, பண்பாட்டு மையங்கள் இருந்தன.

தென்மேற்கிலிருந்த அவந்தி நாட்டில் காம்பேயிலிருந்து உச்சயினி வழியாய்ச் சென்ற வாணிப வழித்தடம் ஒன்று தக்காணத்திற்கும் மற்றொன்று கங்கை வெளியான வடகிழக்குப் பகுதிக்குமாய் இரண்டாய்க் கிளைத்தது. அதன் காரணமாய் உச்சயினி அரசியலில் கையோங்கி விளங்கியது. இவ்விரு வழித்தடங்களும் அரப்பன் வணிகர்க்கு உறுதியாய்த் தெரிந்திருக்க வேண்டும். ஆதலால் அவந்தியின் அண்டை நாட்டினர் ''தமக்கென்று உரிமையான கப்பல்களை வைத்திருந்தவர்களும் இரும்பைப் பயன்படுத்தக் கற்றறிந்தவர்களுமான பிருகுகளாய் இருந்தனர்''. இந்த உண்மையை மகிஷ்மதி (*Mahismati*) என்ற இடத்தில் நடந்த அகழ்வாய்வுகள் உறுதி செய்துள்ளன.

(பிருகுகள் குலத்திலிருந்து பரசுராமர் தோன்றினார் என்று தொன்மங்கள் கூறும். பிருகுகள் அயலவர் என்று பொதுவாய்க் கொள்ளப்படுகின்றனர். பிருகுகளுக்கு மேற்குக்கரை முழுமையிலும் முகவர்கள் இருந்ததால், அவர்கள் சிந்து வெளியின் வணிக வகுப்பாரிலிருந்து வந்தவர்களாயிருக்கலாம் என்று அறிஞர் கொள்கின்றனர். எனினும் பிற்காலத்தில் இப்பெயர் தாங்கிய ஆரியக்குலம் ஒன்று இருந்தது என்று தோன்றுகின்றது.)

மாளவம் தற்காலத்தைப் போலவே அவந்தியை விடப் பெரும்

பரப்புடையதாயிருந்தது. பாணபட்டர் அதன் கிழக்கிலிருந்த அரசை அவந்தி என்று குறிக்கின்றார். அதன் கோநகரம் பேத்திரவதி அல்லது பேரவா என்ற ஆற்றின் கரைமீதிருந்த விதிச ஆகும். மகாபாரத காலத்தில் அவந்தி நாடு நர்மதையாற்றின் தென்கரை வரை விரிந்திருந்தது. அதன் மேற்கில் மகீ ஆற்றின் கரை இருந்திருக்கலாம்.

சர்மன்வதி (*Carmanvati* சம்பல்) என்ற நீரோடையின் பெருக்கான சிப்பர ஆற்றின் கரையில் உச்சயினி இருப்பதாய் அசோகரின் கல்வெட்டுகள் கூறுகின்றன. இங்கு வாழ்ந்த மக்கள் புகழ்மிக்க போர் மறவராவர். அவர்கள் ஹைஹய குலத்திலிருந்து தோன்றினர் என்பர்.

ஆரியரான ஹைஹயர் மிகப் பெரிய வாணிப மையமான உச்சயினியைச் சிந்து வெளி வணிகர் என்று கருதப்படும் பிருகுகளிடமிருந்து வென்று, அதைத் தம் கோநகராக்கிப் புனிதத் தெய்வ உருவை அங்கு நிலை நாட்டினர். அதனால் உச்சயினி ஏழு புனித நகரங்களுள் ஒன்றானது. ஆரியர் எங்கு எப்போது வணிகம் செய்யத் தொடங்கினர் என்பது தெளிவாய்த் தெரிந்திலது. அவர்கள் அப்போது அடைந்திருந்த பண்பாட்டு அளவை வைத்து நோக்குகையில், அவர்கள் கடல் கடந்த வாணிபத்தில் ஈடுபட்டிருக்கலாம் என்றே தோன்றுகின்றது.

பொருளியல் வல்லமை மிக்க அவந்தி கிழக்கே திரும்பி வத்சய நாட்டை வென்றதும் அதன் விதி முடிந்து போனது. அப்போது அது மகதத்தின் அண்டை நாடானது. கோசல, வத்ச, அவந்தி அரசர்களுக்கிடையே வத்சஸ் என்ற நிலப்பரப்பில் அடிக்கடி சண்டை நடந்தது. இந்த இடம் மகதத்திற்கும் அவந்திக்கும் இடையில் இருந்தது. பல ஆண்டுகள் அதற்காகச் சண்டை நடந்தது. அவந்தி வத்சத்தை வென்றதும் மகதமும் அவந்தியும் நட்புக் கொண்டிருப்பது போல் வெளிக்குக் காட்டிக் கொண்டன. பிறகு விரைவிலேயே அவற்றிடையே போர் மூண்டு விட்டது. அவந்தி அரசர்கள் தம் ஒற்றன் ஒருவனைக் கொண்டு மகத அரசர் உதயனை இராசகிரியில் கொன்றனர் என்று வழிவழி மரபுகள் கூறும். எது எவ்வாறாயினும் ஒரு போர் மூண்டு அதில் அவந்தி தோற்றது. மகதம் அதைத் தனது நாட்டுடன் சேர்த்துக் கொண்டது.

உச்சயினி

சிவன் அவந்தியிலிருந்துதான் திரிபுரனை வென்றான் என்பதால் ''வெற்றி தரும்'' என்று பொருள் கொடுக்கின்ற ''உச்சியினி'' (விஜய மருவி உச்சயினி) என்று பெயர் பெற்றது. காளிதாசனைப் போன்ற பெரும் புலவர்கள் உச்சயினியில் வாழ்ந்தனர். உச்சயினிக்குப் பல பெயர்கள் உண்டு. மேக தூதம் அதை விசாலி என்கின்றது. மேலும் அமராவதி, குஷாஸ்தலி, கனக சிருங்க, பத்மாவதி, புஷ்கரந்தினி, குமுதவதி, உச்சயினி என்றும் பல பெயர்களால் அழைக்கப்பெறும் கிருஷ்ணனின் ஆசானான சாந்தீபனி அவந்தியில், பிறந்தார் என்பர்.

அவந்தி பண்டை இந்தியத்தின் செழிப்பு மிக்க முடியரசுகளில் ஒன்றாயிருந்தது. அது மிகப் பெரிய பௌத்த மையமுமாகும். தரும பாலர், சோனாகுதிகன்ன (*Sonakutikanna*) அபய, குமார, இசிதாசி, மகா காச்சாயனர் முதலிய புகழ் பெற்ற பௌத்தர்கள் இந்நகரில் வாழ்ந்தனர்.

அவந்திப் பெண்டிர் சித்திர-ரதம் என்ற புதுமையான புணர்ச்சி நிலைகளை விரும்பினர் என்று காம சூத்திரம் (2.5. 22-23) கூறும். அவர்கள் மிகவும் முதிர்ந்த புணர்ச்சி முறைகளை நாடினர்.

அவந்தியின் கடைசி மன்னர் பெயர் அவந்தி வர்த்தனன். அவர் பிரதேயதன குடியைச் சேர்ந்தவர். இவர் மகத மன்னரான சிசுநாகன் காலத்தில் வாழ்ந்திருக்கலாம். எனினும் சிசுநாகர் குடியைத் தோற்றுவித்த சிசுநாகன் அவந்தி வர்த்தனனுக்குப் பல காலத்திற்கு முன்னர் வாழ்ந்தவர் என்று தொன்மங்கள் புகலும். பிம்பிசாரன் அரியணை ஏறிப் பல தலைமுறைகள் ஆன பிறகே சிசுநாகர் வரலாற்றில் தோன்றினார் என்று மரபுகள் கூறுவது சரியாயிருக்கலாம்.

கோசலம்

இது தொன்மத்தில் வரும் இச்சவாகு குடியினரின் புகழ் பெற்ற அயோத்தியைக் கோநகரமாய்க் கொண்டது. (இது 18-ஆம் நூற்றாண்டில் ஔது சுல்தான்களின் காலத்தில் மீண்டும் புகழ் பெற்றது.) இதன் பண்டைப் பெயர் கோசலம். அதன் கோநகரம் அயோத்தி. அங்கு கங்கையின் கிளையாகிய சரயூ பாய்ந்தது. இராமனின். கோநகரமும் அதுவேயாகும். வரலாற்றுக் காலத்தில் கோசலத்தின் தலைநகரம் சிராவஸ்தி.

கோசலம் அண்டை நாடான காசியை அடிமைப்படுத்திற்று. காசி அதன் பிறகு ஏழு புனிதத் தலங்களுள் ஒன்றானது. கோசல நாடுதான் முதன்முதலில் விந்திய மலைகளைத் தாண்டித் தெற்கே புகுந்த முதல் ஆரிய நாடாகும். அவர்கள் குடியேறி அமைத்த தென் கோசலம் தாய்க் கோசலத்திற்குப் பிறகும் பல காலம் சிறப்புற்றிருந்தது. கோசலம் போர்க்குணம் படைத்த விரிச்சியரிடமிருந்து (*Vrijji*) தன் கிழக்கெல்லையைக் காப்பாற்றுவது பெருஞ் சிக்கலாயிருந்தது. கோசலம் பெருந்தகைமையின்றித் தன் அண்டையிலிருந்த சாக்கியர் நாட்டை அழித்து, அதன் இடத்தில் விதேகம் என்ற தன் கிளை அரசை அமைத்தது. (புத்தர் சாக்கியர் குடியினர்.) லிச்சாவியர் விதேகத்தை அழித்தனர்.

கோசல அரசர் விதேகத்தையும் காசியையும் ஆண்டு வந்தபோது மூன்று நாடுகளுக்கும் பொதுவான ஒரு புரோகிதரை அமர்த்தினார். கோசலத்தின் தென் கிழக்கில் இருந்ததும் வெகு வேகமாய் வலிமைபெற்று வந்ததுமான அண்டை நாடான மகதம் தன்னை அச்சுறுத்துவதாய்க் கோசல அரசர் பிரசேனஜித்து எண்ணினார். அவர் கி.மு. ஆறாம் நூற்றாண்டினர். அவர் மகத அரசர்களான பிம்பிசாரன், அஜாதசத்துரு காலத்தில் வாழ்ந்தவர்.

பிரசேன ஜித்து போரினால் குருதி கொட்டுவதைத் தடுக்க எண்ணித் தன் மகளை மகத அரசருக்கு மணம்செய்து கொடுத்தார். அமைதி காண்பதற்காகச் செய்த இத்திட்டத்தை அவரின் மகன் குலைத்து விட்டார். அவர் தன் தந்தையை அரியணையிலிருந்து இறக்கிவிட்டுப் போதிய படைபலமின்றி மகதத்தின் மீது படையெடுத்தார். அவர் இந்தப் போரில் நாட்டையே இழந்தார்.

அவதத்தின் கோ நகரான சாகேதத்தைக் ''கொடு வீரம்'' படைத்த யவனர் சுமார் கி.மு. 156-ஆம் ஆண்டு வென்றனர். அவர்கள் மினாந்தர் என்றும் அவரின் கிரேக்கப் படையினர் என்றும் அடையாளம் காணப்படுகின்றனர்.

அவதம் கி.பி. நான்காம் நூற்றாண்டு வாக்கில் குப்தப் பேரரசில் அடங்கியிருந்தது. அயோத்தி ஐந்தாம் நூற்றாண்டுவாக்கில் குப்தரின் மாற்றுத் தலைநகராயிருந்திருக்கலாம். அது ஏழாம் நூற்றாண்டில் ஹர்ஷப் பேரரசில் இருந்தது. ஒன்பதாம் நூற்றாண்டில் கூர்ச்சரப் பிரதிகார ஆட்சிப் பரப்பின் ஒரு பகுதியாயும் இருந்தது.

இரண்டாம் திரெளரி (Tiraori) போர் 1192 -ஆம் ஆண்டு முடிந்ததுமே, சகாபுதீன் முகமது கோரியின் படைத்தலைவரான மாலிக்கு ஹிசாமுதீன் ஆகுல்பக்கு டெல்லிச் சுல்தான் அரசிற்காக அவதத்தை வென்றார். அதன்பிறகு அவதம் பெரிதும் முஸ்லிம் நவாபுகளால் ஆளப்பட்டது. அவர்கள் கிட்டத்தட்டத் தன்னரசோச்சினர்.

அயோத்தி என்ற சொல்லிலிருந்து அவதம் பிறந்தது. அவதத்தின் (ஔது) தலைநகரம் தொடக்க நிலைகளில் ஃபைசாபாதிலிருந்தது. எனினும் பின்னர் அது லக்னோ எனப்படும் இலட்சுமணபுரிக்கு மாற்றப்பட்டது. வஜீது அலிஷா (1847-1856) நடத்திய முறையற்ற ஆட்சியின் காரணமாய், அவதம் 1856-இல் பிரிட்டிசாரின் கைக்குச் சென்றது. எனினும் 1857-ஆம் ஆண்டுக் கிளர்ச்சிக்குப் பிறகு, அவர்களது கையிலிருந்து அவதம் நழுவியது. பிரிட்டசார் ஒன்றரையாண்டுக்காலம் கடும்போர் புரிந்த பிறகுதான் அவதத்தைப் பிடித்தனர்.

''ஆக்ரா, ஔது மாநிலங்களின் ஒன்றியம்'' (United Provinces of Agra and Oudh) என்ற பெயரில் 1902-ஆம் ஆண்டு ஒரு மாநிலம் உருவானது. அது ''மாநிலங்கள் ஒன்றியம்'' (United Province) அல்லது உ.பி (U.P) என்று சுருக்கி அழைக்கப்பட்டது. இன்று அது வடக்கு மாநிலம் என்று பொருள்படும் உத்தரப் பிரதேசமாய் விளங்குகின்றது.

மகதம்

இன்றைய தென் பிகார் வரலாற்றில் மகதமாய் விளங்கியது. கோசலம், அவந்தி என்ற நாடுகளில் மகதம் தான் முதன்முதலில் பெரிய வல்லரசாய் எழுந்தது. அது மேற்சொன்ன நாடுகளின் தென்கிழக்கு எல்லையில் இருந்தது. அது தற்செயலாய்ப் பெரு வல்லரசாய் விடவில்லை. பண்பாட்டு எல்லையின் ஓரத்திலிருந்த இந்நாடுகள் இன்னும் அடிமைப் படுத்தப்படாமலிருந்த பழங்குடியினருடன் மோதிக்கொள்ள நேர்ந்ததால், அவை எப்போதும் விழிப்புடன் இருக்க நேர்ந்தது. அவற்றிடையே மறப்பண்பும் மிகக் கண்டிப்பான அமைப்பு முறையும் இருந்து வந்தன. குருச்சேத்திரத்தில் இருந்த பிராமணர்கள் ''விராடியர்'' என்று அழைக்கப்பட்ட எல்லைப்புரத்துச் சத்திரியர்களை ''வீரப் பெருந்தகையர் போல்வர்'' என்று ஏளனம் செய்தனர். எனினும் நடைமுறையில் அவர்களின் மேலாண்மை ஏற்றுக் கொள்ளப்பட்டது.

மகதத்திற்குப் புறச்சூழல்கள் உகந்தவையாய் இருக்கவில்லை. அக்காலத்தில் நாடெங்கும் காடுகள் மண்டிக் கிடந்தமையால், மகதம் இன்றைய பீகாரில் கங்கையின் தென்கரைப் பகுதிக்குள் அடக்கப்பட்டிருக்க நேர்ந்தது. அதன் மேற்கரையிலிருந்த சோன் ஆற்றின் அருகில் மட்டுமே செழிப்பான சமவெளி இருந்தது. எட்டாக் கைப்பகுதியாயிருந்த மகதத்துடன் வாணிபம் செய்வது கடினமாயிருந்தது. எனினும் இந்நாட்டிடம் இதர அரசுகள் அனைத்தையும் மிஞ்சி எழுகின்ற மேலான நிலையைத் தந்த ஒரு கருவூலம் மறைந்திருந்தது. அங்கு பராபர மலைகளில் (இ.ச.க.தொகுதி-11) இரும்புக் கனிமங்கள் இருந்தன. அதன் தெற்கிலிருந்த காடுகளில் செம்பு கிடைத்தது.

மகதத்தின் முதல் அரச குடியினரான ஹரியந்தர் இக்கனிமங்களை அடிப்படையாய் வைத்துத் தம் அரசியல் கொள்கைகளை அமைத்தனர். மேலும் ஒருவரையடுத்து ஒருவராய்த் தொடர்ந்து மூன்று அரசர்கள் (பிம்பிசாரன், 546-494 கி.மு; அசாத சத்துரு 493-462 கி.மு; உதயன் 462-446) வந்தமையால் மகதம் நல்வாய்ப்புப் பெற்ற நாடானது அவ்வரசர்கள் தகுதி படைத்த ஆள்களையும் நாட்டில் ஆக்கப்பட்ட படைக்கலன்களையும், வைத்திருந்ததுடன் எங்ஙனம் போர் வலிமைமிக்க ஒரு படையை

உருவாக்குவது என்பதையும் அறிந்திருந்தனர். திட்டமிட்ட வல்லாண்மை அரசை உண்டாக்குவதற்கு ஆற்றலும் வலிமையும் மிக்க போர்த்திறனை எவ்வாறு அமைப்பது என்பதையும் கண்டு கொண்டனர். அவர்கள் காலம் வரையிலும் இந்தியம் அத்தகைய ஓர் அரசியல் ஆற்றலைக் கண்டதில்லை.

அவர்கள் அயல் அரசியல் துறையில் வரிசையாய் மேற்கொண்ட பணிகளினால் வெகு தேர்ச்சி வாய்ந்த அரசியல் தந்திர நுட்பம் பிறந்தது. முதலில் கிழக்கேயிருந்த வலிமை குன்றிய நாடான வங்கம் இணைக்கப்பட்டது. அதனால் நாட்டின் பின்பக்கம் காக்கப்பட்டது. அதே நேரத்தில் மகதம் கிழக்கத்தியப் பண்பாட்டு எல்லைக்கும் காவலாய் நிற்கக்கூடிய நிலையும் ஏற்பட்டது. அவர்கள் அதன்பிறகு அண்டை நாடுகளுடனும் வடக்கிலிருந்த லிச்சாவியருடனும் வடமேற்கிலிருந்த கோசலருடனும் மண உறவுகளை ஏற்படுத்தினர்.

மதில் சூழ்ந்த கோட்டை நகரான கோசாம்பியைக் (*Kosambi*) கோநகராய்க் கொண்டிருந்த வத்சய நாடு (*Vatsya*) இப்போது மகதத்திற்கு ஆபத்தாய் இருக்கவில்லை. ஏனெனில் மகதத்தின் அண்டை நாடான அவந்தி அதைத் தடுத்து நிறுத்திக் கொண்டிருந்தது. கோசலத்துடன் அந்நாட்டின் இளவரசியின் சீதனம் தொடர்பாய் ஏற்பட்ட சச்சரவினால் மகதத்திற்கும் அதற்குமிடையே மெய்யான போர் முதலில் தொடங்கியது. கோசலம் தோற்கடிக்கப்பட்டு, மகதத்துடன் இணைக்கப்பட்டது. இதனால் வலிமை வாய்ந்த வட இந்திய அரசான கோசலமும் செயலிழந்து போனது. அதனால் விரிச்சி நாட்டின் சிலவராட்சிக்குக் (*oligarchy*) கவலை மிகலானது.

மதிப்பரிய மாணிக்கக் கற்கள் கண்டு பிடிக்கப்பட்டதால் வாணிப நோக்குள்ள இரு தரப்பினரும் அவற்றைப் பெற அவாவினர். அதனால் பூசல் உண்டானது. அஜாத சத்துரு ஒரு போருக்கு ஆயத்தமானார். இந்திய வரலாற்றில் இதற்கு முன்னர் இத்தகைய போர் அறியப்பட்டதில்லை. அவர் எதிரி மீது பெரிய கற்களை எறியக் கூடிய கவண் பொறிகளைச் செய்தார். பெரிய தேர்களை உண்டாக்கி, அவற்றின் சகடங்களில் புடையலகுகளைப் (*Scythes*) பொருத்தினார். போருக்கென்று யானைகளைப் பழக்கினார். எதிரியின் பின்னணித் தாக்குதலை முறியடிப்பதற்காக அல்லது எதிரியின் நாட்டினுள் தன் படைகள் புகுந்து அவனைத் தாக்குவதற்காகச் சோன், கண்டகி, கங்கை என்ற

மூவாறுகள் கூடுமிடத்தில் வலிமை வாய்ந்த குறுக்கு வழிகளை அமைத்தார். அந்த இடத்தில்தான் பாடலிபுத்திரம் தோன்றியது. அது பல நூற்றாண்டுக்காலம் பல பேரரசர்களின் கோநகராய் இருந்தது.

மகதத்தின் மதிக்கூர்மை மிக்க அரசியல் தந்தையான வசக்கார (*Vassakara*) மகத ஆண்டையர் தன்னைத் தள்ளி வைத்ததாய்ச் சொல்லிக் கொண்டு, ஒரு வேலைக்காரனைப் போல் நடித்து லிச்சாவியரின் நடுவில் ஊடுருவினார். அதனால் விரிச்சி கூட்டணி கீழறுக்கப்பட்டது. வசக்காரன் வரவிருக்கும் போரை எதிர் கொள்வது பற்றி ஆக்கமான அறிவுரை தருவதாய்ப் போலி செய்து விரிச்சிப் பிரபுக்களை ஒருவர் மீதொருவர் பகை கொள்ளுமாறு செய்து பிரித்து விட்டார். அந்நேரம் பார்த்து மகதப் படை விரிச்சியர் நாட்டினுள் புகுந்தது. இந்தப் போர் பதினாறு ஆண்டுகள் நடந்தபோதிலும், மகதம் இறுதியில் வென்றது. மகதம் அந்த வெற்றிக்குப் பிறகு தனது நாட்டின் ஆட்சிப்பரப்பை இமயத்தின் அடிவாரம் வரை விரித்தது.

வட இந்திய இலக்கியங்கள் மகதம் பற்றிய நிகழ்ச்சிகளையே பெரிதும் விவரிக்கின்றன. எனவே அங்கு நிலவிய முடியரசுகளின் வரலாறு இந்தியத்தின் வரலாறானது.

Puchhammer. William von	*India's Road to Nationhood. A Political History of the Sub- Continent. Translated from German by S.D. Marathe, Bombay, Reprint 1992*
Makhfi Akther Shahid	*Pataliputra & witness to history, The Hindu 29.9.1996.*

சிசுநாகர்

மகதத்தின் மூன்றாவது அரசர் கொலை செய்யப்பட்ட பிறகு, அந்நாடு அவந்தி மீது போர் தொடுத்தது. ஆனால் மகத அரசர்கள் இப்போது வலுவற்றவர்களாயிருந்தனராதலால், அவர்களால் போரில் வெற்றி காண முடியவில்லை. அதனால் பொறுப்பான தலைமை அமைச்சராயிருந்த சிசுநாகன், ஆட்சியைக் கைப்பற்றித் தன் உறுதியான கொள்கைகளைச் செயல்படுத்துவதற்காக அரசு கட்டிலேறினார். அது கி.மு. 64-ஆம் ஆண்டாயிருக்கலாம். அவர் அப்போது தன் கோநகரைக் கயை மாவட்டத்துக் குன்றுகளினிடையே இருந்த கிரிவராஜ அல்லது பழைய இராசகிருகத்தில் அமைத்துக் கொண்டார். இவரை மகதத்தின் மாபெருஞ் சிறப்பிற்கு அடிகோலியவர் எனலாம். அவரது குடியின் ஆட்சி சிறிது காலமே நடந்தது. மகாபத்ம நந்தன் என்ற வெற்றி வேட்டைக்காரர் தன் போர்த்திறத்தால் சிசுநாகர் குடியின் ஆட்சியை வீழ்த்தினார்.

பிம்பிசாரன்

நிலையான படையை வைத்திருந்தமையால், கங்கை வெளியில் ஏற்கெனவே மேலாண்மை பெற்றிருந்த மகத அரசைப் பிம்பிசாரனால் கைப்பற்றிக் கொள்ள முடிந்தது. பிம்பிசாரனுக்குச் ''சேனிக'' என்ற பட்டப்பெயர் மிகவும் பொருந்தும். சேனிக என்றால் படையுடையான் என்று பொருள். அவருக்குப்பின் வந்த அரசர் ''சேனாபதி'' ஒருவரை அமர்த்தினார். அவரே இந்தியத்தின் முதல் ''களமேலுயர் தலைவர்'' (*field&marshall*) ஆவார். இவ்வளவு பெரிய அரசின் செலவிற்கு வேண்டிய பணத்திற்காக வரி விதித்தார். இப்போது மக்கள் பணமாய் வரியைச் செலுத்தினர். அரசிற்கு

உரிமையான கனிச் சுரங்கங்களிலும் காடுகளிலுமிருந்து கிடைக்கும் வருவாயிலிருந்தும் அரசரின் நிலங்களில் பாடுபட்டவர்கள் தரும் குத்தகைத் தொகையிலிருந்தும் பணம் பெறப்பட்டது.

சமய மரபுகளில் முன்னர் இருந்துவந்த கடுமை நந்தர்களின் காலத்தில் குறைந்தது. பிம்பிசாரன் தம் சமயங்களைத் தோற்றுவித்த புத்தரையும் மகாவீரரையும் பின்பற்றினார் என்று அவ்விரு சமயத்தவரும் பிற்காலத்தில் அவரைக் கொண்டாடினர். தொன்மங்களில் காணப்பெற்ற செய்திகளின்படி பிம்பிசாரன் 28 ஆண்டுகள் அல்லது 56 ஆண்டுகள் அரசோச்சியதாய்ச் சிங்கள மரபுவழிச் செய்திகள் கூறுகின்றன. அவர் புத்தருக்கு ஏழாண்டுகளுக்கு முன் இறந்தார். சிங்கள ஏடுகளின் கணிப்பின்படி புத்தர் கி.மு. 487-இல் இறந்தார். ஆதலால் பிம்பிசாரன் சுமார் கி.மு. 494-இல் இறந்திருக்கலாம்.

நந்தர்கள் மிகக் குறுகிய காலத்திற்குள் அவந்தியை வென்று, அதைத் தமது புதிய ஆரிய அரசினுள் இணைத்துக் கொண்டனர். கங்கை வெளியின் மேற்கில் அமைந்த முதலும் கடைசியுமான ஆரிய அரசு நந்தரின் மகத நாடேயாகும். பிம்பிசாரன் இங்ஙனம் ஆரிய அரசுகள் அனைத்தையும் ஒரு பேரரசாய் இணைத்தார். சிற்றரசர்களின் காலம் முடிந்தது.

மயிலை சீனி வேங்கடசாமி 1959 ஆம் ஆண்டில் எழுதிய "மறைந்து போன தமிழ் நூல்கள்" என்ற புத்தகத்திலிருந்து பெறப்பட்ட செய்திகளைக் கீழே தருகின்றோம்:

"விம்பசார கதை" என்ற பெயர் கொண்ட ஒரு நூல் இருந்தது என்பது நீலகேசி என்னும் சமண சமய நூலுக்குச் சமய திவாகர வாமன முனிவர் எழுதிய உரையிலிருந்தும் சிவ ஞான சித்தியார் என்னும் சைவ சமய நூலுக்கு ஞானப்பிரகாசர் எழுதிய உரைகளிலிருந்தும் தெரிகின்றது.

இவ்விரண்டு உரையாசிரியர்களும் கூறியதிலிருந்து விம்பசார கதை அல்லது பிம்பசார கதை என்னும் பெயருள்ள பௌத்த சமய காவியம் ஒன்று தமிழில்

இருந்ததென்பது தெரிகின்றது. இதைப் பற்றி வேறு செய்திகள் ஒன்றும் தெரியவில்லை. இந்நூலாசிரியர் யார், அவர் வாழ்ந்த காலம் எது என்பனவும் தெரியவில்லை.

நந்தர்

இந்திய அரசியலில் மகத முடியரசு ஒரு புதுமையாகும். வல்லாண்மையை அடிப்படையாய்க் கொண்ட ஒரு வட்டார ஆட்சியமைப்பு முதன்முறையாய் இங்குதான் தோன்றியது.

ஒரு மைய அரசின் வழியே பல நிலங்களை ஆண்ட ''பேரரசம்'' (*Imperialism*) என்ற கருத்து முதன்முதலில் இங்குதான் தோன்றியது. மைய அரசு ஒன்றிற்கு இதற்கு முன்னர் எக்காலத்திலும் அடங்கிப் போகாத மக்களை அந்தப் பேரரசம் ஆண்டது. இருப்பினும் சிசுநாகர் குடியின் கடைசி அரசர்கள் விட்டுச் சென்ற நாட்டரசு (*State*) ஒன்றுதான் இத்தகைய ஒரு பேரரசின் முன்னோடியாகும். அது இன்னும் வெல்லப்படாத நாடுகளின் திரளாகவே இருந்தது. கிழக்கு, மேற்கு, தெற்கு ஆகிய திக்குகளில் தெளிவானதும் வரை செய்யப்பட்டதுமான எல்லை அரசிற்கு இல்லை. இத்தகைய ஓர் அரசு நிலைத்து நிற்பதற்குச் சிசுநாகர் உயர்த்தியதைவிட மிக வலுவான கரம் இருந்திருக்க வேண்டும்.

மகதத்தின் ஆட்சியைக் கைப்பற்றிய மகாபதும நந்தன் அத்தகைய வலிமையைப் பெற்றிருந்தார். அவர் ''கள்வர் தலைவர்''; அவர் வீரங்கொண்டு வாழ்க்கையில் ஏற்றம் காண முனைந்தவர்களைச் சேர்த்துக் கொண்டு எல்லைப் பகுதிகளைத் தாக்கி அழித்து வந்தார். அவர் சமூகத்தின் அடிமட்டத்திலிருந்து ஏறி வந்தவர். அவர் ஆரியரல்லர் என்பது உறுதி. ஒரு படையை எப்படித் தன் பக்கம் இழுக்க முடியும் என்பதை அவர் அறிந்திருந்தார். அவரை இந்தியத்தின் முதல் ''போர்வீர அரசர்'' என்று கூறுகின்றனர்.

பாஞ்சாலத்தினுள் நுழையும் நிலப்பாலமாயிருந்த குறுகலான நிலமாகிய கர்னாலின் எல்லையிலிருந்த மகத முடியரசு மேற்கிலிருந்த நாடுகளைத் தன் நாட்டுடன் இணைத்துக் கொண்டதுடன் நின்று விட்டது. அதனால் பழமையான ஆரியர் குடியேற்றமான விதர்ப்பம் (தற்காலப் பேரார்) மகத அரசின் ஒரு பகுதியானது. எனினும் நந்தர்கள் தக்காணத்தினுள் நுழைந்தனர் என்று அடிக்கடி கூறப்பட்டு வரும் ஊகக் கருத்தை ஏற்கத்தக்க சான்று எதுவுமிலது. அங்கு அவர்களின் ஆட்சி சிறிது காலம் மட்டுமே நிலவியதால், நந்தர் தம் அரசின் எல்லையை வலுவாய் நிறுவிவிட்டதாய் எண்ணி நர்மதையுடன் நின்றிருக்கலாம்.

எனினும் நந்தரின் ஆட்சி சிறிது காலமே நடந்தது. நந்தர் பாடலிபுத்திரத்தைத் தம் கோநகராய் வைத்துக் கொண்டு அதை மேன்மையான நகராய் வளர்த்து வந்தனர். அதற்குப் ''பூ நகரம்'' (*The City of Flowers*) என்று பெயர். இப்பகுதி முழுமையிலும் பொருளியல் வளர்ச்சி பொங்கியமையாலும் இயற்கையருள் மிகுந்திருந்ததாலும் வலிமையானவர்களின் கைகளில் ஆட்சிப் பணிகள் இருந்ததாலும் அறிவுத் துறையும் பண்பாட்டுத் துறையும் சார்ந்த ஆட்சி இந்தியத் துணைக் கண்டத்தில் புதிய யுகம் ஒன்றின் தொடக்கமாய் அமைந்தது.

இக்குடியின் அரசர்கள் பின்பற்றிய வழிமுறைகள் மேலும் நயமாக்கப்பட்டு, அவர்களுக்குப் பின்னர் ஆட்சிக்கு வந்த மாமன்னர்களால் கடைப் பிடிக்கப்பட்டன. அதன்பிறகு அவை தென்னிந்தியத்தின் தமிழகத்திலும் தக்காணத்திலும் கைக் கொள்ளப்படலாயின.

அஜாத சத்துரு

பிம்பிசாரனையடுத்து அவருடைய மகனான அஜாதசத்ரு அல்லது கூனிகன் கி.மு. 494-ஆம் ஆண்டில் அரியணை ஏறினார். இவரது ஆட்சி 27 ஆண்டுகள் நடந்தது.

அவர் சோன் ஆற்றின் கரையில் பாடலிக் கோட்டையைக் கட்டினார். அதுவே பிற்காலத்தில் பாடலிபுத்திரம் என்ற பேரரசுத் தலைநகராக வளர்ந்தது.

அஜாத சத்துருவின் தாய் புகழ் பெற்ற லிச்சாவி குடியைச் சேர்ந்தவர். இவர் கோசல இளவரசியை மணந்திருந்தார். இவர் லிச்சாவியருடனும், தனது அரசியின் தாய்நாடான கோசலத்துடனும் போர் செய்து வெற்றி கண்டார். கோசலம் தனி முடியரசு என்பது வரலாற்றிலிருந்து மறைந்து மகதப் பேரரசுடன் கலந்து விட்டது.

அஜாத சத்துரு பற்றி வழங்கும் ஒரு செய்தி, இவர் தனது தந்தை பிம்பிசாரரைக் கொன்றார் என்பதாகும். அப்போது புத்தருக்கு வயது 72. புதிய மன்னரான அஜாத் சத்துரு புத்த சங்கத்தைச் சேர்ந்த பிக்குவான தேவதத்தரின் பேரார்வலராயிருந்தார்.

இவ்விருவரும் சேர்ந்து புத்தர் பெருமானைக் கொல்லச் சதி செய்தனர். கொலைக்காரர்களைப் புத்தரை நோக்கி ஏவினர். கொலைக்காரர்கள் புத்தருக்குத் தீங்கு செய்யாது அவரது காலடியில் விழுந்து வணங்கினார்.

தேவதத்தன் ஒரு பாறையைப் புத்தர் மீது உருட்டித் தள்ள அதன் சிறு துண்டு மட்டும் புத்தர்மேல் விழுந்தது. கடைசி முயற்சியாக ஒரு மத யானையை ஏவினார். யானை புத்தர் பிரானின் முன் வந்து தலை பணிந்தது.

இக்கொலை முயற்சிகள் பலனளிக்காமல் போகவே, மனங் குலைந்த தேவதத்தன் பிக்குகளின் நடுவே சமய பேதத்தை உண்டாக்க முயன்றார். போட்டிச் சங்கம் ஒன்றையும் அமைத்தார். இவர் மேலும் தீங்குகள் புரியுமுன்னர், வாயிலிருந்து குருதி கக்கி இறந்தார்.

லிச்சாவியர்

லிச்சாவி இனம், குடி, அல்லது கூட்டத்தினர், ஓராயிரமாண்டுகளுக்குமதிகமான காலம் இந்தியத்தின் கதைகளிலும், வரலாற்றிலும் தலையாய இடம் பெற்றுள்ளனர்.

இவர்கள் கங்கைக்கு வடக்கே பிகாரின் முசஃபர்ப்பூர் மாவட்டம் என்று இன்று அழைக்கப்படும் பகுதியில் இருந்த விரிஜ்ஜிஸ் என்ற நாட்டில் வாழ்ந்தனர்.

இவர்களின் தலைநகரம் வைசாலி. இது பத்து அல்லது பதினெட்டுக் கிலோ மீட்டர் சுற்றளவுள்ளது. இந்த இடம் இப்போது ஹாஜிப்பூருக்கு வடக்கே முப்பத்தைந்து கிலோ மீட்டர் தொலைவிலுள்ள பகாடு என்ற இடத்தில் அல்லது அதற்கு அருகிலுள்ள ஆற்றின் வடகரையில் பாடலி புத்திரத்திற்கு (பாட்னா) நேர் வடக்கே சுமார் 32 கிலோ மீட்டர் தொலைவில் இருக்கின்றது.

வைசாலி - வர்த்தமானர் தொடர்பு

இது இராமாயணத்தில் விஷாலா என்றும், பாளியில் விசாலி என்றும், சீனத்தில் ஃபெய்-ஷீ-லி என்றும் அழைக்கப்படுகின்றது. இந்நகரம் பௌத்தருக்கும் சமணருக்கும் நெடுங்காலமாகப் புனிதத் தலமாக இருந்து வந்தது. இப்போது இடிபாடாகக் கிடக்கின்றது.

சமண சமயத்தைத் தோற்றுவித்த வர்த்தமான மகாவீரர் இந்நகரின் மேட்டுக் குடியில் பிறந்தார். தமது இளமைக் காலம் முழுவதையும் இங்குதான் அவர் கழித்தார். அவர் துறவு பூண்டதும் தாம் பிறந்த ஊரில் அல்லது அதற்கருகிலிருந்த ஊரில் பன்னிரண்டு மழைக் காலங்களைக் கழித்தார் என்று கூறப்படுகின்றது. மழைக் காலங்களில் இவரைப் போன்ற துறவிகள் பயணம் செய்வது அக்காலத்தில் மரபு விரோதமாக இருந்தது.

பிராமண இலக்கியங்கள் வைசாலியை முற்றிலும் புறக்கணிக்கின்றன எனலாம். ஏழாம் நூற்றாண்டுவாக்கில் வைசாலியில் பல இந்துக் கோயில்களும், பௌத்த விகாரைகளும் - மடங்களும், பெரிதும் இடிந்தும், மனிதர் வாழாமலும் காணப்பட்ட போதிலும், வைசாலியுடன் தொடர்புடைய் வைதிய இந்து சமய வரலாற்று நிகழ்ச்சி எதுவும் அங்கு நடந்ததாகத் தெரியவில்லை.

கி.பி. 405 ஆம் ஆண்டிற்கும் 637-ஆம் ஆண்டிற்குமிடைப்பட்ட காலத்தே வைசாலி சீர்கெடத் தொடங்கியது. இங்கிருந்து பௌத்த அமைப்புகள் சிறுகச் சிறுக இதைவிட்டு நீங்கலாயின. ஃபாகியான் இங்கு 403-இலும், உவான் சுவாங்கு 687 -லும் வந்திருந்தனர்.

குப்தரின் வலிமை குன்றியமையாலேயே இந்நகரம் சீர் கெட்டது எனலாம். ஐந்து, ஆறாம் நூற்றாண்டுகளில் ஹூணர் படையெடுத்ததும் அதற்குக் காரணமாகலாம்.

சுமார் கி.மு. 500-ஆம் ஆண்டில் புத்தரின் காலத்திலும், அதற்கு ஒன்பது நூற்றாண்டுகளுக்குப் பிறகு ஃபாகியான் வந்ததற்கும் இடைப்பட்ட காலத்துடனும் தொடர்புடைய இந்நகரின் வரலாற்றுச் செய்தி எதுவும் கிடைக்கவில்லை.

புத்தரின் காலத்தில் வைசாலி லிச்சாவி இனத்தாரின் தலைநகரமாயிருந்தது. அம்மக்கள் அல்லது குடியினர் விருஜீ (பாளி மொழியில் வஜ்ஜி) இனத்தாரின் ஒரு பிரிவினர் என்று கருதப்பட்டனர். லிச்சாவியர் நிச்சயமாக அயல் நாட்டினர் என்பது உறுதி. அவர்களின் மூலத்தையும் இன உறவுகளையும் பற்றித் தெளிவாக எதுவும் தெரியவில்லை.

அவர்கள் இந்தியத்தில் குடியமர்ந்து விட்ட பாரசிகர் என்று ஸ்பூனர் கூறுகிறார். அவர்கள் திபேத்தியர் அல்லது இமயத்தில் வாழும் மக்களையொத்த மங்கோலிய இனத்தவர் என்று வின்செண்ட் ஏ. ஸ்மிது நம்புகின்றார்.

லிச்சாவியர் வரலாறு

அவர்களுக்கேயுரிய தனித்தன்மை வாய்ந்த பல பழக்கவழக்கங்கள் லிச்சாவியரிடம் காணப்பட்டன. அவை இந்துக்களின் பழக்கவழக்கங்களிலிருந்து மாறுபட்டிருந்தன. மனு இவர்களை விராட்ய சத்திரியர் என்று கூறுகின்றார். இம்மக்கள் முற்றிலும் இந்து தர்மத்தைக் கடைப்பிடிக்கவில்லை.

அவர்கள் மேட்டுக் குடியினரில் சிறுபான்மையினர் நடத்திய ஆட்சி அல்லது ஒரு செனட்டின் ஆட்சியின் கீழ் வாழ்ந்து வந்தனர். அம்மன்றத்தின் தலைவர் அரசர் என்று அழைக்கப்பட்டார்.

கற்பனையை மிஞ்சும் அவர்களது நகரத்தின் பெருஞ் சிறப்புக்களைக் குறித்துப் பௌத்த நூல்கள் பல இடங்களில் குறிப்பிடுகின்றன. ''துல்வ'' அல்லது திபேத்திய ''வினய'' என்ற நூல் அந்நகரத்தைப் பற்றி இவ்வாறு வருணிக்கின்றது.

''வைசாலியில் மூன்று மாவட்டங்கள் இருந்தன. முதல் மாவட்டத்தில் பொற்கோபுரங்களுடன் கூடிய 7000 மாளிகைகள் இருந்தன. இரண்டாவது நடு மாவட்டத்தில் வெள்ளிக் கோபுரங்களுள்ள 14,000 வீடுகள் இருந்தன. கடைசி மாவட்டத்தில் செப்புக் கோபுரங்களுடன் அமைந்த 21,000 வீடுகள் இருந்தன. அவற்றுள் முறையே மேட்டுக் குடியினர், இடைத்தர மக்கள், கடைக் குடியினர் என்று மக்கள் அவரவர் நிலைக்கேற்ப வாழ்ந்தனர்.''

அதைப் பூலோக சொர்க்கமென்று கற்பனை செய்தனர். அங்கு நேர்த்திமிக்க கட்டடங்களும், உளங்கவர் பூங்காக்களும், அக்காவனங்களில் இனிமையாகப் பாடும் பறவைகளும், நகரத்தின் அழகிற்கு அழகு கூட்டின.

லிச்சாவியர் ஆண்டு முழுவதும் விழாக்களும், கொண்டாட்டங்களுமாக வாழ்ந்தனர் என்று நம்பப்படுகின்றது. இந்நகரத்தின் தலைவர்கள், புத்தருடன் தொடர்புடைய மகத மன்னர்களான பிம்பிசாரனுடனும், அவருடை மகன் அஜாத சத்துருவுடன் போர் புரிந்திருக்கின்றனர்.

வைசாலி நகரம் ஆறு பெரும் நகரங்களில் ஒன்று என்று ''துல்வ'' வைத்து எண்ணுகின்றது. பிற ஐந்து நகரங்கள் சிராவஸ்தி, சகேதா, சம்பா, வாரணாசி, இராஜக்கிருகம்.

லிச்சாவியரும், அவரது தலைநகரான வைசாலியும் கி.மு. 500 முதல் கி.பி 300 வரை எண்ணூறாண்டுக் காலம் வரலாற்றின் கண்ணில் படவேயில்லை.

குப்தப் பேரரசை கி.பி 300-இல் நிறுவிய முதலாம் சந்திர குப்தன் எழுச்சி பெற்ற அதே காலத்தில், வைசாலி மீண்டும் வரலாற்றில் தோன்றுகின்றது. முதலாம் சந்திர குப்தர் வைசாலியிலிருந்துதான் தனது ஆற்றலைப் பெற்றார்.

அவர் லிச்சாவி இளவரசியை மணந்தார். அவருடைய மகனான சமுத்திர குப்தன் (ஏறத்தாழ கி.பி 330-375) தன்னை ''லிச்சாவி குலமகளின் மகன்'' என்ற பெருமையாக அழைத்துக் கொள்வது வழக்கம்.

வைசாலி நகரின் புகழ் பெற்ற கணிகையான அமரபாலி புத்தர்பிரானால், பௌத்த சங்கத்தில் சேர்க்கப்பட்டவள் என்பதும், அவள் புத்த சங்கத்திற்குத் தனது பெரிய மாந்தோப்பை அன்புடன் வழங்கினாள் என்பதும் குறிப்பிடத்தக்கனவாகும்.

வைசாலியின் லிச்சாவியர் குசாணரின் அரசியல் மேலாண்மைக்கு அடங்கிப் போயிருக்கலாம். அந்த இந்திய - சிதிய மரபு மறைந்ததும், லிச்சாவியர் தம்மைப் பாடலிபுத்திரத்தின் தலைவர்கள் என்ற நிலைக்குப் பின்னர் உயர்த்தியிருக்கலாம்.

சமுத்திர குப்தனை யடுத்து, இரண்டாம் சந்திர குப்தன் ஆட்சிக்கு வந்த காலத்தில், லிச்சாவியரின் நகரமான வைசாலி பெருமதிப்பிற்குரிய இடத்தைப் பெற்றிருந்தது என்பதில் ஐயமில்லை.

பௌத்தக் கதைகளில் அடிக்கடி குறிப்பிடப்படும் குசி நகரையும், பாவாவையும் சேர்ந்த மல்லர்கள் லிச்சாவியரை யொத்த இனத்தவராயிருக்கலாம்.

வைசாலி பண்டை நாட்களில் பௌத்த சமயத்தின் கோட்டையாக விளங்கியது. கௌதம புத்தர் தமது வாணாளில் இந்நகரத்திற்கு மும்முறை சென்றார் என்று கூறப்படுகின்றது. அவர் இவ்வாறு ஒருமுறை அங்கே சென்றபோது, பல குரங்குகள் பெருமானிடம் வந்து ஒரு குவளை நிரம்பத் தேனைக் கொடுத்தனவாம்.

புத்தர் பிரானின் வாழ்க்கையில் நடந்த எட்டு நிகழ்ச்சிகளில் இது ஒன்றென வைத்தெண்ணப்படுகின்றது.

பெருமான் இந்நகரத்தில்தான், தமது பரிநிர்வாண வேளை நெருங்குவதை அறிவித்தார். அவர் நிர்வாணமடைந்த பின்னர் லிச்சாவியர் புத்தர் பெருமானின் சின்னங்களைத் தம் பங்காகப் பெற்றுவந்து அவற்றின்மீது ஒரு தூபியை நிறுவினர்.

புத்தர் நிர்வாணமடைந்த சுமார் நூறாண்டுகளுக்குப் பிறகு வைசாலியில்தான் பௌத்த சங்கத்தின் இரண்டாவது பேரவை நடந்தது.

வர்த்தமான மகாவீரர் பிறந்த வைசாலியில் பௌத்தமே இவ்வாறு செழித்திருந்தது.

நவ நந்தர்

பழம் புராணங்களில் குறிப்பிடப்பட்டுள்ள அரச மரபுகளின் பட்டியல்களில், சிசுநாகர் மரபில் பத்து மன்னர்கள் அடங்கியிருந்தனர் என்று கூறப்படுகின்றது.

சிசுநாகன்	சுமார் கி.மு 650
காகவர்ணன்	சுமார் கி.மு 650
ஷேமதர்மன்	சுமார் கி.மு. 650
க்ஷேமஜீத் அல்லது	சுமார் கி.மு. 650
க்ஷத்திரவுஜாஸ்	சுமார் கி.மு.650
பிம்பிசாரன் அல்லது	
சிரிநாகன்	கி.மு. 522
அஜாத சத்துரு	
அல்லது கூனிகன்	கி.மு. 494
தர்ஷகன்	கி.மு. 467
உதாசின் அல்லது	
உதயன்	கி.மு. 443
நந்திவர்த்தனன்	கி.மு. 410
மகா நந்தன்	கி.மு. 410

இவர்களுள் கடைசி இருவர் நந்திவர்த்தனனும், மகா நந்தனுமாவர். இவ்விருவரும் எண்பத்து மூன்று ஆண்டுகள் ஆட்சி புரிந்தனர் என்று வெவ்வேறு விதமாகக் கூறப்பட்டு வருகின்றது.

இவர்களுக்குப் பின்னர் ''நவ'' அல்லது ''புதிய'' நந்தர்கள், அதாவது மன்னன் மகா பத்மனும் அவரின் எட்டு ஆண்மக்களும் மொத்தத்தில் 100,40 அல்லது 22 ஆண்டுகள் ஆட்சி புரிந்தனர் என்று வெவ்வேறு விதமாகக் கூறப்பட்டு வருகின்றது.

ஆனால் வரலாறு எப்படியோ பொய்யாக்கப் பட்டுள்ளது என்பது தெளிவு. எனவே மேற்சொன்ன காலக் கணக்குச் சரியாக இருக்க முடியாது.

எனினும் நந்த மன்னன் சந்திர குப்த மௌரியனால் அரச பதவியிலிருந்து இறக்கப்பட்டு, வெட்டிக் கொல்லப்பட்டார் என்பதும், இதில் சந்திர குப்தனுக்கு அவரது அந்தண அமைச்சரான சாணக்கியர் என்ற கௌடில்யர் அல்லது விஷ்ணு குப்தர் துணை நின்றார் என்பதும் உறுதியான செய்திகளாகும்.

சந்திர குப்த மௌரியர் நந்தர் குடியினரென்பதும், தாழ்ந்த சாதியினர் என்பதும், பிராமணருக்கும் சத்திரியருக்கும் விரோதமாய் இருந்தார் என்பதும், செல்வச் செழிப்பும், வலிமையும் வாய்ந்த மன்னராக விளங்கினாரென்பதும், வரலாற்றில் அறியப் பட்டுள்ளன. அவரது படையில் 20,000 குதிரைப் படை வீரரும், 2,00,000 காலாட் படையினரும், 2,000 தேர்களும் 3,000 அல்லது 4,000 யானைகளும் இருந்தனவென்றும் கிரேக்கர் நம்பினர் என்பதும் நிச்சயமான செய்திகளாகும்.

மகாவீரர் (590-468 கி.மு)

மகாவீரர் வைசாலியின் லிச்சாவி மரபின் உயர் குடியில் பிறந்தார். அவரின் அன்னை பெயர் திரிசலை (*Trisala*). அவர் இறைப்பற்று மிக்கவர். தந்தை பெயர் சித்தார்த்தர். அவர்கள் விதேசத்தின் செல்வச் செழிப்பு மிக்க வைசாலி நகரில் வாழ்ந்தனர். (வைசாலி இன்று பஸ்ரா (*Basrah*) என்ற பெயரில் சிற்றூராயிருக்கின்றது. அது இன்றைய பிகார் மாநிலத்தின் முசஃபர்ப்பூர் மாவட்டத்திலுள்ளது. இன்று அவ்விடம் மிகப் பெரிய புனிதத் தலமாய் விளங்குகின்றது. அங்கு நெடுந் தொலைவிலிருந்தெல்லாம் அன்றாடம் மக்கள் வந்து கூடுகின்றனர்.)

மகாவீரர் சத்திரியர் குடியில் பிறந்தவர். மகாவீரர் பிறந்ததற்கு முன்னர் திரிசலைக்குக் கனவில் ஒரு காட்சி தெரிந்தது. அதில் வரிசையாய் ஒவ்வொன்றாய்ப் பதினான்கு படங்கள் வந்தன. அரசி காலையில் விழித்தெழுந்ததும் தம் கணவனிடம் இக்கனவைப் பற்றிக் கூறினார். அந்தக் கனவைப் பற்றிப் புனிதமான நிதகண்ட தர்ம மண்டலம் என்ற அவையில் விரிவாய்ப் பேசப்பட்டது. இக்கனவு மிகுந்த நற் சகுணத்தைக் காட்டுகின்றது என்று கற்றறிந்தோர் அரசனிடம் கூறினர்.

அரசி கனவில் சுவேஹஸ்தி என்ற வெள்ளை யானையை முதலில் கண்டார். அடுத்துச் சோதி மயி தெரிந்தது. அதன் பிறகு சுப்பிரவர்ண சிங்கம் (முத்து வெள்ளை அரிமா) அவரது காலில் வந்து விழுந்தது. அவரைச் சுற்றிலும் செல்வம் குவிந்து கிடந்தது. அரசர் சித்தார்த்தர் இதைக் கேட்டு வியப்பினால் கல்லாகிப் போனார்.

திரிசலை தொடர்ந்து தான் கண்ட கனவைக் கூறினார். மந்தரமலை, சந்திரன், சூரியன், கொடி, கும்பம், தாமரைக் குளம், கடைசியாய்ப் பாற்குளம் வரிசையாய்க் கனவில் வந்தன. இவற்றுக்கெல்லாம் முத்தாய்ப்பு வைப்பது போல் மென்னொளி வீசிய மாணிக்கக் குன்று ஒன்று தெரிந்தது. கடைசியில் அவர் தீச்சுடரைக் கண்டார்.

புதிய ஞானி ஒருவர் வந்து மனிதர்க்கு வழிகாட்டப் போவதை இக்காட்சிகள் காட்டுகின்றன என்று சித்தார்த்தர் பொருள் கொண்டார். சித்தார்த்தரும் ஒரு ஞானியேயாவார்.

இறைவன் புதிய திருச்செய்தியுடன் அனுப்பும் குழந்தைக்குத் திரிசலை தாயாகப் போகிறார் என்பது அவரிடம் தெரிவிக்கப்பட்டது. அவர் சர்வ வல்லமை படைத்தவராய் இருப்பார் என்றும் புதிய சமயம் ஒன்றை நிறுவுவார் என்றும் கூறினர்.

அக்கால வழக்கப்படி ஒரு கணியரை (ஜோதிடரை) அழைத்து, அரசி கண்ட கனவிற்கு அவரிடம் பொருள் கேட்டனர். அவர் நன்கு ஆய்ந்த பின்னர், ‘‘உமக்கு வெகு புனிதமான மகன் பிறப்பான், அவன் தனிப் பெருமை வாய்ந்தவனும் அனைத்தையும் வெல்லும் மனத்திட்பம் மிக்கவனாயுமிருப்பான். அவன் கோடானு கோடி மக்களின் தலைவனாயிருப்பான். அவன் பெரும் பேரரசை நிறுவுவான். அல்லது மூன்று

உலகங்களையும் வெல்லக் கூடிய ஜீனனாய், உலக முழுமையிலும் உயர்ந்த மனிதருள் ஒருவனாய், திரிகால புருஷனாயிருப்பான்'' என்று வருவதுரைத்தார். இச்செய்தி கற்ப சூத்திரம் என்ற சமண நூலில் காணப்படுகின்றது.

முதல் சந்திர மாதத்தின் முதல் நாளன்று, பௌர்ணமிக்கு இரண்டு நாளைக்கு முன்னர் இளவேனிற்கால விழாவின் போது கி.மு 590 -ஆம் ஆண்டு திரிசலைக்கு இரண்டாவது மகனாய் வர்த்தமானர் பிறந்தார். திரிசலையின் முதல் மகன் பெயர் நந்தி வர்மன்.

இரண்டாவது இளவரசன் பிறந்ததையொட்டி வைசாலி அரசு முழுமையிலும் பத்து நாள் விழா நடந்தது. அவ்வாண்டு நல்ல விளைச்சல். கூலங்கள் (தானியங்கள்) விளைந்து மலிந்தன. அரசருக்குக் குழந்தை பிறந்து நாட்டிற்கு நற்பேற்றைக் கொண்டு வந்தது என்று மக்களனைவரும் கருதினர். அதனால் குழந்தைக்கு வர்த்தமானன் என்று பெயரிட்டனர். வர்த்தமானன் என்றால் செழுமையுடையான் என்று பொருள்படும்.

ஜெர்மன் விற்பன்னரான ஹெர்மன் ஜேக்கோப்பி (*Herman Jakopi*) சமண சமயத்தை ஆழமாய் ஆராய்ந்தவர். அவர் மகாவீரர் பிறந்த இடம் பற்றிய செய்திகளைக் கூறியுள்ளார். வர்த்தமானர் வைசாலிக்கு அருகிலிருந்த கொண்ட கிராமம் என்ற ஊரில் பிறந்தார் என்று ஏற்கத் தக்க விதத்தில் ஜேக்கோப்பி கூறுகின்றார். எனினும் வர்த்தமானரின் தந்தை சித்தார்த்தர் வலிமைமிக்க ஆண்டை என்று கூறப்படுவது மெய்யன்று என்றும் அவர் கூறுகின்றார். மகாவீரரின் வரலாற்றுப் பின்புலத்தை அவருடைய தந்தையின் வீரமும் சிற்றரசும் பாதித்து விடவில்லை. அவர் வசதிபடைத்த குடியில் பிறந்தவர் என்பதில் ஐயமில்லை.

மகாவீரர் சத்திரியர் என்று சமண இலக்கியங்கள் கூறும். அவருடைய அன்னை திரிசலையைச் சத்திரியப் பெண் என்றும் அவை கூறுகின்றன. எனினும் அவர்கள் அரசகுடியினர் என்று எந்த இடத்திலும் சொல்லப்படவில்லை. திரிசலை எந்த இடத்திலும் தேவி என்றோ அரசி என்றோ குறிப்பிடப்படவில்லை. ஆயினும் திரிசலை வைசாலியின் அரசரான சேடகனின் (*Chetaka*) சகோதரி என்பது உண்மையாகும்.

சமணம் கடவுள் அல்லது படைப்பாளியை ஏற்பதில்லை. மனிதன் படுகின்ற துன்பங்களிலிருந்து எதனுடைய கருணையும் அவனை மீட்பதில்லை. தூய்மையான துறவு வாழ்க்கை மேற்கொண்ட நன்னெறியாளருக்குப் பிறப்பறுக்கும் பேறு கிட்டும். வாழ்க்கையில் சிறந்தது துறவு. அதுவே குறுகிய வழியில் மீட்சி பெற உதவுகின்றது. ஆதலால் சமணத்தை ஒரு சமயம் என்பதைவிட வாழ்க்கை நெறியைக் காட்டும் நன்னெறி என்று கூறலாம்.

ஜி என்ற சம்ஸ்கிருத வினைச் சொல்லின் அடியாய்ப் பிறந்தது ஜைனம் ஆகும். 'ஜி' என்றால் வெல்வது என்று பொருள்படும். ஜைன என்பது ''எல்லையற்ற அறிவையும் வரையற்ற இன்பத்தையும் அளவிற்கடங்காத ஆற்றலையும் அடைவதற்கு வழிவகுப்பது'' ஆகும். ஜைன என்பது தமிழில் சமணம் என்று வழங்குகின்றது.

Bhattacharya. Vivek Ranjan Wisdom of Cultural Heritage of India. New Delhi. 1989.

கற்ப சூத்திரம்

மாபெரும் சமண ஆசாரியர்களின் வாழ்க்கைகளும் அவற்றைச் சுற்றிப் பின்னப்பட்ட கதைகளும் சுவேதாம்பரச் சமணரின் (வெள்ளாடைச் சமணர்) சமய

வினைமுறை கூறும் "கற்ப சூத்திரம்" (Book of the Rituals) என்ற நூலில் விவரிக்கப்படுகின்றன. அம்பரத்தை அதாவது வானத்தை ஆடையாய் அணிந்தவர்கள் என்று பொருள்படும் திகம்பரச் சமணர் என்ற பிரிவினரிலிருந்து சுவேதாம்பரச் சமணர் ஒரு காலத்தில் தனிப்பட்டிருந்தனர். திகம்பரர் ஆடை அணிவதில்லை.

வெற்றியாளர் என்று பொருள்படும் ஜீனர் என்ற சொல்லிலிருந்து ஜைனர் என்ற சொல் பிறந்தது. சமணத் தீர்த்தங்கரர் இருபத்தி நான்கு பேருக்கும், ஜீனர் என்ற சிறப்பு அடைமொழி தரப்படுகின்றது. அவர்கள் உணர்ச்சிகளையெல்லாம் அடக்கி வென்று நிர்வாணம் என்ற வீடு பேற்றை அடைந்தவர்கள் என்பதால் ஜீனர் என்ற சிறப்புப் பெயரைப் பெற்றனர்.

"கற்ப சூத்திரம்" பத்திர பாகுவினால் எழுதப்பெற்றது என்று வழிவழியாய் நம்பப்பட்டு வருகின்றது. இது கி.பி 300-ஆம் ஆண்டுவாக்கில் தொகுக்கப் பெற்றது. இதில் சமணத் துறவியர் நடந்து கொள்ள வேண்டிய விதிமுறைகளும் சமணக் குருமார்கள் அடுத்தடுத்துப் பட்டம் ஏற்பது பற்றியும் விவரிக்கப்பட்டுள்ளன.

மகாவீரரும் சமணரும்

வர்த்தமானர் தமது செல்வத்தையும், உயர்நிலையையும் துறந்து விட்டுப் பார்சவ நாதர் தோற்றுவித்த துறவியர் சங்கத்தில் சேர்ந்து சிறிது காலம் இருந்தார்.

பார்சவர் மகாவீரருக்கு 250 ஆண்டுகளுக்கு முன்னர் வாழ்ந்தவர். நன்னெறி குறித்துப் பார்சவர் நான்கு விதிகளைக் கூறியிருந்தார். அவை வருமாறு: உயிர்க்கொலை கூடாது; ஒருவர் தந்தாலன்றிப் பிறர் பொருளை எடுத்தலாகாது; பொய் சொல்லலாகாது; மனைவி உட்பட உலக உடைமை எதையும் வைத்துக் கொள்ளலாகாது; (அபரிக்ருஹா)

மகாவீரர், முதலில் கூறிய மூன்று விதிகளை எடுத்துக் கொண்டு, நான்காவதாகச் சொல்லப்பட்டதை இரண்டாகப் பிரித்து ஐந்து விதிகளாக்கிக் கொண்டார். அதாவது மண வாழ்க்கையை ஏற்கலாகாது அல்லது பிரம்மசரியம் காக்க வேண்டும். கட்டிய துணியைத் தவிர உலகில் வேறு எந்த உடைமையையும் வைத்துக் கொள்ளலாகாது.

பார்சவரும், அவரைப் பின்பற்றியோரும் அசலேகராய், அதாவது அம்மணமாய் இருந்தனர். மகாவீரரும் அவரைச் சேர்ந்தோரும் வெள்ளை ஆடை புனைந்திருந்தனர். இதைத் தவிர அவர்களிடம் வேறு உடைமை எதுவுமில்லை.

வேறுவிதமாய்ச் சொல்வதானால் பார்சவ நாதர் போதித்து வந்ததையே, மகாவீரர் காலத்திற்கேற்ப சமணக் கோட்பாடாகப் போதித்தார் எனலாம்.

பார்சவர் இறந்து சுமார் 250 ஆண்டுகளான பிறகு, இவ்விருவேறு கொள்கையினரும் சிராவஸ்தியில் கூடி ஒரே அமைப்பாகச் சேர்ந்தது இயற்கையேயாகும்.

மகாவீரர் பார்சவர் சங்கத்துடன் கருத்து வேறுபாடு கொண்டு, அதனின்றும் நீங்கித் தமது நாற்பதாவது வயதில் புதிய சமயத்தைத் தொடங்கினார்.

அவர் தமது வாணாளின் எஞ்சிய காலமான சுமார் முப்பதாண்டுகளில் மகதம் (தென் பீகார்) நெடுகிலும் சென்று தமது போதனைகளைப் பரப்பினார். அல்லது மிதிலை என்றழைக்கப்படும் விதேகம் அல்லது திர்கட், அங்கம் (இன்றைய பாகல்பூர்) இங்கெல்லாம் சென்றார்.

அவர் இவ்வாறு தமது கோட்பாடுகளைப் பரப்பி வந்த காலத்தில், ஆண், பெண் துறவியர், பொது நிலையிலுள்ள ஆடவர், பெண்டிர் அடங்கிய புதிய சமயச் சங்கம் ஒன்றைத் தோற்றுவித்தார்.

இவர் இன்றைய பாட்னா மாவட்டத்தின் பாவா என்ற இடத்தில் சல்லேகனம் செய்து உயிர் துறந்த போது, அவரை 14,000-க்குமதிகமானவர்கள் பின்பற்றினர் என்று கூறப்படுகின்றது. (சல்லேகனம் - உண்ணாதிருந்து உயிர் நீத்தல்.)

அவர் தாய் வழியில் விதேக, மகத, அங்க நாடுகளை ஆண்ட மன்னர்களுடன் உறவு கொண்டிருந்தமையால், தமது சமயக் கருத்துகளைப் பரப்புவதற்கு அவர்களின் ஆதரவு அவருக்கு இருந்தது. அவர் பிம்பிசாரனுடனும், அவரது மகன் அஜாதசத்துருவுடனும் தனிப்பட்ட முறையில் நெருங்கிய தொடர்பு கொண்டிருந்தார் என்று எழுதி வைக்கப்பட்டுள்ளது.

அவர் இறந்த காலம் பற்றிய செய்தியைப் பெறுவது கடினமாக இருக்கின்றது. சமணர்கள் அது கி.மு. 527 என்கின்றனர். அவர் அஜாதசத்துருவுடன் நடத்திய நேர்முகப் பேச்சு பற்றிய ஆதாரபூர்வமான செய்திகளும், அஜாதசத்துரு லிச்சாவியருடன் நடத்திய போரின்போது மகாவீரர் அவருடன் இருந்தார் என்று கூறும் சமண மரபுகளும் ஒத்துப் போகவில்லை. மகாவீரர் இறந்தது தோராயமாய்க் கி.மு. 467 என்று பேராசிரியர் ஜேக்கோப்பி கூறுகின்றார்.

மகாவீரரே சமண சமயத்தை மெய்யாகத் தோற்றுவித்தார் என்று கருதப்படுவது வழக்கமாய் உள்ளது. ஆனால் மகாவீரருக்கு முன்னர் 23 தீர்த்தங்கரர் வாழ்ந்திருந்தனர் என்றும், அவர்கள் குறிப்பிட்ட சில கால இடைவெளிகளில் தோன்றி உலகம் உய்யும் மெய்யான சமயத்தைப் போதித்திருக்கின்றனர் என்றும் சமணர் கூறுகின்றனர்.

அவர்களுள் முதல் தீர்த்தங்கரர் பெயர் ரிஷபர். அவர் தமது அரசுரிமையைத் துறந்துவிட்டு, அதிகாரத்தைத் தனது மகன் பரதனிடம் ஒப்படைத்து விட்டுத் துறவு பூண்டு முதல் தீர்த்தங்கரராகின்றார்.

இவரது மகனான பரதர்தாம் உலகின் முதற்பேரரசர், சக்கரவர்த்தி.

காலத்தையும், உலகின் யுகங்களையும் பற்றிச் சமணர் கொண்டிருந்த கருத்துகள் அறிவிற்குப் பொருந்தா வகையில் பெரிதும் மிகைப்படுத்தப்பட்டிருந்தன.

அதனால் முதல் தீர்த்தங்கரர் எந்தக் காலத்தில் வாழ்ந்தார் என்று காலக் கணக்கில் கூற இயலாமலிருக்கின்றது.

ரிஷபரின் ஆயுட்காலம் பல பில்லியன் ஆண்டுகள் நீடித்தது என்றும், அவர் சுமார் இரண்டு மைல் உயரம் இருந்தாரென்றும் அவரைப்பற்றிச் சமணநூல்கள் கூறுகின்றன என்பதிலிருந்து, அவை எவ்வாறு மிகைப்படுத்தப்பட்டுள்ளன என்பதை அறிந்து கொள்ளலாம்.

உலகம் அநாதி காலத்தில் எவ்வளவு பேரின்பத்தில் திளைத்திருந்தது என்பதைச் சொல்லோவியமாய் அழகுற வருணிக்கும் இச்செய்திகளிலிருந்து, சமணரும் இந்துக்களனைவரும், முதல் மனித இனம் நீண்ட ஆயுளைக் கொண்டதாயும், பெருமகிழ்ச்சியில் மூழ்கியிருந்ததாயும் கற்பித்து எழுதி வைத்துள்ளனர் என்பது தெளிவு.

ஆனால் காலம் செல்லச் செல்ல உலகம் மேலும் மேலும் சீர் கெட்டது. மனிதரின் ஆயுட்காலமும் சுருங்கிக் கொண்டே சென்றது. அதனால் இருபத்து மூன்றாவது

தீர்த்தங்கரரான பார்சவர் நூறாண்டுகள் மட்டுமேதான் உயிர் வாழ்ந்திருந்தார் என்று கூறப்பட்டுள்ளது.

பார்சவர் மகாவீரருக்கு 250 ஆண்டுகளுக்கு முன்னர் இறந்து போனார் என்று சொல்லுகின்றனர்.

எனவே அவர் கி.மு. எட்டாம் நூற்றாண்டில் வாழ்ந்தவராக இருந்திருத்தல் கூடும்.

பத்திரபாகுவினால் எழுதப் பெற்றது என்று கூறப்படும் சமணரின் கற்ப சூத்திரத்தில் (பத்திரபாகு

கி.மு. 300 ஆம் ஆண்டிற்கு முன்னர் வாழ்ந்திருக்கக் கூடும்) காணப்படும் ''ஜீனரின் வாழ்க்கை'' என்ற அத்தியாயத்தில், பார்சவரின் சுருக்கமான வாழ்க்கைக் குறிப்புக் காணப்படுகின்றது.

தீர்த்தங்கரர் அனைவரையும் போன்று பார்சவரும் சூரிய வமிசத்தைச் சேர்ந்த சத்திரியராக இருந்தார் என்று அதில் கூறப்பட்டுள்ளது. அவரது தந்தை காசியை ஆண்ட அசவசேனர், தாய் பாமா.

கௌதம புத்தர் (563-483 கி.மு)

பொதுவாகப் புத்தர் என்று அழைக்கப்படும் - ஆன்மிக ஞானம் - போதி பெற்றமையால் அவர் புத்தர் எனப்பட்டார். சாக்கிய முனியான கௌதமர், மகாவீரரைப் போன்றே தமது வாழ்க்கைப் பணியைத் தொடங்கினார்.

கிறித்துவிற்கு ஏழு நூற்றாண்டுக்கு முற்பட்ட காலம். அப்போது நாகரிக முதிர்ச்சி பெற்ற இந்தியம் பதினாறு ஆட்சி எல்லைகளாகப் பிரிக்கப் பெற்றிருந்தது. அவற்றுள் எட்டு முடியரசுகள்; ஏனைய எட்டும் குடியரசுகள்.

மகதமும், கோசலமும் மிகவும் வலிமை வாய்ந்த முடியரசுகளாய் விளங்கின.

சிறு சாக்கியர் குடியரசு கோசல மன்னரின் ஆட்சியிலிருந்தது. அவர் சாக்கியர் குடியரசிடமிருந்து திறை பெற்று வந்தார்.

சாக்கியர் சூரிய குலத்தைச் சேர்ந்த சத்திரியர். அவர்களும் தம்மை ராஜாக்கள் என்று அழைத்துக் கொண்டனர். ஏழாம் நூற்றாண்டின் நடுப்பகுதியில் சாக்கியர் குடியரசைச் சுத்தோனன், கபில வஸ்துவைத் தலைநகராகக் கொண்டு ஆண்டார்.

அவரது அரசியான மகா மாயை கி.பி. 563 ஆம் ஆண்டு பிள்ளைப் பேற்றுக்காகக் கபில வஸ்திலிருந்து தனது பெற்றோர் வாழும் தேவகாவிற்குச் சென்று கொண்டிருந்த வழியில் முதற் குழந்தையை ஈன்றெடுத்தார்.

அவர் லும்பினித் தோட்டத்தில் பூத்துக் குலுங்கிய இரண்டு சால் (கோங்கு) மரங்களின் இடையே தெய்விகமான பிள்ளையைப் பெற்றார். புத்தர் பிறந்த அந்த இடத்தில் அதற்கு 375 ஆண்டுகளுக்குப் பிறகு ஒரு நினைவுச் சின்னத்தை நிறுவினர். அது இன்றும் அந்நிகழ்ச்சிக்குச் சான்று பகரும் வரலாற்றுச் சின்னமாக நின்று நிலவுகின்றது.

சுத்தோதனரின் அரண்மனைக்குக் குழந்தையைக் காண வந்த முதிய ஞானியான அசிதர், குழந்தையின் உறுப்புகளில் கண்ட மாபெரும் சிறப்புக் குறிகளைப் பார்த்துவிட்டுச் சிரித்தார். வருத்தத்தோடு கண்ணீரும் விட்டார்.

அவர் ஏன் சிரித்தார் என்றால், மக்களைப் பாவக் கடலிலிருந்து மீட்க மண்ணுலகிற்கு மீட்பர் ஒருவர் வந்து விட்டார் என்பதற்காக. அழுதது? தான் இத்தெய்வக் குழவியின் அருஞ்செயல்களைக் காணும் பாக்கியத்தைப் பெற்று நெடுங்காலம் உயிர் வாழ முடியாது போமே என்பதனால். அக்குழந்தைக்குச் சித்தார்த்தன் என்று பெயரிட்டனர். பயனை அடைந்தவர் என்று அதற்குப் பொருள்.

இளவரசர் பிறந்த ஏழாம் நாளில் மகா மாயை இறந்தார். கௌதமரை அவரது தாயின் சகோதரியான மகா பிரஜாபதி கௌதமி வளர்த்தார். அவர் சித்தார்த்தரின் மாற்றாந் தாயுமாவார்.

குழந்தை தனிமையை நாடியது; குழந்தைப் பருவத்தின் வேடிக்கைகளிலும், விளையாட்டுகளிலும் பிள்ளை சிந்தனையொடு ஈடுபட்டது. பிள்ளையின் ஆன்மிகச் சார்பைக் கண்ட தந்தை இளவசரனை உலகத் துன்பங்களிலிருந்து பாதுகாக்கச் சிறந்த வழிகளைக் கையாண்டார்.

சித்தார்த்தர் இளமை எய்தியதும், சாக்கியர் குடியைச் சேர்ந்த யசோதரை என்ற அழகிய பெண்ணை அவருக்கு மணம் முடித்து வைத்தனர். சித்தார்த்த இளவரசருக்கு மூன்று பருவ காலங்களில் வாழத்தக்க மூன்று மாளிகைகளை மன்னர் கட்டித் தந்தார்.

பாடுவோரும், ஆடுவோருமான அழகியர் அமர்த்தப்பட்டனர். நகரைச் சுற்றிலும் காண்பதற்காக இளவரசரை அழகிய தேரில் சுற்றி வரச் செய்தனர்.

ஆனால் ஊழின் வலி பெரிதன்றோ! பிஞ்சுள்ளங் கொண்ட இளவரசர், ஒரு நாள் வறிய முதியவர் ஒருவரைக் கண்டார். மற்றொரு நாள் காண வருத்தும் நோயினால் உடல் தேய்ந்த ஒருவரைக் கண்டார். பின்னொரு நாள் சுற்றத்தார் அழச் சுடுகாடு சென்ற ஒரு பிணத்தைக் காண நேர்ந்தது. மூப்பு, பிணி, சாவு என்னும் மூன்றையும் கண்ட சித்தார்த்தர், அவை குறித்தும், அவற்றிலிருந்து மீளும் வழி குறித்தும் எண்ணம் செலுத்தலானார்.

இளவரசன் சித்தார்த்தனுக்கும் யசோதரைக்கும் ஒரு மகன் பிறந்தான். சித்தார்த்தர் இச்செய்தியைக் கேள்வியுற்றதும், துறவு வாழ்க்கை மேற்கொள்வதென்ற தனது கனவிற்குத் தடங்கல் (இராகுல்) வந்ததென்று வியந்து கூறினாராம்.

ஆனால் அரசர் அதை நற்குறியாகவே கருதிக் குழந்தைக்கு இராகுலன் என்று பெயரிட்டார். இருப்பினும் அக்குழந்தை சித்தார்த்தருக்குத் தடங்கலாக இருக்கவில்லை. பற்றெனும் பிடிப்பு இன்னும் வலுப்பெறுமுன்னர் உலகைத் துறந்து, நாடோடியாகத் திரிந்து, சத்தியத்தைத் தேடுவது நல்லதென்று கௌதமர் நினைத்தார்.

அன்றிரவு அவர் மனத்தில் உறுதி பூண்டு, யசோதரையையும் அவளது அரவணைப்பில் தூங்கிக் கொண்டிருந்த இராகுலனையும் அவர்களது அறையில் சென்று கண்டார்.

எண்ணெய் விளக்கு மங்கலான ஒளியை உமிழ்ந்து கொண்டிருந்தது; அவர்கள் உறங்கிய படுக்கைக் கடியிலிருந்து நறுமணப் புகை எழுந்து கொண்டிருந்தது.

சித்தார்த்தர் அந்த அறையிலிருந்து தன்னை விடுவித்துக் கொண்டு, எவருமறியாமல் காட்டை நோக்கிக் குதிரையில் சென்றார்; அவர் தமது அரச உடைகளைக் களைந்தெறிந்தார்; நீண்ட முடியை உடை வாளால் வெட்டினார்; துறவியானார்.

அவர் முதலில் அரத கலம (*Aradha Kalama*) என்ற ஆசானிடம் சென்றார். பின்னர் உத்திரக ராமபுத்திர என்ற மற்றோர் ஆசானிடமும் போனார். இவ்விருவரும் கற்பித்தன அனைத்தையும் மனத்தில் தேக்கிக் கொண்டார்; ஆனால் சத்திய வேட்கை தணியவில்லையாதலால், போய்க் கொண்டேயிருந்தார். இறுதியில் இயற்கையழகு நிறைந்த (தற்காலத்துப்) புத்த கயையை அடைந்தார்.

அந்த இடத்தைச் சுற்றிலும் மரங்கள் செழித்து வளர்ந்திருந்தன. வெள்ளியொத்த மணலையுடைய கரைகளைக் கொண்ட சிற்றாறு அங்கே ஓடியது.

உடலை வருத்துவதால் உள்ளத்தை உயரச் செய்துவிட முடியும் என்ற நம்பிக்கைக்கிணங்கக் கௌதமர் கடுமையான நோன்புகளை நோற்றார்; பல்வேறுவிதமாக உடலை வருத்தினார். ஆறாண்டுக் காலம் இவ்வாறு வாழ்ந்துவிட, உடல் மெலிந்து எலும்புந் தோலுமாயினார்.

உடலை வருத்துவதால் ஞானத்தைப் பெற முடியாது என்பதை இரண்டு ஆண்டுகளுக்குப்பிறகு உணர்ந்ததும் உணவு உட்கொள்ள நினைத்தார். அந்நாளன்று அவருக்குச் செல்வரான வணிகர் ஒருவரின் மகளான சுஜாதை ஒரு கிண்ணத்தில் பால் அளித்தார்; கௌதமரும் அதை ஏற்றார்.

அன்றையப் பொழுது நகர்ந்து கொண்டிருந்த வேளையில் போதி என்னும் மேலான அறிவைப் பெற்றுத் தாம் புத்தராக - விழிப்புற்றவராக உயரப் போகிறோம் என்பதைக் கௌதமர் உணர நேர்ந்தது.

அவர் நடுப்பகல் வேளையில் நிரஞ்சனை ஆற்றின் கரை மீதிருந்த சால் (கோங்கு) மரத் தோப்புகளில் பொழுதைக் கழித்தார்.

அந்தி மயங்கியதும் போதி மரத்தை நோக்கிப் போனார்.

வழியில் புல் வெட்டி ஒருவனைச் சந்தித்தார். அவன் அவர் கையில் வெட்டிய

மென்மையான புல்கட்டைக் கொடுத்தான். போதி மரத்தடியில் புல்லைப் பரப்பி அமர்ந்து தியானித்தார். இவ்வாறு முடிவிற்கு வந்தார்:

''தோல், நரம்பு, எலும்பு முதலியன தாமே உலர்ந்து விடும். எனது சதையும், குருதியும் என்னுடலில் உலர்ந்து போகும். ஆனால் யான் முழு ஞானம் பெறாமல் இந்த யாக்கையை விட்டு நீங்கேன்.''

ஆனால் தீய கடவுளான மாரன் கௌதமரை இந்த அடிமைத்தனத்திலிருந்து மீள்வதற்கு விட்டானில்லை. அவன் போதி சத்துவரான கௌதமரை அச்சுறுத்துவதற்காகக் கடுமையான இடி முழக்கத்தை உண்டாக்கினான். ஆனால் தோற்றான். மாரன் வீசிய கணைகள் அனைத்தும் கௌதமரின் காலடியில் மலர்களாக விழுந்தன.

விண்ணுலகில் மறுபிறவி தருவதாகக் கௌதமருக்கு அவன் ஆசை காட்டினான்; ஆனால் போதி சத்துவர் - ஞானத்தை அடைவதற்கென்று விதிக்கப்பட்டவருக்குப் போதி சத்துவர் என்று பெயர் - வளைந்து கொடுத்தாரல்லர்.

மாரன் இறுதியில் தோற்றுப்போய்த் தனது படைகளை அழைத்துக் கொண்டு ஓடிப் போனான். இந்தப் போர் கௌதமரின் உள்ளத்தில் மேலான எண்ணங்களுக்கும் கீழான ஆசைகளுக்குமிடையே நடந்த போராட்டத்தை உருவகப்படுத்திக் காட்டுவதாகும்.

கௌதமர் அன்றிரவு, காரண காரிய விளைவுகள் பற்றிய கோட்பாட்டைக் கண்டறிந்தார். பிரபஞ்சத்தைத் தொடர்ச்சியான பன்னிரு காரண காரியங்கள் கட்டுப்படுத்துகின்றன என்பது அக்கோட்பாடாகும்.

இக்கோட்பாட்டைப் பற்றி மெய்ப் பொருளறிஞர் - தத்துவ ஞானியர் எவரும் இதற்கு முன்னர் சிந்தித்துப் பார்த்ததில்லை.

இந்த விதியைக் கண்டுபிடித்தமையால் கௌதமர் போதி சத்துவர் என்ற நிலையிலிருந்து புத்தர் என்ற முழு ஞானம் பெற்ற உயர் நிலையை எய்தினார்.

புத்தர் போதி மரத்தடியில் நான்கு வார காலம் தியானத்தில் ஆழ்ந்திருந்த பின்னர், தமது பயணங்களைத் தொடங்கினார். வழியில் மாரனின் பெண்மக்கள் புத்தரை வழிமறித்துத் தமது கவர்ச்சியால் மயக்கப் பார்த்தனர். புத்தர் பிரான் அவற்றில் மயங்காது, அவர்களை அகன்று செல்லுமாறு கேட்டுக் கொண்டார். உணர்ச்சிகளை அடக்காதவர்களிடம், இம்முயற்சிகள் பலிக்கலாமென்றும், தம்மிடம் நடக்காது என்றும் கூறிவிட்டார்.

புத்தெழுச்சி பெற்றுவிட்ட புத்தர் மேலும் சென்று கொண்டிருந்த காலையில், தபஸ்ஸா, பல்லிகா என்ற இரு வணிகர்களைச் சந்தித்தார். அவ்விருவரும் புத்தருக்குச் சிறிதளவு பார்லிக் கஞ்சியும், தேனும் வழங்கினர். இவ்விருவரும் புத்தரின் முதல் பொதுநிலைச் சீடராயினர். இதுதான் பொதுநிலைச் சீடர்கள் குழு உண்டானதற்குத் தொடக்கமாய் அமைந்தது.

அப்போது புத்தர் பிரானுக்கு மனத்தில் ஐயப்பாடுகள் தோன்றலாயின. தர்மத்தை உலகியல் பற்றையுடைய பொதுநிலை மக்களுக்கு உபதேசிக்கலாமா என்று அவர் ஐயுற்றார். அவர் இவ்வாறு மயங்கிக் கொண்டிருந்த வேளையில், பிரமனும், பிற கடவுளரும் அவர் முன் தோன்றி, மனித குலத்தைக் கடைத்தேற்றும் வழியைக் காட்டும் தர்மத்தை மனிதர்க்கு உபதேசிக்குமாறு இறைஞ்சினர்.

அவரது ஆசான்களான அரத கலமவும், உத்தரக ராம புத்திரரும் விளங்கிக் கொள்ளக் கூடியவர்கள். ஆனால் அவர்களிருவரும் இறந்து விட்டமையால் எவரிடம் தர்மத்தை முதலில் உபதேசிப்பது என்று அருள் பெற்ற புத்தர் வியந்து நின்றார்.

முதல் உபதேசம்

புத்தரிடம் மனமுடைந்து அவரிடமிருந்து பிரிந்து வாரணாசிக்குச் சென்று அங்கு தங்கிவிட்ட ஐந்து துறவிகளைத் தேடிப் புத்தர் வாரணாசி சென்றார். அவர் வாரணாசிக்கருகிலுள்ள ரிஷிபட்டணத்தின் (சாரநாத் இ.ச.க.தொகுதி-8) மான் பூங்காவை நெருங்கினார். புத்தர் சுஜாதையிடமிருந்து பாலை வாங்கி அருந்தினார் என்பதற்காக, அவர்கள் ஐவரும் அவரை விட்டு நீங்கினர். ஏனென்றால் புத்தர் எளிமையான வாழ்க்கை முறையைக் கைவிட்டு, சுக வாழ்க்கையை ஏற்றுக் கொண்டதாக அவர்கள் கருதினர்.

எனவே புத்தர் அவர்களை நோக்கி வந்தபோது, அவருக்கு எவ்விதமான மரியாதையும் தரலாகாது என்று உறுதியாக அவர்கள் இருந்தனர்.

ஆனால் அவர் அவர்களை நெருங்கி வந்ததும், அவருடைய முகப்பொலிவிலிருந்து வந்த தேஜஸ் அவர்களை ஆட்கொண்டு விட்டது. அவர்கள் தாமாக எழுந்து நின்று புத்தருக்கு இருக்கை தந்தனர்.

அதன் பிறகு புத்தர் அவர்களுக்கு முதல் உபதேசத்தை மொழிந்தார். அதன்மூலம் தர்மச் சக்கரத்தைச் சுழல விட்டார்.

இந்த உபதேசத்தைக் கேட்ட பிறகு அவ்வைந்து துறவியரும் அவரின் சீடராயினர்.

புத்தர் ஞானம் பெற்ற ஓராண்டிற்குப் பிறகு, சுத்தோதனர் தமது மகனின் பெருமையைக் கேள்விப்பட்டு அவரைக் கபிலவஸ்துவிற்கு அழைத்தார். புத்தரும் தாம் பிறந்த வீட்டிற்கு வருகை புரிந்தார்.

புத்தர் இப்போது புனிதரானமையால், சுத்தோதனர் அவரை வழிபட்டு வணங்கினார். அதற்கடுத்த நாளன்று புத்தர் இரப்பதற்காக நகரத்தைச் சுற்றி வந்தார்.

அவரது மனைவி யசோதரைக்கு அவர் இப்போது துறவியின் எளிய ஆடையில் தோன்றியது, இளவரசனுக்குரிய பகட்டான ஆடையில் தோன்றியதை விட மிகவும் பெருஞ்சிறப்பாய்த் தோன்றியது. யசோதரை அவர் காலில் விழுந்து வணங்கினாள். தன் மகனை நோக்கிச் சொன்னாள்,

''அன்பு இராகுலனே! உன் தந்தையிடம் உனது மரபுரிமையைக் கேள்!''

புத்தர் இராகுலனைச் சங்கத்தில் இளந்துறவியாகச் சேர்த்துக்கொண்டு, இவ்வுலகச் சொத்துக்களனைத்திலும் மேலான சொத்தை அவனுக்களித்தார். சாக்கிய ராஜாக்களில் நூற்றுக்கணக்கானவர்கள் தமது பட்டாடைகளைக் களைந்தெறிந்துவிட்டு, மஞ்சள் அங்கிகளை அணிந்து துறவிகளாயினர்.

புத்தரின் அரச குடும்பத்து நாவிதரும், அரசர்க்குரிய ஆடைகளின் காப்பாளருமான உபாலி கூட வீட்டைத் துறந்து புத்தரைப் பின்பற்றினார்.

''துறவிகளே! நான் கூறுவதற்குச் செவிமடுங்கள்! நான் சிரஞ்சீவித்துவத்தைக் கண்டுபிடித்து விட்டேன். அதை நான் உங்களுக்குக் கற்பிக்கிறேன். நான் தர்மத்தை உங்களுக்கு உபதேசிப்பேன்.'' என்று புத்தர் சொன்னார்.

புத்தர் பயணம்

அவர் ஊர் ஊராகச் சென்றார். ஆயிரக்கணக்கான மக்களின், உயர்ந்தோரின், தாழ்ந்தோரின், அரசரின், குடியானவரின் வாழ்க்கைகளையெல்லாம் ஆள்கொண்டார். அவர்கள் அவருடைய மாபெரும் ஆளுமையின் மந்திரத்திற்குக் கட்டுண்டனர். அவர் அறத்தின் அழகையும், துறவின் இன்பத்தையும், எளிமையின் இன்றியமையாமையையும், சமத்துவத்தின் அவசியத்தையும் நாற்பத்தைந்தாண்டுக் காலம் கற்பித்தார்.

பரி நிர்வாணம்

அவர் பரி நிர்வாணமடையப் போகும் குசி நகரத்தை நோக்கித் தமது எண்பதாவது வயதில் சென்று கொண்டிருந்தார். அவர் இனிமை நிறைந்த வைசாலி நகரத்தினரிடம் விடைபெற்றுவிட்டுத் தமது அன்பிற்குரிய சீடரான ஆனந்தருடன் புறப்பட்டு, அருகிலிருந்த குன்றுகளில் ஒன்றை அடைந்தார்.

அங்கிருந்த அழகையும், பல கோயில்களையும், விகாரைகளையும் கண்டு களித்துவிட்டு ஆனந்தரிடம் கூறினார்: ''சித்ரம் ஜம்புத் வீபம், மனோரமம் ஜீவிதம் மனுஷ்யானாம்.''

(வண்ணமும் செழிப்பும் நிறைந்த இந்தியம் அன்பு கொள்வதற்குரியது; இம்மனிதரின் வாழ்க்கை மனங் கவர்வதாகும்.)

இரண்யவதி ஆற்றின் கரைகளிலிருந்த கோங்கு (சால்) மரத் தோப்பையடைந்து, இரண்டு மரங்களிடையே புல்லால் படுக்கையை ஆயத்தப்படுத்தினார். அவர் மிகவும் அன்புடன் தமது சீடரான ஆனந்தரைத் தேற்றினார். ஆனந்தர் பெரிதும் வருந்தினார்.

''அழாதே, மனம் வருந்தாதே, ஆனந்தா! மனிதன் தான் நேசிப்பவை அனைத்திடமிருந்தும் பிரிந்து சென்றேயாக வேண்டும். பிறந்தது எதுவாயினும், நிலையாமைக்கு உட்படக் கூடியது எதுவாயினும், எவ்வாறு பிரிந்து செல்லாமலிக்க முடியும்? நமக்கினித் தலைவர் இருக்கமாட்டார் என நீ நினைக்கலாம். அப்படியிருக்கலாகாது. ஆனந்தனே, நான் உங்களுக்கு உபதேசித்த கோட்பாடே, இனி உங்களுக்குத் தலைவனாகும்.''

அவர் மீண்டும் கூறினார்:

''வறண்ட தானி பிக்கவே ஆமாந்தயாமிவோ
வாயாதம்மா சங்காரா அப்பமாதேனா ஸம்பா தேதா தி.''

''துறவிகளே மெய்யாகவே உங்களுக்கு இப்போது கூறுகின்றேன். அனைத்துப் பொருள்களும் அழியக் கூடியன; ஊக்கமுடன் மனமார முயன்று உங்களைக் கடைத் தேற்றிக் கொள்ளுங்கள்.''

இவையே அவர் கடைசியாகக் கூறிய சொற்கள்.

அவரது ஆன்மா, அனைத்தையும் கிரகிக்கின்ற மறைபொருளான ஆழத்தினுள் மூழ்கியது. சிந்தனையனைத்தும், எண்ணமனைத்தும், மறைந்து விடுகின்ற அந்தக் கட்டத்தை அவர் அடைந்த போது, அவர் தனி மனிதர் என்ற பிரக்ஞை அற்றுப் போகிறது. அவர் அதி உன்னதமான நிர்வாணத்தினுள் நுழைந்தார்.

சித்தார்த்தனின் அன்னை மகா மாயா, அவரை லும்பினித் தோட்டத்தில், இரண்டு சால் (கோங்கு) மரங்களுக்கிடையே பெற்றார்.

புத்தர் அதற்கு எண்பதாண்டுகளுக்குப் பிறகு இரண்யவதி ஆற்றின் கரைகள் மேலிருந்த சால் மரத் தோப்பில், இரண்டு சால் (கோங்கு) மரங்களுக்கிடையே பரி நிர்வாணமெய்தினார்.

புத்தரின் அஸ்தி

இந்தியத் தொல்லியல் துறையினர் 1958-ஆம் ஆண்டு பிகாரின் சைவாலிப் பகுதியில் அகழ்ந்தபோது புத்தரின் அஸ்தி அடங்கிய அரிய பேழை ஒன்றைக் கண்டெடுத்தனர். புத்தர் பெருமானின் சாம்பல் ஒரு மாக்கல் பேழையினுள் வைக்கப்பட்டிருந்தது. அந்தப் பேழை லிச்சாவியர் கி.மு. ஐந்தாம் நூற்றாண்டில் ''மண்ணால் கட்டிய ஒரு தூபியின்'' அடியில் கிடைத்தது. சாம்பலுடன் உடைந்துபோன சங்குத் துண்டுகளும் மிகச் சிறிய பொன், வெள்ளிக் காசுகளும் பேழையினுள் இருந்தன. அப்பேழைக்குள் புத்தரின் சாம்பலில் கால் பங்கு வைக்கப்பட்டிருந்தது.

பேரரசர் அசோகர் புனிதச் சின்னங்கள் வைக்கப்பட்டிருந்த எட்டுத் தூபிகளில் ஏழைத் திறந்து, அவற்றுக்குள்ளிருந்த சாம்பலில் பத்தில் ஒரு பங்கை எடுத்தார். அதை இந்தியத்தின் பல்வேறு இடங்களில் எழுப்பப்பட்ட 84,000 தூபிகள் ஒவ்வொன்றுக்கும் பங்கிட்டு அனுப்பி வைத்தார். இச்செய்தியைச் சீன நாடோடியான உவான் சவாங்கு ''திவ்விய வேதன'' என்ற நூலில் கூறியிருக்கின்றார். மேற்சொன்ன பேழை 1958-இல் கண்டுபிடிக்கப்பட்டது என்பது உவான் சுவாங்கின் கூற்றுக்குப் பொருந்தியுள்ளது.

அந்தப் பேழை பாட்னா அருங்காட்சியகத்தில் வைக்கப்பட்டிருந்தது. பௌத்த பிக்குகள் அங்கு சமயச் சடங்குகளைச் செய்து முடித்த பின்னர் 1998 நவம்பர் 5 அன்று சாலை வழியாய்ப் புத்த கயைக்குக் கொண்டு செல்லப்பட்டது. இறுதியில் புத்தர் பரிநிர்வாணமடைந்தார் என்று கொள்ளப்படும் இடத்திலுள்ள கயையின் ''வச்சிராசனத்தில்'' திருநிலை செய்யப்பட்டது.

கிரேக்கரும் ஆரியரே

கிரேக்கரும் பாரசிகரையும் இந்திய ஆரியரையும் போன்று, இந்தோ - ஐரோப்பிய இனத்தவரேயாவர். நடு ஆசியத்திலிருந்து இந்தியம் வந்தடைந்த ஆரியரைப் போலன்றிப் பாரசிகரும், கிரேக்கரும் நாகரிகத்தில் சிறந்து விளங்கினர்.

பாரசிகர் தம்மை நாகரிக முதிர்ச்சி பெற்றோர் என்றும் அவரையொத்த கிரேக்கரையே அவர்கள் நாகரிகமற்றவர்களாகக் கருதினர் என்றும் அறிகின்றோம்.

பண்டைக் கிரேக்கர்கள் நிலநடுக்கடல் பகுதி நெடுகிலும் குடியேற்றங்களை அமைத்தனர்.

வறண்ட மலைகள் பின்புறமும் கடல் முன்புறமும் இருந்தமையால், இடைத் தொலைவிலுள்ள தீவுகள் அவர்களை ஈர்க்கவே, கிரேக்கர் எப்போதும் பரந்த உலகையே ஆர்வத்துடன் நோக்கினர்.

கிரேக்கத்தில் கி.மு. 2500-ஆம் ஆண்டிலேயே நாகரிகம் முகிழ்த்தது. கிரேக்கரல்லாத மயோனிய மக்களின் அந்நாகரிகம் கிரீட்டு என்ற மலைப் பாங்கான

தீவில் தோன்றியது. இத்தீவு கிரேக்கத்திலேயே பெரிதாகும். இது கிழக்கு நிலநடுக் கடற்பகுதியிலுள்ளது.

தொல் கால நாகரிகம்

இம் மயோனிய நாகரிகத்திற்கு எகிப்தும் ஏனைய கீழைச் செல்வாக்குகளும் உரமிட்டுச் செழிக்கச் செய்தன.

இது சுமார் கி.மு. 2000 ஆண்டில் மிக உச்ச நிலையை அடைந்தது. அப்போதுதான் புகழ்பெற்ற நாஸ் அரண்மனை அங்கு கட்டப்பெற்றது. கடல் வாணிபத்தில் சிறப்புற்றோங்கிய கிரீட்டு நாகரிகம் சுமார் கி.மு. 1400-இல் வீழ்ச்சியடைந்தது. அதற்கு எரிமலை வெடித்தது காரணமாயிருக்கலாம்.

மைசீன்

பின்னர் கிரேக்கப் பெரு நிலத்திலிருந்து வந்த மைசீனியக் கிரேக்கர் (*Mycenae*) கையில் கிரீட்டு சேர்ந்தது.

கிரேக்க மொழி பேசும் மக்கள் வடக்கேயிருந்து கி.மு. 1900 வாக்கில் கிரேக்கத்திற்குள் நுழைந்தனர். வெகு விரைவில் தீவக் குறை முழுமையிலும் பரவி விட்டனர். கிரீட்டின் மயோனியர் செல்வாக்குப் பெற்ற புதிய நாகரிகம் ஆர்கோஸ் சமவெளியிலுள்ள பெலப்பனசிற்கு வட கிழக்கிலிருக்கும் மைசீன் என்ற பண்டைக் கிரேக்க நகரத்தில் செழிக்கலாயிற்று.

கிரீட்டு கி.மு. 1400-இல் வீழ்ச்சியுற்றதும், அப்பகுதியில் மைசீனி மேலோங்கிற்று.

இதைக் கிரேக்கத்தின் ''வீரஞ்செறிந்த காலகட்டம்'' எனலாம். இது ஹோமரின் ''இலியது'' என்ற புராண காவியத்தில் சிறப்பித்துப் பாடப் பெற்றுள்ளது.

இந்த மைசீனியிலிருந்துதான் தொன்ம நாயகனான அசுமெம்னான் கிரேக்கருக்குத் தலைமை தாங்கித் திராய் நகரப் போருக்குச் சென்றான்.

மைசீனிய ஆதிக்கம் வீழ்ந்தது

சுமார் கி.மு. 1100 வாக்கில் மைசீனிய ஆதிக்கம் வீழ்ச்சியடைந்தது. வடக்கேயிருந்து புதிதாக அலையென வந்து கொண்டிருந்த கிரேக்க மொழி பேசும் மக்களான டோரியன் (*Dorian*) என்போரின் ஆதிக்கம் வலுப்பெற்றது.

வடக்கேயிருந்து இவ்வாறு மக்கள் வெள்ளம் அதிகமாகக் கிரேக்கத்திற்குப் படையெடுத்து வரவே, கிரேக்கத்தில் இட நெருக்கடி தீராத சிக்கல் ஆயிற்று.

எனவே மக்கள் கிரேக்கத்திலிருந்து, கடல் கடந்து குடியேறலாயினர். அவர்கள் நிலநடுக்கடல், கருங்கடல் ஆகியவற்றின் கரைகளிலெல்லாம் சுதந்திரமான நகர அரசுகளை நிறுவலாயினர். இயற்கைத் துறைமுகங்களைக் கொண்ட இடங்களிலெல்லாம் - மார்செயில், நைஸ், நேப்பிள்ஸ், சிரக்கூஸ், திரபிஸோண்டு, வர்ணா போன்ற புகழ் பெற்ற இடங்களிலெல்லாம் கிரேக்கர் குடியேறினர். இது கி.மு. 750-550 கால கட்டத்தில் நிகழ்ந்தது.

அப்புதிய நகர அரசுகள் பல்வேறு முறைகளில் ஆளப்பட்டன. சில நகரங்களில் தானாகவே எழுந்துகொண்ட சர்வாதிகார மன்னர்கள் இருந்தனர். வேறு சில அரசுகளில்

தலையாய குடும்பங்களின் சிறுபான்மைக் கூட்ட ஆட்சி நடந்தது. இன்னுஞ் சிலவற்றில் ஆடவர் அனைவரும் பங்கு கொள்ளும் "மக்களாட்சி" நடந்தது.

இம் மூவகையான நகர அரசுகளிலும், மக்கள் கிட்டத் தட்டப் பாதிப்பேர் அடிமைகளாயிருந்தனர். பல அரசுகளில் அரசியல் பூசலும் போட்டியுமாக, எப்போதும் ஆட்சிக் கவிழ்ப்புகளும், எதிர்க் கிளர்ச்சிகளும் நடந்து கொண்டேயிருந்தன.

பாரசிகர் படையெடுப்பு (கி.மு. 490-479)

இன்று ஈரான் என்று பெயர் பெற்றுள்ள பாரசிகம் பண்டை வரலாற்றின் நான்கு பெரும் பேரரசுகளில் ஒன்றாகும்.

நடு ஆசியத்திலிருந்து, எந்தக் காரணத்தாலோ பல்வேறு திக்குகளில் சிதறிப் பிரிந்த ஆரியர் கூட்டம் ஒன்று கிழக்கு நோக்கிச் சென்று பாரசிகத்தை அடைந்தது. இன்று இங்கு வழங்கும் இந்தோ - ஈரானிய மொழியை இந்த இந்தோ - ஐரோப்பிய இன மக்கள்தாம் அங்கு கி.மு. 1800-க்கும் 1500-க்கும் இடைப்பட்ட காலத்தில் கொண்டு சென்றனர்.

அவர்கள் சுமார் கி.மு. 1500 வாக்கில் மேலும் பிரிந்தனர் என்று தெரிகின்றது. இந்தோ - ஆரியர் என்று வரலாறு அறிந்துள்ள அல்லது சுருக்கமாக ஆரியர் என்று அறிந்துள்ள ஆடு மாடு மேய்ப்பவர்களான இந்நாடோடி மக்கள், மேலும் கிழக்கே சென்று, இடுக்கண்கள் சூழ்ந்த இந்துகுஷ் மலைகளைத் தாண்டி இந்தியத்தினுள் நுழைந்தனர்.

பாரசிகத்தில் குடியேறிய இந்தோ - ஆரியக் குடியினரான பாரசிகர், கி.மு. 6-ஆம் நூற்றாண்டில் மா சைரஸ் (Cyrus II,?-529 கி.மு) என்னும் மன்னன் காலத்தில்தான் பேரரசை நிறுவினர்.

அப்பேரரசு தனது உச்சகட்டத்தில், இந்தியத்திலிருந்து கிரேக்கத்திற்கும் துருக்கிக்கும் இடையிலுள்ள ஏஜியன் கடற்பகுதி வரையிலும் விரிந்திருந்தது. அது தெற்கில் இன்றைய அரேபியத்தையும் எகிப்தையும் தழுவியிருந்தது.

சைரஸ்

சைரஸ் கி.மு. 546-ஆம் ஆண்டிற்குள் தான் வென்ற பகுதிகளையெல்லாம் சேர்த்து அக்கிமினிடு என்ற பெரும் பேரரசை உண்டாக்கினர். அப்பேரரசில் முதலாம் டேரியசின் காலத்தில் (கி.மு. 521-486) வரலாறு அன்று அறிந்திருந்த பகுதிகளில் பெரும்பான்மை அடங்கியிருந்தது.

பாரசிகரின் அதிகாரத்தை எதிர்த்து நின்றவர்கள் கிரேக்கர் மட்டுமேயாவர். அவர்கள் டேரியசை மராத்தான் சமவெளியில் நடந்த போரில் தோற்கடித்தனர். அவரது மகனான முதலாம் செர்சஸ், கிரேக்கரிடம் சலாமிஸ் என்ற இடத்தில் நடந்த கடற்போரிலும், பிளேட்டி என்ற இடத்தில் நடந்த தரைப் போரிலும் தோற்கடிக்கப்பட்டார்.

இவ்வாறு வலுவிழந்து போன பாரசிகப் பேரரசைக் கி.மு. 336 ஆம் ஆண்டு அலெக்சாந்தர் தோற்கடித்தார்.

பாரசிகருடன் நடந்த இப்போர்களில் ஏதன்சுக்காரர் காட்டிய பெருவீரத்தினால், அது கிரேக்கத்தின் தலைமையைப் பெற்றுவிட்டது.

கிரேக்கரின் உட்பகை

அவர்களின் பண்பாடு, மாபெரும் ஜனநாயக அரசியல் தந்திரியான பெரிக்கிளிசின் (*Pericles*, இவர் சுமார் கி.மு. *460* முதல் ஆட்சியிலிருந்தார். கிரேக்கம் அரசியலிலும் பண்பாட்டிலும் மேலோங்கி நிற்கப் பெரும் பங்காற்றினார். ஏதன்சிலுள்ள பார்த்தனான் கோயிலைக் கட்டுவதற்குப் பெரிக்கிளிஸ் காரணமாயிருந்தார். கி.மு. *429* -இல் இறந்தார்.) முப்பதாண்டுக் கால அரசியல் அதிகாரத்தில் ஏதன்ஸ் நகரம் பெற்ற சிறப்புகள் பலவாகும்.

கிரேக்கத்தின் நகர அரசுகள் வேகமாகப் பெருகி வந்த பெரிய வல்லரசுகளின் காலத்தில் உயிர் பிழைத்து நிற்கக் கூடிய ஆற்றலற்றவை யாயிருந்தன. அவை தமக்குள் அற்ப விஷயங்களுக்காகக் கூடச் சண்டையிட்டுக் கொண்டமையால், வட கிரேக்கத்திலிருந்த மாசிடோனிய மன்னரான பிலிப்பு (கி.மு. *382-336*) அவற்றை வெற்றி கொள்வதற்கு வழி ஏற்பட்டது.

ஏதன்சின் அரசியல் தந்திரியான டெமாஸ்தனிஸ், (*Demosthenes 384-322* கி.மு) பிலிப்பை எதிர்க்க ஒரு கூட்டணியை உருவாக்க வேண்டுமென்று தமது வாணாளெல்லாம் பாடுபட்டும் பயனின்றிப் போய்விட்டது.

மாசிடோனிய எழுச்சி

பிலிப்பு புதிய போர் உத்தியைக் கையாண்டார். ஒன்றையடுத்து ஒன்றாக நிறுத்தப்பட்ட கேடயங்களுக்குப் பின்னாலிருந்து நீண்ட ஈட்டிகளைக் கொண்டு எதிரேயுள்ள எதிரியைத் தாக்கும் காலாட் படையினரான ஈட்டி வீரர்களைப் பயன்படுத்திக் கி.மு. *338* இல் சிரோனியா என்ற இடத்தில் கிரேக்கரை வென்று கிரேக்கம் முழுவதையும் தன் வசப்படுத்தினார்.

ஆனால் பிலிப்பு அதன் பிறகு சிறிது காலத்தில் கொலை செய்யப்பட்டார். அதனால் ஆசியத்தை வெற்றி கொள்ள வேண்டுமென்ற அவரது கனவை நிறைவேற்றும் பொறுப்பு அவருடைய மகனான அலெக்சாந்தர் மீது விழுந்தது.

அலெக்சாந்தர் வெற்றிகள்

வலிமை வாய்ந்த இந்தப் போர் எந்திரத்தைத் தனது தந்தையினிடமிருந்து பெற்ற அலெக்சாந்தர்

(கி.மு. *356-323*) பாரசிகப் பேரரசின் மீது படையெடுத்தார். அவர் பத்தாண்டிற்கும் சற்று அதிகமான காலத்தில் எகிப்திலிருந்து, இந்தியத்தின் தலைவாசலை யடைந்துவிட்டார்.

அலெக்சாந்தர் இருபது வயதிற்குள்ளேயே கி.மு. *336*-இல் கிரேக்கத்தை வென்றார். எகிப்தை கி.மு. *331*-இலும், பாரசிகப் பேரரசை கி.மு. *328* இலும் வென்றார். அவர் எகிப்தில் தன் பெயரில் அலெக்சாந்திரியம் என்ற நகரத்தை அமைத்தார்.

அலெக்சாந்தரின் வெற்றியொடு, அவர் வெற்றி கண்ட இடங்களிலெல்லாம் கிரேக்க நாகரிகம் பரவலாயிற்று.

அலெக்சாந்தர் ஆயிரக்கணக்கான மைல்களுக்கப்பாலிருந்த மாசிடோனியத்துடன் தொடர்பு வைத்துக் கொள்வதிலும், தனது படையின் பின்

அணியை எதிரியின் தாக்குதலுக்குள்ளாகாமல் பார்த்துக் கொள்வதிலும் மிகுந்த முன்னேற்பாட்டுடன் வேண்டிய ஏற்பாடுகளைச் செய்திருந்தார்.

அலெக்சாந்தரின் ஒற்றர்படை, அவருக்கு மிகத் துல்லியமான செய்தியைத் தெரிவித்து, அவர் ஒவ்வொரு போரிலும் வெற்றி பெறுமாறு செய்தது.

அலெக்சாந்தர் கி.மு.327 -இல் இந்துகுஷ் மலைகளைக் கடந்து, காபூலிலோ, அதற்கருகிலுள்ள ஒரு வலுவான இடத்திலோ, அந்த ஆண்டு முழுமையும் தங்கி, அங்கிருந்த மூர்க்கமான இனத்தார் பலரை அடக்கினார்.

பின்னர் கி.மு.326-இல் இளவேனிற் காலத்தின் தொடக்கத்தில் சிந்து ஆற்றைக் கடந்தார்.

சிந்து ஆறு அக்காலத்தில் பாரசிகப் பேரரசின் எல்லையாக இருந்தது. அட்டோக்கிற்கு மேலே உண்டு அல்லது ஒகிண்டு என்ற இடத்தில் படகுகளைப் பாலங்கள் போல் வைத்துக்கொண்டு கிரேக்கர் அப்பேராற்றைக் கடந்தனர்.

சிந்து ஆற்றுக்கும், ஜீலம் ஆற்றிற்குமிடைப்பட்ட நிலப்பரப்பை ஆண்ட அம்பி என்ற மன்னரின் தலைநகரான, ''மாபெரும் செல்வச் செழிப்பு வாய்ந்த'' தட்சசீல நகரத்தை நோக்கி அலெக்சாந்தர் முன்னேறினார்.

அம்பிக்கும் அண்டையிலிருந்த சிற்றரசர்களுக்குமிடையே பகைமை இருந்தமையால், படையெடுத்து வந்த அலெக்சாந்தரை அம்பி தனது தலைநகரத்தில் மனமுவந்து வரவேற்று விருந்தோம்பினார். *(அம்பியின் ஆட்சிக் காலம் 327-326 கி.மு.)*

தட்சசீலம்

தட்சசீலம் நீர்வளம் நிறைந்த சமவெளியில் அமைந்திருந்தது. பாதுகாப்புக்கேற்ற முறையில் அது அமைந்திருந்தது. அது நடு ஆசியத்திலிருந்து இந்தியத்தின் உட்பகுதிக்குச் செல்லும் நெடுஞ்சாலையில் அமைந்திருந்தது. மாபெரும் நகரம் ஒன்றை அமைப்பதற்கு ஏற்ற இனிமையான சமவெளியாகத் தட்சசீலம் இருந்தது.

அலெக்சாந்தரின் காலத்தில் பாஞ்சாலம் ஏராளமான சிறு அரசுகளால் பிளவுண்டு கிடந்தது. சிந்து ஆற்றுக்கும் ஜீலம் (கிரேக்கர்களுக்கு ஹைடஸ்பஸ்) ஆற்றுக்கும் இடைப்பட்ட நிலப்பரப்பில் அமைந்த ஒரே தலைநகரம் தட்சசீலமாகும்.

அம்பி 3000 எருதுகளையும், பத்தாயிரத்திற்கு மதிகமான ஆடுகளையும் அலெக்சாந்தரின் படையினர் உண்பதற்காக அளித்ததுடன், உதவிக்கென 5000 பேரடங்கிய ஒரு படையையும் கொடுத்தார்.

பல்கலைக்கழகம்

தட்சசீலம் அக்காலத்தில் இந்து சமயத்தின் பெரிய பல்கலைக்கழகமென விளங்கியது. இங்கு கற்பிக்கப்பெற்ற ''மூன்று வேதங்களையும், பதினெட்டுச் சாத்திரங்களையும்'' கற்றுக் கொள்வதற்காக நாட்டின் நாலா பக்கங்களிலுமிருந்து மக்கள் வந்தனர்.

இளவரசர்களும், வசதி படைத்த அந்தணர்களின் மக்களும் பதினாறு வயதை அடைந்ததும் கல்வியைக் கற்று முடிப்பதற்காகத் தட்சசீலப் பல்கலைக்கழகத்திற்கு

அனுப்பி வைக்கப்பட்டனர். சம்ஸ்கிருதத்திற்கு இலக்கணம் வகுத்த பாணிணி (சு.8.நூ.கி.மு.) மகாபாஷ்யம் இயற்றிய பதஞ்சலி (250 கி.மு. - 350 கி.பி) சரகர், சாணக்கியன் ஆகியோர் இப்பல்கலைக்கழக மாணாக்கராவர்.

தட்சசீலத்தின் மருத்துவப் பள்ளி, பெரும்புகழ் வாய்ந்ததாகும். கலைகளும், பல்வேறு விஞ்ஞானங்களும் தலை சிறந்த பேராசான்களால் அங்கு கற்பிக்கப் பெற்றன.

இங்கு புகழ் பெற்ற மருத்துவ, மற்றும் அறுவை மருத்துவக் கல்லூரி ஒன்றும் அக்காலத்தில் இருந்தது. வைதிக இந்து இந்தியத்தில் உயிருள்ள விலங்குகளை அறுத்து உடற்கூறுகளைக் கற்பது அனுமதிக்கப்பட்டதில்லை. எனவே தட்சசீலத்தில் இந்த வசதி இருந்தமையால், வைதிக இந்தியத்திற்கு வெளியே இது மிகச் சிறந்த மருத்துவக் கல்லூரியாக விளங்கியது.

கி.மு. ஏழாம் நூற்றாண்டிலேயே தட்சசீலத்தில் அறுவை மருத்துவக்கலை சிறந்திருந்ததென்று கதைகள் கூறுகின்றன.

மாபெரும் அறுவை மருத்துவரான சரகரும், சுசுருதரும் கி.பி. முதல் நூற்றாண்டில் தட்சசீலத்தில் வாழ்ந்து புகழ்பெற்று விளங்கினர்.

தட்சசீலத்தில் புதுமையான பழக்கவழக்கங்கள்

அம்பி அலெக்சாந்தரின் படையினருக்கு மனமுவந்து 3000 எருதுகளை வெட்டி உண்பதற்கு அளித்தார் என்பதிலிருந்து, அந்நகர மக்களின் சமூகப் பழக்க வழக்கங்களில் குறிப்பிடத்தக்க ஒரு கூறு தெரிய வருகின்றது.

அவர்களிடம் வேறு சில புதுமையான பழக்கங்களும் இருந்ததைக் கிரேக்கர் கண்டனர்.

அலெக்சாந்தருடன் வந்திருந்த அரிஸ்டோபுலஸ் எழுதி வைத்ததைக் கிரேக்க வரலாற்றாசிரியரும், நிலநூலாருமான ஸ்திராபோ எடுத்தாண்டதைக் கீழே காணலாம்.

''அவர் (அரிஸ்டோபுலஸ்) புதுமையானவையும், வழக்கத்திற்கு மாறானவையுமான பழக்கவழக்கங்களைக் குறிப்பிடுகின்றார். வறுமையினால் தமது பெண் மக்களை மணமுடித்துக் கொடுக்க முடியாதவர்கள் தம் பெண்கள் பூப்பெய்திய வயதில் அவர்களைச் சந்தைக்குக் கொண்டு வந்து விலை கூறுகின்றனர். சங்கு ஊதிக் கொட்டு அடித்ததும் - இவை போரிலும் ஊதி முழங்கப்படுகின்றன; கூட்டம் கூடுகின்றது.

''எவரேனும் முன்வந்தால், அவருக்கு முதலில், தோள் வரையில் திறந்த வெறும் முதுகை, அவர் பார்க்கக் காட்டுகின்றனர். அதன்பிறகு முன் பக்கத்தின் உறுப்புகளைக் காட்டுகின்றனர். அவள் அவருக்குப் பிடித்திருந்தால், அவரது எண்ணத்திற்கு ஒப்புவாளேயானால், ஏற்கப்பட்ட நிபந்தனைகளுடன் கூடி வாழ்கின்றனர்.''

''செத்தவர்களைக் கழுகுகளுக்கு வீசி விடுகின்றனர். ஒருவர் பல தாரங்களை மணக்கும் வழக்கம் இங்கே இருக்கின்றது. பிற இனத்தவரிடமும் இது பொதுவாகக் காணப்படுகின்றது.''

''மனைவியர், இறந்து போன தம் கணவருடன் உடன்கட்டை ஏறுகின்றனர் என்று சிலரிடம் கேள்விப்பட்டதாக, அவர் கூறுகின்றார். அவ்வாறு உடன்கட்டை ஏற

மறுக்கும் பெண்கள் இழிவாக மதிக்கப் படுகின்றனர். இச்செய்திகளைப் பிற எழுத்தாளர்களும் குறிப்பிட்டுள்ளனர்.''

ஏ.எஸ்.பி. ஐயர் மற்றொரு செய்தியையும் கூறுகின்றார்:

''பெண் பார்க்க வருபவனுக்குப் பெண்ணை நிறை அம்மணமாகக் காட்டும் வழக்கம் இருந்தது. பெண்ணிடம் மாசு மருவில்லாமலிருக்கின்றது என்பதை, அவளை மணக்கப் போகின்றவன் கண்டுகொள்ள வேண்டுமென்பதற்காக இவ்வாறு பெண் காட்டும் வழக்கம் தட்சசீலத்தில் இருந்து வந்திருக்கின்றது.''

''பெண் பார்க்க வருபவன் தக்க காரணமின்றி, இவ்வாறு பார்த்த பெண்ணை மறுப்பானேயாகில், அவன் பெருந்தொகையைத் தண்டமாகச் செலுத்த வேண்டிவரும்.''

புருஷோத்தமன் தோல்வி

அலெக்சாந்தர் தட்சசீலத்திலிருந்து கிழக்கு நோக்கிப் போரஸ் அல்லது புருவைத் தாக்குவதற்காகப் புறப்பட்டார். இம்மன்னர் புருஷோத்தமன் என்றும் அழைக்கப்பட்டார்.

புருவின் நாடு ஜீலம் ஆற்றுக்கும் சினாபு ஆற்றுக்கும் இடைப்பட்ட நிலப்பரப்பில் இருந்தது.

பேரரசின் படையில் 30,000 காலாட்படையினரும், 4,000 குதிரைப் படையினரும், 300 தேர்களும், 200 போர் யானைகளும் இருந்தன.

கடும் போருக்குப் பின்னர் அலெக்சாந்தர் இப்பெரும் படையை ஜீலம் ஆற்றின் கரையில் தோற்கடித்தார். யானைகளனைத்தும் இறந்து விட்டன. தேர்கள் அழிந்தன. 12,000 பேர் உயிரிழந்தனர். 9,000 பேர் சிறைப்பட்டனர்.

மாசிடோனிய வீரரில் செத்தவரின் எண்ணிக்கை ஆயிரத்தைத் தாண்டவில்லை. வரலாற்றின் மாபெரும் படைத் தலைவரான அலெக்சாந்தரின் முழு முதல் தலைமையே இவ்வெற்றிக்குத் தலையாய காரணமாகும்.

இந்தியம் முதன்முதலாக ஒரு பேரரசின் கீழ் இந்தக் காலகட்டத்தில்தான் ஒன்றுபட்ட நாடாகின்றது. இக்காலம் கி.மு. 326-184 ஆகும்.

வெற்றி பெற்ற கிரேக்கர், தோல்வியடைந்த இந்திய மன்னர் கேட்டுக் கொண்டபடி அவரை மன்னராகவே நடத்தி, அவரது ஒத்துழைப்பைப் பெற்றனர்.

இதன்பிறகு கிராட்டரோஸ் என்பவரை யானைகளுடனும், கனத்த படையினருடனும், முல்லா கணவாய் வழியாகவும், ஆப்கானித்தானத்தைத் தாண்டியும் பாரசிகத்திற்கு அலெக்சாந்தர் அனுப்பி வைத்தார். அவர் சிந்து ஆற்றின் முகத்துவாரத்தை நோக்கி முன்னேறினார்.

அலெக்சாந்தர் இந்தியத்தில் சுமார் மூன்றாண்டுகள் இருந்த பின்னர், எஞ்சிய தனது படையினருடன், இன்று கராச்சி இருக்கின்ற இடத்திற்கருகிலிருந்து பாரசிகத்தை நோக்கிக் கிளம்பினார்.

அலெக்சாந்தர் முன்பின் தெரியாத நாடுகளின் வழியே பல இன்னல்களைக் கடந்து கி.மு. 324 மே மாதம் பாரசிகத்திலுள்ள சூசாவை அடைந்தார்.

கிரேக்கர் படையெடுப்பின் பயன்

அவர் இன்றைய பாக்தாதிற்கருகிலுள்ள பாபிலோனில் கி.மு. 32 சூனில் இறந்தார். மிகவும் இளவயதில், அதாவது முப்பது வயதிலேயே அலெக்சாந்தர் இறந்து விட்டார். அவர் தனது வாணாளில் பதின்மூன்றாண்டுக் காலத்தில், பல ஆயுள்களில் செய்து முடிக்கக் கூடிய செயல்களைச் செய்து விட்டார்.

அலெக்சாந்தரின் படையெடுப்பினால் மேற்கையும், கிழக்கையும் பிரித்து நின்ற தடை தகர்ந்து, இரண்டுக்குமிடையே நான்கு வழியில் - மூன்று நில வழியாகவும், ஒன்று கடல் வழியாகவும் - போக்கு வரவிற்குப் பாதைகள் உண்டாயின.

அலெக்சாந்தரின் படையெடுப்பையடுத்து மேற்காசியத்தில் கிரேக்க முடியரசுகள் தோன்றியமையால், இந்தியத்திற்கும், ஐரோப்பியத்திற்குமிடையே கருத்துகள் பரிமாற வழிவகை பிறந்தது.

இந்தியக் கலையில் கிரேக்கச் செல்வாக்கு மிகுந்தது. குறிப்பாகக் கிறித்தவ சகாப்தத்தின் முதல் நூற்றாண்டுக் காலத்தில் காந்தாரச் சிற்பங்களில் அவற்றைத் தெளிவாகக் காண முடிகின்றது.

இந்தியத்தின் தத்துவக் கருத்துகள் மேலையுலகில் பரவவும், அலெக்சாந்தரின் படையெடுப்பு - வழி வகுத்தது.

மௌரிய மரபுத் தோற்றம் (சு. 320 - சு. 187 கி.மு)

பாரதத்தின் முதல் பேரரச மரபின் தோற்றம் பற்றி வியப்பூட்டும் வகையில் சிறிதளவே அறியப்பட்டிருப்பினும், மௌரிய என்ற (இது பாளி மொழியில் மோரிய எனப்படுகின்றது. சங்க இலக்கியங்களும் இக்குடியினரை மோரியர் என்றே கூறும்.) இப்பெயர் மயில் என்னுஞ் சொல்லிருந்து தோன்றியிருக்கலாம் என்பது தெரிகின்றது. ஆரியர் காலத்திற்கு முந்திய அக்குடியின் குலச் சின்னமாய் மயில் இருந்திருக்கலாம். மௌரிய அரசர்களின் கொடியில் மயில் சின்னம் பொறித்திருந்தது.

விசாக தத்தர் எட்டாம் நூற்றாண்டில் எழுதிய நாடக நூலான ''முத்திராராட்சசம்'' தவிர, வேறு சம்ஸ்கிருத இலக்கியம் எதிலும் மௌரிய அரசர்கள் பற்றிய குறிப்புகள் இல. இக்குடி வேந்தர்கள் மீது கடும் வெறுப்புக் கொண்டு அவர்களைப் பற்றி மூச்சுக்கூட விடலாகாது என்ற ஊமைச் சதி ஒன்று இருந்தது போல் தோன்றுகின்றது. எனினும் அம்மன்னர்கள் புரிந்த அருஞ்செயல்களைப் பௌத்தர் போற்றிப் புகழ்ந்தனர். காசுமீர வரலாற்றை ''இராச தரங்கிணி'' *(அரச ஆறு)* என்ற பெயரில் பாடி வைத்துள்ள கல்ஹணர் *(?1095-1170)* ஐம்பத்திரண்டு கொடிய அரசர்களின் பட்டியல் ஒன்றைத் தந்துள்ளார். அதில் மேன்மை வாய்ந்த அசோகரின் பெயரும் உள்ளது.

சந்திர குப்தனும் அசோகனும் அயலவராயிருந்தமையால்தான் இந்திய வரலாறு அவர்களை இங்ஙனம் ஒதுக்கித் தள்ளியது என்று டாக்டர் ஸ்பூனர் கூறியுள்ளார். அவ்வாறு இல்லையேல் மௌரியருக்குப்பின் வந்த விக்கிரமாதித்தன் (இவர் கி.மு 95 அல்லது கி.பி 78) ஆம் ஆண்டில் வாழ்ந்திருக்கலாம். இவர் உச்சயினியை ஆண்டதாய் கொள்ளப்படுகின்றார். இவரைச் சரியாய் இன்னும் அடையாளங் காணவில்லை. இவரைப் பற்றிய விரிவான செய்திகள் எதுவும் தெரிந்தில.), பரமாரர் குடிப்பிறந்த போஜன் *(1018-1060)*, பிருதிவிராஜன் ஆகியோரைப் பற்றிக் கதைகள் பல புனைந்து, மௌரியரின் பெயரையும் விளங்கச் செய்திருப்பர். சந்திரகுப்தனும் அசோகனும்

சூத்திரராயிருந்ததால்தான் இந்திய வரலாறு அவர்களுக்கு இத்தகைய அநீதியை விளைவித்ததேயன்றி, அவர்கள் அயல்நாட்டினர் அல்லது ஈரானியர் என்பதனால் அன்று என்றும் கொள்ளலாம்.

மௌரிய மரபு தோன்றியதும் வரலாற்றாசிரியர்கள் இருளிலிருந்து வெளிச்சத்திற்கு வந்து விட்டனர் என்று இந்திய வரலாற்றாசிரியரான விண்செண் ஸ்மிது குறிப்பிடுகின்றார். மௌரிய மரபு சந்திர குப்த மௌரியரில் சுமார் கி.மு. 320 -ஆம் ஆண்டு தொடங்கிப் பிருகரதன் (ஆ.கா.சு. 127-187 கி.மு.) என்ற அரசருடன் சுமார் கி.மு. 187-ஆம் ஆண்டு முடிவடைந்தது. ஏறத்தாழ 133 ஆண்டுகள் இக்குடியினரின் ஆட்சி நடந்தது.

ஒன்றுபட்ட நாடு

இதன் பிறகுதான் காலக் கணிப்புக் கிட்டத்தட்டத் துல்லியமாகின்றது. பல்வேறு நாடுகளாகச் சிதறுண்டிருந்த இந்தியம் முதன்முதலாக ஒரு பேரரசின் கீழ் இந்தக் காலக் கட்டத்தில்தான் ஒன்றுபட்ட நாடாகின்றது. இக்காலம் கி.மு. 326-184 ஆகும்.

சந்திர குப்தர் மௌரியப் பேரரசை இந்தக் காலகட்டத்தில்தான் தோற்றுவித்தார். அவருக்குத் துணையாக விஷ்ணுகுப்தர், கௌடில்யர், சாணக்கியர் என்று பல்வேறு பெயர்களால் அழைக்கப்பெறும் அந்தணர் அமைந்தார். சாணக்கியர் பிராமணர் என்பது குறித்து டாக்டர் ஸ்பூனருக்கு ஐயப்பாடு உள்ளது. அவர் வானியல், இசை, மருத்துவம் ஆகிய துறைகளிலும் வல்லவர். அவர் இந்தக் காலத்தில்தான் ஆட்சி இயலை வகுத்து அர்த்த சாஸ்திரம் என்ற பெயரால் வரலாற்றுச் சிறப்புமிக்க நூலாக யாத்தார்.

அர்த்த சாஸ்திரம்

கௌடில்யர் சந்திர குப்த மௌரியரின் முதலமைச்சராயிருந்தார். அவர் இயற்றிய அர்த்த சாஸ்திரம் பற்றி இப்போது மிக விரிவான ஆராய்ச்சிகள் நடந்து பல புதிய செய்திகள் தெரியவந்துள்ளன.

தாமஸ் டிரௌட்மன் (*Thomas R-Trutman*) அண்மையில் (*1971*) அரிதின் முயன்று, அர்த்த சாஸ்திர நூலைப் புள்ளியியல் முறைப்படி பகுத்தாராய்ந்தார். கௌடில்யர் பல அடுக்குகளாக இருக்கும் அந்நூலை முற்றிலும் எழுதியிருக்க முடியாது. அந்நூல் கி.மு.250-ஆம் ஆண்டுவாக்கில் முற்றுப் பெற்றிருக்கலாம் என்று அவர் கூறுகின்றார்.

''இருப்பினும், அந்நூலின் தொடக்கப் பகுதியை - பல்வேறு இந்திய மன்னர்களின் ஊழியத்தில் இருந்து வந்த பிற பிராமண அமைச்சர்கள் அல்லது சிறு தர அதிகாரிகள் ஆகியோரைப் போன்று- பண்டை இந்திய மன்னர்களின் பண்புகள், அரசியல், பொருளியல் ஆகியன பற்றித் தனது கருத்துகளையும், அருந்திறன்களையும் அவர் வெளிப்படுத்தியிருக்கலாம்.

இவ்வாறு ஸ்டான்லி வால்போட் தனது ''இந்தியத்தின் புதிய வரலாறு'' என்ற நூலின் 57-ஆம் பக்கத்தில் கூறுகின்றார்.

''அந்நூல் இன்றுள்ள வடிவில் கி.பி. இரண்டாவது அல்லது மூன்றாவது நூற்றாண்டைச் சேர்ந்தது என்று அறிஞர்கள் கணித்துள்ளனர். எனினும் அந்நூலில் காணப்படும் பகுதிகள் மௌரியர் காலத்தில் கடைப்பிடிக்கப்பட்ட ஆட்சி முறையைப் பிரதிபலிப்பனவாக உள்ளன'' என்று மற்றோர் அறிஞர் கூறுகின்றார்.

1909-இல் கண்டுபிடிக்கப்பட்டது

''கிறித்துவிற்கு முந்திய கடைசியான சில நூற்றாண்டுகளில் இந்திய மக்களின் உலகியல் வாழ்க்கை பற்றி மேலும் அறிந்து கொள்வதற்கு, ஏற்கெனவே கிடைத்த பல சமய மற்றும் தத்துவார்த்த நூல்களில் காணப்படுபவற்றைவிட மிகவும் அதிகமான செய்திகளைத் தேடியாக வேண்டும். அதிர்ஷ்டவசமாக மௌரியப் பேரரசர் சந்திர குப்தரின் ஆட்சிக் காலம் கி.மு. 321 முதல் 298 வரை. தலைமை அமைச்சராயிருந்த கௌடில்யர் எழுதியதாகக் கூறப்படும், ''கௌடில்ய அர்த்த சாஸ்திரம்'' என்ற அரசியலாட்சி பற்றிய அரிய நூல் 1909-ஆம் ஆண்டில் கண்டுபிடிக்கப்பட்டது. அது மௌரியர் காலத்து மூல நூலிலிருந்து விரித்து எழுதப் பெற்றிருக்கலாம். அதில் சுமார் கி.மு. 100-ஆம் ஆண்டிலிருந்த பொருளாதார, தொழிலியல் குறிப்புகள் அடங்கியுள்ளன.''

இவ்வாறு எச்.ஜே.ஜே விண்டர் என்பவர் ஏ.எல். பாஷாம் தொகுத்துள்ள ''இந்தியத்தின் பண்பாட்டு வரலாறு'' என்ற நூலில் ''அறிவியல்'' என்ற பன்னிரண்டாவது அத்தியாயத்தில் குறிப்பிடுகின்றார்.

''கௌடில்யரின் அர்த்த சாஸ்திரம்'' என்ற பெயரில் ஆர். சாமா சாஸ்திரி என்பவர்தான் முதன்முதலில் 1920-ஆம் ஆண்டில் இந்நூலை ஆங்கிலத்தில் மொழிபெயர்த்து வெளியிட்டார். இதன் மூன்றாம் பதிப்பு 1929-இல் வெளிவந்தது.

''அர்த்த'' என்ற சொல்லுக்கு அரசியல் - பொருளியல் என்பது பொருள். இந்த ஆட்சி இயல் நூலின்படி, ஒவ்வொரு நடவடிக்கையும், வேளாண்மையிலிருந்து சூதாடுதல், வேசைத் தொழில் செய்தல் வரையிலும், அரசினால் வரி விதிக்கப்பட்ட வேண்டும். அரசின் அனுமதியின்றி எந்தத் தரிசு நிலத்தையும் ஆக்கிரமிப்பதோ, காட்டில் ஒரு மரத்தைக் கூட வெட்டுவதோ கூடாது. ஏனெனில் இவையனைத்தும் அரசிற்கு வருவாய் தரக் கூடியனவாகும். நிலவரிதான் வருவாய் தரும் இனத்தில் பெரிதாக ஒப்புக் கொள்ளப்படுகின்றது. அது சரியான முறையில் வரிவிதிப்பதையும், முறையாக அதைத் தண்டுவதையும் பொருத்தது என்று அர்த்த சாஸ்திரம் கூறுகின்றது.

சந்திர குப்தரின் பேரரசெல்லை

சந்திர குப்த மௌரியரின் பேரரசில் (ஆ.கா.சு. 320-300 கி.மு) இன்று ஆப்கானித்தானம் என்றழைக்கப்படும் நாடு, இந்துகுஷ் மலைத் தொடர்வரை நீண்ட பண்டை அரியான நாடு, பாஞ்சாலம், பீகார், தொலை மேற்கிலுள்ள கத்தியவாடுத் தீவக் குறை முதலிய பகுதிகள் அடங்கியிருந்தன.

சந்திர குப்தர் இவ்வளவு பரந்த நிலப்பரப்பையும் சுமார் 24 ஆண்டுகள் நீடித்த தனது ஆட்சிக் காலத்திலேயே உண்டாக்கி விட்டார். அவரது ஆட்சி சுமார் கி.மு. 300-இல் முடிவடைந்தது. அப்போது ஆட்சி எல்லை தக்காணம் வரையிலும் நீண்டிருந்தது என்பதைக் காட்டும் சான்றுகள் இல்லையெனினும், அவரது வெற்றிப் படை நர்மதையைக் கடந்து சென்றிருக்கலாம் என்று தோன்றுகிறது.

குடிப் பெருமை எதுவும் இல்லாத இம்மாமன்னர் சமண சமயத்தைச் சார்ந்திருந்தார். இவர் கி.மு. 301-இல் முடி துறந்தார் என்று மற்றொரு செய்தி கூறுகின்றது. அதன்பிறகு அவர் பத்திரபாகுடன் தெற்கே சமணத் துறவியாகச் சென்று சிரவண வெள்ளைக்குளம் என்ற இடத்தில் சமண சமய வழக்கப்படி சல்லேகனம் செய்து உயிர்

துறந்தார் என்றும், அப்போது அவர் மகன் பிந்துசாரர் பாடலிபுத்திரத்தில் அரசோச்சினார் என்றும் சில செய்திகள் கூறுகின்றன.

பிந்துசாரர்

''எதிரியை வெட்டிச் சாய்ப்பவர்'' என்ற பொருளைத் தரும் ''அமித்திர காடர்'' என்ற சிறப்புப் பெயர் பெற்ற பிந்துசாரர், சந்திர குப்தர் முடிதுறந்து சமணத் துறவியாகக் கருநாடகம் சென்றதும் அரியணை ஏறினார். மாமன்னர் அசோகரின் தந்தை இவர்.

அசோகர்

அசோகர் (ஆ.கா.273-232 கி.மு.) தனது தந்தை பிந்துசாரருக்குப் பின்னர் கி.மு. 273-ஆம் ஆண்டில் மௌரிய அரியணையில் ஏறினார்.

உலகப் புகழ் பெற்ற மாமன்னர் வரிசையில் முதன்மையான இடத்தைப் பெற்று நிற்கும் இந்தத் தர்மச் சக்கரவர்த்தியைப் பற்றி இந்திய வரலாற்று மரபு பல நூற்றாண்டுகளாகவே அறியாமலிருந்து வந்தது. அவருடைய பெயர் மௌரிய மரபின் மன்னர் பட்டியலில் குறிப்பிடப்பட்ட போதிலும், அவரது ஆட்சிக் காலம் எத்தனை ஆண்டுகள் நீடித்தது என்பதைத் தவிர, அவரைப் பற்றிய செய்தி எதுவுமே கூறப் படவில்லை. அரைகுறையான வரலாறு, பெரிதும் வழிவழியாக வந்த செவிவழிக் கதைகள் ஆகியன பௌத்த சமயத்தவரால் ஏராளமாகச் சேகரிக்கப்பட்டன.

ஆனால் இவையனைத்தும் பௌத்தம் பதின்மூன்றாம் நூற்றாண்டு இந்தியத்தில் செல்வாக்கை இழந்ததும் இந்திய வரலாற்று மரபுகளிலிருந்து மறைந்து விட்டன. அவை இந்தியத்திற்கும் வெளியே இலங்கை, நடு ஆசியம், சீனம் முதலிய நாடுகளில் பாதுகாத்து வைக்கப்பட்டிருந்தன. அசோகர் வெளியிட்ட பிரகடனங்கள் பாறை களிலும், தூண்களிலும், இந்தியத் துணைக் கண்ட முழுமையிலும் செதுக்கப் பெற்றன. அவை பலரறிய நாட்டில் இருந்து வந்த போதிலும், துரதிருஷ்டவசமாக அவை பிராமி எழுத்துகளில் பாளி மொழியில் வெட்டப்பெற்றிருந்தன. பிராமி வழக்கொழிந்து விட்டதால் அக் கல்வெட்டுகளைப் படிப்பதற்குக் கூட முடியவில்லை.

(பதினான்காம் நூற்றாண்டில் டெல்லியை ஆண்ட ஃபிரோஸ் ஷா துக்ளக் (ஆ.கா. 1351-1381) டெல்லிக்கருகில்

அசோகர் தூண் ஒன்றைக் கண்டு அதில் எழுதியிருந்ததைப் புரிந்து கொள்ள முடியாமல் இருந்தார். அத்தூண் அவரது மனத்தைக் கவர்ந்தது. அதனால் அத்தூணை எடுத்துச் சென்று டெல்லியில் வைத்தார். ஆனால் எவராலும் அத்தூணிலிருந்த எழுத்துக்களைப் படிக்க முடியவில்லை. அது ஏன் நடப்பட்டது என்ற நோக்கத்தையும் அறிந்து கொள்ள முடியவில்லை.)

இருப்பினும் கீழ்த்திசை விற்பன்னரும் ஆராய்ச்சியாளருமான ஜேம்ஸ் பிரின்செப்பு 1837-இல் இந்த எழுத்தைப் படித்து விட்டார். (இ.ச.க.தொகுதி-14) அவர் கல்கத்தாவில் நாணயச் சாலையில் பணி யாற்றியவர். அகழ்ந்தெடுக்கப்பட்ட காசுகளில் பொறித்திருந்த பிராமி, சுரோஷ்டி எழுத்துக்களை வைத்து பிரின்செப்பு அசோகர் கல்வெட்டு எழுத்துக்களைப் படித்தார்.

தூண்களில் செதுக்கியிருந்த எழுத்துக்களை இவ்வாறு படித்துவிட்ட போதிலும், அத்தூண்களில் அவற்றை செதுக்குவித்தவர் யார் என்பது தெரியவில்லை.

ஏனெனில் 'தேவனாம்பிரிய, பிரியதரிசி' என்ற பட்டப் பெயர்களால் அவர் அவற்றில் குறிக்கப்பட்டிருந்தார். இப்பெயர் இந்திய மன்னர்களின் பட்டியலில் காணப்படவில்லை.

பத்தொன்பதாம் நூற்றாண்டில்தான் இலங்கையின் பௌத்த நூல்களிலிருந்து அப்பெயர்கள் அசோகரைக் குறிக்கின்றன என்று தற்காலிகமாக அடையாளங் காணமுடிந்தது. பின்னர் அது 1915-ஆம் ஆண்டில்தான் உறுதி செய்யப்பட்டது.

இருப்பினும் (மாஸ்கி என்ற இடத்திலுள்ள சிறுதரப் பாறைக் கல்வெட்டில் காணப்பட்ட) ''தேவனாம்பிரிய அசோக'' என்ற பெயரிலிருந்து, இவற்றை எழுதுவித்தவர் அசோகர் என்பது பின்னர் உறுதியானது.

இன்று இந்தியத்தின் கொடியில், அரசு முத்திரைகளில், நாணயங்களில் அறத்தின் அடையாளமாக நின்று கொண்டிருக்கும் அறச் சகடத்தை, தர்மச் சக்கரத்தைச் சுழலச் செய்த மாபெரும் மன்னரை, இலங்கை, சீனம், நடு ஆசியம் என்று பல திக்குகளில் புத்தரின் தர்மச் சக்கரத்தை உருட்டி விட்ட இத்தேவனாம் பிரியரைக் கிட்டத்தட்ட 2140 ஆண்டுகளுக்குப் பிறகுதான் இப்பாரத தேசம் அறிந்துகொள்ள நேர்ந்தது.

அசோகரின் ஆண் மக்கள்

அசோகரின் ஆண் மக்கள் பலரின் பெயர்கள் வரலாற்றில் குறிக்கப்பட்டுள்ளன. திவாரா என்ற மகனின் பெயர் ஒரு கல்வெட்டில் காணப்படுகின்றது. பல்வேறு நாடோடிக் கதைகளும், கற்பனைக் கதைகளும் அணி செய்கின்ற மற்றொரு மகன் குணாளன் பெயரும் காணப்படுகின்றது.

குணாளன்

தட்சசீலத்தில் முதல் நகர இடிபாடுகளுக்கிடையே பீர் மேடு என்னுமிடத்தில் தர்மராஷிகத் தூபி, குணாளன் தூபி என்று இரண்டு தூபிகள் கண்டுபிடிக்கப்பட்டன.

அசோகரின் மகனான குணாளன் தட்சசீலத்தில் ஆளுநராயிருந்தார். அசோகரின் மூன்றாவது அரசியான திஷ்யரட்சிதை என்பவருக்குக் குணாளன் மீது மோகம் ஏற்பட்டது. குணாளன் சிற்றன்னையின் தகாத இச்சைக்கு இணங்காததால்,

சினங்கொண்ட அரசி தன் கணவனிடம் குணாளனைப் பற்றிப் பொய்யாகக் குற்றஞ்சாட்டினாள். குணாளன் தன்னைப் பலவந்தம் செய்ததாகக் கூறினாள்.

அசோகரும் திஷ்யரட்சிதை கூறியதை ஆராயாது குணாளனைக் கொன்று விடுமாறு கட்டளையிடுகின்றார். அரசரின் தீர்ப்புப் பிழையானது என்பதை அமைச்சர்கள் அறிந்திருந்தும், அரச கட்டளையை மீறலாகாது என்று, குணாளனைக் கொல்லாது, அவரது கண்களைப் பிடுங்கி உயிரொடு விட்டுவிடுகின்றனர்.

குணாளன் தன் மனைவி ஈசான தேவியுடன் நாடு நகரெங்கும் சுற்றித் திரிந்து இறுதியில் பாடலிபுத்திரத்தை அடைகின்றார். அங்கு அசோகன் தன் மகனின் குரலைக் கேட்டு அடையாளங் கண்டு, அவர் வாயிலாக உண்மை தெரிந்து தீயவளான திஷ்யரட்சிதையைக் கொல்லும்படி ஆணையிடுகின்றார்.

(இது ஒரு கதை. இக்கதை ஏ.எஸ்.பி ஐயரின் வாழ்க்கை வரலாற்று நூலில் காணப்படுகின்றது. இது தமிழில் திரைப்படமாயும் வந்தது.)

மூன்றாவது மகன் பெயர் ஜவெளக்கா. காசுமீர வரலாறு ஒன்றில் இவர் பெயர் நீண்ட பகுதியில் குறிக்கப்பட்டுள்ளது. இவரைப் பற்றிக் கற்பனையை மிஞ்சும் கதைகள் கூறப்பட்ட போதிலும், இவர் மெய்யாகவே வாழ்ந்தவர் எனக் கருத இடமிருக்கின்றது. இவர் தந்தையைப் போல் பௌத்தத்தைப் பின்பற்றாமல் சிவனை வழிபட்டார். இவரது மனைவி பெயர் ஈசான தேவி.

மகேந்திரன்

அசோகருக்கு மகேந்திரன் என்றொரு மகன் இருந்ததாக ஏ.எஸ்.பி ஐயர் (மேலே கூறிய) ஒரு நூலில் கூறுகின்றார்.

அசோகர் உச்சயினியின் அரசப் பிரதிநிதியாக இருந்தபோது, சாஞ்சியைச் சேர்ந்த வைசிய குலப் பெண்ணான லலிதா தேவி என்ற சாக்கிய குமாரியை மணந்து கொண்டார்.

சத்திரியரான அசோகருக்கும், இப்பெண்மணிக்கும் மகேந்திரன், சங்கமித்திரை என்று இரண்டு மக்கள் பிறந்தனர். இவ்விருவரும் பௌத்தத்தைப் பரப்புவதற்காக இலங்கை சென்றனர்.

அசோகர் லலிதா தேவியின் மீது கொண்ட காதலின் காரணமாக, இன்று சாஞ்சியில் காணப்படும் மிக அற்புதமான நினைவுச் சின்னங்களை, அப்பெண்மணி பிறந்த ஊரான சாஞ்சியில் நிறுவினார்.

அத்துடன் பௌத்த சமயத்தைச் சேர்ந்த லலிதாதேவியின் பெயரில் லலிதபாடன் என்ற ஊரையும் உண்டாக்கினார். அது இப்போது நேபாளத்தில் காத்துமாண்டின் ஒரு பகுதியாக இருக்கின்றது.

அசோகர் எங்கே இறந்தார்

அசோகர் எந்த இடத்தில் இறந்தார் என்பது தெரியவில்லை. அவர் தட்சசீலத்தில் இறந்ததாகத் திபேத்திய வரலாற்று மரபு ஒன்று கூறுகின்றது. அசோகர் கி.மு. 232-இல் இறந்தார்.

அசோகன் என்றால் ''சோகமற்றவன்'' (துயரமற்றவன்) என்று பொருள். பௌத்த தர்மத்தின்பால் நின்று அதன் அறக் கோட்பாடுகளைக் கடைப்பிடித்து உலகத் துயரங்களை ஒழிக்க முயன்ற இம்மாமன்னனுக்கு இப்பெயர் சாலப் பொருந்தும்.

சக்கரவர்த்தி

அசோகர்தான் மெய்யான முதல் சக்கரவர்த்தி. எவருக்காகச் சக்கரம் சுழலுகின்றதோ, அவரே சக்கரவர்த்தி என்று புகழப் பெற்றார்.

சீனம் பல நூற்றாண்டுகளாகச் சிதறிக் கிடந்த பின்னர் சூயி (Sui) மரபின் கீழ் (கி.பி. 589-618) ஒன்றுபட்டது. அப்பேரரசிற்குள், அயல் நாட்டிலிருந்து வந்து பரவிய பௌத்தம் ஏற்றுக்கொள்ளப்பட்டு அந்நாடு வலுவடைந்தது.

சூயி பேரரசர் தமது எண்ணற்ற குடிமக்களின் ஆதரவைப் பெறுவதற்காகத் தம்மைச் ''சக்கரவர்த்தி'' என்றழைத்துக் கொண்டார். இம்மன்னரும் பல போர்க் களங்களைக் கண்டு, பிற்காலத்து அசோகர் என்று கூறுமாறு, பௌத்தத்தின் பத்து நன்னெறிகளை வளர்த்தார்.

''என் குழந்தைகளே''

அசோகர் இந்திய மக்களனைவரையும் ''என் குழந்தைகளே'' என்று தமது கல்வெட்டுகளில் விளிக்கின்றார்.

கடைசி மௌரியர்

மயில்கொடி ஏற்றிய மௌரிய மரபின் கடைசி மன்னர் பிரிகத்ரதன் ஆவார். அவரைச் சுங்க மரபின் தலைமைப் படைத் தளபதியான புஷ்பமித்திரர் அல்லது புஷ்மித்திரர் சுமார் கி.மு.185-ஆம் ஆண்டில் கொன்றார். அசோகர் இறந்த 47 ஆண்டுகளுக்குள் மௌரியப் பேரரசு சீர் குலைந்தது.

கிரேக்கரிடம் அசோகர் அனுப்பிய தூதுவர்

மௌரிய நகரான பாடலிபுத்திரத்தில் கிரேக்கத் தூதுவர் ஒருவர் இருந்தார். ஆனால் மௌரியர் கிரேக்கத்திற்கு அரசியல் தூதுவர் எவரையும் அனுப்பியதாய்த் தெரியவில்லை. அசோகன் கிரேக்கரிடம் அனுப்பிய பௌத்தத் தூதுவர்கள் அரசியல் தூதுவர் ஆகார். அவர் சிறிய அரசர்களான மூன்றாம் ஆண்டியோக்கஸ் (Antiochus III, சு.242-187 கி.மு. ஆ.கா. 223-187 கி.மு), தியோஸ் (Theos, ஆ.கா. 261-246 கி.மு), எகிப்தின் ஃபிலடெல்ஃபஸ் (Philadelhpus, 285-247 கி.மு), மாசிடோனியத்தின் ஆண்டிகோனஸ் கொனட்டஸ் (Antigonos Gonatez, 272-239 கி.மு) சைரீன் மகஸ் (Magas of Cyrene, 300-250 கி.மு), எபிசசின் அலெக்சாந்தர் (Alexander of Episus), ஆகிய கிரேக்க அரசர்களிடம் பௌத்த சமயத் தொண்டர்களைத் தூதுவராய் அனுப்பினார். எனினும் அவர்களின் தூது சிறிதும் வெற்றி பெற்றதாய்த் தெரியவில்லை. உலகம் இம்மன்னர்களைச் சிறிதும் கவனித்ததாய்த் தெரியவில்லை. பண்டைக் கிரேக்க நூல்களில் அசோகரின் பெயர் காணப்படவில்லை. இதில் வியப்பு என்னவெனில், இந்திய நூல்களிலோ, பொறிப்புகளிலோ அலெக்சாந்தரின் பெயர் காணப்படவில்லை என்பதாகும்.

பாடலிபுத்திரம்

குப்தர் ஆட்சியின் தோற்றத்திலிருந்தே பேரரசின் தலைநகராய் விளங்கி வந்த பாடலிபுத்திரம் கி.மு. ஐந்தாம் நூற்றாண்டில் தோன்றியதாகும். பண்டைய இந்திய வரலாற்றில் இந்நகரம் ஆற்றிய பங்கு மிகப் பெரிதாகும். இன்று பீகார் மாநிலத் தலைநகரான பாட்னா என்று வழங்கும் இந்நகரம் தொடக்கக் காலத்தில் பௌத்த, சமண மரபுகளில் சுட்டப்படுவதைப் போன்று பாடலி அல்லது பாடலி கிராம என்று

அழைக்கப்பட்ட சின்னஞ்சிறு ஊராயிருந்தது. அப்போது அங்கொன்றும் இங்கொன்றுமாய் வீடுகள் இருந்தன. தொன்ம நாயகனான புத்திரக என்ற அரசன் தன் அரசியான பாடலிக்காக மந்திரக்கோலால் இவ்வூரை உண்டாக்கினான் என்று கதைகள் கூறும். அஜாத சத்துரு மலைப் பாங்கான இராசக்கிருகம் என்ற தன் கோநகரை விடுத்துப் போர்த் தந்திர வசதி மிகுந்த பாடலிக்கு மாற்ற ஆர்வம் மிகக் கொண்டார் என்று வரலாறு கூறுகின்றது. புத்தர் தம் வாணாளின் கடைசி ஆண்டில் இந்தச் சிற்றூரைக் கடந்து சென்றபோது, அங்கு எழும்பிவந்த கோட்டையைக் கண்டு வியப்புற்றார் என்ற வரலாற்றுச் செய்தி அதை உறுதி செய்கின்றது. இப்புதிய பட்டணத்திற்கு மிகப் பெரிய எதிர்காலம் உண்டென்று புத்தர் பெருமான் வருவதுரைத்தார் என்று தெரிகின்றது. அத்துடன் இந்நகரம் வெள்ளத்தாலும், உள்பகை அல்லது தீயினாலும் அழியும் என்றும் அதே நேரத்தில் புத்தர் கூறினார்.

பாடலி எத்தனையோ பல பெயர்களில் பாடலி கிராம, குசுமபுர, புஷ்பபுர, குசும துவஜம், பதுமாவதி, பாடலிபுத்திரம், அசீமாபாது, கடைசியாய்ப் பாட்னா என்று வழங்கிப் பல அரச குடிகளின் கோநகரமாயிருந்தது. எனினும் அது கி.மு. 4-ஆம் நூற்றாண்டில் மௌரியர் ஆட்சியின் போது பொற்காலத்தைக் கண்டது. இந்தியப் பேரரசு முதன்முறையாய் அடிப்படையானதும் முழுமையானதுமான ஒருமை எய்திய உயர்நிலையையும் இந்நகரம் கண்டது.

பாடலிபுத்திரம் நெடிதுயர்ந்த கட்டடங்களுக்கும் சிறு மதிலரண்களுக்கும் பெயர் பெற்றது. இந்நகரம் சுமார் பதினாறு கிலோமீட்டர் நீளமும் சுமார் 4 கிலோமீட்டர் அகலமும் இருந்தது. சுமார் கி.மு. 350 வாக்கில் வாழ்ந்தவர் என்று கருதப்படும் பதஞ்சலி தனது மகாபாஷ்யம் என்ற சம்ஸ்கிருத இலக்கண நூலில் குறிப்பிடும் சிறப்பை இந்நகரம் பெற்றிருந்தது.

பாடலிபுத்திரத்தின் அரசியல் புகழ்மங்கிய போதிலும் ஆரியபட்டர், அசுவகோசர், சாணக்கியர், பாணினி, தலபத்திரர், வாத்சியாயனர் போன்ற அறிஞரும் விற்பன்னரும் தம் நூல்களை இந்நகரில் யாத்தனர். மாபெரும் அறிஞர்கள் இங்கு வேத சாஸ்திரங்களை ஆய்ந்தனர். கிரேக்கத் தூதுவரான மெகஸ்தனிஸ் உயிர்த் துடிப்புமிக்க இந்நகரைப்பற்றி எழுதி வைத்திருக்கின்றார். இந்நகரம் பற்றிய பல செய்திகள் கௌடில்யரின் அர்த்த சாஸ்திரத்தில் காணக் கிடக்கின்றன. இவர்களுக்கெல்லாம் பிறகு சீன நாடோடியர் வந்து இந்நகரம் பற்றிய தம் கருத்துகளை எழுதி வைத்துள்ளனர்.

மரத்தால் கட்டப்பெற்ற பல மாடிக் கட்டடங்களையும் பூங்காக்களும் குளங்களும் சூழ்ந்த அரண்மனையையும் கொண்டிருந்த மௌரியப் பாடலிபுத்திரத்தை மீட்டுருவாக்குவதற்கு ஆழ்ந்த கற்பனைத் திறன் வேண்டும். கிரேக்கர் எழுதி வைத்தவற்றை நம்புவதாயின், அரசப் பூம்பொழில்களில் நிலைப் பசுமையான மரங்கள் நிறைந்திருந்தன எனலாம். அம்மரங்கள் வளர்ந்து மூப்பதில்லையாம். இலைகளை உதிர்க்கவுமில்லையாம். இக்கோநகரில் 500 கோபுரங்களும் 64 மாடங்களும் இருந்தன. அவற்றைச் சுற்றி மரத்தாலான அரண்கள் நின்றன. வில்லாளியர் அம்பு எய்வதற்கு வசதியாய், அவ்வரண்களில் ஆங்காங்கே ஓட்டைகள் இடப்பட்டிருந்தன. நகரைச் சுற்றியமைந்த அகழிகள் நீரரணாயும் நகரின் நீர் சென்றடையும் கால்வாய்களாயும் பயன்பட்டன. ஒவ்வொரு தெருவிலும் சாக்கடை இருந்தது. அதில் ஓடிய கழிவு நீர் அகழியை அடைந்தது. சாக்கடை அடைபடுமாயின், அது தண்டிக்கத்தக்க குற்றமாயிருந்தது.

மர வீடுகளாயிருந்தமையால் வீட்டைச் சுற்றித் தீத்தடுப்பு ஏற்பாடுகளைச் செய்திருக்க வேண்டும். இதற்கென வழிநெடுகிலும் ஆயிரக்கணக்கில் தண்ணீர் ஏனங்களும் மணலும் வைக்கப்பட்டிருந்தன.

அசோகர் மரத்தால் கட்டப்பட்டிருந்த வீடுகளைச் சுமார் கி.மு. 273 வாக்கில் மாற்றிக் கல் வீடுகளாய்க் கட்டச் செய்தார். இம்மாபெரும் கல் கட்டடங்களைச் சீன நாடோடியான ஃபாகியன் பின்னாளில் (கி.பி. 400-415 காலத்தில்) பார்த்துவிட்டு, அவை பூதங்களால் கட்டப்பட்டவையோ என்று வியந்தார். மௌரியர் கட்டுமானக் கலை இந்திய வரலாற்றில் போதிய அளவில் அறியப்படாமலிருக்கின்றது. ஏனெனில் தொல்லியல் சான்றுகள் அரிதாகவே உள்ளன. எனினும் அங்கிருந்த அரண்மனைகள், கோட்டைகள், மண்டபங்கள், தூபிகள் போன்ற கட்டுமானங்களைப் பற்றிய அகச்சான்றுகளாய் இலக்கியத்தில் ஏராளமான குறிப்புகள் நிறைந்துள்ளன. எனினும் பாட்னாவிலுள்ள கும்ரகர் என்ற இடம் பாடலிபுத்திரத்தில் பண்டை அரண்மனை நின்ற இடத்துடன் தொடர்புடையது. அங்கு நடந்த அகழ்வுகளிலிருந்து கி.மு. 600 முதல் கி.பி 600 வரையிலுள்ள காலம் தெளிவாகியுள்ளது.

கும்ரகர் கட்டுமானத் தொகுதிக்குள் அசோகர் நிறுவிய அறப்பணி மருத்துவமனையின் இடிபாடு அகழ்ந்தெடுக்கப்பட்டது. அதற்குச் சிறு தொலைவிற்கப்பால் அசோகரின் இன்னொரு நினைவுச் சின்னமான அகம் குவான் என்ற ஆழங்காண முடியாக் கிணறு உள்ளது. இது அக்பர் (1542-1605, ஆ.கா. 1556-1605) உண்டாக்கியதாய்க் கதைகளில் வழங்கும் மண்டபத்துடன் சேர்ந்தது. அசோகர் தன் பயணத்தின் போது எமனுடைய நாட்டை அடைந்ததாயும், அவர் அங்கு கண்ட மண்டபத்தைப் போல் பாடலிபுத்திரத்தில் ஒன்றை எழுப்பினாரென்றும், ஃபாகியான் எழுதி வைத்திருக்கின்றார். அசோகர் பின்னாளில் அம்மண்டபத்தை இடித்துவிட்டுக் கருணையையும் இறைப்பற்றையும் வெளிப்படுத்தும் சிறந்த கட்டுமானம் ஒன்றை எழுப்பும் பணிகளில் ஈடுபட்டார். அவர் அனைத்துயிர்க்கும் அமைதி வேண்டி எண்ணற்ற கல் பொறிப்புகளை வெட்டு வித்ததுடன் தம் அரசினுள் 84,000 தூபிகளையும் எழுப்பினார்.

மௌரியர், கங்கர் ஆகியோர் பாடலிபுத்திரத்தில் இருந்து நடத்திய பேரரசாட்சியின் வரலாறு இருளில் ஆழ்ந்து விடவில்லை. என்றென்றும் நிலைத்திருக்கும் புலரொளியில் கிடக்கின்றது.

Makhfi. Shaii Akther Pataliputra, The witness of history, an article in The Hindu, 29.9.1996.

கலிங்கம், காரவேலர்

காரவேலர் (191-163 கி.மு) மௌரியர் காலத்தின் பின் இந்திய அரசியல் வானில் தோன்றிய முக்கியமான அரசருள் ஒருவர் என்று கருதப்படுகின்றார். இவரின் ஆட்சியில் இன்றைய ஒரிச மாநிலமும் வட இந்தியமும் அடங்கியிருந்தன. (இவரைப்பற்றியும் இவர் வெட்டுவித்த கல்வெட்டுக் குறித்தும் இ.ச.க.தொகுதி-13)

ஆத்திகும்பக் கல்வெட்டு என்பது உதய கிரிமலையிலுள்ள சமணக் குடைவரை ஒன்றில் உள்ளது. அது, காலக் கொடுமையால் மிகவும் சீரழிந்திருக்கின்றது. இது முற்றிலும் படிக்கப்படவில்லை. அது காரவேலர் வெட்டுவித்ததாகும்.

கலிங்க வேந்தரான காரவேலர் சமண சமயப் பற்று மிக்கவர். இருப்பினும் அவர் பெருந்துணிவு கொண்டு இந்தியத்தின் பெரும்பகுதி மீது படையெடுத்து வெற்றி

கண்டார். ''கலிங்கம் மௌரியர் காலத்தில் ஒரு பேரரசு. சிறு நாடல்ல. அது அசோகரின் பேரரசை விடப் பரப்பிலோ ஆற்றலிலோ குறைந்தது அன்று. கலிங்கமும் கங்கை முதல் வட பெண்ணை வரை பரவியிருந்தது. அசோகன் கலிங்கத்தை வெல்லாதிருந்தால், கலிங்கர் அசோகனையே வென்று அடக்கியிருப்பார்'' என்று கா. அப்பாத்துரை கூறுகின்றார்.

அவர் தெற்கில் பாண்டிய நாட்டையும் சுமார் கி.மு. 276 அல்லது கி.மு. 266-ஆம் ஆண்டில் தாக்கியிருக்கலாம். தமிழர் ஒன்றுபட்டு நின்று காரவேலரின் தாக்குதலை முறியடித்தனர்.

காரவேலர் சமணராயிருந்த போதிலும் சமயப் பொறை மிக்கவராயிருந்தார். அவர் கலைகளைப் புரந்தார். பல அறப் பணிகளைச் செய்தார்.

சுங்க மரபு (சு.185-73 கி.மு)

புஷ்யமித்திரன் அல்லது புஷ்பமித்திரன் கி.மு. 187-இல் மன்னரானார். புதிதாக ஆட்சிக்கு வந்த இந்தச் சுங்க மரபு, கி.மு. 75 வரையில் 112 ஆண்டுகள் நீடித்தது என்று சொல்லப்படுகின்றது.

புஷ்யமித்திரர் பூர்வீகம் எதுவாகவேனும் இருக்கட்டும். அவர் ஒரு பிராமணராகவே கருதப்படுகின்றார். ஏனெனில் அவர் இருமுறை அசுவமேத யாகத்தை நடத்தியிருக்கின்றார்.

புகழ் பெற்ற சம்ஸ்கிருத இலக்கண விற்பன்னரான பதஞ்சலி புஷ்யமித்திரரின் காலத்தவராக இருக்கலாம்.

புஷ்யமித்திரர் பௌத்த சமயத்தவரைக் கொடுந் துன்பங்களுக்காளாக்கினார் என்றும், பௌத்த விகாரைகளை இடித்துத் தகர்த்துப் புத்த பிக்குகளைக் கொன்றார் என்றும் பௌத்த பரம்பரைக் கதைகளைக் கூறும் ஒரு நூல் குறிப்பிடுகின்றது.

இம்மன்னர் சிற்றின்ப நாட்டம் மிகுந்த காமாந்தகாரனாக வாழ்ந்தார். இவரை வாசுதேவன் என்ற அந்தணர் கொன்று விட்டார்.

புஷ்யமித்திர சுங்கனுடன் சுமார் கி.மு. 187-ஆம் ஆண்டு தொடங்கித் தேவ பூதி (ஆ.கா.சு. 85-75) என்ற அரசருடன் சுமார் கி.மு. 75-ஆம் ஆண்டு முடிவுற்றது. இக்குடியினரின் ஆட்சி சுமார் 112 ஆண்டுகள் நடந்தது.

கண்ணுவ மரபு (சு.75-30 கி.மு)

இவ்வாறு தேவபூதியை வஞ்சனையால் கொன்ற வாசுதேவன், தானே அரியணையிலேறி முடிசூடிக் கொண்டார். இவரது மரபு கண்ணுவ மரபு எனப்படுகின்றது. இம்மரபைச் சேர்ந்த நான்கு மன்னர்கள் மொத்தம் 45 ஆண்டுகள் ஆண்ட பின்னர், இம்மரபின் ஆட்சி முடிவுற்றது.

இது மிகுந்த குழப்பமான காலமாயிருந்தது. இப் பிராமண மரபு - கண்ணுவ மரபு- மன்னர்களின் ஆட்சி பற்றிய செய்திகள் எதுவும் கிடைக்கவில்லை. இவர்களின் கடைசி மன்னர் ஓர் ஆந்திர மன்னரால் கொல்லப்பட்டார்.

சாதவாகனர்

சாதவாகனரை ஆந்திரர் என்று தொன்மங்கள் கூறும். இம்மரபின் முதல் மன்னர் சீமுகன் கி.மு. முதல் நூற்றாண்டில் அரசோச்சியிருக்கலாம். ஏனெனில் இவர் கண்ணுவரை அழித்தார் என்று புராணங்கள் புகழ்கின்றன.

தக்காணத்தை ஆண்ட நான்கு அரசகுடிகளுள் சாதவாகனரும் வாகடகரும் வடக்கத்திப் பண்பாட்டைக் கொண்டிருந்தனர். சாளுக்கியரும் இராட்டிரகூடரும் திராவிட உலகிலிருந்து வந்தனர். அவர்கள் இன்றைய கர்நாடக மாநிலத்தின் கன்னட மொழியைப் பேசினர்.

சாதவாகனர் சுமார் கி.மு. 30 வாக்கில், ஏற்கெனவே வலுவிழந்திருந்த மௌரிய அரசை உடைத்தனர். கடைசிக் கண்ணுவ அரசரைக் கொன்று, அதற்கு முற்றுப்புள்ளி வைத்தனர்.

இம்மரபில் ஆற்றலும் வலிமையும் மிக்கவராய் கௌதம புத்திர யக்ஞஸ்ரீ விளங்கினார். இவரின் ஆட்சி கி.பி இரண்டாம் நூற்றாண்டின் பிற்பாதியில் சுமார் நாற்பதாண்டுகள் நீடித்தது.

இம் மரபின் ஆட்சிக் காலம் சுமார் 221 கி.மு. - சு. 266 கி.பி என்றும் சுமார் 230 கி.மு- சு. 220 கி.பி என்றும் இருந்ததாய்க் கூறப்படுகின்றது. அதன் ஆட்சி ஏன் முடிவுற்றது என்பது முற்றிலும் தெரியவில்லை. இம்மரபின் கிளை வழியினரான சூதர் வனவாசியை முக்கிய நகராய்க் கொண்டு மூன்றாம் நூற்றாண்டின் இறுதிவரையில் ஆண்டிருக்கின்றனர்.

வாகடகர் (270-550 கி.பி.)

சாதவாகனர் சுமார் கி.பி 220 வாக்கில் மறைந்ததும் பழைய ஆரிய விதர்ப்பத்தின் பூரிக (*Purika*) என்ற இடத்தைக் கோநகராய்க் கொண்டு வாகடகர் அரசு அமைந்தது. இந்த அரசு அப்போது கங்கை வெளியில் அரசோச்சிக் கொண்டிருந்த குப்தர்களுடன் நல்லுறவு கொண்டிருந்தது. தக்காணம் ஓர் அரசியல் உறுப்பாய் விட்டது என்பதைக் குப்தர் உணர்ந்து கொண்டது அதற்குக் காரணமாகும்.

இவ்விரு அரசுகளும் தம் பொது எதிரியான சகரை எதிர்ப்பதில் ஒன்றொடொன்று ஒத்துழைத்தன. சந்திர குப்தன் தன் மகளை வாகடகரின் பட்டத்து இளவரசரான ருத்திர சேனனுக்கு (ஆ.கா. 390-395)மண முடித்துக் கொடுத்தார். இரண்டாம் சந்திர குப்தன் சகரை இறுதியாய்ப் புறந் தள்ளுவதற்காகக் கி.பி. 410-ஆம் ஆண்டில் நடத்திய போரின்போது இந்த மண உறவு குப்தருக்கு உதவியாய் அமைந்தது. அப்போது கைம் பெண்ணாயிருந்த அவரின் மகள் வாகடரின் அரச காவல் பேரரசியாயிருந்தார். வாகடகர் குப்தருடன் கொண்ட உறவின் பயனாய்த் தம் பேரரச எல்லையை மேற்குத் தக்காணம் வரை விரித்தனர் .

Puchhammer, William Von. Indian's Road to Nationhood, Political History of the sub-continent. Translated from German 1992.

மினாந்தர்

மௌரியப் பேரரசின் ஆதிக்கம் குன்றியதையடுத்து வந்த இரண்டு நூற்றாண்டுக்

காலத்தில், இந்தியம் மீது படையெடுத்து வந்திருந்த கிரேக்கரின் மேலாதிக்கம் வடமேற்கு இந்தியத்திலும், ஆப்கானித்தானத்திலும் தொடங்கியது.

இக்கால கட்டத்தில் அங்கு சுமார் முப்பது கிரேக்க மன்னர்கள் ஆண்டனர். அவர்களுள் மன்னர் மினாந்தர் மட்டுமே இந்திய மக்களின் மனத்தில் நீங்காத முத்திரையைப் பதித்துச் சென்றிருக்கின்றார். இவர் கி.மு. 160 முதல் 140 வரை பஞ்சாலத்தை ஆண்ட மிகச் சிறந்த மன்னராவார்.

இவர் பௌத்த தர்மத்தின் மீது கொண்டிருந்த பற்றினால்தான் பெரும் புகழ் பெற்றார்.

அவரது பெயர் மிலிந்தர் என்று பாளி மொழியில் எழுதப்பெற்ற ''மிலிந்தரின் பத்து வினாக்கள்'' என்ற புகழ் பெற்ற நூலில் குறிக்கப்பட்டுள்ளது. மினாண்டுரோஸ் என்ற கிரேக்கச் சொல்லின் திரிபே மிலிந்த ஆகும். பண்டை எழுத்தாளர்கள் இக்கிரேக்க மன்னரின் பெயரைப் பலவிதமான இந்திய வடிவங்களில் பயன்படுத்தியுள்ளனர்.

சேமேந்திரரின் ''அவதான கல்பலத'' என்ற நூலில் இவர் பெயர் மலிந்திர என்று குறிக்கப்பட்டுள்ளது. திபேத்தியத் திரிபிடகத்தின் பிஸ்தன்ஹகியூர் (இது தாஞ்சுர் என்று பொதுவாக அழைக்கப்படுகின்றது.) என்ற தொகுதியில் இவருக்கு இந்தப் பெயர்தான் தரப்பட்டுள்ளது.

இந்திய - கிரேக்க மன்னரான இவரைப் பற்றிய செய்திகளைப் பெரிதும் மிலிந்த - பணா என்ற பௌத்த சமய நூலிலும், கிரேக்க வரலாற்று ஆசிரியரான ஸ்திராபோ, புளுடார்க்கு (கி.பி? 46-?120) போன்றோரின் நூல்களிலிருந்தும் மினாந்தரே வெளியிட்ட காசுகளிலிருந்தும் தெரிந்து கொள்ள முடிகின்றது.

மன்னர் மினாந்தரின் காலத்தைப் பற்றி அறிஞரிடையே பல்வேறுபட்ட கருத்துகள் உள்ளன. வின்செண் ஸ்மிது அவரைக் கி.மு. இரண்டாம் நூற்றாண்டைச் சேர்ந்தவர் (சுமார் கி.மு. 160-140) என்கின்றார். எச்.சி.ராய் சௌதரி கி.மு. முதல் நூற்றாண்டென்கிறார்.

மிலிந்த - பணா என்ற நூலோ, அவன்புத்தர் பரி நிர்வாணமடைந்த ஐநூறு ஆண்டுகளுக்குப் பிறகு வாழ்ந்தார் என்று கூறுகின்றது.

மிலிந்த - பணா அவரை யோன காணம் ராஜா மிலிந்தோ - அதாவது யோனக மன்னர் என்று வருணிக்கின்றது. பாளி மொழிச் சொல்லான யோனக அல்லது யோன (சம்ஸ்கிருதம் - யவன), பழம் பாரசிக மொழிச் சொல்லான யவன என்பதைப் போன்றதேயாகும். இப்பாரசிக மொழிச் சொல் முதலில் அயோனியக் கிரேக்கரையும், பின்னர் பொதுவாகக் கிரேக்கர் அனைவரையும் குறிக்கும் சொல்லாயிற்று.

மிலிந்தர், அலசந்தா (அதாவது அலெக்சாந்திரியம் - இன்றைய கண்டகார்) என்னுமிடத்தில் கலசி (கலசி காமோ) என்ற சிற்றூரில் பிறந்தார் என்று மிலிந்த - பணா கூறுகின்றது. இது கிரேக்க வரலாற்றாசிரியரான அர்ரியன் கூறும் சங்கல் என்ற இடமும், தாலமி குறிப்பிடும் சாகல் என்ற இடமுமேயாகும். இந்நகரம் பஞ்சாபில் இன்றைய சியால் கோட்டு (இது இன்று பாகிஸ்தானத்தில் உள்ளது) என்று அடையாளங் காணப்பட்டுள்ளது. (அலெக்சாந்திரியம்: அலெக்சாந்தர் வெற்றி கண்ட இடங்களிலெல்லாம் தன் பெயரில் நகரங்களை அமைத்தார். இது அவற்றில் ஒன்றாகும்.)

மினாந்தர் கற்றறிந்தவராயும், வாதத் திறமையில் வல்லவராயும் விளங்கினார். அவர் பௌத்த சமயத்தின் மெய்ச் சாரத்தைத் தெளிந்துணர விரும்பினார். ஆனால்

பௌத்த சமயத்தை அறிந்து கொள்வது அவருக்கு மிகக் கடினமாக இருந்தது. எனவே அவர் ஆசிரியர் பலரை அணுகினார். அவருடைய ஐயங்களை அவர்களில் எவராலும் தீர்த்து வைக்க முடியவில்லை. இதனால் இம்மன்னர் மன வாட்டமடைந்தார்.

இத்துடன் அவருக்கு அகந்தையும் மிகவே, ''அந்தோ! இந்தியம் முழுமையிலும் வெறும் பேச்சுத்தான் நடக்கின்றது. என்னுடன் வாதிட்டு என் ஐயப்பாடுகளைத் தீர்த்து வைக்கும் அறிவாற்றல் கொண்ட துறவியோ, பிராமணரோ எவருமிலர்'' என்றார்.

அவர் ஒரு நாள் ஊருக்குள் இரந்து கொண்டு வந்த நாகசேனர் என்ற பௌத்த பிக்கைக் கண்டார்.

அமைதியும், சாந்தமும் குடி கொண்டிருந்த தோற்றத்தையுடைய அம்மகான், மௌனமாகவே தன் வலிமையான ஆளுமையினால் மிலிந்தரைக் கவர்ந்து விட்டார் .

மன்னர் மறுநாளன்று தன் தலைநகரான சாகலில் நாகசேனர் தங்கியிருந்த சாங்கேய பௌத்த மடத்திற்கு ஐநூறு யோனகருடன் சென்றார். பின்னர் மன்னரின் வேண்டுகோளுக்கிணங்க, அவர்களுக்குள் அரண்மனையில் தருக்கம் நடந்தது.

நாகசேனர் சாதாரணத் துறவியல்லர். தம்மிடையே நடைபெறப் போவது கற்றறிந்தோரின் ''பண்டித வாதமாக'' இருத்தலாகாது என்று நாகசேனர் கூறியதை மன்னர் ஏற்றுக் கொண்டார்.

இவ்வாறு இவ்விருவருக்குமிடையே நடந்த தருக்க வாதம் மிலிந்த - பணா (மிலிந்தரின் வினாக்கள்) என்ற நூலில் விவரிக்கப்பட்டுள்ளது. அது பண்டைப் பௌத்தம் பற்றிய பாளி இலக்கியப் பொது நூல் வகையில் மிகவும் குறிப்பிடத்தக்கதாகும். புத்தகோசர் இந்நூலிலிருந்து மேற்கோள் காட்டியிருக்கின்றார்.

நாகசேனரும் மிலிந்தரும் கூடி விவாதித்தபோது, மிலிந்தருக்கு ஏற்பட்ட ஐயப்பாடுகளனைத்தையும் தெள்ளத் தெளிய நாகசேனர் விளக்கினார். இருவரும் இங்ஙனம் சில நாட்கள் கூடி விவாதித்தனர்.

மிலிந்தருக்கு ஆன்மிகப் பெருமகிழ்ச்சி மிகுந்து, நாகசேனரை இறைஞ்சிப் பௌத்த சமயத்தைத் தழுவினார்.

குசாணர்

இந்திய வரலாற்றில் இன்னும் விடுபடாத தலையாய புதிர்களில், காபூலையும், வடமேற்கு இந்தியத்தையும் சேர்ந்த ஆற்றல் மிக்க குசாண மன்னர்களின் காலத்தைப் பற்றியதாகும் என்பதை வரலாற்று அறிஞரனைவரும் ஒப்புக் கொள்கின்றனர்.

குசாணர் யூச்சி என்ற நாடோடிக் கூட்டத்தின் கால்வழியினராவர். இவ்வினத்தாரில் மிகவும் பெயர் பெற்ற மன்னர் கனிஷ்கர் ஆவார். ஆனால் அவரின் காலம் என்ன வென்பது இன்னும் முடிவு செய்யப்படாமலிருக்கின்றது.

எனினும் இம்மரபைச் சேர்ந்த ஐந்து மன்னர்களின் வரிசை இறுதியாக நிர்ணயிக்கப்பட்டு விட்டது. அவர்களின் பெயர் வருமாறு: முதலாம் காட்ஃபிசஸ், இரண்டாம் காட்ஃபிசஸ், கனிஷ்கர், உவிஷ்கர், முதலாம் வாசுதேவர்.

இவ்வாறு நிச்சயமற்றிருந்த காலவெளியைச் சரியாக அறுபதாண்டுக் காலத்திற்குக் குறைத்து விட்டார்கள். வின்செண் ஸ்மிது கூறுவது போன்று, சரியாகச் சொல்வதானால்,

''கனிஷ்கர் கி.பி 78-ல் அரியணை ஏறினாரா? அல்லது அதற்கு ஐம்பது அறுபதாண்டுகள் கழித்தா?''

மாபெரும் யூச்சி என்றழைக்கப்படும் நாடோடி இனத்தார் மேற்குச் சீனத்தில் கி.மு முதலாம் நூற்றாண்டில் வாழ்ந்தவர்கள். இந்நாடோடிகள் மேற்கு நோக்கித் தக்களா மக்கான் (கோபி) பாலைவனத்தின் வடபகுதிக்குச் சென்றுவிட்டனர். அவர்கள் இவ்வாறு நாடோடிகளாக அலைந்து திரிந்த காலையில் சகர் என்ற மற்றொரு சீன மரபினரை எதிர்ப்பட நேர்ந்தது. சகர்கள் சைர் தாரியா ஆற்றின் கரையில் வாழ்ந்திருந்தனர். இம்மக்களை யூச்சி இனத்தினர் தோற்கடிக்கவே, அவர்கள் வேறு மேய்ச்சல் நிலத்தைத் தேடிக்கொண்டு இந்தியத்தின் எல்லையை அடைந்தனர்.

யூச்சி நாடோடிகளும், அங்கிருந்து விரட்டப்பட்டு, ஆக்சஸ் ஆற்றை அடைந்து, பாக்டிரியாவின் தெற்கே நிலை பெற்றனர். அங்கு வாழ்ந்து நாடோடிப் பழக்க வழக்கங்களைக் கைவிட்ட இம்மக்கள் ஐந்து சிற்றரசுகளாய்ப் பிரிந்து பாக்டிரியாவை ஆண்டு வந்தனர்.

அதில் ஒரு பிரிவினரான குசாணர், இன்று முதலாம் காட்ஃபிசஸ் என்பவரின் தலைமையில் இந்து குஷ் மலையின் செழிப்பான தென் பகுதியை நோக்கிக் கிளம்பினர். இம்மன்னர் காபூலையும் பிற பகுதிகளையும் கைப்பற்றினார். இவர் இவ்வாறு பல ஆண்டுகளாகப் போரிட்டுச் சிந்து ஆற்றுக்குக் கிழக்கிலுள்ள தட்சசீலம் உள்படப் பெரும் பகுதியைக் கைப்பற்றினார்.

முதலாம் காட்ஃபிசஸ் எண்பதாண்டுகள் வரை வாழ்ந்து கி.பி. 77 அல்லது 78-இல் இறந்திருக்கலாம்.

இவரையடுத்து இவர் மகனான வீம காட்ஃபிசஸ் என்ற இரண்டாம் காட்ஃபிசஸ் ஆட்சிக்கு வந்தார். இவரும் கங்கைச் சமவெளியில் வாரணாசி வரையிலும் சிந்து ஆற்று வடிநிலப் பகுதியிலும் தன் மேலாண்மையை நிறுவினார் என்று தோன்றுகின்றது. தெற்கில் நர்மதை வரையிலும் இவரது அதிகாரம் நீண்டிருக்கலாம்.

இவர் இவ்வாறு பல வெற்றிகளைக் கண்டுவந்த காலத்தில் சீனருடன் மோத நேர்ந்தது.

கனிஷ்கர் (78-100)

கனிஷ்கரும் தனது மரபினரைப் பின்பற்றிப் போர் புரிவதில் நாட்டம் கொண்டிருந்தார். இவர் காலத்தில் பாடலிபுத்திரம், புத்த கயை, மாளவம், சிந்து வரை அவரது ஆட்சிப் பரப்பு விரிவடைந்தது.

இவரின் தலைநகரம் புருஷபுரம். இது இன்று பெஷாவர் என்றழைக்கப்படும் பாகித்தான நகரமாகும். கனிஷ்கர் புருஷபுரத்திலிருந்து கொண்டு பொறுப்பு வாய்ந்த சத்திரியர், மகா சத்திரியர் என்ற உயர் அலுவலர்களின் மூலம் பேரரசை ஆண்டு வந்தார்.

இவர் கி.பி 87-இல் சீனத்தின் மீது முதன்முதலாகப் படையெடுத்தார். கனிஷ்கர் 18,000 அடி உயரமான டொக்குக் கணவாய் வழியாகத் தொண்ணூறாயிரம் பேரடங்கிய படையைத் திரட்டிக் கொண்டு சென்றார். இந்தப் போரில் கனிஷ்கர் சீனரிடம் தோற்றார்.

கனிஷ்கர் இரண்டாவது சீனப் படையெடுப்பில் பல வெற்றிகளைப் பெற்றார். அவர் வடக்கே படையெடுத்திருந்த இக்காலத்தில், அவரின் படை வீரர்கள் அவரை மூச்சடைத்துக் கொன்றுவிட்டனர்.

கனிஷ்கர் சக ஆண்டை உண்டாக்கினார் என்றொரு கருத்துள்ளது.

மிலிந்தரையடுத்து இந்திய வரலாற்றில் மிகச் சிறந்த மன்னராகவும், புத்த சமய மரபில் தோய்ந்தவராகவும் குசாண மரபைச் சேர்ந்த கனிஷ்கர் விளங்குவதாகப் பௌத்தர் பெருமைப்படுகின்றனர்.

பௌத்த தர்மத்தை ஆசியமெங்கும் பரப்புதற்கு அசோகர் மேற்கொண்ட பெரும் பணியைக் கனிஷ்கர் முற்றுப் பெறச் செய்தார்.

தற்காலத்தில் வடமேற்குச் சீனத்தில் அமைந்திருக்கும் சிங்கியாங்கு எனப்படும் சீனத் துருக்கித்தானத்தின் பூர்வ குடிகளான யூச்சி மக்களில் ஒரு பிரிவினரான குசாணர் குடியில் பிறந்த கனிஷ்கரின் காலத்தில் பௌத்தம் செழித்திருந்தது.

இந்தியத்தின் பல பகுதிகளை முதன்முதலில் ஆக்கிரமித்த குசாணர் குடியின் தலைவரான முதலாம் காட்ஃபிசசும் பௌத்த சமயத்தைச் சேர்ந்தவரே. அவர் வெளியிட்ட சில காசுகள் தட்சசீலத்தில் கிடைத்தன. அவற்றில் கரோஷ்டி எழுத்துகளில் குஜுல் - கஸாஸ குஸான-யுவ காஸ தர்ம-திதாஸ (''தர்மத்தை உறுதியாகப் பின்பற்றுகின்ற குசாணர் தலைவனான குஜுல் காஸா'' வெளியிட்டது) என்று பொறிக்கப்பட்டுள்ளது.

''தர்ம'' என்ற சொல் பௌத்த தர்மத்தைத்தான் குறிக்கின்றது என்பதை இதைப் போன்ற காசுகளில் காணப்படும் சொற்கள் உறுதி செய்கின்றன. அவற்றில் ''தர்ம-திதா'' (மெய்யான தர்மத்தை உறுதியாக) என்ற சொற்கள் காணப்படுகின்றன.

கனிஷ்கரின் ஆட்சி பௌத்தம், பௌத்த இலக்கியம் ஆகியவற்றின் வரலாற்றில் குறிப்பிடத்தக்க திருப்பு முனையாகும்.

மகாயானப் பௌத்த எழுச்சி

கனிஷ்கரின் ஆட்சிக் காலத்தில் மகாயான பௌத்தம் உயர் எழுச்சி கண்டது. பார்சவர், அசுவகோசர், வசுமித்திரர் மற்றும் பலர் மிகச் சிறந்த இலக்கியப் பணியை இக்காலத்தில் தான் தொடங்கினர்.

காந்தாரச் சிற்பக் கலை

கலைத்துறையில் புகழ் பெற்ற காந்தாரச் சிற்பக் கலைப் பாணியில் உருவான புத்தர், போதி சத்துவர் உருவங்கள் தோன்றத் தொடங்கின.

கனிஷ்கரின் ஆட்சிக் காலத்தில்தான் பௌத்தம் நடு ஆசியத்திலும், கிழக்காசியத்திலும் வெற்றிகரமாய் அறிமுகப்படுத்தப்பட்டது.

இந்தியத்தின் மத்திய தேசத்திலிருந்து, ஆசியம் வரை நீண்டிருந்த குசாணர் பேரரசு முழுமையிலும் இடையறாத சமயப் பணிகள் தொடர்ந்து நடந்து வந்தன.

கனிஷ்கரும் அசோகரைப் போன்ற வழியில்தான் பௌத்தத்தைத் தழுவ நேர்ந்தது. யூச்சி குடியைச் சேர்ந்த இம்மன்னர், இளவயதில் பௌத்த சமயத்தை மதித்தாரிலர். ஊழ்வினைக் கோட்பாட்டை நம்பவில்லை. பௌத்தத்தை அவமதிக்கவும் செய்தார்.

கனிஷ்கர் யாக்கண்டு, கோட்டான் ஆகிய பகுதிகளை வென்றபோது, சிந்திய குருதியைக் கண்டு மனம் வருந்திப் பௌத்த சமயத்தின் சாத்துவீகப் போதனைகளினால் கவரப்பட்டார். அதனால் பௌத்தத்தில் சேர்ந்து, அதைப் பேரார்வத்துடன் பரப்பினார்.

கனிஷ்கர் கூட்டிய பௌத்தச் சங்கம்

அவரின் சமயப் பணியில் சிகரம் வைத்தாற்போல் அமைந்தது யாதெனின், அவர் பௌத்த சமயப் பேரவை ஒன்றைக் கூட்டியதாகும்.

இந்த நான்காவது பௌத்த சங்கம் காசுமீரத்திலுள்ள குந்தள வனவிகாரை என்ற பௌத்த மடத்தில் நடந்ததாக ஒரு சாராரும், ஜலந்தரிலுள்ள குவன மடத்தில் நடந்தது என்று மற்றொரு சாராரும் கூறுகின்றனர்.

ஆனால் இது பற்றிய செய்திகளை நன்கறிந்தவர் என்று கருதப்படும் உவான் சவாங்கு, அது காசுமீரத்தில் கூடியது என்றுதான் கூறுகின்றார்.

கனிஷ்கர் பௌத்த மதக் கோட்பாடுகளைத் தொகுக்கவும் அவற்றுக்கு விளக்கவுரைகள் எழுதவும், பார்சவர் என்ற கற்றறிந்த விற்பன்னரான துறவியின் தூண்டுதலால் அதைக் கூட்டினார்.

இச்சங்கத்திற்கு வசுமித்திரர் தலைமை தாங்கினார். பௌத்த சமயக் கோட்பாட்டு விளக்கவுரைகளை முறைப்படி தொகுக்கும் பணிக்கென அசுவகோசர் இப்பேரவையின் துணைத் தலைவராயிருந்தார்.

பௌத்த சமயச் சட்ட திட்டங்களான மூன்று பிடகங்களுக்கும் ''விபாஷ சாத்திரங்கள்'' என்ற விளக்கவுரைகளைத் தொகுக்கும் பணியில் ஐநூறு பிக்குகள் இச்சங்கத்தில் கலந்து கொண்டனர்.

சீனர் இன்றும் பாதுகாத்துவரும் மகா விபாஷ என்ற உரைநூல் இச்சங்கத்தில் செய்யப்பட்டதாக இருக்க வேண்டும்.

காசுமீரமே தானம்

இந்த நான்காவது பௌத்த சங்கம் பலநாள்கள் நடந்தது. அதன்பிறகு கனிஷ்கர் அசோகரைப் பின்பற்றித் தமது கொடைத்திறம் துலங்கும் வகையில் தமது காசுமீர இராச்சியத்தையே புத்த சங்கத்திற்குத் தானமாக அளித்தார்.

கனிஷ்கரையடுத்து உவிஷ்கரும், அவருக்குப் பின்னர் முதலாம் வாசுதேவரும் குசாண அரியணையில் ஏறினர். முதலாம் வாசுதேவரின் காலத்தில் குசாணப் பேரரசு சிதறலாயிற்று.

வாசுதேவர் என்ற பெயரிலிருந்து, குசாணர் வெகு விரைவில் இந்து சமயந் தழுவினார் என்பதை அறிந்து கொள்ள முடிகின்றது. சில குசாணச் சிற்றரசுகள் கி.பி 9-ஆம் நூற்றாண்டு வரையிலும் நிலைத்திருந்தன.

குப்தர்கள் (சு. 275-550)

இந்தோ-சிதிய அல்லது குசாணர் குடியின் பேரரசு கி.பி. மூன்றாம் நூற்றாண்டில் வீழ்ந்த பிறகு, பல சிற்றரசுகள் ஆங்காங்கே தோன்றியிருக்க வேண்டும். புத்தர் காலத்தில் மேலோங்கி நின்ற குடியும், மகத மன்னன் பிம்பிசாரனுக்குத் தம் குடியின் இளவரசியான குமாரி தேவியை மணமுடித்துக் கொடுத்ததுமான லிச்சாவி குடி அதற்கு 800 ஆண்டுகளுக்குப் பிறகு இப்போது மீண்டும் வரலாற்றில் தோன்றலாயிற்று. வட இந்திய அரசியல் வானில் வலிமை வாய்ந்து விளங்கிய இக்குடி குசாணர் காலத்தில்,

அவர்க்கடங்கிய சிற்றரசனுக்குத் தம் இளவரசியை மணமுடித்துக் கொடுத்தனர். குடிப்பெருமை எதுவுமில்லாத இவர் குப்தர் குடியின் முதல் மன்னரான சந்திர குப்தராவார்.

முதலாம் சந்திர குப்தர் (சு.320-சு.350)

சந்திர குப்தர் கிட்டத்தட்டப் பெயரளவுக்குத்தான் அரசராயிருந்தார்: இவர் மிக இளவயதிலேயே இறந்து விட்டார்.

அவரின் மகன் சமுத்திர குப்தர் (சு.350-சு.370) சிறு பையனாக இருந்தபோதே ஆட்சிக்கு வர நேர்ந்தது.

இளமையிலேயே முற்றிய சமுத்திர குப்தர் இருபதாண்டுகளுக்கு மேல் ஆண்டார். அவருக்குப் பின்னாலிருந்து அவரின் அன்னையார் அவரை ஆட்டுவித்திருக்கலாம் என்பது சில அறிஞர்களின் கருத்தாகும்.

இவரின் ஆட்சியைப் பற்றி எந்த வரலாற்றாசிரியரும் எழுதி வைக்கவில்லை. இலக்கியங்களிலும் இவரைப்பற்றிக் காணமுடியவில்லை. இவரின் ஆட்சி பற்றிப் பல்வேறு காசுகளிலிருந்தும், கல்வெட்டுகளிலிருந்தும்தான் அறிய முடிகின்றது.

இன்று அலகாபாதுக் கோட்டைக்குள் நிற்கும் அசோகரின் தூணுக்கடியில் இருந்த வெற்றிடத்தைச் சமுத்திர குப்தரின் அரசவையைச் சேர்ந்த ஒருவர் தனது மன்னரின் புகழைப் பாடி நிரப்பி வைத்திருக்கின்றார். அசோகர் இத்தூணை நிறுவிய ஆறு நூற்றாண்டுகளுக்குப் பிறகு, அவரது தூண் இவ்வாறு சமுத்திர குப்தரின் புகழ் பாடுகின்றது.

இந்தச் சமுத்திர குப்தரை இந்திய அலெக்சாந்தர் எனலாம். மேற்சொன்ன தூணில் இவரது அரசு தெற்கே மலபார் வரையிலும், வடக்கே அசாம் நேபாளம் வரையிலும் அனைத்திந்தியத்திலும் பரவியிருந்ததாகச் செதுக்கப்பட்டுள்ளது.

சமுத்திர குப்தரின் காலம் இந்துக்களின் பொற்காலம். பௌத்தரின் காலமன்று. அவர் புஷ்யமித்திரனைப் பின்பற்றி அசுவமேத யாகமும் நடத்தினார்.

இரண்டாம் சந்திர குப்தர் (சு. 376-சு. 415)

சமுத்திர குப்தரையடுத்து அவரின் மகன் இரண்டாம் சந்திர குப்தன் அரியணை ஏறினார். சகர்களைத் தோற்கடித்துக் கி.மு. 58-57-இல் விக்கிரமாதித்திய ஆண்டுக் கணிப்பை நிறுவிய உச்சயினி மன்னரான விக்கிரமாதித்தன் பெயரை இவர் பிற்காலத்தில் ஏற்றார்.

இரண்டாம் சந்திர குப்தர் பல வெற்றிகளுக்குப் பிறகு அசுவமேத யாகம் என்ற குதிரை வேள்வியைச் செய்தார் என்று கருதுகின்றனர். இக்காலத்தில்தான் இவர் தனக்கு விக்கிரமாதித்தன், வலிமையில் ஆதித்தன் என்ற சிறப்புப் பெயரைச் சூட்டிக் கொண்டிருக்க வேண்டும்.

குப்தர் மரபு சுமார் கி.பி. 275-ஆம் ஆண்டில் ஸ்ரீ குப்தர் (ஆ.கா.சு. 275-300) என்ற அரசருடன் தொடங்கிச் சுமார் 250 ஆண்டுகளுக்குப் பிறகு சுமார் கி.பி. 550-ஆம் ஆண்டு விஷ்ணு குப்தர் என்ற அரசருடன் முடிவுற்றது.

குப்தர் காலத்தில் இயக்கியர் வழிபாடு

இயக்கி வழிபாடு சமணத்திற்குரியது. வட இந்தியத்தில் சமணத்தில் குப்தர் காலத்திலிருந்து இயக்கி வழிபாடு முறையாய்த் தொடங்கிச் சிறப்புற்றிருந்தது என்பதற்குச் சான்றுகள் உள. அதற்கு முன்னர் குசாணர் காலத்திலிருந்து புகுந்த அம்பிக போன்ற இயக்கி வழிபாடு மட்டும் இதற்கு விதிவிலக்காயிருந்தது.

குப்தர் ஆட்சியில் பாடலிபுத்திரம்

குப்தர் ஆட்சியின் தொடக்கத்திலிருந்தே பாடலிபுத்திரம் பேரரசின் தலைநகரமாக இருந்து வந்தது. எனினும் இக்குடியின் மன்னர்கள் உச்சினியில்தான் இருந்து வந்தனர்.

சீனப் பயணியான ஃபாகியான் கி.பி 405 முதல் 411 வரை இந்தியத்தில் ஆறாண்டுகள் பயணம் செய்தார். அவர் மூன்றாண்டுகள் பாடலிபுத்திரத்தில் இருந்தார். இரண்டாம் சந்திர குப்த விக்கிரமாதித்தர் உச்சயினிலிருந்தமையால்தான், இவரைப் பற்றி எதுவும் சீனப் பயணி குறிப்பிடவில்லை போலும்.

ஃபாகியான்

பௌத்தம் சீனம் முழுமையிலும், வடக்கிலும், தெற்கிலும் கி.பி 500 வாக்கில் பரவிவிட்டது. பௌத்த சமயச் சடங்குகளும், விழாக்களும் எங்கும் கடைப்பிடிக்கப்பட்டன. ஒவ்வொரு மாவட்டத்திலும் கோயில்களும், விகாரைகளும் - மடங்களும் - தோன்றின. பிக்குகளும், பிக்குணிகளும் எண்ணிறந்தவராயினர். அவர்கள் மக்களால் பெரிதும் மதிக்கப் பெற்றனர்.

ஆனால் பௌத்தம் அக்காலத்தில் தாவோய நம்பிக்கையும் பழக்கங்களும் கலந்த கலவையாயிருந்தது. எனவே அக்காலத்தில் வாழ்ந்த பௌத்தத் துறவிகள், சீனப் பௌத்தத்தைச் சீர்திருத்தும் நோக்கத்துடன், அச்சமயத்தின் மூல நூல்களைத் திரட்டவும், சரியான சடங்குகளையும், வழிபாட்டு முறைகளையும் கற்றுக் கொள்வதற்காகவும், பௌத்தத்தின் தாயகமான இந்தியத்தை நோக்கலாயினர்.

இக்காரணங்களுக்காகவும், யாத்திரையின் ஆன்மிகப் பலன்களை அடைவதற்காகவும், சீனத்தின் கற்றறிந்த துறவிகள் பாலைவனங்களையும், மலைகளையும், கடலையும் கடந்து ஆயிரக்கணக்கான மைல்கள் தாண்டி வந்து அக்காலத்தில் இந்தியத்தை அடைந்தனர்.

கி.பி 5,6,7,8 ஆகிய நூற்றாண்டுகளில் சீனத்திலிருந்து 162 பயணிகள் இந்தியம் வந்தனர் என்பது பல்வேறு சீன நூல்களிலிருந்து தெரிகின்றது என்று தற்காலச் சீன வரலாற்று ஆசிரியரான பேராசிரியர் லியாங்சி-சங் கூறுகின்றார்.

அவர்களில் மூவர் எழுதிவைத்த குறிப்புகள் மட்டும் ஆராயப்பட்டுள்ளன. ஃபாகியான் (கி.பி. 359-417), உவான் சவாங்கு (கி.பி. 629-649), ஐ-ட்சிங் (கி.பி 671-695) இவர்களின் இக்குறிப்புகள் சீன மொழியில் கி எனப்படுகின்றன.

ஃபாகியான் இந்தியத்திற்கு வந்த சீனப் பயணிகளில் முதலாமவர். இவர் நடுச் சீனத்திலிருந்து தக்ளா மக்கான் (கோபி பாலைவனம் எனப்படும் இது உலகின் பெரிய பாலைவனமாகும். இன்று பெரிதும் மங்கோலிய மக்கள் குடியரசிலும், சீனத்தின் உள் மங்கோலியத்திலும் இருக்கின்றது. நடு ஆசியத்திலுள்ள பாமிர் மலைகளுக்குக்

கிழக்கிலுள்ள வறண்ட பகுதிகள் முழுமையும், திபேத்தின் வடபகுதியிலுள்ள சமநிலப் பகுதியும், சீனப் பெருஞ் சுவரும், இந்தப் பாலைவனத்தினுள் அடங்கியுள்ளதாகக் கருதப்பட்டதுண்டு. இதன் நீளம் சுமார் 1600 கி.மீ ; 1000 மைல் - அகலம் சுமார் 1000 கி.மீ; 625 மைல் - சராசரி உயரம் 900 மீட்டர்; 3000 அடி) எனப்படும் பாலைவனத்தைக் கடந்து, இந்துகுஷ் மலையைத் தாண்டி, வட இந்தியத்தின் வழியே சென்று தாம்ரலிப்தி என்ற துறைமுகத்தைக் கால்நடையாகவே அடைந்தார். இது வங்கத்தின் மிதினாப்பூர் மாவட்டத்திலுள்ள தம்லுக் என்ற இடத்திலிருந்தது. அந்தக் காலத்தில் தாம்ரலிப்தி முக்கியமான துறைமுகமாயிருந்தது. இன்று கடலுக்குச் சுமார் அறுபது மைலுக்கப்பால் உட்பகுதியில் சிற்றூராக இருக்கின்றது.

ஃபாகியான் தாம்ரலிப்தியிலிருந்து இலங்கைக்குக் கப்பலில் சென்று, பின்னர் கடல்வழியாகவே சீனத்திற்குத் திரும்பினார். அவருடைய இக்கடற் பயணம் பல இடுக்கண்களைக் கொண்டது. மயிரிழையில் பன்முறை அவர் உயிர் தப்பியிருக்கின்றார். அவர் தம்முடன் பௌத்த சமயத்தின் புனித நூல்களையும், பௌத்த சமயக் கடவுளரின் படிமங்களையும் சீனத்திற்கு எடுத்துச் சென்றார்.

இரண்டாம் சந்திர குப்தர் ஆண்ட பகுதிகளில் சுமார் ஆறாண்டுகள் சுற்றித் திரிந்திருக்கிறார். ஃபாகியான் பாடலிபுத்திரத்தில் மூன்றாண்டுகள் இருந்தார். அவர் தென்னாட்டிற்கு வரவில்லை. அவர் அதனைப் பற்றி எதுவும் எழுதவில்லை.

பொற்காலம்

குப்தரின் ஆட்சிக்காலத்தை வரலாற்றாசிரியர் பொற்காலம் என்கின்றனர். முதலாம் சந்திர குப்தன் காலந் தொடங்கிச் சமுத்திரகுப்தன், இரண்டாம் சந்திர குப்த - விக்கிரமாதித்தன், முதலாம் குமார குப்தன், ஸ்கந்த குப்தன் ஆகியோர் வரை கி.பி 320 தொடங்கி 480 வரை குப்தர்களின் ஆட்சி நடந்தது.

இப்பொற்காலத்தில் சம்ஸ்கிருதம் புத்துயிர் பெற்றது. இந்து சமயச் சிந்தனைகள் பொங்கி நிறைந்தன. முடிவில்லாமல் புனித இலக்கியங்கள் தோன்றி, இன்றும் உயிர் வாழ்கின்றன. இன்று நாம் காணும் வடிவில் பல புராணங்களும், மனுதர்ம சாஸ்திரம் பாடல் வடிவிலும், வேறு சில தர்ம சாஸ்திரங்களும், சிறப்பு வாய்ந்த சம்ஸ்கிருத இலக்கியங்களும் இந்தப் பொற்காலத்தில்தான் பிறந்தன.

காளிதாசர் (கி.பி. 5 நூ.)

மாபெருங் கவிஞரான காளிதாசர் எழுதிய சாகுந்தலம் உலகப் பேரிலக்கியங்களில் ஒன்றாக வைத்தெண்ணப்படுகின்றது.

அசோகர் சம்ஸ்கிருத மொழியை ஆட்சியில் பயன்படுத்தவேயில்லை. அவர் தமது கல்வெட்டுகளை மக்கள் புரிந்துகொள்ளும் பாளி மொழியில்தான் செதுக்கச் செய்தார். சாதவாகனரும் அவரைப் போன்றே பிராகிருத மொழியில்தான் ஆட்சி நடத்தினர்.

இவ்வாறு பன்னெடுங்காலமாகப் புறக்கணிக்கப்பட்டு வந்த சம்ஸ்கிருத மொழி குப்தரின் காலத்தில் மேலான நிலையை எய்தியது.

காளிதாசர் அந்த மொழியில தமது இலக்கியங்களைப் படைத்து அதை மேலும் செழிக்கச் செய்தார். அவரின் படைப்புகள் அபிமான சாகுந்தலம், விக்கிரம ஊர்வசி, மாளவிகா அக்கினிமித்திரா - இவை நாடகங்கள்.

இரகுவம்சம், குமார சம்பவம், மேகதூதம், ருது சம்மாரம், குண்டேசுவரத்யூதா ஆகியன காளிதாசர் எழுதிய பிற பாடல்களாகும்.

காளிதாசரின் புகழ் ஆறாம் நூற்றாண்டில் குப்தர் பேரரசையும் தாண்டிப் பரத கண்டமெங்கும் பரவி நின்றது.

பிற இலக்கியங்கள்

முத்திரா ராட்சசம் என்ற நாடக நூலை எழுதிய விசாகதத்தர், மிருச்சகடிகம் என்னும் மற்றொரு நாடகத்தை எழுதிய சூத்திரகன், பாசனின் சாருதத்தன், பாரவி எழுதிய கிருதார்ச்சுனியம் குப்தர் காலத்தின் குறிப்பிடத்தக்க வடமொழி இலக்கியப் படைப்புகளாகும்.

ஆரிய பட்டர் (476-520)

இரண்டாம் சந்திர குப்தனின் ஆட்சிக் காலத்தில் இந்தியம் மேலையுலகுடன் நேரடியான தொடர்பு கொண்டிருந்தது. பாரசிகத்தின் வழியே நிலவழி வாணிபம் நடந்தது. கடல் வழியே அலெக்சாந்தரியத்துடனும் மேற்குத் துறைமுகங்களுடனும், கங்கைச் சமவெளி மக்கள் தொடர்பு கொண்டிருந்தனர்.

ஆரிய பட்டர் புகழ் பெற்ற நளந்தாப் பல்கலைக் கழகத்தில் பயின்றவர். (இப்பல்கலைக்கழகம் பாடலிபுத்திரத்தின் அருகில் இருந்தது) குப்த அரசகுடியைச் சேர்ந்த பூத குப்தன் (ஆ.கா.சு. 477-சு. 495) ஆரியபட்டர் இயற்றிய ''ஆரிய பட்ட'' என்ற நூலின் பெருஞ்சிறப்பை உணர்ந்து, அவரை நளந்தாப் பல்கலைக்கழகத்துக்குத் தலைவராக்கினார்.

உலகம் உருண்டை என்பதை ஆரிய பட்டரே முதலில் உய்த்துணர்ந்தார். பூமி தன் அச்சில் சுழல்கின்றது; அதன் சுழற்சியினால் இரவும் பகலும் உண்டாகின்றன என்பதையும் அவர் கண்டார். நிலவு இருண்டது; அது சூரிய ஒளியினால் ஒளியுடையதாகின்றது. இராகும் கேதும் மறைப்பதால் கிரகணம் உண்டாகின்றது என்ற நம்பிக்கையை அவர் மறுத்தார். பூமி, நிலவு ஆகியவற்றின் நிழல்களினால் கோள் மறைப்பு உண்டாகின்றது என்று அவர் நம்பினார். ஆனால் பூமியே பிரபஞ்சத்தின் மையம் என்று அவர் தவறாய்க் கருதி விட்டார்.

கி.பி. ஐந்தாம் நூற்றாண்டில் வாழ்ந்த வானியலாரும், கணித வல்லுநருமான ஆரியபட்டர் கிரேக்க மொழியை அறிந்திருக்க வேண்டுமென்று கருதப்படுகின்றது. இவரைப் போலவே வராகமிகிரரும் (இ.567) கிரேக்க மொழியை அறிந்திருக்கலாம்.

ஆரிய பட்டர் குசுமபுரத்தில் - பாடலி புத்திரத்தில் வாழ்ந்தவர். அவர் ''ஆரியபட்ட'' என்ற நூலைத் தனது 23-ஆவது வயதில் எழுதியதாகக் குறிப்பிடுகின்றார். அப்போது கலி 3600-ஆம் ஆண்டு நடந்து கொண்டிருந்தது. இதிலிருந்து அவர் கி.பி 476-இல் பிறந்தார் என்பதும், அவரது நூல் கி.பி 499 -இல் எழுதப்பெற்றது என்பதும் தெளிவாகின்றன.

ஆரிய பட்டர் கணிதத்திற்கு அளித்தப் பங்கு திகைக்க வைக்கின்றது. ''நெடுக்கை (*Sines*) வாய்ப்பாட்டை ''முதன்முதலில் அளித்தவரும் அவரேயாவார். II இன் மதிப்புத் தோராயமாய்த்தான் இருக்க முடியும்; அது 3.1416 என்றும் அவர் கூறினார்.

அவர் பிற்காலத்தில் ''ஆரிய சித்தாந்தம்'' என்ற நூலை எழுதினார். அவரின் முந்திய நூல்களைப் போல் இதிலும் ஏராளமான கணித, வானியல் கோட்பாடுகள் பலவற்றையும் வடிவ கணிதம் (*geometry*), உரு அளவை நூல் (*mensuration*), வர்க்க மூலம் (*square root*), மிசைப் பெருக்க மூலம் (*cube root*), கோள்களின் இயக்கம் ஆகியவற்றையும் கணித்துள்ளார்.

இவர் குசுமபுரத்து வானியலார் குழுவைச் சேர்ந்தவர் என்று ஒப்புக் கொள்ளப்படுகையில், கேரளத்தைச் சேர்ந்த அந்தணர் என்றும் சொல்லப்படுகின்றது. ஏனெனில் அவருடைய நூலில் எடுத்துரைக்கப்பட்டுள்ள முறைப்படி வகுக்கப் பெற்றிருக்கும் பஞ்சாங்கம் கேரளத்தில் ஓரளவு வழக்கிலிருந்தது என்றும் கூறப்படுகின்றது. இதனை ஏற்றுக் கொள்ள வேண்டுமாயின் மேலும் சரியான சான்று வேண்டும்.

ஆரிய பட்டரின் மணிச் சுருக்கமான இந்நூல், எளிதில் விளங்கிக் கொள்ள முடியாததாகும்.

இப்பெயரையுடைய மற்றொரு கணித வல்லுநர் சுமார் கி.பி 950-ஆம் ஆண்டில் ஆரிய சித்தாந்த அல்லது மகர் ஆரிய சித்தாந்த என்ற பெயரில் வானியல் ஆராய்ச்சிக் குறிப்பு நூல் ஒன்றை எழுதியிருக்கின்றார்.

குப்தர் காலம் முடிந்தது

கி.பி *320* ஆம் ஆண்டு முதலாம் சந்திர குப்தனில் தொடங்கி கி.பி சுமார் *480-490* இல் அரை குறையாகச் சிதையத் தொடங்கிய குப்தப் பேரரசு கிட்டத்தட்ட ஒன்றரை நூற்றாண்டுக்கும் அதிகமான காலகட்டத்தில் கலை, இலக்கியம், சிற்பம், வாணிபம் என்று மனித முயற்சியின் பல்வேறு துறைகளில் சிறந்து மிக்கோங்கி மெய்யாகவே பொற்காலத்தை உண்டாக்கியது.

வெள்ளை ஹூணரும் நல்ல ஹர்ஷரும்

இந்தியத்தின் வடமேற்கிலுள்ள கணவாய்களின் வழியே இந்தியத்தை நோக்கிப் பல்வேறு காலங்களில் வந்த பல்வேறு இனத்தவரைப் போன்றே ஹூணர்களும் இங்கு வந்தேறினர்.

ஹூணர் (*Huns*) என்றாலே குலை நடுக்கம் எடுத்த கால கட்டம் அது. ''சிறிய தந்தை'' என்று பொருள்படும் அட்டில்லா (*கி.பி.406-435*) என்ற பெயர் பெற்ற ஹூணர் மன்னர் ஐரோப்பியரால் ''கடவுள் தந்த தண்டனை'' என்று அழைக்கப்பட்டார்.

''நாற்றம் மிகுந்ததும், உயிருக்குத் தீங்கு தருவதுமான மந்திர வேலைகளைச் செய்யக்கூடிய சிதியச் சூனியக்காரிகள் சமூகத்திலிருந்து விரட்டப்பட்டனர். அவர்கள் பாலைவனத்தில் தமது கொடிய ஆவிகளோடு கூடினர். அவர்களின் வெறுக்கத்தக்க கூட்டிலிருந்து தோன்றியவர்களே ஹூணர்'' என்று கிப்பன் (*Edward Gibbon, 1737-1794*), வரலாற்றாசிரியர்) இந்நாடோடி இனத்தவரை மிகப் பயங்கரமாக வருணிக்கின்றார்.

அவர்கள் மெய்யாகவே காட்டுமிராண்டிகள்தாம்; அவர்கள் பேயைப்போல் குதிரைகளில் பறந்தனர். அவர்களின் வேல் கம்புகளில் கூரிய எலும்புகள் பொருத்தப்பட்டிருந்தன. தோல்களை ஆடையாகப் புனைந்திருந்தனர். புல் பூண்டுகளைத் தின்றனர். பச்சை மாமிசத்தை முதலில் சேணத்தில் வைத்துக் கட்டியபின்

மிருதுவாக்கி உண்டனர். சைபீரியத்தின் பரந்த சமவெளியிலிருந்து மேற்கிலும், கிழக்கிலும் பாய்ந்து சென்ற இம்மக்கள் காட்டுமிராண்டிகள் என்பதில் ஐயமில்லை.

இந்துத்தானத்தின் கறுப்பு நிறத்தவருக்கு மஞ்சள் நிற மங்கோலியரான ஹூணர்கள் வெள்ளையாகத் தோன்றியது வியப்பில்லை.

பாரசிகத்தில் இம்மக்களுக்கு எதிர்ப்பு இல்லாது போகவே, இவர்கள் தங்குதடையின்றி மடை உடைத்துக் கொண்ட வெள்ளம்போல் இந்தியத்தினுள் புகுந்து விட்டனர். ஹூணருடன் கூர்ஜரரும் பிற இனத்தவரும் இந்தியத்தை அடைந்தனர். இக்கூர்ஜரர்கள் பரோச்சிலும், தென் இரசபுதனத்திலுள்ள பின்மாலிலும் அரசுகளை அமைத்தனர்.

சந்திரகுப்த விக்கிரமாதித்தன் (ஆ.கா. 376-415) இறந்ததும் அவர் மகனான குமார குப்தன் (ஆ.கா. 415-455) நாற்பதாண்டு காலம் அரசிருந்தார். சம்ஸ்கிருத விற்பன்னரான இவ்வரசர் தன் முன்னோரைப் போன்று குறிப்பிடத்தக்க வெற்றிகளைக் கண்டார். அவரது இறுதிக்காலத்தில் ஹூணர் அவரது பரந்த, பேரரசின் எல்லைகளை நெருக்கலாயினார். ஆற்றல் மிக்க ஹூணர் ரோமானியப் பேரரசையே கவிழ்த்தவராவர். எனினும் வலிமை வாய்ந்த குப்தர்களின் ஆட்சியை அவர்களால் தோற்கடிக்க முடியவில்லை.

எனினும் ஸ்கந்த குப்தனின் (ஆ.கா. 455-480) ஆட்சிக் காலத்திற்குப்பிறகு ஹூணரின் தொடர்ச்சியான படையெடுப்புகளினால் குப்தப் பேரரசு முற்றிலும் வலுவிழந்தது. இரண்டாம் குமார குப்தனும் (467-477) பூத குப்தனும் 481 முதல் 495 வரை ஆண்டனர். ஹூணர் இக்காலத்திற்குள் இப்பெரும் பேரரசின் எல்லைகள் அனைத்தையும் அடைத்துவிட்டனர். குப்தர் குடியின் கடைசிக் கால அரசர்கள் தமது அரசின் பெரும் பகுதியைத் தெற்கிலும் வட இந்தியத்தின் பல்வேறு பகுதிகளிலும் ஆட்சி செய்தனர் என்று கூறப்படுகின்றது.

ஹர்ஷ வர்த்தனர் (606-647)

இந்த ஹூண மரபில் வந்தவரே ஹர்ஷர் ஆவார். இவர் கி.பி 606-இல் பட்டத்திற்கு வந்து 647 வரை ஆட்சி புரிந்தார். ஹர்ஷர் காலத்தில்தான் இஸ்லாத்தைத் தோற்றுவித்த முகமது மெக்காவில் கி.பி 570-ஆம் ஆண்டு நவம்பர் 10 அன்று பிறந்தார் என்பது குறிப்பிடத்தக்கதாகும்.

பௌத்தச் சுடரைத் தொடர்ந்து எரியச் செய்த சிறப்பை அசோகருக்குப் பின்னர் மன்னர்களில் கிரேக்கரான மினாண்டர், கனிஷ்கர் ஆகியோரின் வரிசையில் ஹர்ஷ வர்த்தனரும் வருகின்றார். இவரையடுத்து வங்கத்தை சேர்ந்த பால மன்னர்கள் (கி.பி. 750-1150) அப்பணியைச் செய்தனர்.

ஹர்ஷர் கனிஷ்கருக்குச் சுமார் ஆறு நூற்றாண்டுகளின் பின் வந்தவர். இவரும் சமயப் பொறைமிக்கவர். அவர் சைவத்தையும், மித்திராயிசம் எனப்படும் சூரிய வழிபாட்டையும், வேறு வகையான சமயங்களையும் மதித்து நடத்தினார்.

ஹர்ஷர் இந்தியத்தை ஒரு குடைக்கீழ் கொண்டுவர வேண்டுமென்பதற்காகத் தொடர்ந்து ஐம்பத்தாறு ஆண்டுகள் போர் செய்தார். அந்த இலட்சியம் நிறைவேறியதும் அமைதிப் பணியில் தன்னை ஈடுபடுத்தினார்.

ஹர்ஷர், கலைகளின் பெருங் காவலருமாவார். புகழ் பெற்ற புலவரான பாணர் அவரின் அவையிலிருந்தார். பாணர் எழுதிய ''ஹர்ஷ சரித'' புகழ் பெற்ற நூலாக விளங்குகின்றது.

ஹர்ஷரும் பெரும் புலவராக மதிக்கப் பெற்றார். நாகநந்தர், இரத்தினாவளி, பிரியதர்சிக என்ற சம்ஸ்கிருத நாடகங்களை அவர் எழுதினார் என்று கூறப்படுகின்றது. அவர் இவற்றை எழுதவில்லை என்று ஐயுறுவோரும் உளர்.

ஹர்ஷர் சிறுவயதில் தனது குடும்பத்தில் பல துயர நிகழ்ச்சிகள் நேரக் கண்டார். இவருடைய அன்னை யசோமதி, கணவரை இழந்ததும், சரசுவதி ஆற்றங்கரையில் உடன்கட்டை ஏறிவிட்டார்.

ஹர்ஷரின் அண்ணனான இராஜ்ய வர்த்தனனைக் கௌட மன்னர் சசாங்கன் கொன்றான். ஹர்ஷரின் தங்கை ராஜ்யஸ்ரீ; அவருடைய கணவர் கிரக வர்மனை மாளவ மன்னர் கொன்றார். அதனால் மீளாத் துக்கத்தில் ராஜ்யஸ்ரீ உடன்கட்டையேறப் போனார். ஹர்ஷர் தக்க தருணத்தில் அவரைக் காப்பாற்றினார்.

அண்ணன் இராஜ்ய வர்த்தனன் இறந்ததும் அவருடைய இராச்சியமான தானேசுவரத்தையோ, தங்கை கணவர் கிரக வர்மன் வாரிசின்றி இறந்தமையால் அவரின் கானோஜையோ ஏற்று ஆட்சிபுரிய மனமின்றி ஹர்ஷர் இருந்தார். குடும்பத்தில் இத்தனை துயரங்கள் அடுத்தடுத்து நேர்ந்தமையால் அவர் துறவியாக விரும்பினார். இந்தக் காலகட்டத்தில்தான் ஹர்ஷரும், அவருடைய குடும்பத்தினரும் பௌத்தத்தைத் தழுவியிருக்க வேண்டும்.

சூழ்நிலைகளின் நெருக்கடியினால் ஹர்ஷர் தானேசுவரத்தையும் கானோஜையும் ஏற்று ஆண்டார். அதன்பிறகு இந்தியத்தின் பெரும் நிலப்பரப்பை ஒரு குடைக்கீழ் கொணர்ந்தார்.

ஹர்ஷரின் தந்தை மகா இராஜாதிராஜ பிரபாகர வர்த்தனர் சூரியனை வழிபட்டவர். அவருடைய அண்ணனும் தங்கையும் பௌத்தத்தில் ஆழ்ந்த பற்றுக் கொண்டிருந்தனர்.

ஹர்ஷரோ சூரியனை வழிபட்டதுடன், பௌத்தத்தின் மீது பற்றுக்கொண்டு சிலைகளையும் வணங்கி வந்தார். அவரிடம் சமயப் பொறை மிகுதியாக இருந்தது.

உவான் சவாங்கு (602-646)

சீனச் சிரமணரான - துறவியான உவான் சவாங்கு கிழக்குச் சீனத்திலுள்ள ஹோனான் மாகாணத்தின் லோ-யான் என்ற இடத்தில் கி.பி 602-இல் பிறந்தார். அவர் தமது பதின்மூன்றாவது வயதில் துறவியாகத் தீட்சை பெற்றுப் பௌத்த மடத்தில் சேர்ந்தார். அங்கு இந்தியத் தத்துவ சாஸ்திரங்களைக் கற்கத் தொடங்கி, அவற்றின் நுட்பங்களைத் தெளிந்து தேர்ந்தார்.

சீனத்தில் கி.பி 647-ல் சூயி மரபின் ஆட்சி முடிந்ததும் நாடு குழப்பத்திலாழ்ந்தது. உவான் சவாங்கு நாட்டில் நிலவிய அராஜகத்திலிருந்து தப்புவதற்காக ஸ்பூ-ச உவான் மலைகளில் புகலடைந்தார். குழப்ப நிலைகளிலும் அவர் பௌத்த தர்மக் கோட்பாடுகளை நன்கு கற்றுத் தெளிந்தார். பொதுமக்களுக்கென உரை நிகழ்த்தினார்.

எங்கெங்கு சம்ஸ்கிருதக் கல்வி பரவியிருந்ததோ அதாவது தக்காணத்திலிருந்து ஜப்பான் வரை, துர்ஃபானிலிருந்து சுமத்திரா வரையிலும் அங்கெல்லாம் நடைபெற்று வந்த மெய்யியல் விவாதங்களில் முதலிடம் பெறும் தகுதியை அவர் அடைந்தார்.

உவான் சவாங்கு

அவர் பல்வேறு மெய்யியல் கூட்டத்தினரைக் கண்டு பேசினார். எனினும் கோட்பாடு தெளிவின்றியிருந்தது. எனவே மேற்கு நாடுகளுக்குச் சென்று - சீனருக்கு இந்தியம் மேற்கு நாடாகும் - அங்கு மகான்களைக் கண்டு, தன் மனத்தைக் குழப்பும் விஷயங்களுக்குத் தெளிவு காண விரும்பினார்.

ஆனால் அவர் சீனத்தை விட்டுச் செல்வதற்குப் பேரரசர் இசைவு தரவில்லை. இருப்பினும் கண்ணுக்குப் புலனாகாது தம்மைக் காத்து நிற்கும் பௌத்தக் கடவுளரின் மீது பாரத்தைப் போட்டுவிட்டு, 26-ஆவது வயதில் பாரத தேசத்தை நோக்கிப் புறப்பட்டார். வட சீனத்து மக்களைப் போன்று நன்கு உயரமாகவும் அழகாகவும் இருந்தார். மக்கள் சில வேலைகளில், அவரை ஊக்குவிக்காவிடினும், அவரின் அமைதியான துணிச்சலைக் கண்டு தம்மாலான உதவிகளைச் செய்துள்ளனர்.

அவர் இரகசியமாகப் பகலில் மறைந்து இரவில் பயணம் செய்தார். கானல் நீரும், மாயத் தோற்றங்களும் அவரை மருளச் செய்தன.

எத்தனை இன்னல்கள் வந்தபோதிலும், தன் நிழலையன்றித் தனக்கு வேறு துணையின்றித் தன்னந் தனியாய்த் தக்ளா மக்கான் என்ற கோபிப் பாலைவனத்தைக் கடந்தார்.

உவான் சவாங்கு ஹர்ஷரின் ஆட்சிக் காலத்தில் இந்தியம் வந்தார் என்பது குறிப்பிடத்தக்கதாகும்.

ஹர்ஷர் அவரை இராஜமகாலுக் கருகிலுள்ள கஜங்கல என்னுமிடத்தில்தான் முதன்முதலில் சந்தித்தார். அப்போது ஹர்ஷர் ஓரிசத்தை வெற்றி கொண்டு திரும்புகின்றார். அவர் சீனப் பயணியைப் பய பக்தியுடன் நடத்தினார். அவரைக் கானோஜுக்கு அழைத்துச் சென்று அவருக்காகப் பௌத்த சங்கத்தைக் கூட்டினார்.

இப்பேரவைக்கு நளந்தாப் பல்கலைக்கழகத்திலிருந்து வந்திருந்த ஆயிரம் துறவிகள் உட்பட நான்காயிரம் பிக்குகளும் வந்து கூடினர்.

168 | ப. சிவனடி

சமணரும், வைதிகப் பிராமணருமாக மூவாயிரம் பேர் கலந்து கொண்டனர். இப்பேரவையின் ''சொல்லாடல் தலைவராக'' உவான் சவாங்கு அமர்த்தப்பட்டார்.

இம்மகா சங்கத்தையொட்டி ஒரு கோயிலில் புத்தரின் மிகப் பெரிய சிலையை ஹர்ஷர் பிரதிஷ்டை செய்தார். அக்கோயிலின் கோபுரம் நூறடி உயரமிருக்கும். அங்கு புத்தர், தர்மம், சங்கம் என்ற மும்மணிகள் வழிபடப்பட்டன.

இக்கோயிலில் வெறியனான ஓர் இந்து ஹர்ஷரைக் கொலை செய்ய முயன்றான். அதனால் அந்த விழா இடையில் முடிந்தது. இத்துரோகச் செயலுக்காக 500 பிராமணர்கள் உடனே நாடு கடத்தப்பட்டனர்.

பௌத்த சங்கம் முடிந்ததும் ஹர்ஷர் கானோஜிலிருந்து உவான் சவாங்கைக் கங்கையும் யமுனையும் கலக்கின்ற பிரயாகைக்கு - இன்றைய அலகாபாது - அழைத்துச் சென்றார்.

ஹர்ஷர் பிரயாகையில் கூடி 643-இல் நடத்திய விழா ஆறாவதாகும். அவர் அங்கு தமது திரண்ட செல்வத்தை வரையாது வழங்கினார். சர்வசமய வழிபாடுகளும் அங்கு நடக்கச் செய்தார்.

உவான் சவாங்கு இந்தியத்திலிருந்து 642-ஆம் ஆண்டு நீங்கிச் சீனத்தை 645-ஆம் ஆண்டின் தொடக்கத்தில் அடைந்தார்.

ஹர்ஷர் இறந்தார்

உவான் சவாங்கு சீனம் திரும்பிய சிறிது காலத்தில் ஹர்ஷர் 646 கடைசியிலோ, 647-இன் தொடக்கத்திலோ இறந்தார்.

ஹர்ஷர் இறந்ததும் ஒரு குடைக்கீழ் பிணைந்து நின்ற பேரரசு, இதற்கு முந்திய நூற்றாண்டுகளைப் போலவே தளர்ந்து கலையலாயிற்று.

கி.பி. 700 முதல் 1001 வரை இந்தியத் துணைக் கண்டத்தின் வடபுலத்தில் இருள் சூழ்ந்தது என்று ஓர் ஆசிரியர் கூறுகின்றார்.

இந்திய வரலாற்றில் கடைசி இந்துப் பேரரசான குசாணர் பேரரசு மறைந்து போன பின்னர், கிட்டத்தட்ட எண்ணற்ற சிற்றரசுகள் ஆங்காங்கே எழுந்தன.

இரசபுத்திரர்

ஏழாம் நூற்றாண்டுக்கு முன்னர் கேள்விப்பட்டிராத இரசபுத்திரர் குடிகள் இக்காலத்தில் எழுகின்றன. இக் குடியினர் ஹர்ஷர் இறந்த காலத்திலிருந்து, வட இந்தியத்தை முஸ்லிம்கள் வெற்றி கொண்டது வரையிலும் வட, வடமேற்கு இந்திய வரலாற்றில் தலையாய இடத்தைப் பெற்றிருந்தனர்.

இச்சிற்றரசுகளனைத்தும் கிட்டத்தட்டப் பன்னெடுங் காலமாகவே இரசபுத்திரர் என்று கூட்டாகச் சேர்த்து வழங்கும் குடும்பங்கள், அல்லது குடிகளால் ஆளப்பட்டு வந்தன. பொதுவாகப் பயன்படுத்தப்பட்ட இச்சொல், சில வேளைகளில் சம்ஸ்கிருதச் சொல்லான சத்திரியர் என்பதற்குச் சமமான சத்திரி என்ற வட்டாரச் சொல்லால் அல்லது தாக்குர் என்ற சொல்லால் குறிக்கப்பட்டது என்று வின்செண் ஸ்மிது இரசபுத்திரக் குடியின் பெயருக்கு விளக்கம் தருகிறார்.

இரசபுத்திரர் என்பது ஓர் இனமன்று. அது போர்க் குணம் படைத்த ஒரு குடியை, குலத்தை, 'கூட்டத்தை அல்லது சாதியைக் குறிக்கும். பிராமணர்கள் அவர்களைப் பழைய நூல்களில் குறிப்பிடப்படும் சத்திரியர் என்று நடத்தினர்.

இக்குடியினரில் பலர், இந்தியத்திற்குள் ஐந்து, ஆறாவது நூற்றாண்டுகளில் வந்த அயல்நாட்டினரின் வழிவந்தோராகவும், மேலும் பலர் அந்நாட்டு மக்களிலிருந்து தோன்றியவர்களாகவும் இருக்கின்றனர். அவர்களில் பெரும்பாலரைப் பொருத்த வரையில் அவர்கள் அரை குறையாக இந்து சமயத்தைத் தழுவியவர்களாக அல்லது தாழ்ந்த சாதியினராகவே இருந்தனர்.

வின்செண் ஸ்மிது மேலும் கூறுகின்றார்:

இரசபுதனத்தின் பெருமைமிக்க குலத்தவரில் கிட்டத்தட்ட அனைவருமே தோறா என்ற பகுதியைச் சேர்ந்த சித்தியர் என்ற நாடோடி இனத்தவரான அயல் நாட்டினரின் வழிவந்தவராவார் என்று உறுதியாகக் கூறிவிடலாம்.

இரசபுத்திரக் குடியினர் இந்த இடைக்காலத்தில் இந்திய வரலாற்றில் குறிப்பிடத்தக்க பங்கை ஆற்றியுள்ளனர்.

முஸ்லிம் படையெடுப்பு - இஸ்லாம்

முகமது நபிகள்

இஸ்லாத்தைத் தோற்றுவித்த முகமது நபிகள் 570-ஆம் ஆண்டு நவம்பர் 10 அன்று அரபு நாட்டின் மெக்காவில் பிறந்தார்.

அவர் பிறந்த காலகட்டத்தில்தான் இந்தியத்தில் ஹர்ஷரின் ஆட்சி நடந்து கொண்டிருந்தது. முகமது நபி தமது 40-ஆம் வயதில் இறையருள் பெற்றுத் திருத் தூதரானார்.

அரபியரான முகமது பிறக்குமுன்னரே தந்தையை இழந்தார். அவர் தமது ''அன்னையாரிடமிருந்து மென்மையான பண்புகளைப் பெற்றும், கவர்ந்து விடக்கூடிய உடற்கட்டமைப்புடையவராகவும், மிகையான உணர்ச்சி நிறைந்தவராயுமிருந்தார்'' என்று ஒரு வரலாற்றாசிரியர் கூறுகின்றார்.

அவர் பலபடப் பேசாமல் மௌனமாக இருப்பார். பாலைவன இடங்கள் அவருக்குப் பிடித்தமானவை. தனிமையில் இனிமை காண்பவர். கனவுலகில் திளைத்திருக்கும் ஆழ்ந்த தியானம்; இயற்கை அவரைப் பெரிதும் கவரும்.

இவர் தமது நாற்பதாவது வயதிற்குப் பிறகு தமது புதிய கோட்பாடுகளை மெக்கா நகரத்தில் போதிக்கலானார். அவருக்கு ஒன்பது மாணாக்கர் மட்டுமே கிடைத்தனர். அவர் பிறந்த ஊரே, அவரது சமயக் கோட்பாட்டை ஏற்க மறுத்தது.

அதனால் அவர் மதீனா செல்ல நேர்ந்தது. ஆனால் அவர் இறந்ததும் இப்புதிய மார்க்கம் அராபியர் அனைவரையும் பற்றிக் கொண்டது. இப்புதிய சமயத்தின் அலையெழுச்சி அரபுப் பாலைவனத்திலிருந்து நாற்றிசையும் பரவலாயிற்று.

குரான்

குரான் இஸ்லாத்தின் முதல் தூதுவரான முகமதிடம் மெக்காவில் சுமார் 22

ஆண்டுகளும் *(600-622)*, மதினாவில் பத்து ஆண்டுகளும் *(622-632)* சொல்வழியாகத் தெரியப்படுத்திய எழுத்துப் பதிவேயாகும்.

குரான் என்ற சொல் படிக்கப்படுவது, ஓதப்படுவது, மனனம் செய்வது என்று பொருள்படும்.

''அனைத்தையும் உண்டாக்கிய நின்னுடைய இறைவனின் பெயரால் ஓதுவாயாக! அவன் மனிதனை உறைந்த குருதித் துளியிலிருந்து உண்டாக்கினான். ஓதுவாயாக! மிகவும் கருணை பொருந்திய நின் இறைவனுக்காக! அவரே எழுதுகோலால், எழுதக் கற்றுக் கொடுத்தவர். மனிதன் அறியாததைக் கற்றுத் தந்தவர்,'' என்பதுதான் திருத் தூதுவராகிய முகமதிற்கு முதன்முதலில் இறைவன் அருளிய வாக்காகும். அல்லா தன் அருள் மொழிகளுக்கு அருளிய பெயர் குரான்.

குரான் விவிலியம் கூறுகின்ற ''ஆதிப் பாவம்'' என்ற கருத்தை ஏற்கவில்லை. குரானின் கருத்துப்படி ஆதாம் முதல் மனிதனல்லன்; அருள்வாக்கைப் பெற்று கொள்ளக் கூடிய அளவிற்கு அறிவு வளர்ச்சி பெற்ற முதல்வன் அவன். அந்த முறையில் அவன் மண்ணுலகில் இறைவனின் பிரதிநிதியாக அமர்த்தப்பட்டான் என்று குரான் கூறுகின்றது. *(குரான்; இ.ச.க.தொகுதி-11:1803 கட்டுரை)*

குரானின் நோக்கம்

மனித குலம் இறைவனிடம் முற்றிலும் தன்னை ஒப்படைத்துப் பணிந்துவிட்ட நிலையில், படைத்தவனை அடையும் பாதையையும், அதை நடத்திச் செல்வதற்கு வேண்டிய வழியையும் காட்டி, அதன்மூலம் மனிதர்கள் படைக்கப்பட்ட தன் இலட்சியத்தை நிறைவேற்றுவதே குரானின் நோக்கமாகும்.

முகமது நபி இறந்த ஆறு ஆண்டுகளுக்குள், அவருக்குப் பின் வந்தவர்கள், அவரின் சிந்தனைகளை உலகெங்கும் எடுத்துச் செல்லலாயினர்.

இந்தியத்தில் இந்தக் காலகட்டத்தில் இருள் சூழ்ந்து கிடந்தது. ஆனால் இந்தச் சீரழிவிலும், அது செல்வச் செழிப்பில், கணக்கு வழக்கற்ற ஐசுவரியப் பெருக்கத்தில் திளைத்திருந்தது.

இந்தியக் கோயில்களில் இறைவரும், இறைவியரும் திகட்டலேயில்லாமல், மேலும் மேலும் புதுமையான பல நகைகளைப் பூணலாயினர்; கோயில்கள் கணக்கற்ற செல்வங்களின் சுரங்கங்களாயின. அங்கு திரும்பிய பக்கமெல்லாம் பொன்னும் மணியும் மிளிர்ந்தன.

இவ்வாறு இந்து தேசம் இறைப்பற்றில் மூழ்கியிருந்த போது சலுகை பெற்ற புரோகித வர்க்கம் தன் கைக்கு எட்டியதையெல்லாம் பற்றிக் கொண்டது. அது வலிமை வாய்ந்த அரசர்களைக்கூட ஆட்டிப்படைத்தது.

இந்தியத்தின் இந்த இருண்ட காலத்தில், எவராலும் தீண்டப்படாமல் இருந்தது மெல்ல நடை போட்டு முன்னேறிய உழவர் கூட்டமேயாகும். அது மனமுவந்து தன்னை, மண் மாதாவினை அடிமையாக்கிக் கொண்டு, பஞ்சம் தவிர எது வந்தாலும், அதை, ஏறெடுத்தும் பாராமல் ஏரெடுத்து மேழி செய்து கொண்டேயிருந்தது.

அரபுகள் வருகை

முதல் முஸ்லிம் படையெடுப்பு

சிந்தை அடிமைப்படுத்துவதற்காக அரபுகள் நில வழியாயும் கடல் வழியாயும் தொடர்ந்து தெற்கில் முயன்று வந்தனர். அவர்கள் நீண்ட பேச்சிற்குப் பிறகு 712-ஆம் ஆண்டு முழு அளவில் பாரதத்தின் மீது படையெடுத்தனர். அந்தப் படையெடுப்பின் தோற்றுவாய் கதைபோல் இருக்கின்றது.

இஸ்லாமியக் காலிஃபா ஆட்சிப் பகுதியின் கிழக்கத்தி மாநிலங்களுக்கு ஹஜாஜ் பின் யூசூஃபு சக்கிஜி (*Hajaj bin Yusuf Sakiji*) ஆளுநராயிருந்தார். இலங்கை அரசர் அவருக்கு எட்டுக் கப்பல்கள் நிரம்பப் பரிசுப் பொருள்களையும் அபிசினிய அடிமைகளையும் அனுப்பினார். அக்கப்பல்களில் புனிதப் பயணியரும் வந்தனர். மேலும் இலங்கையின் ஆட்சிப் பகுதியில் இறந்து போன ஏதோ ஒரு முஸ்லிம் வணிகரின் பெண் மக்களையும் இலங்கை அரசர் அனுப்பினார். இக்கப்பல்களைச் சிந்துக் கரைக்கப்பால் கடற் கொள்ளையர் கவர்ந்து விட்டனர். ஹஜாஜ் இதற்கு இழப்பீடு தரும்படி சிந்து அரசரான தகிரைக் (*Dahir*) கேட்டார். அந்த அரசர் கடற்கொள்ளையரைக் கட்டுப்படுத்தவோ, தண்டிக்கவோ முடியாத நிலையில்தான் இருப்பதாய் அரபு ஆளுநரான ஹஜாஜிடம் தெரிவித்தார்.

அதனால் ஹஜாஜ் அவருக்கு எதிராய் 708-ஆம் ஆண்டில் இருமுறை படையெடுத்தார். முதற்படை உபைதுல்லா என்றவர் தலைமையிலும் இரண்டாம் படை புதையில் (*Budail*) என்றவர் தலைமையிலும் வந்தன. இருபடைகளும் எதிர்த்து முறியடிக்கப்பட்டன. அவற்றின் தலைவர்களும் கொல்லப்பட்டனர். ஹஜாஜ் இதனால் கடுஞ்சினங்கொண்டு மிகப்பெரிய ஒரு படையை அனுப்பினார். அவர் சோதிடரைக் கலந்து இந்தப் படையெடுப்பு வெற்றியாகுமா என்று பலன் கேட்ட பின்னர் தனக்கு நெருங்கிய உறவினராயிருந்தவரும் பதினேழு வயதினருமான இமாமுதீன் முகமது இபின் காசிமின் தலைமையில் சிந்திற்குப் படையனுப்பினார். முகமது காசிம் ஹஜாஜின் உடன்பிறந்தார் மகனாயும் அவருடைய மருமகனாயும் இருந்தார். காசிமினால்தான் சிந்தை வெல்ல முடியும் என்று சோதிடர் கூறினார்.

உமாயது காலிஃபாவான முதலாம் வாலிது (705-715) இக்காலத்தில் ஆட்சியிலிருந்தார். கிலாஃபத்தின் பரப்பு எக்காலத்திலும் காணாத அளவிற்கு இப்போது விரிந்தது. உபைதுல்லா, புதையில் என்ற இருவரும் சிந்தில் தோல்வி கண்டதால், காசிமின் தலைமையில் புறப்படவிருந்த படை வெற்றி காணும் என்பதில் காலிஃபாவிற்கு ஐயப்பாடு இருந்தது. அவர் சிந்தின் தொலைவையும் படையெடுப்பிற்காகும் செலவையும் முஸ்லிம்களின் உயிரிழப்பையும் கணித்துப் பார்த்துப் படை கொண்டு செல்வதற்கு அஞ்சினார். ஆனால் பேரரச விரிவையே குறிக்கோளாய்க் கொண்ட ஹஜாஜ், இப் படையெடுப்பிற்காகும் செலவைத் தான் ஏற்றுக் கொள்வதாய் ஒப்புக் கொண்டதால், காலிஃபா அதற்கு இசைந்து விட்டார். இபின் காசிம் இவ்வாறுதான் தனது பதினேழாவது வயதில் சிந்திற்கு வந்தார்.

இந்தப் படையெடுப்பிற்கு மூன்று நோக்கங்கள் இருந்தன. 1. சிந்தில் இஸ்லாத்தைப் பரப்புதல் 2. சிந்தை வென்று இஸ்லாத்தின் ஆட்சிப் பரப்பை விரித்தல் 3. ஹஜாஜ் தனக்கென்று பயன் கொள்ளவும் அவர் காலி ஃபாவிற்குப் பணம் செலுத்தவும் கூடுதலான அளவில் செல்வத்தைத் திரட்டுதல்.

ஹஜாஜும் காசிமும் சிந்தையும் இந்தியத்தையும் பற்றி விரிவாய் எதையும் அறிந்திருக்கவில்லை. சிந்து மக்களின் செல்வச் செழிப்பைப் பற்றிக் கடல் - நில வழி வணிகர்கள் சொன்ன செய்திகளை மட்டுமே அறிந்திருந்தனர். அவர்களுக்கு இந்தியத்தின் வரலாறு, மெய்யியல் ஏற்றம் ஆகியன பற்றி எதுவும் தெரியாது. அங்கு புறச் சமயியரும் சிலைகளை வணங்குவோரும் வாழ்ந்தனர் என்பதை மட்டும் அவர்கள் நன்கறிந்திருந்தனர்.

சிந்திலிருந்த தெபல் (*Debal*) சிறிது காலம் முற்றுகையிடப்பட்டது. தெபலிலிருந்து ஓடிவந்த ஒருவர், மதில் சூழ்ந்த கோயிலை எவ்வாறு கைப்பற்றலாம் என்று முகமது காசிமிற்குக் காட்டிக் கொடுத்து விட்டார். உடனே அரபுப் படை ஏணி வைத்து மதில் மேல் ஏறித் தெபலைக் கைப் பற்றியது. இஸ்லாமியக் கட்டளைகளின்படி தோற்ற நகர மாந்தர் இஸ்லாந் தழுவுமாறு அழைக்கப்பட்டனர். மறுத்த வீரரனைவரும் வெட்டிக் கொல்லப்பட்டனர். அவர்களின் பெண்டு, பிள்ளைகள் அடிமைகளாக்கப் பட்டனர். தெபலில் மூன்று நாள் படுகொலைகள் நடந்தன.

கோயில்கள் இடிக்கப்பட்டன. அங்கிருந்து எடுத்த கட்டுமானப் பொருள்களைக் கொண்டு பள்ளிவாசல்களும் சத்திரங்களும் கல்லறைகளும் எழுப்பப் பெற்றன.

முகமது இபின் காசிம் மூல்தானிலிருந்த சூரியக் கோயிலை அழிக்காவிடினும், அங்கிருந்த சூரியக் கடவுளின் கழுத்தில் மாட்டுக் கறியைக் கட்டித் தொங்க விட்டதாய் அல்-பிரூணி *(973-1038)* கூறுகின்றார்.

இபின் காசிம் சிந்தில் மூன்றாண்டுகளுக்குச் சற்று அதிகமான காலம் இருந்தார். அவர் இந்துக்களுக்கு ஜிம்மி (*Zimmi*) என்ற புது சமூக நிலையை உண்டாக்கினார். ஜிம்மி என்றால் ஜிசியா என்ற வரியைச் செலுத்தி ஆட்சியாளரின் பாதுகாப்பைப் பெற்ற மக்கள் என்று பொருள். இந்துக்களுக்கு முஸ்லீம் ஆட்சியில் ஜிசியா என்ற வரியை விதிக்கும் முறையைக் காசிம்தான் முதலில் தொடங்கினார்.

இபின் காசிம் அதன் பிறகு சிந்திலிருந்து திடீரென்று திருப்பியழைக்கப்பட்டுக் கொலைத் தண்டனைக்கு உள்ளானார். அவரை உயிருடன் விலங்குத் தோலுக்குள் வைத்துத் தைத்துக் கொன்றிருக்கலாம். ஏனெனில் காலிஃபாவின் அந்தப்புரத்திற்கு என்று அனுப்பி வைக்கப்பட்டிருந்த சிந்து இளவரசியர் இருவரைக் காசிம் பெண்டாண்டு விட்டார்.

Lal, Kishore Saran: The Legacy of Muslim Rule in India, New Delhi 1992.

சுல்தான் முகமது

சபக்தீன் இறந்ததும் அவர் மகன் முகமது, சிறிது கால இடைவெளிக்குப் பின்னர் கசனியின் மணி முடியை 997-ஆம் ஆண்டு சூட்டிக்கொண்டு தன்னைச் சுல்தான் என்று அறிவித்தார். இந்தியத்தில் பின்னர் ஆட்சிக்கு வந்த முஸ்லிம்கள் இந்தச் சுல்தான் பட்டத்தை விரும்பிச் சூட்டிக் கொண்டனர். அரசகுடிப் பிறவாத ஐதரலிக் கானின் மகனான திப்பு கூடத் தன்னைச் சுல்தான் என்றுதான் அழைத்துக் கொண்டார்.

கசனியின் முகமது ''கொல்லு, கொல்லு மார்க்கத்திற்காகக் கொல்லு'' என்று போர்க்குரல் எழுப்பிய முஸ்லிம் சமயப் பேரார்வலர். அவர் குரானை ஆழக் கற்றிருந்தார். அதற்கு விளக்கம் தரும் விற்பன்னருள் அவர் தலையாயவர் என்று கருதப்பட்டார்.

கசனி முகமது

அவர் தன்னை மாபெரும் மன்னர் (*Shah Waliullah*) என்று கருதினார். ''வரலாற்றாசிரியர் (கசனியின்) முகமதைப் பொருத்த வரையில், அவரது சாதகம் நபிகளுடையதைப் போல் உள்ளது என்பதை அறியத் தவறி விட்டனர். அவரின் சாதகம் அப்படி இருந்ததால்தான் அவர் (கசினியின் முகமது) இஸ்லாத்தைப் பரப்புவதற்காக மேற்கொண்ட போர்களில் குறிப்பிடத்தக்க வெற்றிகளைக் காணும் திறன் பெற்றிருந்தார்'' என்று ரிஸ்வி என்பவர் தனது நூலில் (*History of Sufism. Part II*) ஒரு நூலிலிருந்து மேற்கோள் காட்டுகின்றார்.

கசனி முகமது மொத்தத்தில் பதினேழு முறை இந்தியத்தின் மீது படையெடுத்து வந்து, அதன் செல்வங்களையெல்லாம் அள்ளிக்கொண்டு போனார் என்று வரலாற்றாசிரியர் கணிக்கின்றனர். அவர் இயன்ற போதெல்லாம் ஆண்டிற்கு ஒருமுறை வந்தார்.

அவர் பின்னர் நடத்திய படையெடுப்புகளில் மதுரா, பரன் (*Baran*), கானோஜ் ஆகிய இடங்களில் பலர் மதம் மாற்றப்பட்டனர். அவர் கானோஜை வெற்றி கொண்டது பற்றி உத்துபி (*Utbi*) என்ற வரலாற்றாசிரியர் கூறியுள்ளார்; ''சுல்தான் (கசனி முகமது) எல்லாக் கோட்டைகளையும் இடித்துத் தரை மட்டமாக்கினார்; அங்கிருந்த மக்கள் அவருக்கு எதிராய் வாளெடுத்தனர் அல்லது இஸ்லாத்தை ஏற்றனர்.''

பரனில் (*Bulandshah*) மட்டும், அதன் அரசர் உள்பட 10,000 பேர் முஸ்லிமாக்கப்பட்டனர். அவர் 1023-ஆம் ஆண்டு பதினான்காவது முறை படை கொண்டு வந்தபோது கிராட, நூர், லோக்கெட்டு (*Lokhet*), லாகூர் ஆகிய இடங்கள் தாக்கப்பட்டன. கிராட மன்னர் இஸ்லாத்துக்கு மாறினார். பலர் அவரையொற்றி மதம் மாறினர்.

இந்துக்களை இஸ்லாந்தழுவச் செய்வதுதான் முகமதின் ஒரே நோக்கமாயிருந்தது என்று குவாசுவானி (*Qazuani*), உத்துபி, ஃபரிஷ்டா (*Farishta*) ஆகியோரும் பிற்கால வரலாற்றாசிரியர்களும் கசனி முகமது காலத்து வரலாற்றாசிரியர்களும் கூறியுள்ளனர். அதனால் பல அரசர்கள் அவரை எதிர்க்காமலே தம் நாட்டை விட்டு ஓடினர்.

கசனி முகமது சென்ற இடங்களிலெல்லாம் கோயில்களை இடித்து இறைத் திருமேனிகளின் தூய்மையைக் கெடுத்தார். அவர் அழித்த கோயில்களுக்கு அவ்வளவு

எளிதாய்ப் பட்டியல் போட்டுவிட முடியாது. அத்தனை கோயில்களை அவர் அழித்திருக்கின்றார். அவர் புகழ்வாய்ந்த கோயில்களைத் தரைமட்டமாக்குவதில்தான் மிகுந்த ஆர்வமும் அக்கறையும் காட்டினார். சிறு கோயில்களை இடித்து நேரத்தை வீணாக்கவில்லை. அவர் அழித்த முக்கியமான கோயில்கள்:

அவர் தானேசுவரத்திலிருந்த சக்கரசாமி கோயிலைக் கொள்ளையடித்து, அங்கிருந்த திருமாலின் வெண்கலப் படிமத்தைக் கசனிக்குக் கொண்டு சென்று, அங்கிருந்த களியாட்ட அரங்கினில் (*hippodrome*) வைத்தார்.

மதுராவிலிருந்த வெகு மேலான, மையக் கோயிலை அழித்து அங்கிருந்த இறைத் திரு உருவங்களை உடைத்தார். அவரை மதுராவில் எதிர்ப்பார் எவருமில்லாது போயினர். அவர் வருகையறிந்து மக்கள் ஊரைவிட்டு ஓடினர். முகமது மதுராவிலிருந்த கோயில்களின் நேர்த்தியைக் கண்டு வியந்தார். எனினும் அக்கோயில்களைக் கொள்ளையிட்டு அவற்றை முற்றிலும் அழித்தார்.

கானோஜில் ஏராளமான கோயில்கள் இருந்தன. அவற்றுள் சில வெகு தொன்மையானவை. உத்துபி என்ற வரலாற்றாசிரியர் ''பத்தாயிரம் கோயில்கள்'' என்று கூறுகின்றார். அங்கிருந்த மக்கள் சாகவும் இஸ்லாந் தழுவவும் ஆயத்தமாயிராததால் ஊரை விட்டு ஓடினர்.

தானேசுவரத்தில் சக்கரசாமிக்கு நேர்ந்த கதிதான் சோம நாதர் கோயிலுக்கும் ஏற்பட்டது. முகமது நபிகள் அல் மனாத்து (*Al Manat*) என்ற சிலையை உடைத்ததைப் போன்று, கசனி முகமது சோமநாதத்தை அழித்த செயல் இருந்தது என்று கருதப்பட்டது.

முகமது கசனி இந்தியப் படையெடுப்புகளின் பயனாய் பெருஞ்செல்வம் திரட்டினார். அவர் 1001-1002 -ஆம் ஆண்டு நடத்திய போரில் இந்திய அரசர் ஜெயபாலன் தன்னை விடுவித்துக் கொள்வதற்காக முகமதிற்குப் பிணை மீட்சிப்பணமாய் 2,50,000 தினார்களைக் கொடுத்தார். ஜெயபாலனிடமிருந்து கழற்றிக் கொண்ட அணிமணிகள் 2,00,000 தினார்கள் (பொற்காசுகள்) பெறும். அதைப்போல் இரண்டு மடங்கு மதிப்புள்ள நகைகள் சிறை செய்யப்பட்ட அல்லது வெட்டி வீழ்த்தப்பட்ட ஜெயபாலனின் உறவினருடைய கழுத்திலிருந்து கழற்றப்பட்டன என்று உத்துபி கூறுகின்றார்.

லாகூர், டெல்லி, குவாலியர், ஆஜ்மேர், கானோஜ் ஆகிய சிற்றரசுகளின் அரசர்கள் ஒன்று கூடி ''மிலேச்சனான'' கசனி முகமதை எதிர்த்தனர். பெண்கள் இந்தப் போருக்காகத் தம் நகைகளை விற்றுக் கொடுத்தனர். ஆண்கள் படைக்கலன்கள் வாங்குவதற்காகத் தமது பொருள் குவையைத் தந்தனர். அவர்கள் அதைப் புனிதப் போராய்க் கருதினர். எனினும் இவற்றுக்கெல்லாம் எந்தப் பலனும் கிடைக்கவில்லை.

முகமது கசினி கி.பி 1000 தொடங்கி 1027-ஆம் ஆண்டு வரையிலும் பதினேழு முறை இந்தியத்தின் மீது படையெடுத்தார் என்று ஒரு வரலாறு கணக்குக் கூறுகின்றது. இவற்றுள் அவர் பதினாறாவது முறையாய்ச் சோமநாதத்தின் மீது 1024-1025 காலத்தில் நடத்திய தாக்குதலே மிகப் பெரியதாகும்.

கசனி முகமது தனது 63-ஆவது வயதில் 1030 ஏப்ரல் 23 அன்று இறந்தார்.

கசனி முகமது படையெடுத்து வந்துசென்ற பின்னர் இந்தியம் கிட்டதட்ட நூறாண்டுகள் அமைதியாய் வாழ்ந்து வந்தது. இக்கால கட்டத்தில் இரசபுத்திரரின் ஆட்சி மேலோங்கி நின்றது.

முஸ்லிம்களின் ஆட்சி தொடக்கம் - முதல் தாக்குதல்

ஆப்கானித்தானத்தின் மலைப் பகுதிகளில் ஹெராட்டு நகரத்தின் தென் மேற்கே மலைகளின் நடுவில் கோர் என்ற சிற்றரசு இருந்தது. இந்தச் சிற்றரசு பெயர் பெற்றதன்று. இந்தச் சிற்றரசின் தலைவர்கள்தாம் இந்தியத்தை முதன்முதலில் தாக்கிய கோரி குடியினராவர்.

இவருக்கு ஷிகாபுதீன், மியூசுதீன் என்றெல்லாம் சிறப்புப் பட்டங்கள். இவரை முகமது கோரி அல்லது கோரி முகமது, கசினியின் சுல்தான், இந்துத்தான வெற்றி வீரர் என்று அழைப்பது வசதியாக இருக்கும் என்று ஒரு வரலாற்றாசிரியர் கூறுகின்றார்.

இவர் இந்தியத்தை முதன்முதலில் 1175-76-ம் ஆண்டில் தாக்கத் தொடங்கினார். மூல்தானை அப்போது வெற்றி கொண்டு பின்னர் ஊச்சையும் கைப்பற்றினார். பின்னர் 1179-இல் பெஷாவரையும், 1187 இல் பஞ்சாபையும் பிடித்தார். அவர் 1191-இல் நடந்த திரயின் போரில் தோற்றாலும் மறு ஆண்டில் அதே போர்க்களத்தில் மூன்றாவது பிருதிவிராஜனை வென்றார். முகமது இந்தியத்தில் கைப்பற்றிய பகுதிகளைக் குத்புதீன் அயிபக்கு என்பவரின் பொறுப்பில் விடுத்து கசனிக்குத் திரும்பினார்.

குத்புதீன்

குத்புதீன் துருக்கித்தானத்தில் பிறந்து அடிமையாக விலைக்கு வாங்கப்பட்டவர். டெல்லிப் பேரரசு ஓர் அடிமையினால் அமைக்கப்பட்டது என்ற ஏளன மொழி இவரால் எழுந்ததேயாகும். குத்புதீன் என்றால் (இஸ்லாம்) மார்க்கத்தின் துருவ நட்சத்திரம் என்று பொருள்.

துருக்கி அடிமையான இவர்தான் இன்றும் டெல்லியில் நெடிதுயர்ந்து நிற்கும் குதுப்பு மினாரைக் கட்டினார்.

இவர் 1193 தொடங்கிப் பல போர்களில் கிழக்கத்தி அரசர்களையெல்லாம் வீழ்த்தினார். அவருக்கு வியப்பூட்டும் இவ்வெற்றியை வாங்கித் தந்தவர், அவரின் படைத்தலைவரான முகமது கில்ஜி ஆவார்.

பக்திமானின் மகனான இப்படைத் தலைவர் முகமது கில்ஜி பலமுறை படைகொண்டு சென்று கொலையும், கொள்ளையும் செய்த பின்னர் 1192-இல் பிகாரைப் பிடித்து விட்டார். இக்காலத்தில் பிகாரில் பௌத்தம் சீர்கெட்ட நிலையில் இருந்தது. அவர்கள் பிக்குகளை ''மொட்டைத் தலைப் பிராமணர்'' என்று நினைத்துக் கொண்டு அனைவரையும் கொன்று குவித்தனர்.

அங்கிருந்த மிகப் பெரிய நூலகம் சிதறியடிக்கப்பட்டது. நகரம் முழுவதையும் இடித்துத் தகர்த்தனர். விகாரைகள் நிறைந்தமையால் விகார் (பிகார்) என்று பெயர் பெற்ற இப்பகுதியின் பௌத்த மடங்கள் நாசமாக்கப்பட்டன.

வாரணாசிக்கருகிலுள்ள சாரநாதிலுள்ள பௌத்த மடங்கள் எரித்துச் சாம்பலாக்கப்பட்டன. பண்டை நாகரிகத்தின் பெருமை பேசும் ஏராளமான நினைவுச் சின்னங்கள். இம்முஸ்லிம் படையெடுப்புகளால் மீட்க முடியாதவாறு அழிந்து போயின.

வெற்றிமேல் வெற்றி முகமது கோரிக்குக் கிடைத்தது. வங்கம் வீழ்ந்தது. புந்தேல்கண்டு பணிந்தது. கோயில்களைப் பள்ளிவாசல்களாக மாற்றினார்கள். ஐம்பதாயிரம் பேர் அடிமைகளாகப் பிடிக்கப்பட்டனர்.

முதல் சுல்தான்

முகமது கோரி இறந்த பின்னர், அடிமையான குத்புதீன் டில்லியின் முதல் சுல்தான் ஆனார். இவர் தன்னையொத்த அடிமைகளுடன் கொள்வினை கொடுப்பினை செய்து கொண்டார். இவர் நிறுவிய குடியின் பெயர் இதனால் அடிமை வமிசம் எனப் பெயர் பெற்றது.

இவர் *1206*-ஆம் ஆண்டு முதல் சுல்தானத்தை யடுத்து இந்த அடிமைக் குலத்தைச் சேர்ந்த மன்னர்களின் ஆட்சி *1290* வரை நடந்தது. அப்போது இக்குடியின் குவைக்குவாபாது கொலை செய்யப்பட்டமையால், இக்குடியின் ஆட்சி முடிவுற்றது.

தில்லிச் சுல்தான்கள் ஆட்சி (1206-1526)

பதின்மூன்றாம் நூற்றாண்டின் இறுதிவாக்கில் அடிமைக் குலத்தின் ஆட்சி முடிந்ததும், பதினாறாம் நூற்றாண்டின் முற்பகுதி வரையிலும் டெல்லியைப் பல்வேறு சுல்தான் மரபுகள் ஆண்டன. இந்த மூன்றேகால் நூற்றாண்டு ஆட்சிக் காலத்தில், வடபுலம் மட்டுமன்றித் தென்புலமும் முஸ்லிம்களின் சூறாவளித் தாக்குதலாலும், கொள்ளைகளாலும், கொலைகளாலும், அடாத செயல்களாலும் வருந்த நேர்ந்தது. *(தில்லிச் சுல்தான்கள்: இ.ச.க.தொகுதி-7:1761 கட்டுரை)*

பஞ்சம் ஒவ்வொரு நூற்றாண்டிலும் வந்தது. மங்கோலியர் படையெடுத்து வந்தனர். அரசாட்சியற்ற கொந்தளிப்பு நிலவியது. நில நடுக்கம் ஏற்பட்டது.

இயற்கையின் நாசமும் மனிதரின் பேராசை வெறியும் சேர்ந்து பாரத தேசம், இதற்கு முன்னர் எந்தப் படையெடுப்பிலும் கண்டிராத இன்னல்களை அனுபவித்தது. தேசத்தின் ஆன்மாவும், உடலும் ஒரு சேரச் சித்திரவதைக்குள்ளாக்கப்பட்டன.

இறுதியில் முகலாயரான பாபர் பானிப்பட்டுப் போர்க்களத்தில் இபுராகிம் லோடியைக் கொன்று லோடி மரபிற்குக் கல்லறையும் கட்டிவிட்டார்.

பதின்மூன்றாம் நூற்றாண்டில், நடு ஆசியத்தில் ஒன்றுக்கொன்று முரணான வையும், ஒன்றையொன்று ஏறி நின்றவையு மான ஆட்சிகளின் செல்வாக்கு அடிக்கடி மாறிக் கொண்டேயிருந்தது.

கோபி என்னும் பாலைவனத்திற்கு வடக்கிலும், நன்னீர் நிறைந்த பைக்கால் ஏரிக்குத் தெற்கிலும், இன்றுள்ள மங்கோலியம் (இது மங்கோலிய மக்கள் குடியரசு என்றும், உள் மங்கோலியம்

12

என்றும் இருபிரிவுகளாகக் கம்யூனிஸ்டு ஆட்சியில் நடு ஆசியத்தில் இருந்தது. இன்று உள் மங்கோலியம் தன்னாட்சியுள்ள நாடாயிருக்கின்றது.) என்ற பகுதியில் வாழ்ந்த பல்வேறு நாடோடி இனத்தவரில் மங்கோலியரும் ஒருவராவர்.

அவர்களுக்கு அண்மையில் வாழ்ந்த சீனர், அவர்களை முப்பிரிவுகளாகப் பிரித்தனர். அதாவது, அவர்கள் சீன நாகரிகத்துடன் கொண்ட தொடர்பையும், தொலைவையும் வைத்து அவர்களை வெள்ளை, கருப்பு, காட்டுமிராண்டி என்று பிரித்தனர். அவர்கள் பூதங்களை வழிபடும் ஷாமனி என்ற ஒரு பண்டைச் சமயத்தைப் பின்பற்றினர். ஆவிகளை நல்லன, கெட்டன என்று பிரித்து ஷாமன் என்ற குருவின் மூலம் வழிபடுவது ஷாமனி என்ற பண்டைச் சமயமாகும். (இவர்கள் பின்னர் 14-ஆம் நூற்றாண்டில் முகமதியராயினார். அடாது செய்யும் கொடியருள்ள கொடியராகிய மங்கோலியரின் அட்டூழியங்கள் அளவிடற்கரியன என்பர்.)

செங்கிஸ் கான் (1155-1227)

கி.பி 1155-ஆம் ஆண்டில் மங்கோலிய இனத்தவரான கான் ஒருவருக்கு ஆண் குழந்தை பிறந்தது. அது பிறந்த போது, பிஞ்சுக்கைக்குள் உறைந்த குருதி இருந்ததாம். அக்குழந்தை பிறந்ததும் அதற்கு தேமுஜன் என்று பெயரிட்டனர். பின்னர் இக்குழந்தை, வளர்ந்து ஆளாகியதும் தன் பெயரை உலகரசன் அல்லது செங்கிஸ் கான் என்று மாற்றிக் கொண்டது.

செங்கிஸ் கான் ஐம்பது வயது வரையிலும் மங்கோலியத்திலேயே இருந்து, தன்னைத் தன் இனத்தின் தலைவராக நிலைநிறுத்திக் கொண்டார். அதன் பின்னர் தனது அண்டைப் பகுதி மக்கள் அனைவரையும் இணைத்துக் கொண்டார். மங்கோலிய இன மக்களனைவரையும் 1206 வாக்கில் ஒரே அணியில் திரளச் செய்து விட்டார். அவர்களின் எதிர்ப்பாரற்ற தலைவரானார்.

அவர் 10, 100, 1000, 10000 பேர் என்று தனது படைகளைப் பிரித்து, அவற்றை எளிதாகச் செலுத்தும் வகையில் சீரமைத்தார். அது தற்காலத்து டிவிசனை ஒத்தது. (டிவிசன் என்பது ஒரு மேஜரின் கீழ் இயங்கும். இது மூன்ற ரெஜிமெண்டுகளும், துணைப் படையினரும் அடங்கியது.) அதற்குத் ''தூமென்'' என்று பெயரிட்டனர்.

நாடோடி மக்களிடம் இயல்பாக அமைந்திருந்த துரித இயக்க வேகத்துடன், ஈவிரக்கமற்ற கடும் கட்டுப்பாட்டையும் புகுத்திச் சங்கிலித் தொடர் போன்று படிப்படியாக இயங்கும் படைத் தலைமையை அமைத்தார். விரைவிலேயே அவர் சுமார் 20 இலட்சம் பேரடங்கிய பெரும் படையை உண்டாக்கினார். இப்படை கொண்டு செங்கிஸ் கான் எதிரிகளைத் தோற்கடித்தார்.

ஒவ்வொரு மங்கோலியனிடமும் குறைந்தது இரண்டு குதிரைகள் இருந்தன. அவன் அதன் பாலையும், இரத்தத்தையும் முக்கியமான உணவாய்க் கொண்டான்.

மங்கோலியர் 1241 வாக்கில் மஞ்சள் கடலிலிருந்து போலந்து, டான்யூபு வரையிலும் உள்ள பகுதிகளை வென்றுவிட்டனர்.

செங்கிஸ் கான் 1227-இல் இறந்தார். அவர் இறந்தபோது அவருக்கு வயது 27 என்றும், 60 என்றும் இரு வேறுபட்ட கருத்துகள் உள்ளன.

செங்கிஸ் கான் கல்லறை

சீனத்தின், கான்சூ மாநிலத்தின் தலைநகரமான வாஞ்சோவ் மஞ்சளாற்றின் கரையில் அமைந்துள்ள அழகான நகரமாகும். அங்குதான் செங்கிஸ் கான் கல்லறை உள்ளது.

செங்கிஸ் கானின் எச்சங்கள் 1940-ஆம் ஆண்டு உள் மங்கோலியத்திலுள்ள புனிதப் பைலிங்கு கோயிலிலிருந்து இங்கு கொண்டு வந்து அடக்கம் செய்யப்பட்டன. அவர் பைலிங்கில் தான் முதலில் அடக்கம் செய்யப்பட்டிருந்தார்.

ஆனால் ஜப்பானியர் தமது அரசியல் விளையாட்டில் செங்கிஸ் கானின் கல்லறையைப் பயன்படுத்திவிடக் கூடாது என்பதற்காக, அதைச் சீனத்தின் உள் நாட்டிற்குள் கொண்டு சென்று விட்டனர்.

செங்கிஸ் கான் தனது கல்லறையிலிருந்து ஒரு நாள் உயிரோடு எழுந்து, உலகப் பேரரசு ஒன்றை நிறுவுவார் என்று மங்கோலிய மக்களனைவரும் நம்புகின்றனர். அதனால் அவர் ஜப்பானிய ஆதரவில் எழுவதைப் பார்த்துவிடக் கூடாது என்று அவர்கள் விரும்பினர். அக்கல்லறையைச் சீனப் படை வீரரும் மங்கோலிய லாமாக்களும் காவல் காத்து வந்தனர்.

செங்கிஸ் கானின் எச்சங்கள் ஒரு வெள்ளிப் பேழையில் லாஞ்சோவ் நகரத்தில் வைக்கப்பட்டுள்ளன. அவர் பயன்படுத்திய வில், அம்பு, ஈட்டி முதலியன இங்கு உள்ளன. ''இவையனைத்திலும் மிகப் பயங்கரமானது மனித முடிகளின் கட்டு ஒன்றைத் தாங்கிய கொடி மரமேயாகும். செங்கிஸ் கான் தனக்குப் பலியானவர்களில் ஒவ்வொருவரின் ஒரு முடியை எடுத்துத் தனது கொடியில் தொங்கவிடுவது வழக்கமாகும். வானிலுள்ள தாரகைகள் எத்தனையோ, அத்தனை முடிகள் அக்கொடியில் தொங்குகின்றன,'' என்று கே.பி.எஸ். மேனன் கூறுகிறார். (மங்கோலியம் சோவியத்து யூனியனுள் அடங்கியிருந்தபோது, செங்கிஸ்கான் அந்நாட்டு வரலாற்றிலிருந்து தள்ளி வைக்கப்பட்டிருந்தார். அதன்பிறகு செங்கிஸ் கானுக்கு அங்கு மறு வாழ்வு தரப்பட்டது. அவர் இப்போது (1999) மங்கோலியத்தின் மாவீரர் என்று மீண்டும் போற்றப் படுகின்றார்.)

இந்தியத்தில் மங்கோலியர்

இந்தியத்தின் மீது 1296, 1297, 1299 -ஆம் ஆண்டுகளில் மங்கோலியர் படையெடுத்துப் பஞ்சாபினுள் நுழைந்தனர். இந்த மங்கோலிய அலை மேலும் எழாமல் கில்ஜி குடியின் அலாவுதீன் தடுத்து நிறுத்தி விட்டார்.

மங்கோலியர் புதியதாக இஸ்லாத்தைத் தழுவியிருந்தனர். இப்புதிய முஸ்லிம்கள் டெல்லிக்கருகில் குடியேறியிருந்தனர். உள்நாட்டு அமைதியைக் கருதி, மங்கோலியரனைவரும் டில்லிச் சுல்தானால் படுகொலை செய்யப்பட்டனர்.

மாலிக்கு காபூர் படையெடுப்பு

அலாவுதீன் கில்ஜியின் படைத் தலைவரான மாலிக்கு காபூர் தென்னாட்டின் மீது படையெடுத்து மதுரை வரை வந்தார். முகமதியரின் சமயப் பொறையற்ற படையெழுச்சியைப் பாண்டிய நாடு பதினான்காம் நூற்றாண்டின் தொடக்கத்தில்தான் கண்டது. மாலிக்கு காபூர் 1302 முதல் 1311 வரை தென்னாட்டில் இருந்தார்.

வங்கத்திலும் தென்னாட்டிலும் கலகம்

டெல்லிச் சுல்தான்களின் ஆட்சியை எதிர்த்து வங்கத்திலும் தென்னாட்டிலும் *1338-1339*-ஆம் ஆண்டுகளில் கிளர்ச்சிகள் நடந்தன.

தலைவரி - ஜிஸ்யா

ஜிஸ்யா என்ற தலைவரி டெல்லியில் மூன்று தரமாக ஃபிரூஸ் ஷா துக்ளக்கின் ஆட்சிக் காலத்தில் தூண்டப்பட்டது. முந்திய ஆட்சிகளில் பிராமணருக்கு இந்த வரியிலிருந்து விலக்களிக்கப்பட்டிருந்த சலுகை இப்போது நீக்கப்பட்டது. பிராமணர்கள் சாகும் வரை உண்ணாவிரதம் இருப்பதாக அச்சுறுத்தியும் ஃபிரூஸ் ஷா பணியவில்லை.

நில நடுக்கம்

கி.பி *1505*-ஆம் ஆண்டு பாரசிகம் வரை நீண்ட பெரிய நில நடுக்கத்தால் பெருஞ் சேதம் விளைந்தது.

முடத் தைமூர் (1336-1405)

இன்று நடு ஆசியத்தில் உள்ள உசுபெக்கித்தானக் குடியரசிலுள்ள சாமர்க்கண்டு அன்று மரகண்டா என்று அழைக்கப்பட்டது. இந்த மரகண்டாவிற்குத் தெற்கே சில கல் தொலைவில் ஷஹர்-இ-சப்ஸ் என்ற இடம் உள்ளது. இதற்கருகில் இருக்கும் மவாரன் நகரப் பகுதியிலிருந்த கேஷ் என்ற இடத்தில் தைமூர், *1336*-ஆம் ஆண்டு பிறந்தார். அவர் பர்லஸ் என்ற இனத்தின் தலைவருக்கு மகனாய்ப் பிறந்தார்.

தாமர்லீன் என்ற தைமூர் லெங்க் *(1336-1405)* இன வழியில் துருக்கர் அல்லது மங்கோலியராக இருத்தல் வேண்டும். அவர் தாய் வழியில் செங்கிஸ் கானுக்கு உறவினர் என்பது வால்டயரின் கருத்தாகும். அவர் மிகச் சிறந்த சதுரங்க ஆட்டக்காரராகவும், கலைகளின் புரவலராகவும் இருந்த போதிலும், எழுத்தறிவற்றவராயிருந்தார்.

தைமூர் என்றால் ''இரும்பன்'' என்று பொருள். தாம்பர்லெயின் அல்லது தாமர்லீன் என்ற நெடும் பெயர் தைமூர் இ-லெங்-முடத் தைமூர் என்ற சொல்லிலிருந்து

பிறந்ததாகும். அவர் ஒரு போரில் காலில் காயமடைந்து முடமான பின்னர் அவ்வாறு அழைக்கப்பட்டார்.

இவர் மிக இளவயதிலேயே மாவரன் நகரத்து இனத்தாரின் தலைமையை ஏற்றுவிட்டார். வலிமை மிக்க ஒரு படைக்கும் தலைவரானார். அவர் 1370 வாக்கில் மாவரன் நகரில் எதிர்ப்பாரற்ற அரசராயினார். சாமர்கண்டைத் தலைநகராகக் கொண்டு ஆட்சி புரிந்தார். தனக்குச் சுமார் 180 ஆண்டுகளுக்கு முன்னர் பிறந்தவரும், தன் குதிரைக் குளம்புகளினடியில் பன்னாட்டு மக்களை நசுக்கி வெற்றி கொண்டவரும், தன்னைப் போல் நடு ஆசியப் பகுதியைச் சேர்ந்தவருமான செங்கிஸ் கானைப் போன்று தைமூர் தன்னைக் கற்பனை செய்து கொண்டு உலகை வெற்றி கொள்ளப் படையுடன் கிளம்பிவிட்டார்.

அவர் 1370-1380 ஆகிய ஆண்டுகளுக்கிடைப்பட்ட காலத்தில் தனது அண்டையிலிருந்த பல சிறுசிறு நாடுகளை வென்றடக்கி விட்டார். இவ்வாறு அவரது திக்கு விஜயத்தின் போது வெற்றியையன்றித் தைமூர் வேறெதையும் காணவில்லை.

இந்தியத்தில் தைமூர்

தைமூர் பிறகு 1398 ஆம் ஆண்டு ''பறவையின் வேகத்தையும் மிஞ்சி'' வெகு வேகமாய்ப் பாய்ந்து வட இந்தியத்தை அடைந்து டெல்லியையும் மீரத்தையும் வீழ்த்தினார். அவருக்கு அப்போது வயது 62.

தைமூர் இந்தியத்தின் மீது படையெடுத்ததன் நோக்கத்தைத் தன் வாழ்க்கை வரலாற்று நூலில் இவ்வாறு எழுதுகின்றார்:

''நான் இரண்டு பணிகளைச் சாதிக்க வேண்டும் என்பதுதான், நான் இந்துத்தானத்திற்கு வந்ததன் தலையாய நோக்கமாகும். முதலாவது - முகமதிய சமய எதிரிகளான புறச் சமயியருடன் போரிடுவது. இந்தப் போரினால் செல்லும் கதிக்குப் புண்ணியம் தேடிக் கொள்வது. மற்றொன்று... இஸ்லாமியப்படை புறச் சமயியரின் செல்வங்களையும் மதிப்பரிய பொருள்களையும் கொள்ளையடித்துப் பயன் பெறுவதுமாகும்; தம் சமயத்திற்காகப் போர் செய்யும் முசல்மான்களுக்குப் போரில் கொள்ளையடிப்பது, தாய்ப்பாலைப் போல் ஏற்கத்தக்க ஒன்றாகும். - அமீர் தைமூர்''

அவர் இப்படையெடுப்பின்போது இந்தியத்தை நாசக் காடாக்கினார். வரலாற்றுக்கு முந்திய காலந்தொட்டுப் போர்க்களமாகவே இருந்துவரும் குருச்சேத்திர பூமியான வடமேற்கு இந்தியத்தில், முகமதியப் படையெடுப்பின் பிறகுதான் மக்கள் தம்மினும் முற்றிலும் வேறான மிகக் கொடிய படையெடுப்பாளர்களைக் கண்டனர்.

இஸ்லாத்தின் தாயகத்திலிருந்து முதன்முதலில் வந்திருந்த அராபியர் செய்திரா அட்டூழியங்களை, கத்தி முனையில் கடவுளை மாற்றச் செய்த வன்செயலை, பன்னெடுங்காலத்துப் பண்பாட்டு உலையில் வடித்தெடுத்த அறிவு முதிர்ந்த சமயக் கோட்பாடுகளின் புறச் சின்னங்களாக நின்ற கோயில்களைத் தீட்டுப்படுத்தியதை, நபிகள் பிறந்த பல நூற்றாண்டுகளுக்குப் பிறகு இஸ்லாத்தைத் தழுவிய நடு ஆசியக் காட்டுமிராண்டிகள், பூதங்களை வணங்கிய முதிர்ச்சியற்ற பேய் வழிபாட்டின் சின்னங்களேயன்றி, இஸ்லாத்தின் சிறந்த எடுத்துக்காட்டுகளல்லர் என்பதை இப்படையெடுப்புகள் காட்டுகின்றன என்று கருதுவார் உளர்.

சுல்தான் ஆட்சி ஒரு கணிப்பு

கிட்டத்தட்ட மூன்றே கால் நூற்றாண்டு (1202-1526) நீடித்த டில்லிச் சுல்தான்கள் ஆட்சியில், சுல்தான்கள் அனைவரும் உறுதிப்பாடுமிக்க முஸ்லிம்களாயிருந்தனர். அப்படியே நடந்து கொண்டார்கள்.

அவர்கள் இந்தியத்தில் புதிய கட்டடப் பாணியைக் கொண்டு வந்தனர். மெக்கா, டமாஸ்கஸ், மற்றும் பல முஸ்லிம் நகரங்களின் கட்டடங்களின் மாதிரியில், திருத்தமுற்ற இந்துச் செல்வாக்கைக் கலந்து கட்டினர்.

இஸ்லாமிய எழுச்சி

இவ்வாறு மூன்று நூற்றாண்டுக் காலமாக டெல்லியிலும், பிற இடங்களிலும் முஸ்லிம் அரசுகள் நிரந்தரமாக நிலை பெற்றிருந்தமையால், முஸ்லிம்களின் எண்ணிக்கை பெருகலாயிற்று. அவர்கள் பேரெண்ணிக்கையில் வாழ்ந்த இந்து மக்களின் நடுவே, அதிகார வர்க்கமாக மாறியமையால், இந்தியத்தில் ஆழ்ந்த விளைவுகளை உண்டாக்கும் மாறுதல் ஏற்படலாயிற்று.

மூன்று வழிகளில் முஸ்லிம்களின் எண்ணிக்கை பெருகியது என்று வின்செண் ஸ்மிது கூறுகிறார். இந்தியத்தின் வடமேற்கு எல்லைக்கப்பாலிருந்து முஸ்லிம்கள் இந்தியத்தில் வந்து குடியேறினர். உள்நாட்டில் வலுக்கட்டாயமாக அல்லது விலை கொடுத்து முஸ்லிம்களாக மக்கள் மாற்றப்பட்டனர். மக்கட் பிறப்பினாலும் முஸ்லிம்களின் எண்ணிக்கை பெருத்தது. இது பற்றிய துல்லியமான புள்ளி விவரங்கள் நமக்குக் கிடைக்கவில்லையெனினும், இம்மூன்று வழிகளிலும் முஸ்லிம்கள் பெருகலாயினர். இதனால் இந்திய சமூக வாழ்க்கை முறையில் மாறுதல் ஏற்படலாயிற்று.

இதற்கு முன்னர் இந்தியம் மீது படையெடுத்து வந்த சகர், ஹூணர் போன்றோர், இந்துப் பெண்களை மணந்து சத்திரியர் என்ற சமய அங்கீகாரம் பெற்று நால் வருணத்துள் அடங்கி இந்து சமயமென்னும் சாகரத்தில் சங்கமித்து விட்டனர். ஏன், கிரேக்கரான மினாந்தர் கூடப் பௌத்தத்தைத் தழுவி இந்நாட்டு மக்களோடு ஒன்றினார்.

ஆனால் முஸ்லிம்களோ, அவர்கள் ஏழையானாலும், செல்வரானாலும் தமது சமயம் அறிவிற்குகந்தது என்று நம்பினர். இவ்வாறு இரு சாராருக்குமிடையே ஒரு சுவர் எழுந்தது. பிற்காலத்தில் சமயங் கடந்த சகோதரத்துவ உணர்வு பெருகவும், இத்தடைச் சுவரில் ஒரு பகுதி உடைந்தது.

உருது மொழி

இந்துக்களும் முஸ்லிம்களும் கூடிக் கலக்க வேண்டிய பல்வேறு அவசியங்களின் காரணமாக ஒரு பொது மொழி என உருது பரிணாம வளர்ச்சி பெறலாயிற்று. உருது என்ற சொல்லுக்குப் படைவீட்டு மொழி என்று பொருள். இது துருக்கி மொழிச் சொல்லான ''உர்தூ'' என்பதிலிருந்து பிறந்தது. இதைப் பாரசிக மொழிச் செல்வாக்கு மிக்க இந்தி மொழி எனலாம். இந்தியில் சம்ஸ்கிருதக் கலப்பு மிகுந்திருக்கும். உருது மொழியில் பாரசிகச் சொற்கலப்பு மிகுதி. இந்தப் பாரசிகக் கலப்பு மொழி முஸ்லிம்களின் வெற்றிக்குப் பிறகு அரபுச் சொற்களை மிகுதியாக ஏற்றது. (உருது: இ.ச.க. தொகுதி-11)

இராமானந்தர் (1299-1411)

எம்பெருமானார் என்று சிறப்பித்து அழைக்கப்படும் புகழ் பெற்ற வைணவ சமயாசாரியர் இராமானுசரின் (*1028-1137*) வழி வந்த சீடர்களில் இராமானந்தர் ஐந்தாமவர். இராமானுசர், தேவாச்சாரியர், அரியானந்தர், இராகவானந்தர், இராமானந்தர்.

வட இந்திய மரபுகளின்படி, இராமானந்தர் கன்னியா குப்ஜ அந்தண வகுப்பைச் சேர்ந்த புண்ணிய சாதனாவிற்கும் சுசீலாவிற்கும் கலி *4400*-ஆம் ஆண்டு (கி.பி *1299*) பிரயாகை என்ற இன்றைய அலகாபாதில் பிறந்தார் என்று தெரிகிறது. ஆனால் வின்செண் ஸ்மிது அவரைத் தென்னிந்தியத்திலிருந்து சென்று, வடக்கே இந்தி மொழியில் வைணவக் கோட்பாடுகளைப் பரப்பினவர் என்று கூறுகின்றார்.

இராமானந்தர் பிறந்ததும் பெற்றோர் அவருக்கு இராமதத்தர் என்று பெயர் சூட்டினர். அவர் வளர்ந்து வெகு விரைவில் கல்வி கற்றார். பன்னிரண்டு வயதிற்குள் கற்றுத் தேர்ந்த பண்டிதரானார். அதன்பிறகு வாரணாசிக்குச் சமயத் தத்துவங்களைக் கற்கச் சென்றார்.

அங்கு ஆதிசங்கரரின் அத்துவிதக் கோட்பாட்டைக் கடைப்பிடிக்கும் ஒரு ஸ்மார்த்தரிடம் மாணவரானார். (இராமானுசரும், இராமானந்தரும் முதலில் சங்கரரின் கொள்கைகளைப் பின்பற்றுவோராயிருந்து பின்னர் தமது வழியின் தவறை உணர்ந்து கொண்டனர் என்பது இங்கு குறிப்பிடத்தக்கது)

ஒருநாள் இராமதத்தர் இராமானுசர் தோற்றுவித்த ஸ்ரீ வைணவத் திருச்சபையின் தலையாய ஆசான்களில் ஒருவரான இராகவானந்தரைச் சந்திக்க நேர்ந்தது. அவர் வருவதுரைக்கும் ஆற்றலுணர்ந்த திரி கால ஞானி. இராமதத்தர் இன்னும் ஹரியிடம் (இராமனிடம்) அடைக்கலம் புகாதது குறித்தும், இன்னும் சிறிது காலமே அவர் வாழ்வார் என்றும் அம்மகான் தமது வருத்தத்தைத் தெரிவித்தார்.

இராமதத்தர் தமது சங்கர ஆசிரியரிடம் சென்று இதைக் கூறினார். அவரும் இராகவானந்தர் உரைத்தது மெய்யென்றும், தம்மால் அதற்குப் பரிகாரம் எதுவும் செய்ய இயலாதென்றும், இராகவானந்தரையே தஞ்சமடையுமாறும் கூறிவிட்டார்.

இராமதத்தர் அவ்வாறே செய்யவும், இராகவானந்தர் அவரை ஸ்ரீ வைணவராக ஏற்றுத் தீக்கை மந்திரத்தை - ஓம் இராமாய நமஹ - கற்றுக் கொடுத்து, அவரின் பெயரை இராமானந்தர் என்று மாற்றி விட்டார்.

அவர் இராமானந்தருக்கு யோக முறைகளையும், பிராணாயமத்தையும்

கற்றுக் கொடுத்து ஆழ்ந்த தியான நிலையில் சலனமற்றிருக்கச் செய்தார். சாகும் வேளை வந்ததும், இம்முறைகளைக் கொண்டு தமது மாணாக்கரை ஆழ்ந்த தியான நிலையில் வைத்து விட்டார். சாவு அவரைக் கொண்டுபோக வந்தது. ஆனால் இராமானந்தரோ மோன நிலையில் செயலற்று இருந்ததைக் கண்டு, அவரின் உயிரைப் பறிக்காமல் விட்டுச் சென்றது.

இராமானந்தர் தியானத்திலிருந்து விழித்து, இராகவானந்தரை அண்டி அவரிடமிருந்து கற்கலானார். இராகவானந்தர் அவரை வாழ்த்தி அவருக்கு நெடிய ஆயுளைக் கொடுத்தார்.

இராகவானந்தரும், இராமானந்தரும் நிறுவிய ஸ்ரீ வைணவ மடத்தில் பிராமணர் மட்டுமே ஆசானாக அமர்த்தப்பட்டனர். உணவை ஆக்குவது, உண்பது குறித்து மிகவும் கண்டிப்பான விதிமுறைகளை வகுத்திருந்தனர்.

இராமானந்தர் நீண்ட பயணம் மேற்கொண்ட பின்னர் ஒருநாள் மடத்திற்குத் திரும்பியபோது, மடத்து விதிகளனைத்தையும் அவரால் வெளியில் கடைப் பிடித்திருக்க முடியாதென்றுகூறி, அவரைத் தீட்டுப்பட்டவராக கருதி மடத்தினுள் சேர்க்க மறுத்தனர். இராகவானந்தர் அவருக்குக் கடுமையான நோன்புகளை விதிக்க வேண்டுமென்று கூறினார்.

இராமானந்தர் இதை எதிர்த்தார் இராகவானந்தரும் இராமானந்தரும் இது குறித்து நெடு நேரம் கூடிப் பேசிய பின்னர், இராமானந்தர் மடத்தைவிட்டு வெளியேறித்தன் வழியே செல்லலாமென்று முடிவாயிற்று. இராமானந்தர் தனக்கென ஒரு பிரிவை அமைத்துக் கொள்ளலாம் என்றும் முடிவு செய்தனர். இவை வட இந்தியத்தின் சமய வரலாற்றில் மிகவும் குறிப்பிடத்தக்க முடிவுகளாகும்.

அதன்படி இராமானந்தர் தம்மைப் பின்பற்றுவோர் அடங்கிய இராமாவதியர் என்ற ஒரு பிரிவை நிறுவினார். இப்பிரிவின் தத்துவம் இராமானுசரின் தத்துவமேயாகும். ஆனால் இராமானுசர் சடங்குகள் மற்றும், தூய்மை பற்றி மிகவும் கண்டிப்பான விதியை வகுத்திருந்தார்.

இராமானந்தர் கற்பனையான தீட்டைக் காட்டி மடத்திலிருந்து விலக்கப்பட்டமையால், அவரது கோட்பாடுகள் விரிந்த மனப்போக்குள்ளவையாக அமைந்தன. அவர் இருபெருங் கொள்கைகளை வலியுறுத்தினார்.

குற்றமற்ற பக்தி அல்லது இறை நம்பிக்கையில், இறைவனை நோக்கிச் செலுத்தப்படும் பழுதற்ற பற்று அடங்கியுள்ளது.

இறைவனின் அடியார் அனைவரும் சகோதரர்கள். ஏனெனில் அவர்கள் குறுகிய மனப்பான்மை என்ற தளையை அறுத்தெறிந்தவர்கள். இவரின் மாணாக்கரான கபீர் இக்கோட்பாடுகளை இன்னும் சிறப்பாகக் கடைபிடித்துச் சமத்துவத்தை வளர்த்தார். அவை மேலும் முழுமை பெற்றன. இந்துத்தானத்து மக்களும் ஏற்றனர். இதற்கு ஏழு நூற்றாண்டுகளுக்குப் பிறகு தோன்றிய பெரும் புலவரான துளசிதாசர் இக்கொள்கைகளைத் தமது பாடல்களின் மூலம் ஒலிக்கச் செய்தார்.

ஓர் ஆணோ, பெண்ணோ பெருமாள் மீது மெய்யான நம்பிக்கை கொண்டிருந்தால் போதும். அவனோ, அவளோ எந்தச் சாதியைச் சேர்ந்தவராயினும், எந்த அந்தஸ்தை உடையவராயினும் அவை முக்கியமன்று என்ற தத்துவம் பரவியது.

இராமானந்தர் சொன்னார்;

ஜாதி பாதி பூச்சாய் நஹி ஹோய்!
ஹரீக்கு பஜாய்,
ஸோ ஹரிக்கெள ஹோய்!

(ஒருவரின் சாதியையோ, யாருடன் உணவு, கொள்கிறோம் என்பதையோ கேளாதீர். ஒருவர் அரியிடம் பற்றுக் கொண்டிருப்பின், அவர் அரியினுடையவராவார்.)

இராமானந்தரின் தலையாய பன்னிரு சீடர்

1) ஆனந்தானந்தர்
2) சுகானந்தர்
3) சூரசுரானந்தர்
4) நரஹரியானந்தர்
5) பீபர்
6) கபீர்
7) பவானந்தர்
8) சேனா
9) தானா
10) வித்தாசர்
11) பத்மாவதி
12) சூரஸ்ரீ

சமயப் பொறையற்றவர்களும், பிற சமயத்தவரைத் துன்புறுத்துவோரும், வலுக்கட்டாயத்தில் மதம் மாற்றுவோருமாக இருந்த தில்லிச் சுல்தான்களின் ஆட்சிக் காலத்தில், இந்து சமூகத்தின் பல்வேறு வகுப்பினரை - இரசபுத்திரர், சக்கிலியர், அம்பட்டர், முஸ்லிம் நெசவாளர் (கபீர்) - ஆகியோரைத் தமது சமரச நோக்கினால் இராமானந்தர் கவர்ந்தார் என்பது சிறப்புமிக்கதாகும்.

கபீர் (1440-1518)

வட இந்தியத்தில் கி.பி. 1440 முதல் 1518 வரை வாழ்ந்திருந்தார். இவரின் பூர்வோத்திரம் நமக்குத் தெரியவில்லை. அவரைப் பின்பற்றுவோர் அதைப் பற்றிப் பல புனைகதைகளைக் கூறுகின்றனர்.

அவரின் அன்னை ஓர் அந்தணருக்குப் பிறந்த கன்னி விதவை என்று ஒரு கதை கூறுகின்றது. அப்பெண்மணி ஒருமுறை தன் தந்தையுடன் மாபெருந் தென்னிந்திய ஆசானான இராமானந்தரைப் பின்தொடர்ந்து சென்றார். இராமானந்தர் இப்பெண்ணை ஆசிர்வதித்தபோது, வழக்கமாக எல்லாப் பெண்களையும் ஆசீர்வதிப்பதைப் போன்று, இவரைக் கைம்பெண்ணென்றறியாமல், இவளுக்கு ஒரு மகன் பிறப்பானென்று வாழ்த்தி விட்டார். இதன்பின் நடந்தவை குறித்துப் பலவிதமான கதைகள் கூறப்படுகின்றன.

பழிக்கஞ்சிக் குழந்தையைத் தாய் கைவிட்டுச் சென்றார் என்றொரு கதையும், இராமானந்தர் அப்பெண்ணின் கை வழியே குழந்தை பிறக்கும் அற்புதத்தை செய்தாரென்று மற்றொரு கதையும் கூறுகின்றன.

அக்குழந்தை நீறா என்ற நெசவாளியாலும், நீமா என்ற அவர் மனைவியாலும்

வளர்க்கப்பட்டது என்பதை எல்லாக் கதைகளும் ஒப்புக் கொள்கின்றன. அக்குழந்தை கடவுளின் அவதாரமென்றும், அது வாரணாசிக்கருகிலுள்ள ஒரு குளத்தில் தாமரை மலர்மீது மிதந்து கொண்டிருந்தது என்றும் கபீரைப் பற்றி அவரைப் பின்பற்றும் கபீர் பந்தியர் கூறுகின்றனர்.

கபீரின் மனைவி லோயி, மகன் கமால், மகள் கமாலியா பற்றியும் இதைப்போன்ற கதைகள் கூறப்படுகின்றன.

அபிதான சிந்தாமணி இதனிலும் வேறுபட்ட மற்றொரு நெடுங்கதையைக் கூறுகின்றது.

கபீர் தமது வாணாள் முழுவதையும் ஆசாரியனாகவும், நெசவாளியாகவுமே கழித்தார். அவரது சமூக போதனைகளின் காரணமாக, அவர் இந்துக்களில் ஒரு சாரராலும், முஸ்லிம்களில் ஒரு கூட்டத்தினராலும் வெறுக்கப்பட்டார்.

கபீர்தாசர் தனக்குத் தெய்வீகக் குணங்கள் இருப்பதாகக் கூறிக் கொள்கின்றார் என்று டெல்லிச் சுல்தான் இபுராகிம் லோடியிடம் கூறப்பட்டது. அப்போது கபீர்தாசர் தமது சொல் திறத்தால் சுல்தானிடம் இருந்து உயிர் பிழைத்தார்.

கபீர் ஒழுக்கங்கெட்ட ஒருத்தியோடும், சாமர் என்ற சக்கிலியருடனும் தொடர்பு கொண்டிருக்கிறார் என்று பிராமணர்கள் அவரைத் தூற்றினர்.

கபீர் உத்தரப் பிரதேசத்திலுள்ள கோரக்பூரின் - கபீரின் காலத்தில் சுல்தான்களின் கோட்டைக் காவல் படை இங்கு இருந்தது-அருகிலுள்ள மகர் என்ற இடத்தில் இறந்தார்.

அப்போது அவருக்கு ஈமச் சடங்குகளை யார் செய்வது என்பது குறித்து இந்துக்களுக்கும், முகமதியருக்குமிடையே தாவா ஏற்பட்டது. ஏனெனில் இந்துக்களும்

முகமதியர்களும் அவரைத் தம்மவர் என்று உரிமை கொண்டாடி, தமது சமய முறைப்படி, அவரை அடக்கம் செய்ய வேண்டுமென்று சச்சரவிட்டனர். அந்நேரத்தில் கபீர் தோன்றிப் பிணத்தை மூடியிருந்த துணியை எடுக்கச் சொன்னார்.

அவ்வாறு திறந்து பார்த்தபோது, அங்கே சடலம் இல்லை. மறைந்து விட்டது. பிணம் இருந்த இடத்தில் மலர்கள் குவிந்திருந்தன. அம்மலர்களை இரண்டு பங்குகளாகப் பிரித்து, இந்துக்கள் தம் பங்காக வந்ததைத் தமது சமய வழக்கப்படி எரியூட்டினர். அந்த இடம் வாரணாசியில் உள்ளது. அது கபீர் சௌரா என்று அழைக்கப்படுகின்றது.

முஸ்லிம்கள் தம் பங்கான மலர்களைத் தமது சமய முறைப்படி மகர் என்ற இடத்தில் மண்ணுள் புதைத்தனர். அது கபீரைப் பின்பற்றும் முகமதியரின் தலைமையகமாக மாற்றப்பட்டது. அங்கு ஒரு கல்லறையும் கட்டப்பட்டது. அதன் பிறகு முகலாயப் படை அதிகாரி ஒருவர் அதைச் சுமார் 1567-இல் செப்பனிட்டார்.

இந்தியத்தின் சமய வரலாற்றில் கபீர் மிக முக்கிய இடம் பெற்றிருக்கிறார். இவர் இராமானந்தரின் சீடர். அதனால் வைணவரேயாவார். வட இந்தியத்தில் வைணவக் கோட்பாடுகளை முதன்முதலில் அறிமுகப்படுத்தியது கபீர் தாசரின் போதனையாகும். இந்துக்களையும், முஸ்லிம்களையும் தமது கோட்பாடுகளுக்கு ஈர்க்க முயன்ற தொடக்கக்காலச் சிந்தனையாளர் கபீர் என்பது தெளிவு.

அவரைப் பின்பற்றுவோர் இன்னும் பல்லாயிரவர் உளர்.

சீக்கிய சமயத்தை நிறுவிய குரு நானக்கு (1469-1538) கபீரின் கோட்பாடுகளை முக்கியமாய் எடுத்தாண்டு கொண்டார் என்பதால், அவரின் போதனைகள் இன்னும் முக்கியத்துவம் வாய்ந்தவையாகின்றன.

கபீர் இந்து சமயத்தின் புறச் சின்னங்களனைத்தையும் ஒதுக்கித் தள்ளினார். பல சீர்திருத்த இயக்கங்கள் பின்னாளில் இதைத்தான் செய்தன - பெரியார் இராமசாமி உட்பட. அவர் சாதிப் பாகுபாட்டை ஏற்கவில்லை. துறவு, உண்ணாநோன்பு, தான தருமம் இவையனைத்தும், நற்குணங்கள் என்று கபீர் கருதவில்லை. அவர் இந்து சமயக் கோட்பாடுகளின் ஆறு பிரிவுகளை வெறுத்தார். இந்துக் கடவுளின் தோற்றம் பற்றிய கோட்பாட்டை, அவர் இரக்கமின்றிக் கண்டிக்கிறார்.

மேலான ஒரு கடவுள் மீது நம்பிக்கை வைப்பது என்பது அவரது போதனைகளின் அடிப்படைக் கோட்பாடாகும். அவர் இராமனின் பெயரைப் பயன்படுத்தினாலும், அது திருமாலின் அவதாரத்தைக் குறிக்கவில்லையென்பது நெடுகிலும் தெளிவாகின்றது.

நம்பிக்கையின் மூலமே வீடு பேறடையலாம். அறிவை அடைந்திருப்பதாலும், நல்ல நூல்களைக் கற்பதாலும் அது முடியாது என்று கபீர் மிகத் தெளிவாகக் கூறியிருக்கின்றார்.

லோடி சுல்தானின் காலத்தில் இந்து, முஸ்லீம் சமயங்கள் ஒன்றன் மீதொன்று எதிர் விளைவை எவ்வாறு உண்டாக்கிக் கொண்டன என்பதைக் கீழ்வரும் பாடல் அடிகள் மெய்ப்பிக்கும்.

ஓ! ஊழியனே, என்னை எங்கே தேடுகின்றாய்?
அந்தோ நான் உன் அருகிலேதான் இருக்கின்றேன்;
நான் கோயிலிலோ பள்ளியிலோ இல்லை
நான் காபாவிலோ கைலாயத்திலோ இல்லை

நான் சடங்குகளிலும், ஆசாரங்களிலும் இல்லை
யோக சாதனைகளிலும் துறவுக் கோலத்திலும் அகப்படேன்
மெய்யாக நீ என்னைத் தேடுவையாயின்
''என்னை'' உடனே காண்பாய்
என்னைக் காண நேரத்தில் வாராய்!

கபீர் உரைக்கின்றார்:

''ஓ! சாதுவே! இறைவனே
மூச்சனைத்திற்கும்
மூச்சாவான்.
ஞானியின் சாதி என்னவென்று
கேட்பது பயனற்றது.
ஏனெனில், புரோகிதர்
போராளி, வணிகர்,
இன்னும் அறுபத்து மூன்று
சாதியினரும் இறைவனையே
தேடுகின்றனர்,
ஞானியின் சாதி எதுவாக
விருக்கும் எனக் கேட்பது
மடைமையாம்.
நாவிதனும், வண்ணாத்தியும்
தச்சனும் கடவுளை - நாடினர்
ராய்தாஸ் கூட இறைவனைத்
தேடுபவரே யாவார்.
சுவபாச ரிஷியும் சாதியில்
சக்கலியரே.
இந்துக்களும், முஸ்லிம்
களும் ஒன்றே போல்
''அதை'' அடைந்தனர்,
அதில் எதுசிறப் பென்னும்
முத்திரை குத்தவில்லை.''

இரவீந்திரநாத தாகூர் கபீரின் பாடல்களை மொழிபெயர்த்திருக்கின்றார்.

முகலாயர் ஆட்சி தொடக்கம்

தைமூர் குடிப் பாபர் (1483-1530)

ஜாகீருதீன் முகமது பாபரின் குடிப் பெருமை மிகப்பெரியது. இன்று உசுபெக்குக் குடியரசின் கிழக்கிலுள்ள கோகண்டு என்ற ஊர் அன்று ஃபெர்கானா என்று அழைக்கப்பட்டது. நடு ஆசியத்திலுள்ள இந்த இடத்தில் உமர் ஷைக் மார்சாவிற்கும், குத்லுக்கு நிகார்கானும் என்ற பெண்மணிக்கும் மகனாக 1483 பிப்ரவரி 14 அன்று பாபர் பிறந்தார். அவரின் உடலில் இரு பெரும் வெற்றி வீரர்களின் குருதி ஓடுகின்றது. ''மண்ணை அதிர வைக்கும்'' தைமூரின் வழியில் பாபர் ஐந்தாமவர். தைமூரின் கொள்ளுப் பேரனும், பாபரின் பாட்டனுமான அபு சையது மிர்சா தனது மரணப் படுக்கையில் குராசான், டிரான்ஸ் ஆக்சியானம் அடங்கிய பரந்த நிலப்பரப்பைத் தனது

மக்களுக்கு 1469-இல் பங்கு வைத்துக் கொடுத்தார். பாபரின் தந்தை உமர் ஷைக் மார்சாவிற்கு ஃபெர்கானா என்ற சிற்றரசு கிடைத்தது.

பாபர் தாய் வழியில் பயங்கரச் செங்கிஸ் கானின் உறவினராகின்றார். பாபரின் தாய் குத்லுக்கு நிகார் கானும் செங்கிஸ் கானின் இரண்டாவது மகனான சகட்டாய்க் கானின் வழிவந்த யூனூஸ் கானின் மகள்.

பேரன் பிறந்தான் என்ற செய்தி யூனூஸ் கானுக்கு எட்டியதும், எழுபது வயதான இக்கிழவர் விழாவில் கலந்து கொள்வதற்காக ஓடோடி வந்தார். அவருடைய காட்டுமிராண்டி மங்கோலிய வாயில் ஜாகீருதீன் என்ற நயமான பாரசிகப் பெயர் நுழையவில்லை. அதனால் பாபர் என்று சொல்லிவிட்டார். அந்தப் பெயரே பேரனுக்கு வாழ்க்கை முழுவதும் நிலைத்து விட்டது. ஜாகீருதீன் என்றால் ''மார்க்கத்தின் அடையாளம்'' என்று பொருள். ''பாபர்'' என்றால், புலி என்று பொருள். பாபரின் தாய் மொழி செப்பற்ற பார்லஸ் துருக்கிஷ் *(Barles Turkish)* ஆகும்.

பாபரின் பாட்டியைப் பற்றி ஒரு செய்தி: அவள் உரம் படைத்த பெண்மணி. ஜைமல் கான் என்பவன் அவளின் கணவனான கானைத் தோற்கடித்து அவளைச் சிறைப்படுத்தித் தனது அதிகாரிகளில் ஒருவனுக்குப் பெண்டாகக் கொடுத்து விட்டான்.

ஈரா பேகம் வீண் எதிர்ப்பு எதையும் காட்டவில்லை. அவள் தன் புது எஜமானை மிகவும் அன்பாகவே வரவேற்றாள். அவன் தனது அறைக்குள் நுழைந்ததும், கதவைச் சாத்தித் தன் சேடிகளை விட்டு அவனை வெட்டிக் கொன்று, அவனுடைய சடலத்தை வீதியில் வீசி யெறிந்தாள்.

ஷைக் ஜைமலுக்கு இப்படிச் செய்தி அனுப்பினார்: ''நான் யூனாசின் மனைவி.ஆனால் சட்ட விரோதமாக என்னை வேறொருவனுக்குக் கொடுத்ததால், நான் அவனை வெட்டிக் கொன்று விட்டேன். வேண்டுமானால் நீ வந்து என்னை வெட்டிக் கொல்,'' அவளின் துணிச்சலைக் கண்டு வியந்த ஜைமல் அவளைக் கணவனிடம் சேர்த்துவிட்டார்.

பாபர் பதினோராவது வயதில், 1494 இல் அரியணை ஏற நேர்ந்தது. இவருக்குத் தனது முன்னோரான தைமூர் இருந்து அரசாண்ட சாமர்க்கண்டில் இருந்து அரசோச்ச வேண்டுமென்பது பெரிய இலட்சியக் கனவாக இருந்தது. அவருக்கு ஃபெர்கானா மீதும் சாமர்க்கண்டின் மீதும் மாறாத ஆசை இருந்தது.

பாபர் தனது வாழ்க்கை வரலாற்றில் தனது சிறிய நாடான ஃபெர்கானாவின் கோட்டைச் சுவர்களைப் பற்றியும், அதன் இயற்கை அழகைப் பற்றியும் ஒரு கவிஞனுக்குரிய திறனுடன் சொல்லோவியமாக்கிக் காட்டுகின்றார்.

பாபர் தனது பதினைந்து வயதிலிருந்து போரில் ஈடுபட்டு வருகின்றார். தன்னைத் துருக்கியன் என்று சொல்லிக் கொண்ட இந்த மங்கோலியர், அம்மறக் குடியின் மரபுக்கிணங்க வாழ்க்கையை இள வயதிலேயே போரில் கழிக்கத் தொடங்கினார்.

பாபர் தனது முன்னோரான தைமூர் இருந்து அரசாண்ட சாமர்க்கண்டை அடைய வேண்டுமென்று கி.பி. 1500 நவம்பரில் அதன் மீது படையெடுத்துச் செல்கின்றார்.

சாமர்க்கண்டு

இதன் பண்டைப் பெயர் மரக்கண்டா; இன்று இது உசுபெக்குத்தானத்தில் உள்ளது.

உசுபெக்குகள் வலுவான சமய நம்பிக்கை உடையவர்கள்; அவர்களுக்குப் பண்பாட்டுப் பாரம்பரியமும் உண்டு.

சாமர்க்கண்டின் வரலாறு தைமூருக்கு அப்பால் அலெக்சாந்தர் காலம் வரையிலும் செல்கிறது. அலெக்சாந்தர் மரக்கண்டாவைத் தாக்கி அழித்தார். அலெக்சாந்தர் இந்த மரக்கண்டாவில்தான், குடிபோதையில் தனது நண்பனான கிளிட்டசை வெட்டிக் கொன்றார். அவர் பல பெண்களை மணந்ததும் இங்குதான்.

மார்க்கோ போலோவின் காலத்திலும், இது ''மிகப் பெரியதும் அற்புதமானதுமான நகராய்'' விளங்கிற்று. முடத் தைமூர் சாமர்க்கண்டைத் தன் தலைநகராக்கினார். அங்குதான் அவரின் கல்லறையும் உள்ளது. அவர் பிறந்ததும் சாமர்க்கண்டிலேயாகும்.

தைமூரின் கல்லறை

முடத் தைமூர் கர் எமீர் என்ற இடத்தில் அடக்கம் செய்யப்பட்டிருக்கின்றார். அக்கல்லறை வானீல நிறமான உருண்டைக் கோபுரத்தை உடையது. இதைத் தைமூரே தனக்கு விருப்பமான ஒரு பேரனுக்கென்று பல ஆண்டுகளுக்கு முன்னர் கட்டினார். ஏற்கெனவே கட்டிய அதை முடத் தைமூர் மேலும் பல திருத்தங்களுடன் 1404-ஆம் ஆண்டு மீண்டும் கட்டினார். கர் எமீர் என்ற இக்கட்டடம் முதலில் விருந்தினர் விடுதி, மதரசா என்ற பள்ளி மற்றும் பல கட்டடங்களைக் கொண்டதாய் இருந்தது. பின்னர் அவையனைத்தும் மறைந்தன.

தைமூர் தனது பேரனான முகமது சுல்தானின் கல்லறையுடன், தனது மூன்று மக்களின் கல்லறையையும் கர் எமீரில் அமைத்தார். மற்றும் அவருடைய மற்றொரு பேரனான உலூக்கு பேகும் அங்கு அடக்கமாயிருக்கின்றார். உலூக்கு பேகின் காலத்தில்தான் கர் எமீர் தைமூர் குடியின் கல்லறையானது.

முடத் தைமூர் அடக்கம் செய்யப்பட்டுள்ள கல்லறையின் சுவர்களில் சலவைக் கற்களும், விலையுயர்ந்த கற்களும் பதிக்கப்பட்டுள்ளன. அவரின் சடலத்தை மூடியுள்ள ஒரே கல் கரும் பச்சை நிறமான பவளக் கல்லினால் ஆனது. அது சீனத்திலிருந்து கொண்டு வரப்பட்டது. அக்கல் மீது இவ்வாறு எழுதப் பெற்றுள்ளது என்று கூறுகின்றனர்:

''இக்கல்லறையை எவனாவது திறப்பானேயாகில், அவனது நாட்டின் மீது என்னை விடப் பயங்கரமான ஒருவன் படையெடுப்பான்'' - இவ்வாறு எச்சரிக்கப் பட்டிருந்த போதிலும், சோவியத்து அகழ்வாராய்ச்சி வல்லுநரான பேராசிரியர் ஜொராசிமோவ் 1941-ஆம் ஆண்டில் அக்கல்லறையைத் திறந்து மூடத் தைமூரின் எலும்புக் கூட்டை வெளியே எடுத்து ஆராய்ந்தார்.

முடத் தைமூர் உயரமானவராயும் வலிமை மிகுந்தவராயும், பரந்து அடர்ந்த சிவப்பு மீசை உடையவராயும் தன் பெயரில் விளங்குவது போன்று, ஒரு காலில் முடமாயும் இருந்தார் என்பதைப் பேராசிரியர் கண்டார்.

ஆனால் அந்த 1941-சூன் மாதம் ஒரு நாள் காலை நேரத்தில் பேராசிரியர் முடத் தைமூரின் மண்டையோட்டைக் கையிலேந்திப் பார்த்துக் கொண்டிருந்த போது, அவரது உதவியாளர் ஒருவர் திடீரென்று கல்லறைக்குள் ஓடி வந்து, திடுக்கிட வைக்கும் ஒரு செய்தியைக் கூறினார்:

சில மணி நேரத்திற்கு முன்னர் இட்லரின் படைகள் சோவியத்து எல்லைக்குள் புகுந்து விட்டன.

இன்று மாஸ்கோவிலிருந்து ஜெட் விமானத்தில் ஏறினால் நான்கு மணி நேரத்தில் உசுபெகித்தானத்தின் தலைநகரான தாஷ்கண்டை அடையலாம். தாஷ்கண்டில் விமானமேறினால் சிறு தொலைவிலுள்ள சாமர்க்கண்டை அடையலாம்.

பாபர் இந்தச் சாமர்க்கண்டின் பேரரசராக நூறு நாட்கள் மட்டுமே இருக்க முடிந்தது. பாபர் இவ்வாறு 1497 தொடங்கித் தனது பதினெட்டாவது வயது வரையிலும் சாமர்க்கண்டை அடையப் போர் செய்து இறுதியில் அதை வென்று விடுகிறார்.

பாபரின் திருமணம்

பாபருக்குச் சாமர்க்கண்டில் தான்முதற் குழந்தை, ஒரு பெண் பிறக்கிறாள். பாபர் இதற்கு முன்னர் நாடு இழந்து மலைகளில் திரிந்தபோது தன் உறவினரான ஆயிஷாவை மணந்திருந்தார்.

பாபருக்குத் திருமணத்தில் மிகுந்த உணர்ச்சி வேகம் இருக்கவில்லை என்று தோன்றுகிறது. இவருக்கு மிகுந்த கூச்ச சுபாவம் இருந்தது, அதற்கு ஒரு காரணமாக இருக்கலாம். எந்தப் பெண்ணின் மீதும் அவருக்கு ஆசை உண்டானதில்லை. இவர் இள வயதிலேயே இவ்வாறு ஒழுக்கத்தோடு இருந்தது மிகவும் புதுமையான செய்தியாகும்.

பாபர் தனது 21 வயது வரையிலும், ஏற்ற இறக்கங்களைக் கண்ட பின்னர், நடு ஆசியத்தில் தனது பூர்வீக நாட்டையோ, ஆசைக் கனவான சாமர்க்கண்டையோ தன்னாட்சிக்குள் கொண்டு வர முடியாதென்பது தெரிந்த பின்னர், 1504-ஆம் ஆண்டு இந்துகுஷ் மலையைத் தாண்டிச் சென்று காபூலைக் கைப்பற்றுகின்றார்.

காபூலின் மன்னராகிவிட்ட பாபர் அங்கு வாழ்ந்த பல்வேறு குடியினரையும், குலத்தினரையும், அவர்களின் கடந்த கால வரலாற்றையும், அவர்கள் பேசும் மொழிகளையும் பற்றி நன்கறிந்திருந்தார்.

பாபர் காபூலிலிருந்து கொண்டே இந்தியத்தின் பக்கம் தன் கண்களைத் திருப்பினார். சாமர்க்கண்டை ஆளவேண்டுமென்ற எண்ணத்தைக் கை விட்டார்.

அவர் 1505 தொடங்கிக் கைபர்க் கணவாயைக் கடந்து இந்தியத்தின் மீது பன்முறை தாக்குதல் நடத்தி வந்திருக்கிறார். இந்த ஆண்டு ஜனவரியில் வந்தவர் ஆப்கானியக் குடியினருடன் சண்டையிடுகிறார். அதன் பிறகு இதே ஆண்டு மே மாதம் காபூலுக்குத் திரும்பி விடுகிறார்.

இம்முதல் படையெடுப்பின் பிறகு அவர் பன்முறை இந்துத்தானத்தைக் காபூலிருந்து வந்து தாக்கினார்.

இவ்வாறு இருபத்தோராண்டுகள் கழிந்தன. டெல்லியை ஆண்ட லோடி குடியின் இபுராகிம் லோடியின் பிரபுக்களும், உறவினரும், சுல்தானுக்கு எதிராகக் கிளர்ச்சி செய்தனர். அவர்கள் டெல்லிச் சுல்தானை வீழ்த்துவதற்காகக் காபூலிலிருந்த பாபரிடம் தூது சென்றனர்.

பாபர், பெரும் படைகொண்டு இந்துத்தானத்தை நோக்கிப் புறப்பட்டார். அவர் ரூபாருக்கு அருகே சட்லஜ் ஆற்றைக் கடந்து அம்பாலாவை நோக்கிப் போய் அங்கிருந்து யமுனையின் கரை நெடுகிலும் சென்று வரலாற்றுச் சிறப்புமிக்க பானிப்பத்தை அடைந்தார்.

முதல் பானிப்பத்துப் போர்

பாபர் பானிப்பத்தை அடைந்து தன் படையணியின் வலக்கோடியில் பானிப்பத்து நகரமும், இடக் கோடியில் ஒரு கால்வாயும், மரங்களை வெட்டிச் சாய்த்த தடையும் பாதுகாப்பாக இருக்குமாறு அணி வகுத்திருந்தார்.

இபுராகிம் லோடியிடம் ஒரு லட்சம் பேரடங்கிய படை இருந்தது. ஆயிரம் போர் யானைகள் இருந்தன. பாபரின் படையிலோ 24,000 பேர் மட்டுமே இருந்தனர்.

போர் 1526 ஏப்ரல் 21 அன்று தொடங்கியது. பாபரிடம் பெரிய பீரங்கிப் படை இருந்ததென்று மிகைப்படுத்திக் கூறப்படுகிறது. ஆனால் அவரிடம் இரண்டு பீரங்கிகள் இருந்தன என்று வைத்துக் கொண்டாலும், பானிப்பத்து வெற்றி வில்லாளிகளின் வெற்றி என்று பாபரே வருணிக்கிறார்.

நண்பகலுக்குள் போர் முடிந்து விட்டது. சுல்தான் இபுராகிம் உட்பட, அவரது படையினரில் பதினையாயிரம் பேர் கொல்லப்பட்டனர். ''மிகவும் வலிமை வாய்ந்த ஒரு படை அரை நாளுக்குள் மண்ணில் வீழ்ந்தது'' என்று பாபர் பெருமை கொள்கிறார். *(பானிப்பத்து: இ.ச.க.தொகுதி-7: 1761 கட்டுரை)*

''இந்த நாட்டில் எடுத்துக்கூறும் படியான இன்ப சுகங்கள் மிகக் குறைவு. இந்நாடு மிகவும் விசாலமானது. இதன் கோபுரங்கள் நிலங்கள் அனைத்தும் ஒரே மாதிரியான தோற்றத்தைக் கொண்டுள்ளன. தோட்டங்களுக்குச் சுவர்கள் இல்லை. நாட்டில் பெரும் பகுதி சம தரையாயிருக்கிறது. மக்கள் அழகானவர்கள் அல்லர். அவர்களுக்கு நேய பாவமான சமூகத்திற்குரிய கவர்ச்சிகள் பற்றித் தெரியவில்லை. அவர்களிடம் நல்ல குதிரைகள் இல்லை. நல்ல இறைச்சியில்லை. நல்ல திராட்சையுமில்லை. கஸ்தூரி, முலாம்பழமும் இல்லை. பனிகட்டியோ குளிர்ந்த நீரோ, நல்ல உணவோ, ரொட்டியோ, இவர்களின் கடை வீதிகளில் கிடைப்பதில்லை. குளிக்கும் இடங்களிலோ, கல்லூரிகளிலோ, மெழுகு திரியோ, தீவட்டிகளோ இல்லை; ஒரு மெழுகு திரி கூட இல்லை.''

இந்த 1526-ஆம் ஆண்டின் கோடைக்காலம், அவரை இப்படி ''இல்லைக் கவி'' பாடச் செய்தது போலும்!

ஆனால் பாபர் இந்தியத்தில் தங்கி விட்டார். அவர் இரசபுத்திர மன்னர்களுக்கு எதிராக 1527, பிப்ரவரி 11 அன்று முதன்முதலாகப் ''புனிதப் போரைத்'' தொடங்கினார்.

பாபர் 1527 பிப்ரவரி 11 அன்று இரசபுத்திர மன்னர்களின் கூட்டுப் படைகளைக் கானுவா என்ற இடத்தில் படுதோல்வியடையச் செய்கிறார்.

அவர் நடத்திய இந்தப் ''புனிதப் போரின்'' போது தான் இனிமேல் மது அருந்துவதில்லை என்று தன் படையினர் நடுவே உறுதி செய்தார். ஒரு நாள் மாலையில் அவர் மணிகள் இழைத்த தனது மதுக் கிண்ணங்களையும், கூசாக்களையும் உடைத்தெறிந்தார். அவற்றுள் ஷிராஸ், தாபரஸ் ஆகிய பாரசிக நகரங்களின் பெயர் பெற்ற நறுந்தேறல்கள் நிரம்பியிருந்தன. அவற்றைப் பாபர் மண்ணில் கொட்டினார். அப்போது சொன்னார் ''எவர் வாழ்க்கை என்னும் விருந்தை உண்ண அமர்கிறாரோ, அவர் சாவென்னும் கோப்பையிலிருந்து குடித்தாக வேண்டும்.'

இதைக் கேட்டதும் மதுக் கிண்ணங்கள் மண்ணில் குவிந்தன.

பாபரின் கடைசிப் போர், முகலாயப் படைகளுக்கும் வங்கப் படைகளுக்கும்

இடையில் நடந்ததாகும். பாபர் வங்க படையைத் தோற்கடித்து வட இந்தியத்தின் தலைமையை ஏற்று விட்டார். இந்தப் போர் 1529 மே 6 அன்று நடந்தது.

பாபரின் முகலாயப் பேரரசு

பாபர் இந்துத்தானத்தில் நிறுவிய அரசகுடிக்குச் சக்தாயி குடி (*Chaghtai*) என்று பெயர். அவர் சன்னி பிரிவைச் சேர்ந்தவர். அதில் ஆழ்ந்த பற்றுடையவர். அவர் சமய வெறியராயோ, வைதிக முஸ்லிமாவோ இருந்தார் என்று கூறுவதற்குச் சான்று எதுவுமிலது. அவர் காபூலிலிருந்து கங்கை வெளி வரையில் நடத்திய இருபத்தாறு ஆண்டுகாலப் போர் வாழ்க்கையில் உருவ வழிபாட்டிற்கு எதிராய் எதையும் செய்தார் என்பதற்குச் சான்று இலது. அவர் அரக்கு என்ற திராட்சைத் தேறலை அருந்தினார். அபின் கலந்த மாஜுன் என்ற போதைப் பொருளை அடிக்கடி உட்கொண்டார். அவரிடம் சமய ஒருச் சார்பும் கடுமையான பிற பழக்கவழக்கங்களும் இல்லாதிருந்தமையால் அவருக்குக் கலந்தர் (*Qalandar* - துறவி) என்ற பட்டம் தரப்பட்டது. அவர் தன் வாழ்நாள் முழுமையிலும் கலைகள், இசை, ஓவியம் ஆகியன குறித்துத் தாராளமான கருத்துகளையே கொண்டிருந்தார். உருவகமாய் அமைந்த சிற்றோவியங்களையும் ஆளுருவங்களையும் வியந்து பாராட்டினார். அவர் எதையும் விலக்கி வைத்தாரில்லை. அவருக்கு எது குறித்தும் மனத்தடை இருந்ததில்லை.

அவர் 1528 ஆம் ஆண்டு குவாலியருக்குச் சென்றபோது, சமணத் திருவுருவங்களைப் பாழ் செய்தார் என்பது மெய்யே. அவர் அங்கிருந்த மன்மந்தர் என்ற மாளிகையை மனமாரப் பாராட்டினார். சமண உருவங்களை அழிக்கச் செய்தது பற்றிப் பாபர் இங்ஙனம் எழுதிவைத்திருக்கின்றார்.

''ஊர்வா (*Urwa*) பள்ளத்தாக்கின் முப்புறமும் பாறைகள் உள்ளன. இவை பியானா (*Biana*) செம்பாறையன்று; வெளிரிய நிறப் பாறையாகும். இப்பாறை முகப்புகளில் சிறியனவும் பெரியனவுமான உருவங்களைச் செதுக்கி வைத்துள்ளனர். (இ.ச.க.தொகுதி- 3: 1851 காண்க) தென் பக்கத்திலுள்ள பெரிய உருவம் கிட்டத்தட்ட 26 குவாரி (*qari*-சுமார் 55 அடி; 8 குவாரி = 33 அங்குலம்) உயரம் இருக்கும். இவ்வுருவங்கள் மறை உறுப்புகள் மூடாமல் அம்மணமாய் இருக்கின்றன. ஊர்வா மோசமான இடமன்று... அங்குள்ள உருவங்கள்தாம் குறையுடையன. அதனால் அவற்றை அழிக்கும்படி நான் கட்டளையிட்டேன்.''

சமணத் தீர்த்தங்கரரின் மாபெரிய உருவங்கள் சிதைக்கப்பட்டன. அவை நிர்வாணச் சிலைகள் என்பதற்காகப் பொதுவான நாகரிகம் கருதிப் பாபர் அவற்றை உடைக்கச் செய்தார். அவர் எந்த இந்துக் கோயிலையும் உருவச் சிலையையும் இஸ்லாத்தின் பெயரால் அழித்ததில்லை.

இரகசிய உயில்

பாபர் ஆக்ராவினருகேயிருக்கும் தோல்பூரிலுள்ள (இந்த இடம் இன்று இராஜஸ்தான் மாநிலத்திலுள்ளது.) பாறையிலமைத்த ''பாகி - இ-நீலுஃபர்'' (தாமரைத் தோட்டம்) என்ற இடத்தில் இருந்த காலையில், 1529 ஜனவரி 11 அன்று பட்டத்து இளவரசரான உமாயூனுக்கு மறைவாய் ஓர் உயில் எழுதினார். அதில் கூறப்பட்டிருப்பதாவது:

''அல்லாவிற்கே எல்லாப் பெருமையும் சேர்க. சாகீர்-அல்-தீன் முகமது பாபர் தன் மகன் இளவரசர் நசீர்-அல்-தீன் முகமது உமாயூனுக்கு எழுதிய மறைவடக்க உயில்.

இறைவன் அவருக்கு நீடிய ஆயுளைத் தருவானாக. பேரரசை வலுப்படுத்துவதற்காக இது எழுதப்பட்டது. ஓ! என் மகனே, இந்துத்தானப் பேரரசில் பல்வேறு சமயங்கள் உள்ளன. அதன்மீது மேலாண்மை கொள்ளவும் இறையாண்மை கொண்டாடவும் எல்லாம் வல்ல இறைவன் உமக்கு அருள் செய்துள்ளான். உள்ளம் எனும் ஏட்டிலிருந்து சமய வெறிகளைத் துடைத்தெறிய வேண்டும் என்ற கடமை உமக்கு விதிக்கப் பெற்றுள்ளது. ஒவ்வொரு சமயத்திற்கும், அதற்குரிய கோட்பாடுகளின்படி, நியாயம் வழங்கப்பட வேண்டும். குறிப்பாய், பசுக்களைக் கொல்லாதிருப்பீராக! அவ்வாறு செய்வீராயின், இந்துதானத்து மக்களின் உள்ளங்களை வென்று விடலாம். நாட்டிலுள்ள மக்கள் கூட்டம் அரச ஆதரவை நாடும் பற்றுறுதியுடையதாயிருக்கும்.

அரசின் ஆட்சி வரம்பிலுள்ள கோயில்களும் வழிபாட்டுத் தலங்களும் தூய்மை கெடுக்கப்படாதிருத்தல் வேண்டும். குடிமக்கள் மீது அரசனும் அரசன் மீது குடிமக்களும் மேலும் அன்புகொள்ளும் வகையில் நீதி வழங்கப்பட வேண்டும்'' கொடுங்கோன்மை கொண்டு மக்களை வாளால் வழிக்குக் கொண்டு வருவதை விடக் கடமையுணர்ச்சியைக் கருவியாய்க் கொண்டு இஸ்லாத்தை மேம்படுத்துவது சாலச்சிறந்ததாகும். சன்னிகளுக்கும் சியாக்களுக்கு மிடையிலுள்ள பூசல்களைப் பொருட்படுத்தலாகாது. இத்தகைய பலவீனமான பிரிவினைகள் இன்னும் இஸ்லாத்தில் உள்ள அடிப்படையான நான்கு கூறுகளுக்கு ஏற்ப மக்களின் பல்வேறு சமூகத்தினருடன் ஆட்சியாண்மையை அமைத்தல் வேண்டும். அதனால் சமூகத்திலுள்ள பல்வேறு விதமான நோக்காடுகள் அற்றுப் போகும். காலஞ்சென்ற மேன்மைதாங்கிய தைமூர் சாயபு குயிரான் (*Quiran*) ஆற்றிய பணியின் முன்மாதிரியை எப்போதும் மனத்தில் நிறுத்த வேண்டும். அவ்வாறு செய்வதால், நீர் ஆட்சியாண்மையில் முதிர்ச்சி வாய்ந்த பணி செய்பவராகலாம்.''

Nath. R. The Secret will of Babur. The Hindu 26.6.1994.

பாபர் 1530 டிசம்பர் 26 அன்று இறந்தார். அதற்கு நான்கு நாள்கள் கழித்து அவர் மகள் உமாயூன் பட்டத்திற்கு வந்தார்.

உமாயூன் (ஆ.கா. 1530-1556)

பாபரின் மனைவி மாகும் மூன்று பெண் மக்களையும், ஒரு மகனையும் ஈன்றார். பெண்களுக்குச் சிவந்த ரோஜா, ரோஜா வதனி, ரோஜா மேனியள் என்று பெயர் வைத்தார். ஆசை மகன் உமாயூன். எனினும் காம்ரான், ஹிண்டால், அஸ்காரி என்று உமாயூனுக்கு அடுத்தபடியாக அரசுரிமையுடைய மூன்று ஆண் மக்களும் பாபருக்கு இருந்தனர்.

பாபர் உயிருடனிருந்த காலத்திலேயே, இம்மூன்று சகோதரர்கள் மீது உமாயூன் அன்பு காட்ட வேண்டும், அவர்களை மன்னிக்க வேண்டும் என்று மரணப் படுக்கையில் உமாயூனிடம் சொல்லியிருந்தார்.

உமாயூன் பாபர் இறந்த நான்காவது நாளில் 1530 டிசம்பர் 30 அன்று அரியணை ஏறினார்.

இவரின் வாழ்க்கை நாடகத்தை நான்கு அங்கங்களாக ஒரு வரலாற்றாசிரியர் பிரிக்கின்றார். அவர் தனது ஆட்சிப் பரப்பைப் பாதுகாப்பதற்காகப் போராடிய பத்தாண்டுக் காலகட்டம் 1530 முதல் 1540 வரை முதல் அங்கம்.

இரண்டாவது அங்கம் ஐந்தாண்டுக் கால கட்டமாகும். நாடு நகரமிழந்து சிந்து,

இராஜஸ்தானம், பாரசிகம் என்று 1540 முதல் 1545 வரையில் நாடோடியாகத் திரிந்த ஐந்தாண்டுக் காலமாகும்.

மூன்றாவது, அவர் கண்டகாரிலும், காபூலிலும் இருந்து கொண்டு தனது ஆட்சிப் பரப்பை மீட்பதற்கு வேண்டிய ஏற்பாடுகளைச் செய்து வந்த 1545 முதல் 1554 வரையிலான ஒன்பதாண்டுக் காலமாகும்.

கடைசி அங்கம், அவர் டெல்லி அரியணையைப் பெற்ற 1555-1556 கால கட்டமாகும். அவருக்கு அப்போது டெல்லியுடன் தனது அரசின் சிறு பகுதியும் கிடைத்தது.

இந்த இருபத்தாறாண்டுக் காலத்தில் உமாயூன் நிலையற்ற வாழ்க்கை வாழ நேரிட்டது. அவர் கிளர்ச்சி, சதி என்ற சிக்கறுக்க முடியாத வலைகளினுள் சிக்கித் தவித்திருக்கின்றார்.

உமாயூன் நல்ல உயரம். மிக அழகானவர். நகைச் சுவையாகப் பேசுபவர். மிகவும் இனிமையான பண்புகளையுடையவர். ஆனால் துரதிருஷ்டவசமாக அவர் அபினிக்கு அடிமையானார். இயற்கையாகவே மிக மெத்தனமான குணமுடைய உமாயூன், அபினியினால் மேலும் மெத்தனமாகி விட்டார். அவர் ஆத்திரம் கொள்வதில்லை. இனிய சுபாவமுள்ளவர். அவர் வாழ்க்கை முழுவதிலும் இதைக் காண முடிகின்றது. மன்னிக்கக் கூடாததையெல்லாம் அவர் மன்னித்திருக்கின்றார்.

ஷேர் கானுடன் போர்

உமாயூன் 1539 மார்ச்சு மாதக் கடைசி வாக்கில் வங்கத்திலிருந்து தனது தலைநகருக்குத் திரும்பிக் கொண்டிருந்தார். ஷேர் கானுடன், ஆப்கானியரும் முகலாயப் படையைப் பின் தொடர்ந்து வந்து கொண்டிருக்கின்றனர். இரண்டு படைகளும் மோதிக் கொள்ளவில்லை.

முகலாயப் படை ஷஹாபாத் மாவட்டத்திலுள்ள சௌசா என்ற இடத்தை அடைந்தது. இந்த இடத்திலும் உமாயூன் மெத்தனமாகவே இருந்து விட்டார். அவர் ஆப்கானியப் படைகளைத் தாக்காது விட்டுவிட்டார். ஆப்கானியர்கள் மழை வரட்டுமென்று காத்திருந்தார்கள்.

இவ்வாறு இரண்டு படைகளும் மூன்று மாத காலம் அருகருகே முகாமிட்டிருந்தன. உமாயூனின் நிலைமை மிகவும் சிக்கலுடையதாகியது. அவருக்கு எங்கிருந்தும் உதவி வருவதற்கு வாய்ப்பில்லை. அதனால் அவர் சமாதானம் பேசலானார். ஷேர் கான் முகலாய மேலாண்மையை ஏற்றுக் கொண்டால், வங்கத்தையும் பீகாரிலுள்ள அவரின் பழைய ஜாகீரையும் வைத்துக் கொள்ளலாம். நாணயங்கள் அச்சிடலாம் என்றெல்லாம் உமாயூன் சலுகைகள் வழங்கினர் என்று தோன்றுகிறது. இவ்வாறு அமைதிப்பேச்சு நடந்து கொண்டிருந்தபோது, முகலாய முகாமின் விழிப்புக் குறைந்து விட்டது. கவனம் குன்றிவிட்டது. ஷேர் கான் இரவில் தாக்க வந்தது போல் ஏமாற்றி விட்டு, திடீரென்று பொழுது புலர்ந்த நேரத்தில், 1539 சூன் 26 அன்று முகலாயரைத் தாக்கினார்.

பலர் தூக்கத்திலேயே கொல்லப்பட்டனர். தப்பியோட முனைந்தவர்கள் கங்கை ஆற்று வெள்ளத்தில் அடித்துச் செல்லப்பட்டனர். உமாயூன் மனைவியை விட்டுவிட்டுத் தப்பிச் செல்ல நேரிட்டது. இந்தத் தோல்வியிலும் அபினிதான் மணக்கிறது. ஆப்கானியர்

விடியற் காலையில் தாக்கியபோது, முகலாய மன்னர் அபினி போதையில் உறங்கிக் கொண்டிருந்தார். அவரை எழுப்பியதும், அவருக்கு என்ன நடக்கின்றது என்பதே தெரியவில்லை.

பாபரின் மகன் இப்படி முயலைப்போல் மருண்டு, தமது பெண்டுகளைக் கைவிட்டு ஏன் ஓடினார் என்பதற்கு எந்த விளக்கமும் இல்லை. அழகும், அதே நேரத்தில் மெத்தனமும் உள்ள இந்தக் கணவருக்கு வாழ்க்கைப்பட்ட அந்தப் பிள்ளையில்லாத அரசிக்கு உமாயூன் மீதிருந்த அன்பு இதனால் குறைந்து விடவில்லையென்றே தோன்றுகிறது. ஏனெனில் உமாயூன் இறந்த பின்னர் டெல்லியில் அவர் பெயரில் இந்த மனைவி மிக அழகிய கல்லறையைக் கட்டி வைத்திருக்கின்றார்.

கங்கைக் கரையில் குதிரையொடு தத்தளித்துக் கொண்டிருக்கும் உமாயூனிடம் வருவோம். அவர் பெருகி வந்த வெள்ளத்தையும் பொருட்படுத்தாமல் ஆற்றில் இறங்கின்னார். குதிரை ஆற்றோடு அடித்துச் செல்லப்பட்டு, மறுகரையில் ஏறிவிட்டது படகில் துருத்தியில் நீர் கொண்டு வரும் தண்ணீர்க்காரன், அதில் காற்றை ஊதி மிதவையாக்கித் தன் அரசரையும், தன்னையும் காத்துக் கொண்டான். இவ்வாறு கங்கைக் கரையில் உமாயூன் படுதோல்வி கண்டபிறகு அடுத்த ஆண்டு கானோஜில், கங்கையின் கரையில் மற்றொரு தோல்வியையும் கண்டார்.

இப்போதும் தமது படைவீரர்களின் உதவியுடன்தான் பெருகி வந்த கங்கையை எப்படியோ கடந்து தப்பித்தார். இதன்பிறகு இங்குமங்குமாகத் திரிந்தார். இந்தக் கால கட்டத்தில் கதையை மிஞ்சும் ஒரு நிகழ்ச்சி நடந்தது.

உமாயூனின் காதல்

உமாயூனின் தம்பி ஹிண்டால், சேஹ்வான் என்ற செழிப்பான மாகாணத்தில் சிந்து ஆற்றுக்கப்பால் இருந்தார். உமாயூன் ஆற்றைக் கடந்து படார் என்ற நகருக்கு ஹிண்டாலைக் காணச் சென்றார். ஹிண்டால் அங்கு ஒரு விழாவில் கலந்து கொண்டிருந்தார். அது என்ன விழா என்பதை வரலாறு நமக்குக் கூறவில்லை. ஆனால் இதன் பிறகு நடந்த நிகழ்ச்சிகளை வைத்துப் பார்க்கும்போது அது மண விழாவிற்கு ஆயத்தமான நிகழ்ச்சி என்பது தெரிகிறது.

ஹிண்டாலின் தாய், அப்போது அரசவைப் பெண்டிருக்காகப் பொழுதுபோக்கு நிகழ்ச்சியை நடத்தச் செய்தார். உமாயூன் அந்த இடத்தில் ஹமீதா பேகம் என்ற பதினாறு வயதுப் பெண்ணைப் பார்த்து விட்டார். அவளுக்கு இன்னும் நிச்சயதார்த்தம் நடக்கவில்லை என்பதை அறிந்ததும், அவள்ள மணக்க வேண்டும் என்று உமாயூன் கூறிவிட்டார்.

இதையடுத்துச் சகோதரர்களுக்குள் பெரிய சச்சரவு நடந்தது. உமாயூன் தனது சகோதரனுக்கு மணமகளாகவிருந்த பெண்ணைத் தனக்கு மணமகளாகத் தேர்ந்தெடுத்துக் கொண்டார் என்பது இந்தச் சண்டையிலிருந்து தெரிந்தது. சண்டை வலுத்தது. இறுதியில் ஹிண்டாலின் தாய், தலையிட்டுத் தன் மகனை விட்டுக் கொடுக்குமாறு செய்தார்.

முப்பத்தெட்டு வயதான உமாயூன், அந்தப் பதினாறு வயது மங்கையைக் கவர்ந்து சென்றார். அவர்களின் தேநிலவு ஆபத்துகள் என்ற கருமுகில்களால் மூடப்பட்டுக் க்ழிந்தது. உமாயூன் தன் இனிய பண்புகளினால், கண்ணீர் சிந்திய புதுப்பெண்ணை மகிழச் செய்துவிட்டார் போலும். அவள் தன் கணவனைத் தொடர்ந்து அவர் சென்ற

இடமெல்லாம் உடன் சென்றாள். மணமான மறு ஆண்டில் அவர்கள் இந்தியத்தின் பெரிய பாலைவனத்தையே கடந்து சென்றனர். அங்கு குதிரைகளும், மனிதர்களும் தாகத்தால் சாகும் நிலை ஏற்பட்டது.

அவர்கள் புதுப் புதுப் பகைவர்கள் பின் தொடர, முடிவேயில்லாமல், இரவும் பகலும் சென்று கொண்டேயிருந்தனர். அது விரைவில் தாயாகவிருந்த அந்த இளம் பெண்ணுக்குப் பயங்கரமான அனுபவமாக இருந்திருக்கும். ஆனால் அவளுக்கு அவளுடைய கணவனின் ஆழ்ந்த காதல் துணை நின்றது. அவள் ஏறி வந்த குதிரை ஒருமுறை கீழே விழுந்த பின் எழுந்திருக்கவேயில்லை. மன்னர் அவளைத் தனது போர்க் குதிரை மீதமர்த்திக் கடிவாளத்தைப் பிடித்துக் கொண்டு அவளருகே நடந்தே வந்தார். இரவு முழுவதும் அலுக்காமல் நடந்து வந்தார். அவர்கள் இருவரும் கைகோர்த்துக் கொண்டு சென்றதைத் தாரகைகள் அன்புடன் நோக்கியிருக்க வேண்டும்.

ஆம்! அது மிக அழகான காட்சியாகத் தானிருந்திருக்கும். அவர்கள் கேட்டறியாத இன்னல்களை எல்லாம் அனுபவித்த பின்னர் அமர்கோட்டின் பழைய கோட்டையை அடைந்தனர். அது நாற்புறமும் பாலை வெளியான மணல் சூழ்ந்த பகுதிக்கு நடுவே முளைத் தெழுந்த சதுரமான ஒன்று போல் தோன்றியது.

அந்த ஆகஸ்டு மாதத்தில் மிக மெல்லிய மணலைச் சுடு காற்று கோட்டைச் சுவரின் செந்நீலச் செங்கற்கள் மீது வீசி, அவற்றை எப்படி அளிக்கும் என்பதைக் கற்பனை செய்து பார்த்துக் கொள்ளலாம்.

அங்கிருந்த பட்டாணியர் தலைவர், பெரிதும் அலுத்துச் சோர்ந்த இளவரசி மீது அன்பு கொண்டு, அவள் அங்கு தங்கலாமென்று தனது விருந்தோம்பல் பண்பை வெளிப்படுத்தினார்.

அக்பர் பிறந்தார்

உமாயூன் தொடர்ந்து மேலே போயாக வேண்டும். ஓய்வெடுக்க நேரமில்லை. அவரைப் போன்றவர்க்குத் தங்க இடம் ஏது? அவர் மனைவியிடமிருந்து பிரியாவிடை பெற்றுச் சென்ற நான்கு நாள்களுக்குப் பிறகு ஒரு தூதுவன் அவசர அவசரமாக ஓடோடி வேந்தனுக்கு நற்செய்தி கொண்டு வந்தான். உமாயூனுக்கு ஒரு மகன், முதல் மகன், ஒரே மகன் பிறந்த செய்தி அப்போது வந்தது.

அக்பர்

அக்பரின் பிறப்பைப் பற்றி வேறொரு விதமாகவும் கூறப்படுகிறது. அவர் பாலைவனத்தில் ஒரு மரத்தினடியில் பிறந்தார் என்று அது குறிப்பிடுகின்றது.

தாயும் பிள்ளையும் ஒரு மாதங் கழித்து உமாயூனை அடைந்தனர். அவர்களின் பயணம் அப்போதும் முடியவில்லை. அந்நாடோடி வாழ்க்கை அவர்களை மேலும் வெகு தூரம் அழைத்துச் சென்றது.

உமாயூன் தனது நீண்ட நாடோடிப் பயணத்தின் இறுதியில் பாரசிகத்தை அடைந்தார். அவரை விருப்பொடும், வெறுப்பொடும், அன்பொடும், கசப்பொடும், மன்னர் ஷா தஹ்மாஸ்டி வரவேற்றுப் புகலிடம் தந்தார். உமாயூன் இங்கு தனது சன்னி கோட்பாட்டை விடுத்து ஷியா ஆனார்.

அவர் பின்னர் பாரசிகப் படையின் உதவியுடன் வழியில் பல வெற்றிகளைக் கண்ட பின் டெல்லியில் *1555-1556* ஆம் ஆண்டு பேரரசர் ஆகின்றார்.

உமாயூன் மாடியில் நூலகத்திலிருந்தார். மாலைத் தொழுகைக்காக முவரசிம் குரல் எழுந்ததைக் கேட்டு மாடியிலிருந்து இறங்கி வந்தபோது, படிக்கட்டுகளில் *1556* ஜனவரி *24* அன்று தவறி விழுந்து விட்டார். அதற்கு இரண்டு நாள்கள் கழித்து அவர் இறந்தார்.

ஆப்கானிய சூர் குடியின் ஆட்சி

உமாயூனுக்குப் பிறகு, இந்தியத்தில் நடந்த முகலாய நாடகத்திற்கு இடைவேளை போல் அமைந்த இக்காலத்தில் *1542* முதல் *1554*- பன்னிரண்டாண்டுக் காலத்தில் குடிப் பெருமையேயில்லாத ஊர் பேர் தெரியாத ஆப்கானியரான ஃபரீது ஷேர் கான் - ஷேர் - ஷபி - குடியின் ஆட்சி நடந்தது.

அவர் ஆப்கானித்தானத்தில் கலைமான் மலைத் தொடரிலுள்ள ரோ என்ற ஊரில் பிறந்த இபுராகிம் சூர் என்ற குதிரை வணிகரின் பேரனாவார். இபுராகிமும், அவர் மகன் ஹசனும், இபுராகிம் லோடியின் ஆட்சிக் காலத்தின் கடைசிக் கட்டத்தில் பிழைப்புத் தேடி இந்தியத்திற்கு வந்தனர்.

இந்தியத்திற்குப் படையெடுப்பாளர் மட்டும் நடுக் கிழக்கிலும், பாரசிகத்திலும், ஆப்கானித்தானத்திலுமிருந்து வரவில்லை. போர்த் தொழிலைக் கொண்டு இந்தியத்தில் வாழலாம் என்ற எண்ணத்தில் ஆசியத்தின் பல்வேறு இனத்தவரும், பாரசிகரும், ஆப்கானியரும், அரபுகளும் வந்தனர். இவர்கள் சமய பேதமின்றித் தமக்கு ஆதரவு தரும் எந்த மன்னரின் படையிலும் பணியாற்றினர். இப்படிப்பட்டவர்களின் ஏற்றத்தை இந்த நூற்றாண்டிலிருந்து பதினெட்டாம் நூற்றாண்டின் இறுதி வரையிலும் இந்திய வரலாற்றில் காணலாம்.

ஷேர் கான் பாபரின் காலத்திலேயே, தன் நண்பர் ஒருவரிடம் இவ்வாறு கருத்துக் கூறினாராம். ''இம் மங்கோலியரை இந்துத்தானத்திலிருந்து விரட்டுவது கடினமன்று. மன்னர் பல்வேறு திறமைகளை யுடையவரென்றாலும், அவர் ஊழல் மலிந்த தனது அமைச்சர்களையே மிகவும் நம்புகின்றார்.''

இதைக் கேட்டு அந்த நண்பர் நகைத்தார். ஆனால் ஷேர் கானின் கணிப்புச் சரி என்பதை, இதற்குச் சில நாள்களுக்குப் பின்னர் நடந்த ஒரு நிகழ்ச்சி தெளிவாக்குகிறது. இராணுவ அதிகாரிகள் விருந்து நடந்து கொண்டிருந்தது. அப்போது கோழியை வெட்டுவதற்குக் கத்தி வேண்டுமென்று பாபர் கேட்டார். வேலைக்காரன் அதைக் கவனிக்கவில்லை. ஷேர் கான் தன் குத்து வாளை உருவி அருகிலிருந்தவர்கள் முகஞ் சுளித்த போதிலும், மிக நிதானமாகக் கோழியைத் துண்டுப் போட்டுக் கொடுத்தார். அப்போது பாபர் இதைப் பார்த்து விட்டுச் சொன்னார்: ''இவர் பெரிய ஆளாகப் பிற்காலத்தில் வரலாம். இவரை அதனால் யாரும் சீண்டி விடாதீர்கள்.'

இவர் நட்புக்கு ஏற்றவராகவும், மதிக்கத்தக்கவராகவும் தோன்ற வில்லையெனினும், கொடியவரல்லர். மிகவும் தந்திர சாலி. எப்போது தாக்க வேண்டும்

அல்லது பின் வாங்க வேண்டும் என்பதை நன்கறிந்திருந்தார். வெள்ளைக் கொடியைக் காட்டுவதற்கு வெட்கப்பட்ட தில்லை. சூழ்ச்சி செய்வதில் வல்லவர். ஆனால் ஆட்சி நிர்வாகம் திறமையாகவும், தங்கு தடையின்றியும் நடைபெறச் செய்தவர்.

ஷேர் கானின் நாணய, சுங்கவரிச் சீர்திருத்தங்கள், நாட்டில் பொருளாதார நிலைமை சீர்படுவதற்குப் பெரிதும் உதவியிருக்கின்றன.

வரலாற்றாசிரியர்கள் இது குறித்து, ஷேர் கானைப் பலவிதங்களில் குறிப்பிட்டுக் காட்டுகின்றனர். நல்லாட்சி புரிந்தவர். மக்களை அமைதியாக வாழச் செய்தவர். சமயப் பொறையுடையவர் என்று இவருக்குப் பல நற்சான்றுகளைத் தருகின்றனர். இவரிடம் மிகத் திறமை வாய்ந்த ஒற்றர் படை இருந்தது.

ஷேர் ஷா சூரி மிகவும் திறமை வாய்ந்த ஆட்சி முறையையும் வரி வருவாய்த் தண்டல் ஏற்பாட்டையும் தனது குறுகிய கால ஆட்சிக் காலத்தில் உண்டாக்கி விட்டார். இந்த அமைப்பு முகலாயர் ஆட்சியை அடுத்த இரு நூற்றாண்டுக்காலம் தாங்கி நின்றது. ஷேர் ஷாவின் வலுவான தளமாய்ப் பீகார் இருந்தது. அதனால்தான் அவர் பிற முஸ்லீம் அரசர்களைப் போலிராமல் தன்னைப் பீகாரின் சசராம் (*Sasaram*) என்ற இடத்தில் அடக்கம் செய்யுமாறு கேட்டார்.

அவர் தன் பேரரசை உருக் குலையாமல் காப்பதற்குத் துரிதமான போக்குவரவு வசதிகள் வேண்டுமென்று கூறினார். அவர் கிழக்கே வங்கத்திலிருந்து வடமேற்கு எல்லைப்புறம் வரையிலும் துரிதமாய்ச் செல்லத்தக்க நெடுஞ்சாலையை அமைக்கக் கட்டளையிட்டார். அச் சாலையில் மாமரம், வேப்பமரம், அரசமரம் முதலிய நிழல் தரும் மரங்களை நடச்செய்தார். அவர் இந்துக்களையும் முஸ்லிம்களையும் பேதமின்றி நடத்தினார்.

அவரது இயற்பெயர் ஃபரீதுதீன் சூர். அவர் வாளால் மிகப்பெரிய புலியை ஒரே வெட்டில் கொன்றதால் அவருக்குப் ''புலிப் பிரபு'' (ஷேர் கான்) என்ற பட்டம் தரப்பட்டது. இவரின் தந்தைக்குப் பிகாரில் ஏராளமான நிலபுலங்கள் இருந்தன. இவர் அரபி, பாரசிக மொழிகளைக் கற்றவர். சமயத்தையும் மெய்யியலையும் கற்றுத் தேர்ந்தவர். ஷேர் கான் இரசபுதனத்தில் ஒரு கோட்டையை முற்றுகையிட்டபோது இறந்தார்.

டெல்லியிலுள்ள புராண கில்லா ஷேர் கான் கட்டியதாகும்.

ஷேர் ஷாவிற்குப் பிறகு அவரின் மகன் ஜலால் கான் இஸ்லாம் ஷா என்ற பெயரில் 1545 மே 26 அன்று பட்டத்திற்கு வந்தார்.

இவர் ஒன்பதாண்டு ஆறுமாதம் ஆண்ட பின்னர் 1554, நவம்பர் 22 அன்று இறந்தார்.

இவரும் தந்தையைப் போலவே ஆட்சி நிர்வாகத்தில் சிறந்தவர். அரச பதவியின் பெருமையை நிலை நாட்டுவதற்குத் தயங்காதவர். இவரும் தந்தையைப் போன்று அரசியலில் மத விஷயங்களைக் கலக்காதிருந்தார்.

இவருக்குப்பின் ஆட்சிக்குக் கொண்டு வரப்பட்ட இவரின் இள வயது மகன் ஃப்ரீதை 1554-இல் கொன்றுவிட்டு, ஷேர் கானின் தம்பி நிசாமின் மகனான முபாரிஸ்கான் அதில் ஷா என்ற பெயரில் பட்டத்திற்கு வந்தார்.

இந்து அரசை நிறுவ ஹீமு முயற்சி

இவருக்கு வசீராக - அமைச்சராக - ஹேமச்சந்திர என்ற ஹீமு இருந்து அரிய சாதனைகளைப் புரிந்தார்.

ஆப்கானியர்களுக்குள்ளாகவே உட்பகை நிறைந்து விட்டது. முகலாயர் ஆபத்து ஒரு புறம், உட்பகை மற்றொரு புறம் சூர் குடியை வருத்திய நேரத்தில் ஹீமு என்ற சாதாரணக் குடியில் பிறந்த ஓர் இந்து, டெல்லியில் இந்துப் பேரரசை நிறுவும் கனவுடன், சூர் குடியின் அமைச்சராகவும் படைத்தலைவராகவும் விளங்கினார்.

உமாயூன் 1556 ஜனவரியில் இறந்ததையும், சிறுவயதான அக்பர் அரியணை ஏறியதையும் ஹீமு சாதகமாக்கிக் கொண்டு குவாலியரிலிருந்து பெரும் படையை எடுத்துக் கொண்டு ஆக்ரா சென்று அதைக் கைபற்றினார். அதன்பிறகு டெல்லி சென்று டெல்லியையும் ஹீமு பிடித்துவிட்டார்.

அவர் டெல்லியைப் பிடித்த துணிச்சலில் தன்னாட்சி உணர்ச்சி கொண்டு, இராஜா விக்கிரமாதித்தர் என்று தனக்குப் பெயர் சூட்டிக் கொண்டார். அவர் ஆப்கானியப் படையதிகாரிகள், படைவீரர்கள் ஆகியோரின் ஆதரவைப் பெறுவதற்காக அவர்களுக்குச் செல்வத்தை வாரியிறைத்தார்.

அவர், அடுத்து, தன்னைத் தாக்குவதற்காக வந்து கொண்டிருந்த முகலாயப் படையை எதிர்த்து நிற்க ஆயத்தமானார். ஆனால் ஹீமுவின் முன்னணிப் படையை அக்பரின் படை முறியடித்தது. ஹீமுவின் பீரங்கிகள் எதிரிகளிடம் சிக்கின.

ஹீமு இதனால் மனந்தளர்ந்து விடாமல் மிகப் பெரிய காலாட்படை, குதிரைப் படை, பீரங்கிப் படை, போர் யானைகள் முதலியவற்றுடன் வரலாற்றில் நீங்கா இடம் பெற்றுவிட்ட பானிப்பத்தை நோக்கிப் புறப்பட்டார். அவர் தனது எதிரிகளை 1556 நவம்பர் ஐந்தன்று அந்தப் போர்க்களத்தில் சந்தித்தார். ஹீமுவின் படை எதிரியின் படையை விடப் பெரியதாக இருந்தது.

ஹீமு 1500 போர் யானைகளுடன் எதிரி மீது பாய்ந்தார். அவர் வெற்றி கொண்டு விடுவார் என்று தோன்றிய நேரத்தில், ஓர் அம்பு அவரின் கண்களில் தாக்கி மூளையில் குத்தி விட்டது. நினைவிழந்த நிலையில் அவர் இருக்கவே, அவரின் படைகள் தலைவனின்றிச் சிதறி ஓடலாயின.

ஹீமுவை யானைப் பாகன் எடுத்துச் சென்றபோது, ஒரு முகலாய அதிகாரி இடைமறித்து அக்பரிடம் அவரைக் கொண்டு போனார். அக்பரின் பாதுகாவலராயிருந்த பைரம் கான், நினைவிழந்த ஹீமுவை வாளால் வெட்டிக் ''காஜி'' - புறச் சமயத்தவரை வெட்டி வீழ்த்துபவன் - என்ற பட்டத்தைப் பெறுமாறு அக்பரிடம் கூற, சிறுவனான அக்பர் அவ்வாறே செய்தார். அதன் பின்னர் கானும் சுற்றியிருந்த முகலாயரும், குருதி சிந்திச் செத்துக் கிடந்த ஹீமுவை வெட்டித் தள்ளினர்.

ஹீமு ஏழைக் குடும்பத்தில் பனியா வகுப்பில் பிறந்தவர். தன் சொந்த முயற்சியால் ஆப்கானியச் சூர் குடியின் அன்பையும் ஆதரவையும் பெற்று உயர்ந்தவர்.

அக்பர் (ஆ.கா. 1556-1605)

அக்பர் ஒரு பாலைவனத்தில், சுடு மணலை அள்ளி எறிந்து கொண்டிருந்த வெப்பக் காற்று வீசிய நேரத்தில் பிறந்தார் என்பதை நீங்கள் அறிவீர்கள். அக்பரின் தாய், ஹமீதா

பேகம். அக்பர் 1542 அக்டோபர் 15 அன்று பிறந்தார். அக்பர் தனது சிற்றப்பனாகிய காம்ரானிடமிருந்து விடுபட்டுத் தந்தையைக் காபூலில் அடைந்தபோது அவருக்கு வயது எட்டு. அதன்பிறகு அவர் தந்தையுடனும், அவரது படையுடனும் மூன்றாண்டுக்காலம் இந்தியத்தில் சுற்றித் திரிந்தார். கண்ட களங்களிலெல்லாம் வெற்றியே கண்டார். அக்பர் எழுத்தறிவற்றவர்.

தந்தை நூலகப் படிக்கட்டுகளிலிருந்து தவறி விழுந்தார் என்ற செய்தியும், கிட்டத்தட்ட அதே நேரத்தில் அவர் இறந்த செய்தியும் அக்பருக்குக் கிடைத்தபோது அவருக்கு பதின்மூன்று வயது நான்கு மாதம். அப்போது அவர் பஞ்சாபின் ஜலந்தர் மாவட்டத்திலுள்ள அரியான என்ற இடத்தில் இருந்தார்.

அக்பர் அப்போது தனது ஆசானும், பாதுகாவலனுமான பைரம் கானுடன், சிக்கந்தர் ஷாவைத் துரத்திக் கொண்டிருந்தார். டெல்லிக்கு உடனே செல்வதைவிடச் சிக்கந்தர் ஷாவைச் சிறைப்பிடித்துப் பஞ்சாபைக் கைப்பற்றுவது சிறந்ததென்று அவர்களுக்குத் தோன்றியது. ஆனால் இந்த முடிவு மதியூகம் வாய்ந்ததுதானா என்பதில் ஐயப்பாடு எழுந்தது. ஏனெனில் காபூலில் திடீரென்று அப்போது கிளர்ச்சி தோன்றியது.

சூர் குடும்பத்தின் மூன்றாவது மன்னரான அதில் ஷாவின் தலைமை அமைச்சரான ஹீமு ஐம்பதாயிரம் படை வீரர்களுடனும் 500 யானைகளுடனும் டெல்லிக்குச் சென்று அதைக் கைப்பற்றி விட்டார்.

இந்நிலையில் அவருடைய அமைச்சர்கள் அக்பரைக் காபூலுக்குப் பின்வாங்கிச் சென்று அதை எளிதாகக் கைப்பற்றலாமென்று ஆலோசனை கூறினர். அங்கு காத்திருந்து, நிலைமையைப் பொறுத்து இந்தியம் திரும்பலாம் என்றனர். ஆனால் அக்பரோ டெல்லியை எப்பாடுபட்டேனும் வென்று விடவேண்டுமென்று கருதினார். இதில் அவருடன் முதியவரான துருக்கிய வீரர் பைரம் கான் ஒன்றுபட்டு நின்றார்.

பைரம் கான் உமாயூன் மரணத்தை மறைத்து வைத்துவிட்டார். அக்பர் எதிர்ப்பின்றி அரியணை ஏற வேண்டுமென்பதற்காக இந்த ஏற்பாடு. உமாயூனைப் போன்ற தோற்றமுள்ள ஒருவரை உமாயூன் போன்று உடுத்தச் செய்து நடிக்கவும் செய்வித்தார்.

அக்பர் பதின்மூன்று வயதும் சில மாதங்களும் கடந்த குமரப்பருவத்தில் 1556 பிப்ரவரி 14 அன்று முகலாயப் பேரரசராக முடி சூட்டினார்.

அவர் முகலாயப் பேரரசராக வட இந்தியம் அனைத்தையும் அடக்கித் தன்னாட்சிக்குள் கொண்டு வந்து கிட்டத்தட்ட அரை நூற்றாண்டுக் காலம் ஆண்டார்.

அக்பர் ஆட்சிக்கு வந்த ஆறாவது ஆண்டிலேயே - 1562 - போரில் சிறைப்பட்டவர்களைப் பற்றிய இஸ்லாமியச் சட்டங்களை ஒழித்தார். போரில் சிறைப் பிடிக்கப்பட்டவர்களைக் குடும்பத்தோடு அடிமைகளாக்கி முஸ்லிம்களாக மதம் மாற்றும் அச்சட்டத்தை அக்பர் நீக்கினார். இதற்கடுத்த 1563-ஆம் ஆண்டில் இந்துக்கள் புனிதத் தலங்களுக்குச் செல்கையில் விதிக்கப்படும் வரியை நீக்கினார். பின்னர் 1564 ஆம் ஆண்டின் தொடக்கத்தில் இந்துக்கள் மீது விதிக்கப்பட்ட ஜிசியா என்ற தலைவரியையும் நீக்கினார்.

அவர் இந்தக் காலகட்டத்தில்தான் - 1562 - இரசபுதனத்தைத் தன் அன்பால் தன் பக்கம் ஈர்ப்பதற்காக ஆம்பர் (ஜெய்ப்பூர்) மன்னர் பிகாரி மல் என்பவரின் மகளை மணந்து சமயப் பொறைக்கு வழிவகுத்தார்.

அம்மன்னரின் மகனாகிய பகவன் தாஸ், அவரின் உடன் பிறந்தார் மகனான மான்சிங் இவர்களிருவரும் அக்பரின் நம்பிக்கைக்குரிய நண்பர்களாயினர். பேரரசின் படையில் மேலுயர்ந்த பதவிகளை அவர்கள் வகித்தனர்.

ஆனால் இரசபுத்திரரின் சித்தூர் அக்பருக்கு அடி பணிய மறுத்தது. அதனால் சித்தூர்க் கோட்டையை முற்றுகையிட்டு 1563-இல் வெற்றி கொண்டார்.

சித்தூர் முற்றுகையும் அபுல் ஃபசல் நட்பும்

சித்தூர் முற்றுகையின் போதுதான் அபுல் ஃபசல் அக்பரின் நண்பரானார். கவிஞூரான ஃபசல் அக்பரைவிட ஐந்து வயது இளையர். இவர் தொழிலில் மருத்துவர். பல்வேறு திறமைகளையுடையவர். அக்பர் ஃபசலை எப்போதும் தன்னருகில் வைத்துக் கொண்டிருந்தார்.

அக்பரும் ஃபசலும் பத்தொன்பதாண்டுகள் நண்பராயிருந்தனர். ஃபசல் இறந்தபோது அக்பர் மீளாத் துயரத்தில் ஆழ்ந்தார்.

அக்பரின் மகன் சலிம் - ஜஹாங்கீர் 1556 ஆகஸ்டு 30 அன்று பிறந்தார். சலீமைத் தவிர அக்பருக்கு மேலுமிரு மக்கள் இருந்தனர். எனினும் அக்பருடைய வாழ்க்கையில் மக்கள் அவருக்கு மாபெரும் துன்பத்தையே கொடுத்தனர்.

எந்த மகன் சலீம் பிறந்த போது, அவனை இறைவன் கொடுத்த வரம் என்று வரவேற்றாரோ அதே மகன் வளர்ந்து பெரியவனாகிக் கொடூரமான குணத்தைப் பெற்றுத் தன்னை எதிர்த்த ஒருவனை உயிரோடு தோலை உரிக்கச் செய்தான் என்பதைக் கேட்டதும் அக்பர் வெறுப்பினால் துடிதுடித்தார். ''செத்த மிருகத்தின் தோலை உரிப்பதையே காணப்பெறாத எனக்கு, ஒரு மனிதனுக்கு இப்படிக் காட்டுமிராண்டித்தனமான தண்டனையைக் கொடுத்த மகன் எப்படிப் பிறந்தான்?''

அக்பர் தம் மக்கள் மீது வெறுப்பும் கசப்பும் வெகு காலம் கொண்டிருக்கவில்லை.

அக்பரின் மேலாண்மை குறித்தும், எதிரியிடமும் நற் குணத்தோடு நடந்து கொள்ளும் பண்பு குறித்தும், பல கதைகளை, சான்றுகளை ''அக்பர் நாமா'' என்ற வரலாற்று நூல் கூறுகின்றது. அவர் குதிரை மீதமர்ந்து படையின் முன்னே தலைமை தாங்கிச் சென்றதையும் பெருகி வந்த ஆறுகளைக் குதிரையிலமர்ந்து கடந்ததையும் கதை கதையாகக் கூறுகின்றது. ஆனால் இரசபுத்திர மேவாரின் மன்னர் பிரதாப சிங்கைப் பற்றிக் கூறுவது இந்த இடத்தில் சிறப்புடைத்தாகும்.

பிரதாப சிங்கின் பெரு வீரம்

முன்னர் அக்பருடன் மோதி ஓடிய உதய சிங்கு இப்போது இல்லை. அவர் மகன் பிரதாப சிங்கன் ஆட்சிக்கு வந்துவிட்டார். அக்பரின் அதிகாரத்திற்கு வெகு தொலைவில் இந்த மேவார் இருந்து கொண்டு, இன்னும் அக்பரின் கலப்பு மணத்தை ஏளனம் செய்து கொண்டிருந்தது. மேவாரின் அண்மையிலுள்ள இரசபுத்திர அரசுகள் முகலாயர் குடியுடன் செய்து கொண்ட மண உறவினால் அவை செல்வமும் புகழும், பெற்று விளங்குகின்றன. ஆனால் மேவார் மட்டும் அதை ஏளனம் செய்வானேன்?

பதினாறாம் நூற்றாண்டின் பிரதாப சிங்கைப் பதினான்காம் நூற்றாண்டில் பிருதிவிராஜனுடன் ஒப்பிடலாம். இரசபுத்திரப் பேராண்மைக்குச் சின்னமாகவும்,

ஆடவரெல்லாம் புகழ்ந்தேத்தும் ஆண்மையின் சின்னமாகவும், பெண்டிரின் இதயத்தைக் கொள்ளை கொள்ளும் பேரழகனாகவும் விளங்கிய பிரதாப சிங்கனுக்குப் பாடங் கற்பிக்க அக்பர் முன் வந்தார்.

சேடக்கு என்னும் குதிரை

ஹல்டிகாட்டு என்ற இடத்தில் 1576-ஆம் ஆண்டு சூன் மாதம் 21-ஆம் தேதியன்று நடந்த போரில் பிரதாப சிங்கன் என்ற வீரன் தோற்றான். அவனும் அவனை விட்டுப் பிரியாத "சேடக்கு" என்ற குதிரையும் படு காயமடைந்து, அலுத்துப் போய், ஒடுக்கமான ஒரு கணவாய் வழியே தப்பி ஓடினர். அவர்களுக்குப் பின்னால் மற்றொரு குதிரை வெகுவேகமாக அவர்களைப் பின் தொடர்ந்து வந்தது. ஆனால் பிரதாப சிங்கின் நண்பன், உற்ற தோழன் என்ற சிறப்பைப் பெற்ற "சேடக்கு" என்ற குதிரை காயமடைந்து, சோர்ந்து தன் தலைவனைச் சுமந்து கொண்டு போய்க்கொண்டேயிருந்தது.

"ஹோ! நீல கோடாக்கீ அஸ்வார்" (ஓ! பழுப்புக் குதிரையேறிச் செல்பவனே) என்ற குரல் அவர்களுக்குப் பின்னாலிருந்து வந்தது. அக்குரல் பாறைகளில் மோதி எதிரொலித்தது.

என்ன! எதிரி கூப்பிடு தூரத்தில் வந்து விட்டானா? சேடக்கு தலைவனின் வற்புறுத்தலால் மேலே பறந்தது.

ஹோ! நீல கோடாக்கீ அஸ்வார்.

மிக அருகில், மிகமிக அருகில் கேட்கிறதே, அக்குரலுக்கு எப்படியும் மறுமொழி சொல்லியாக வேண்டும். சேடக்கு மேலுமொரு முறை தள்ளாடிக் கீழே விழுந்து விட்டது. பிரதாப சிங்கன் எதிரியிடம் உயிரைத் தருவதற்காகத் துணிவு கொண்டு திரும்பினார். அங்கே அவரின் சகோதரன் நின்றிருந்தான்.

"உன் குதிரை சாகப் போகிறது - இதோ என் குதிரையை எடுத்துக் கொள்" என்று பல காலத்திற்கு முன்னரே அக்பருடன் சேர்ந்து விட்ட சகோதரன் சுக்தா கூறினார். அவன் தன்னிடம் வந்தது பிரதாபனுக்குப் பெருமையாயிருந்தது.

"நீ எப்படித் திரும்பிப் போவாய்?"

"எங்கிருந்து வந்தேனோ, அங்கே போகிறேன்."

சுக்தா மலையிடுக்குகள் வழியே சென்றதைக் கண்டவர்கள், அவன் திரும்பி வந்ததும் அவனிடம் கேட்ட கேள்விகளுக்கு விளக்கம் தந்தான்.

"உண்மையைச் சொல்"

உண்மையைச் சொல்லிவிட்டுச் சுக்தா சுருக்கமாகச் சொன்னான்;

"அரச பாரம் என் சகோதரனை அழுத்தியது. அவன் அதைத் தூக்கிச் செல்வதற்கு நான் உதவினேன்."

இந்த விளக்கம் ஏற்கப்பட்டது என்று சொல்ல வேண்டுவதில்லை.

"ஹோ! நீல கோடாக்கீ அஸ்வார்" என்பது இன்றளவும் இரசபுதனத்தின் போர் முழக்கங்களுள் ஒன்றாக விளங்குகிறது.

அக்பரின் பிரகடனம்

அக்பர் ஃபத்தேபூர் சிக்கிரியின் பெரிய பள்ளிவாசல் மேடைமீது 1579-ஆம் ஆண்டு சூன் 26 அன்று ஏறி நின்று கொண்டு ஃபசல் கவிதை நடையில் எழுதித் தந்து இருந்த "குத்பா" என்ற வழிபாட்டுப் பிரகடனத்தைப் படித்தார்.

"காணீர்! எல்லாம் வல்ல
இறைவன் எமக்கீந்தான் அரசு;
பணிந்தேன் இறையாணைமுன்,
அடைந்தேன் நீதியாணை! அவன்
வண்மையிலிருந்து வண்மை,
ஞானத்திலிருந்து ஞானம் பெறுகின் றேன்! அவன்
நேர்மையிலிருந்து நேர்மை
நீதியிலிருந்து நீதி அடைகின்றேன்!
இறையெனும் மண்ணனை, எங்கும் நிறை கடவுளை
ஏத்தித் தொழுகின்றேன்-
மாபெரும் வண்மை அவனுடையது! அல்லாஹு அக்பர்!"

இதன்மூலம் அவர் இறைவனின் ஏவலன் - கல்ஃபத்துல்லா ஆகிறார். இதே ஆண்டில் உலேமா என்ற திருச்சபையின் அங்கீகாரம் பெற்று இந்தியத்தில் வாழும் முஸ்லிம்களுக்கு அக்பர் இமாம் ஆனார்.

அக்பரின் சமயப் பொறை

அக்பரின் சமய நம்பிக்கை 1578 வாக்கில் வெறும் சொந்த விவகாரம் என்ற நிலைமை மறைந்தது. அக்பர் ஆழ்ந்த சமயப் பற்றுள்ளவராக இருந்ததுடன் பகுத்தறிவு வாதியாகவும் விளங்கினார். அவர் சிறு வயதிலிருந்தே பக்கிரிகள் மீதும் யோகியர் மீதும் மிகுந்த அன்பு கொண்டிருந்தார். அவர் 1562 முதல் பதினெட்டாண்டுக் காலம்

ஆண்டுதொறும் ஆஜ்மீரிலிருக்கும் ஷைக் முயினுதீன் சிஸ்தியின் தர்காவிற்கு யாத்திரை சென்று வந்தார். அவர் இளவயதிலேயே சூஃபி இலக்கியங்களையும், சிந்தனைகளையும் கற்றிருக்கின்றார்.

அக்பர் ஏசு சபைச் சாமிமார்களுடன் கூடிப் பேசியிருக்கிறார். பல்வேறு சமயங்களின் சாரத்தை ஒப்பு நோக்கிச் சமயப் பொறை மிக்கவராக விளங்கினார்.

அவர் 1575-ஆம் ஆண்டு ஃபத்தேபூர் சிகிரியில் ''இபாதத் கானா'' - வழிபாட்டு இல்லம் - ஒன்றை அமைத்து அங்கு வெள்ளிக்கிழமை மாலைதொறும் சமய விவாதங்களை நடத்தினார். அது முஸ்லிம்களுக்காக மட்டுமே நடத்தப்பெற்றது. அதை நான்கு பிரிவுகளாகப் பிரித்தார்.

ஷைக்குகள் அல்லது துறவியர்,

சையிதுகள் அல்லது நபி வழிவந்தவர்கள்,

உலாமா அல்லது சட்ட வல்லுநர்கள்,

அரசவைப் பிரபுக்கள் என்று நான்கு பிரிவினர் அங்கு கூடி விவாதித்தனர்.

பின்னர் இந்த வழிபாட்டு இல்லம் 1578-ஆம் ஆண்டில் சமயங்களின் பாராளுமன்றம் அல்லது பேரவையாகப் புத்துயிர் பெற்றது. இதில் எல்லாச் சமயத்தவரும் கலந்து உரையாடினர்.

அக்பர் 1582-ஆம் ஆண்டில் ''தீன் இலாஹி'' என்ற தெய்வீக மார்க்கத்தைப் பிரகடனம் செய்தார். இந்தத் தெய்வீக மார்க்கத்தை வரையறுத்து விளக்கிவிட முடியாது. ஏனென்றால் இதை உண்டாக்கியவரே விளக்கிக் காட்டவில்லை. அது இறையிடமிருந்து வெளிவந்ததுமன்று. நன்கு வரையறுத்துச் சொல்லப்பட்ட மெய்ப் பொருள் அல்லது சமயவியல் கோட்பாடுகளை அடிப்படையாகக் கொண்டதுமன்று. அது இந்து சமயக் கருத்துக்களைக் கொண்டு திருத்தப்பட்ட கடவுள் நம்பிக்கைக் கோட்பாடு; ஜராதுஸ்டிரரின் செல்வாக்கு மிகுந்தது. குருமார்களோ, வேதப் புத்தகங்களோ இல்லாதது; இது ஆன்மாவைக் கொண்டு தெய்வீகத்தைக் கிரகிப்பது என்ற சூஃபி கோட்பாட்டை அடிப்படையாகக் கொண்டது எனலாம்.

இது அக்பரால் உண்டாக்கப்பட்டு, அக்பரின் காலத்தோடு முற்றுப்பெற்ற சர்வ சமய சமரசக் கோட்பாடு ஆகும்.

பீர்பல்

அக்பரின் நெருங்கிய தோழரும், அரசவைப் புலவருமான இராஜா பீர்பல் காசுமீரப் போரில் உயிர் துறக்க நேரிட்டது. எதிரியின் படை வந்து தாக்கியதில் முகலாயப் படையினரில் ஏராளமானவர்கள் இறந்தனர். அவர்களுள் பீர்பலும் ஒருவராவார். அவர் 1586 பிப்ரவரி 24 அன்று இறந்தார். அவரின் சடலம் கூடக் கிடைக்கவில்லை.

பீர்பலின் மரணம் அக்பரைப் பெரிதும் துன்புறச் செய்தது. பீர்பலும் அக்பரும் வாழ்க்கையெனும் பெரும் புதிரை விடுவிப்பதில் மிகுந்த ஆர்வங் கொண்டிருந்தனர் என்று கூறப்படுகின்றது. பீர்பல் இறந்த பிறகு அக்பரின் வாழ்க்கை முழுவதும் அந்தப் பிரிவுத் துயரம் இருந்தது. பீர்பல் இறந்த இதே ஆண்டில்தான் அக்பர் தானே கட்டுவித்த ''வெற்றி நகர்'' என்ற ஃபதேபூர் சிகிரியை விட்டு லாகூர் சென்றார். இந்த நகரத்தில்தான்

அக்பர் பீர்பலுக்கு ஓர் அழகான ஓரடுக்கு மாளிகையைக் கட்டிக் கொடுத்திருந்தார்.

அக்பர் ஆக்ரா கோட்டையில் நண்பர்களையெல்லாம் இழந்து, நலிந்துமெலிந்து நோய்வாய்ப்பட்டுப் படுக்கையில் கிடந்தார். அவரின் ஒரு மகன் இளவரசன் தன்யால் குடித்தே முப்பதாவது வயதில் இறந்தான். அவரின் அன்பிற்குரிய மகன் சலீம் தந்தையை எதிர்த்துக் கிளர்ச்சி செய்தான்.

அக்பருக்குத் தன் பேரன் இளவரசன் குர்ரம் மீது பேரன்பு. இவர்தான் ஷாஜஹான் என்ற பெயரில் பின்னர் தன் தந்தைக்குப் பிறகு அரியணை ஏறியவர். அக்பர் செல்லமாக ஷைக்கி என்றழைக்கும் இளவரசர் சலீம் தந்தையைக் காண்பதற்காகக் கடைசியில் 1605 அக்டோபர் 21 அன்று வந்தார். தந்தையால் பேச முடியவில்லை. மகன் தலையில் பேரரசர்க்குரிய தலைப் பாகையையும், இடையில் உமாயூனின் வாளையும் அணிவிக்குமாறு அக்பர் சைகையால் கூறினார்.

அக்டோபர் 25-26 நள்ளிரவில் அறுபத்து மூன்றாவது வயதில் அக்பர் இறந்தார். மறுநாள் காலையில் ஆக்ரா அருகில் ஆறு மைலிலுள்ள பிகிஸ்தாபாது (சிக்கந்தரா) என்ற இடத்தில் அடக்கம் செய்யப்பட்டார். அவர் அங்கு ஏற்கெனவே தனக்கொரு கல்லறையைக் கட்டத் தொடங்கி யிருந்தார்.

அக்பர் நடுத்தர உயரமானவர். அகன்ற தோள், கறுமையான மின்னும் கண்கள், பரந்த நெற்றி, நீண்ட கைகள், கோதுமையின் நிறம், நல்ல கட்டான உடல் , மெலிந்தவருமல்லர், தடித்தவருமல்லர், நடுத்தரமான அளவுள்ள மூக்கு, நாசித் துவாரங்கள் அகன்றவை. மூக்கின் கீழே இடப்பக்கத்தில், பட்டாணியளவுள்ள மச்சம். தலை வலப்பக்கம் சற்று சாய்ந்திருக்கும். உரத்த குரல்; வேடிக்கையும், உணர்ச்சியும் நிறைந்த பேச்சு. எப்போதும் அவர் கம்பீரமாக இருப்பார். சிரிக்கும்போது முகம் கோணும். கடுஞ்சினத்திலும் கம்பீரமாக இருப்பார். பல்லோர் கூடியுள்ள இடத்தில் இவரை மன்னர் என்று எளிதில் கண்டு கொள்ளலாம்.

அக்பர் மிதமாகக் குடிப்பவர். பழங்கள் என்றால் விருப்பம். அவருக்குப் புலால் உணவு பிடிப்பதில்லை. இறுதியில் அவர் புலாலை மறுத்துவிட்டார். அவர் செயல் திறனும், செயல் துடிப்புமிக்கவர். குதிரையேற்றம், போலோ விளையாட்டு, வாள்வீச்சு அனைத்திலும் திறமையானவர். குறிதவறாமல் சுடக் கூடியவர். எந்திர சாதனக் கலையை நன்கு அறிந்திருந்தார்.

ஜகாங்கீர் (ஆ.கா. 1569-1627)

அக்பர் போரில் மிகச் சிறந்த வெற்றிகளெல்லாம் கண்ட போதிலும், மகனில்லையே என்று மனக் கவலையால் அமைதியிழந்து இருந்தார். அவருக்குப் பல குழந்தைகள் பிறந்து சிறு வயதிலேயே செத்து விட்டன. அவர் தனக்கொரு வாரிசாக மகன் வேண்டுமென்று ஆஜ்மீரிலும், டெல்லியிலும், புனிதத் தலங்களிலும் வேண்டினார்.

அவர் ஒரு நாள் ஆக்ராவிற்கு 22 மைல் மேற்கே சிகிரி என்ற இடத்தில் வாழ்ந்த வணக்கத்திற்குரிய ஷைக்கு சலீம் சிஸ்தி என்ற சூஃபி மகானைப் பார்த்தார். அக்பரின் வழிபாட்டுக்குச் சீக்கிரமே பலன் கிடைக்கும் என்று அம்மகான் கூறினார். அம்மகான் கூறியபடி அக்பரின் மனைவியான ராஜா பிகாரிமலின் மகள் கருவுற்றார். அரசியார் உடனே சிகிரியிலிருந்த ஷைக்கின் மடத்திற்கு அனுப்பி வைக்கப்பட்டார். அங்குதான்

ஜகாங்கீர் 1529 செப்டம்பர் 9 புதனன்று பிறந்தார். தவம் கிடந்து பெற்ற இப்பிள்ளைக்கு அக்பர், முகமது சுல்தான் சலீம் என்று பெயரிட்டார். ஆனால் அவர் போதையிலிருந்தாலும், நிதானத்திலிருந்தாலும், தன் செல்வ மகனை எப்போதும் ''ஷைக்கு பாவா'' என்றுதான் அழைப்பார்.

அக்பர் தன் மகனைப் பைரம் கானின் மகனான அப்துர் ரகீம் கான் - கானான் என்பவரின் பொறுப்பில் 1582-இல் விட்டார். ஜகாங்கீர் பாரசிக, துருக்கி மொழிகளை நன்கு கற்றுக் கையெழுத்திலும் தேர்ந்து விளங்கினார். மேலும் வரலாறு, நில நூல், தாவரவியல், உயிரியல் முதலியவற்றையும் கற்றிருந்தார்.

பதினைந்தாவது வயதில் ஆம்பரின் (ஜெயப்பூர்) இராஜா பகவன் தாசின் மகளான மான் பாயை இளவரசர் சலீம் மணந்தார்.

மாதந்தோறும் மணம் புரிந்த ஜகாங்கீர்

முகலாயர் அரசியல் வசதி கருதி அல்லது சமூக வசதிக்காக அல்லது புலனிச்சை கொண்டு, திருமணம் செய்தனர். திருமணம் என்பது ஏதோ தற்செயலாய் நடப்பதைப் போன்று பல மனைவியருடைமையை வழக்கமாக்கிக் கொண்ட போக்கு முகலாயரிடம் இருந்து வந்தது.

அக்பர் பல பெண்களை மணந்தார். அவர் பெரிய பெண்பித்தர். ஜகாங்கீர் மணம்புரிந்து கொண்ட நாள்களையும் அவரின் மனைவிமார் எண்ணிக்கையையும் வைத்துப் பார்க்கும்போது அவர் கிட்டத்தட்ட மாதம் ஒரு திருமணம் செய்தார் என்று கருத இடமுளது.

முகலாயர் வாழ்க்கையில் ஒப்புக்குத்தான் திருமணம் நடந்தது. ஏனெனில் இக்குடியின் அரசர்கள் மண உறவையும் தாண்டி அந்தப்புரத்தில் நிறைந்திருந்த காமக்கிழத்தியரிடமும் வேசையரிடமுமே தம் புலனிச்சையைத் தீர்த்துக் கொண்டனர். அதனால் அவர்களின் வாழ்க்கையில் இத்தகைய பெண்டிர் முதலிடம் பெற்றிருந்தனர். எட்வர்டு டெரி (*Edward Terry A. Voyage to East India, London, 1655*) இதுபற்றி எழுதி வைத்திருக்கின்றார்.

ஜகாங்கீரின் கொடுஞ் செயல்

ஜகாங்கீர் கொடுஞ் செயல்கள் புரிந்தவர். அவர் தன் காமக் கிழத்தி ஒருத்தியை வெறுக்கத்தக்க முறையில் கொல்லுமாறு செய்தார். அவர் ஒரு காலத்தில் உறவு கொண்டு, கூடியிருந்த ஒருத்திக்கு வயதாய்விட்டது என்று அவளைத் தள்ளி வைத்துவிட்டார். (ஜகாங்கீரோ அவரின் அவைப் பிரபுக்களோ, தம் மனைவியர் அல்லது காமக் கிழத்தியர் முப்பது வயதைத் தாண்டிவிட்டால், அவர்களின் பக்கமே செல்வதில்லையாம்.) ஜகாங்கீர் இத்தகைய கொடிய தண்டனை தரும்படி அந்தப் பெண் செய்த பிழை என்ன? அவளும் ஓர் அலியும் ஒருவருக்கொருவர் முத்தம் கொடுத்ததை முகலாய அரசர் பார்த்துவிட்டார். அவள் செய்த இப்பிழைக்காகத் தரையில், ஒரு வட்டக் குழி தோண்டச் செய்தார். அவளைக் குழியினுள் இறக்கிக் கழுத்தளவு வரையிலும் மண்ணிட்டு மூடித் தலைமட்டும் வெளியே தெரியச் செய்தார். அவள் கொளுத்தும் வெயிலில் பகலொளி சுட்டெரித்த வெப்பத்தில் அப்படியே இருக்க வேண்டும் என்பது தண்டனை. அவள் இந்தச் சித்திரவதைக் கொடுமையை ஒரு பகற்பொழுது முழுமையும் இரவும் கழிந்த பின்னர் மறுநாள் நண்பகல் வரையிலும் தாங்கினாள். அவள் விடாது

அழுது அரற்றிச் செத்துப் போனாள். அவள் தன் மொழியில் என்னென்னவோ கூறிப் புலம்பினாள்.

நூர்ஜகான் (1576-1634)

ஓர் ஏழைப் பாரசிகர்; அவர் பெயர் மிர்சா அல்லது இளவரசர் கியாஸ்; நல்ல குடும்பத்தில் பிறந்தாலும் வறுமை; சொந்த நாட்டில் வாழ வகையின்றி அவர் குடும்பத்துடன் இந்தியத்திற்குப் புறப்பட்டார். வந்த வழியில் அவர் மனைவி பீபி அசீசான் மற்றொரு பெண் குழந்தையைப் பெற்று விட்டார். ஏற்கெனவே வறுமையிலிருந்த பெற்றோரால் புதிதாக வந்த இத்துரதிர்ஷ்டத்தைத் தாங்க முடியவில்லை. எனவே குழந்தையை வழியில் போட்டு விட்டார்கள்.

அவர்கள் பயணம் செய்து கொண்டு வந்த கூட்டத்தைச் சேர்ந்த தலைமை வணிகர், சில மணி நேரத்திற்குப் பிறகு அவ்வழியே வந்தபோது, இந்தக் குழந்தையைக் கண்டார். அதன் அழகு அவரைக் கவர்ந்து விட்டது; அதைத் தானே வளர்ப்பது என்று முடிவு செய்தார்.

ஆனால் பயணக் கூட்டத்தில் பால் கொடுக்கும் ஆயாளுக்கு எங்கே போவது? அந்த வணிகர் தான் கண்டெடுத்த குழந்தைக்கு ''மெகருன்னிசா'' - மங்கையற்கரசி - என்று பெயரிட்டதுடன், பால் கொடுக்க ஆயாளைத் தேடியதில், பெற்ற தாயிடமே அக்குழந்தை வந்து சேர்ந்து விட்டது. விசாரித்ததில் உண்மை தெரிய வந்தது. அக் குழந்தையின் தந்தை, இன்றுள்ள நிலையைவிட மேலான நிலையில் இருந்தவர் என்பதை வணிகர் கண்டார். அவரைப் பல வழிகளில் வணிகர் பயன்படுத்தி, அவரின் எதிர்காலத்தின் மீது மிகுந்த அக்கறையும் செலுத்தினார்.

வணிகரின் முயற்சியால் அவர் அக்பரின் கவனத்திற்கு ஆளாக நேர்ந்தது. அவர் நேர்மையும், திறமையும் வாய்த்தவராக இருந்ததை அக்பர் கண்டு, அவரைப் பேரரசின் உயர் கருவூலப் பிரபு நிலைக்கு உயர்த்தி விட்டார். பீபி அசீசானுக்கு இது மெய்யாகவே மிக உயர்ந்த பதவியாயிற்று. அவர் அரசவைப் பெண்டிரிடையே நவ நாகரிக ஆடைகளை அணிவதில் பெயர் பெற்று விளங்கினார்; ஆடையில் போலவே மணப்பொருளைப் பொருத்தவரையிலும் சிறந்திருந்தார். இந்தப் பெண்மணிதான் ரோஜா மலரிலிருந்து அத்தரை எடுப்பதைக் கண்டுபிடித்தவர் என்கிறார்கள். அத்தர் முதலில் தங்கத்தின் எடைக்கு விற்றது.

பீபி அசீசான் இவற்றில் மட்டுமன்றி ஆடவரையும் பெண்டிரையும் இணை சேர்ப்பதிலும் வல்லவர். அவர் இளவரசர் சலீமிற்கு வலை வீசினார். ஆனால் அவள் கணவர் கியாஸ் மன்னரின் குதிரைப் படையிலிருந்த ஷேர் ஆஃப்கன் என்ற இளைஞரைத் தன் மகளுக்குத் தேர்ந்தெடுத்து விட்டார்.

மெகருன்னிசாவை ஒரு நாள் கண்டுவிட்ட இளவரசர் சலீம், காதல் வயப்பட்டு விட்டார். ஆனால் ''மங்கை யற்கரசியான'' மெகருன்னிசாவோ இளவரசரைக் காதலிக்கவேயில்லை. அவர் தன் தந்தை தேர்ந்தெடுத்த குதிரைப்படை வீரரையே விரும்பினார். அக்பரும் அரசியல் காரணங்களுக்காகத் தன் மகன் மெகருன்னிசாவை மணப்பதை ஏற்கவில்லை.

எனவே அவர் குதிரைப்படை வீரரையே மணந்து கொண்டார். மணமானதும் அவர்கள் வங்கத்திற்கு அனுப்பப்பட்டு விட்டனர். அவர்கள் அங்கு மகிழ்ச்சியாகவே வாழ்ந்தனர்.

ஆனால் ஜகாங்கீர் அப்பெண்ணை மறக்கவேயில்லை. அதற்குப் பதினான்கு ஆண்டுகளுக்குப் பிறகு அவர் அரியணை ஏறியதும் செய்த முதல் வேலை, வங்கத்திற்கு ஆளனுப்பி ஷேர் ஆஃப்கானுடன் வலுச் சண்டைக்குப் போகச் செய்து, அச்சண்டையில் அவரைக் கொன்று, அவரின் மனைவியைத் தூக்கி வரச் செய்தார்.

இந்தக் கதை விசித்திரமானதாகும். ஜகாங்கீர் மெகருன்னிசாவை இவ்வாறு முறைகெட்டதனமாகக் கவர்ந்து வந்தபோது, அவருக்கு வயது நாற்பது. அவர் அப்பெண்ணை வலுக்கட்டாயமாகக் கவர்ந்து வந்தாரேயன்றி, வேறுவிதமான முரட்டுப் பலவந்தத்தில் இறங்கவில்லை. அப்பெண் தன் கணவரைக் கொன்றவரை ஏற்க மறுத்தார். இம்மங்கையற்கரசியின் உலகறிந்த பெயர்தான் ''நூர்ஜஹான்'' என்னும் ''உலகப் பேரொளி.''

நூர்ஜஹான், ஆறாண்டுக் காலம் ஜகாங்கீரின் இரசபுத்திர அன்னையின் சேடிகளில் ஒருத்தியாக இருந்து கொண்டு, அரசின் உதவித் தொகை எதையும், ஷேர் ஆப்கானைக் கொன்ற மனிதரின் கையிலிருந்து பெற வெறுப்புற்றுத் தனக்குப் பிடித்தமான பின்னல் வேலையிலும், ஓவியந் தீட்டுவதிலும் இருந்த திறமையைக் கொண்டு பொருளீட்டி வாழ்க்கை நடத்தினார்.

அப்புறம்?

ஆசை என்பது அப்பெண்ணின் வைராக்கியத்தை மாற்றிவிட்டது. ஜகாங்கீருக்கும் நூர்ஜகானுக்கும் திருமணம் நடந்தது. அன்றிலிருந்து, ஜகாங்கீர் பல்லாண்டுகளுக்கு முன்னால் கன்னிப் பருவத்தில் கண்டு காதலுற்ற இப்பெண்மணிக்கு அடங்கியவராகவே வாழ்க்கை முழுவதையும் கழித்தார்.

ஜகாங்கீர் போதை மருந்துகள் உண்பதையும், மிதமிஞ்சிக் குடிப்பதையும் எதிர்த்துச் சில கட்டளைகளைப் பிறப்பித்துக் கொண்டே, அந்தக் கெட்ட பழக்கங்களில் அவரே மூழ்கிக் கிடந்தார்.

இவர் ஒரு வகையான ஆராய்ச்சி மணியைக் கட்டினார் என்றும் வரலாறு கூறுகிறது. அவர் முப்பது கெச நீளத்தில் தங்கத்தினால் சங்கிலி செய்து அதில் அறுபது மணிகளை இணைத்தார். இச்சங்கிலியின் ஒரு முனை ஆக்ரா கோட்டைக்கு வெளியில் தொங்கியது. மற்றொரு முனை ஆற்றங்கரை மீதிருந்த ஒரு கல் தூணில் பிணைத்திருந்தது.

எவருக்கேனும் நியாயம் கிடைக்காவிட்டால், பேரரசரின் கவனத்தை ஈர்ப்பதற்காகச் சங்கிலியை இழுத்தால் மணி ஒலிக்கும். அதன்பிறகு அவருக்கு நியாயம் கிடைக்கப் பேரரசர் வழி செய்வார்.

ஜகாங்கீரின் மகன் குஸ்ராவ் தந்தைக்கெதிராய்க் கிளர்ச்சி செய்தார். அமைதியான ஜகாங்கீர் ஆட்சியில் இது ஒரு குறையாகியது. ஆனால் குஸ்ராவ் திறமை படைத்தவரல்லர். கிளர்ச்சி தோற்றதும் சிறு குழந்தை போல் கண்ணீர் விட்டழுது நடுங்கிப் போனார். தந்தையின் காலில் விழுந்து மன்னிப்புக் கேட்க விரும்பினார்.

சீக்கியரின் ஐந்தாவது குருவான அர்ஜன் சிங் இந்த இளவரசுக்கு உதவியமையால் ஜகாங்கீரின் சீற்றத்திற்கு ஆளானார். பேரரசு குருவிற்கு முதலில் அபராதம் விதித்தது. குரு அதைச் செலுத்த மறுத்தமையால் அவருக்கு மரண தண்டனை விதித்தது. இதனால் சீக்கியருக்கும் முகலாயருக்குமிடையிலிருந்த பகை முற்றிற்று.

ஆனால் ஜகாங்கீர் சமயப் பொறையுடையவராகவே விளங்கினார். அவரின் ஆட்சிக் காலத்தில் புதிய கோயில்களும், கிறித்தவச் சர்ச்சுகளும் தாராளமாகக்

கட்டப்பெற்றன. இருப்பினும் மதவெறி பிடித்த படை வீரர்களால் அங்குமிங்குமாகக் கோயில்களுக்கு ஊறு விளைவிக்கப்பட்டது.

ஜகாங்கீர் தன் தந்தையின் காலத்தில் ஏசு சபைச் சாமிமார்களுடன் தொடர்பு கொண்டிருந்தார். அவர் எப்போதும் அவர்களை மரியாதையாக நடத்தினார். சாமிமாரும் அவரைக் கிறித்தவராக மாற்றி விடலாம் என்று நம்பிக் கொண்டிருந்தனர். ஆனால் ஜகாங்கீர் உண்மையான முஸ்லிம் என்பதும், எளிதில் மாறிவிட மாட்டார் என்பதும் சாமிமாருக்குத் தெரியாமற் போய்விட்டது.

தான் பட்டத்திற்கு வரும் போது தனக்கு ஏதேனும் எதிர்ப்பு ஏற்பட்டால், போர்த்துக்கீசரின் துணையை நாடலாம் என்ற எண்ணத்தில் அவர் இவ்வாறு அவர்களுடன் இணக்கமாக நடந்து கொண்டார் என்று கூறப்படுகின்றது.

ஆக்ராவில் 1616-ஆம் ஆண்டு சுமார் இருபது பேர் கிறித்தவ சமயத்தில் சேர்ந்தனர். ஜகாங்கீர் தனது தம்பியின் ஆண் மக்கள் மதம் மாறியதை அனுமதித்தார். அவர்கள் நான்காண்டுகளுக்குப் பிறகு கிறித்தவ சமயத்திலிருந்து விலகினர்.

ஜகாங்கீரின் தனிப்பட்ட சமய நம்பிக்கை பற்றிப் பலவேறு கருத்துக்கள் கூறப்படுகின்றன. அவர் நாத்திகரென்று ஒரு சாராரும், பல சமயங்களின் சாரங்களை நம்பியவர் என்று மற்றொரு சாராரும் கூறுகின்றனர். இன்னுஞ் சிலர் இவரைக் கிறித்தவர் என்கின்றனர். இவர் இவற்றில் எதுவாகவும் இருக்க முடியாது. ஜகாங்கீர் இஸ்லாத்தை நம்பினார். அதன் வறட்டுக் கோட்பாடுகளையன்று. அவருக்கு சூஃபிய, வேதாந்தக் கருத்துகள் மீது விருப்பம் அதிகம்.

ஜகாங்கீர் மிகவும் உடல் நலங்குன்றிய நிலையில் 1627 நவம்பர் 7 அன்று லாகூரில் இறந்தார்.

நூர்ஜகான் பெற்றோர்க்குக் கட்டிய ''கறுப்புத் தாஜ்''

ஆக்ராவில் தாஜ்மகாலுக்கு முன்னரே முற்றிலும் பளிங்கினாலான கல்லறை கட்டப் பெற்றுவிட்டது. அந்தக் கல்லறை மாளிகையின் பெயர் இத்-மத்-உத்தௌல ஆகும். இதை மெகருன்னிசா என்ற இயற்பெயரைக் கொண்ட முகலாய அரசியான நூர்ஜகான் தன் பெற்றோரின் நினைவாய்க் கட்டினார். இது தாஜ்மகாலுக்கு முன்னர் முற்றிலும் பளிங்கினால் கட்டப்பட்டது மெய்யேயெனினும் தாஜ்மகாலைக் காணச் செல்லும் மக்கள் கூட்டத்தில் சிலர் கூட இதைக் காணப்போவதில்லை. அது அடையக் கடினமானதும் போக்குவரவு மிகுந்ததுமான குறுகலான ஜவகர்லால் பாலத்தைக் கடந்து செல்ல வேண்டிய இடத்தில் அமைந்திருப்பதும் இதற்கு ஒரு காரணமாகும்.

வெகு நேர்த்தியான இந்நினைவுச் சின்னம் 1662-1668 ஆகிய ஆண்டுகளுக்கு இடைப்பட்ட காலத்தில் கட்டப்பட்டதென்பர். நூர்ஜகான் தன் பெற்றோரின் நினைவாய்க் கட்டினார். நூர்ஜகான் அதைத் தன் கணவர் இறந்த பின்னர் மகன் ஷாஜகானின் ஆட்சிக்காலத்தில் கட்டினார்.

இன்று இத்-மத்-உத்தௌஸ ''சின்னத் தாஜ்'' என்றும் ''கறுப்புத் தாஜ்'' என்றும் பலவிதமாய் அழைக்கப்படுகின்றது. இது யமுனையின் மறுகரையில் நிற்கின்றது. நெடிதுயர்ந்து நிற்கும் இந்நினைவுச் சின்னத்தைச் சுற்றிலும் அமைதி தவழ்கின்றது.

ஷா ஜகான் (ஆ.கா. 1628-1658)

முகலாயர் குடியில் அரசுரிமைக்காக அக்பரின் காலத்திலும், அதன்பிறகு

ஜகாங்கீரின் காலத்திலும் மனக்கசப்பை உண்டாக்கக்கூடிய சிறு கிளர்ச்சிகள் நடந்திருக்கின்றன. அவை தந்தைக்கும் மகனுக்குமிடையே நடந்தன. ஷா ஜகானின் காலத்தில் அதுவே சகோதரச் சண்டையாகவும், தந்தைக்கும் மக்களுக்குமிடையே நடந்த போராகவும் மாறி, ஔரங்கசீபின் காலத்தில் சகோதரக் கொலையாக உருவெடுத்தது. முகலாயர் - குடியின் சாபக் கேட்டிற்கு இந்த அரசுரிமைச் சண்டைகள் அளவுமானிகளாக விளங்குகின்றன என்று ஷா ஜகானின் கதையைத் தொடங்குவோம்.

ஷா ஜகான் 1592 ஜனவரி 15 அன்று லாகூரில் பிறந்தார். அவரை அக்பரின் பிள்ளையில்லாத மனைவியான ருக்குவையா பேகம் வளர்த்தார். ஷாஜகான் மதிக் கூர்மை வாய்ந்தவர். எதையும் எளிதில் சட்டென்று விளங்கிக் கொள்ளக் கூடியவர். நினைவாற்றல் மிகுதி. அவருக்கு இளவயதில் அறிவைத் தேடுவதில்தான் நாட்டம் மிகுதி. ஆயுதங்களின் பக்கம் அவரின் கவனம் திரும்பவில்லை.

ஷா ஜகானுக்குப் பதினான்கு வயதாயிருந்தபோது, அவரின் தந்தை ஜகாங்கீர் தனக்கெதிராகக் கிளர்ச்சி செய்த மற்றொரு மகனை அடக்குவதற்காக 1606-இல் பஞ்சாபிற்குச் சென்றிருந்தபோது, தலைநகரத்தின் பொறுப்பு இச்சிறுவரிடம் விட்டுச் செல்லப்பட்டிருந்தது. அவருக்குத் துணையாக அரசு ஆணைக் குழு ஒன்று இருந்தது.

ஷா ஜகான் தன் தந்தையின் காலத்தில் மேவார், தக்காணம், காங்கரா ஆகிய இடங்களில் நடைபெற்ற சண்டைகளில் வெற்றி தேடித் தந்திருக்கிறார். இவர் 1622 வரையிலும் நூர்ஜகானுடன் மிக நெருக்கமாக ஒத்துழைத்து வந்தார். அதன்பிறகு அவர் தனது சிற்றன்னையின் ஆதரவை இழந்து விட்டார். அதனால் தந்தைக்கு எதிராகக் கிளர்ச்சி செய்தார். எனினும் தந்தைக்கும் மகனுக்கும் பின்னர் இணக்கம் ஏற்படவே, ஷா ஜகான் தக்காணத்திற்கு அனுப்பி வைக்கப்பட்டார். அவர் அங்கிருந்த போதுதான் அவருக்குத் தந்தையின் மரணச் செய்தி கிடைத்தது.

இங்குதான் அரசுரிமை குறித்துப் போட்டிகள் முளைத்தன.

சகோதரக் கொலைக்குப் பிறகுதான் ஷா ஜகான் 1628 பிப்ரவரி 24 அன்று அரியணை ஏறினார்.

ஷா ஜகானின் ஆட்சியில் நடந்த நிகழ்ச்சிகளில் குறிப்பிட்டுக் கூறத்தக்கன எதுவுமில்லை.

ஷா ஜகானின் அக வாழ்க்கை

ஷா ஜகான் மது அருந்துவதில்லை. எனினும் மாதர் பித்து அவருக்கு மிகுதி. அவர் காசுமீரத்தின் தண்ணிய சூழலில் ஐரோப்பியத் திராட்சைத் தேறலை அருந்தி இன்புற்றார். எனினும் அவருக்கு மங்கையர் மீதிருந்ததைப் போன்ற நாட்டம் மதுவின் மீது இல்லை.

''மங்கையரைத் தன் இன்பத்திற்காகத் தேடித் திரிவது தான் ஷா ஜகானின் ஒரே வேலை'' என்று தோன்றுகின்றது என்று நிக்கோலோ மனூச்சி (*Nicolo Manucci, 1636-1718*) என்ற இத்தாலிய நாடோடி எழுதி வைத்துள்ளார். அவர் கூறியதை நிலைநாட்டுவதுபோல் ஷா ஜகானின் புலனிச்சை நாட்டத்தை ஃபிரான்சிஸ் பெர்னியர் (*Francis Bernier*, பிரஞ்சு வைர வணிகர்) எழுதுகின்றார். ஷா ஜகானின் மனப்பாங்கை நன்கறிந்து கொண்டு (பிரபுக்கள் சிலரின் மனைவிமாரும், பெண் மக்களும்) அரசருக்கு இதில் துணைபுரிய முன்வந்தனர். அல்லது அவ்வாறு நடக்குமாறு தம் கணவன்மாராலும் தந்தையாராலும் தூண்டப்பட்டனர்.

மும்தாஜ்

ஷா ஜகான்

ஜாஃபர் கான், கலீலுல்லா கான் ஆகியோரின் மனைவியருடன் ஷா ஜகானுக்கு இருந்த நெருக்கம் ஊரெங்கும் பேசப்பட்டது. மும்தாஜ் மகாலின் சகோதரியும் ஜாஃபர் கானின் மனைவியுமான ஃபர்கானா பேகம் ஷா ஜகானின் ஆசை நாயகியாயிருந்தார். அவரின் மகன் நாம்தார் கான் ஷா ஜகானுக்குப் பிறந்தவர் என்பர். ''அவரின் முகச்சாயல் இளவரசர் தாராவினுடையதைப் போல இருந்தது என்பதில் எனக்கு ஐயமில்லை'' என்று மனூச்சி சொல்வார்.

ஷா ஜகான் தன் மகளின் உதவியுடன் ஷெயிஸ்டா கானின் மனைவியின் கற்பைக் கெடுத்தார் என்று ஃபிரே செபாஸ்தியன் மான்றிக்கு (*Frez Sebastian Manrique*) கூறுகின்றார். ஷா ஜகானுக்கு ஏற்கெனவே ஏராளமான காமக்கிழத்தியர் இருந்தும் இவ்வளவெல்லாம் நடந்தது. ஷா ஜகானின் உள்ளங் கவர்ந்த அடிமைப் பெண்டிரான அக்பராபாதி மகால், ஃபத்தேபூரி மகால் என்ற இரு பெண்களைப் பற்றி வரலாற்றாசிரியரான வாரிஸ் (*Warris*) குறிப்பிடுகின்றார்.

தாஜ்மகாலைக் கட்டியதற்காக இவர் பெயரும் புகழும் பெற்றிருக்கின்றார். அவரது ஆட்சி முகலாயரின் பொற்காலம் என்று போற்றப்படுகின்றது. எனினும் புலனிச்சையைப் பொறுத்தவரையில் முகலாய அரசர்களிலேயே இவருக்குத் தனியிடம் தர வேண்டும். அவரது வாழ்க்கையில் விலங்குத்தனமான காமவெறி தங்குதடையின்றி நடந்து வந்தது என்று கூறமுடியாது. எனினும் *1526* முதல் *1857* வரை ஆட்சி புரிந்த இருபத்தியேழு முகலாய அரசர்களில் மாபெரிய அரசரோ, சிறுதர, அரசரோ, ஷா ஜகானைத் தவிர வேறு எவர் மீதும் நாற்றம் மிகுந்த தகா முயக்கம் என்ற குற்றம் சுமத்தப்பட்டதேயில்லை.

ஷா ஜகானின் மூத்த மகளான ஜகானாரா மீது அவருடைய தந்தை இயல்பு மீறிய அளவிற்கு அன்பு காட்டினார் என்றும் அவர் மணம் புரிந்து கொள்வதற்குத் தந்தையின் இசைவைப் பெறும் நோக்கத்துடன் ''தன் தந்தையைத் திருப்திப்படுத்துவதற்காகத் தன் கெட்டிக்காரத்தனம் முழுவதையும் பயன்படுத்தினார். மிகுந்த பாசத்துடன் அவருக்குத் தொண்டு செய்தார்'' என்றும் மனூச்சி குறிக்கின்றார். (முகலாய இளவரசிகள் மணம் செய்து கொள்வதற்கு அரசர்கள் இசைவதில்லை. அரசுரிமைப் போட்டி வந்துவிடும் என்ற அச்சமே இதற்குக் காரணமாகும்.)

அதனால் தந்தைக்கும் மகளுக்கும் முறை தவறிய தகா உறவு உள்ளது என்ற வதந்திகள் பரவின. இது குறித்து முதன்முதலாய் எழுதிய அயலுலக நாடோடியின் பெயர் தெ லேயர் (*De Laear*) ஆகும். அவர் இதுபற்றி 1631 இல் எழுதினார். அதன் பிறகு பீட்டர் மண்டி (*Peter Mandy. 1628-1634*) பெர்னியர், டேவர்னியர் ஆகியோர், ஷா ஜகான் தன் மகள் ஜகானாராவுடன் தகாத உறவு வைத்திருந்தார் என்று குற்றஞ் சாட்டினார்.

''ஷா ஜகானின் மூத்த மகளான பேகம் சாகிபா மிகுந்த அழகு வாய்ந்தவர். கவர்ச்சி மிக்கவர். பேரரசர் தன் மகளுடன் கொண்டிருந்த உறவு நம்பமுடியாத ஒரு கட்டத்தை எட்டிவிட்டது. அது பற்றிய அடிப்படை நியாயம் குறித்து முல்லாக்கள் அல்லது மெய்ப்பியலார்தான் முடிவு கூற வேண்டும். மன்னர் நட்டுவித்த மரத்தின் கனியை மன்னர் சுவைக்கும் சலுகையுரிமையை மறுப்பது நியாயமாகாது என்று முல்லாக்கள்'' கூறுகின்றனர்: பெர்னியர் இவ்வாறு எழுதுகின்றார். ஜகானாரா தந்தை மீது ''மிகுந்த அன்பு கொண்டிருந்ததால் தான்'' ஷா ஜகானுடன் எட்டாண்டுகள் சிறையில் இருந்தார்.

விற்பன்னர்கள் இக்கதை முழுவதையும் அலசி ஆய்ந்தனர். விண்செண் ஸ்மிது, அவர்களுக்கிடையிலிருந்த முறைகெட்ட முயக்கத்தை ஒப்புக் கொள்கின்றார். வேறு சிலர் அதை மறுக்கின்றனர்.

அரசவையில் இருந்தவர்கள் பழிவாங்கும் நோக்கத்துடன் இத்தகைய வதந்திகளைப் பரப்பினர் என்று வேறு சில ஆசிரியர்கள் கூறுகின்றனர்.

அரசவையிலிருந்தவர்களின் காழ்ப்புணர்ச்சி முல்லாக்கள் கொடுத்த நியாயத் தீர்ப்பு, ஔரங்கசீபு ஆக்ராக் கோட்டையில் ஷாஜகானுடன் ஜகானாராவைச் ''சிறை வைத்தது'' எல்லாம் கீழ்நிலை மக்களின் பேச்சுக்களாயின. ஔரங்கசீபு இந்த வதந்தியை முழுமையான ஊரலராக்குவது தொடர்பான வேலைகளில் தொடர்பு கொண்டிருந்தார் என்பதை இவையனைத்தும் காட்டுகின்றன.

ஷா ஜகான் மகள் மீது உயிரையே வைத்திருந்தார். மகளின் நலனில் ஆழ்ந்த அக்கறை கொண்டிருந்தார். ஜகானாரா தன் பாங்கியருடன் ஆக்ரா கோட்டையில் நடந்து சென்றபோது, அவரது பாவாடையில் மெழுகுதிரி நெருப்புப்பற்றி 1644 மார்ச்சில் கடுமையான தீக்காயங்கள் ஏற்பட்டன. அவர் நான்கு மாத காலம் உயிருக்குப் போராடினார். நாட்டு மருத்துவர்களும், ஐரோப்பிய மருத்துவர்களும் அவருக்கு மருத்துவம் பார்த்தனர். அரச மருத்துவரும் முயன்றார். எனினும் ஆரிஃபு என்ற ஓர் அடிமை கூட்டிய களிம்பினால் அவரின் தீக்காயங்கள் முற்றிலும் ஆறின.

Lal, K.S. The Mughal Harem, New Delhi

ஷா ஜகானின் வாழ்க்கை முறைகள் முகலாய அரசர்களின் வழக்கமான போக்கிலேயே அமைந்திருந்தன. அவர் முதிர்ந்த வயதினரான போதும் சிற்றின்ப விளையாட்டுகளையுக் கைவிடாது, அதற்காகவென்று எல்லாவிதமான மன்மதக்

குளிகைகளையும் உண்டார். அவரது வாழ்க்கைப் போக்கிற்கு இசைந்ததாய் அவரது சாவு இருந்தது என்பதும் மனுச்சியின் கூற்றிலிருந்து தெரிகின்றது.

ஷா ஜகானிடம் அஃப்தாபு (*Aftab*), மெக்தாபு (*Mehtab*) என்று இரண்டு அடிமைப் பெண்கள் இருந்தனர். அவர் மிகுந்த முதுமைப் பருவத்தில் ஒருநாள் கண்ணாடிமுன் நின்று மீசையை முறுக்கிக் கொண்டிருந்ததை அவருக்குப் பின்னால் நின்றிருந்த அடிமைப் பெண்கள் பார்த்துக் கேலியாய் முறுவலித்தனர். ஷாஜகான் இதைக் கண்ணாடியில் பார்த்து விட்டார். அவர் அதனால் மனம் துடித்துப் போய் அதிர்ச்சியினால் இறந்தார் என்று சொல்லப்படுகின்றது.

ஷா ஜகானின் பெண் மக்கள்

ஜகானாராவின் தங்கையான ரோஷனாரா ஷா ஜகானின் பெண் மக்களில் இரண்டாமவர். ஔரங்கசீபிற்கு அக்காள். அவரைவிட ஒரு வயது மூத்தவர். ரோஷனாரா தக்காணத்தின் பர்ஹான்பூரில் 1617 செப்டம்பர் 2 அன்று மும்தாஜின் மகளாய்ப் பிறந்தார். இவர் தன் அக்காள் ஜகானாராவை விட 3 ½ வயது இளையவர். அவர்கள் குழந்தைப் பருவத்தில் ஆக்ரா கோட்டையில் சேர்ந்து விளையாடியிருக்கின்றனர். எனினும் அவர்கள் வளர வளர அக்காள் தங்கையிடையில் இருந்து வந்த உறவும் தள்ளி வெகுதொலைவு சென்று விட்டது.

தாரா ஷிகோவும் ஔரங்கசீபும் அரசுரிமைக்காகச் சச்சரவிட்ட போது, ரோஷனாரா தம்பி ஔரங்கசீபின் பக்கம் சேர்ந்து கொண்டார். தாரா ரோஷனாராவின் அண்ணன். ரோஷனாராவிற்கு இளவயது முதலே அருமைத்தம்பி ஔரங்கசீபின் மீது பாசம் மிகுதி. ரோஷனாரா அண்ணன் தம்பியரிடையே இணக்கம் ஏற்படுத்த முயன்று கொண்டே, தாராவிற்கு எதிராய் ஔரங்கசீபை ஊக்குவித்தார். அரசவையிலும் அந்தப்புரத்திலும் நடந்தவை அனைத்தையும் டெல்லியிலும் ஆக்ராவிலும் நடந்தவற்றையும் பற்றிய செய்திகளை ஔரங்கசீபிற்கு மறைவாய் அனுப்பி வந்தார். ஔரங்கசீபு தந்தை ஷா ஜகானுடன் பேசுவதற்காக அரண்மனைக்குள் நுழைந்ததும் வாளேந்திய தத்தாரிப் பெண் காவலாளி அவரை வெட்டிக் கொல்லப் போகின்றார் என்ற செய்தியை ரோஷனாராதான் முன் கூட்டிச் சொல்லியனுப்பினார்.

அரசுரிமைச் சண்டை நடந்த காலத்தில் தன் பொன், வெள்ளி நகைகளனைத்தையும் அவர் ஔரங்கசீபிற்குக் கொடுத்தார். ஔரங்கசீபு இவ்வுதவிகள் அனைத்திற்காக அக்காள் மீது பெருமதிப்பு வைத்திருந்தார். அவர் பட்ட மேற்றதும் ரோஷனாராவின் நிலையை மேலும் உயர்த்தினார். அண்ணனும், தம்பி ஔரங்கசீபுடன் அரசுரிமைச் சண்டையிட்டவருமான தாரா ஷீகோவைக் கொல்ல வேண்டுமென்று ஆத்திரம் கொண்டவர்களில் ரோஷனாராவும் ஒருவராவார்.

ஷா ஜகானை ஔரங்சீபு சிறைப்படுத்திய பிறகு தந்தைக்கும் மகனுக்குமிடையே மிகக் கசப்பான உறவே இருந்தது. தந்தை ஆக்ராவில் சிறையிலிருந்த காலத்தில் மகன் அவரைக் காண்பதற்கு வரவேயில்லை. ஷா ஜகானை ஔரங்கசீபின் காவலாட்கள் எப்போதும் சூழ்ந்து கொண்டிருந்தனர். கோட்டைக்குள் அவரின் நடமாட்டத்தைக் கண்காணித்தனர்.

தந்தைக்கும் மகனுக்குமிடையே கசப்பும், சினமும் பொங்குகின்ற கடிதப் போக்குவரவு நடந்தது. ஷா ஜகான் தனது மற்ற மக்களான தாராவுடனும், சுஜாவுடனும் கடிதப் போக்குவரவு நடத்த முயன்றதை ஔரங்கசீபு கண்டுபிடித்து விட்டதால், அவரின் நிலைமை மேலும் மோசமாயிற்று.

அவருக்கு எழுதுபொருள்கள் மறுக்கப்பட்டன. அவர் எதை எழுத விரும்பினாலும், அதை அரச ஊழியர் வழியேதான் எழுத வேண்டும். உள்ளத்தை உடையச் செய்யும் வகையில் துயரகரமாக இறந்து போன தாரா, சுஜா, முராது, கலைமான் சுகோக் ஆகியோரின் முடிவுகளைப் பற்றிய செய்தியை ஷா ஜகான் அறிந்து அதிர்ச்சி மேல் அதிர்ச்சிக்குள்ளானார். ஆனால் எல்லையற்ற பொறுமையொடு அனைத்தையும் தாங்கிக் கொண்டார்.

அவர் தன் காலத்தைப் பிரார்த்தனையிலும், சமயப் பேச்சுகளிலும், குரானை ஓதுவதிலும் இஸ்லாத்தில் கூறியுள்ள கடமைகளை நிறைவேற்றுவதிலும் கழித்தார்.

இந்த வாழ்க்கையில் கடைசிக் காலம் வரையிலும் அவருக்கு மகளுக்கு மகளாய்த் தாய்க்குத் தாயாக இருந்தவர் மூத்த மகள் ஜகானாரா ஆவார். அவர் தந்தையின் சகல துக்கங்களையும், துன்பங்களையும் பகிர்ந்து கொண்டார். அவரை ஆற்றினார். தேற்றினார்.

விடுதலையிழந்து, அதிகாரம் அனைத்தையும் இழந்து மக்களை இழந்து துன்பத்தில் மூழ்கியிருந்த ஷா ஜகான், இந்தத் துயரமான, வாட்டம் நிறைந்த வாழ்க்கையிலிருந்து எப்போது விடுபடுவோம் என்று காத்திருந்தார். அது கடைசியில் *1666*-ஆம் ஆண்டு ஜனவரி 22 அன்று வந்தது. அவர் பதினைந்து நாட்கள் நோயில் கிடந்தபின் எழுபத்து நான்காவது வயதில் இறந்தார்.

ஔரங்கசீபு (ஆ.கா. 1658-1707)

அவன் மன்னனேயானாலும், உழைக்காமல் உண்பது பாவம் என்ற கொள்கையைக் கடைப்பிடித்துத் தொப்பிகள் செய்தும், தன் அழகிய கையெழுத்துகளில் திருக்குரானைப் படியெடுத்து அவற்றை விற்றும், மிக எளிய வாழ்க்கை வாழ்ந்து முஸ்லிம் சமய நெறி நின்ற இந்த முகலாய மன்னரான ஔரங்கசீபு, இறுதி மூச்சு வரையிலும் போர்க் களங்களைக் கண்டவர். தக்காணத்தில் பல கோட்டைகளைத் தகர்த்தவர். இமயந் தொட்டுக் குமரி வரையிலும் முகலாயப் பேரரசை நிறுவிய முதல் இந்தியப் பேரரசர் என்ற சிறப்புகளைக் கொண்டவர். ஔரங்கசீபு என்றால் அரியணையின் அணிகலன் என்று பொருள்.

அரசுரிமைக்காக உடன் பிறந்தவர்களைக் கொன்ற முதல் முகலாயர் இவரேயாவார். தந்தையைச் சிறையிலடைத்த முதலும் கடைசியுமான முகலாயர் இவரே.

இருப்பினும் இப்படிப்பட்ட ஒரு மாமன்னரின் ஐம்பதாண்டுக் கால ஆட்சி தோல்வியிலும், குழப்பத்திலும் முடிந்தது. இந்த அரசியல் புதிருக்கான காரணத்தை ஔரங்கசீபின் கொள்கையிலும், நடத்தையிலும் காண வேண்டும். எனவே அவரின் ஆட்சியானது இந்திய வரலாற்று மாணவருக்கு மட்டுமன்றி, அரசியல் தத்துவ மாணவருக்கும் தலையாய ஆர்வத்தை உண்டாக்கக் கூடியதாக இருக்கின்றது என்று யது நாத சர்க்கர், தனது புகழ் பெற்ற ஔரங்கசீபு வாழ்க்கை வரலாற்று நூலின் அறிமுகத்தில் எடுத்துக் காட்டுகின்றார்.

மாலிக்கு அம்பர் அகமது நகர் முடியரசை உயிர்ப்பிப்பதற்காகச் செய்த பல முயற்சிகளில் ஒன்றை அடக்கிவிட்டுப் பேரரசர் ஜகாங்கீர் மெதுவாகக் குஜராதிலிருந்து ஆக்ராவிற்கு அரச நடையில் திரும்பி வந்து கொண்டிருந்தபோது, அந்தப் பரிவாரத்தில்

ஷா ஜகானும், அவருடைய குடும்பத்தினரும் இருந்தனர். அந்தப் பரிவாரம் டோகடிலிருந்து (பம்பாயின் மேற்கத்தி இரயில்வேயில் டோகடு இரயில் நிலையத்தின் தெற்கில் டோகடு என்னும் இந்த ஊர் இருக்கின்றது) உச்சயினிக்குச் சென்று கொண்டிருந்த வழியில் 1618 அக்டோபர் 24 அன்று மும்தாஜ் மகாலின் நான்காவது மகனாக ஔரங்கசீபு பிறந்தார். இவருக்கு முஹி-உத்-தீன் முகமது ஔரங்சீபு என்று பெயரிட்டனர்.

ஔரங்கசீபு தன் தந்தையை ஆக்ராவில் சிறைவைத்த பின்னர் 1658 சூலை 31 அன்று முதலாம் ஆலம் கீர் என்ற பெயரில் டெல்லியில் முகலாயப் பேரரசராக முடி சூட்டிக் கொண்டார். பின்னர் 1659 சூன் 5 அன்றும் இரண்டாவது முறையாக முடிசூட்டிக் கொண்டார்.

ஷாஜி பான்ஸ்லே காலத்திலிருந்து முகலாயரை மராட்டியர் மூன்று தலைமுறைகளாக எதிர்த்துப் போராடி வந்திருக்கின்றனர்.அக்பர் காலத்திலிருந்து தொடங்கிய இந்த எதிர்ப்பு ஔரங்கசீபின் காலத்தில் உச்சகட்டத்தை அடைந்தது. ஔரங்கசீபை அவரது கடைசி மூச்சு வரையிலும் எதிர்த்து முகலாயர் குடியை மராட்டியர் ஆட்டம் காணச் செய்த கதை இந்துத்தானத்தின் வரலாற்றில் நூறாண்டுகளுக்குமதிகமான காலம் நடந்திருக்கின்றது.

மராட்டியர் குடியின் மாபெரும் வீரரான சிவாஜி 1680-ஆம் ஆண்டு திடீரென்று இறந்த பின்னரும், ஔரங்கசீபின் கொடிய அடக்குமுறையையும் தாண்டி மாராட்டியர் முகலாய யானையைப் படுத்திய பாடு பதினெட்டாம் நூற்றாண்டின் இந்தியத் துணைக் கண்டத்து வரலாற்றில் குறிப்பிடத்தக்க அத்தியாயமாகும்.

ஔரங்கசீபின் கடைசிக்காலம். நண்பர் எவருமே இல்லை. நண்பர் என்று நம்புவதற்கு ஒருவரும் இல்லை. சூழ்ச்சியில் வல்லவரான தங்கை ரோஷனாராதான் இப்போது இந்த 89 வயது அண்ணன் நோய்ப் படுக்கையருகே இருந்தார். வேறெவர் மீதும் அவருக்கு ஆசையோ பாசமோ இல்லை. எனவே தன்னந் தனியாகச் சாவை எதிர்பார்த்துக் கிடந்தார்.

அவர் மரணப் படுக்கையில் இருந்துகொண்டு தன் இரண்டாவது மகனுக்கு இப்படி எழுதினார்:

'முதுமை வந்துவிட்டது.... நான் ஓர் அந்நியனாக இந்த உலகில் வந்தேன். அந்நியனாகவே இதை விட்டுச் செல்கிறேன். என்னைப் பற்றி எனக்கு எதுவும் தெரியாது. நான் யார்? எதற்காகப் பிறந்தேன் என்பன எனக்குத் தெரியா. அதிகாரம் போய் விட்ட அதே கணத்தில் துக்கம்தான் எஞ்சி நிற்கிறது. நான் பேரரசின் புரவலானாகவோ, பாதுகாப்பாளனாகவோ இருந்ததில்லை. எனது பயனுள்ள நேரம் வீணாகக் கழிந்தது. என்னுள்ளே எனக்கு ஒரு வழிகாட்டி இருக்கிறது. ஆனால் அதன் (மனச் சான்றின்) மாபெரும் ஒளி எனது மங்கிய கண்களுக்குத் தெரியவில்லை. நான் எதையும் இந்த உலகில் கொண்டு வரவில்லை. எதையும் எடுத்துச் செல்லப் போவதுமில்லை. எனது மீட்சி பற்றி எனக்கு அச்சமாயிருக்கிறது. நான் என்னென்ன சித்திரவதைகளால் தண்டிக்கப்பட போகின்றேனோ... என் செயல்களைப் பொருத்த மட்டில், நான் கொண்டுள்ள அச்சம் என் நெஞ்சை விட்டு நீங்காது; நான் போன பின்னர் அந்தச் சிந்தனை இராது. என்ன வந்தாலும் வரட்டும் என்று என் கலத்தை அலைகளின் மீது செலுத்துகிறேன். விடை பெறுகிறேன். விடை பெறுகிறேன். விடை பெறுகிறேன்...''

ஔரங்கசீபு தன் இன்னொரு மகனுக்கும் மரணப் படுக்கையிலிருந்து எழுதினார்:

''என் நெஞ்சிற்கு நெருக்கமான மகனே! சாவின் துன்பங்கள் என்னை வெகு வேகமாக அழுத்துகின்றன. எங்கு நோக்கினும் என் கண்களுக்குத் தெய்வீக சக்தியே தெரிகிறது. நான் எந்த நன்மை, தீமை செய்திருந்தாலும், அது உனக்காகத்தான்.''

ஔரங்கசீபு கடிதங்கள் எழுதுவதில் பெயர் பெற்றவர். அவர் எழுதிய கடிதங்களின் மூன்று பெருந் தொகுதிகள் இன்றும் உள்ளன.

ஔரங்கசீபு கண் மூடிய நேரத்தில், (1707) இந்தியத்தின் மேற்கிலும் கிழக்கிலும் இருந்த துறைமுகங்கள் அனைத்தும் ஐரோப்பிய நாடுகளின் கைகளில் இருந்தன.

பாபர் தனது சிற்றரசான ஃபெர்கானாவை நிலைநாட்டவும், தனது முன்னோரான முடத் தைமூர் ஆண்ட சாமர்கண்டை ஆளவும் மிகச் சிறிய வயதிலேயே போராடி இரண்டையும் இழந்து தவித்துக் கொண்டிருந்த காலத்தில் பல கடல்களுக்கப்பால், பல ஆயிர மைல் தொலைவில், ஒரு சிறிய தீவக் குறையின் புது நாடான சிறிய போர்ச்சுக்கல்லிலிருந்து, ஒரு கடலோடி கப்பலேறினார். அதற்கடுத்த ஆண்டில் கள்ளிக் கோட்டைக் கருகிலுள்ள ஒரு சிற்றூரில் வாஸ்கோடகாமா என்ற அந்தக் கடலோடி இறங்கினார்.

குறு மிளகு மீது கொண்ட விருப்பத்தின் காரணமாகத் தொடங்கிய இந்தக் கடற் பயணம் வந்தவர்கள் பாபரின் வழியில் ஆறாவது தலைமுறையான ஔரங்கசீபின் காலத்தில் இந்து தேசத்தைப் பங்கு வைக்கத் தொடங்கினர்.

இதுவரை வந்தவர் எல்லாம் இம்மண்ணின் மைந்தராயினர். இப்போது வந்தேறியவர்களோ, இந்துத் தானத்தின், மதம், பண்பாடு, வாழ்க்கை முறை அனைத்திலும் மிகப்பெரிய பூகம்பத்தை உண்டாக்கப் போகின்றனர்.

மராட்டியர் எழுச்சி

மராட்டியரின் போர்த்திற மரபுகள்

மராட்டியரின் போர்ப்படை மரபுகள் குறித்துப் போதிய செய்திகள் இல்லாமையால், அவற்றின் தோற்றுவாயையும் தன்மையையும் வரை செய்வது கடினமாயிருக்கின்றது (மராட்டியர் வரலாறு இ.ச.க.தொகுதி- 5 இல் விரித்துச் சொல்லப்பட்டுள்ளது.) மராட்டிய மக்கள் ''பெருமை மிக்கவர்கள்; வீரவுணர்ச்சியுடைய வர்கள் மறக்குணம் படைத்தவர்கள்'' என்று சீன நாடோடியான உவான் சுவாங்கு ஏழாம் நூற்றாண்டின் நடுப்பகுதியில் எழுதி வைத்திருக்கின்றார். அவர்கள் அதன்பிறகு இப்பகுதியைச் சேர்ந்த ''ரௌத்துகள்'' (*rauts*) என்ற குதிரைப் படையினர், போசளர், விசயநகரப் போராளிகள் போன்ற தக்காண அரசர், பலரின் படைகளில் சேர்ந்து பன்னிரண்டு, பதின்மூன்றாம் நூற்றாண்டுகளில் போரிட்டுள்ளனர். தேவகிரி யாதவர்கள் மராட்டியத் தோன்றல்கள் என்பதில் ஐயமில்லை. அவர்கள் மராட்டி மொழி வழங்கிய பகுதி முற்றிலும் முதன்முதலில் வலிமை மிக்கோங்கி நின்றனர்.

தக்காணத்தினுள் பதின்மூன்றாம் நூற்றாண்டின் முதன்முதலில் படை கொண்டு வந்த கில்ஜி குடியின் அலாவுதீன் முகமது ஷா (ஆ.கா. 1296-1316) நடத்திய தாக்குதலை யாதவர்களால் எதிர்த்து நிற்க முடியவில்லை. யாதவர்களிடம் கில்ஜியின் படையை விடப் பன்மடங்கு பெரிய படை இருந்த போதிலும், அவர்கள் முற்றிலும்

வீழ்ச்சியடைந்தனர். அவர்களின் போர்த்திற உத்திகள் காலத்திற்கு ஒவ்வாதன வாயிருந்ததுதான் அத்தோல்விக்குக் காரணம் எனலாம். டெல்லியாரின் குதிரைப்படை விரைந்து வந்து நடத்திய தாக்குதலுடன் ஒப்பிடுகையில், யாதவரிடம் அதைச் சமாளிக்கும் திறன் இல்லாமற் போனது. பனிமலை சரிந்து விழுந்ததைப் போல் பறந்தோடி வந்த துருக்கரின் இந்தப்படையெடுப்பானது, யாதவரின் அரசைப் போலவே தென்னிந்தியத்தின் பிற இந்திய முடியரசுகளையும் வியப்புறும் வண்ணம் வெகு விரைவில் அடித்துச் சென்று விட்டது.

மராட்டியர் சமூகத்தின் பண்பாட்டு இணைப்பைத் தவிர அனைத்தையும் அயலாரின் படையெடுப்பு அழித்துவிட்டது. மராட்டியர் தலைவர்களில் பலரும் பெயருக்கேனும் ஆட்சியாண்மையை நிலைக்கச் செய்யும் எண்ணத்துடன் மராட்டியத்தின் மலைப்பகுதிகளுக்குள் ஓடிப் புகலடைந்தனர். அவர்கள் இறுதியில் டெல்லிச் சுல்தான்களிடம் பணிந்து விட்டனர். பின்னர் டெல்லிச் சுல்தான்களின் மேலாண்மையைப் பாமினி அரசு 1347-ஆம் ஆண்டு தூக்கியெறிந்து விட்டது. (பாமினி அரசு தோற்றமும் மறைவும் இ.ச.க.தொகுதி-5 காண்க.)

பாமினி சுல்தான்கள் தம் ஊழியத்தில் பிராமணரையும் மராட்டியரையும் பிரபுக்கள் என்ற வகுப்பினரையும் நெடுங்காலம் சேர்த்திருந்தனர். பாமினி அரசு பின்னர் ஐந்து அரசுகளாய்ச் சிதறுண்டது. அதனால் ஷிர்க்கலர் (*Shirkes*), தஃபாலர் (*Daphales*), நிம்பல்கர் (*Nimbalkars*) மகாதிக்கு (*Mahadiks*), மோர் (*Mores*), போஸ்லே (*Bhosles*), யாதவர் (*Yadhavas*) போன்ற தலையாய மராட்டிக் குடும்பங்களுக்கும் முரார் ஜெகதேவர், தாதாஜி கொண்ட தேவர் போன்ற பிராமணர்களுக்கும் வாய்ப்பு மிகுந்த சூழல்கள் உண்டாயின. அவர்கள் ஷாகியரின், குறிப்பாய் நிசாம் ஷாகி, அதில் ஷாகி, குதுப்பு ஷாகி ஆகியோரின் ஊழியத்தில் தமது போர்க்கலைத் திறனையும் ஆட்சியியல் திறனையும் வெளிப்படுத்த நிரம்ப வழிவகைகள் கிடைத்தன.

வடக்கிலிருந்து வந்த முகலாயப் பேரரசாதிக்கம் தக்காணத்து முஸ்லிம் அரசுகள் உயிர் பிழைத்து நிற்கமுடியாதபடி போராட்டத்தைத் தோற்றுவித்தது. அதையடுத்து முகலாய வல்லரசாண்மைக்கும் தக்காண முடியரசுகளுக்குமிடையே தோன்றிய போர்களினாலும் தக்காணியக் கூட்டத்தாரிடையிலும் அதில் ஷாகி, நிசாம் ஷாகி, குதுப்பு ஷாகி அரசவையிலிருந்த, அயல்நாட்டு முஸ்லிம்களிடையில் தோன்றிய உள் பகையினாலும் மராட்டியர் தலைவர்கள் எழுச்சி பெற வழி ஏற்பட்டது.

தக்காண அரசுகளின் சுல்தான்கள் மராட்டிய சர்தார்கள் என்ற படைத்தலைவர்கள், நிலக்கிழார்களான ஜாகிதர்கள் ஆகியோரின் விசுவாசத்தையும் வீரத்தையும் நம்பி நிற்பதையன்றி, அவர்களுக்கு வேறு வழியில்லாமற் போயிற்று.

மாலிக்கு அம்பர்

வடக்கிலிருந்து நிசாம் ஷாகியரை அழிக்க வந்த படை யெடுப்பாளரைத் தடுத்து நிறுத்துவதற்கு நிசாம் ஷாகியரின் திறமைமிக்க தலைமை அமைச்சரான மாலிக்கு அம்பர் புதிய போர் முறை ஒன்றைக் கொண்டு வந்தார். யார் இந்த மாலிக்கு அம்பர்? இவரது இயற்பெயர் ஷம்பு (*Shambu*). எத்தியோப்பியத்தின் ஹரர் (*Harar*) என்ற இடத்தில் 1550-ஆம் ஆண்டு பிறந்தார். இவரின் பெற்றோர் மிகுந்த வறிய நிலையில் இருந்ததால், கைக் குழந்தையான ஷம்பை விற்று விட்டனர். அக்குழந்தை பாக்தாதின் அடிமைச் சந்தைக்குக் கொண்டு செல்லப்பட்டது. அதை அங்கு குவாஜா பாக்தாது அல்லது காசி மிர் என்றவர்

விலைக்கு வாங்கினார். மாலிக்கு அம்பர் ஓர் அடிமை என்றும் அவர் மோச்சா என்ற ஊரில் இருபது டக்கட்டிற்கு விற்கப்பட்டார் என்றும் டச்சு நாடோடியான பீட்டர் வான் தான் புரோயக்கு (*Peter Van Dan Broecke*) குறிப்பிடுகின்றார்.

அவரை விலைக்கு வாங்கிய ஆண்டை அன்புடையவர். அவர் ஷம்பை அன்புடன் நடத்தி அவருக்கு அம்பர் என்று பெயரிட்டார். தன் மக்களின் ஒருவரைப் போன்று அவர் அம்பரை வளர்த்தார். அம்பர் அவரின் ஆதரவில் அரபிக் கல்வியையும் இலக்கியத்தையும் கற்றார். அவர் சிறுவன் அம்பரைத் தக்காணத்திற்குக் கொண்டு சென்று மாலிக்கு தபிர் என்றவரிடம் விற்றார். தபிரும் ஓர் ஆப்பிரிக்கர். அவர் செங்கிஸ் கான் என்ற பெயரில் அறியப்பட்டார். அவர் மூர்த்தசா நிசாம் ஷாகியின் (ஆ.கா. 1565-1588) புகழ் பெற்ற அமைச்சராயிருந்தார். மாலிக்கு அம்பர் அகமது நகரை அடைந்தபோது, அது வீரமிக்க சாந்து பீபியின் தலைமையில் (சாந்து பீபி இ.ச.க.தொகுதி- 11 காண்க) பேரரசப் படையினரை எதிர்த்து வாழ்வா அல்லது சாவா என்ற முடிவுடன் போராடிக் கொண்டிருந்தது.

Ali.Shanti Sadiq: The African Disperal in the Deccan

அம்பர் முகலாயர் படைகளுடன் போர்க்களங்களில் நேரில் மோதுவதைத் தவிர்த்தார். ஏனெனில் மராட்டியரிடம் வல்லமைமிக்க பீரங்கிப் படையும் குதிரைப் படையும் இருந்தன. அவர் எளிதாய் ஏந்திச் செல்லும் படைக்கலன்களை வைத்திருந்த மராட்டியப் படையினரில் சிறுசிறு கூட்டங்களைக் கொண்டு முகலாயரின் போக்குவரவுத் தடங்களில் இடையூறு செய்தார். மராட்டியக் காலாள் படை வீரன் (*bargir*) இத்தகைய தாக்குதல்களில் காட்டிய திறமை ஜகாங்கீரின் கவனத்தை ஈர்த்தது. சிவாஜியின் தந்தையான ஷாஜி, மாலிக்கு அம்பரிடமிருந்து இப்புதிய போர்முறையைக் கற்றார். அம்பர் இறந்ததும் ஷாஜி நிசாம் ஷாகி அரசை முகலாயர் பிடியிலிருந்து காப்பாற்றுவதற்கு அரும்பாடுபட்டார்.

மராட்டியர் கூலிப்படை

மராட்டியர் இந்து அரசர்களான விசயநகரத்தாரிடமும் பல்வேறு குடிகளையும் குலங்களையும் சேர்ந்த தக்காண முஸ்லிம் அரசர்களிடமும் பணிசெய்து மிகப்பெரிய ஆதாயமடைந்தனர். அவர்கள் வழிவழியான இந்துப் போர் முறையின் குற்றங்குறைகளையும் முஸ்லிம் போர்க் கலையின் உயர்திறனையும் நன்கு அறிந்து கொண்டனர். தக்காணத்தில் அலாவுதீனின் வழியினர் ஆட்சிக்கு வந்ததும், அவர்கள் வெகு துணிச்சலொடு எதிரியைத் தாக்குவதை மராட்டியர் கண்டு வியந்தனர். அவர்களின் கட்டுப்பாடும் குதிரையேறி விரைந்து இலக்கிய வில்லாளியர் திறமும் சமயப் பேரார்வமும் மராட்டியரைப் பெரிதும் கவர்ந்தன.

முகலாயர் பீரங்கிப் படையையும் குதிரைப் படைகளையும் இணைத்துக் களத்தில் இறங்கிப் போரிட்ட கசாகி (*Kazagi*) என்ற வெகு திறன் வாய்ந்த போர்த் தந்திர முறையும் மராட்டியரின் மனத்தில் ஆழமாய்ப் பதிந்தது. முகலாயரின் இந்தப் போர் முறையானது, மங்கோலிய, தத்தாரிய, பாரசிகத் தந்திரங்கள் கூடிய ஒரு சேர்க்கையாகும். புகழ் பெற்ற துலகாம (*tulghama*) அல்லது பொங்கெழுச்சி வீச்சு (*Standard sweep*) என்பது செங்கிஸ்கான் (*Genghis Khan*, 1162-1227) உண்டாக்கிய போர்த் தந்திரமாகும். இதற்குப் பிறையின் இருமுனைகளும் ஒன்று சேர்தல் என்று பொருள். படையின் மையத்தையும் இரண்டு பக்கவாட்டு அணிகளையும் பிளந்து அவற்றை முன்னணியாயும் பின்னணியாயும்

மாற்றும் முறையைத் தைமூர் உருவாக்கினார். அரபா (*Araba*) என்ற போர் ஊர்திகளையும் (*war carts*) பீரங்கிகளையும் போரில் பயன்படுத்தும் முறையை மேற்கத்தியத் துருக்கர் உண்டாக்கியிருந்தனர். அவர்களின் படைக் கலன்களும் அவர்கள் அவற்றைப் பயன்படுத்திய முறைகளும் படையெடுப்பாளர்களான அவர்களுக்கு மிகப் பெரிய தாக்குதல் வல்லமையை அளித்தன.

தக்காணியரிடமிருந்த போர்க்கலையும் போரியியல் முறைகளும் தரம் தாழ்ந்திருந்தன. ஆனால் அவர்களின் வாழ்விடம் குன்றுகள் நிறைந்தும் மலைப்பாங்காயும் இருந்ததால் அவர்களின் வலிமை விரைந்து குறையாமல் நிலைத்து நின்றது. மராட்டியப் போர்க்குடியினர் வெகு காலம் முஸ்லிம் அரசர்களின் ஊழியத்தில் இருந்தனர். அவர்கள் புதிய படைக்கலன்களைக் கையாளும் முறைகளையும் போர்த் தந்திர முறைகளையும் நன்கு கற்றுக் கொண்டனர்.

மராட்டியர் 1350 முதல் 1650 வரை தொடர்ந்து கூலிப்படையினராய்ப் பணிசெய்து, தமக்கு எவர் கூடுதலான கூலி தந்தார்களோ அவர்களுக்காகத் தம் வாளையும் எழுதுகோலையும் பயன்படுத்தி வந்தனர். அவர்கள்தாம் வாழ்ந்த பாகத்துப் போர்க்கலையிலும் பொது நிர்வாகத் திறனிலும் பயிற்சி பெற்றனர். அவர்கள் தாம் அளிக்கின்ற ஊழியத்திற்குத் தகுந்த பலன்கள் கிடைத்தவரையிலும், தம்மை எவர் ஆண்டாலும் கவலையில்லை என்று இருந்தனர். சிவாஜி வந்து தன்னுரிமை என்ற கருத்தை எடுத்துக்காட்டி, அதை மராட்டியர் ஏற்குமாறு செய்த பிறகுதான், அவர்களுக்குத் தமது தொலை நோக்கின்மை தெரிந்தது. அவர்கள் முஸ்லிம் அரசர்களின் கீழ் கற்றனவெல்லாம் எதிர் காலத்தில் சிவாஜி தன்னுரிமைக்கு அடித்தளம் அமைத்த போது வெகுவாய்ப் பயன்பட்டன.

Kantak, M.R. The First Anglo & Maratha War 1774&1783, A Military Study of Major Battles. Bombay, 1993.

ஷாஜி பான்ஸ்லே (1594-1664)

பிற்கால மராட்டிய மன்னரால் தமக்குத் தெற்கில் அரசியல் முன்னோடியாக இருந்தவர் என்றும், மராட்டிய இராணுவ, மற்றும் ஆட்சி நிர்வாக வலிமையில் தமக்கு ஆழ்ந்த நம்பிக்கையை உண்டாக்கியவர் என்றும் மதிக்கப் பெற்ற ஷாஜி பான்ஸ்லே, விரும்பியோ விரும்பாமலோ கருநாடகத்தில் மராட்டிய ஆட்சிக்குக் கால் கோலிட்டார்.

இவர் இறுதியாகப் பிஜப்பூர் சுல்தானின் பரிவாரத்துடன் சேர்ந்ததற்கு முன்னர் களம் பல கண்டவர்.

ஷாஜி பான்ஸ்லே ஓர் எளிய குடும்பத்தில் 1594 மார்ச்சு 15 அன்று பிறந்தார். தக்காணத்து மன்னர்களுக்கு வேண்டிய கூலிப் படைகளை அளிக்கும் பணியை இவர் மேற்கொண்டிருந்தார்.

இவர் 1605 -ஆம் ஆண்டு லுக்காஜி ஜாதவராவின் மகளான ஜீ)ஜாபாயை மணம் புரிந்தார். பின்னர் 1652-இல் துக்காபாய் மொகைத்து என்ற பெண்ணை இரண்டாந் தாரமாய் மணந்தார்.

சிவாஜி முதல் மனைவியான ஜீஜா பாய்க்கும், பின்னாளில் தஞ்சை மராட்டியர் அரசகுடியை உண்டாக்கிய வெங்காஜி இரண்டாவது மனைவியான துக்காபாய்க்கும் பிறந்தனர்.

ஷாஜி அகமது நகரில் அமைந்திருந்த நிஜாம் ஷாகி அரசில் சர்தார் என்ற படைப் பதவியில் முதலில் இருந்தார். இது ஒரு சிறு படைப் பிரிவின் தலைமைப் பதவியாகும். இக்காலத்தில் மாலிக்கு அம்பர் என்ற படைத் தலைவர் அந்த அரசின் உச்ச பதவியிலிருந்தார். அவர் அபிசீனியர். அவரின் முன்கோபத்தினால் ஷாஜி பான்ஸ்லே பிஜப்பூர்ச் சுல்தானின் படையில் பணிபுரிய நேர்ந்தது. ஷாஜி அங்கு இரண்டாண்டுகள் பணி புரிந்தார்.

பிஜப்பூர் என்ற விஜயபுரி அரசு முகலாயப் பேரரசில் சேர்க்கப்பட்டதும், ஷாஜி முகலாயர் படையில் சேர்ந்து கொண்டார். முகலாயர் படைத் தளபதிகளிடையே காணப் பெற்ற சூழ்ச்சிகளும், பொறாமையும், பேராசையும் ஷாஜியை அவர்களுக்கு எதிராகக் கிளர்ந்தெழச் செய்தன.

முகலாயர் பிஜப்பூர்ப் படைகளின் உதவியுடன் ஷாஜியை ஒவ்வொரு கோட்டையாக விரட்டிச் சென்று கடைசியில் மகுலி என்ற இடத்தில் *1629*-ஆம் ஆண்டு சரணடையச் செய்தனர். ஷாஜி இங்குதான் இரணதுல்லா கான் என்று பலராலும் அறியப்பட்ட இரஸ்துமி ஜமா என்ற பிஜப்பூர்ப் படைத் தலைவரைச் சந்தித்தார். முகலாயர் இந்த இரணதுல்லா கானின் உதவியால்தான் ஷாஜியைப் பிடித்தனர்.

இரணதுல்லாவின் போர்த்திறன் ஷாஜியைப் பெரிதும் கவர்ந்தது. இதுவே அவர்களிருவரும் நெருங்கிய நட்புக் கொள்ளக் காரணமாயிருந்தது. இரணதுல்லா இறந்து போனது வரையிலும் ஷாஜி அவருடன் நட்புக் கொண்டிருந்தார். புதிய நண்பர் இரணதுல்லாவின் ஆலோசனைப்படி ஷாஹி மீண்டும் பிஜப்பூர்ப் படையில் சேர்ந்தார்.

ஷாஜி இதன்பிறகுதான் பிஜப்பூர்ப் படைகளுடன் கருநாடகத்தில் மாபெரும் வீரதீரச் செயல்களில் ஈடுபட்டார்.

அவர் நிஜாம் ஷாஜி அரசுக்காகக் கடந்த காலத்தில் செய்த சேவைகளுக்காக அவருக்குக் கிடைத்த புனா, சுபா ஜாகிர்களைப் பிஜப்பூருடன் கொண்டிருந்த நீண்ட தொடர்பு நெடுகிலும் தன் கைக்குள் வைத்திருந்தார்.

அவருக்கு ''மகா ராஜா ஃபர் சந்து ஷாஜி பான்ஸ்லே'' என்று பட்டம் இருந்தது. அவர் முகமது அதில் ஷா *(1626-1656)*, அலி அதில் ஷா *(1656-1664)* ஆகிய இரண்டு சுல்தான்களுக்கும் விருப்பமான தளபதியாயிருந்தார். அவர் அவர்களிடம் 28 ஆண்டுகள் சேவை செய்திருக்கிறார்.

ஷாஜிக்குப் பெங்களூர் ஜாகீர்

விசய நகரப் பேரரசர் ஸ்ரீரங்கராயலுக்கு எதிராகப் பிஜப்பூர்ப் படை கர்னூலுக்குச் சென்றது. இப்படையுடன் ஷாஜி பான்ஸ்லேயும் சென்றிருந்தார். விசய நகர மன்னருக்கு எதிராக நடந்த இச்சண்டையில், செஞ்சி, மதுரை, தஞ்சை நாயக்க மன்னர்களும் பிஜப்பூர் சுல்தானின் படைகளுடன் சேர்ந்து கொண்டன என்பது மிகவும் புதுமையாகும்.இந்த மொத்தப் படைக்கும் நவாபு கான் பாபா முஸ்தாபா கான் 1646-இல் தலைமை ஏற்றிருந்தார்.

விசய நகர மன்னர் ஸ்ரீரங்கராயலுடன் பேச்சு நடத்த வேண்டுமென்று ஷாஜி பிஜப்பூர்ப் படைத் தலைவரைக் கேட்டார். அந்நேரம் பார்த்து ராயலின் படைகள் பிஜப்பூர்ப் படைகளைத் தாக்கியதால், ஷாஜி இதற்கு உடந்தையாயிருக்கலாம் என்று பிஜப்பூர் முகாமில் அவர் மீது ஐயம் ஏற்பட்டது.

இதன் பிறகு திருமலை நாயக்கன் பிஜப்பூர்ப் படைகளை அழைத்துச் சென்று செஞ்சி, தஞ்சை நாயக்க மன்னர்களைத் தாக்கச் செய்தார். இந்தப் போரின்போது ஷாஜி பல தொல்லைகளுக்குள்ளாக நேர்ந்தது. இந்தப் போர் நடந்து கொண்டிருந்தபோது, முஸ்தாபா கான் ஷாஜியைச் சிறைப்படுத்திப் பிஜப்பூருக்கு அனுப்பிவிட்டார்.

ஆனால் ஷாஜியின் சேவை பிஜப்பூருக்குத் தவிர்க்க முடியாததாக இருந்தது. ஏனெனில் பிஜப்பூருக்கு ஔரங்கசீபினால் பல தொல்லைகள் வந்து கொண்டிருந்தன. பிஜப்பூர் முகலாயரிடம் பிதர், கல்யாணி, பரேந்திரா ஆகிய இடங்களை விட்டுக்கொடுக்க நேர்ந்ததுடன், ஒரு கோடி ரூபாயும் செலுத்த நேர்ந்தது.

இந்நெருக்கடிகளின் காரணமாக, அதில் ஷா சில நிபந்தனைகளுடன் ஷாஜியை விடுதலை செய்தார். ஷாஜி அந்நிபந்தனைப்படி கொண்டா, பெங்களூர், கண்டர்பி ஆகிய கோட்டைகளை விட்டுக் கொடுத்துவிட வேண்டும். ஷாஜி உடனே தன் மக்களான சிவாஜிக்கும், வெங்காஜிக்கும் ஆளனுப்பி, இக்கோட்டைகளைச் சுல்தானின் ஆள்களிடம் கொடுத்துவிடச் சொன்னார்.

ஆனால் அவர் சிறைப்பட்டுக் கிடந்த இரண்டு மாதங்களுக்குள், பெங்களூருக்கு வருவோமென்றோ, சிறையிலிருந்து வெளி வந்ததும் பெங்களூர்க் கோட்டை தனது சொந்த ஜாகீராகுமென்றோ, ஷாஜி கனவு கூடக் காணவில்லை. ஷாஜி சிறையில் துன்புற நேர்ந்தமைக்காகப் பாதுஷா ஐந்து இலட்சம் ஹன் (பொன்) வருவாய் தரக்கூடிய பெங்களூரைச் சொந்த ஜாகீராக அவருக்குக் கொடுத்து விட்டார்.

எனவே, பெங்களூர் *1646* இல் மராட்டியர் ஜாகீரானது. இவ்வாறு பெங்களூர் மராட்டியரின் ஆளுகைக்கு வந்து விட்டமையால், கருநாடகத்தின் பால கட்டத்தில் சீரா, சிக்க நாயக்கனள்ளி, பசவ பட்டணம் ஆகியன அடங்கிய பிஜப்பூர் சுபா என்று அது விரிவடைந்து, பின்னர் அது தொலைவில் கிடந்த செஞ்சி, தேவனாம்பட்டினம், பரங்கிப்பேட்டை ஆகியவற்றையும் உள்ளடக்கியது.

ஷாஜி பின்னர் பெங்களூர்ச் சுபாவின் ஆளுநராக்கப்பட்டார். இவர் மாபெரும் போர் வீரராக இருந்ததுடன் கலைகளையும், கற்றோரையும் ஆதரித்தார். இவரும் செய்யுள்கள் எழுதினார் என்று கூறப்படுகின்றது.

நாசிக்கிலிருந்த பன்மொழிப் புலவர் ஜெயராம பாண்டேய, ஷாஜியின் கொடைத்திறனைக் கேள்வியுற்று வெகு தொலைவிலிருந்த பெங்களூருக்குச் சென்றார். அவர் ஷாஜிக்கு அறிமுகம் செய்யப்பட்டதும், புலவர் மன்னர் முன் பன்னிரண்டு தேங்காய்களை வைத்தார். இதற்கு என்ன பொருளென்று ஷாஜி கேட்டதும், தன்னால் பன்னிரு மொழிகளில் பாடல்கள் இயற்ற முடியுமென்பதைப் பன்னிரு தேங்காய்கள் குறிக்கின்றன என்று புலவர் விளக்கினார். வியப்பூட்டும் இம் மறுமொழியைக் கேட்ட ஷாஜி புலவரின் புலமையை மேலும் சோதிக்க விரும்பினார். ''ஒரு புலவரின் திறமையை மெய்யாக வெளிப்படுத்துவது புதிருக்கு அவர் விடை கூறுவதேயாகும் எனவே இவரிடம் ஒரு புதிரைக் கூறுக'' என்று ஷாஜி அவைப் புலவர்களிடம் கூறிவிட்டு, அவரே ஒரு புதிரைப் போட்டார் .

அதன் பிறகு ஷாஜியின் அவையிலிருந்த மலாரி பட்டா, நரோபந்து அனுமந்தே, ஜனார்த்தன பந்து, அனுமந்தே மற்றும் ஷாஜியின் புரோகிதரான பிரபாகரப் பட்டர் முதலியோரும் புலவரிடம் புதிர் போட்டனர். புலவர் அத்தனை புதிர்களையும் விடுவித்தார்.

ஷாஜி தனது கடைசிக் காலத்தில் கருநாடகத்தின் மலைநாட்டுப் பகுதியில் போர் செய்தார். மலை நாட்டில் அடங்காதிருந்த குறுநில மன்னர்களை அடிபணியச் செய்வதற்காகச் சென்ற இடத்தில் ஷாஜி இறந்தார். ஷாஜி வேட்டைக்குச் சென்றபோது, அவர் ஏறியிருந்த குதிரை அவரைக் கீழே தூக்கியெறிந்தது. அதனால் 70 வயதான ஷாஜி 1664-ஆம் ஆண்டு உயிர் துறந்தார்.

மராட்டிய வீரர்களின் வரலாறு கூறும் பக்கார்

பக்கார் என்ற மராட்டிச் சொல்லை ஆங்கிலத்தில் கிராணிக்கிள் (*Chronicle*) என்பர். வரலாற்று அரச குடிகள் பற்றிய நிகழ்ச்சித் தொகுப்புகள் பக்கார் (*Bakhar*) எனப்பட்டன. இவற்றைச் சரியான வரலாற்று ஆதாரங்களாய்க் கொள்வதில் குறைபாடுகள் (*limitations*) உள்ளன என்பதை நன்கு அறிந்திருந்த போதிலும் எட்வர்டு ஸ்காட்டு வாரிங்கு (*Edward Scott Warring*) (1810), ஜேம்ஸ் கன்னிங்காம் (*James Cunningham*), கிராண்டு டஃப்பு (*Grand Duff*) (1826) போன்ற மராட்டிய வரலாற்றாசிரியர்கள் அவற்றைப் பயன்படுத்தி மராட்டியர் வரலாறுகளை எழுதினர்.

மேற்சொன்ன நிகழ்ச்சிக் குறிப்புகளான பக்கார்கள் மராட்டிய வீரர்களின் வாழ்க்கை வரலாறுகளாய் அமைந்தன. சிவாஜி பற்றிப் பல நிகழ்ச்சித் தொகுப்புகள் வெளிவந்துள்ளன. அவரின் வாழ்க்கை வரலாறுகளில் பெரும்பாலானவை 18, 19 ஆம் நூற்றாண்டுகளில் வெளிவந்தன. கிட்டத்தட்டச் சிவாஜி காலத்தில் எழுதப் பெற்றதும் பெரிதும் நம்பத் தகுந்ததுமான சபாசது பக்கார் (*Sabhasa Bakhar*) அல்லது சிவாஜி வாழ்க்கை என்ற தொகுப்பு நூல், கிருஷ்ணஜீ அனந்த சபாசது என்றவர் இயற்றியதாகும். இது 1694-இல் எழுதி முடிக்கப் பெற்றிருக்கலாம் அல்லது அந்த ஆண்டில் அவர் எழுதத் தொடங்கியிருக்கலாம். இது 1697-இல் முற்றுப்பெற்றது. சிவாஜியின் மகனான இராஜராம் செஞ்சியில் இருந்தபோது இதை எழுதச் செய்தார்.

Kulkarni. A.R. Marathi Sources of Maratha History, an article.

ஷாஜி இறந்ததும் அவரின் தனி உடைமைகளும் மைசூரிலும் தென் கன்னடத்திலும் இருந்த பகுதிகளும் இளைய மனைவியின் மகனான ஏகோசிக்குச் சென்றன.

சிவாஜி (1627-1680)

வந்தேறிகளின் சமயப் பொறையின்மையால் இந்திய மக்கள் சொல்லொணாக் கொடுமைகளுக்கு ஆளாகி வருந்திய கால கட்டத்தில், மண்ணிலும், மாக் கடலிலும் விடுதலைக்காகப் போரிட்டு வாழ்ந்த இம்மாவீரனின் 53 ஆண்டுக்கால வரலாற்றில், இந்தியம் முதன்முறையாக அநீதிகளை எதிர்த்து வீறு கொண்டு எழுந்த மாபெரும் சக்தியைக் கண்டது.

கற்பழிக்கப்பட்ட அபலைகளின் குரலையும், வலுக்கட்டாயமாக வேறு மதத்திற்கு மாற்றப்பட்ட பேதைப் பெண்களின் குமுறலையும் புனிதத் தலங்கள் இழிவுபடுத்தப்பட்ட வெறிச் செயலையும் கேட்டு மனமுருகிக் குமுறிய ஒரு தாயின் மகன், அத் தீமைகளுக்கெல்லாம் முற்றுப்புள்ளி வைப்பதற்காக, எழுந்ததுதான் சிவாஜியின் வரலாறு.

மகாகவி பாரதியின் சக்திக் கனல் தெறிக்கும் பாடல்களை மனக்கண் முன் கொண்டுவந்து உணரும் போது அங்கே சத்திரபதி சிவாஜி தோன்றுவதைப் போன்ற பிரமை உண்டாகும்.

சிவாஜி மராட்டியரிடையே பான்ஸ்லே என்ற வகுப்பைச் சேர்ந்தவர். இந்தப் பெயர் எதிலிருந்து வந்தது என்பது புதிராக உள்ளது. இவ்வகுப்பினர் சித்தூர், உதயபுரி, ஷிஷோதிய இராணாக்களின் வழியிலிருந்து வந்ததாகக் கூறுகின்றனர். அலாவுதீன் கில்ஜி பதினான்காம் நூற்றாண்டின் தொடக்கத்தில் சித்தூரை நாசமாக்கிய பின்னர், இக்குடும்பத் தினரில் ஒரு பிரிவினர் தெற்கு நோக்கி வந்திருக்கலாம்.

சிவாஜி

மராட்டியர் வரலாற்றைப் பொறுத்தவரையில் பின்னர் தௌலதாபாது ஆக்கப்பட்ட தேவ கிரியின் யாதவர்கள், வெரூலைச் சேர்ந்த போஸ்லேக்கள், பலராவிற்கருகிலுள்ள பால்தனின் நிம்பல்கர்கள் ஆகிய மூன்று மராட்டிக் குடும்பங்களும் சிவாஜியின் எழுச்சியுடன் தொடர்பு கொண்டுள்ளன.

இவர்களுள் யாதவர்கள் புகழ் பெற்ற தேவகிரி மன்னர்களின் வழிவந்தவர்கள். இவர்களை டெல்லியின் அலாவுதீன் கில்ஜி பதின்மூன்றாம் நூற்றாண்டின் இறுதி வாக்கில் அடிமைப் படுத்தினார். இந்த அரச குடும்பத்தின் வழிவந்த யாதவர்கள் அகமது நகரின் நிசாம் சாகியரின் ஊழியத்தில் சேர்ந்தனர். அக்பர் 1600ஆம் ஆண்டு இந்த நகரத்தின் மீது படையெடுத்துவந்து அதைக் கைப்பற்றினார். நிசாம் சாகி குடும்பம் இல்லாதொழியும் நிலையை எய்தியபோது அபிசீனியரான மாலிக்கு அம்பர் என்ற அமைச்சர் வந்து அதைக் காப்பாற்றினார்.

மாலிக்கு அம்பர் கால் நூற்றாண்டுக் காலம் முகலாயர் முன்னேற்றத்தை வெற்றிகரமாக எதிர்த்து நின்று அகமது நகரைக் காப்பாற்றினார். இந்த அரசியல் போராட்டத்தில் சிவாஜியின் தந்தை ஷாஜியும், பாட்டனார் மலோஜியும் மாலிக்கு அம்பருடன் நெருக்கமான தொடர்பு கொண்டு கலந்தனர்.

தேவகிரியில் லக்கஜீ ஜாதவருக்கு மிகவும் கெட்டிக்காரியான ஜீஜா பாய் என்ற மகள் இருந்தார். அவர் இப்பெண்ணை மலோஜியின் மகனான ஷாஜிக்கு 1605-இல் மணமுடித்துக் கொடுத்தார்.

ஜகாங்கீர், ஷாஜகான், ஔரங்கசீபு என்ற மூன்று பேரரசர்கள் தக்காணத்தை அடிமைப்படுத்த முயன்றனர். அவர்களை மலோஜி, ஷாஜி, சிவாஜி என்ற மூன்று போஸ்லேக்களும் எதிர்த்து நின்று போரிட்டனர்.

சிவாஜியின் தாய் ஜீஜாபாய் ஆறு ஆண் மக்களைப் பெற்றார். ஆறாவது மகனான சிவாஜி 1627 ஏப்ரல் 6 அன்று ஜன்னாருக்கு அருகிலுள்ள சிவனார் கோட்டையில் பிறந்தார். ஊர்த் தெய்வமான சிவாயிதேவியின் பெயரை ஜீஜாபாய் மகனுக்குச் சூட்டினார். ஷாஜியின் மாமனாரான லுக்காஜி நிஜாம் ஷாகியை விடுத்து முகலாயப் பேரரசரின் படையில் சேர்ந்தமையால் மருமகனும், மாமனும் பல களங்களில் எதிராளியாய் நின்று போரிட நேர்ந்திருக்கின்றது.

அதனால் ஷாஜியின் மனைவியான ஜீஜாபாய் பேறுகாலத்திற்குத் தன் பிறந்த வீட்டிற்குச் செல்வதில்லை.

ஷாஜி, சுபாவின் மொகைத்து குடும்பத்தைச் சேர்ந்த துக்காபாய் என்ற பெண்ணை இரண்டாந் தாரமாய் மணந்தார். அவருக்குப் பிறந்த மகன்தான் தஞ்சாவூரில் மராட்டிய அரசை நிறுவிய ஏகோஜி அல்லது வெங்காஜி என்பவர்.

ஷாஜகானின் நெருக்குதலால் 1636-ஆம் ஆண்டு உயிருக்கு அஞ்சி ஓட நேர்ந்த ஷாஜி தனது தந்தை வழி ஜாகீரான புனாவிற்கு ஜீஜாபாயை அனுப்பி அவர்களுக்குத் துணையாக நம்பிக்கைக்குரியவரும் கெட்டிக்காரருமான தாதாஜி கொண்ட தேவ என்றவரையும் அனுப்பினார்.

சிவாஜிக்கு அவரின் தாயும், தாதாஜியும் உறு துணையாக இருந்தனர். அவர் கல்வி கற்றார். இதிகாசங்களான இராமாயணத்தையும், மகா பாரதத்தையும், குடும்ப ஆசான்கள் படிக்கக் கேட்டு அறிந்தார். சாந்த துக்காராமின் போதனைகளைக் கேட்டார். இம்மகான் அப்போது புனாவிற்கருகில் வாழ்ந்து சமயப்பணி செய்து வந்தார்.

சிவாஜி பரந்த உலகில் நேருக்கு நேர் கொண்ட தொடர்புகளினாலும், பட்டறிவினாலும் அறிந்த மிகச் சிறந்த கல்வியைப் பெற்றார். புறச் சமயத்தவரின் பொறையற்ற தீச்செயல்களை நேரில் கண்டும் அவைபற்றிக் கேட்டும், அவருக்குத் தனது சமயத்தின் மீது ஆழ்ந்த பற்று உண்டானது.

சிவாஜி சிறுவயதில் தன் தாயாருடன் சேர்ந்து அடுத்தடுத்து வந்த துன்பங்களை அனுபவித்துப் பழகியமையால், அவருக்கு வாழ்க்கைப் போராட்டத்தில் வெற்றி கிட்டியது எனலாம். அப்பெண்மணி தனது சத்திரிய குலத்தின் பெருமையை உணர்ந்தவர். தேவகிரி யாதவ மன்னர்களின் பெருமை பற்றிய நினைவுகள் அவரின் மனத்தில் ஓவியம் போல் படிந்திருந்தன. அவரின் வாழ்க்கையில் இருந்த இலட்சியமும், நிம்மதியும் மகனின் நலமும், நற்பேறுமாகவே இருந்தன.

சிவாஜியின் நெஞ்சில் சுதந்திரக் கனலை மூட்டியவர் ஜீஜாபாய் ஆவார். அதனால்தான் ''முஸ்லீம் மன்னர்கள் நமக்கு எதைக் கொடுப்பதென்று தேர்ந்தெடுத்துக் கொடுப்பதை வைத்து நாம் ஏன் திருப்தியடைய வேண்டும்?'' என்ற விடுதலை வேட்கை சிவாஜியின் உள்ளத்தில் ஆழமாக வேர் ஊன்றியது.

சிவாஜி தனது விடுதலைப் போருக்காகத் தாதாஜி கொண்ட தேவரின் உதவியுடன் எல்லா வழிகளிலும் தன்னை ஆயத்தப்படுத்தினார். அங்குமிங்குமாக அலைந்து புதுப்புது ஆள்களைப் படையில் சேர்த்தார். பிஜப்பூர்ச் சுல்தான் அச்சுறுத்தியும், அதற்குப் பணியாது ஓசைப்படாமல் விடுதலைப் போருக்குச் சிவாஜி ஆயத்தமானார்.

இந்நிலையில் கொண்ட தேவர் மிக முதிர்ந்த வயதில் 1647 மார்ச்சு 7 அன்று இறந்ததும், சிவாஜி தன் விதியைத் தானே நிர்ணயிப்பவரானார். சிவாஜி 1648ஆம் ஆண்டில் போர்க் கொடியை உயர்த்தி விட்டார். பிஜப்பூர் ஷா சிவாஜியை அடக்கி வைக்கும்படி ஷாஜியிடம் பன்முறை கூறியும், சிவாஜி மௌனமாகவே தனது படை பலத்தைப் பெருக்கி வந்தது ஆளும் வர்க்கத்திடம் வெறுப்பை உண்டாக்கியது.

சிவாஜி எதையும் பொருள்படுத்தாது அண்மையிலுள்ள சிறு மன்னர்களையெல்லாம் நயத்தாலும், பயத்தாலும் அடக்கித் தனது விடுதலைப் போராட்டத்தின் முதற்கட்டத்தை 1653- இல் முற்றுப் பெறச் செய்து விட்டார்.

சிவாஜி 1656-இல் ஜாவளியைத் தாக்கி உடனே அதைக் கைப்பற்றினார். இந்த

வெற்றியைத் தொடர்ந்து வட கொங்கணத்தின் மீது பாய்ந்து, அதன் தலையாய நகரமான கலியாணியைப் பிடித்து விட்டார்.

அவர் இதன்பிறகு தெற்கே திரும்பித் தான் திட்டமிட்டிருந்த ஆட்சிப் பரப்பில் கோட்டைகளையும், அரண்களையும் கட்டுவதற்காகப் பல இடங்களைச் சுற்றிப் பார்த்தார். அதற்குச் சில ஆண்டுகளுக்குப் பிறகுதான் இன்று நாம் காணுகின்ற சுவர்ண துர்க்கம், விசய துர்க்கம், சிந்து துர்க்கம் என்ற மாபெரும் கோட்டைகள் அங்கே எழுந்தன.

சிவாஜி அங்கு கப்பல் கட்டும் தளங்கள், ஆயுதக் கிடங்குகள் ஆகியவற்றுடன் கூடிய வலிமைமிக்க ஒரு கடற் படையை உண்டாக்கினார். அவர் இதில் முகலாயரை மிஞ்சி விட்டார்.

ஐரோப்பியர்கள் இந்தியத்தின் மேற்கிலும், கிழக்கிலும் கரையோரமாகக் கோட்டைகளைக் கட்டிக்கொண்டு பாதுகாப்பாக இருந்ததைக் கண்ட சிவாஜி, அவர்களிடமிருந்து கட்டுமானத் திட்டத்தை வாங்கிக் கொண்டார். அவர்களை நண்பர்களாக்கிக் கொண்டு, அவர்களின் நுட்பத்திறனை இதற்குப் பயன்படுத்தினார்.

அஃப்சல் கான்: புலி நகம்

பிஜப்பூரின் முகமது அதில் ஷா 1656 நவம்பரில் இறந்தார். முகமது அதில் ஷாவின் விதவையான மனைவி பரி ஷாகிபா சிவாஜியை எப்படியும் ஒழித்து விடுவதென்று கங்கணம் கட்டிக் கொண்டார். பரி ஷாகிபா 1660-இல் மக்கம் சென்றது வரையில் பிஜப்பூரை ஆண்டு வந்தார். சிவாஜியை உயிருடனோ, பிணமாகவோ பிடித்துவிட வேண்டுமென்று முயன்றார், இதற்கென அவர் அஃப்சல் கான் என்பவரைத் தேர்ந்தெடுத்தார். அவர் எப்படியாவது சிவாஜியை உயிருடன் அல்லது பிணமாகப் பிஜப்பூருக்குக் கொண்டு வருமாறு போருக்கு அனுப்பி வைக்கப்பட்டார்.

அஃப்சல் கான்

அஃப்சல் கானின் (Afzal khan) குடிப்பெயர் அப்துல்லா பட்டாரி. இவர் முதல் நிலைப் பிரபு. இவர் காலஞ்சென்ற முகமது அதில் ஷாவின் (ஆ.கா. 1627-1657) கீழ் செல்வாக்கும் வல்லமையும் பெற்று உயர்ந்தவர். இவர் படைத்தலைவர் (ஜெனரல்) என்ற முறையில் இம் முடியரசில் மிக உயர்ந்த பதவியில் இருந்தார். இவருக்கு இணையாய்ப் பகலோல் கானும் (Bahlol khan) இரணதுல்லா கானும் (Ranadullah Khan) மட்டுமே இருந்தனர். அஃப்சல் கான் முகலாயருடன் நடந்த சண்டைகளில் பெரு வீரத்துடனும் அருந்திறத்துடனும் போரிட்டார். ஆனால் பிஜப்பூரின் செல்வ வளமனைத்தும் இத்தகைய அழிபோரில் கரைந்து விட்டன. முகத்திரையிடப்பட்ட ஓர் அரசியினால் (முகமது அதில் ஷாவின் விதவையான பரி ஷாகிபா) ஆளப்படும் நாட்டில் குழப்பமும் வறுமையும் ஏற்படுவது இயல்பேயாகும்.

ஆதலால் (சிவாஜியை அடக்குவதற்கு) அஃப்சல் கானிடம் 10,000 பேரடங்கிய குதிரைப்படை மட்டுமே தரப்பட்டது. சிவாஜி ஜாவளியை வென்றிருந்ததால், அவரிடம் காலாள் படையினர் 60,000 பேர் இருந்தனர் என்று எங்கும் பேசப்பட்டது. அத்துடன் பிஜப்பூர் கலைத்துவிட்ட படையிலிருந்த பட்டாணியக் கூலிப்படை ஒன்றையும் சிவாஜி திரட்டியிருந்தார். ஆதலால் அஃப்சல் கான் சிவாஜியுடன் வெளிப்படையாய் மோதுவதற்குக் கூசினார். அஃப்சல் கான் சிவாஜிக்கு பிஜப்பூர்ச் சுல்தானிடமிருந்து மன்னிப்புப் பெற்றுத் தருவதாகக் கூறி "நட்புப் பாராட்டிச் சென்று"

சிவாஜியைச் சிறைப்பிடிக்க வேண்டும் அல்லது கொல்ல வேண்டுமென்று இரண்டாம் அதில் ஷா அறிவுரை கூறியனுப்பியிருந்தார்.

அஃப்சல் கான் போலித் துணிச்சலில்தான் படைத் தலைமையை ஏற்றார். குதிரையிலிருந்து இறங்காமலே சிவாஜியைச் சங்கிலியால் பிணைத்துக் கொண்டு வருவேன் என்று வீம்பு பேசிவிட்டுத்தான் கிளம்பினார். எனினும் அவருக்குத் தன் கடமையின் அழுத்தம் எத்தகையது என்பது தெரிந்திருந்தது. மராட்டியர் தலைவர்களைச் சிவாஜிக்கு எதிராய்த் தூண்டிவிட்டு அரசியல் சூதினால் தன் வினையை முடிக்கலாமென்று அவர் நினைத்திருந்தார்.

அஃப்சல் கானின் கடந்த காலச் செயல்கள் அவரைக் கொடிய அரக்கர் என்று எண்ணுமாறு செய்கின்றன. அவர் இரக்கமற்ற கொடுஞ்செயல் புரியவோ, துரோகம் செய்யவோ தயங்காதவர். துணிச்சல் மிக்க கெட்டவர். சிரா பகுதியின் *(Sera)* அரசரான கஸ்தூரி ரங்க தன் கூடாரத்திற்கு வந்து சரணடைந்தால், அவரது உயிருக்குத் தீங்கு நேராது என்று அஃப்சல் கான் வாக்களித்தார். அதை நம்பிக் கஸ்தூரி ரங்க *1639*-இல் வந்த போது, அஃப்சல் கான் அவரைத் துரோகத்தனமாய்க் கொன்று விட்டார்.

பிஜப்பூர் வசீரான கான் முகமதைக் கொல்வதற்கும் அஃப்சல் கான் *1657* நவம்பரில் சதி செய்தார். ஔரங்கசீபின் தக்காணப் படையெடுப்பு முற்றுப் பெற்றிருந்த நேரத்தில் *(1656-1657)* அஃப்சல் கான் திடீரென்று அதில் ஷாகியரின் பாசறையை விட்டு நீங்கித் தலைநகரை அடைந்தார். கான் முகமது முகலாயரிடம் ஊதியம் பெற்றிருந்த கைக்கூலி என்று அரசியிடம் பொய்யுரைத்தார். அரசி உடனே வசீரைத் தலைநகர் திரும்புமாறு அழைத்தார். அவர் அரசியைக் காண்பதற்காகக் காத்திருந்தபோது அவரைத் தெருவில் வெட்டிக் கொன்றனர். அவரைக் கொலை செய்தவர்கள் தண்டிக்கப்படவில்லை. அஃப்சல் கான் அரசியின் இந்தக் கூட்டத்தில் ஒருவர். அரசிக்கு விருப்பமான படைத் தலைவர். அவரே கான் முகமதைக் கொல்லச் சதி செய்தார் என்று சரியாய்க் கூறலாம்.

அறிவுள்ள எவராலும் இக்கொலைகளை ஏற்க முடியுமா?

சிவாஜியின் வாழ்க்கையில் இது இக்கட்டான நேரம். அன்னை பவானியே சிவாஜியின் கனவில் தோன்றி, அவர் அஃப்சல் கானைத் துணிச்சலுடன் எதிர்க்க வேண்டும் என்றும் அதனால் அவருக்கு வெற்றி கிடைக்குமென்றும் கூறியதாய்க் கதைகள் சொல்லப்படுவதுண்டு.

அஃப்சல் கான் *1659*-இல் தலைமையகத்தை விட்டுப் புறப்பட்டுச் சிவாஜியைப் பிடிக்கக் கிளம்பினார். வழியெல்லாம் சிவாஜியின் ஆட்சிப் பரப்பிலிருந்த கோயில்களை அழித்தார். ஊர்களைக் கொள்ளையடித்தார். சிவாஜிக்குக் கானின் கொடுஞ்செயல்கள் பற்றிய செய்திகள் வந்து கொண்டேயிருந்தன.

கான் கடைசியில் சிவாஜியைப் பிரதாபகடுக் கோட்டைக்குக் கீழே தனியாய் அமைக்கப்பட்ட அழகிய கூடாரத்தில் சந்திக்க ஒப்புக் கொண்டார். அவர் தன் பலத்தின் மீது மிகுந்த நம்பிக்கை வைத்திருந்தார்.

அஃப்சல் கான் சிவாஜியைச் சந்திக்க பாரா *(Para)* என்ற இடத்திலிருந்த தன் பாசறையிலிருந்து வெளியேறினார். அவருக்குக் காவலாய் ஆயிரத்திற்கு மேற்பட்ட துப்பாக்கி வீரர் சென்றனர். இத்தகைய படை பலத்துடன் சென்றால், சிவாஜி அஞ்சி நேர் காண வராமல் ஓடிவிடுவார் என்று கானின் பிராமணத் தூதுவரான கோபிநாது தடுத்தார். ஆதலால் கான் சிவாஜியைப் போன்று இரண்டு மெய்காவலரை மட்டும் தன்னுடன்

கூட்டிச் செல்லவேண்டும் என்று தூதுவர் சொன்னார். கான் அதற்கிணங்கத் தன் படையினரைத் தொலைவில் நிறுத்திவிட்டுப் பல்லக்கில் ஏறி இரண்டு படை வீரர்களுடன் மலைப் பாதையில் மேலேறினார். அவர்களுடன் புகழ் பெற்ற வாள் வீரனான சய்யிது பாண்டா (Sayyid Banda), பிராமணத் தூதுவர்களான கோபிநாதும் கிருஷ்ணஜீயும் சென்றனர். அவர்கள் கூடாரத்தை அடைந்தனர். அன்று 1659 நவம்பர் 10 வியாழக் கிழமையாகும்.

ஒரு சாகிர்தாரின் மகனுக்குரியதை விட மிக மேலான அரச இருக்கைகளும் அலங்காரங்களும் கூடாரத்தினுள் இருக்கக் கண்ட கானுக்குச் சினம் மூண்டது. கோபிநாது அவரை அமைதிப்படுத்தினார். சிவாஜி பணிந்ததும் கூடாரத்திலுள்ள விலையுயர்ந்த பொருள்களனைத்தும் பிஜப்பூர் அரண்மனைக்குக் கொண்டு செல்லப்படும் என்று அவர் கூறினார்.

சிவாஜி கோட்டைக்குக் கீழே காத்திருந்தார். அவர் விரைந்து மேலே வரும்படி கான் ஆளனுப்பினார். சிவாஜி மெதுவாய் மேலேறி வந்தார். சிவாஜி கூடாரத்தில் சையிது பண்டாவைக் கண்டதும், அந்த ஆளைக் கூடாரத்திலிருந்து அப்புறப்படுத்த வேண்டும் என்று சொல்லி நின்று விட்டார். அவர், கேட்டபடி செய்ததும் கடைசியில் கூடாரத்தினுள் நுழைந்தார்.

இருதரப்பிலும் நால்வர் இருந்தனர். தலைமையான ஒருவர். ஆயுதம் ஏந்திய பாதுகாவலர் இருவர். ஒரு தூதுவர். சிவாஜி ஆயுதம் எதுவும் ஏந்தியிருந்ததாய்த் தெரியவில்லை. ஒரு புரட்சிக்காரர் கானிடம் சரணடைய வந்தது போலிருந்தது. கானின் பக்கத்தில் வாளும் உடைவாளும் இருந்தன. எனினும் இருவரும் ஆயுதமின்றியே நேர் காண வந்தனர் என்று பல வரலாற்றாசிரியர்கள் கூறுகின்றனர்.

சிவாஜி காவல் மேடைக்குக் கீழே நின்று கொண்டிருந்தார். சிவாஜி உயர்ந்த மேடை மீது ஏறி அஃப்சல் கானைக் குனிந்து வணங்கினார். கான் இருக்கையிலிருந்து எழுந்து இரண்டு எட்டுகள் முன் வைத்தார். சிவாஜியைத் தழுவுவதற்காக இரு கைகளையும் நீட்டினார். மெலிந்த, குட்டையான மராட்டியரின் தலை கானின் தோளுக்கு இருந்தது. அஃப்சல் கான் திடீரென்று தன் பிடியை இறுக்கிச் சிவாஜியின் கழுத்தை இடக்கையால் இரும்புப் பிடி போட்டு அழுத்தினார். அவரது வலக் கை நேரான நீண்ட வாளை உருவி சிவாஜியின் பக்க வாட்டில் தாக்கியது. சிவாஜி நீண்ட அங்கிக்குள் கவசம் அணிந்திருந்ததால் வாளின் தாக்குதல் பயனற்றுப் போனது.

சிவாஜியின் கழுத்து நெறிக்கப்பட்டதால், அவர் வலியால் முனகினார். எனினும் கண நேரத்தில் இப்பிடியிலிருந்து மீண்டு, தன் இடக்கையால், கானின் இடுப்பை

வளைத்துப் புலி நகங் கொண்டு அவரது குடலைக் கிழித்து விட்டார். (புலி நகம் என்பது எஃகினால் ஆன கூரிய கைக் கருவி) பின்னர் இடக்கையிலிருந்த பிச்சுவாவைக் கொண்டு கானின் வலப்பக்கத்தில் குத்திவிட்டார். அதனால் கானின் பிடி தளர்ந்தது. சிவாஜி அந்த மரணப் பிடியிலிருந்து திமிறி மேடை மீதிருந்து கீழே குதித்துத் தன் வீரர்களை நோக்கி ஓடினார்.

''துரோகம்! கொலை! உதவி! உதவி!'' என்று கான் கூக்குரலிட்டார். இரு தரப்பிலிருந்தும் ஏவலர் ஓடி வந்தனர். சய்யிது பண்டா நீண்ட வாளைக் கொண்டு சிவாஜியின் தலைப் பாகையை இரண்டாய் வெட்டி வீழ்த்த வீசினார். ஆனால் அது அதன் கீழேயிருந்த இரும்புத் தொப்பியைப் பதம் பார்த்தது. சிவாஜி உடனே ஒரு கூர்வாளை (*rapier*) ஜீவ மகாலவிடமிருந்து எடுத்துச் சுழற்றினார். ஜீவ மகால இன்னொரு வாளைக் கொண்டு சய்யிதின் வலக்கையை வெட்டிப் பின்னர் கொன்று விட்டார்.

இதனிடையே ஏவலர் காயம்பட்ட கானைப் பல்லக்கில் தூக்கி வைத்துத் தம் பாசறையை நோக்கிப் புறப்பட்டனர். ஆனால் சாம்புஜீ காவ்ஜீ அவர்களின் கால்களை வெட்டிப் பல்லக்கைக் கீழே போடச் செய்தார். அவர் பல்லக்கில் கிடந்த கானின் தலையைத் துண்டித்து சிவாஜியிடம் வெற்றிக் களிப்போடு எடுத்துச் சென்றார். கானின் தலை கோட்டையின் உயர்ந்த கம்பத்தில் பலரறியத் தொங்க விடப்பட்டது. இதற்குள் பொழுது சாய்ந்து விட்டது. இருளில் பல இடங்களில் ஒளிந்திருந்த மராட்டிய வீரர்கள், தக்க வேளையில் சமிக்கை கிடைத்ததும் காடுகளுக்குள்ளிருந்து ஓடிவந்து குன்றின் இடுக்கிலும் 'வாய்' சமவெளிகளிலும் இருந்த கானின் வீரர்களைக் கொன்று குவித்தனர்.

இந்நிகழ்ச்சி அஃப்சல் கானின் நாட்டிலும் அவருடைய எதிரியின் நாட்டிலும் பலவிதமான கதைகளைத் தோற்றுவித்தன. அஃப்சல் கானின் ஊர்ப் பெயர் அஃப்சல்புர. இது பிஜப்பூரின் அருகில் உள்ளது. கான் தன் உயிரைக் குடித்த சந்திப்பிற்காகச் சிவாஜியிடம் புறப்பட்டபோது, இனி நாம் உயிருடன் திரும்பமாட்டோம் என்ற எண்ணம் அவருக்குத் தோன்றியதாம். அதனால் தான் செத்தபிறகு தன் மனைவியர் பிறன் கைப்படக் கூடுமென்று அஞ்சி 63 மனைவியரையும் கொன்று புதைத்தாராம்.

அஃப்சல் கான் கொல்லப்பட்டது மராட்டியரிடையே கட்டுக்கடங்கா மகிழ்ச்சியைத் தோற்றுவித்தது. மராட்டியர் பிஜப்பூர் முழுமையையும் வெற்றி கொண்டனர். அதன் படையே இல்லாதொழிந்தது. இந்நிகழ்ச்சி மக்களின் கற்பனையைத் தூண்டியது. அவர்களின் வரலாற்றில் மாபெரும் நிகழ்ச்சியானது. நாடோடிப் பாணர்கள் (*gondhalis*) இவ்வெற்றியைக் கொண்டாடுவதற்குக் கதைப் பாடல்களைப் (*ballads*) புனைந்தனர். இவற்றுள் மிகவும் தொன்மையான பாடல்களில் ஈரடிகளைத் தவிர அனைத்தும் மறைந்து போயின. பிற்காலத்தில் பாடப் பெற்ற பயனற்ற பாடல்களே எஞ்சியிருந்தன.

Sarkar, Jadunath Shivaji and His Times, Bombay, Reissue 1992

சிறையில் சிவாஜி

ஔரங்கசீபு சிவாஜியை அடக்குவதற்காக மிர்சா ஜெய சிங்கையும், அவருக்குத் துணையாக அல்லது அவரை வேவு பார்ப்பதற்காகத் திலீர் கானையும் புதிதாக அனுப்பி வைத்தார். புகழ் பெற்ற இத்தாலியப் பயணியான மனூச்சி அப்போது டெல்லியிலிருந்தார். அவரும் இப்படையுடன் பீரங்கிப் படை அதிகாரியாய் அனுப்பி வைக்கப்பட்டார்.

ஜெய சிங்கு சிவாஜியை எங்கும் அசைய முடியாதவாறு எல்லாத் திக்குகளிலும் மடக்கி விட்டார். சரணாகதியடைவதைத் தவிர சிவாஜிக்கு வேறு வழியிருக்கவில்லை. சிவாஜி ஜெயசிங்கை அணுகி, அவரது சமய உணர்ச்சியைத் தனக்குச் சாதகமாக்க முயன்றார். ஆனால் ஜெய சிங்கு எதற்கும் செவி சாய்க்கவில்லை. சிவாஜி பணிந்து போனார். புரந்தர் என்ற இடத்தில் உடன்பாடு ஏற்பட்டுவிட்டது.

சிவாஜி ஔரங்கசீபைச் சென்று கண்டால் நல்லது என்றும், அக்பரைப் போன்ற இணக்கமான கொள்கையைக் கடைபிடிப்பதற்கு அது தூண்டுதலாயிருக்குமென்றும் ஜெய சிங்கு ஆலோசனை கூறினார்.

ஔரங்கசீபின் பழைய செயல்களை நன்கறிந்திருந்த சிவாஜி, பேரரசரின் கருத்துகளை மாற்றமுடியும் என்று நம்பவில்லை. நீண்ட ஆய்விற்குப் பிறகு சிவாஜி தன் மகனையும் சுமார் 200 பேரையும் அழைத்துக் கொண்டு 1666-ஆம் ஆண்டு மார்ச்சு 1 அன்று ஆக்ராவிற்குப் புறப்பட்டார்.

சிவாஜியும், அவர் மகனும் ஔரங்கசீபிடம் அறிமுகப்படுத்தப் பட்டனர். அதன்பிறகு அவரை அவையில் பிரபுக்கள் இருந்த மூன்றாவது வரிசையில் நிற்குமாறு கூறினர். இது தன்னை அவமதிப்பதாகும் என்பதைக் கண்ட சிவாஜி, இது ஒப்புக் கொள்ளப்பட்ட நிபந்தனைகளை மீறும் செயலாகும் என்று பகிரங்கமாக அவையிலேயே எதிர்த்தார். பேரரசர் இதைக் கவனித்தார். சிவாஜியின் கோபத்தைக் கண்டு இராம் சிங்கை அனுப்பிச் சமாதானப்படுத்தினார். இதற்கிடையே சிவாஜி தான் நின்ற இடத்தைவிட்டு நகர்ந்து உரத்த குரலில் எதிர்ப்பைக் கிளப்பியபடி ஒரு மூலைக்குச் சென்று விட்டார். பேரரசரின் அவையில் இதற்கு முன்னர் இப்படிப்பட்ட செயல் நடந்ததேயில்லை. பேரரசர் தர்பாரைக் கலைத்தார். சிவாஜியை அழைத்துச் செல்லும்படி கூறிவிட்டார். சிவாஜி ஔரங்கசீபைப் பலர் முன்னிலையில் எதிர்த்த பெருங்குற்றத்தைச் செய்து விட்டார். இராம்சிங்கின் தோட்டத்தில் ஒரு வீட்டில் சிவாஜி காவலில் வைக்கப்பட்டார். அவரது நடமாட்டத்தைக் கண்காணித்தார்.

சிவாஜியைக் கொல்லுவது அல்லது அவரை இஸ்லாத்திற்கு மாற்றிப் பேரரசின் ஊழியத்தில் சேர்ப்பது அல்லது நல்லிணக்கம் கண்டு அவரைத் திருப்பியனுப்பி விடுவது என்ற இம்மூன்று வழிகளில் முதல் வழியைப் பேரரசர் தேர்ந்தெடுத்தார். இதை யாருக்கும் தெரியாமல் எப்படிச் செய்வது? சிவாஜியை ஒதுக்குப்புறமான ஒரு பகுதியிலுள்ள வீட்டிற்குக் கொண்டு சென்று ஒருவருக்கும் தெரியாமல் கொன்று விடுவது என்று முடிவாயிற்று.

ஆனால் சிவாஜியும் அரசரின் எண்ணத்தை நன்கு புரிந்து கொண்டு, எப்படித் தப்புவது என்று திட்டமிட்டுக் கொண்டிருந்தார். அவரும் அவர் மகனும் ஆகஸ்டு 19 அன்று மாலையில் இனிப்புப் பலகாரக் கூடைகளுக்குள் ஒளிந்து கொண்டனர். கூலிக்காரர்கள் அவற்றை ஒரு கம்பத்தில் இரு நுனிகளிலும் கட்டிக் காவடி போல் தூக்கி வெளியே சென்று விட்டனர். இதைக் காவற்காரர்கள் கவனிக்கவில்லை.

இங்கிருந்து தப்பிய சிவாஜி நாடோடிப் பக்கிரியைப் போல் அலைந்து திரிந்து 25 நாட்களுக்குப் பிறகு செப்டம்பர் 12 அன்று ராய்கடை அடைந்தார். சிவாஜி இதன்பிறகு இரண்டாண்டுகள் ஓய்ந்திருந்தார். ஔரங்கசீபு வெறி கொண்டு சில செயல்களைச் செய்யாதிருந்தால் சிவாஜி அப்படியே அமைதியாய் இருந்திருப்பார்.

ஔரங்கசீபு 1669 ஏப்ரல் 9 அன்று ஓர் ஆணை பிறப்பித்தார். அதன்படி இந்துக் கோயில்கள், பள்ளிக்கூடங்கள் அனைத்தையும் இடிக்குமாறும், இந்துக்களின் சமய

போதனைகளையும், பழக்க வழக்கங்களையும் அழிக்குமாறும் கட்டளையிட்டார். இந்து விழாக்களனைத்தும் வலுக் கட்டாயமாகத் தடை செய்யப்பட்டன. பின்னர் 1669 இல் காசி விசுவநாதர் கோயிலையும், 1670-இல் கேசவராய் கோயிலையும் இடித்துத் தள்ளினார் என்ற செய்தி இந்தியமெங்கும் மின்னலெனப் பரவிற்று. இவ்விரு கோயில்களும் இருந்த இடத்தில் இரு பெரும் மசூதிகள் கட்டப்பட்டன. அவை இன்றும் அங்கே இருக்கின்றன.

சிவாஜிக்கும் ஜீஜா பாய்க்கும் இந்தச் செய்திகள் எட்டின. ஔரங்கசீபை எதிர்த்துத் துணிவோடு நிற்பது என்று சிவாஜி உறுதி பூண்டு முகலாப் பகுதிகளில் பல இடங்களைக் கொள்ளையடித்தார். பல கோட்டைகளைப் பிடித்தார். சிவாஜியின் புகழ் பாரதமெங்கும் பரவிற்று.

இந்து தர்மத்திற்கு வந்த இன்னல்களைக் கண்டு எத்தனையோ மன்னர்கள் ஏதும் செய்யாதிருந்த காலத்தில் சுதந்திர உணர்வுகொண்டு அறப்போர் புரிந்த சிவாஜி தன்னைச் சத்திரியன் என்று மெய்ப்பித்துக் காட்டிய பிறகு தான் வேத வித்தகர்கள் அவருக்கு முடி சூட்டினார்கள்.

சத்திரிய வீரனுக்குரிய வேத மந்திரங்கள் முழங்க முடி சூட்டினார்கள். தானங்களில் ஒன்றான துலாபர தானம் செய்து, சிவாஜியின் எடைக்கு எடை தங்கத்தை நிறுத்து அதைப் பிராமணர்களுக்குத் தானம் செய்தார்கள். *(இ.ச.க.தொகுதி-13)*

சிவாஜி இந்துப் பேரரசை இந்தியத்தில் அமைக்கும் இலட்சியம் கொணடிருந்தாரா என்று ஒரு வரலாற்றாசிரியர் வினவி விட்டு, அவ்வாறு இல்லை என்கின்றார். அவருக்கு ஆழ்ந்த சமயப் பற்று இருந்தது மெய்யே. அவர் தனது நாட்டிற்குச் சமய விடுதலை வேண்டுமென்று அக்கறை கொண்டிருந்தாரேயன்றி, வெறும் அரசியல் ஆதிக்கம் வேண்டுமென்று ஆர்வம் கொள்ளவில்லை. இராமதாசர் சிவாஜியின் மன உணர்ச்சியைத் தமது ''ஆனந்த வன-புவன'' என்ற நூலில் மிக நேர்த்தியாகக் கூறியிருக்கிறார்.

பிஜப்பூரின் முகமது அதில் ஷாவும், ஔரங்கசீபும் நிகழ்த்திய சமயப் பொறையற்ற கொடுஞ் செயல்கள் சிவாஜியின் உள்ளத்தை வருத்தின. அவரது செயல்கள் அனைத்திலும் இந்தக் கொடுமைகளால் உண்டான மன வேதனையைக் காண முடிகிறது. அரசியல் அதிகாரம் இல்லாது சமய விடுதலை வருமென்றும் அவர் எண்ணி விடவில்லை. அந்த அளவிற்கு அவர் தனது நாட்டை முஸ்லிம் ஆதிக்கத்திலிருந்து விடுவிக்க முயன்றார். சிவாஜி முஸ்லிம்களை வெறுத்தவரும் அல்லர். மத வெறியரும் அல்லர். எல்லாச் சமயங்களுக்கும் எல்லாச் சுதந்திரங்களையும் கொடுத்திருந்தார். அவரிடம் இந்துக்களைப் போலவே முஸ்லிம்களும் விசுவாசமாகப் பணிபுரிந்தனர். கேல்சி என்னுமிடத்தைச் சேர்ந்த முஸ்லிம் மகானான பாமா யாக்குத்தைச் சிவாஜி தன் குருவாக மதித்தார். முல்லா ஐதர் சிவாஜியின் அந்தரங்கச் செயலாளர். இபுராகிம் கான், தௌலத் கான், சிதிரி மாஸ்லி முதலியோர் சிவாஜியின் நம்பிக்கைக்குரிய கப்பற்படைத் தளபதிகள். அவரின் ஆட்சியில் ஏராளமான முஸ்லிம்கள் இந்து சகோதரர்களைப் போன்ற சமத்துவத்தோடு வாழ்ந்தனர்.

சீக்கிய சமயமும் சீக்கியரும்

குரு நானக்கு (1469-1535)

பாஞ்சாலத்தில் சீக்கியர் வரலாறு பதினைந்தாம் நூற்றாண்டின் பிற்பகுதியில்

தொடங்குகின்றது என்பதைத் தடம் தேடிக் காணலாம். குரு நானக்கு ரச்சன தோவாபில் *(Rachna Doab)* உள்ள தளவந்தி ராயே போயே என்ற சிற்றூரில் 1469 ஏப்ரல் 15 அன்று காலு என்பவரின் மகனாய்ப் பிறந்தார். இவ்வூர் லாகூரின் தென் மேற்கில் சுமார் 64 கிலோ மீட்டரில் உள்ளது. அப்போது டெல்லியில் லோடி குடியின் முதல் சுல்தானான பகுலுல் லோடி (ஆ.கா. 1451-1489) ஆட்சி புரிந்தார். தத்தார் கான் லோடி அவருக்காக மாளவத்தை ஆண்டு வந்தார்.

குரு நானக்கு கத்திரி என்ற சாதியினர். அது பாஞ்சாலத்து இந்துக்களிடையே உயர்ந்த சாதிதான். எனினும் அவர் பிறந்த பேடி *(Bedi)* என்ற உள் சாதி கத்திரி உள் சாதிகளிலேயே சிறப்புக் குன்றியதாகும். நானக்கு பிறந்த ஊரில் ராய் புலா *(Rai Bula)* என்ற முஸ்லிம் மிகப்பெரிய மனிதராய் இருந்தார். நானக்கின் தந்தையான காலு அக்காலத்துக் கத்திரியரில் பெரும்பாலரைப் போன்று பாரசிக மொழி கற்றுக் கொண்டிருந்தார். அவர் பட்வாரி என்ற ஊர்க் கணக்குப் பிள்ளை வேலையைப் பெறுவதற்காகப் பாரசிகனைக் கற்றார். நானக்கின் தந்தை மகன் வாழ்க்கையில் சிறப்பிடம் பெறும் வகையில், அவருக்குக் கல்வி புகட்ட விரும்பினார். குரு நானக்கின் பாடல்களிலிருந்து, அவர் நன்கு கற்றறிந்தவர் என்பது புலனாகின்றது. அவர் தானே கற்றுக் கொண்டிருக்கலாம்.

நானக்கு இளவயதில் கத்திரி சாதியைச் சேர்ந்த மூல என்பவரின் மகளை மணந்தார். அவருக்கு மணமாய் விட்டபடியால் அவர் தன் வாழ்க்கைக்கு வேண்டிய பொருளைத் தேட வேண்டியவரானார். எனினும் அவர் இளமையில் மிகுந்த கெட்டிக் காரராயிருந்ததால், அவருக்கு அந்தச் சிற்றூரில் தகுந்த தொழில் எதுவுமில்லை. அவர் 1490-ஆம் ஆண்டிற்கு முன்னரோ, பின்னரோ வேலை தேடிப் பரிதோவாபைத் *(Bari Doab)* தாண்டிப் பிஸ்து ஜலந்தர் *(Bist Jalandhar)* தோவாபிலிருந்த சுல்தான்பூருக்குச் சென்றார்.

இங்கு பல்வேறு தொழில்களில் ஈடுபட்டிருந்த இந்துக்களும் முஸ்லிம்களும் வாழ்ந்திருந்தனர். அங்கு இஸ்லாமியச் சட்ட திட்டங்களை விளக்கியுரைக்கவோ, நிலை நாட்டவோ, இஸ்லாமிய ஞானியர் கூட்டமோ இல்லாதிருந்தது. அவ்வாறு இருந்தது என்பதைக் கற்பனை செய்து பார்க்கவே கடினமாய் உள்ளது. அங்கு கத்திரி வகுப்பைச் சேர்ந்த கடைக்காரர்களும் வணிகர்களும் பிராமணப் புரோகிதர்களும் சோதிடரும் இருந்தனர் என்று தாராளமாய்க் கருதலாம். இப்பகுதியின் சிக்குதாராய் *(Shiquator)* தௌலத்துக் கான் லோடி இருந்தார். (சிக்குதார் - லோடியரான ஆப்கானியர் ஆட்சியில் ஒரு பகுதியின் பொது, இராணுவ, ஆட்சி நிர்வாகத்தை நடத்திச் செல்வதற்காக அரசினால் அமர்த்தப்பட்ட மேலாளரைக் குறிக்கும்.) மேற்சொன்ன இந்துக்களில் பலர் தௌலத்து கானின் கீழ் பணிபுரிந்தனர். நில வரியைக் கணிக்கவும் அதைத் தண்டுவதற்கும் ஆட்சி நிர்வாகத்திற்காகவும் உதவக்கூடிய கனுங்கோ என்ற வருவாய்க் கணக்கர் இருந்தனர். வரியாய்த் தண்டப்படும் பொருள்களைச் சேமித்து வைக்க மோதிக் கானா என்ற களஞ்சியங்கள் இருந்தன. அங்கு பணி செய்தவர்களுள் நானக்கின் தங்கை நங்கியை *(Nanki)* மணந்திருந்த ஜெயராம் ஒருவர். அவரது வேண்டுகோளையும் அவர் பொறுப்பேற்றதையும் வைத்து மோதிக் கானாவில் நானக்கிற்கு வேலை கிடைத்தது.

நானக்கு அங்கு சிறந்த இல்லறத்தாராகக் கிட்டத்தட்டப் பத்தாண்டுகள் நல்ல முறையில் பணிபுரிந்தார். அவருடைய இரண்டு ஆண்மக்களான ஸ்ரீசந்தும், இலட்சுமிச்சந்தும் அங்குதான் பிறந்தனர். குருநானக்கு சுல்தான்பூரில் பணி செய்ததோ, தன் குடும்பத்தின் மீது பற்று மிகக் கொண்டிருந்ததோ, அவரது வாழ்க்கையின் முக்கியமான கூறுகளாய் இருக்கவில்லை. அவர் இவற்றையெல்லாம் விட மேலான மதிப்புள்ள ஒன்றை, மனித வாழ்க்கையின் குறிக்கோளைத் தேடிக் கொண்டிருந்தார்.

அவர் ராய் போய் தாளவந்தியிலோ அதற்கருகிலோ நாடோடியான துறவிகளைச் சந்தித்திருக்கலாம்.

சுல்தான்பூரில் இந்து, இஸ்லாமியச் சமயத்தவரைச் சந்திக்கும் வாய்ப்புகள் அவருக்குக் கிடைத்தன. பாஞ்சாலத்தில் இந்துக்களுக்கும் முஸ்லிம்களுக்குமிடையே சமய உரையாடல்கள் பதினாறாம் நூற்றாண்டில் தாராளமாய் நடந்து வந்தன. குருநானக்கு வாழ்க்கையின் மறைவான தன்மைகள் குறித்து ஆழ்ந்து மனஞ் செலுத்தினார். வாழ்க்கையின் அடிப்படையான சில வினாக்கள் குறித்துப் பிறர் கூறிய கருத்துக்களைப் பற்றிச் சிந்தித்தார். அவர் உண்மையைத் தேடி அலைந்தார். தெய்வீக அழைப்பொன்றினால் அவரது அலைச்சல் முடிவடைந்தது எனலாம். அதுவே அவரது சுல்தான்பூர் வாழ்க்கை 1500-ஆம் ஆண்டு வாக்கில் முடிவடையக் காரணமானது.

குரு நானக்கு பதினாறாம் நூற்றாண்டின் முதல் கால் பகுதியில் இந்தியத் துணைக் கண்டத்திலும் அதற்கப்பாலும் நெடும் பயணம் செய்தார். அவர் உலகின் ''ஒன்பது கண்டங்கள்'' (*nau&khand*) அனைத்திலும் சுற்றித் திரிந்த காலையில் கண்ட ஊர்களையும், பேரூர்களையும் பற்றித் தம் பாடல்களில் ஒன்றில் குறிப்பிட்டுள்ளார். அவர் இந்து, இஸ்லாமியப் புனிதத் தலங்களுக்கெல்லாம் சென்றார் என்பதில் ஐயமின்று.

அவர் தன் காலத்தில் இந்தியத்தின் சமய நம்பிக்கைகள், பழக்கவழக்கங்கள் அனைத்தையும் ஆதரித்தவர்களிடம் வாதம் புரிந்தார். அவர் தம் கண்களையும் காதுகளையும் திறந்து வைத்திருந்தார். அவர் அரசியல், ஆட்சியியல், சமுதாயம், சமயம், இயற்கை போன்ற பல்வேறு துறைகளில் எதையும் விட்டுவிடவில்லை என்பது, அவருடைய பாடல்களை மேலோட்டமாய் பார்த்தாலே புரியும். அவர் ''உலகை மீட்பதற்காக ''இப்பயணம் மேற்கொண்டார் என்று அவரைப் பின்பற்றியவர்கள் நம்பலாயினர். அவர் தன் பயணம் முடிந்ததும், அனைவர்க்கும் மீட்சி இருக்கின்றது என்ற செய்தியை அறிவிப்பதுதான்'' தம் வாழ்க்கையின் ஒரே கடமை என்று கொண்டார்.

குரு நானக்கு ஐம்பத்தைந்து வயதிற்குச் சற்று முன்னரோ, பின்னரோ இரவி ஆற்றின் இடக்கரையிலுள்ள கர்த்தர்ப்பூர் (*Kartarpur*) என்ற இடத்தில் தங்கிவிட்டார். அவர் இங்கு வாழ்ந்த காலத்தில் வேறு எங்கும் செல்லவில்லை. பாஞ்சாலத்தை விட்டு நீங்கவில்லை. அக்காலத்தில் கோரக்கநாத யோகியரின் முக்கியமான தலமாயிருந்த பாடல (*Batala*) என்ற இடத்தின் அருகிலுள்ள அச்சல் (*Achal*) என்ற ஊருக்குச் சென்றார். அவர் பாகபட்டணம், மூல்தான் ஆகிய இடங்களுக்கும் சென்றார். அங்கு ஷேக்கு ப்ரீதுதீன், ஷேக்கு பகாபுதீன் சக்கியா ஆகியோரின் வழிவந்தவர்களும் சீடர்களும் சூஃபி வாழ்க்கை முறை பற்றி உரை நிகழ்த்தி வந்தனர். (சூஃபியம், சூஃபி ஞானியர் இ.ச.க.தொகுதி-14: காண்க)

குரு நானக்கு கர்த்தர்ப்பூருக்கு வந்தவர்களுக்கெல்லாம் கிட்டத்தட்டப் பத்தாண்டுக்காலம் ''போதனைகள்'' செய்து வந்தார். அவர் அங்கு 1539 -ஆம் ஆண்டு இறந்தது வரையிலும் போதனைகள் புரிந்தார். அவரது வாணாளில் அவரைப் பின்பற்றியவர்களின் எண்ணிக்கையை மதிப்பிடுவது கடினம். எனினும் அவர்களில் பெரும்பாலர் பாஞ்சாலத்தைச் சேர்ந்தவர்கள் என்பது தெளிவு.

நானக்கு என்ற சொல்லுக்கு இருமை (*anik*) இல்லாதவர் (*na*) என்று பொருள் என்று கூறுகின்றனர். அவர் இறைவனின் ஒருமையைப் போதித்து வந்தார்.

நானக்கு மத சகிப்பின்மையைத் தமது வாணாளில் கண்ணால் கண்டவர்.

நடு ஆசியத்தில் வாழ்ந்த முஸ்லிம்கள் சீக்கியரின் தாயகமான பஞ்சாபைச் சுமார் ஐநூறு ஆண்டுகளாக, அதாவது சீக்கிய சமயம் தோன்றியதற்கு முன்னரே படையெடுத்து வந்து தாக்கினர். படையெடுத்து வந்தவர்களெல்லாம் செழிப்பான கங்கைச் சமவெளி அல்லது அதன் தென் புறமாகப் பஞ்சாபின் வழியேதான் சென்றனர்.

நானக்கிற்கு ஐநூறு ஆண்டுகளுக்கு முன்னர் முஸ்லிம்கள் சுமார் 17 முறை படையெடுத்து வந்திருக்கின்றனர். இக்கால கட்டத்தில் இந்துக்கள் பட்ட இன்னல்களுக்கு அளவே இல்லை. அவர்கள் வலுக் கட்டாயமாய் மதம் மாற்றப்பட்டனர். இந்துக் கோயில்கள் அழிக்கப்பட்டன. இந்துக்கள் மீது ஜிஸ்யா போன்ற பல வரிகள் விதிக்கப்பட்டன. புதிய கோயில்களைக் கட்டுவதற்குத் தடை விதித்தனர். இந்துக்களுக்கு அரசிலோ, அரசின் படையிலோ எந்த வேலையும் தரப்படவில்லை. தாழ்ந்த வேலைகள் மட்டுமே அவர்களுக்குத் தரப்பட்டன.

சிக்கந்தர் லோடி (ஆ.கா. 1489-1517) அரியணை ஏறியபோது நானக்கிற்கு வயது இருபது. சிக்கந்தர் பட்டத்து இளவரசனாக இருந்தபோதே இந்துக்கள் புனித தானேசுவரக் குளத்தில் குளிக்கத் தடை விதித்தார். சுவாலமுகியிலும், காங்கராவிலுமிருந்த தெய்வச் சிலைகளை அவர் துண்டுதுண்டாக உடைத்துக் கசாப்புக்காரர்கள் எடைக் கற்களாகப் பயன்படுத்தக் கொடுத்தார். இந்துக்கள் யமுனை ஆற்றின் கட்டடங்களில் இருந்து குளிக்கத் தடைவிதித்தார். இந்துக்களுக்கு மழிக்கலாகாது என்று நாவிதர்களைத் தடுத்தார். இந்துக் கோயில்கள் பேரளவில் அழிக்கப்பட்டன. இந்துக்களை வலுக்கட்டாயமாக முஸ்லிம்களாக்கினார். இஸ்லாத்தை விமர்சித்தவர்களுக்குக் கடூரமான தண்டனை விதிக்கப்பட்டது. இந்து சமயம் இஸ்லாத்தைப் போலவே சிறந்தது என்று சொன்னதற்காகப் போதான் என்ற பிராமணர் மரண தண்டனை பெற்றார். ''நீதி இறக்கை முளைத்துப் பறந்து ஓடிவிட்டது'' என்கிறார் நானக்கு.

பாபர் 1521 இல் இந்தியத்தின் மீது படையெடுத்து வந்த காலத்தில் செய்த கொடுஞ் செயல்களையும் நானக்கு தம் கண்களால் கண்டிருந்தார். அந்தக் கொடுமைகளைக் கண்டு மனம் நொந்து நானக்கு பாடுகின்றார்:

''அனைத்தையும் படைத்தவனே
எடுத்துக் கொள் நீயே! குற்றமில்லை
மாபெரும் முகலாயரான
பாபர் வடிவிலன்றோ நீ எமனை அனுப்பி விட்டாய்!
கொடூரமான கொலைகளை
ஆற்றாது அழுதுபுலம் பினரே
உன் செவிகளில் விழவில்லையா, என் இறைவா?
படைத்தவனே நீ அனைத்திற்கும் காரணனன்றோ
மனிதர் அனைவர்க்காகவும்,
இனத்தோரனை வருக்காகவும்,
இரக்கங் காட்டுவாய்,
வலியன் தனையொத்த
வலியனைத் தாக்கின்-அதில்
வருத்தத்திற் கிடமேது?
இல்லை துன்புறப் போவதுதான் யார்?
கொடிய புலியொன்று

ஆதரவற்ற மாட்டைத் தாக்கினால்
இடையனன்றோ அதற்குப் பொறுப்பு.''

குருநானக்கின் போதனைகளை இரண்டாம் குருவான அங்கடின் நூல்களில் காணலாம். யோகியின் வாழ்க்கை நெறி என்பது தத்துவ நெறியேயாகும் என்பது நானக்கின் கருத்து. ஒருவர் சாரத்தைப் புரிந்து கொள்வாரேயாகில், அனைவருக்கும் மார்க்கம் ஒன்றுதான் என்பதை அவர் காண்பார்.

சமயம் என்பது வெறும் சொல்லளவில் இல்லை என்று நானக்கு கருதினார். ஏனெனில் அனைவரும் சமம் என்ற பொது நோக்குக் கொண்டவருக்கு அதுவே மெய்யான சமயமாகும் என்கின்றார்.

''உலகின் தூய்மைக்கேடுகளுக்கு நடுவே தூய்மையொடு இருங்கள். அப்போது நீங்கள் மெய்ச் சமயத்தைக் காண்பீர்கள். மெய்யான இறையைச் சந்திப்பவர், அவரின் அருளைப் பெறுவார்'' என்று நானக்கு கூறுகின்றார். ''இறைவனின் அன்பைப் பெறுவதே வீடு பேறடைவதன் குறிக்கோள். இறைவனைப் புகழ்ந்தேந்தி நாம் தெய்வீக சக்தியுடன் உறவு கொள்ள முடியும். அவர் மீது அன்பு செலுத்துபவர் அனைத்தின் மீதும் அன்பு கொண்டவராவார்'' என்றும் நானக்கு எடுத்துரைக்கின்றார்.

மெலிந்தோரைப் பேணுபவர் மீது கடவுளின் கருணை வெள்ளம் பாய்கிறது என்கின்றார். அனைத்திற்கும் மருந்து சத்தியமேயாகும். பாவங்களைச் சத்தியத்தினால் மட்டுமே கழுவ முடியும்.

குருக்கள் என்று அழைக்கப்படுபவர்களை வெறுமனே பின்பற்றுவதில் அவருக்கு நம்பிக்கை இல்லை. குரு என்றும் பீர் என்றும் சொல்லிக்கொண்டு இரப்பவரின் கால்களைத் தொட்டு வணங்காதீர்கள். தனது உழைப்பின் பலனை உண்டு, அதைப் பிறருடன் பகிர்ந்து கொள்பவர்கள் நேரிய அற வழியைக் கண்டறிந்தவராவார். அவரைச் சாவுகூட அச்சுறுத்துவதில்லை என்கிறார். ஏனெனில் சாவு என்பது துணிந்தவர்களுக்கு அளிக்கப்பட்டுள்ள சலுகை. அவர்கள் ஏற்றுக் கொண்ட இலட்சியத்திற்காகச் சாவார்களேயானால், அவர்கள் மெய்யாகவே துணிச்சல் மிக்கவராவர்.

முகலாயரின் அடக்குமுறைக்கு எதிராக, குறிப்பாக ஔரங்கசீபின் காலத்தில் *(1658-1707)* தோன்றிய ஒரு கூட்டத்தார் சீக்கியர் ஆவர்.இது கற்பித்தல் என்னும் பொருளைத் தரும் ஷிக்ஷா என்னுஞ் சொல்லிலிருந்து பிறந்தது. சீக்கியர்களின் தோற்றம் முதற் குருவான நானக்கின் *(1462-1539)* காலம் என்பர். குரு நானக்கையடுத்து ஒன்பது குருக்கள் வந்தனர். அவர்களில் கடைசிக் குரு கோவிந்தர் 1708-ஆம் ஆண்டு தீக்குளித்து மறைந்தார்.

இக்குருமார்கள் பரம்பரை உரிமைப்படி வழி வழியாக வருவதில்லை என்ற நெறி முதலில் கடைபிடிக்கப்பட்ட போதிலும், காலப்போக்கில் இது வம்சாவளிப் பதவி ஆயிற்று. குருமார்கள் தமது முதற் குருவின் ஆன்மிகச் செல்வத்தைப் பாதுகாக்கும் தகுதியும், திறமையும் உள்ளவர்களாக இருக்குமாறு தேர்ந்தெடுக்கப்பட்டனர். இவர்களில் இரண்டாவது, நான்காவது, ஐந்தாவது, ஆறாவது, பத்தாவது குருமார்கள், வகுப்பு ஒற்றுமையை வளர்ப்பதிலும், சீக்கியரிடையே சகோதர நேயத்தை வளர்ப்பதிலும், மிகவும் மேலான சமயாசிரியராயிருந்தனர்.

இந்து என்றோ, முஸ்லிமென்றோ எவரும் பிறப்பதில்லை. மனிதன் இயற்கை விதிப்படி பிறக்கின்றான். கடவுள் விதித்த விதிக்கு இணங்கச் சாகின்றான். கடவுள் இந்தத்

திக்கில் இல்லை என்று கூறும்படியாக எல்லா இடங்களிலும் இருக்கின்றார் என்று குரு நானக்கு நம்பினார்.

சாதிப் பாகுபாட்டை ஒதுக்கி ஆன்மநேய ஒருமையை உண்டாக்க வந்த பக்தி இயக்கத்தில் குரு நானக்கின் இயக்கமும் தலையாய ஒன்றாகும்.

Garewal, J.S. The New Cambridge History of India, The Sikhs of the Punjab, Cambridge, 1990

Singh. Khushwant Ranjit Singh, Maharajah of the Punjab, New Delhi, 1962. Third Edition. 1985.

இந்திய - அயலுலகத் தொடர்புகள்

இந்தியமும் சீனரும்

பண்டைக் காலத்திலிருந்தே சீனரும் அராபியர், ஃபினீசர் போன்று மிளகு வாணிபத்தில் சேர நாட்டுடன் ஈடுபட்டிருந்தனர்.

சீனர் இது தொடர்பாகக் கி.பி. முதல் நூற்றாண்டுக்கு முன்னரே சேர நாட்டிற்கு வந்திருக்கலாம் என்று ஏ. ஸ்ரீதர மேனன் தனது கேரள வரலாற்று நூலில் கூறுகின்றார்.

சீனர் ரோமானியரை விட நெடுங்காலமாகச் சேர நாட்டுடன் தொடர்பு கொண்டிருந்தனர். சீனக் கப்பல்கள் கிரேக்கருக்கும், ரோமானியருக்கும் முந்திய காலத்திலிருந்தே சேரர் துறைமுகங்களுக்கு வந்தன என்றும், சீனர் சேர நாட்டில் ஒரு குடியேற்றத்தை அமைத்தனர் என்றும் கூறப்படுகின்றது.

கேரளத்தில் சந்திரவல்லி என்ற இடத்தில் கி.மு. முதல் நூற்றாண்டைச் சேர்ந்த சீனக் காசு ஒன்று கண்டெடுக்கப்பட்டது. எனவே கிறித்தவ சகாப்தம் தொடங்கியதற்கு முன்னரே சீனர்கள் பண்டைத்தமிழ் நாட்டுடன் வாணிபம் புரிந்தனர் என்று கருத இடமிருக்கின்றது.

சீனர் ஒன்பதாம் நூற்றாண்டில் பெரிதும் வாணிபம் செய்த இடமாகக் கொல்லம் விளங்கியது.

திருவஞ்சிக் குளம் என்ற இடத்திற்கருகிலுள்ள சேரமான் பறம்பு என்ற இடத்தில் நடந்த முதல் நிலை அகழ்வின் போது, சீன மட்பாண்டங்களுடன் கலந்த ஓட்டாஞ் சல்லிகள் கிடைத்தன. அவற்றை ஆராய்ந்ததில் அவை 12, 13 ஆம் நூற்றாண்டுகளைச் சேர்ந்தவை என்பது தெரிந்தது.

ஐரோப்பியர் வருகை

ஐயாயிரம் ஆண்டுகளுக்கு முன்னரே அயல் நாட்டினர் நாவலந் தீவான இந்தியத்திற்கு வந்து கொண்டிருந்தனர். நடு ஆசியத்திலிருந்து வந்த மக்கள் கங்கை பாயும் வெளியிலும் செழிப்பான அதன் பிற பகுதிகளிலும் குடியேறினர். வரலாற்றுக் காலத்திலோ அவர்கள் படை கொண்டு வந்தனர்.

ஆனால் இந்தியத் தீவக்குறையின் கிழக்கிலும் மேற்கிலுமிருந்த துறைமுகங்களுக்குக் கலங்களில் வந்த அயல் நாட்டினர் வாணிபத்திற்காக வந்தனர். இந்த வாணிபத் தொடர்பு மூவாயிரமாண்டுகளுக்குமதிகமாகவே இருந்து வருகின்றது.

வடக்கே குடியேறவும், படைகொண்டு வெற்றி காணவும் வந்த இனத்தார் இந்தியரோடு கலந்து இணைந்து இந்தியர் ஆயினர்.

தெற்கே கடல் வழியே வாணிபங் கருதி வந்த அயல்நாட்டினர் ஒரு பேரரசை அமைத்து அயலராகவே இருந்து மிகக் குறுகிய காலத்தில் தமது பண்பாடு, அரசியலமைப்பு முறை, கல்வி போன்று பல்வேறு துறைகளில் தமது முத்திரைகளைப் பதித்து விட்டு, அயலாராகவே இந்தியத்தை விட்டு வெளியேறி விட்டனர்.

குறு மிளகு

அவர்களை இங்கே ஈர்த்த முக்கியமான வாணிபப் பண்டம் எது?

ஐரோப்பியர் பதினைந்தாம் நூற்றாண்டில், கடலோடுவதற்குக் காரணமாக இருந்த பண்டம் மிளகு ஆகும்.

இதைப் பண்டைத் தமிழ் கறி என்றது. சம்ஸ்கிருதம் பப்பிலி என்கின்றது. கிரேக்கம் பைப்பர் என்கின்றது. ஆங்கிலம் பெப்பர் என்கின்றது.

கிட்டத்தட்ட இரண்டே நூற்றாண்டுகளுக்குள் உலக வரலாற்றின் போக்கையே மாற்றிய இந்தக் குறுமிளகின் கதை சுவையானது. பண்டைத் தமிழகத்திலிருந்து வேறு பல பண்டங்கள் ஏற்றுமதியான போதிலும் மிளகைப் போன்று உலக மக்களின் வாழ்க்கையில் இடம் பெற்ற பண்டம் வேறு எதுவுமில்லை. பாண்டிய நாட்டின் முத்துகள் கூட மிளகின் இடத்தைத் தொட முடியாது.

முற்காலத்தில் தமிழகத்திலிருந்து தங்கம், வெள்ளி, இரும்பு, வைரம், முத்து, சங்கு, சங்கு வளை, யானைத் தந்தம், மயில், மயில் தோகை, கிளி, ஆமையோடு, குரங்கு, மாடு, தோல், ஆட்டு மயிர், ஆடை வகை, மிளகு, ஏலம், கிராம்பு, சாதிக் காய், சாதி பத்திரி, இஞ்சி, திப்பிலி, அரிசி, கம்பு, சோளம், வெல்லப் பாகு, புளி, பாக்கு, நல்லெண்ணெய், தேங்காயெண்ணெய், சந்தனக் கட்டை, அகில் கட்டை, தேக்கு, கருங்காலி, மட்பாண்டங்கள் என்று அயல்நாடுகளுக்குச் சென்ற பண்டங்களின் பட்டியல் விரிந்து செல்கின்றது.

இவற்றுள் மிளகு மிக இன்றியமையாப் பொருளாய் அயல் நாடுகளில் இன்றும் விளங்குகின்றது. ஏலம், கிராம்பு போன்ற சம்பாரப் பொருள்களும் குறிப்பிடத் தக்கன ஆகும்.

பருவக் காற்றுகள்

பண்டைக் காலத்தில் அரபு வணிகர் கையில்தான் குறு மிளகு வாணிபம் இருந்தது. அவர்கள் இந்தியத்திற்குச் சென்று திரும்பத் துணை புரியும் பருவக் காற்றுகளின் இரகசியத்தைத் தெரிந்துகொண்டு மிளகு வாணிபத்தைத் தம் கைகளில் வைத்திருந்தனர்.

ஏப்ரல், அக்டோபர் (பங்குனி - ஐப்பசி) மாதங்களுக்கிடைப்பட்ட காலத்தில் வீசுகின்ற தென் மேற்குப் பருவக் காற்றின் துணை கொண்டு, அராபியர் இன்றைய சூயசான அன்றைய அர்சினாவிலிருந்தும், இன்று எமிலாத்து எனப்படும் பண்டைய ஏலா என்ற இடத்திலிருந்தும் செங்கடலில் தமது சிறு மரக்கலங்களில் புறப்படுவர்.

அவர்கள் ஏடனிலிருந்து தமது நாற்பது நாள் பயணத்தைத் தொடங்கிக் காற்று

வீசுவதற்கேற்பப் பாய் மரங்களைச் சரி செய்து இந்துமாக் கடலில் செல்வர். சேர நாட்டின் முசிறி, கள்ளிக் கோட்டைத் துறைமுகங்களில் சரக்கை ஏற்றிக்கொண்டு குளிர் காலத்தில் வடமேற்குப் பருவக் காற்று வரட்டுமென்று காத்திருப்பர். அந்தக் காற்றினால் தள்ளப்பட்டுத் தமது நாட்டை அடைவர்.

கடலில் பாய்மரக் கப்பல்களைச் செலுத்துவதற்குப் பருவக் காற்றுகள் பெரிதும் பயன்படுவதைக் கிரேக்கர் கி.பி *410* -ஆம் ஆண்டில்தான் கண்டறிந்தனர். அதனால் மிளகு வாணிபத்தில் அராபியருக்கு இருந்து வந்த ஏக போகம் மாறியது.

கிரேக்கரின் வழியாக அராபியரும், ரோமரும் மிளகு மற்றும் பிற சம்பாரப் பொருள்களின் சுவையை அறியலாயினர்.

விசிக் கோத்து எனப்படும் டியூட்டானிய இனத்தவரின் மன்னரான அலாரிக்கு *(Alaric,* சு. *370-410)* கி.பி. *408*-ஆம் ஆண்டு ரோமை முற்றுகையிட்டார். ரோமானியப் பேரரசின் விளிம்பில் ஆல்ப்ஸ் மலைப் பகுதியிலிருந்த நாகரிக முதிர்ச்சி பெறாத கோத்துகளும் மிளகின் சுவை கண்டதால்தான் இவ்வாறு ரோமை முற்றுகையிட்டனர். ரோம் தனக்குத் தரும் இதர திறைப் பொருட்களுடன் *3,000* இராத்தல் மிளகையும் தர வேண்டுமென்று அலாரிக்கு கேட்டார். அந்தக் காலத்தில் வெள்ளியின் எடைக்கு எடை மிளகு விற்றது. ரோமானியரும் கோத்துகள் கேட்டபடி மிளகைக் கொடுத்தனர்.

அப்பண்டம் இவ்வளவு எளிதாகக் கிடைக்கவே அலாரிக்கு அடிக்கடி ரோம் மீது படையெடுத்தார். அவர் *410*-ஆம் ஆண்டு மூன்றாம் முறை ரோமைத் தாக்கியபோது ரோமனியப் பேரரசே வீழ்ந்தது. அதனால் ரோமானிய நாகரிகம் கான்ஸ்டாண்டினோபிளுக்குச் செல்ல நேர்ந்தது.

அதன்பிறகு இந்தியத்திலிருந்து வரும் மிளகிற்கும், பிற சம்பாரப் பொருட்களுக்கும் கான்ஸ்டாண்டினோபிளே மையமான சந்தையானது. ஏட்ரியாட்டிக் கடற் பகுதியில் வாழ்ந்த மக்கள் நாகரிக முதிர்ச்சியடையாத கோத்துகளின் தாக்குதலுக்கு அஞ்சி ஓடி, வெனிஸ், ஜெனோவா போன்ற இடங்களில் குடியேறினர். இவ்விரு நகரங்களும் கி.பி. பத்தாம் நூற்றாண்டுவாக்கில் செல்வச் செழிப்பு மிக்க வாணிபக் குடியரசுகளாக வளர்ச்சி பெற்றன. மார்க்கோ போலோ *(1254-1324)* என்ற உலகப் பயணி வெனிஸ் நகரத்தைச் சேர்ந்தவரே யாவார். இவர் பண்டைத் தமிழகத்திற்கும் வந்தவர் என்பது குறிப்பிடத்தக்கது.

வெனிஸ், ஜெனோவா நகரங்களைச் சேர்ந்த வணிகர்கள் அரபு நாடுகளுக்கும், ஐரோப்பியத்தின் பிற பகுதிகளுக்குமிடையே நடந்த வாணிபத்தில் இடைத் தரகர்களாய்ச் செயல்பட்டனர்.

துருக்கர் *1453*-இல் கான்ஸ்டாண்டினோபிளைக் கைப்பற்றினர். துருக்கரின் ஆட்டோமான் பேரரசு, ஏட்ரியாட்டிக்குப் பகுதியினர் சென்று வந்த வாணிப வழிகளை அடைத்து விட்டது.

அதனால் ஐரோப்பிய வணிகர்கள் இந்தியத்தின் மிளகு விளையும் பகுதிகளுக்குச் செல்வதற்கு வேறு வழிகளைத் தேட வேண்டியதாயிற்று. இவ்வாறு மிளகு மீது ஐரோப்பியர் கொண்ட மோகத்தினால்தான் ''கண்டு பிடிப்பு யுகம்'' பிறந்தது.

மிளகு நாட்டைத் தேடிச் சென்றவர்களின் பட்டியலைப் பார்க்கும்போது அது கடலோடிகளின் முழு விவரங்களடங்கிய பட்டியலாகவே இருக்கின்றது.

கிறிஸ்தபர் கொலம்பஸ் *(1446-1506)* என்ற இத்தாலியக் கடலோடி, ஸ்பெயின் அரசி இசபெல்லாவிற்காக மேற்கு நோக்கிச் சென்று 1492-ஆம் ஆண்டில் புதிய உலகத்தைக் கண்டுபிடித்தார்.

ஜான் கபாட் *(1450-1498)* என்பவரும் கொலம்பசைப் போன்று இத்தாலியரே. இவர் இங்கிலாந்திற்காக வட அமெரிக்கத்தில் 1497 இலும், 1498-இலும் இறங்கினார்.

பெத்ரோ ஆல்வாரஸ் கபரால் *(1406-1526)* போர்ச்சுக்கலுக்காக 1500-ஆம் ஆண்டில் பிரேசிலைக் கண்டுபிடித்தார்.

இதற்கு 22 ஆண்டுகளுக்குப் பிறகு ஃபெர்டினாந்து மகல்லன் *(1480- 1521)* என்ற போர்த்துக்கீசக் கடலோடி உலகை முதன்முதலில் கடலில் ஒரு சுற்றுச் சுற்றி வந்தார்.

இந்தியத்திற்குக் கடல் வழியைக் கண்டுபிடித்து விட்டால் மலபாரின் சம்பாரப் பொருட்களின் வாணிபம் தமது கைக்கு வந்து விடும் என்பதைப் போர்த்துக்கீசர் உணர்ந்தனர். எனவே இந்தியத்தின் செழிப்பான மிளகு வாணிபத்தைக் கைப்பற்றுவதென்ற கனவுகளினால் உந்தப்பட்டுப் போர்த்துக்கீசக் கடலோடிகள் ஆப்பிரிக்கக் கரையோரமாகவே சென்று, இறுதியில் 1486-ஆம் ஆண்டு நன்னம்பிக்கை முனையைச் சுற்றி வந்தனர். இந்துமாக் கடலைக் கடல் வழியில் சென்றடைய முடியும் என்பதை இது மெய்ப்பித்து விட்டது.

ஐரோப்பிய மன்னர்களின் கற்பனைகள் இதன் பிறகு இறக்கை கட்டிக்கொண்டு பறக்கலாயின. பேராசைக்காரர்களான இடைத் தரகர்களைத் தாண்டி மலபாரின் செல்வங்களை ஐரோப்பியச் சந்தையில் கொண்டுவந்து விற்க முடியும் என்று கனவு கண்டனர். அந்தக் கற்பனை வேகத்தில்தான் மேற்கூறிய கடலோடிகளனைவரும் ஸ்பெயினையும் இங்கிலாந்தையும், போர்ச்சுக்கல்லையும் விட்டுக் கிளம்பினர்.

பண்டைய ஐரோப்பியரும் இந்தியமும்

கிழக்கிற்கு வந்திருந்த ஐரோப்பியர்களைப் பற்றிய மிகத் தொன்மையான வரலாற்றுக் குறிப்புக்களைக் காலக் கணக்குப்படி பார்க்கும்போது, அது கி.மு. 550 என்பதை அறிய முடிகிறது. அப்போது பாரசிக அரசரின் ஊழியத்திலிருந்த ஸ்கைலாக்ஸ் என்ற கிரேக்கர் முதன்முதலில் இந்தியத்தை அடைந்தார் என்று கூறப்படுகின்றது. பாரசிக மன்னரான முதலாம் டேரியஸ், ஸ்கைலாக்சை இந்தியம் சென்று அதை ஆராயுமாறு அப்போது அனுப்பி வைத்திருந்தார்.

முதலாம் டேரியஸ் என்ற பாரசிக மன்னர் மகா டேரியஸ் என்றும் அழைக்கப்பட்டார். அவரது காலம் கி.மு. *550-486*. இவர் கி.மு. *521* முதல் *486* வரை பாரசிக மன்னராக இருந்தவர். அப்பேரரசை விரிவடையச் செய்தவரும் இவரே. கிரேக்கரின் அயோனிய நகரில் ஏற்பட்ட கிளர்ச்சியைக் கி.மு. *500*-இல் ஒடுக்கியவர். இவர் கிரேக்கத்தின் மீது இருமுறை படையெடுத்துச் சென்றிருக்கிறார். கி.மு. *490*-இல் ஏதென்சுக்கு வட கிழக்கிலுள்ள மரத்தான் என்ற இடத்தில் கிரேக்கர்கள் இவரைத் தோற்கடித்தனர்.

ஸ்கைலாக்ஸ் டேரியசின் வேண்டுகோளுக்கிணங்க இந்தியத்தில் பயணம் செய்து, அது பற்றிய விவரங்களை எழுதி வைத்தார். அவர் அதில் கூறிய வியப்பூட்டும் செய்திகளைக் கிரேக்க மக்கள் படித்தனர்.

கிரேக்க வரலாற்றாசிரியரான ஹீரோடாட்டஸ் இந்தியம் பற்றி எழுதிய சிறு குறிப்பு ஸ்கைலாக்ஸ் இந்தியம் பற்றி எழுதியதை ஆதாரமாக வைத்து எழுதப்

பட்டதாகும். ஹீரோடாட்டஸ் வரலாற்றின் தந்தை எனப்படுகின்றார்.

எனினும் மா அலெக்சாந்தர் (கி.மு. 356-323) கி.மு. 327 ஆம் ஆண்டில் இந்தியத்திற்கு வந்தபோது, அவருடன் அரிஸ்டாடில் வழி மரபில் கற்றறிந்த விற்பன்னர் குழு ஒன்றும் வந்திருந்தது. அவர்கள் இந்தியத்திலிருந்த நிலைமையை ஐரோப்பியர் மிகத் தெளிவாக அறியுமாறு செய்தனர்.

அலெக்சாந்தர்

அவர்களுள் சந்திர குப்த மௌரியரின் அரசவையில் கிரேக்கத் தூதுவராக இருந்த மெகஸ்தனிஸ் எழுதியுள்ள குறிப்புகள் மிக முக்கியமானவையாகும்.

இவ்வாறு பல்வேறு கால கட்டங்களில் வந்தவரெல்லாம் நாடோடிகளான பயணியரே யாவர். ஆனால் பதினைந்தாம் நூற்றாண்டின் இறுதி வாக்கில் கள்ளிக்கோட்டைக்கருகே கரையிறங்கிய போர்த்துக்கீசர் செல்வத்தைத் திரட்டும் எண்ணத்தையும், தமது சமயக் கோட்பாடுகளையும் நெஞ்சில் வைத்துக் கொண்டு வந்திறங்கினர்.

அவர்கள் ஒரு நூற்றாண்டு முடியுமுன்னரே புதுப்புது வெற்றிகளைக் கண்டனர். இந்துமாக் கடலில் ஜப்பான் வரையிலும் சென்றனர். அவர்கள் வெகு விரைவில் குவித்த செல்வத்தைக் கண்டு ஐரோப்பியர் பெரு வியப்பிலாழ்ந்தனர்.

ஆனால் போர்த்துக்கீசரைத் தொடர்ந்து டச்சுக்காரர், ஆங்கிலேயர், பிரஞ்சுக்காரர் என்று ஐரோப்பியர் பலர் இந்தியம் வரலாயினர்.

போர்த்துக்கீசரின் இந்திய வருகை

வாணிப உலகில் கையோங்கி நின்ற முஸ்லிம் பேராதிக்கத்தை ஐரோப்பிய நாட்டவர் வெட்டிச் சாய்ப்பதற்கு இரண்டு வழிகள் இருந்தன. முதல் வழி அரபுகளின் வாணிப வாய்க்காலாயிருந்த எரித்திரியன் கடலைத் தாக்குவது; இரண்டாவது வழி, ஆப்பிரிக்கத்தைச் சுற்றிச் சென்று பின்னாலிருந்து அதைக் கைப்பற்றுவது.

டிரான்ஸ்ஜோர்தான் (*Trans-Jordan:* இது ஜோர்தானின் பழைய பெயர். ஜோர்தான் இன்று தென்மேற்கு ஆசியத்தில் ஒரு முடியரசாய் உள்ளது.) நாட்டின் அதிபதியாய் விளங்கிய ரெனாடு தெ ஷேட்டியோன் (*Renaud de chatillon*) 1182-ஆம் ஆண்டு முதல் வழியில் முயன்றார். (ஜோர்தான் இக்காலத்தில் சிலுவைப் போராளியரின் ஆட்சியில் இருந்தது.) அவர் நிலநடுக்கடல் கரை மீது தனித்தனிப் பகுதிகளாய்க் கப்பல்களைக் கட்டி, அவற்றை ஒட்டகங்களின் மீது ஏற்றி அக்குவாபா நீரிணைக்கு அனுப்பினார். (அக்குவாபா செங்கடலின் ஒரு பகுதியாகும்) அவரால் செங்கடலில் நடந்து வந்த முஸ்லிம் வாணிபத்தைக் குலைக்க முடிந்தது. அவர் ஏடன் வரையிலும் சென்றார். எனினும் முஸ்லிம்களால் தோற்கடிக்கப்பட்டார்.

டொமினிக்கன் சபையைச் சேர்ந்த கிலூம் தெ ஆதாம் (*Guillaume d'Adam*) அத்தகைய முயற்சியில் மீண்டும் ஈடுபடும் ஒரு திட்டத்தை 1300-ஆம் ஆண்டு கூறினார். பாப்பரசர் பாரசிக வளைகுடாவிலுள்ள ஓர்மஸ் அல்லது பம்பாய் அல்லது மலபார்க் கரையில் ஒரு கப்பல் தொகுதியைக் கட்டிக் கொண்டு எகிப்திற்கும் தொலைக் கிழக்கு நாடுகளுக்குமிடையில் இருந்து வந்த வாணிபத் தொடர்புகளைத் துண்டிக்கும் நோக்குடன் இந்துமாக் கடலைச் சுற்றி வர வேண்டும் என்ற திட்டத்தைக் கூறினார். செங்கடல் திக்கில் வழியை அடைத்துவிட்டு, நில நடுக்கடல் வணிகர்கள் எகிப்துடன் செய்து வரும் வாணிபத்தை நிறுத்திவிட்டால், எகிப்தினால் நீண்டகாலம் சமாளித்து நிற்கமுடியாது என்ற எண்ணத்தில் இத்திட்டம் தீட்டப்பட்டது. ஆனால் துணிச்சலான இத்திட்டம் நிறைவேறவில்லை.

முஸ்லிம்கள் ஐரோப்பிய வணிகர் தென்னாசியத்துள் புகுந்து விடாதவாறு எழுப்பிய தடையைத் தகர்ப்பதற்காக ஐரோப்பியர் அவர்களுக்குப் பின்புறமாகச் செல்லத் திட்டமிட்டனர். அதன்படி ஆப்பிரிக்கத்தைச் சுற்றிக் கொண்டு இந்துமாக்கடல் நாடுகளை அடையும் முன் முயற்சிகள் பதின்மூன்றாம் நூற்றாண்டில் தொடங்கி விட்டன. அதைத் தூண்டிவிட்ட பெருமை ஜெனோவா நகரத்தவரைச் சேரும் (*Genoa:* வடமேற்கு இத்தாலியிலுள்ள இத்துறைமுகம் வரலாற்று இடைக்காலமான இந்தக் காலத்தில் தன்னாட்சி செய்து வந்த வணிக நகராயிருந்தது. அமெரிக்கத்தைக் கண்டுபிடித்த கிறிஸ்தபர் கொலம்பஸ் இந்நகரத்தவர்.)

ஜெனோவா போன்று இக்காலத்தில் தன்னாட்சி செய்து வந்த மற்றோர் இத்தாலிய வணிக நகரான வெனிசைச் சேர்ந்த போலோ சகோதரர்கள் கீழை நாடுகளுக்கு இரண்டாம் பயணம் மேற்கொண்டதற்குச் சிறிது காலத்திற்கு முன்னர் சுமார் 1270 வாக்கில் லேன்சலாட்டு மாலோ செய்யோ (*Lancelot Malocello*) என்றவரின் தலைமையில் ஜெனோவா நகரினரின் கப்பல் தொகுதி ஒன்று அட்லாண்டிக்குக் கடலினுள் நுழைந்தது. அவர்கள் நெடும்பயணத்தின் பின் கேனரித் தீவுகளை (*Canary Islands*) அடைந்தனர். (இது இன்று ஸ்பெயினிற்கு உரிமையானது. சிறு தீவுகளுடன் கூடிய ஏழு தீவுகள் இத்திரளில் உள்ளன. அவை ஆப்பிரிக்கத்தின் வடமேற்குக் கரைக்கப்பால் சுமார் 95 கிலோமீட்டர்த் தொலைவில் உள்ளன. அவை பண்டை நாள்களில் ஃபார்ச்சுனேட்டுத் தீவுகள் (*Fortunate Islands*), அதாவது, நற்பேறு பெற்ற தீவுகள் என்று அறியப்பட்டிருந்தன. போர்த்துக்கீசர் பின்னர் அவற்றை 1341-இல் மீண்டும் கண்டுபிடித்து உரிமை கொண்டாடினர். எனினும் ஸ்பானியர் அவற்றை 1579-இல் தம் நாட்டுடன் இணைத்துக் கொண்டனர்.)

டெடிசியோ டோயிரா (*Tedisio Doira*) என்ற இன்னொரு ஜெனோவர் 1291-இல் இத்தீவுகளையும் தாண்டி, ஆப்பிரிக்கத்தின் மேற்குக் கரைவழியே சென்று, நௌன் முனை என்ற இடத்தினருகே சென்று விட்டார்.

ஜெனோவர் தம் தேட்டப் பயணத்தில் ஏன் விடாமுயற்சியைக் காட்டவில்லை? அவர்கள் அதில் முனைந்து இறங்கியிருப்பரேல், போர்த்துக்கீசருக்கு முன்னரே நன்னம்பிக்கை முனையைச் சுற்றிக்கொண்டு சென்றிருப்பாரோ? இவ்வினாவிற்கு அத்தனை எளிதில் விடை கூறுதல் இயலாது. உண்மை என்னவெனில் ஜெனோவர் தாமே கலஞ்செலுத்தி முன்னேறுவதற்கு மாறாக, அப்போதுதான் விடுதலை பெற்றிருந்ததும் கப்பற்படை எதுவும் இல்லாதிருந்ததுமான போர்ச்சுக்கல்லுக்காகப் பணி செய்வதென்று முடிவு செய்தனர்.

போர்த்துக்கீசர் தமது ஊழியத்தில் ஜெனோவரை மாலுமியராய்ச் சேர்த்துக் கொண்டு, தம் கப்பற்படையைச் சிறுகச் சிறுக உருவாக்கினர். அவர்கள் வெகு

விரைவில் என்று கூறும்போது, போர்த்துக்கீச அரசர் தினிஸ் (*Diniz*) ஜெனோவரை 1317-ஆம் ஆண்டு தன் கப்பற்படையில் சேர்த்ததிலிருந்து, பார்த்தலோமிய டயஸ் (*Bartolomeu Diaz or Dias*) சு. 1450-1500) 1487 ஆம் ஆண்டு புயல் முனையைக் கடந்தது வரையிலும் இடையில் கழிந்து போன 170 ஆண்டுகளை மறந்து விடலாகாது. ஏனெனில் போர்த்துக்கீசர் முஸ்லிம்களான மூர்களுடனும் ஸ்பானியரான கேஸ்டிலியருடனும் இக்காலத்தில் சண்டையில் ஈடுபட நேர்ந்தது. அவர்களுக்குள் உள் பூசல்களும் இருந்தன. ஆதலால் அவர்களுக்கு முதலாம் ஜோவாவோ (1385-1433) காலம் வரையிலும் மூச்சுவிடக் கூட நேரமில்லாதிருந்தது.

இதற்கிடையில் பிரான்சின் நார்மண்டியிலுள்ள தியப்பி (*Dieppe*) என்ற இடத்தில் வாழ்ந்த கடலோடிகள் (இவர்கள் வைக்கிங்குகளின் வழிவந்தவர்கள்) நௌன் முனையைச் சுற்றிக் கொண்டு கினியின் கரையோரப் பகுதிகளுடன் வாணிபத் தொடர்பை ஏற்படுத்தினர். இத்தொடர்பு கிட்டத்தட்ட நாற்பதாண்டுகள் நீடித்தது. அப்போது பிரான்சில் நிலவிய துரதிருஷ்டமான சூழ்நிலை காரணமாய், அவர்கள் இவ்வாணிபத்தைக் கைவிட நேர்ந்தது. தியப்பிக்காரர்கள் இவ்வாணிபத்தைப் பிறர் கைப்பற்றி விடக் கூடாது என்பதற்காக நௌன் முனைக்கு அப்பால் கடலில் சென்றால் அச்சந்தரத் தக்க ஆபத்துக்கள் உள்ளன என்ற பயங்கரமான கதைகளைக் கட்டிவிட்டனர். அதனால் முதலாம் ஜோவோவா 1417-இல் இப்பகுதிகளுக்குக் கப்பல்களை அனுப்ப விரும்பியபோது, அங்கு செல்வதற்கு மாலுமியர் கிடைக்கவில்லை. அந்த அளவிற்கு அவர்கள் கிளப்பிய வதந்திகள் பரவியிருந்தன.

போர்த்துக்கீசர் இந்துமாக் கடலுக்குள் நுழைவதை இன்னொரு நிகழ்ச்சியும் தாமதப்படுத்தியது. ஆப்பிரிக்கத்தின் கரையோரமாய் நடந்து வந்த வாணிபத்தில் ஆதாயம் தேடும் முயற்சியில் போர்த்துக்கீசர் முனைந்து இறங்கிவிட்டனர். (கினி மேற்காப்பிரிக்கத்தில் அட்லாண்டிக்கின் கரை மீதுள்ளது. அது பண்டை ஆப்பிரிக்க முடியரசு ஒன்றின் பெயரால் கினி என்று அழைக்கப்படுகின்றது. மேற்காப்பிரிக்கத்தில் இன்றைய செனிகல் நாட்டிலிருந்து அங்கோலம் வரையிலும் இருந்த பல நிலப்பரப்புக் கினி என்ற பெயரால் ஒரு காலத்தில் கட்டப்பட்டது. இக்கரையோரத்தின் 6250 கிலோமீட்டர் (3900 மைல்) நெடுகிலும் உள்ள பெரும் பரப்பு வெப்பமும் ஈரப்பசையும் மிகுந்த காடாக உள்ளது. இப்பகுதியில் இன்றைய ஈக்குவ டோரியக் கினி, கினி, கினி-பிசாவு என்ற நாடுகள் அடங்கியுள்ளன.)

போர்த்துக்கீசர் தமக்கு முன்னர் இப்பகுதிக்குச் சென்ற தியப்பியரைப் போலவே, கினி பகுதியில் தம் காலத்தில் பெரும் பகுதியைச் செலவிட்டனர். இங்கு தங்கம் கிடைத்தது. அடிமைகள் பிடிக்கப்பட்டனர். இவற்றுடன் மளகுவட்ட (*Malaguetta*) என்ற அழைக்கப்பட்ட மிளகு போன்ற செடியும் இருந்தது. அவர்கள் அதை ஐரோப்பியத்தில் நல்ல விலைக்கு விற்றனர். அது இதன்பிறகு மெய்யான குறுமிளகின் போட்டியை நன்கு சமாளித்தது.

முதல் போர்த்துக்கீசர் இந்துமாக் கடலில்

இரண்டாம் ஜோவாவோ டயசைக் கடல்வழியாய் அனுப்பிய அதே நேரத்தில், இந்துமாக் கடல் நாடுகளை நிலவழியாயும் கடல் வழியாயும் அடைவதற்கு உறுதி பூண்டார். அதனால் மர்மமான பிரஸ்டர் ஜானின் முடியரசைக் கண்டுபிடிப்பதற்காகப் பெரோ தெ கோவிலம், அல்ஃபான்சோ தெ பைரா (*Pero de Govilham, Alfonso de Payra*) என்ற இருவரை அனுப்பினார். அவ்விருவரும் இந்திய வாணிபம் பற்றி அரபு

வணிர்களிடமிருந்து சில செய்திகளைத் திரட்டிக் கொண்டு, ஏடன் துறைமுகத்திலிருந்து இரு வேறு திக்குகளில் பிரிந்து சென்றனர். பைரா அபிசினியத்திற்குச் சென்றார். கோவிலம் இந்தியத்தின் சேரநாட்டுக் கரையை நோக்கிப் போனார். அவர்தான் இந்துமாக் கடலில் பயணம் செய்த முதல் போர்த்துக்கீசர். அவரது பயணம் பற்றிய செய்தி மிகுந்த ஆர்வமூட்டுவதாகும். கோவிலம் நாடு திரும்பிய வழியில் பைரா இறந்தார் என்ற செய்தியைக் கெய்ரோவில் அறிந்தார். உடனே பிரஸ்டர் ஜானைத் தேடக் கிளம்பிவிட்டார். ஆதலால் அவர் தான் தேடித் திரட்டிய செய்திகளை ஒரு யூதர் வழியே போர்த்துக்கீச அரசருக்கு அனுப்பிவிட்டு அபிசினியத்திற்குப் புறப்பட்டார்.

அவர் அங்கு அபிசினிய அரசரால் வரவேற்கப்பட்டார். அவர் அங்கு திருமணமும் புரிந்து கொண்டு தன் வாழ்க்கை முழுவதையும் அங்கேயே கழித்துவிட்டார். எனினும் அவர் இந்துமாக் கடலில் கலஞ் செலுத்துவது பற்றிய செய்திகளையும் நன்னம்பிக்கை முனை வழியே அக்கடலினுள் நுழையக் கூடுமென்பது பற்றிய தகவல்களையும் போர்த்துக்கீச அரசருக்கு அனுப்பினார். இந்த இடைக்காலத்தில் இரண்டாம் ஜோவாவோ இறந்தார்.

அடுத்த பயணத்திற்கு வேண்டிய ஏற்பாடுகளை இறுதியாய்ச் செய்த பெருமை அவருக்குப் பின் ஆட்சிக்கு வந்த மனுவேலுக்குக் (*Manoel*) கிடைத்தது. அவர் டகாமாவின் தலைமையில் அனுப்பிய கப்பல்கள் முதன்முறையாய் இந்துமாக்கடலினுள் நுழைந்து கள்ளிக் கோட்டையினருகே கரையிறங்கவிருந்தன.

தியப்பியைச் சேர்ந்த ஒரு கப்பல் தலைவர் டகாமாவிற்கு ஏழாண்டுகளுக்கு முன்னரே அங்கு சென்று விட்டார் என்று எல். எஸ்டன்சலின் (*L.Estancelin*) என்றவர் தனது பிரஞ்சு நூலில் கூறியுள்ளாரெனினும் அதற்குத் திட்டவட்டமான சான்று எதுவுமில்லை. எனினும் டகாமாவிற்குச் சிறிது காலத்திற்குப் பின்னர் ரகுசா (இது தென்கிழக்கு இத்தாலியில் இன்று தொழில் மலிந்த நகராயிருக்கின்றது. இதன் பழம் பெயர் ஹைபலா ஹெரியா (*Hybla Heraea*) ஆகும்.) என்ற இடத்திலிருந்து இந்துமாக் கடலுக்குக் கப்பல்கள் சென்றன என்று புகழ் பெற்ற பிரஞ்சு வரலாற்றாசிரியரான ஃபெர்னாந்து புரோடல் (*Fernand Braudel, 1902-1985*); இவர் புகழ் பெற்ற வரலாற்றாசிரியர்; இவர் இரண்டாம் உலகப் போரின் போது ஜெர்மன் சிறையில் இருந்த காலத்தில் எழுதிய *The Mediterranean and the Mediterranean World at the time of Philip II*- இரண்டாம் பிலிப்பின் காலத்து நிலநடுக்கடலும் நிலநடுக்கடல் நாடுகளும் - வரலாற்று நூல் மாபெரும் படைப்பு என்று எழுதியுள்ளார்.)

பிரான்சின் தியப்பி, இத்தாலியின் ரகுசா இங்கிருந்து கப்பல்கள் பயணப்பட்டன என்பதை நாம் ஒப்புக் கொண்டாலும் கூட, அவற்றால் எந்தப் பயனும் உண்டாகவில்லை. ஆனால் வாஸ்கோ டகாமாவின் பயணம் உலக வரலாற்றில் ஒரு புதிய அத்தியாயத்தைச் சேர்த்தது. போர்த்துக்கீசர் இந்துமாக்கடலை அடைவதற்குக் காலங் கடத்தினர் என்று தோன்றினாலும், அதனுள் நுழைந்த தனிப்பெருமை அவர்களையே சேரும்.

(போர்த்துக்கீச வரலாறும் அவர்களின் கடலோட்ட முயற்சிகளும் இக்களஞ்சிய வரிசையில் பல இடங்களில் சொல்லப்பட்டுள்ளன. குறிப்பாய் இ.ச.க.தொகுதி-5 காண்க)

Heard. Nigel	*The Beginnings of European Supremacy. London 1969.*
Toussaint.Auguste	*History of the Indian Ocean, Translated from French by Guicharnaud, June, English Edition, 1966.*

போர்த்துக்கீசர் வருகையின்போது இந்தியம்

ஐரோப்பியர் இந்துமாக் கடலுக்குள் நுழைய இயலாதவாறு முஸ்லிம்கள் எழுப்பியிருந்த திரையைக் கிழித்துக் கொண்டு இந்தியத்தை அடைந்து, அரபுகளின் வாணிப ஏகபோகத்தை முறித்துவிட வேண்டுமென்ற முனைப்புடன் முயன்று கொண்டிருந்த காலத்தில் பாரதத்தின் நிலை எவ்வாறு இருந்தது?

தென்னகம்

தமிழகத்தில் வலுக்குன்றித் தென்பாண்டிச் சீமையில் ஆங்காங்கே சிதறியிருந்த பாண்டியராட்சியைத் தவிர முடியுடை மூவேந்தர் ஆட்சியெல்லாம் முடிந்து போனது. சம்புவரையர் என்ற சிற்றரசர்கள் தொண்டை நாட்டின் ஒரு பகுதியை ஆள்கின்றனர். டெல்லிச் சுல்தான்களின் படையெடுப்பையடுத்து மதுரையில் *1334* முதல் *1378* வரை மதுரைச் சுல்தான்களின் ஆட்சிக்கு, விசய நகர இளவரசரான கம்பணரின் படையெடுப்பு *1378* ஆம் ஆண்டில் முற்றுப்புள்ளி வைத்தது. இரண்டாம் சேரப் பேரரசை நிறுவிய குலசேகரனின் வழிவந்த சிற்றரசர்களின் ஆட்சி வேணாட்டில் (திருவிதாங்கூர்) நடந்து வந்தது. அங்கு இக்காலத்தில் இரவிவர்மன்

(ஆ.கா. 1484-1512) ஆண்டு வந்தார். ''பெரும் படப்புச் சொரூபம்'' என்ற சிறப்புப் பெயர் பெற்றிருந்த கொச்சி அரசகுடியின் ஆட்சி சுமார் *1500* வாக்கில் தொடங்குகின்றது. அதன் முதல் அரசராய் முதலாம் உன்னி இராம கோயில் அமர்ந்தார். விசய நகரப் பேரரசின் ஒரு கிளையான துளுவ மரபின் இம்மடி நரசிம்மனும் *(ஆ.கா. 1491-1505)*மற்றொரு கிளையான அரவீட்டு மரபினரான நரசநாயக்கனும் *(ஆ.கா. 1491-1503)* ஆட்சி செய்தனர். பெரும் அயல் வாணிபத் துறைமுகமான கள்ளிக்கோட்டைப் பகுதியில் சாமூதிரியர் என்ற குறுநில மன்னர்களின் ஆட்சி நடந்து கொண்டிருந்தது.

வட பாரதம்

வட பாரதத்தில் டெல்லியில் லோடி குடியினரின் ஆட்சி நடக்கின்றது. நிசாம் ஷா சிக்கந்தர் லோடி *(ஆ.கா. 1489-1517)* ஆட்சி செய்தார். முகலாயர் இன்னும் பாரத்தினுள் காலடி எடுத்து வைக்கவில்லை. பாபர் இக்காலத்தில் நடு ஆசியத்தில் தனக்கென ஓர் அரசை நிறுவுவதற்காகப் போராடிக் கொண்டிருந்தார்.

இன்றைய இரசபுதனத்தில் இராயமல்லனின் ஆட்சி *(1472-1509)* நடந்து வருகின்றது. இது இரசபுத்திர அரசுகளில் மிகவும் மூத்ததாகும். ஜோத்பூரைச் சுஜா *(ஆ.கா. 1491-1515)* என்ற இரசபுத்திரர் ஆண்டு வந்தார். பிக்கனீரில் ரத்தோடு இரசபுத்திரரின் ஆட்சி *1465* ஆம் ஆண்டு பிக்கராவுடன் *(1461-1509)* தொடங்குகின்றது. கச்சவாக குடியின் ஆம்பர் அரசர்கள் ஜெய்பூரிலிருந்து ஆண்டு வருகின்றனர். சௌகான் குடியினரான புண்டி அரசர்களின் ஆட்சி சுமார் *1342* முதல் நடக்கின்றது.

மாளவத்தில் கில்ஜி சுல்தான்களும் *(1436-1531)* கான் தேசில் ஃபரூக்கி சுல்தான்களும் *(1370-1601)* குஜராதில் முசஃபரிடு சுல்தான்களும் *(1391-1573)* காசுமீரத்தில் சுவாதி சுல்தான் குடியினரும் *(1339-1561)* வங்கத்தில் வங்கச் சுல்தான்களும் *(1282-1576)* போர்த்துக்கீசர் வருகையின்போது ஆட்சி செய்தனர். அசாமில் அகோம அரச குடியினரான திகிங்கிய இராஜா *(1497-1539)* ஆட்சி செய்தார்.

தக்காணம்

தக்காணத்தில் பாமினி சுல்தான் முகமது ஷா (ஆ.கா. 1482-1518) ஆட்சி செய்கின்றார். பாமினி அரசு 1490-ஆம் ஆண்டு ஐந்தாகச் சிதறியது. அகமது நகரில் முதல் சுல்தான் 1490-இல் தன்னரசை நிறுவி 1509 வரை ஆண்டார். பேராரில் ஃபத்து உல்லா இமது உல் முல்கு 1490-இல் ஆட்சி நிறுவி 1504 வரை அரசிருந்தார். பிதரில் முதலாம் காசிம் பரீது ஷா 1490-இல் பரீது சாகி மரபை அமைத்து 1504 வரை ஆண்டார். பிஜப்பூரில் யூசூஃபு அதில் ஷா குடி 1490-இல் அமைந்து,அவரது ஆட்சி 1510 வரை நீடித்தது. மைசூரில் உடையார் குடியின் இரண்டாம் சாமராசனின் (ஆ.கா.1478-1512) ஆட்சி நடந்தது. இக்கேரி நாயக்கனின் ஆட்சி 1499 இல் தொடங்குகின்றது.

கலை, இலக்கிய சமூக வாழ்க்கை

தமிழகம்

தமிழைத் தாய் மொழியாய்க் கொண்ட தமிழ், வேந்தர்களின் ஆட்சி பதினான்காம் நூற்றாண்டில் அழிந்தது என்பதில் ஐயமில்லை. பிற சமயத்தவரும் பிற மொழியினருமான இஸ்லாமியரும் கன்னடர்களான விசயநகர அரசர்களும் தத்தம் மொழிகளை அரசின் மொழியாய்க் கொண்டு பதினான்காம் நூற்றாண்டிலிருந்து பதினெட்டாம் நூற்றாண்டின் கடைசிவரை ஆட்சி செய்தனர்.

தமிழ்நாட்டின் பெரிய கோயில்களெல்லாம் கி.பி. 250 தொடங்கி கி.பி 900 வாக்கில் முடிந்து போன அறுநூற்றைம்பது ஆண்டுகாலப் பல்லவர் ஆட்சியிலும் கி.பி 486 முதல் 1279 வரை சுமார் நாலரை நூற்றாண்டுகள் விரிந்த சோழப் பேரரசின் காலத்திலும் எழும்பியனவாகும். எனவே பதினைந்தாம் நூற்றாண்டின் இறுதியிலும் பதினாறாம் நூற்றாண்டின் தொடக்கத்திலும் குறிப்பிட்டுக் கூறத்தக்க கலைப் படைப்பு எதுவும் தோன்றவில்லை. இதே நிலைதான் பதினெட்டு, பத்தொன்பதாம் நூற்றாண்டுகள் வரை நீடித்தது.

காளமேகம்

கறுமுகில் பொழிதல் போல் ஆசுகவி பாடுவதில் ஆற்றல்மிக்க காளமேகப் புலவர் 1450-1460 காலத்தில் வாழ்ந்து வந்திருக்கலாம். இவர் இலக்கியம் எதையும் சமைத்தவரல்லர். புற்றீசல்கள் போல் 16-ஆம் நூற்றாண்டு முதல் இனிக் கிளம்பவிருக்கும் தல புராணங்கள் கூட இந்தப் பதினைந்தாம் நூற்றாண்டில் தமிழில் எழவில்லை.

தமிழகத்தில் சாதிப்பாகுபாடுகள் இருந்தன. நாட்டின் தென் தொங்கலில் சாதிக் கொடுமைகள் மிகுந்திருந்தன. இத்தகைய சூழ்நிலையில் போர்த்துக்கீசர் பதினைந்தாம் நூற்றாண்டின் கடைசியில் வந்து இறங்குகின்றனர்.

வட பாரதம்

வட பாரதத்திலும் குறிப்பிடத்தக்க கலையாக்கம் எதுவும் இக்காலத்தில் தோன்றவில்லை. சாதிப் பாகுபாடு மலிந்து கிடந்தது. அத்துடன் சமயச் சழக்குகளும் உண்டாயின. தென்பாரதத்தில் கி.பி ஆறாம் நூற்றாண்டில் தோன்றிய உணர்வுப் பொங்கலின் வெளிப்பாடான பக்தி இயக்கத்தின் நீட்டிப்பை வடக்கில் இப்போது காண்கின்றோம். இராமானந்தரின் (1299-1411) அடியொற்றிக் கபீர்தாசரும் (1440-1518)

வல்லபாச்சாரியார் *(1479-1531)*, சைத்தன்னியர் *(1484-1534)*, குரு நானக்கு *(1469-1539)* போன்ற ஞானவான்களும் அருளாளரும் பக்தியின் வழியே மானுட உறவுகளை மேம்படுத்தி வந்தனர். மறைகள் கற்ற பண்டிதர்கள், சமயத் தலைவர்களான முல்லாக்கள், சூஃபிச் சித்தர்கள் ஆகியோரின் துணையின்றி எளிய சமய வாழ்க்கை வாழ்வதற்கு மேற்கூறிய ஞானவான்கள் வழிகூறினர். மக்கள்தம் சொந்த முயற்சியினாலேயே, வீடு பேறு அடையலாம். அதற்குப் பக்தி அல்லது இறைப்பற்று இருந்தால் போதும். ஆரவாரச் சடங்குகள், புனித யாத்திரைகள் வேண்டாம். மறைநூல்களைக் கண்முடித்தனமாய்ப் பின்பற்ற வேண்டாம் என்றெல்லாம் அவர்கள் எடுத்தோதினர். ஒருவர் உலகைத் துறக்காமல் இல்லறம் காத்தவாறே இறைவனை அடையலாம். இராமன், இரகீம், ஈசன், அல்லா இவையனைத்தும் ஒன்றையே குறிக்கின்றன. இந்து, இஸ்லாமிய சமயங்களில் பழமைச் சார்புடையவர்கள் பக்தி இயக்க ஞானியரின் அருளுரைகளை ஏற்கவில்லை.

ஐரோப்பியர் இந்தியத்தைப் பற்றிக் கேள்விப்பட்டிருந்த, படித்த நம்பவியலாக் கற்பனைகளையெல்லாம் பொய்யாக்கப் போகின்ற நெடும் பயணம் ஒன்றைப் போர்ச்சுக்கல் 1497 இல் மேற்கொண்டபோது, வரலாற்றுக் காலந்தொட்டு உலகை எப்போதும் தன்பால் ஈர்த்து வரும் பாரதம் மேற்சொன்னவாறுதான் இருந்தது.

வாஸ்கோ டகாமா (1469-1524)

இத்தகைய காலச்சூழலில் சுமார் 1469-ஆம் ஆண்டு போர்ச்சுக்கல் நாட்டின் சைன்ஸ் *(Sines)* என்ற ஊரில் பிறந்த வாஸ்கோ டகாமா தனது இருபத்தெட்டாவது வயதில், தனக்கு வழிகாட்டுவதற்காக அலெக்சாந்திரியக் கிரேக்கரான தாலமியின் ''நிலநூலை'' எடுத்துக் கொண்டு கடலில் புறப்படுகின்றனர்.

கடலில் நெடும் பயணம்

அவர் பேலம் என்ற போர்த்துக்கீசத் துறைமுகத்திலிருந்து மூன்று நான்கு மரக்கலங்களுடன் 1497 சூலை 8 ஆம் நாளன்று இந்தியத்திற்குப் புறப்பட்டார். இது அவர் இந்தியத்திற்குச் செல்வதற்காக மேற்கொண்ட முதல் பயணமாகும். டகாமா அவ்வாண்டு கிறிஸ்துமஸ் நாளன்று நன்னம்பிக்கை முனையைத் தாண்டினார். அங்கு கரையோரமாயிருந்த நிலப்பரப்பிற்கு ஏசுநாதரின் நினைவாய் நேட்டால் *(Natal)* என்று பெயரிட்டார். (இப்பெயர் ''புதிதாய்ப் பிறந்த நிலம்'' என்று பொருள் தருகின்ற *Terra Natalis* என்ற சொற்றொடரிலிருந்து பிறந்ததாகும்.) டகாமா நேட்டாலிலிருந்து 1498 ஜனவரி 11 அன்று தன் பயணத்தைத் தொடங்கினார். மீண்டும் அவர் அதன்பிறகு இன்றைய மொசாம்பிக்கு *(Mozambique)* நாட்டின் சோஃபலாவிற்கும் சான்சிபாருக்குமிடையே *(Zanzibar* - இது ஒரு தீவு. கிராம்பிற்குப் பெயர் பெற்றது. இன்றைய தாஞ்சானிய நாட்டுடன் இணைந்துள்ளது*)* அமைந்த ஆப்பிரிக்கக் கரையோரப் பகுதி நெடுகிலும் முஸ்லிம்கள் குடியேறித் தந்த தங்க வாணிபத்தைத் தம் கைகளில் வைத்திருந்தனர்.

டகாமா மொம்பாசாவில் *(Mombasa:* இது இன்று கீன்யம் என்ற நாட்டிலுள்ளது.*)* ஒரு குசராத்தி வழிகாட்டியைக் கண்டார். அவர் அந்த வழிகாட்டியின் துணையொடு அரபிக் கடலின் குறுக்கே, நேரே வட கிழக்கில் சென்று 1498 மே 2-ஆம் நாளன்று கள்ளிக்கோட்டைக்கு அருகிலுள்ள கப்பாட்டு என்ற இடத்தில் கரையிறங்கினார். அவர்

வாஸ்கோ டகாமா

அங்கிருந்து மே 22 அன்று பந்தளயாணி கொல்லம் என்ற இடத்தை அடைந்தார். மே 28 அன்று கள்ளிக்கோட்டைச் சாமூதிரியைக் கண்டு பேசினார். (சாமூதிரி இ.ச.க.தொகுதி-6)

அரபு வணிகர்கள் போர்த்துக்கீசரின் வருகையைக் கடுமையாய் எதிர்த்தனர். சாமூதிரி அரபுகளுக்கு ஆதரவாயிருந்தார். குஞ்ஞாலி மரைக்காயர் என்ற கேரள முஸ்லிம் கடலோடிகள் சாமூதிரியின் கப்பல் தலைவர்களாயிருந்தனர். சாமூதிரி போர்த்துக்கீசரில் சிலரைச் சிறை செய்தார். டகாமா உடனே நாட்டு மக்களில் 18 பேரைப் பிடித்துக் கப்பலில் காவலில் வைத்தார். பின்னர் சிலரை விடுதலை செய்துவிட்டு நாட்டு மக்கள் அறுவருடன் ஆகஸ்டு 28 அன்று தாயகம் திரும்பினார். இதுவே அவரது முதற் பயணமாகும்.

டகாமா அதன்பிறகு இருமுறை சேர நாட்டிற்கு வந்தார். அவர் கடைசியாய் 1524 இல் வந்தபோது போர்ச்சுக்கல்லுக்குக் கீழையுலகில் உரிமையாக்கப்பட்டு விட்ட நிலப்பரப்பு அனைத்திற்கும் அரசப் பேராளராய் (*viceroy*) வந்தார். அவர் கொச்சியில் இறங்கிய மூன்றாவது மாதம் இறந்தார். அவரைக் கொச்சியில் அடக்கம் செய்தனர். பின்னர் அவரின் எச்சங்கள் லிஸ்பனுக்கு எடுத்துச் செல்லப்பட்டு, அங்கு மிகுந்த பெருமையுடன் அடக்கம் செய்யப்பட்டன.

வாஸ்கோ டகாமாவையடுத்து அல்புகுவார்க்கு போன்ற அருந்திறல் வாய்ந்தவர்கள் அரசப் பேராளராய் வந்தனர். போர்ச்சுக்கல்லிலிருந்து 1500-ஆம் ஆண்டு பிரான்சிஸ்கன் சபையினரும் 1542-இல் ஏசு சபையினரும் கிறித்தவம் பரப்ப இந்தியம் வந்தனர். போர்த்துக்கீசர் இந்தியத்தைத் தளமாய் வைத்துத் தொலைக்கிழக்கில் விரிந்து சீனம், ஜப்பான் வரையிலும் தம் ஆதிக்கத்தை விரிவுபடுத்தினர்.

வாஸ்கோ டகாமா வரலாறு

லூவிஷ் வாஷ் தெ காமேயென்ஸ் (*Luis Vaz de Camoens, 1524-1580*) என்ற போர்த்துக்கீச வீர காவியப் புலவர் வாஸ்கோ டகாமாவின் தீரச் செயல்களை அடிப்படையாய் வைத்து 'ஒஸ் லூசியிட்ஸ்' (*Os Lusiads* - லூசியடுகள் அல்லது லூசிட்டானியர்; லூசிட்டானியம் என்பது ஐபீரியத் தீவக்குறையின் மேற்கிலிருந்த பண்டைக்கால நிலப்பரப்பாகும். அது கி.மு. 27 முதல் கி.பி 4 -ஆம் நூற்றாண்டின் பிற்பகுதி வரையிலும் ரோமானிய ஆளுகைக்குட்பட்ட மாநிலமாயிருந்தது. அதில் தற்காலத்துப் போர்ச்சுக்கல்லின் பெரும்பகுதியும் ஸ்பானிய மாநிலங்களான சாலமங்கா, காசரஸ் ஆகியனவும் சேர்ந்திருந்தன. அங்கு வாழ்ந்த மக்கள் லூசியடுகள் எனப்பட்டனர்.) என்ற வீர காவியத்தைத எழுதினார்.

காமேயென்ஸ் காதல் வீர உணர்ச்சிமிக்க வாழ்க்கை வாழ்ந்தவர். வீரமறவராயும் அரும்புலவராயும் திகழ்ந்தார். அவர் பல பெண்களைக் காதலித்தவர். அவர்களுள் சீன அடிமைப் பெண் ஒருத்தியும் இருந்தாள். அவர் அப்பெண்ணுடன் சீனப் பெருநிலத்தில் இன்று போர்த்துக்கீசத் திட்டாயிருக்கும் மக்காவிற்குச் *(Macao)* சென்றுவிட்டு 1558-ஆம் ஆண்டு கோவாவிற்குத் திரும்பியபோது கடற் கொந்தளிப்பில் தனது வீர காவியமான ''லூசியட்ஸ்'' தவிர அனைத்தையும் இழந்து விட்டார். அவர் நீதிமன்ற அலுவலர் ஒருவருடன் தெருவில் சண்டை போட்டு அவரைக் காயப்படுத்தியதற்காகச் சிறைக்கு அனுப்பப்பட்டார். அவர் இருமுறை போர்ச்சுக்கல்லை விட்டு நாடு கடத்தப்பட்டார்.

அவர் ஆப்பிரிக்கம், அண்மைக் கிழக்கு, இந்தியம், சீனம் இங்கெல்லாம் போர் வீரராய்ப் பணி செய்திருக்கின்றார். அவர் கோவாவில் இருந்தபோது வாஸ்கோ டகாமாவின் தீரச் செயல்களை அடிப்படையாய் வைத்து 1572-ஆம் ஆண்டு லூசியட்ஸ் என்ற வீரகாவியத்தைப் புனைந்தார். (இந்தக் காவியத்தில் மயிலாப்பூரைப் பற்றிக் கேமோயென்ஸ் பாடிய பாடல் ஒன்று இ.ச.க.தொகுதி-4 காண்க.) அவர் வாழ்க்கையில் பற்றற்றுப்போய் வறுமையில் வாழ்ந்தார். ''அவனது பேதைமையைத் துரதிருஷ்டம் விறைத்துப் போகச் செய்து விட்டது'' என்று அவர் தன்னைப் பற்றிக் கூறிக் கொண்டார். அவர் பிளேக்கினால் 56-ஆவது வயதில் இறந்தார்.

இந்நூல் ஆங்கில மொழியில் ஜே.ஜே. அபர்டின் *(J.J. Aberdeen)*, ரிச்சர்டு பட்டன் *(Sir Richad (Francis) Burton, 1821-1890)* என்ற இருவராலும் மொழிபெயர்க்கப்பட்டு முறையே 1878-ஆம் ஆண்டிலும் 1880-ஆம் ஆண்டிலும் வெளிவந்தன. இவ்வீர காவியத்தைப் போர்த்துக்கல்லின் சுருக்க வரலாறு எனலாம். அதில் வாஸ்கோ டகாமாவின் பயணங்கள் பற்றிய செய்திகள் விவரிக்கப்பட்டுள்ளன.

Brodie, Fawn M. The Devil Drivers, London, 1984.

டச்சுக்காரர்

போர்த்துக்கீசருக்கும் டச்சுக்காரருக்குமிடையே 16-ஆம் நூற்றாண்டின் கடைசியில் போர் மூண்டது.

இந்தப் போரில் டச்சுக்காரர் வென்றனர். அதனால் இந்திய வாணிபத்திலும், குடியேற்றத்திலும் போர்த்துக்கீசரின் இடத்தை அவர்கள் பெற்றனர்.

டச்சுக்காரர்கள் ஸ்பெயினின் ஆளுகைக்குள் இருந்த காலத்தில் லிஸ்பனிலிருந்து இந்தியப் பண்டங்களை வாங்குவதில் திருப்தி கொண்டிருந்தனர். ஆனால் நெதர்லாந்து ஸ்பெயினுக்கு எதிராகக் கிளர்ச்சி செய்து ஐக்கிய மாகாணங்கள் என்ற பெயரில் விடுதலை பெற்ற நாடாயிற்று.

நெதர்லாந்து என்பது ஆலந்து என்றும் அழைக்கப்படும். இந்நாட்டு மக்கள் ஒல்லாந்தர் என்றும் டச்சுக்காரர் என்றும் அழைக்கப்படுவர். வடமேற்கு ஐரோப்பியத்திலுள்ள இந்நாடு 1521-இல் ஸ்பெயினிடமிருந்து விடுதலை பெற்றது. இன்று முடியரசாக விளங்கும் இந்நாடு 17-ஆம் நூற்றாண்டில் மிகப்பெரிய கடலாதிக்க நாடாகவும், வாணிப வல்லரசாகவும் எழுந்து கடல் கடந்து பல நாடுகளைப் பிடித்துக் கொண்டிருந்தது.

ஆனால் 1580-இல் ஸ்பானிய டச்சு டொமியன்கள் ஸ்பானிய மன்னரின் ஆட்சிக்குட்பட்டன. டச்சுக்காரர் லிஸ்பனுடன் எவ்விதமான வாணிபத் தொடர்பும்

கொள்ளலாகாது என்றும் ஒதுக்கி வைக்கப்பட்டிருந்தனர். அவர்களுடைய கப்பல்கள் பறிக்கப்பட்டன. அவற்றின் உரிமையாளர்கள் சிறையிலடைப்பட்டனர்.

இவ்வாறு சிறையிலடைக்கப்பட்ட டச்சுக் கப்பல் தலைவர் ஒருவர், போர்த்துக்கீச மாலுமியர் சிலர் வழியாக இந்தியக் கடல்கள் பற்றிய முழு விவரங்களையும் கேட்டறிந்தார். அவர் சிறையிலிருந்து தாயகம் திரும்பி வந்து தான் கேட்டவற்றைத் தன் நாட்டவரிடம் கூறி, அவர்களின் உள்ளத்தில் ஆர்வத் தீயை மூட்டினார். அவர்கள் கீழ்த்திசை நாடுகளுக்குச் செல்வதற்காக எட்டுக் கப்பல்களை ஆயத்தப்படுத்தினர்.

அவற்றுள் நான்கில் பீரங்கிகள் பொருத்தப்பட்டன. அவை நன்னம்பிக்கை முனையைச் சுற்றிக் கொண்டு இந்தியம் செல்லும். ஏனைய கப்பல்கள் வடகிழக்குப் பாதை வழியே செல்லும். இவ்வாறு வடகிழக்கு வழியில் சென்ற கப்பல்கள் எதிர்பாராமல் நோவா செம்பிலானைக் கண்டுபிடித்தன. இது வடதுருவப் பகுதியிலுள்ள தீவுக் கூட்டமாகும். இத்தீவுக் கூட்டம் இரஷியத்தின் கரைக்கு வடமேற்கே உள்ளது.

பீரங்கி பொருந்திய கப்பல்கள் ஜாவாவை அடைந்தன. பாண்டம் என்ற இடத்திலிருந்த போர்த்துக்கீசர் கடுமையாக எதிர்த்த போதிலும், டச்சுக்காரர் கிழக்கத்தி நாடுகளுடன் வாணிபத்தை ஏற்படுத்துவதில் வெற்றி பெற்றுவிட்டனர். *(டச்சுக்காரர் - விரிந்த செய்திகள் இ.ச.க.தொகுதி-3,5)*

எங்கும் ஐரோப்பியர்

ஐரோப்பியர் இந்தியம் எங்கிலும் பதினேழாம் நூற்றாண்டில் பரவிக் கிடந்தனர். பெர்னியர் என்பவர் டெல்லியிலிருந்து **1663** சூலை **1** அன்று இவ்வாறு எழுதினார்:

''டச்சுக்காரருக்கு ஆக்ராவில் மால்ட் (மாலூறல்) தொழிற்சாலை ஒன்று உள்ளது. அங்கு எப்போதும் நாலைந்து பேர் இருந்து வருகின்றனர்.

''டச்சுக்காரர் வங்கம், பாட்னா, சூரத்து, அல்லது ஆமதாபாதில் எல்லாம் தொழிற் சாலைகளை நிறுவியுள்ளனர்'' என்றும் அவர் கூறுகின்றார்.

''டச்சுக்காரர் கல்கத்தாவிற்கு வடக்கே சுமார் ஐந்து மைலிலுள்ள பாராநகர் என்னுமிடத்தில் ஒரு தொழிற்சாலையை நடத்தி வந்தனர். ஆங்கிலக் கப்பல்களிலிருந்து தப்பிச் செல்லும் படைவீரர்களும், மாலுமிகளும் இங்குதான் ஓடி ஒளிந்தனர்''

இதன்பிறகுதான் ஆங்கிலேயரும் பிரஞ்சுக்காரரும் இந்தியத்திற்கு வருகின்றனர்.

ஆங்கிலேயரை இந்தியம் வரத்தூண்டிய நிகழ்ச்சிகள்

சர் ஃபிரான்சிஸ் டிரேக்கு (*Sir Francis Drake*, கு.1540-1596) இங்கிலாந்தின் பிளிமத்துத் துறைமுகத்திலிருந்து பசிபிக்குக் கடல் வழியே சாவகத்தை அடைந்த மறக்க முடியாத கடற் பயணம்.

அதே வழியில் தாமஸ் காவண்டிஷ் (*Sir Thomas Cavendish*), கு.1555-கு.1592; இவரும் உலகை மரக்கலத்தில் சுற்றி வந்தவர்.) மேற்கொண்ட மற்றொரு வெற்றிப் பயணம். டிரேக்கும் காவண்டிக்கும் உலகைக் கடல் வழியே சுற்றினர். இருவரும் கப்பற்படையின் தலைவர்கள்.

இவ்விருவரின் வெற்றிகரமான இப்பயணங்கள்தாம் கிழக்கிந்தியக் கம்பெனியை விரைந்து அமைக்கத் தூண்டின எனலாம்.

ஜகாங்கீரின் ஆட்சிக் காலத்தில் (1605-1628) பிரிட்டனிலிருந்து இரண்டு தூதுக் குழுக்கள் முகலாயரின் அவைக்கு அனுப்பி வைக்கப்பட்டன. கேப்டன் ஹிகின்ஸ் தலைமையில் ஒரு குழுவைக் கிழக்கிந்தியக் கம்பெனி அனுப்பிற்று. இந்தியத்துடன் வாணிபத் தொடர்பை ஏற்படுத்திக் கொள்ளும் நோக்கத்துடன் ஹிகின்ஸ் அனுப்பப்பட்டார்.

முதலாம் ஜேம்சின் (1566-1625; ஆ.கா. 1603-1625) தூதுவராகப் புகழ் பெற்ற தாமஸ் ரோ (1581-1644) தலைமையில் இரண்டாவது தூதுக் குழு இந்தியத்திற்கு அனுப்பப்பட்டது.

ஹிகின்ஸ் பல இன்னல்களுக்காளாகி 1606 ஏப்ரல் 19 அன்று ஆக்ராவை அடைந்தார். அவருக்குத் துருக்கி மொழி பேசத் தெரிந்ததால் முகலாய மன்னர் அவரை அன்புடன் வரவேற்றார்.

டச்சு வணிகர்கள் மிளகின் விலையை இராத்தலுக்கு ஐந்து சில்லிங்கு உயர்த்தினர். அவர்கள் கையில்தான் சம்பாரப் பொருள், மிளகு, ஏலம், சுக்கு, கருவாப்பட்டை முதலிய காரச் சரக்குகள் - வாணிபம் இருந்தது. இந்த விலையுயர்வு முற்றிலும் நியாயமற்றது என்று இலண்டன் நகர வணிகர் சீற்றங் கொண்டனர். அதனால் அவர்களில் 24 பேர் ஏற்கெனவே 1599 செப்டம்பர் 24 அன்று பிற்பகலில் லெடன்ஹால் தெருவிலுள்ள பழுதடைந்த ஒரு பழைய கட்டடத்தில் கூடினர்.

அவர்கள் மிகவும் அடக்கமான ஒரு வணிக நிறுவனத்தை, 125 பங்குதாரர்கள் அளிக்கும் 72 ஆயிரம் பவுன் மூலதனத்துடன் தொடங்கும் நோக்கத்துடன் அங்கு கூடினர். அவர்கள் ஆதாயம் என்ற சாதாரண நோக்கம் ஒன்றை மட்டுமே கொண்டு தொடங்கிய இந்நிறுவனம், பிரிட்டிசுப் பேரரசு என்னும் பெரும் ஏகாதிபத்தியம் மலர வழி வகுத்தது.

இந்நிறுவனத்திற்கு 1599 டிசம்பர் 31 அன்று அரசின் அங்கீகாரம் கிடைத்தது. நன்னம்பிக்கை முனைக்கு அப்பாலுள்ள நாடுகள் அனைத்துடனும் ஏகபோகமாக வாணிபம் செய்யும் உரிமைச் சாசனத்தில் முதலாம் எலிசபெத்து அரசி (*Elizabeth I*, 1533-1603; ஆ.கா. 1558-1603) கையெழுத்திட்டார். இந்த உரிமை முதலில் 15 ஆண்டுக் காலத்திற்கு அளிக்கப்பட்டது.

இதற்கு ஆறு மாதங்களுக்குப் பிறகு 500 டன் எடையுள்ள ''ஹெக்டர்'' என்ற கேலியன் வகைக் கப்பல் பம்பாய்க்கு வடக்கிலுள்ள சூரத்தில் நங்கூரம் பாய்ச்சியது. (கேலியன் என்பது 15,16-ஆம் நூற்றாண்டுகளில் போர்க் கப்பலாகவும், வாணிபக் கப்பலாகவும் பயன்பட்ட கப்பல் வகையைச் சேர்ந்ததாகும். அதன் பின்பகுதியில் மூன்று அல்லது நான்கு தட்டுகளும், முன்பகுதியில் ஒன்று அல்லது அதற்கு மேற்பட்ட தட்டுகளும் இருக்கும்)

ஹெக்டர் 1600 ஆகஸ்டு 24 அன்று சூரத்தை அடைந்தது. இதுவே பிரிட்டிசார் இந்தியத்தில் காலடி எடுத்து வைத்த நாளாகும். அக்கப்பலின் தலைவர் வில்லியம் ஹிகின்ஸ். அவரைக் கடலோடி என்பதை விடக் கடற் கொள்ளைக்காரர் என்றே சொல்லலாம்.

அவர் கரை இறங்கி ஆக்ரா சென்று ஜகாங்கீரைக் கண்டார். கிழக்கிந்தியக் கம்பெனி பம்பாய்க்கு வடக்கே வாணிபக் கிடங்குகளைத் திறப்பதற்கு ஜகாங்கீர் பட்டயம் கையெழுத்திட்டுக் கொடுத்தார்.

பிரிட்டிசார் இப்பட்டயத்தைப் பெற்ற பிறகு, இந்தியத்திலிருந்து மாதந்தொறும் இரண்டு கப்பல்களில் சம்பாரப் பொருள்கள், பிசின், சர்க்கரை, பட்டு, பருத்தித் துணிகள் முதலியவற்றை ஏற்றிச் சென்று தேம்சின் கரையில் இறக்கி விட்டு, அங்கிருந்து ஆங்கில நாட்டுச் சரக்குகளை இந்தியத்திற்குக் கொண்டு வந்தனர்.

இந்த வாணிபத்தினால் கம்பெனியின் பங்குதாரருக்கு 200 சதம் ஆதாயம் கிடைத்தது.

ஆங்கிலேயர் முதலில் சூரத்தில்தான் பண்ட சாலையை அமைத்தனர்.

சூரத்து

சூரத்து இந்தியத்தின் மேற்குக் கரைமீது தபதி ஆற்றின் கரையில் அமைந்துள்ள துறைமுகப் பட்டினமாகும். போர்த்துக்கீசர் இப்பட்டினத்தை 1530 ஆம் ஆண்டு கைப்பற்றினர். (அப்போது இங்கு பத்தாயிரம் பேர் மட்டுமே வாழ்ந்தனர். எனினும் அதற்கு எட்டாண்டுகளுக்குள், 1538 இல் அது 1,33,544 ஆகப் பெருகிவிட்டது) இப்பட்டினம் பம்பாயின் (மும்பையின்) வடக்கே சுமார் 200 கிலோமீட்டரில் உள்ளது. சூரத்து தொடக்கக் காலத்து முகலாயரின் ஆட்சியின் போது (1550-1650) அவர்களின் முக்கியமான துறைமுகமாய் விளங்கிற்று. இந்நகரம் பதினெட்டாம் நூற்றாண்டில் பம்பாயை விடப் பெரிய அளவில் ஏற்றுமதி, இறக்குமதி நடந்த இடமாய் விளங்கியது.

போர்த்துக்கீசருக்குப் பின் இந்தியம் வந்த ஆங்கிலேயர் பிரஞ்சுக்காரர் போன்ற ஐரோப்பியர் முதலில் சூரத்தில்தான் காலூன்ற முயன்றனர். சோழ மண்டலக் கரையிலும் இடையூறு இல்லாமல் வாணிபம் செழிப்பாய் நடந்தமையால் அவர்கள் தென் கிழக்குத் திக்கிற்குப் பெயர்ந்தனர். பிரிட்டிசார் சோழமண்டலக் கரையில் ஒரு கோட்டையைக் கட்டலாமென்று அங்கு நிலம் வாங்கினர். அதுவே சில ஆண்டுகளில் புனித 'ஜார்ஜ் கோட்டை' என்று பெயர் பெற்றது. அதைச் சுற்றிலும் சென்னை நகரம் வளர்ந்தது. பிரஞ்சுக்காரர் இன்னும் சிறிது தெற்கே சென்று புதுச்சேரியில் காலூன்றினர்.

சூரத்துப் பட்டினம் பல்லாண்டுகளாய்ப் பொன், வெள்ளிச் சரிகைகளுக்குப் பெயர் பெற்ற இடமாயிருந்தது. இந்நகரைப் பற்றி இந்திய சரித்திரக் களஞ்சிய வரிசையில் ஆங்காங்கே பல செய்திகள் கூறப்பட்டுள்ளன.

சென்னை

மறைந்து போன விசய நகரப் பேரரசின் வழிவந்த காளத்தி நாயக்கரிடமிருந்து ஆண்டிற்கு 300 பவுன் வாடகையில் (இக்காலத்தில் ஒரு பவுனின் மதிப்புச் சுமார் ரூ.5) சுமார் பத்துக் கிலோ மீட்டர் நீளமும் இரண்டு கிலோ மீட்டர் அகலமும் உள்ள கடலையொட்டிய நிலப்பரப்பை ஆங்கிலேயர் 1639-ஆம் ஆண்டு வாங்கினர். அந்நிலப்பரப்பில் கடலைப் பார்க்க ஒரு சிறு தீவு இருந்தது. ஆங்கிலேயர் உள் நாட்டுக் குதிரை வீரர்களின் தாக்குதல்களிலிருந்து தற்காத்துக் கொள்வதற்காக அங்கு ஒரு கோட்டைச் சுவரை எழுப்பினார். சென்னை நகரின் தோற்றமும் வளர்ச்சியும் பற்றிய செய்திகள் இக்களஞ்சிய வரிசையில் பல இடங்களில் சொல்லப்படுகின்றன.

பம்பாய்

ஆங்கிலேயர்க்குச் சென்னையையடுத்துப் பம்பாயும் கிடைத்தது. பம்பாயின் இயற்கையான சாதகங்களைக் கம்பெனிக்காரர் நன்கு அறிந்திருந்தனர். அதைப் பெற வேண்டுமென்று 1627ஆம் ஆண்டிலேயே அவாவினர்.

டச்சுக்காரருடன் சேர்ந்து அதைப் பிடித்து விடவும் படைகொண்டு சென்றனர்.

ஆனால் அந்த ஆசை 1661-இல் தான் நிறைவேறியது. போர்த்துக்கீச இளவரசி இன்ஃபண்டா காதரினா பிரிட்டனின் இரண்டாம் சார்லசை மணந்து கொண்டமையால் போர்த்துக்கீசர் பம்பாயைச் சீதனமாக இங்கிலாந்திற்கு இந்த ஆண்டில் கொடுத்து விட்டனர்.

கல்கத்தா

கல்கத்தாவும் முகாலயரிடம் குத்தகைக்காகத்தான் பிரிட்டிசாரால் பின்னாளில் பெறப்பட்டது. ஓர் ஆங்கில மருத்துவர் ஃபரூக்சியர் என்ற முகலாய மன்னரின் கட்டியைக் குணப்படுத்தியமையால் கல்கத்தாவில் ஜாப் சார்னோக்கு கட்டிய வில்லியம் கோட்டையைச் சுற்றியிருந்த 23 ஊர்கள் மானியமாகக் கிடைத்தன.

இவ்வாறு முற்றிலும் வாணிப நோக்குடன் பதினேழாம் நூற்றாண்டின் தொடக்கத்தில் சூரத்தில் அடியெடுத்து வைத்த ஆங்கிலேயர், பின்னர் சோழ மண்டலக் கரையிலும், பம்பாயிலும், வங்கத்திலும் விரைந்து பெருகினர்.

இந்தப் பதினெட்டாம் நூற்றாண்டில்தான் அவர்கள் இந்து தேசத்தில் ஒரு சாம்ராச்சியத்தைச் சமைத்தனர். அதைப் படிப்படியாக இந்நூல் தொகுதியில் காணப் போகின்றோம்.

பிரிட்டனின் இராணுவ பலம், போர்த் தந்திரம்

பிரிட்டிசார் பல்லாயிரக்கணக்கான மைல்களுக்கு அப்பாலிருந்து மெதுவாய்க் கடலூறும் சிறிய பாய்மரக் கப்பல்களில் ஏறிக் காற்றின் துணை கொண்டு கிட்டதட்ட ஒரு மாதம் காலம் பயணம் செய்து இந்தியத்தை அடைந்தனர். அவர்களிடம் இந்திய அரசர்களிடம் இருந்தவற்றை விட ஆற்றலும் அழிதிறனும் வாய்ந்த பல படைக்கலன்களும் பீரங்கிகளும் இருந்ததொடு கட்டுப்பாடாய்க் களத்தில் நின்று சாதித்துப் போரிடும் படைத் தலைவர்களும் படை வீரர்களும் இருந்தனர். அதனால் குதிரை, யானை, காலாள் படைகள் என்று பல்லாயிரக் கணக்கான படைவீரர்களைக் கொண்டிருந்த இந்திய அரசர்களையும், தலைவர்களையும் மிகச் சிறிய எண்ணிக்கையினரான ஐரோப்பியப் படையினர் புறங்காணச் செய்தனர். இங்கு அவர்களின் இராணுவம், படைக்கலன்கள் ஆகிய செய்திகளொடு அவர்கள் நாட்டு மன்னர்களுக்குப் படைக்கலன்களையும் விற்ற அரசியல் தந்திரங்களும் விவரிக்கப்படுகின்றன.

பிரிட்டிசு இராணுவ வலிமை

''இந்தியப் பேரரசு வாளால் அடையப் பட்டது. அந்த வாளாலேயே அதை நிலைநாட்ட வேண்டும். நமது கிழக்கத்திப் பேரரசை ஆள்வதற்கு வேண்டிய இராணுவத் திட்டங்கள் முதன்மை கொடுத்து ஆராயப்பட வேண்டியனவாகும். இந்தியத்தின் நாட்டுப்படை, அனைத்திற்கும் மேலாக அதன் சுதேசிப் பிரிவு எப்போதும் திறமையுள்ளதாகவும், ஒட்டுறவுள்ளதாகவும் காத்து வைத்திருக்கப்பட வேண்டும்... நாம் நமது சிவில் அமைப்புகளைச் செயல்படுத்துவதன் மூலம் நமது உடைமைகளைப் பாதுகாத்து மேம்படுத்துவதற்கான வழிவகைகள், இந்த அமைப்பு முழுவதையும் தாங்கி நிற்கும் இராணுவ அதிகாரத்தை மதிநுட்பத்தொடும் அரசியல் தந்திரத்தோடும் கையாளுவதைப் பொருத்துத்தான் இருக்கிறது.''

இவ்வாறு மேஜர் ஜெனரல் சர் ஜான் மால்கம் என்ற ஆங்கிலேயர் பிரிட்டிசு நாடாளுமன்றப் பொறுக்குக் குழுவின் முன்னர் கருத்துக் கூறியபோது 1832-ஆம் ஆண்டில் தெரிவித்தார்.

எனவே இந்தியத்தில் பதினெட்டாம் நூற்றாண்டில் முழுமையாக வேரூன்றி பிரிட்டிசு ஆட்சியை நிறுவுவதற்கு அதன் கடற்படை பலம், தரைப் படை பலம் என்று இராணுவ பலமே அடிப்படையான காரணமாயிருந்தன.

படைக்கலன்கள்

ஆங்கிலேயர் இக்கால கட்டத்தில் எறிபடைகளை ஏவுவதற்கு ஆக்கமான ஒரு பொருளாக வெடி மருந்தைப் பயன்படுத்தினர். வெடி மருந்தைப் பரந்த அளவில் பயன்படுத்த வேண்டுமென்ற அவசர உணர்வும், துப்பாக்கிகளையும், பீரங்கிகளையும் சீர்திருத்தம் செய்ய வேண்டுமென்ற ஆர்வமும் ஏற்பட்டமையால், போர் முறைகளும், போரில் பயன்படும் கருவிகளும் முற்றிலும் மாறுகின்ற சூழ்நிலை ஐரோப்பிய நாடுகளனைத்திலும் ஏற்பட்டது.

ஆங்கிலேயர் ஏற்கனவே வெடி மருந்தைப் பயன்படுத்தி வந்தனர்.

மரப் பீரங்கிகள்

பீரங்கிகள் முதலில் மரத்தால் செய்யப்பட்டு, அவை இரும்புக் கம்பிகள் அல்லது பட்டைகளால் சுற்றப்பட்டிருந்தன. பின்னர் தட்டியெடுத்த உலோகங்களாலும், வார்ப்பட இரும்பினாலும் செய்யப்பட்ட பீரங்கிகள் தோன்றின. இவற்றைப் போலவே சிறியனவான துப்பாக்கிகளும் அக்காலத்தில் மிகவும் முக்கியத்துவம் வாய்ந்தனவாயிருந்தன.

இவையனைத்தும் ஆங்கிலத்தில் ஆர்டினன்ஸ் (*Ordance* - தமிழில் எறிபடை எனலாம்) என்று அழைக்கப்பட்டன. இவற்றை வாங்கி, பாதுகாத்து வைத்திருந்து படைவீரர்களுக்கு வழங்கும் அமைப்பு *"Ordnance Department"* (எறிபடைத் துறை) என்று அழைக்கப்பட்டது.

இந்தப் பெயரில் அப்போதைக்கப்போது மாறுதல் இருந்து வந்தது.

கப்பல்களில் பீரங்கிகள்

பதினாறாம் நூற்றாண்டின் கடைசியில் இங்கிலாந்தும் ஐரோப்பிய நாடுகளைப் போன்று வாணிபக் கப்பல்களில் பீரங்கிகளைப் பொருத்தும் வகையில் கப்பல்களைக் கட்டத் தொடங்கிற்று. போர் மூளும்போது வாணிபக் கப்பல்களைப் போர்க் கப்பல்களாகப் பயன்படுத்துவதற்கு இதுவகை செய்தது.

பதினேழாம் நூற்றாண்டின் தொடக்கத்தில் பெரிய பீரங்கிகள் வந்தமையால், அவை கப்பல் கட்டுமானத்திலும், கடலில் மிகவும் முக்கியமாகிவிட்ட போரிலும், தரைப் போரிலும் பெரும் புரட்சியை உண்டாக்கின. அதன்பிறகு மூன்று நூற்றாண்டுக் காலம் கடலிலும், தரையிலும் நடந்த போரில் பீரங்கி மிகவும் சிறந்த எறிபடையாக விளங்கியது. கண்ணி வெடிகள், டார்பிடோ, விமானத்திலிருந்து குண்டு வீசுதல் போன்ற போர்முறைகள் வந்தது வரையிலும், அதாவது இருபதாம் நூற்றாண்டு வரையிலும் அவை தனிச் சிறப்பு வாய்ந்தவையாக விளங்கின.

ஆங்கிலேயர் 1607-ஆம் ஆண்டிற்குப்பிறகு இந்தியக் கடல்களுக்கு வரத் தொடங்கியதும் அவர்களின் வாணிபக் கப்பல்களும், போர்க் கப்பல்களும் ஒரே அமைப்பில்தான் கட்டப்பட்டிருந்தன. அக்கப்பல்கள் அனைத்திற்கும் மன்னரின் ஆயுதக் கிடங்குகளிலிருந்து பிற எறிபடைக் கிடங்குகளிலிருந்தும் அவற்றுக்கு வேண்டிய படைக் கலன்கள் தரப்பட்டன.

இப்படைக்கலன்களையும், வெடி மருந்துகளையும், பிற கருவிகளையும், ஆங்கில வணிகர்கள் பயன்படுத்தித் தான் தமது போட்டியாளரான போர்த்துக்கீசர், டச்சுக்காரர், பிரஞ்சுக்காரர் முதலானோரை விரட்டிவிட்டு முதலில் இந்தியத் துணைக் கண்டத்தில் தமது தொழிற் சாலைகளையும் பின்னர் பேரரசையும் கட்டினர்.

தோற்றுவாய்

பிரிட்டிசு இந்தியத்தின் இராணுவ வரலாறு 1607-ஆம் ஆண்டு தொடங்குகிறது. அப்போது ''ஹெக்டர்'' ஆங்கிலக் கப்பலும், போருக்கு ஆயத்தப்படுத்தப்பட்ட கிழக்கிந்தியக் கம்பெனி ஆட்களும் கேப்டன் ஹிகின்ஸ் தலைமையில் சூரத்தில் வந்து இறங்கித் தமது வாணிபத்தைத் தொடங்கினர்.

கிழக்கிந்தியக் கம்பெனி சூரத்து, மச்சிலிப் பட்டினம், ஆர்மேகம், சென்னை, ஊக்ளி, பாலசோர் முதலிய இடங்களில் அமைத்த பண்டசாலைகளைக் காப்பதற்காக இங்கிலாந்திலிருந்து கப்பலில் வந்திறங்கிய ஐரோப்பியப் படை வீரர்களுடன் பதினேழாம் நூற்றாண்டின் முதற்பாதியில் திரட்டப்பட்ட நாட்டாரைக் காவல் வேலைகளில் அமர்த்தினர்.

இக்காவலாளிகள் இராணுவத்திற்குப் பயன்பட வேண்டிய அவசியம் நேர்ந்தமையால் அவர்களுக்குச் சிறந்த ஆயுதங்களைக் கொடுத்து நல்ல முறையில் பயிற்சியளித்து ஒழுங்குபடுத்த வேண்டும் என்பது உணரப்பட்டது.

கம்பெனியின் அடிநாட்களில் கப்பல்களிலிருந்த அலுவலர்கள், மாலுமிகள் பண்ட சாலைகளில் பணிபுரிய வந்த ஃபேக்டர்கள் எனப்படும் முகவர்கள் முதலானோர்தாம் பெரிதும் இராணுவப் பணிகளைச் செய்தனர்.

இந்த ஃபேக்டர்கள் எனப்படும் வணிக முகவர்கள் இந்தியம் நோக்கி வந்த நீண்ட பயணத்தின் போது இராணுவப் பயிற்சி பெற்றிருந்தமையால் அவர்கள் படைக்கலன்களைக் கையாளவும், கட்டுப்பாடான முறையில் பாதுகாப்புப் பணிகளைச் செய்யவும், போர் வீரர்களைப்போன்று செயல்படவும், தேவைப்பட்டால் அவர்களே முறையான படை வீரர்களாகத் தம்மைப் பதிந்து கொள்ளவும் அறிந்திருந்தனர்.

கம்பெனிக்கு எழுத்தராக வந்த இராபட்டு கிளைவு இப்படித்தான் இராணுவப் பதவிகளில் உயர்ந்து சென்றார் என்பது குறிப்பிடத்தக்கது.

இந்திய இராணுவம்

இந்திய இராணுவத்திற்கு 1624 ஆம் ஆண்டு வங்கத்திலும், சென்னையிலும், 1662-ஆம் ஆண்டு பம்பாயிலும், கடைகாலிடப்பட்டது எனலாம்.

கடற் படை

ஆங்கிலேயர் இந்தியம் வந்த மூன்றாவது பயணத்தில் அடைந்த அனுபவததை வைத்து, போர்த்துக்கீச, டச்சு, மற்றும் இந்தியக் கரையோரங்களில் காணப்படும் கடற்

கொள்ளையர் முதலானோரின் தாக்குதலைச் சமாளித்து நிற்க வேண்டுமாயின் வலிமை வாய்ந்த கடற்படை வேண்டுமென்பது உணரப்பட்டது.

இந்திய மரைன் சர்வீஸ் என்ற படை 1612-ஆம் ஆண்டு அமைக்கப்பட்டது. அது 1612 முதல் 1830 வரையிலும் கிழக்கிந்தியக் கம்பெனி மரைன் என்றும், 1830 முதல் 1863 வரை இந்தியக் கடற்படை என்றும், 1863 முதல் 1877 வரை பம்பாய் மரைன் என்றும், 1877 முதல் 1892 வரை ஹெர் மெஜஸ்டீஸ் இந்திய மரைன் என்றும், 1892 முதல் 1947 வரை இராயல் இந்திய மரைன் என்றும் அழைக்கப்பட்டது.

மாநில இராணுவங்கள்

புதிதாக அமைக்கப்பட்ட ஒன்றியக் கம்பெனி 1708-ஆம் ஆண்டு எடுத்த முதல் நடவடிக்கைகளில் ஒன்று அவற்றின் எல்லைகளுக்குள் முழு அதிகாரம் படைத்த மூன்று மாநிலங்களை -வங்கம், சென்னை, பம்பாய் - உண்டாக்கிய செயலாகும்.

இவ்வாறு அமைக்கப்பட்ட மாநிலங்களின் தலைவர்கள் (*Presidents*) தமது மாநிலங்களின் தலைமைத் தளபதியாக இருந்தனர். அவர்கள் தாயகத்திலிருந்த கம்பெனி இயக்குநர்களுக்கு மட்டுமே கட்டுப்பட்டவர்கள். இதன் விளைவாக இம்மூன்று மாநிலங்களின் படைகளும், ஒன்றிலிருந்து மற்றொன்று வேறுபட்டதாயும், தனித் தன்மை வாய்ந்ததாயும் இருந்தன.

இங்கிலாந்து ஔரங்கசீபுக்குப் படைக்கலன் விற்றது

இங்கிலாந்து கிழக்கிந்தியக் கம்பெனியின் படைகளுக்கும், நாட்டு மன்னர்க்கும் படைக் கலன்களை விற்று வந்தது.

போல்ட் என்ற ஒருவர் ஔரங்கசீபிற்கு மூன்று மார்ட்டார் பீரங்கிகளையும், 2,20,000 குண்டுகளையும் விற்பதற்குக் கிராம்வெல் (*Oliver Cromwell,1599-1658*) 1658-இல் உரிமம் வழங்கினார். கிழக்கிந்தியக் கம்பெனியும் போல்ட்டுக்குப் போட்டியாக ஏராளமான படைக் கலன்களை இந்தியத்திற்குக் கொண்டு வந்தது.

சிவாஜிக்கும் அளிக்க முயற்சி

முகலாயரின் தலையாய எதிரியான சிவாஜியின் நட்பைப் பெறுவதற்காக அவருக்குப் படைக் கலன்களையும், வெடி மருந்தையும் அளிப்பது நல்லது என்றும் ஆங்கிலேயர் கருதினர். ஏனெனில் அப்படிப்பட்ட நட்பு அரசியலிலும், வாணிபத்திலும் விரும்பத் தக்கதாயிருக்கும் என்று நினைத்தார்கள்.

நாட்டு மன்னர்களுக்கு ஆயுதங்கள்

கம்பெனியார் முகலாயருக்கும், நாட்டு மன்னர்களுக்கும், படைக்கலன்களை விற்றனர். அவர்கள் அவற்றைக் கொண்டு டச்சுக்காரரையும், போர்த்துக்கீசரையும் எதிர்ப்பதற்காக அவை அளிக்கப்பட்டன. ஆனால் அவர்களுக்குப் பெரிய பீரங்கிகளை மட்டும் ஆங்கிலேயர் தரவில்லை.

இந்தியத்தில் படைக்கலன் செய்தனர்

பெரிய பீரங்கிகள் இந்தியத்திலுள்ள பல்வேறு கோட்டைகளுக்குள் அமைந்த ஆயுதக் கிடங்குகளில் ஏற்கெனவே செய்யப்பட்டு வந்தன என்பது ஆங்கிலப் பயணிகளான வில்லியம் ஃபிஞ்சு *(1608-1611)* நிக்கலஸ் விதிங்டன் *(1612-1616)*, எட்வர்டு டெரிலி *(1616-1619)* போன்றோரின் குறிப்புகளிலிருந்து தெரிகின்றது.

பம்பாயில் கப்பற் கட்டும் துறை

கம்பெனியின் ஆட்சித் தலைமையகமும், கடற்படைத் தலைமையகமும் சூரத்திலிருந்து *1686*-ஆம் ஆண்டு பம்பாய்க்கு மாற்றப்பட்ட பிறகு கடற்படையின் வளர்ச்சி வெகு வேகமானது.

இங்கிலாந்திலிருந்து வந்த கப்பல்களில் தொடர்ந்து அலுவலர்களும், மாலுமிகளும், போர்ச் சாதனங்களும் வந்து கொண்டேயிருந்தன.

எனவே இக்கடற்படையிலும் *1715*-ஆம் ஆண்டில் *74* பீரங்கிகளைக் கொண்ட ஒரு கப்பலும், *60* பீரங்கிகள் பொருந்திய இரண்டு கப்பல்களும், *50* பீரங்கிகள் வைத்த ஒரு கப்பலும், பதினெட்டுச் சிறு கலங்களும் இருந்தன. இவை ஒவ்வொன்றிலும் *32* முதல் *12* பீரங்கிகள் இருந்தன. ஒவ்வொன்றிலும் நான்கு முதல் எட்டுப் பீரங்கிகள் பொருந்திய துடுப்பு வலிக்கும் கலங்களும் இருந்தன.

கம்பெனியின் கப்பற்கட்டும் பணியில் *1735*ஆம் ஆண்டு வேலை தொடங்கியது. அங்கு பணி புரிவதற்காக லாவஜீ நசர்வாஞ்சீ என்றவர் கொண்டு வரப்பட்டார்.

பம்பாயில் கப்பல் கட்டப்பட்டதால், அப்போது பம்பாய்க் கடற்படையிடம் பல கப்பல்கள் இருந்தன.

கடற்படைக்குத் தலைமையிடமாகவும், கப்பல் கட்டுமிடமாகவும் பம்பாய் விளங்கியது.

கல்கத்தாவில் *1832*-இல் இருந்த கடற்படையிடம் பயன்படும் வகையோ, ஆற்றல் திறனோ இருக்கவில்லை. கலஞ் செலுத்துவது மிக்க ஆபத்தானதாக இருந்தது.

சென்னையிலிருந்த கடற்படையும் ஒப்பு நோக்குகையில் மிகச் சிறியதேயாகும்.

இந்தியத்தின் ஆட்சிப் பொறுப்பை *1858*-இல் பிரிட்டிசு முடியரசு ஏற்றுக் கொண்டதையடுத்து *1863* ஏப்ரல் *30* அன்று இந்தியக் கடற்படை கலைக்கப்பட்டு

இந்தியத்தின் பாதுகாப்பு பிரிட்டிசுக் கப்பற் படையின் தலைமையிடம் (*Admiralty*) விடப்பட்டது. மரைன் படையின் பழைய அமைப்பை வைத்து, இந்தியத்தில் ஆங்காங்கே கடற்படையின் பணியைச் செய்வதற்காக அவை பம்பாய், வங்க மரைன் படைகள் என்று அழைக்கப்படலாயின.

இது பின்னர் 1877 -ஆம் ஆண்டில் ஹெர் மெஜஸ்டீஸ் இந்தியன் மரைன் என்று பெயர் பெற்றது. கடற்படையானது கிழக்கு, மேற்கு டிவிசன்கள் என்று பிரிக்கப்பட்டு, முறையே கல்கத்தாவிலும், பம்பாயிலும் தளங் கொண்டன.

பதினெட்டாம் நூற்றாண்டு இந்தியம் பற்றி, ஆபே துபாய்

ஆபே துபாய் *Abbe John Antony Dubois,* சு.1770-1853) பிரெஞ்சுப் புரட்சியின் (1789) படுகொலைகளுக்கு அஞ்சி அங்கிருந்து தப்பி வந்து இந்தியத்தில் புகலடைந்தார். அவர் சமயப் பரப்பியாகப் பணி புரிந்தார்.

ஆபே துபாய் இந்தியத்தின் சமூக வாழ்க்கை, போர் முறை ஆகியன பற்றிப் பிரஞ்சு மொழியில் எழுதி வைத்துச் சென்றிருக்கிறார்.

அவ்வாறு அவரால் எழுதப் பெற்ற கையெழுத்துப் படிகளில் ஒன்று கிழக்கிந்தியக் கம்பெனியின் நூலகத்தில் இருந்தது. அதைக் கம்பெனியின் ஆட்சித் தலைவரான சார்லஸ் கிராண்ட் ஆங்கிலத்தில் மொழி பெயர்க்கச் செய்தார்.

பண்டை இந்திய அரசர்களின் போர் வரலாறு

அதன் சுருக்கமான தமிழாக்கம்:

''பண்டை இந்திய மன்னர்கள் நடத்திய போர்களைப் பற்றிய வரலாறு. மற்றவற்றை விட அதாவது கதைகளில் வரும் கடவுளரின் போர்களை விட அவ்வளவு கற்பனை படைத்தனவுமன்று. மிகுந்த கவனம் செலுத்த வேண்டியனவு மன்று.''

''அது வரலாற்றாசிரியரின் நிதானமான உரைநடையில் எழுதப் பெறாமல், மனம் போன போக்கில் மெய்க்கீர்த்தி பாடும் கவிஞர்களின் உணர்ச்சிப் பெருக்கு நிறைந்த பாடல்களாகவே எழுதப் பட்டிருக்கின்றன.''

''அவர்கள் இதிலும், மற்றெல்லாவற்றிலும் போலவே, தமது குழப்பமான கற்பனையில் எழுகின்ற ஒருதலைப் பட்சமான போக்கிலேயே செல்கின்றனர். அவர்களின் கட்டுக் கதைகளை மூடியிருக்கும் திரைகளுக்குள்ளே என்ன உண்மையை நாம் கண்டு விவரிக்க முடியும்?''

''கிரேக்கர்களைத் தோற்கடிப்பதற்காகச் சென்ற மா டேரியசின் மகனான முதலாம் செர்சஸ், இலட்சக்கணக்கான படை வீரர்களுடன் கிளம்பினான் என்று வரலாறு கூறுகின்றது. ஆனால் பண்டை இந்திய மன்னர்களின் படைகளிலிருந்த எண்ண முடியாத வீரர்களின் எண்ணிக்கையை ஒப்பிடும் போது, முன்னவரின் படை வீரரை விரல் விட்டு எண்ணக் கூடியவர் என்று சொல்லி விடலாம். அவ்வாறு மிகைப்படுத்துகின்றனர்.''

''ஆனால் இந்துக்கள் பேச்சு வாக்கில் கூறுகின்ற செய்தியாயினும், பொது விவகாரம் பற்றியதாயினும், சமயம் பற்றிய கருத்துகளாயிருந்தாலும் அல்லது வாழ்க்கையின் எந்தச் சூழ்நிலையைப் பற்றியதாயினும் அவற்றில் திருத்தவே முடியாதனவும், கற்பனையை மிஞ்சுபவையுமான போக்குகளைக் காண்கின்றோம்.''

பாளையக்காரர்

"சிறு எல்லைக்குள்ளடங்கியதும், வறண்டதுமான பகுதிகள் பாளையக்காரருக்குச் சொந்தமாயிருக்கின்றன. அவர்கள் தமக்கும், தமது கூட்டத்தார்க்கும் வேண்டிய அளவு பண்டங்களும், பொருளும் இல்லாமையால் தம் வசம் பெரிய கொள்ளைக் கூட்டத்தாரையும், வழிப்பறிக்காரர்களையும் வைத்திருக்கின்றனர்."

"அவர்களை அப்போதைக்கப்போது அண்டை நாடுகளுக்கு அனுப்புகின்றனர். அங்கிருந்து அவர்கள் கொள்ளையடித்த பொருளுடன் திரும்புகின்றனர். அவர்கள் அவற்றைத் தம் ஆண்டையருடன் பங்குபோட்டுக் கொள்கின்றனர்."

"இப்பாளையக்காரரிடமும், அவர்களிடம் ஊழியம் செய்வோரிடமும் வில், அம்பு, ஈட்டி, வெடிமருந்துத் துப்பாக்கிகள் ஆகியன ஆயுதங்களாயிருக்கின்றன. அவர்களுக்கு முறையான போர் பற்றியோ, திறந்த வெளியில் போர் புரிவது பற்றியோ தெரியாது." "ஆனால் அவர்களை விரட்டியடிக்கும்போது, அடர்ந்த காடுகளுக்குள், உயர்ந்த குன்றுகளை நோக்கி ஓடி விடுகின்றனர். அங்கிருந்து எதிரியைத் தீவிரமாகவும் அப்போதைக்கப்போதும் தாக்குவதற்கு ஏற்ற வகையில் ஏமாற்றி ஒடுக்கமான மலைப் பாதைகளுக்குள் கொண்டு சென்று தாக்குகின்றனர்.

"ஆங்கிலேயர் அக்காடுகளுக்குள் சென்றும், பெருத்த முயற்சி செய்தும், பேரிழப்பை அடைந்தும் மிகுந்த சிரமப்பட்டுதான் அவர்களின் தலைவர்களைப் பிடித்தனர்" இங்ஙனம் ஆபே துபாய் எழுதியுள்ளார். (ஆபே துபாய் பற்றி இ.ச.க.தொகுதி-10 காண்க).

பதினேழாம் நூற்றாண்டு உலகமும் இந்தியமும்

ஐரோப்பியம்

ஐரோப்பியம் இரண்டு நூற்றாண்டுகளுக்கு முன்னர், அதாவது பதினைந்தாம் நூற்றாண்டில் நீடு துயில் நீங்கித் துள்ளி எழுந்தது எனலாம். உலக வரலாற்றின் புத்தாக்கக் காலகட்டங்களில் பதினேழாம் நூற்றாண்டு தனிச் சிறப்புடையதாகும்.

இக்காலத்தில் கலைகளிலும் அறிவியல் துறைகளிலும் அரசியல் சித்தாந்த மேம்பாடுகளிலும் உலகம் பற்றிய மனிதனின் நோக்கிலும் புதுமைகள் மலர்ந்து பதினெட்டாம் நூற்றாண்டை மனித இன வரலாற்றின் மிகு வேகக் கால கட்டமாக்கின. இப்புதிய காலச் சுழலில் பல துறைகளிலும் விளைந்த ஆக்கங்கள் வரலாற்று இடைக்காலத்துக் (476-1459) கருத்துகளை மாற்றுவதில் ஒன்றுக்கொன்று துணைபுரிந்தன. கொந்தளிப்பான மாறுதல்கள் உண்டாகி வந்த உலகில் தெள்ளத் தெளியத் தெரிந்த குழப்பமான சூழலின் நடுவில், அதன் கோலத்தை அல்லது வடிவத்தைக் கண்டுபிடிக்க மனிதன் மேற்கொண்ட முயற்சிகள், எத்தனங்கள் அறிவியலிலும், கலைகளிலும் பெரிய தாக்கத்தை உண்டாக்கின.

அயல் நிலம் தேடிச் சென்ற நெடும்பயணங்கள் நிலநூல் மீதிருந்த ஆர்வத்தை விரித்தன. ஐரோப்பிய அடிவானம் இங்ஙனம் விரிந்து செல்லும் என்று மிகுந்த நம்பிக்கைக் கொண்ட ஆர்வலர்கள் கூட, இந்த விரிவை எதிர்பார்த்திருக்க முடியாது. முற்றிலும் புதிய ஒரு கண்டமும் நூற்றுக்கணக்கான தீவுகளும் 1492 தொடங்கி அரை

நூற்றாண்டிற்குள்ளாகவே ஐரோப்பியரின் உலகப் படங்களில் சேர்க்கப்பட்டு வருகின்றன.

அந்நிலங்களும் அங்கு வாழ்ந்த புதுமையான மக்களும் தனித்து, ஒதுங்கிக் கிடந்த ஐரோப்பியரின் ஆர்வப் பெருக்கைத் தூண்டுதற்குப் போதுமானவையாயிருந்தன. இக்கண்டுபிடிப்புகளின் பலனாய் வாணிபம் செழித்துப் பெருகிற்று. கப்பல் போக்குவரவு புதிய வழித்தடங்களில் மிகுந்து கொணடே சென்றது. இக்காரணங்களினால் ஐரோப்பிய நாடுகளில் செல்வம் பொழிந்தது.

கூட்டுப் பங்கு நிறுவனங்கள்

புத்திடங்கள் கண்டுபிடிக்கப்பட்டதால் பொருளியலில் மாற்றம் நிகழ்ந்தது. புது உணவுப் பொருள்களான உருளைக் கிழங்கு, மக்காச் சோளம், தேயிலை, காப்பிக் கொட்டை முதலியன சிறந்தனவும் பல தரப்பட்டனவுமான உணவையும் பானங்களையும் அளித்தன. புகையிலையும் வந்ததால் புகைப்பதும் பொடி போடுவதும் தோன்றவே முற்றிலும் புதிய தொழில் ஒன்று உண்டானது. இவ்வாறு மிகப் பெரிய அளவில் வாணிபம் நடந்தது. நகரங்களின் முக்கியத்துவம் மிகுந்தது. தேசிய வருவாய் பெருகிற்று. வணிகர்கள் இம்மாறுதல்களை எதிர்கொள்வதற்காகப் புதிய முறைகளைக் கையாள வேண்டிய கட்டாயம் ஏற்பட்டது. தனிப்பட்ட வணிகர்கள் தம் கைம்முதல் அனைத்தையும் ஒரே கடற் பயணத்தில் இட்டு, இடரை எதிர்நோக்க இயலாதவாறு கடற்பயணம் நெடியதாயும் ஆபத்து நிறைந்ததாயும் இருந்தது. அதனால் கூட்டுப் பங்கு நிறுவனங்கள் (*Joint Stock Companies*) அமைக்கப்படலாயின. அத்தகைய கூட்டுப்பங்கு நிறுவனங்களில் வணிகர் பலர் தம் கைம்முதலைப் பங்காய்ப் போட்டுக் கடல் வாணிபத்தில் துணிந்தனர். அத்துடன் வாணிபக் கப்பல்கள், கடற் கொள்ளையரிடமிருந்து தற்காப்புப் பெறுவதற்காகப் பல கப்பல்கள் அடங்கிய தொகுதியைக் (*fleets*) கொண்டு வாணிபம் நடத்தினர்.

மேற்கு ஐரோப்பியத்தில் தங்கத்திற்கும் வெள்ளிக்கும் வரலாற்று இடைக்காலத்தில் பற்றாக்குறை இருந்து வந்தது. அதனால் பெரிய அளவில் வாணிபத்தைப் பெருக்க முடியாத நிலை அந்தக் காலத்தில் இருந்தது. தென்னமெரிக்கத்திலிருந்து பெரிய அளவில் மதிப்புள்ள அரச உலோகங்கள் ஸ்பெயினிற்கு வந்ததால் மேற்சொன்ன பற்றாக்குறைப் போக்கு மறைந்தது. வாணிபம் பெருகப் பெருக நாணயப் புழக்கமும் மிகலாயிற்று. அது பொருளியலில் வரவேற்கத் தக்க நிலையை உண்டாக்கியது. மக்கள் பணக்காரராகவும் அக விலைகள் விரைந்து கூடின. ஏனெனில் மக்களின் கையில் பணம் மிகுந்திருந்தது. இந்தப் பணப்புழக்கம் பதினாறாம் நூற்றாண்டு முழுமையும் இருந்தது.

கண்டுபிடிக்கப்பட்ட இடங்களில் பெரும்பகுதி வெப்ப மண்டலத்தில் இருந்தது. அங்கு ஐரோப்பியர் இருந்து சௌகரியமாய்ப் பணிசெய்ய முடியாதவாறு மிகுந்த வெப்பம் இருந்தது. அதனால் அடிமை வாணிபம் மிகலானது.

அமெரிக்கத்தின் இந்தியர்கள் ஐரோப்பியக் குடியேறிகள் அமைத்த தோட்டங்களில் வேலை செய்ய முடியாதவர்கள் என்பதை ஸ்பானியர் விரைவில் அறிந்தனர். அவர்கள் இப்பணிகளில் ஆப்பிரிக்க நீகிரோ வரை ஈடுபடுத்தத் தொடங்கினர். போர்த்துக்கீசர் ஏற்கெனவே பதினைந்தாம் நூற்றாண்டில் ஆப்பிரிக்கத்தின் மேற்குக் கரைகளிலிருந்து தொடங்கி வைத்த அடிமை வாணிபம்

பத்தொன்பதாம் நூற்றாண்டு வரை நீடித்தது. அதனால் அடிமை வாணிபம் இக்கால கட்டத்தில் மிகலானது. (இக் களஞ்சிய வரிசையில் மிகக் கொடிய அடிமை வாணிபம் பற்றிய செய்திகள் ஆங்கங்கே சொல்லப்பட்டுள்ளன.)

புத்திடத் தேட்டக் கண்டுபிடிப்புகள் மேலையுலகினருக்கு ஒரே திக்கையே காட்டின. அமெரிக்கமும் ஆப்பிரிக்கமும் இன்னும் முழுமையாய் ஆராயப்படவில்லை. இன்னும் பல இடங்கள் கண்டுபிடிக்கப்பட வேண்டியிருந்தன. பெரிய மாறுதல்கள் இனித்தான் வரவிருந்தன. மேற்கு ஐரோப்பியம் உலகின் ஆண்டை என்ற நிலையை எய்தும் முன்னேற்றத் தாவல் பதினேழில் தொடங்கி விட்டது.

அறிவியல் வளர்ச்சி

மனித உடலின் குருதி ஓட்டத்திலிருந்து ஞாயிற்றுக் குடும்பத்தின் கோள்கள் வரையிலும் பல்வேறு துறைகளில் இம்மண்ணுலகின் பல கூறுகளை அறிந்து கொள்வதற்காக ஆய்வுகளில் ஆய்வாளர் புதிதாய் ஈடுபட்டனர். அதனால் பொருள்களின் இயக்கம் குறித்த இயக்கவியல் (*dynamics*) ஐசக்கு நியூட்டன் (*Issac Newton*, *1642-1727*) கண்டுபிடித்த நுண்கணிதம் (calculaus), உடற் கூறு பற்றிய புத்தறிவு, மின்சாரம் முதலியனவும் நியூட்டனும் கலிலியோவும் (எச்டூடிடூனுணி எச்டூடிடூனுடி, 1564-1662) கண்டறிந்தனவுமான அறிவியல் சாதனைகளை நிகழ்த்த முடிந்தது.

கலை, இலக்கியம்

கலைத் துறையில் புதிய ஓவியப் பாணியை மனிதன் உண்டாக்கினான். டச்சு ஓவியரான ரெம்பிராண் (*Rembrandt, 1606-69*), டச்சு ஓவியர்களான ரூபன்ஸ் (*Peter Paul Rubens, 1577-1640*) மற்றொரு டச்சு ஓவியரான வேன் டைக்கு (*Sir Anthony van Dyck, 1599-1641*) முதலியோரும் கட்டடக்கலை வல்லுநர், ஓவியர், சிற்பி என்று பெயர் பெற்ற இத்தாலியரான பெர்னீனி (*Gian Lorenzu Bermini,1598-1680*) இலண்டனின் புனித பால் கோயிலையும் அந்நகரிலேற்பட்ட பெருந்தீயின் அழிவிற்குப் பிறகு ஐம்பதிற்கும் மேற்பட்ட மாதா கோயில்களையும் வடிவமைத்துக் கட்டிய சர். கிறிஸ்தபர் ரென் (*Sir Christohper Wren, 1632-1723*) முதலியோரும் கட்டுமானக் கலையில் ஒரு புது யுகத்தை தோற்றுவித்தனர்.

இலக்கியத் துறையில் வில்லியம் ஷேக்ஸ்பியர் (*William Shakespeare, 1564-1616*), ஜான் மில்டன் (*John Milton, 1608-1674*) ஆகியோர் ஆங்கில மொழியிலும் இன்பியல் நாடகாசிரியரான மோலியர் (புனைபெயர்: *Molliere* இயற்பெயர்: *Jean Baptiste Poquelin, 1623-1673*) துன்பியல் நாடகாசிரியரான ஷா (பாப்டிஸ்டு) ரேசின் (*Jean Baptiste*) *Racine*, *1639-1699*) முதலானோர் பிரஞ்சு மொழியிலும் புதிய இலக்கிய வடிவங்களை உண்டாக்குகின்றனர்.

இசையும் நாடகமும் பாலே (*balles*), ஓப்பரா (*Opera*) என்ற புதிய வடிவங்களில் தோன்றின.

அரசியல் குழப்பமும், சமயப் பொறையற்ற கொடுஞ் செயல்களும் செல்வ வளங்களைப் பெருக்க வேண்டுமென்ற பேராவல்களுடன் சேர்ந்து கொண்டமையால், புது உலகான அமெரிக்கப் பெரு நிலத்தில் தாமும் காலூன்ற வேண்டும் என்று ஐரோப்பிய நாடுகள் பல இந்தப் பதினேழில் முயன்றன.

புதிய உணர்ச்சிகளும் உண்மைகளும்

அதே நேரத்தில், வரலாற்று இடைக்காலத்து நம்பிக்கைகளுக்கும் கருத்துகளுக்கும் புத்திடக் கண்டுபிடிப்புகள் மரண அடியைக் கொடுத்தன. உலகம் உருண்டையானது; தட்டையன்று என்பது ஐயத்திற்கிடமின்றி மெய்ப்பிக்கப்பட்டு விட்டது. உலகில் மூன்றல்ல; நான்கு கண்டங்கள் உள்ளன என்பதும் தெளிவானது. பல நூற்றாண்டுகளாய் ஏற்கப்பட்டு வந்த உண்மைகள் குறித்து ஆராயுமாறு விற்பன்னர்கள் ஊக்குவிக்கப்பட்டனர். பாப்பரசர்களும் அரசர்களும் ஐயத்திற்குரியோராயினர். ஏனெனில் அவர்கள் புதிய இடங்களை முற்றிலும் அறியாதவர்களாயிருந்தனர். ஆதலால் அவர்கள் பிற துறைகளிலும் வெகு எளிதாய்த் தவறானவர்களாயிருத்தல் கூடும். மக்கள் கத்தோலிக்க சமயத்தின் மேலாண்மையை எதிர்க்கத் தொடங்கினர். அதனால் சீர்திருத்தக் கிறித்தவ இயக்கம் விரைந்து முகிழ்த்தது.

தாலமியின் (Ptolemy, 127-145 கி.பி கிரேக்க வானியலார், நில நூலார்) நிலநூல் கோட்பாடுகள் உலகெங்கும் பரவியதுடன், ஐரோப்பிய நாடுகள் ''அறியப்பட்டிருந்த உலகிற்கு'' அப்பாலிருந்த உலகத்தைத் தேடிச் செல்லும் தூண்டுதலையும் முடுக்கிவிட்டன.

ஜூலியஸ் சீசர் (Gaius Julius Caesar சு. 101-44 கி.மு) 45 ஆம் ஆண்டில் கணித்திருந்த ஆண்டுக் கணிப்பைப் (Calendar) பதின்மூன்றாம் கிரிகோரி (Gregory XIII, இயற்பெயர் Ugo Buoncompagni, 1502-1582) 1582 ஆம் ஆண்டில் திருத்தியமைத்திருந்தார். அது அவர் பெயரால் இன்றளவும் கிரிகோரி ஆண்டு என்று வழங்கி வருகின்றது.

ஐரோப்பிய விற்பன்னர்கள் அரபி, கிரேக்க மொழிகளில் எழுதப்பெற்ற அறிவியல், வானியல், மருத்துவ நூல்களை அறிந்து கொண்டனர்.

நுட்பமான கருவிகளின் தேவைகள் பிற துறைகளிலும் உணரப்பட்டன. ஆற்றல் மிக்க பாதுகாப்பிற்காகப் பீரங்கி செய்யும் நுட்பத்தில் சீர்திருத்தங்கள் வேண்டும் என்று இக்காலத்தில் உணரப்பட்டது. கோட்டைகளும் பீரங்கிகளும் மிகுந்த நுட்பத் திறனுடன் வடிவமைக்கப் பெற்றன.

ஆங்கிலேயர்கள் பித்தளையைத் தகடுகளாய் அடிக்க இக்காலத்தில் அறிந்து கொண்டமையால் சிறந்த, பல கருவிகள் உள்படப் பலவகையான புதுப் பொருள்கள் ஆக்கப்பட்டன.

முதலாளித்துவம்

தனி மனிதரின் முதலாளித்துவ முறை எங்கும் பரவிற்று. பதினேழாம் நூற்றாண்டின் தொடக்கத்தில் வழிவழியாய் இருந்து வந்த நிலப் பிரபுத்துவமுறை (Feudal system) இங்கிலாந்து, பிரான்சு, நெதர்லாந்து ஆகிய நாடுகளிலிருந்து கிட்டத்தட்ட மறைந்து விட்டது எனலாம். அதனால் வேளாண்மையிலும் நில உடைமை பற்றிய பழைய ஏற்பாடுகளிலும் மாறுதல்கள் உண்டாயின.

இங்கிலாந்திற்கும் நெதர்லாந்திற்குமிடையே கம்பளி வாணிபம் பெருகியமையால், பயிர்செய் நிலங்களை மேலும் மேலும் மேய்ச்சல் வெளிகளாய் மாற்றினர். ஸ்பெயினிற்கும் நெதர்லாந்திற்குமிடையே மூண்ட போரினால் ஏற்பட்ட அரசியல் மாறுதல்களின் காரணமாய், ஏராளமான நிலப்பரப்பு மக்களுக்குக் கிடைத்தது.

ஐரோப்பியத்தில் இங்ஙனம் தோன்றிய மனித அறிவு வளர்ச்சியின் பல்வேறு மாறுதல்கள், உலகெங்கிலும் சிறுகச் சிறுகப் பெரியனவும் விரிந்தனவுமான மாற்றங்களை உண்டாக்கப் போகின்றன என்பதை அந்நாளில் எவரும் அறிந்திருக்கவில்லை.

ஐரோப்பியரின் உலகத் தலைமை

உணவுப் பண்டங்களுக்கும் பிற ஆடம்பரப் பொருள்களுக்கும் இந்தியத்தையும் தென்கிழக்காசிய நாடுகளையும் சீனத்தையும் எதிர்பார்த்து நின்ற ஐரோப்பிய மக்கள், மிகக் குறுகிய காலத்திற்குள், உலகே தம்மை எதிர்பார்த்து நிற்குமாறு செய்து விட்டனர் என்பதைத்தான், இக்காலத்தில் அவர்கள் அடைந்துவிட்ட பயன்படு அறிவியலும் கலை இயல் வளர்ச்சிகளும் பிறவும் காட்டுகின்றன.

பதினேழாம் நூற்றாண்டு இந்தியம்

அங்கம், வங்கம், கலிங்கம் என்று ஐம்பத்தாறு தேசங்களைக் கொண்டது பாரதம் என்று பழங்கதைகளும் தொன்மங்களும் பாடி வந்தன. இந்நாடுகளும் இவற்றின் மக்களும் ஒன்றுடனொன்று ஒட்டுறவுள்ள மொழிகளாலும் பலவாயினும் ஒருண்மை உணர்த்தும் சமயங்களாலும் வாழ்க்கை முறைகளாலும் பல்லாயிரமாண்டுகளாய்க் குமரி முனையிலிருந்து இமயம் வரையிலும் ஒரே நாட்டினத்தினராய் வாழ்ந்து வந்தனர். அவர்கள் காலப்போக்கில் தமக்குள் வக்கரித்து நிற்குமாறு, அவர்களைப் பேதப்படுத்தி வந்த வருணாசிரம அமைப்புச் சீர்கெட்டு ஆன்ம நேய ஒருமைப்பாடு குலைந்து வந்த காலம் என்று பதினேழாம் நூற்றாண்டைக் குறிப்பிடலாம்.

நடு ஆசியத்திலிருந்து இந்தியம் புகுந்த முகலாயர் டெல்லியை ஆண்டு வந்த சுல்தான்களான லோடி குடியினரை வென்று, அங்கு தம் பேரரசை நிறுவுவதற்காக இருபத்தெட்டு ஆண்டுகளுக்கு முன்னர் ஐரோப்பிய மேலாண்மையின் சுவடு இம்மண்ணில் பதிந்து விட்டது. போர்த்துக்கீசர் தக்காணத்தின் பாமினி அரசிலிருந்து சிதறிய பிஜப்பூரின் அதில் ஷாகியருடன் (ஆ.கா. *1490-1686*) போராடி அவர்களுக்கு உரிமையான கோவாவைக் கைப்பற்றி மேலைக் கடலில் மேலாண்மை செலுத்துகின்றனர். இக்காலத்தில் தக்காணத்து அகமது நகரில் நிசாம் ஷாகியரும் (ஆ.கா. *1490-1633*) பிதரில் பரீது ஷாகியரும் (ஆ.கா. *1492-1619*) நிலவினர்.

தென்னிந்திய அரசியல் நிலை

உடையார் மரபு மைசூரை *1355* முதல் ஆண்டு வருகின்றது. இக்குடியின் மாமன்னரான சிக்கதேவராயர் (ஆ.கா. *1673-1704*) இப்போது அரசராயிருந்தார். தென் கன்னடத்தில் கேளடி நாயக்கர் என்றும் இக்கேரி நாயக்கர் என்றும் அழைக்கப்பட்ட குறுநில மன்னர்கள் *1499* முதல் *1763* வரை நீடித்திருந்தனர். குடகில் ஹாலேரி அரசர்கள் (*1633-1834*) ஆண்டனர். கேரளத்தின் வேணாட்டிலும் (*1102-1729*) கொச்சியிலும் (*1500-1649*) கண்ணனூரிலும் (*1545-1949*) அரசர்கள் இருந்தனர். விசயநகரப் பேரரசின் அரவீட்டு மரபுடன் (*1542*-சு. *1670*) அப்பேரரசு மறைகின்றது. மதுரையில் அதன் ஆளுநர்களாய் வந்த நாயக்கன்மார் *1529* வாக்கில் தம் அரசை நிறுவி *1736* வரை ஆள்கின்றனர். தஞ்சையிலும் ஒரு நாயக்கர் குடி (*1549-1673*) ஆண்டு வந்தது. மராட்டியர் தஞ்சை நாயக்கரை வென்று, தஞ்சையில் *1674*-இல் தமது ஆட்சியை நிறுவி *1855* வரை நீடித்தனர்.

முகலாயர்களின் படைத் தலைவர்களில் ஒருவராய் வந்து தக்காணத்தில் அவர்களுக்காகப் பல வெற்றிகளைக் கண்ட சுல்ஃபிகர் கான் சுமார் *1690* வாக்கில் ஆர்க்காட்டு நவாபு (நெவாயத்து) குடியைத் தோற்றுவித்தார்.

வட பாரத அரசியல் நிலை

வட பாரதத்தின் அரசியல் நிலையும் கிட்டத்தட்டத் தென்னகத்தின் நடப்பைப் போலவே இருந்தது. பாபர் முகலாயர் குடியை *1526*-இல் நிறுவியதும் பதினேழாம் நூற்றாண்டில் அக்பர் (ஆ.கா. *1556-1605*), ஜகாங்கீர் (ஆ.கா. *1605-1627*), ஷாஜகான் (ஆ.கா. *1628-1657*), ஷா சுஜா (ஆ.கா. *1657-1660*), ஔரங்கசீபு (ஆ.கா. *1658-1707*) முதலியோர் வட பாரதத்தின் பேரரசராய் இருந்தனர். அவர்கள் முகலாயப் பேரரசை நான்கு திக்குகளிலும் விரித்து வந்தனர். அவர்கள் இந்தியத்தைக் கிட்டத்தட்ட ஒரு குடைக்கீழ் கொண்டு வந்தனர் எனலாம்.

முகலாயருடன் போராடி அலுத்த இரசபுத்திரர்கள் அவர்களின் நேசராகி, மண உறவு கொண்டு நாட்டின் மேற்கிலும் இரசபுதனத்திலும் பல நாடுகளைப் பதினேழில் ஆண்டு வந்தனர். உதயபுரியின் மேவார் இராணாக்களின் ஆட்சி சுமார் 730 ஆம் ஆண்டு முதல் நடந்து வருகின்றது. இந்தக் காலக்கட்டத்தில் அங்கு முதலாம் அமரசிங்கு (ஆ.கா. *1597-1620*) ஆண்டார். ஜோத்பூர் இரசபுத்திர அரசகுடியின் ஆட்சி *1382* முதல் நடந்து வருகின்றது. பிக்கனீர் அரசர்கள் (ஆ.கா. *1465-1949*), ஜெயப்பூர் அரசர்கள் (ஆ.கா. *1128-1949*), பண்டி அரசர்கள் (ஆ.கா.சு. *1342-1919*), கோட்டா சௌகான்கள் (ஆ.கா. *1625-1949*), ஜெயசால்மர் ரவால்கள் (சு.*1180-1949*), கச்சு அரசர்கள் (ஆ.கா. *1548-1948*) ஆகிய இரசபுத்திர அரசகுலங்களின் ஆட்சியும் நடந்தது. இரசபுத்திர அரசர்கள் முகலாயரின் நம்பிக்கைக்குரிய அமைச்சர்களாயும் படைத்தலைவர்களாயும் இருந்தனர்; தம் பெண்களை முகலாயர்க்கு விரும்பி மணமுடித்துக் கொடுத்தனர்.

கிழக்கே அசாமில் அகோமர் அரசகுடி (ஆ.கா. *1228-1838*) ஆட்சி நடந்து வருகின்றது.

கலை, தொழில்

பதினேழாம் நூற்றாண்டு இந்தியம் வடக்கிலும் தெற்கிலும் கிழக்கிலும் மேற்கிலும் நிலவிய இத்தகைய அரசியல் பின்புலத்தில், பொதுவாய்ச் செழுமையும் வளமும் நிரம்பியதாகவே இருந்தது. முகலாயர் கட்டுமானக் கலையில் மிகுந்த நாட்டம் கொண்டு, தமக்கு முந்திய டெல்லிச் சுல்தான்களைப் போன்று பல கட்டடங்களை இக்காலத்தில் எழுப்பினர். அமீர் குஸ்ரூ (இயற்பெயர் அபுல் ஹசன் *1235-1325*) இந்துத்தானி இசையைத் தோற்றுவித்தவர் என்று கொள்ளப்படுகின்றார். இந்த இசை மரபு இக்காலத்தில் ஆங்காங்கே நிலவிற்று. அக்பரின் நண்பராயும் வழிகாட்டியாயும் இருந்த அபுல் ஃபசல் (*1551-1602*) அக்பரின் வாழ்க்கை வரலாற்றை எழுதினார். சூஃபிச் சித்தர்கள் இசையை வளர்த்தனர்.

இந்தியம் இரும்புத் தொழிலில் பல நூற்றாண்டுகளாய் உலகிற்கே, முன்னோடியாய் இருந்து வந்தது. (இ.ச.க.தொகுதி- 11 காண்க.) இந்நூற்றாண்டிலும் அதன் இரும்புத் தொழில் சிறப்புடன் நடந்து வந்தது. வடகிழக்கில் டாக்கா தொட்டுத் தென்கிழக்கில் ஆந்திரம், தமிழகம், மேற்கில் குஜராது வரையிலும் ஆங்காங்கே பல இடங்களில் துணி நெசவு நடந்து வந்தது. எனினும் அதன் வளர்ச்சி இக்கால கட்டத்தில்

ஐரோப்பியத்துடன் ஒப்பிடக்கூடிய தாயிராவிடினும், அது தாழ்ந்த நிலையில் இருக்கவில்லை என்பதை மேற்சொன்ன செய்திகள் புலப்படுத்தும். இருப்பினும் இந்தியப் பொருளியலிலும் அதன் காரணமாய் வாழ்க்கையின் இன்றியமையா ஏனைய கூறுகளிலும் சரிவு ஏற்படத் தொடங்கிய காலத்தில் ஐரோப்பியர் வந்து சேர்ந்தனர்.

பதினேழில் தமிழகம்

தமிழகத்தில் பதினேழாம் நூற்றாண்டில் நிலவிய அரசியல், சமூக, சமய, பொருளாதார சூழல் பற்றிய செய்திகள் இ.ச.க.தொகுதி-4 இல் சொல்லப்பட்டுள்ளன. தமிழகத்தில் மக்கள் இப்போது அமைதியின்றி வாழ்ந்தனர். நீதியாட்சி பொதுவாய் இரா. ஒரு குலத்திற்கு ஒரு நீதி வழங்கிய கோட்டமான நிலை இருந்தது. பதினாறாம் நூற்றாண்டின் முற்பகுதியிலேயே சாதிக்கொடுமை பொறாமல் பரதவர்கள் கிறித்தவம் தழுவத் தொடங்கி விட்டனர். குமரி முனையிலிருந்து புன்னைக் காயல் வரையிலும் வாழ்ந்திருந்த பரதவர்கள் *1536*-ஆம் ஆண்டிலும் புன்னைக் காயலுக்கு வடக்கிலிருந்தவர்கள் *1537*-ஆம் ஆண்டிலும் கிறித்தராய் விட்டனர். அங்கு *17*-ஆம் நூற்றாண்டில் கிறித்தவம் நன்கு வேரூன்றி விட்டது.

கிறித்தவம்

கிறித்தவர்கள் பதினாறாம் நூற்றாண்டு முடியுமுன்னரே மதுரைக்கு வரத் தொடங்கி விட்டனர். ஏசு சபையின் மதுரை மிசன் இக்காலத்திலிருந்தே இங்கு இயங்கி வந்தது.

தமிழகத்தில் பரதவரையடுத்துப் பழஞ்சிறப்பு மிக்க இன்னொரு குடியினரான பறையர் பதினேழாம் நூற்றாண்டில் கிறித்தவம் தழுவினர். தத்துவ போதகசாமி என்று தமிழில் அழைக்கப்படும் டீ நொபிலி (*1577-1656*) ஏசு சபையினர். அவர் *1605* மே *20* அன்று இந்தியம் வந்தார். இவர் சம்ஸ்கிருதம் பயின்று தேர்ந்த முதல் ஐரோப்பியர் என்ற தனிச்சிறப்பைப் பெறுகின்றார். பின்னர் *1606* நவம்பர் *15* அன்று மதுரை வந்து சேர்ந்தார். டீ நொபிலி மேல் சாதியினரைக் கிறித்தவம் தழுவச் செய்வதில் ஆழ்ந்த அக்கறை காட்டினார். பிராமணரைக் கிறித்துவின் பக்கம் திருப்ப வேண்டுமென்று நொபிலி கருதினார். அதற்கிணங்க அவர் துறவியர் அணியும் நீண்ட காவித் துணியை உடுத்து, இன்னொரு துணியால் மேலை மூடிக் கொண்டார். மரத்தினாலான பாதக் குறட்டை அணிந்தார். ஒரு வேளை மட்டுமே, சைவ உணவே உண்டார். அவரது உணவில் பால், தயிர், வெண்ணெய் சேர்ந்திருந்தன. உலகின் மிகச் சிறந்த சேலத்து மாம்பழமும் இருந்தது.

நொபிலி

சிவதருமன் என்ற தெலுங்குப் பிராமணர்

ரோமிலிருந்து வந்த துறவியான ஒரு குருவைப் பற்றிக் கேள்விப்பட்டு 1608-ஆம் ஆண்டு அவருடன் நட்புக் கொண்டார். அவருக்கு இந்து சமயத்தின் சைவக்கோட்பாட்டு உண்மையை எடுத்துரைக்க அவாவினார். அவர் இந்நோக்கத்தை உள்ளத்தில் கொண்டு டீ நொபிலிக்குச் சம்ஸ்கிருதம் கற்றுத்தர முன் வந்தார். டீ நொபிலி 1609 வாக்கில் சம்ஸ்கிருதத்தில் பிழையின்றியும், தங்குத் தடையின்றியும் பேசக் கற்றுவிட்டார். அவர் அதையும் தாண்டிப் பிராமணரின் மறையறிவான வேதம் என்னும் செல்வம் தனக்கு வேண்டுமென்று அவாவினார்.

அவர் சிவதருமனுடன் கொண்ட நட்பின் மீது நம்பிக்கை வைத்துத் தனக்குப் புனித நூல்களை எழுதித் தரவேண்டுமென்று கேட்டார். இதைக் கேட்டுச் சம்ஸ்கிருத ஆசான் திடுக்கிட்டுப் போனார். வேத ஞானம் இருபிறப்பாளருக்கு மட்டுமே ஒதுக்கி வைக்கப்பட்டது. அதைச் சூத்திரரும் பெண்டிரும் அறிந்து கொள்ளலாகாது. மறை இரகசியங்களைத் தகாதவர்களுக்குக் கற்றுத் தருவது பெருங் குற்றமாகும். அதற்கு அச்சமூட்டும் தண்டனை வந்து சேரும். சிவதருமன் நெடுநாள் தயக்கம் காட்டிய பின்னர் அதற்கு இணங்கினார். இது குறித்து வெளியுலகம் அறியாதவாறு மறைவாய் இருக்கவேண்டுமென்று நொபிலியிடம் கூறிச் சிவதருமன் மறைகளை அவருக்குப் போதித்தார். இத்தகைய அரிய வாய்ப்பைப் பெற்ற முதல் ஐரோப்பியர் டீ நொபிலியாவார். எனினும் சிவதருமன் நொபிலிக்கு அதைக் கற்றுத் தந்தாரா என்பது குறித்து ஐயப்பாடு உள்ளது. வேதம் என்ற சொல் எதைக் குறிக்கிறது என்பதும் தெளிவாயில்லை. அனைத்திற்கும் மூலமாகவும் அடிப்படையாயுமிருக்கின்ற நான்மறைகளை நொபிலி கற்றறிந்தாரா? அல்லது மாணவர்களின் உதவிக்கெனத் தொகுக்கப் பெற்ற வேதங்களின் உரைகளை மட்டும் அறிந்திருந்தாரா?

நொபிலி தான் ஒரு மேன்மகன் என்று எப்போதும் பெருமை கொண்டிருந்தார். "நான் பறங்கி அல்லன். நான் பறங்கியர் நாட்டில் பிறக்கவுமில்லை. அந்த இனத்துடன் எனக்கு எப்போதும் தொடர்பு இருந்ததில்லை. ... நான் ரோமபுரியிலிருந்து வந்தவன்... அங்கு என் குடும்பம் இந்நாட்டிலுள்ள மதிப்பு வாய்ந்த அரசர்களுக்குரிய, அதே உயர்நிலையில் இருந்து வருகின்றது.."

நொபிலி தன்னால் மதம் மாற்றப்பட்டவர்கள் பூணூல் அணிந்து கொள்வதை ஏற்றார். இது இரு பிறப்பாளரான - துவிஜர்- பிராமணர்களாகிய உயர் சாதியினரை உணர்த்தும் சின்னம். அவர் நெற்றியில் சந்தனப் பொட்டு வைப்பதையும் திருமண் சாற்றுவதையும் திருநீறணிவதையும் ஏற்றார். அவர் புனித நீராடுவதைத் தடுக்கவில்லை. குடுமி வைத்துக் கொள்வதற்கும் இசைந்தார். கிறித்தவர் திருமணத்தில் மோதிரம் மாற்றுவதற்கு மாற்றாய்த் தாலி கட்டுவதை ஏற்றார்.

நொபிலி நாடெங்கும் சுற்றிச் சமயத்தைப் பரப்பும் பணியில் முதன்முறையாய் ஈடுபட நேர்ந்தது. அவர் மதுரையில் மட்டுமே தன் கவனம் முழுவதையும் செலுத்திய நாள்கள் போயின. பிராமணரை மட்டுமே கிறித்தவராக்குவது என்று அவர் முனைந்து பணி செய்த நாள்கள் மறைந்தன.

கிறித்தவம் தழுவிய பறையர்

பறையர்களில் பூசாரிகளான ஒரு பிரிவினர் வள்ளுவர் என்று அழைக்கப்பட்டனர். இவ்வள்ளுவர்கள் தமிழ்ச் சமய நூல்களை நன்கறிந்திருந்தனர். அதனால் மேல்சாதியர் கூட அவர்களைப் பெரிதும் மதித்தனர். அப்பிரிவைச் சேர்ந்த ஒருவர் "மெய்யான

ஒன்றைக் கற்பிக்கும்'' ஓர் ஆசானான நொபிலியையும் அவரின் எழுத்துகளையும் பற்றிக் கேள்விப்பட்டிருந்தார். அவரும் நொபிலியும் 1626 சூன் 31 அன்று சந்தித்தனர்.

நொபிலி இந்த வள்ளுவரைக் கிறித்தவராக்கித் திரு முழுக்காட்டுவதற்கு மிகவும் தயங்கினார். அவர் இதுவரையிலும் முற்றிலும் மேல் சாதியினர் நடுவில்தான் சமயப்பணி நடத்தி வந்திருக்கின்றார். தொட்டால் தீட்டுப் பட்டுவிடக் கூடிய வேறு எந்தச் சாதியாருடனும் அவர் எந்தத் தொடர்பும் வைத்துக் கொண்டதில்லை. அவர் இதில் மெத்தக் கவனமாயிருந்து வந்தார். அவர் அக்கொள்கையை மாற்றுவது என்றால், மதுரை மிசன் இயங்கி வருகின்ற அமைப்பு முறைக்கு அதனால் தீங்கு நேர்ந்து விடக்கூடும் என்று அஞ்சினார்.

மேற்சொன்ன வள்ளுவரைப் பின்பற்றுவோர் 2000 பேர் இருந்தனர். எனவே இந்த வாய்ப்பை நழுவ விடுவதற்கு அவரால் முடியவில்லை. இறுதியாய் 1626-ஆம் ஆண்டுக் கடைசியில் - சரியான தேதி பதிந்து வைக்கப்படவில்லை என்று தோன்றுகின்றது - வள்ளுவருக்குத் திரு முழுக்காட்டிக் கிறித்தவராக்கினார். அவர் முத்தியுடையான் என்ற புதுப் பெயரைப் பெற்றார்.

முத்தியுடையான் திருமுழுக்குப் பெற்றுக் கிறித்தவரானதும் தன் பழைய ஆதரவாளர்களில் ஏராளமானவர்களைக் கிறித்தவராக்கத் துணைபுரிந்தார். விரைவிலேயே கிறித்தவத்தை ஏற்ற பிராமணர், பிற மேல்சாதியினர் ஆகியோரின் எண்ணிக்கையை வள்ளுவச் சாதியினர் மிஞ்சி விட்டனர்.

அருளானந்தர்

பதினேழாம் நூற்றாண்டில் மதுரைச் சீமையில் சமயப் பணிபுரிந்த மற்றொரு ஏசு சபைச் சாமியின் பெயர் ஜான் டீ பிரித்தோ (1647-1693) ஆகும். இந்தியத்தில் கிறித்தவத்திற்காகத் தன் இன்னுயிரீந்த முதல்வர் அவரேயாவர். (இ.ச.க.தொகுதி-4: 1736 கட்டுரை காண்க)

(ஏசு சபையினர் புதுச்சேரியில் 1633-ஆம் ஆண்டு தம் சமயப் பணியைத் தொடங்கினர்.)

இன்னல்களும் அமைதியின்மையும்

இக்காலத்தில் அடிக்கடி வெளிநாட்டவர் படையெடுப்புகளும் உள்நாட்டுச் சண்டைகளும் உண்டாகி மக்களின் வாழ்க்கை அல்லற்பட்டது. நாயக்க அரசர் முதலாம் முத்து வீரப்பன் காலத்திலிருந்து (1609-1623) மைசூர் அரசர்களுடன் பகைமை நீடித்து வந்தது. அதனால் திருமலை நாயக்கன் காலத்திலும் (1623-1659) மதுரை மீது மைசூர் படையெடுத்தது. இந்தக் காலத்தில்தான் இழி பெயர் பெற்ற மூக்கறுப்புச் சண்டைகள் நடந்தன. திருமலை நாயக்கன் காலத்தில் மதுரை மிசனுக்கு நல்ல ஆதரவு இருந்தது.

கோல் கொண்ட, பிஜப்பூர்ச் சுல்தான்கள் இருவரும் சேர்ந்து 1647-இல் வேலூரைப் பிடித்துக் கொண்டனர். கோல்கொண்டச் சுல்தான் செஞ்சி நாயக்கர்களின் கோட்டையை முற்றுகையிட்டார். இரு சுல்தான்களும் இவ்வெற்றிகளுக்குப் பிறகு தஞ்சையையும் மதுரையையும் கொள்ளையிட வந்தனர். அப்போது திருமலை நாயக்கன் பிஜப்பூர்ச் சுல்தானுக்குப் பெருந் தொகையைக் கையூட்டாகக் கொடுத்து மதுரையைக் காப்பாற்ற நேர்ந்தது.

திருமலை நாயக்கன் காலத்தில் ஏற்பட்ட போர்களினால் நாட்டில் அமைதி கெட்டு மதுரைச் சீமையெங்கும் பஞ்சமும் கொள்ளை நோயும் பரவி மக்களின் வாழ்வில் அமைதியைக் குலைத்துவிட்டன. எங்கும் கொந்தளிப்பா யிருந்தது. மக்கள் அடுத்தடுத்து இன்னல்களுக்கும் இடுக்கண்களுக்கும் ஆளானமையால், மக்களுக்கு ஆட்சியில் யார் இருந்தாலென்ன என்ற அக்கறையின்மை தோன்றியது. தம்மைத் தாமே பேணிக்கொள்ள வேண்டும் என்ற தன்னல உணர்வு ஒன்றையே குறிக்கோளாய்க் கொண்டு வாழும் நிலை உண்டானது.

சாதிக் கொடுமைகள்

மதுரை நாயக்கர்களின் ஆட்சிக்காலத்தில் வருணாசிரம தர்மம் புதுவேகத்துடன் கடைப்பிடிக்கப்பட்டது. அப்போது வலங்கையரில் 22 சாதியினரும் இடங்கையரில் 6 சாதியினரும் இருந்தனர் என்று அறிகின்றோம். இடங்கை, வலங்கை என்ற இப்பிரிவுகளையன்றி, இவற்றினுள்ளும் அடங்காத எண்ணற்ற புதிய சாதிகளும் ஒவ்வொரு சாதியிலும் உள் பிரிவுகளும் இருந்தன. இப்பிரிவினர் ஒருவரொடொருவர் கொள்வதுமில்லை; கொடுப்பதுவுமில்லை.

சாதிக் கட்டுப்பாட்டை மீறியவர்கள் கடுமையாய்த் தண்டிக்கப்பட்டனர். மேல் சாதியினரின் தெருக்களுக்குள் செல்வதும் அவர்களின் கிணறுகளில் நீரெடுப்பதும் தண்டனைக்குரிய செயல்களாயிருந்தன. தனித்தனியாகச் சுடுகாடுகள் இருந்தன.

இக்காலத்தில் வரதட்சணை வாங்குவதும் கன்னியாதானம் செய்வதும் தமிழகம் அறியாதனவாயிருந்தன. மாரி, இசக்கி, பத்திரகாளி, கருப்பசாமி போன்ற தெய்வங்கள் வழிபடப்பட்டன. மக்கள் அரசு, வேம்பு மரங்களைச் சுற்றி வந்து வணங்குவதும் நாகவழிபாடும் இக்காலத்தில் புதிதாய் வந்தன என்பர்.

கல்வி, கலை, இலக்கியம்

பிராமணர்க்கென்று தனியாய் வேத பாடசாலைகள் இருந்தன. அவர்களுக்கு அங்கு உணவு, உடை, உறையுள் ஆகிய வசதிகளுடன் சமஸ்கிருதக் கல்வி தரப்பட்டது. பிற சாதியினர் தம் சாதியினரில் ஆசிரியராயிருந்தவர்களிடம் திண்ணைப் பள்ளிக் கூடங்களில் கல்வி கற்றனர்.

பதினேழாம் நூற்றாண்டில் தமிழ் இலக்கியம்

இலக்கியம் காலத்தைப் பிரதிபலிக்கும் பளிங்குகளில் ஒன்று என்று கொள்வது பொருந்தும் என்பதற்கிணங்கப் பதினேழாம் நூற்றாண்டின் தமிழிலக்கியப் படைப்புகள் இருந்தன என்று முற்றிலும் கணித்துவிட முடியாது. ஏனெனில் இக்காலத்தில் இயற்றப்பட்ட ஏறத்தாழத் தொண்ணூறு நூல்களும் சமயஞ் சார்ந்தனவாய் அமைந்துள்ளன.

குமர குருபரர், கடிகை முத்துப் புலவர், அந்தகக் கவி வீரராகவ முதலியார், கருணைப் பிரகாசர், செகராச சேகரர், துறைமங்கலம் சிவப்பிரகாச சாமிகள், பிள்ளைப் பெருமாளய்யங்கார், ஆண்டிப்புலவர், எல்லப்ப நாவலர், அழகிய சிற்றம்பலக் கவிராயர், அம்பல வாண தேசிகர், காங்கேயர், அகோர முனிவர், சருக்கரைப் புலவர் என்று அருளாளரும் சைவப் பெரியார்களுமான பெரும்புலவர்கள் இக்காலத்தில் இலக்கியம் அமைத்தனர். அவர்களின் படைப்புகளில் இலக்கண நூல் (நன்னூல் விருத்தி

- சங்கர நமச்சிவாயப் புலவர்), நிகண்டுகள் (உரிச் சொல் நிகண்டு - காங்கேயர் ஆசிரிய நிகண்டு - ஆண்டிப் புலவர்; பல்பொருள் சூடாமணி நிகண்டு - ஈசுவர பாரதியார்) முதலியன அடங்கும்.

இவையன்றி ஏனைய நூல்களனைத்தும் சைவ சமயச் சார்புடையனவாகும். சங்க காலத்தின் பின் எழுந்த நூல்கள் பெரிதும் நீதி நூல்களாயிருந்தன. அல்லது சமயஞ் சார்ந்தவையாயிருந்தன. இங்ஙனம் தமிழிலக்கிய மரபில் உண்டான வளர்சிதை மாற்றத்தினால் அகச் சான்றுகளாய்க் கொள்ளத்தக்க இலக்கியங்களில் மக்களின் புற வாழ்க்கை பற்றி அறியக் கூடாமலிருக்கின்றது. பிற இதிகாசங்களிலிருந்துதான் அவற்றை ஊகித்துக் கட்ட வேண்டும்.

தூது இலக்கியங்களின் வாயிலாய் மேல்தட்டு மக்களின் சமூகச் சீர்கேடுகளை ஓரளவு அறிந்து கொள்ள முடிகின்றது. அவ்வகை இலக்கியங்களில் மிகப் பழமையான தெய்வச் சிலையார் விறலி விடு தூது *1600* வாக்கில் எழுதப் பெற்றது. பின்னர் திருமலை நாயக்கனின் ஆட்சிக்காலத்தில் *(1623-1659)* மூவறையின் விறலிவிடுதூது 1650-ஆம் ஆண்டு எழுதப் பெற்றது. இனி அடுத்து வரும் பதினெட்டாம் நூற்றாண்டைத் தூது இலக்கியங்கள் மலிந்த காலம் எனலாம்.

சம்ஸ்கிருத நூல் ''விசுவ குணதர்ச சம்பூ'

ஸ்ரீ வைணவ அந்தணரான வெங்கடாத்துவரின் என்ற வைதிகர் பதினேழாம் நூற்றாண்டின் முற்பாதியில் ''விசுவ குணதர்ச சம்பூ' என்ற சம்ஸ்கிருதக் காவியம் ஒன்றை இயற்றினார். சம்பூ ஒரு வகைக் காவிய வடிவமாகும். அது செய்யுளாயும் உரைநடையாயும் அமைந்துள்ளது. காவியங்கள் செய்யுள் வடிவத்தில் அமைய வேண்டுவதில்லை. உரைநடையிலும் அமையலாம் என்று வடமொழியிலுள்ள அலங்கார நூல்கள் கூறுகின்றன. ஆதலால் உரையுஞ் செய்யுளும் கலந்த நடையிலுள்ளவை சம்பூ காவியங்கள் எனப் பெயர் பெறும். சம்பூ காவியங்கள் நூற்றுக்கணக்காக வடமொழி நூல்களுள் விரவிக் கிடக்கின்றன. சம்ஸ்கிருத அலங்கார நூல்களையொட்டித் தெலுங்கு, மலையாளம் ஆகிய மொழிகளிலும் சம்பூ காவியங்கள் இயற்றப்பட்டன. நாம் இங்கு பேசும் காவியம் சம்ஸ்கிருதத்தில் பாடப் பெற்றதாகும்.

அதை இயற்றியவர் தொண்டை நாட்டின் அரசாணிப் பாலை என்ற ஊரைச் சேர்ந்த தமிழர். அந்நூலில் நாயக்கர் கால ஆட்சியில் இருந்த நாட்டு நிலவரங்கள், விசுவாவசு, கிரிசானு என்ற கந்தருவர் இருவருக்குமிடையே நடைபெறும் சொல்லாடல் வாயிலாய்ப் பாடப்படுகின்றன.

எடுத்துக்காட்டாய் இந்த இடத்தைக் கூறலாம். தஞ்சையை ஆண்ட நாயக்கர்களின் குல தெய்வமான மன்னார்குடி இராச கோபாலசாமி கோயிலைக் கந்தருவர் இருவரும் தாண்டிச் சென்ற பின்னர், தஞ்சை நகரின் தெற்கிலுள்ள காவிரிக்கரை கோயில் குருக்களைப் பற்றிக் கிரிசானு இப்படிப் பாடுகின்றான்:

கணிகை முலை தடவிய கை
கடவுளுக்குப் படையல் செய்ய-
வெற்றிலை மெல்லும் வாய் மந்திரம் முணுமுணுக்கக்
கற்சிலை தானென்று நகைகளைத் திருடுதற்குக்
கணமேனும் தயங்காத இக்குருக்கள்

நடமாடும் கோயிலில் எத்தெய்வம் தங்கி நிற்கும்?

இதற்கு விசுவாவசு மறுமொழி பகர்கின்றான்:

பெருமானை முறையொடு அன்றி முறையின்றி,
அருந் தூய்மையொடு அன்றித் தீட்டுப்பட,
பக்தியொடு அன்றி அஃதின்றி ஒருவன்
பூசிக்கின்றானா என்பதைப் பார்ப்பவர் யார்?
இந்திரலோகத்தார் பெருமானைப் பூசிக்க
அன்றாடம் இங்கு வருவதால் - எந்த
ஆத்திகன் அசிதனை வணங்காது செல்வான்?

பண்டைக்கல்வி முறையும் ஏட்டு நூல்களும்

"அச்சும் பதிப்பும்" என்ற நூலில், மா.சு. சம்பந்தன் அவர்கள் பண்டைக் கல்வி முறை பற்றி இவ்வாறு எழுதுகின்றார்:

திண்ணை ஏன்?

"பழங்காலத்தில் மரத்தின் அடியிலோ, அதன் கீழமைக்கப்பட்ட மேடைகளிலோ பள்ளிக் கூடங்கள் நடந்து வந்தன. மன்றென்பது மரத்தடியில் உள்ள திண்ணையைக் குறிக்கும். அதுவே பின்பு திண்ணைப் பள்ளியாக மாறியது என்பர். இயற்கையாக உள்ள மரத்தடியிலும், வனங்களிலும் சென்று பழைய காலத்து மாணவர் கற்று வந்தனர்.

"மரத்தடியில் நடைபெற்று வந்த பள்ளிக் கூடங்கள் நாளடைவில் குடிசைகளிலும், குடிசையின் முன்பிருந்த திண்ணைகளிலும் நடைபெறத் தொடங்கின.

"பள்ளி என்னும் சொல் சைன மடங்களையும், பள்ளிக் கூடங்களையும் குறிக்கும் பெயராகும். முன்பெல்லாம் மன்றத்தில்தான் பொது அம்பலம் கூடும். இதே மன்றத்தில் மாணவர்களும் கூடிப் படித்து வந்தனர்.

"பள்ளி என்பதற்குக் கல்விக் கூடம், கோயில், அரண்மனை, மடம், உறங்குமிடம் எனப் பல பொருள் கூறப்படும்.

"பிற்காலத்தில் 9, 11 - ஆம் நூற்றாண்டுகளில் சோழப் பேரரசர்களால் கட்டப்பட்ட கற்கோயில்களில் இருந்த எழுத்தறி மண்டபங்களிலும் அவற்றை ஒட்டிய நடைபாதைகளிலும் (பிரகாரங்களிலும்) பள்ளிக்கூடங்கள் நடத்தப் பெற்று வந்தன. ஆனால் தனித்த இடங்களில் பள்ளிக்கூடங்கள் அமைப்பதென்பது பிற்காலத்திய ஏற்பாடேயாகும்.

"பெரும்பாலும் சிற்றூர்களில் ஓரளவு கற்றிருந்தவரின் திண்ணைகளில் அமைக்கப்பட்டிருந்த திண்ணைப் பள்ளிகளில் அடிப்படைக் கல்வி கற்றுக் கொடுக்கப்பட்டது."

கருவி

"... ஓலை நறுக்குகளில் எழுத்தாணி கொண்டு எழுதப்பட்ட சுவடிகளே நூல் - மூலமாக இருந்து வந்தன... மாணவர்கள் புது மணலில் தமிழ் வரி வடிவத்தைக் கைவிரலால் எழுதிப் பழகுவர். கல்வி கற்பிக்கும் ஆசிரியர்க்குக் கணக்காயர் என்று

பெயர். கணக்கு என்பது நூலின் பெயர். கணக்காயர் என்றால் பல நூற்றொகுதியை உடையவர் என்பது பொருள்.

பள்ளி நேரம்

"வெள்ளி முளைக்குமுன்னரே மாணவர் பள்ளிக்கு வந்து சேர்ந்து விட வேண்டும். விடியற் காலைக்குள் முதன்முதலில் வந்து சேரும் பிள்ளையை ''வேத்தாள்'' (வேற்றாள்) என்று சொல்வர். ஏத்தாள் (ஏற்றாள்) என்றும் அழைப்பதுண்டு.

திண்ணைக் கல்வி முறை

"பிள்ளைகளுக்கு மணல்தான் கரும் பலகையின் இடத்தைப் பெற்றிருந்தது. பனையேடுதான் புத்தகம். விரலும் எழுத்தாணியுமே எழுதுகோல் இடத்தைப் பெற்றிருந்தன. ஆசிரியர் முதலில் பிள்ளையின் வலக் கை ஆட்காட்டி விரலைப் பிடித்து மணலில் தமிழில் வரி வடிவை எழுதிக் காட்டுவார். பிறகு அவர் சொல்லியபடி ஆனா, ஆவன்னா என்று தமிழ் நெடுங்கணக்கைத் தவறின்றி உச்சரிக்க வேண்டும்.''

"தமிழில் ஒலி வடிவை நன்றாகச் சொல்லத் தெரிந்த பின்புதான் வரிவடிவை (அரிச்சுவடியை) ஆசிரியர் ஓலையில் வரைந்து காட்டுவார். வரிவடிவை மாணவர் செம்மையாக எழுத அறிந்து கொண்டதையடுத்து ஓலை வாரவும் சுவடி சேர்க்கவும், நன்றாக வரையவும் முற்படுவர்.''

"சுவடியைப் பிரித்து ஒழுங்காகக் கட்டுவதற்குக் கூடப் பழக்கம் வேண்டும். பிள்ளைகள் இவற்றைச் சரிவர அறிந்து கொள்ளப் பல நாள் பிடிக்கும். பிள்ளைகளுக்கு எழுத்துப் பழக்கம் உண்டாக்க ஆசிரியர் ஓர் ஓலையில் எழுதித் தருவார். பிள்ளைகள் அதே மாதிரி எழுதிப் பழகுவர். ஆசிரியர் எழுதித் தந்த மூல ஓலைக்குச் 'சட்டம்' என்று பெயர்.''

"பிள்ளைகள் நாள்தோறும் விடியற் காலையில் எழுந்து ஆசிரியர் வீட்டிற்குச் ''சுவடித் தூக்கோடு'' வருவர். ஓலைச் சுவடிகளை வைத்துத் தூக்கிச் செல்லும் கயிறுகள் சேர்ந்த பலகைக்குச் ''சுவடித் தூக்கு'' என்று பெயர். இது ஒருவகை உரியைப் போல் இருக்கும். இத்தூக்கைப் பள்ளிக்கூடத்தில் ஓரிடத்தில் மாட்டிவிட்டுப் பிள்ளைகள் முறைப்படி இருந்து, ஆசிரியர் சொல்வதைக் காதால் கேட்டு, மனத்தில் நன்கு வாங்கிக் கொண்டு மனப்பாடம் செய்வார்கள்.''

"முதல் நாள் நடந்த பாடங்களைப் பாராமல் ஒப்புவிப்பதை ''முறை சொல்லுதல்'' என்பர். ஆசிரியர் வீட்டிற்குள்ளிருந்து கொண்டே பிள்ளைகள் பாடங்களை முறை சொல்வதைக் கவனிப்பார்.''

"காலை ஆறு மணிக்குமேல் வாய்க்கால் அல்லது குளம் முதலிய இடங்களுக்குச் சென்று பல் துலக்கிக் காலைக் கடன்களை முடித்துவிட்டுத் தாங்கள் சார்ந்திருக்கும் சமயத்திற்கேற்ற சின்னங்களைத் தரித்துக் கொண்டு, துணிகளில் சிறிது மணலைக் கட்டிக்கொண்டு தம் பள்ளிக்குத் திரும்பி வருவர்.''

"பள்ளியில் முன்பு இருந்த மணலை அகற்றி விட்டுப் புது மணலைப் பரப்பி, எழுதுவதற்குரியவர் அதில் எழுதுவர். மற்றவர் தங்கள் பாடங்களைப் படிப்பர். ஒன்பது மணிக்குப் பிள்ளைகள் பழையது (பழைய அமுது) உண்ண ஆசிரியர் அனுப்புவார்.''

"அப்பொழுது ஆசிரியர் ஒரு பக்கத்தில் வந்து நின்று கொண்டு ஒவ்வொரு

மாணவனின் கையிலும் பிரம்பால் அடித்து அனுப்பி வைப்பார். இப்படிச் செய்வதற்கு காரணம், பழைய சோற்றை வீட்டில் உண்ட சுவையில் மயங்காது பள்ளிக்கூட நினைவு மாறாமல் வந்துவிட வேண்டும் என்று கவனப்படுத்துவதற்கே.''

''மாணவர்களில் கெட்டிக்காரராகவும், உடல் வலிமையுள்ளவராகவும், இருப்பவரைச் சட்டாம் பிள்ளையாக ஆசிரியர் நியமிப்பார். ஆசிரியர்க்குப் பதிலாகப் பிள்ளைகளை அடக்கியாள்வதும், பாடம் ஒப்புவிக்கக் கேட்பதும் சட்டாம் பிள்ளையின் வேலையாகும். சில சமயம் ஆசிரியரது கடுமையை விடச் சட்டாம் பிள்ளையின் தடபுடல் அதிகமாக இருக்கும்.''

''மாணவர்க்குள், பழையவர்கள் புதியவர்களுக்குக் கற்பிப்பது முற்காலப் பள்ளிக் கூடங்களின் வழக்குகளில் ஒன்றாகும். இம் முறையைப் பின்பற்றியே ஆங்கிலேயர் ஆட்சிக்காலத்தில் ''சட்டாம் பிள்ளைக் கல்வி முறை'' கொண்டு வரப்பட்டது.''

''பகல் பன்னிரண்டு மணிக்கு மேல் நண்பகல் உணவுக்குப் பிள்ளைகள் தம் வீட்டுக்குச் செல்வர். பிறகு மூன்று மணிக்கு மீண்டும் பாடம் தொடங்கும். இரவு ஏழு மணி வரையில் கூடப் பள்ளிக்கூடம் நடைபெறுவதுண்டு.''

''ஒவ்வொரு நாளும் பாடங்கள் முடிந்தவுடன் பிள்ளைகளை வீட்டுக்கு அனுப்பும்போது, அவர்களது நினைவூற்றலைப் பெருக்குவதற்காக, ஒவ்வொருவருக்கும் ஒரு பூ, பறவை, விலங்கு, ஊர் இவற்றின் பெயர்களில் வகைக்கு ஒவ்வொன்றாக ஆசிரியர் சொல்லியனுப்புவார். அப்பெயர்களை மறவாமல் வந்து காலையில் சொல்ல வேண்டும்.

கற்கும் வயது

''சிறுவர் சிறுமிகளை நல்ல நாள் பார்த்துத் திண்ணைப் பள்ளிக்கூடத்திற்குப் பெற்றோர் அனுப்பி வைப்பர். பள்ளிக்கூடத்திற்கு அனுப்பும் வயது 3 வயதிலிருந்து 5 வரையில் இருந்திருக்கிறது. பரஞ்சோதியார் (சிறுத் தொண்டர்) தம் மகன் சீராளனை மூன்றாவது வயதில் பள்ளிக்கு அனுப்பி வைத்ததாகப் பெரிய புராணம் கூறுகிறது. சீவக சிந்தாமணி பள்ளிக்குச் செல்லும் வயதை 5 ஆகச் செப்புகிறது. ஒரு பையன் புதிதாகப் பள்ளியில் சேர்ந்து படிக்கத் தொடங்குவதைச் ''சுவடித் தூக்கல்'' அல்லது ''சுவடி எடுத்தல்'' என்பர். வெற்றித் திருநாளன்று (விஜயதசமி) பிள்ளைகள் புதிதாகப் பள்ளிக் கூடத்திற்கு அனுப்பப்படுவார்கள்.''

''முற்காலத்தில் பௌர்ணமி, அமாவாசை, பிரதமை, அட்டமி ஆகிய நாள்களில் பள்ளிக்கூடம் நடைபெறாது. அவ்விடுமுறை நாள்களை ''வாவு'' என்று சொல்வார்கள். உவா என்பதே வாவு என்று மருவியது.''

காணிக்கை

''ஒவ்வொரு பிள்ளையும் நாள்தோறும் ஆசிரியருக்கு ஏதேனும் ஒரு பொருளைக் கொண்டு வந்து காணிக்கையாகக் கொடுப்பர். ஒரு விறகோ, வறட்டியோ, காயோ, கறியோ, தருவது அக்கால வழக்கம். விடுமுறை நாள்களில் பணமும் கொடுப்பதுண்டு - அதை ''வாவுக் காசு'' என்று சொல்வர். ஆசிரியருக்கு மாதா மாதம் கால் ரூபாய் சம்பளமாக ஒவ்வொரு மாணவனும் முற்காலத்தில் கொடுப்பான். வசதியுள்ளவர் நெல் கொடுப்பர். பணக்காரர்கள் திருமணம் முதலிய சிறப்புக் காலங்களில் ஆசிரியர்க்கு மரியாதையும் செய்வார்கள். நவராத்திரிக் காலங்களில் ஆசிரியருக்கு ஒரு வகையான

வரும்படி கிடைப்பதுண்டு. அந்த வரும்படிக்கு ''மானம்பூ'' (மகர நோன்பு) என்று சொல்வார்கள்; குறைந்த ஊதியம் பெற்று ஆசிரியர் தொழில் நடத்திவர்கள், இத்தகைய வருவாயைக் கொண்டுதான் தங்களைச் சரிக்கட்டிக் கொண்டு மீதம் செய்து தங்கள் வீட்டுத் திருமணம் முதலியவற்றையும் ஒப்பேற்றி விடுவர்.

ஏடு

''எழுதப் பயன்படும் பனையோலை இரு வகைப்படும். ஒன்று சாதாரணப் பனை. மற்றொன்று சீதாளப்பனை அல்லது சீதாள ஓலை. இது தாளிப்பனை ஓலை என்றும் சொல்லப்படும். சாதாரணப் பனை யோலையைப் பார்க்கிலும், அகலமும், நீளமும் உடையது. மெலிவானது. முன்னதை விட வேகமாகக் கறுத்து விடக்கூடியது.

எழுத்தாணி

பனையேடுகளில் எழுதுவதற்குப் பயன்படுவது கூர்மையான இரும்பாலான எழுத்தாணி. இது குண்டெழுத்தாணி, வாரெழுத்தாணி, மடக்கெழுத்தாணி எனப் பல்வேறு வகைப்படும். வாரெழுத்தாணிக்குப் பனையோலையினாலே உறை செய்து அதற்குள் செருகி வைப்பார்கள்.

மடக்கெழுத்து ஆணிக்குப் பிடி இருக்கும். இதனை மடக்கிக் கொள்ளலாம். அந்தப் பிடி மரத்தினாலோ, மாட்டுக் கொம்பினாலோ செய்யப்பட்டிருக்கும். ஒரு பக்கம் கத்தி போன்றும், மறுபக்கம் எழுத்தாணியின் கூர்ப்பகுதியும் அமைந்திருப்பதுண்டு.

எழுதும் முறை

இளமை முதலே ஓலையை இடக்கையால் பிடித்து, வலக்கையால் எழுத்தாணியைக் கொண்டு எழுதிப் பழகுவர். எழுத்தாணியைப் பிடித்து எழுதும் போது ஓலையைத்தான் நகர்த்துவர். எழுத்தாணி பிடித்த இடத்திலிருந்தே வருவும்...

ஏடு எழுதப் பழகிக் கொண்டோர், தமது இடக்கைப் பெருவிரல் நகத்தை வளர்த்து, அதில் பிறைவடிவில் துளையிட்டு, அப்பகுதியில் எழுத்தாணியை வைத்து ஓலையில் வரி வரியாக ஓர் எழுத்தின் மீது மற்றோர் எழுத்துப் படாமலும், ஒரு வரியின் மீது மற்றோர் வரி இணையாமலும் போதிய இடம் விட்டு எழுதுவர்.

ஒரு பக்கத்தில் மிக நுண்ணிய எழுத்துகளாக இருபது முப்பது வரி வரையில் எழுதுவதற்குரிய மெல்லிய எழுத்தாணியையும் பயன்படுத்துவதுண்டு. இக்காலத்தில் தாளில் எழுதுவதைப் போன்ற வேகத்துடன் முற்காலத்தில் ஏட்டில் எழுதியதுண்டு. இப்படி வேகமாய் எழுதுபவர்க்கு ''எழுத்தாளர்'' என்று பெயர்.

''எழுத்தாளன்'' சேந்தன் என்று ஒரு புலவர்க்குப் பெயர் இருந்தது. எழுத்தாணியில் எழுதும் எழுத்துக்கள் அழகாகவும் முத்துக் கோத்தாற்போல் ஒரே சீராகவும், ஒவ்வொரு வரியும் கோணாமலும் ஒழுங்காக எழுதும்படி மாணவர்களை ஆசிரியர் பழக்குவார். ஒருவர் சொல்லியதைக் கேட்டு மற்றொருவர் எழுதி வருவார். இப்படி ஏட்டைப்படித்து வருபவரைக் ''கற்றுச் சொல்லி'' என்று அழைப்பர்.

சுவடிகள்

ஏட்டுச் சுவடிகளுக்குக் குறிப்பிட்ட அளவு ஒன்றும் இல்லை. அவை வெவ்வேறு அளவில் எழுதப்படும். சுவடிகளில் ஒன்றைத் துளையிடுவதும் உண்டு. இரட்டைத்

துளையிடுவதும் உண்டு. ஒரு நூல் கயிற்றைக் ''கிளி மூக்கு'' என்ற ஒன்றில் முடிந்து, சுவடியின் துளை வழியே செலுத்தி அதைக் கட்டுவார்கள்.

பனையோலையை நரம்போடு சேர்த்துச் சிறு சிறு பொத்தானையோ, துளை பண்ணிய செப்புக் காசையோ, சோழியையோ முடிவதும் உண்டு. ஏடுகளின் தொடக்கத்திலும், இறுதியிலும் வெற்றேடுகள் சில சேர்த்து இணைத்திருப்பார்கள். முன்பக்கமும், அடிப்பக்கமும் கெடாமல் இருக்க வேண்டும் என்பதும், இணைப்பாக ஏதாவது பின்னர் எழுதிச் சேர்த்து கொள்ளலாம் என்பதும் இதற்குக் காரணமாகும். மேலும் கீழும் பலகையும் சேர்ப்பதுண்டு.

ஏடுகளில் எத்தனை வடிவம்?

மாணவர் நூல்களைத் தம் இதயத்தில் பதியச் செய்வதற்காக வேண்டிப் பெருவிரல் அளவுக்கு மிகச் சிறிய வடிவில் சுவடியை அமைத்துக் கொள்வதுமுண்டு. எழுதப்பட்ட ஓலைச் சுவடிகளை வைத்துக் கொள்பவரின் விருப்பத்திற்கிணங்க நீள வடிவிலோ, உருளை வடிவிலோ, பந்து வடிவிலோ, அமைத்துக் கொள்வார்கள். பிற்காலத்தில், திருவாசகம் எழுதிய ஓலைச் சுவடியைச் சிவலிங்க உருவத்தில் அமைத்துக் கொண்டுள்ளனர். பம்பரம் போன்ற வடிவிலும் சிலர் நூல்களைத் தயாரித்துக் கொள்வதும் உண்டு.

இளமைப்பருவம் முழுவதும் பிள்ளைகள் ஆசிரியரின் ஆட்சியின் கீழ் இருந்து வந்தனர். அவரையே குருவாக - தெய்வமாக மதிப்பதும் வணங்குவதும், இன்றியமையாத வேளையில் அவர் இடும் கட்டளையைத் தலைமேற்கொண்டு, வீட்டு வேலைகளைப் பணிவோடு செய்வதும் மாணவர்களின் நீங்காக் கடமையாகும்.

அடிப்படை நூல்கள்

அரிச்சுவடி என்னும் வரிச் சுவடி, பெயர்ச்சுவடி, ஔவையார் இயற்றிய ஆத்திச்சூடி, கொன்றை வேந்தன், மூதுரை, வாக்குண்டாம், நல்வழி, சில சதகங்கள், நைடதம், திருக்குறள், நாலடியார் (இவற்றின் மூலம் மட்டும்) மேலும் எண் சுவடியில் உள்ள கீழ்வாயிலக்கம், மேல்வாயிலக்கம், குழிமாற்று, நெல்லிலக்கம், முறையஞ்சொல்லுதல், சட்ட மெழுதல் முதலானவற்றைத் திண்ணைப் பள்ளிக்கூடத்திலிருந்த மாணவன் சொல்லக் கேட்டும், படித்து நெட்டுருப் போட்டும் மனப்பாடஞ் செய்தும் கற்றுக் கொள்வான். இங்கு எந்த நூலுக்கும் ஆசிரியர் பொருள் உரைப்பது கிடையாது.

இதற்கு மேல் கற்க விரும்பும் மாணவன் தன் ஆசிரியரைவிடப் புதுமைமிக்கவரை நாடிப் பாடம் கேட்க வேண்டும். இதற்காக அவன் வெளியூர் செல்ல நேரிடும். அத்தகைய புலவர்களிடம் நிகண்டு, நன்னூல், சின்னூல் முதலிய நூல்களை நெட்டுருப் போட்டு விளங்காத பகுதிகளுக்கு விளக்கம் தெரிந்து கொள்வான்.

முற்காலத்தில் மாணவர்களுக்குப் பாடஞ்சொல்லக்கூடிய நல்லாசிரியர்களான வித்துவான்களும், மகாவித்துவான்களும், கவிராயர்களும், பாவலர்களும் நாட்டின் பல்வேறு பகுதிகளில் இருந்தனர்.

தண்டனைகள்

திண்ணைப்பள்ளிக் கூடங்களில் ஆசிரியர்க்கு அடங்கி நடக்கா விட்டாலும், சரியாகக் கற்காவிட்டாலும் முற்காலத்தில் தகுந்த தண்டனைகள் விதிக்கப்படும்.

கோதண்ட மிடுதல், அண்ணாந்தாள் பூட்டுதல், விலங்கிடுதல், கட்டை மாட்டுதல், பிரம்படி முதலியன அத்தண்டனைகளில் சிலவாகும். இத்தண்டனைகளுக்குப் பயந்து மாணவர்கள் ஒழுங்காகப் படித்தனர். கட்டுப்பாட்டுக்கு அடங்கி நடந்தனர். ''நன்றாக குருவாழ்க, குருவே துணை'' என்று நாள்தோறும் கூறி வந்தனர்.

ஓலைச் சுவடி

முற்காலத்திய நூல்கள் ஓலையில் எழுதிச் சுவடிகளாக வைக்கப்பட்டிருந்தன. ஒரு நூலின் பிரதி வேண்டுவோர், அந்நூலை வைத்திருப்பவரிடம் சென்று கேட்டுப் படியெடுத்துக் கொள்வர். அல்லது உரியவரிடம் இரவல் பெற்று அச்சுவடியைப் படித்தபின் திருப்பிக் கொடுப்பர்.

கையெழுத்தை நன்றாகப் பழகி வைத்துக் கொண்டு, எழுத்துக்களைத் தெளிவாகவும், குண்டு குண்டாகவும் அழகாகவும் முற்காலத்தில் எழுதி வந்தனர். இப்படித் திறமையானவர்களால் அழகுற எழுதப்பட்ட ஓலைச் சுவடிகளில் காணப்படும் எழுத்துக்களுக்கு இணையாக அச்சிடப்பட்ட எந்த எழுத்தும் ஈடு இணையாக மாட்டாது என்று விளம்புகின்றார் அறிஞர் மு. அருணாசலம் அவர்கள்.

ஓலைச் சுவடியின் ஓர் இதழின் இரு பக்கங்களிலும் எழுத்தாணியால் எழுதப்படும். ஒவ்வொரு பக்கத்தின் இடப்பக்கத்திற்கு அடியிலும், பக்கத்தின் எண் குறிக்கப்படும். புதிய அத்தியாயம் தொடங்கும் போது ஓலை இதழின் இடப்பக்கத்து ஓரத்தில் நூலின் தலைப்புக் குறிக்கப்படும். ஒரு நூலின் இறுதியில் அந்நூலில் அடங்கியிருக்கும் பொருள் அட்டவணை காணப்படும். அதில் ஒவ்வோர் இயலும் எத்தனை செய்யுள்கள் கொண்டுள்ளன என்பதும் சுட்டப்பட்டிருக்கும். சில சமயங்களில் ஒருவர் பெயரின் முதற் குறிப்பும் தரப்பட்டிருக்கும்.

யார் ஓலைச் சுவடியை எழுதுகிறாரோ, அவருடைய முத்திரையைக் கொண்டதாக அவர் எழுதும் கையெழுத்துப்படி விளங்கும். எத்தகைய இதழ்கள் தேர்ந்தெடுக்கப்படுகின்றனவோ அவற்றைப் பொருத்து ஓலைச் சுவடியின் நீள அகலங்கள் அமைந்து காணப்படும்.

பொதுவாகப் பெரிய இதழ்கள் (ஓலைகள்) 20 அங்குல நீளமும், 2 அங்குல அகலமும் கொண்டிருக்கும். சராசரி ஓர் அங்குலத்திற்க் குறைவில்லாமலிருக்கும். இரண்டு அங்குல நீளமும் அரை அங்குல அகலமும் உள்ள மிகச் சிறிய ஓலைச் சுவடிகள் தயாரிக்கப்படுவதும் உண்டு.

''ஒவ்வோர் ஓலைச் சுவடி நூலுள்ளும் சுமார் 400 இதழ்கள் வரை கோக்கப்பட்டிருக்கும். அதாவது 12 அங்குலக் கனமுள்ளதாக விளங்கும். பெரிய நூல்கள் அதிக இதழ்கள் கொண்டவையாகவும், சிறிய நூல்கள் சில இதழ்களில் அடங்கிவிடக் கூடியவையாகவும் அமைவதுண்டு.

ஒரு சுவடியை முடிப்பது, அதை உருவாக்கிய ஆசிரியரின் திறமையையும் அழகுணர்ச்சியையும் தாங்கிக் காணப்படும். அல்லது அந்நூலைப் பிரதியெடுக்கும் ஓலைச் சுவடியை எழுதுபவரைப் பொருத்திருக்கும். ஓலைச் சுவடியின் மேற்புறமும் அடிப்புறமும் விலையுயர்ந்த கற்கள் அமைத்தும், பொன்னாலோ, வெள்ளியாலோ இழைக்கப்பட்ட மேலட்டைகள் கொண்டும் உருவாக்கிக் கொள்வதும் உண்டு.

சுவடிகளின் மேலே ஏடுகளில் பல வகையான சித்திரங்களை வரைவதும் உண்டு. சட்டமாகப் பனை மட்டையின் காம்பை நறுக்கிக் கோப்பதும், மரச் சட்டங்களை அமைப்பதும், செப்புத் தகட்டாலும் சட்டஞ்செய்து கோப்பதும் முற்கால வழக்கமாக இருந்து வந்துள்ளது. அச்சட்டங்களின் மேல் வண்ண மையினால் பலவகையான ஓவியங்களைத் தீட்டி வைப்பதும் உண்டு. இரட்டைத் துளையுள்ள ஏடுகளில் ஒரு துளையில் செப்புக் கம்பியையோ, மூங்கிற் குச்சியையோ செருகிக் கட்டுவதுண்டு. அதற்கு ''நாராசம்'' என்று பெயர் சொல்வர்.

சுவடிகளைச் சாதாரணமாகக் கயிற்றாலும், பட்டுக் கயிற்றாலும், குறுக்கும் நெடுக்குமாக முறையாகக் கட்டுவர். இப்படிச் சுவடியைக் கட்டுதற்கும், பிரித்துப் படித்தற்கும் தனிப் பயிற்சி இளமை முதலே தரப்படும்.

படி எடுத்தல்

நூலாசிரியர்கள் தாமே தம்முடைய சுவடியைப் படியெடுப்பதுண்டு. இதற்குப் ''படியோலை'' என்று சொல்வர். அல்லது பல இடங்களில் கூலி கொடுத்துப் புதிதாகப் படியெடுக்கச் சொல்வதுண்டு. படியெடுப்போர் அல்லது பெயர்த்து எழுதுவோர் நூலறிவு நிரம்பியவர்களாகவோ, இலக்கிய இலக்கணப் புலமை மிக்கவர்களாகவோ இருந்தால், பெரும்பாலும் மூலப் படியை ஒட்டியே படியோலை அமைந்திருக்கும். மேற்குறிப்பிட்ட தகுதியில்லாதவர்களாயிருந்தால் படியெடுக்கும்போது பிழைகள் ஏற்பட வாய்ப்புகள் உண்டு. சிலர் வேண்டுமென்றே படியெடுக்கும்போது தமது கைச் சரக்கையும் சேர்த்து விடுவதுண்டு. இவைகளினால்தான் ஓலைச் சுவடிகளில் பிழை மலிவும், பாட பேதங்களும் காணக் கிடக்கின்றன.

சுவடிகள் பாதுகாப்பு

''சுவடிகளிலுள்ள எழுத்துகள் செவ்வனே தெரிவதற்காகச் சுவடியில் வசம்பு, மஞ்சள், தக்காளியிலைச் சாறு, அல்லது ஊமத்தையிலைச் சாறு, கரி, தர்ப்பைக் கரி முதலியவற்றைக் கூட்டிச் செய்த மையை அதில் தடவுவார்கள். அந்த மை எழுத்துக்களை விளக்கமாகக் காட்டுவதோடு, கண்ணுக்கும் குளிர்ச்சியைத் தரும் என்கிறார் டாக்டர் உ.வே. சாமிநாதய்யர் அவர்கள்.''

பதினெட்டாம் நூற்றாண்டின் வரலாற்றினுள் அடியெடுத்து வைக்குமுன்னர், மனிதன் நடந்து வந்த முந்திய நூற்றாண்டின் போக்குகளையும் குறிப்பாய் மனிதனையும் அவன் ஆற்றிய நிகழ்வுகளையும் புரிந்து கொள்வதற்கு மேற்கண்ட கட்டுரைகள் ஓரளவு துணைபுரியும். இருவேறு நாகரிக மூலங்களையும் மரபுகளையும் பண்பாடுகளையும் கொண்டிருந்த இரு வேறு நிலங்கள் ஒன்றையொன்று சந்திக்கும் கால கட்டத்தை இயன்ற வரையில் கண்முன் கொண்டு வந்து நிறுத்த முயன்றிருக்கின்றோம்.

வரலாற்றின் கதை

உலக அல்லது மானுட நடப்புகளைத் தெளிவாய் அறிந்து கொள்வதற்கு வகை செய்யும் செய்திகளைத் திரட்டுதல், அவற்றைச் சீர்தூக்கி மதிப்பிட்டு நடுவு நிலையுடன் எடுத்துரைத்தல் என்றெல்லாம் வரலாறு என்ற துறைக்குப் பொருள் கூறலாம். வரலாறு என்ற தமிழ்ச் சொல்லுக்கு நிகழ்ச்சி முறை, சரித்திரம் என்று தமிழ்ப் பேரகராதி பொருள் கூறுகின்றது.

வரலாற்றுக் காலம்

உலகின் நாகரிகத் தொட்டில்களான மெசபடோமியம், எகிப்து, சிந்துவெளி, சீனம் ஆகிய நிலப்பரப்புகளில் பண்டை வரலாற்றைத் தெளிவுபடுத்தும் சான்றுகள் கிடைத்துள்ளன. அவை சுமார் 5000-6000 ஆண்டுகள் பழமையானவையாகும். அவை மனித வாழ்க்கையின் தொடர்ச்சியான நிகழ்ச்சிகளையும் அவ்வக்காலச் சூழலையும் எடுத்துரைக்கும் மறுக்கவியலாச் சான்றுகளாய் இருப்பதால், அக்காலத்தை வரலாற்றுக்குள் அடங்கத்தக்கது என்று கொண்டு வரலாற்றுக்காலம் என்றும் அவற்றைத் தாண்டிப் பின் செல்லும் காலகட்டத்தை வரலாற்றிற்கு முற்பட்ட காலகட்டம் என்றும் உலக வரலாற்றைப் பிரித்துப் பார்க்கின்றோம்.

நாமறிந்த வரையில் மனிதன் இன்றைக்கு 2442 ஆண்டுகளுக்கு முன்னர்தான், மானுட வரலாற்றை எழுத முற்படுகின்றான். அதை எழுதிய முன்னோன் ஒருவனைப் பற்றி இங்கே சொல்கின்றோம்.

ஹீரோடாட்டஸ்

ஹீரோடாட்டஸ் (*Herodotus or Herodotos*, சு.480-சு. 425 கி.மு) கருங்கடலுக்கும் நிலநடுக்கடலுக்கும் இடைப்பட்ட மேற்காசியத் தீவக் குறையின் ஹாலிகார்னசஸ் (*Halicarnassus*, இது பண்டைக் காலத்தில் கிரேக்க மக்களின் பெரிய நகரங்களுள் ஒன்றாயிருந்தது.) என்ற நகரில் சுமார் கி.மு.480 வாக்கில் பிறந்தார். இவ்வூரை டோரியர் முதலில் நிறுவினர். (*Dorians*: டோரியர் சுமார் கி.மு. 1100 வாக்கில் கிரேக்கத்தின் மீது படையெடுத்த பண்டைக் கிரேக்கரில் ஒரு பிரிவினர்.) இங்குதான் டயோனிசியஸ் என்ற வரலாற்றாசிரியரும் இலக்கியத் திறனாய்வாளரும் சுமார் கி.மு. முதல் நூற்றாண்டில் பிறந்தார். (*Dionysius*: இவர் ஹீரோடாட்டஸிற்குப் பிற்பட்டவர். ரோமானியப் பேரரசர் அகஸ்டஸ் காலத்தில் ரோமில் வாழ்ந்தவர். இவர் எழுதிய நூல்கள் அனைத்தும் கிடைத்துள்ளன. அவற்றுள் அவர் எழுதிய தொடக்கக் கால ரோமன் வரலாறு என்ற மிகச் சிறந்த நூலின் பெரும்பகுதியும் அடங்கும்). இவ்வூரில் உலகின் ஏழு அதிசயங்களுள் ஒன்றான மசோலசின் கல்லறை இருந்தது. (கேரியாவை ஆண்ட அரசர் *Mausolus* இறந்த பின்னர், அவருக்குப் பின் ஆட்சிக்கு வந்த அவரின் தங்கையும் மனைவியுமான இரண்டாம் ஆர்டிமிசிய (*Artemesia*) அவரின் நினைவாக எழுப்பிய மசோலியம் என்ற கல்லறை உலகின் ஏழு அதிசயங்களில் ஒன்றாய் விளங்கியது.)

ஹீரோடாட்டஸ் மேட்டுக் குடியில் பிறந்தவர். அவருடைய தந்தையின் உடன்பிறப்பான பேனியாசிஸ் (*Panyasis*) ஒரு புலவர். அவர் ஹாலிகார்னசசை ஆண்டு வந்த கொடுங்கோலரான லைகடமிஸ் (*Lygdamis*) என்பவரால் நாடு கடத்தப்பட்டார். ஹீரோடாட்டஸ் தனது ஊரை விட்டுச் சேமோஸ் (*Samos*, துருக்கியின் தென்மேற்குக் கரைக்கப்பால் கிழக்கு ஏஜியன் கடலில் உள்ள தீவு. இது பண்டைக் கிரேக்கத்தின் தலையாய வாணிப மையமாயிருந்தது) தீவிற்குச் சென்றார். அதன் பிறகு ஆசிய மைனரிலும் ஆசியத்தின் உள்பகுதியிலும் சுற்றித் திரிந்தார். அவர் எகிப்திற்கும் கிரேக்க உலகின் பல பகுதிகளுக்கும் சென்றார். ஹீரோடாட்டசும் பேனியாசிசும் சுமார் கி.மு. 50 வாக்கில் ஹாலிகார்னசசிற்குத் திரும்பிச் சென்று லைடகமிசை வீழ்த்தி நாட்டை விட்டு விரட்டுவதற்குத் துணைபுரிந்தனர்.

எனினும் அங்கு மீண்டும் அரசியல் குழப்பங்கள் உண்டானதால், ஹீரோடாட்டஸ் மீண்டும் நாடு கடந்து வாழ வேண்டிய கட்டாயம் ஏற்பட்டது. அவர் கி.மு. 445-ஆம்

ஆண்டு ஏதன்ஸ் நகரத்திலிருந்தார். அவர் இத்தாலியில் அமைந்த தூரை (*Thurii*) என்ற கிரேக்கக் குடியேற்றத்தை நிறுவுவதற்கு உதவினார். அவர் பின்னர் அங்கேயே குடியுரிமை பெற்று வாழலானார்.

ஏதன்ஸ் நகரம்

இது உலகின் தொன்மையான நகரங்களில் ஒன்று. இதன் கிரேக்கப் பெயர் ஏத்தினை (*Athinai*) ஆகும். கி.மு எட்டாம் நூற்றாண்டு முதல் நிலவி வருகின்றது. கி.மு. ஐந்தாம் நூற்றாண்டில் பெரு வலிமை மிக்க நகர அரசாய் விளங்கிற்று. இன்று இது கிரேக்க நாட்டின் தலைநகராய் உள்ளது.

ஏதன்ஸ் நகரம் பாரசிகத்தின் படையெடுப்புக்குப் பிறகு (490-479) மீண்டும் புதுப்பிக்கப்பட்டது. ஏதன்ஸ் நகர மக்கள் ஏதினா என்ற பெண் தெய்வத்திற்காக அக்ரோப்போலிஸ் என்ற ''மேலூர்'' உச்சியில் 156 மீட்டர் உயரத்தில் கி.மு. 438-ஆம் ஆண்டு பார்த்தனான் என்ற கோயிலைக் கட்டினர். அது கிரேக்க டோரியக் கட்டுமானத்திற்கு மிகச் சிறந்த அருமையான எடுத்துக்காட்டு என்பர். அக்ரோப்போலிஸ் என்றால் உயர்ந்த இடத்தில் அமைந்த கோட்டை நகரம் என்று பொருள். அந்த ''மேலூர்'' போர்க்காலத்தில் மக்கள் புகலடையும் இடமாயும் இருந்தது. அது இப்போது சிற்பி ஃபிடியாசின் (*Phyidias* கி.மு.5 நூ.) கைவண்ணத்தால் அழகான கோயிலானது. ஃபிடியாஸ் ஏதன்ஸ் நகரில் பிறந்தவர். தலையாய சிற்பிகளுள் ஒருவர் என்று அவர் போற்றப்படுகின்றார். அவர் பார்த்தனானிலுள்ள சிற்பங்களைச் செதுக்கினார். அங்கு தங்கத்திலும் தந்தத்திலும் ஏதீனாவின் உருவங்களைச் செதுக்கினார். ஒலிம்பியச் சமவெளியில் உலகின் ஏழு அதிசயங்களில் ஒன்றான சீயஸ் (*Zeus*) சிலையையும் அவர் செதுக்கினார்.

பொற் காலம்

இந்தப் பொற்காலத்தைப் பெரிக்கிளீஸ் (*Pericles*: சு.495-429 கி.மு) தொடங்கி வைத்தார். அவர் ஏதன்ஸ் நகரின் மக்களாட்சிக் கட்சிக்குத் தலைவராயிருந்தார். ஏதன்ஸ் நகரின் ''முடி சூடா மன்னராய்'' விளங்கினார். அவர் அரசியல் தந்திரியாயும் படைத் தளபதியாயும் இருந்தார். பெரிக்கிளீஸ் தொடங்கி வைத்த இந்தப் பொற்காலத்தில் சிறந்து விளங்கிய சிலர்:

புகழ் வாய்ந்த நாடக ஆசிரியர்களான ஏஸ்சிலஸ் (*Aeschylus*, சு. 525- சு. 456 கி.மு); இவரைக் கிரேக்கத் ''துன்பியல் நாடகத் தந்தை என்று சிறப்பிக்கின்றார். இவர் ஏதன்சின் அருகிலுள்ள எலூசிஸ் என்ற ஊரில் பிறந்தார். இவர் 60 நாடகங்கள் எழுதினார் என்று கொள்ளப்படுகின்றது. எனினும் ஏழு நாடகங்கள் மட்டுமே கிடைத்துள்ளன. இன்னொரு நாடகாசிரியர் சோஃபோக்கிளீஸ் (*Sophocles*, சு. 496-406 கி.மு) இவரும் துன்பியல் நாடகாசிரியரேயாவார். இவர் காலனஸ் ஹிப்பியஸ் என்ற இடத்தில் பிறந்தார். இவர் எழுதிய 123 நாடகங்களில் ஏழு நாடகங்கள் மட்டுமே கிடைத்துள்ளன.

வரலாற்றாசிரியரான ஹீரோடாட்டசும் பெரிக்கிளீசின் பொற்காலத்தில் வாழ்ந்தவரேயாவர். அவர் ஏதன்சில்தான் ''வரலாறுகள்'' (*The histories*) என்ற வரலாற்று நூலை எழுதினார்.

மேலும் மெய்யிலரான சாக்ரட்டீஸ் (*Socrates*, *469-399* கி.மு) இக்காலத்தில் ஏதன்சில் பிறந்து அங்கு வாழ்ந்தார். அவரின் மாணாக்கரான பிளாட்டோ (*Plato*, *425-347* கி.மு) அவரின் மாணாக்கரான அரிஸ்டாட்டில் (*Aristotle*, *384-322* கி.மு) முதலியோரும் வாழ்ந்தனர். இதே பொற்காலத்தில் மருத்துவத் தந்தை என்று போற்றப்படும் ஹிப்போக்கிரேட்சும் (*Hippocrates*, சு. 460-சு. 377 கி.மு) வாழ்ந்தார்.

வரலாற்றுத் தந்தை ஹீரோடாட்டசிற்கு முன்னர் வரலாறு எழுதியவர்கள் பிற காவியங்களைப் போன்று, அவற்றின் நடையில் எழுதியிருந்தனர். அவ்வரலாறுகளில் நகரங்கள் அமைக்கப்பட்ட செய்திகள், புகழ் பெற்ற குடும்பங்களில் கொடிவழிப் பட்டியல்கள், குறிப்பிட்ட சில மக்கள் கூட்டத்தின் பழக்கவழக்கங்கள், சமூக அமைப்புகள், புதுமைகள் முதலியன அடங்கியிருந்தன. எனினும் நிகழ்ச்சிகளுக்கும் சொல்லப்படும் செய்திகளுக்குமிடையிலுள்ள உள் தொடர்புகள் ஆழமாய்க் குறிப்பிடப்படவில்லை.

ஆனால் ஹீரோடாட்டஸ் ஒரு வரலாற்றாசிரியர் என்ற நோக்கில் கடந்த காலத்தை முதன்முதலில் அணுகியவர் என்று உறுதியாய்க் கூறலாம். அவர்தான் வரலாற்றுப் போக்கின் ஆழ்ந்த முக்கியத்தைச் சீரான முறையில் சித்தரித்துக் காட்டும் பணியை முதன்முதலில் மேற் கொண்டார். அவர் இங்ஙனம் ஆய்ந்து கண்ட முடிவுகளைக் கொண்டு பரந்த அளவில் ஆராய்ச்சி செய்யவும் முற்பட்டார். ஹீரோடாட்டசின் வரலாற்றில் பல வழுக்கள் இருந்த போதிலும், அவர் நாட்டார் கதைகளையும் குறிகாரர் கூற்றுக்களையும் பொருந்தாக் கதைகளையும் பிழையான புள்ளி விவரங்களையும் அள்ளித் தெளித்திருந்த போதிலும் அவர் வரலாற்றை எழுதுகின்றவர் என்ற முறையில், தாம் எழுதியன குறித்து ஆழ்ந்து ஆராய்ந்திருக்கின்றார். கடந்த கால நிகழ்ச்சிகளை ஓரளவு புது நோக்கொடும் துல்லியமாகவும் தர முயன்றிருக்கின்றார்.

கவிஞரா? வரலாற்றாசிரியரா?

அவர் நம்புதற்குரிய மூலங்களிலிருந்து செய்திகளைத் தேடிக் காண முயன்றார்.

தனக்கு அயலான பழக்க வழக்கங்களையும் நடையுடை பாவனைகளையும் விவரிக்கையில் அவற்றை நன்கு விளங்கிக் கொண்டு விருப்பு வெறுப்பின்றி எழுதுகின்றார். இதுவே மெய்யான வரலாற்றாசிரியனைக் காட்டும் அறிகுறியாகும். லிடியத்தின் கடைசி அரசரான கிரீசஸ் (*Croesus*, சு. *546* கி.மு) காலத்திலிருந்து முதலாம் செர்சஸ் (*Xerses*, சு. *519-465* கி.மு ஆ.கா. *485-465* கி.மு பாரசிக அரசர்) காலம் வரையிலும் கிரேக்கருக்கும் ஆசியருக்குமிடையில் இருந்து வந்த பூசலைப் பற்றி எழுதுகையில், பழக்க வழக்கங்கள், சமயம், நிலவியல், மனிதத் தன்மை, ஆகியனவாகிய நாகரிகத்தை நன்கு ஆராய்ந்து எழுதுகின்றார். இவையனைத்தும் ஹீரோடாட்டசிற்கு ஆர்வத்தைக் கொடுத்தன. அவர் பரந்தகன்ற மனித நேயத்தொடு வரலாற்றை அணுகினார். அவரது அணுகு முறை அவ்வேளைகளில் வரலாற்றாசிரியருடையதைப் போன்றிராது, ஒரு கவிஞன் அல்லது நாடகாசிரியனுடையதைப் போன்று தோன்றுகின்றது.

அவர் மனித இனத்தின் ஊழ்வினை மீது அக்கறை காட்டுகின்றார். வரலாற்று மாந்தர் தமது பெருமை அல்லது அகந்தைக்கும் தெய்வப் பழிக்கும் பலியாவதாய் ஹீரோடாட்டஸ் கருதுகின்றார். வரலாற்று நிகழ்வுகள் துன்பியல் நாடகம் ஒன்றின் கூட்டமைப்புடன் பொருந்துவதாய் அவர் எண்ணினார். வரலாற்று மாந்தர் ஈடுபட்டுவிட்ட நிகழ்ச்சிகளைப் பற்றி அவர் எழுதிச் செல்கையில், அம்மாந்தரின் உணர்ச்சிகளையும் உள் நோக்கங்களையும் சொல்கின்றார்.

கலைப் படைப்பு

ஹீரோடாட்டஸ்தான் உரைநடையைக் கவினுறக் கையாண்ட முதல் எழுத்தாளர் என்று மதிக்கப்படுகின்றார். அவர் தேவையற்ற செய்திகளை இடையிடையே கூறிச் சென்றாலும் தான் எடுத்துக் கொண்ட குறிக்கோளுக்கு ஆழத்தையும் அகலத்தையும் தந்தார் என்பதை அவரது ''வரலாறுகள்'' என்ற நூலில் காண முடிகின்றது. அந்நூல் மனிதரின் பலவீனத்தையும் மேன்மையையும் சுட்டிக் காட்டுவதாலும் அதன் கவர்ச்சியும் நடையழகும் அதை ஒரு கலைப் படைப்பு என்று போற்றுமாறு செய்கின்றன.

அவரது 'வரலாறுகள்' நூலின் ஒன்பது ஏடுகளும் (*Books*) ஒவ்வொரு கலைத் தெய்வத்தின் (*Muses*) பெயரால் அழைக்கப்படுகின்றன. (கிரேக்கக் கலைத் தெய்வங்கள் *Calliope*- காவியக் கலைத் தெய்வம்; *Clio*-வரலாற்றுக் கலைத் தெய்வம்; *Erato* - உணர்ச்சிக் காதைத் தெய்வம்; *Euterpe* - இசைக் கலைத் தெய்வம்; *Melpomene* - வீறு நாடகத் தெய்வம்; *Polyhymnia* - தெய்வப் பாடல் தெய்வம்; *Terpsichore* - நடனத் தெய்வம்; *Thalia* - களி நாடகத் தெய்வம்; *Urania* - வானூல் தெய்வம்; இதை ஹீரோடாட்டஸ் செய்யவில்லையென்றும், அவர் அதைப் படித்து வரக் கேட்ட கிரேக்கர்கள் அவ்வாறு ஏழு ஏடுகளுக்கும் தெய்வப் பெயர்களைச் சூட்டினரென்றும் கூறுவர்.)

ஹீரோடாட்டஸ் வரலாறு குறித்துப் பொதுமக்கள் முன்னிலையில் உரையாற்றினர் என்பது அவரது நூலின் சில பகுதிகளிலிருந்து தெரிகின்றது. ஏதன்ஸ் அரசு அதற்காக அவருக்குப் பத்து டேலண் தங்கம் கொடுத்தது என்று தெரிகின்றது. (*Talent* என்பது ஓர் எடை அலகு. இது பல்வேறு காலங்களில் பல்வேறு அளவினதாயிருந்த போதிலும், பொதுவாய் *58* இராத்தல் எடையுடையதாகும். பத்து டேலண் என்பது *580* இராத்தலாகும். ஏதன்ஸ் நகரம் இந்த அளவில் அவருக்குத் தங்கத்தைக் கொடுத்தது என்றால் அது ஹீரோடாட்டஸ் மீது ஏதன்ஸ் மக்கள் மன்றம் (செனட்டு) வைத்திருந்த மதிப்பைத் தெளிவாய்க் காட்டுகின்றது.) அவர் ஏதன்ஸ் நகரத்திற்கு ஆற்றிய

தொண்டைப் பாராட்டி அவருக்குப் பெரிய வெகுமதி தரப்பட்டது என்று மற்றோர் ஆசிரியர் கூறுகின்றார்.

அயோனியன்

அவரின் ''வரலாறுகள்'' கிரேக்கத்தின் வட்டார மொழியான அயோனியனில் எழுதப்பட்டுள்ளது. (*Ionian* - அயோனியன் என்பது ஆசிய மைனரின் மேற்குப் பகுதியிலுள்ள பண்டைக்காலத்து மாவட்டமாகும். கிரேக்கர் கி.மு 11 -ஆம் நூற்றாண்டு வாக்கில் அப்பகுதியில் குடியேறினர். அம்மக்கள் பேசிய கிரேக்க வட்டாரமொழி அயோனியன் எனப்பட்டது. அயோனியர் என்ற இப்பண்டை மக்களே பண்டைத் தமிழரால் யவனர் என்று அழைக்கப்பட்டார்.) அயோனியன் ஹீரோடாட்டசின் காலத்தில் இலக்கிய மொழியாய் விளங்கியது. இக்கிளை மொழி வெகு விரைவில் வழக்கொழிந்தது.

ஹீரோடாட்டஸ் தமது நூலுக்கு வேண்டிய செய்திகளைத் திரட்டப் பல நாடுகளுக்குச் சென்றார். கிரேக்கர் பொதுவாய் நாடோடியர்;தம் நாடு கடந்து அயலுலகில் குடியேறியவர்கள். எனினும் அவர்கள் உலகின் வடிவத்தைப் பற்றியும் அங்கு அடங்கியுள்ளவை யாவை என்பது குறித்தும் அறிந்தவை சிலவேயாகும்.

நாடோடிய ஹீரோடாட்டஸ்

மேற்குலகில் கிரேக்கக் கலையும் பண்பாடும் உச்ச நிலையில் இருந்த காலம் முழுமையிலும் நில நடுக்கடல் பகுதியின் மீதுதான் மக்களின் கவனம் இருந்தது. நில நடுக்கடல் (*Meditarranean Sea*) என்றால் இலத்தீனத்தில் ''நில உலகின் மையம்'' என்பது பொருள். இத்தகைய கிரேக்கரில் ஒருவர் இக்காலத்தில் புகழ்பெற்ற நாடோடியாய் விளங்கினார். அவர்தான் முறையான வரலாற்றின் தந்தை என்று அன்றும் இன்றும் மனிதர் ஏற்றிப்புகழும் ஹீரோடாட்டஸ் ஆவார்.

அவர் தமது பயணம் பற்றிய செய்திகளையெல்லாம் திரட்டிக் கி.மு 443-ஆம் ஆண்டில் எழுதினார். அவர் இந்நூலை எழுதத் தொடங்கிய காலத்தில் கருங்கடலின் கரை மீதிருந்த நாடுகள் பாரசிகம், அரேபியம், எகிப்து முதலிய நாடுகளையெல்லாம் சுற்றிப் பார்த்து விட்டார். எகிப்தில் அவர் திட்டமிட்டதை விடச் சற்று அதிக காலம் இருந்தார்.

ஹீரோடாட்டஸ் நைல் ஆறு ஆப்பிரிக்கத்தின் வடமேற்குக் கரையில், பெரிதும் மொராக்கோவிலும் அல்ஜீரியத்திலும் அமைந்துள்ள அட்லாஸ் மலைத் தொடரில் பிறந்து எகிப்தில் ஓடுகின்றது என்று கூறியுள்ள செய்தி, பிற்காலத்து நில நூலாரிடையே பெரும் குழப்பத்தை உண்டாக்கியது. எனினும் அவர் மெய்யாகவே வட ஆப்பிரிக்கத்தை நன்கறிந்திருந்தார். (நைல் ஆறு கிழக்காப்பிரிக்கத்தில் பிறந்து எகிப்து வழியே ஓடி நிலநடுக்கடலில் கலக்கின்றது. இதன் நீளம் 6,741 கிலோமீட்டர்.)

ஹீரோடாட்டஸ் தனது நூல்களுக்கு வேண்டிய செய்திகளைச் சேகரித்த போது, பாரசிக வரலாற்றை எழுதுவதென்று எண்ணங் கொண்டிருந்தார். மைலிட்டசைச் சேர்ந்த ஹெகாடியஸ் போன்று ஒரு நூலை எழுதுவதென்றே கருத்தும் ஹீரோடாட்டசிற்கு இருந்திருக்கலாம். ஹெகாடியஸ் பெரிஜிசிஸ் (*Periegesis*) என்ற பெயரில் ஒரு நூலை எழுதியிருந்தார்.

அனாக்சிமேண்டர்

ஹெகாடியசிற்கு முன்னரே கிரேக்க மெய்யியலாரான அனாக்சி மேண்டர் (*Anaximander* சு. 611-547 கி.மு); இவர் ஏதன்சில் ஆசிரியராயிருந்தவர். அங்கு அவரிடம் பெரிக்கிளீஸ், யூரிப்பைடுஸ் ஆகியோர் மாணவராயிருந்தனர். இவர் ஆசிய மைனரின் மேற்குக் கரையிலிருந்த பண்டை அயோனிய வாணிப மையமாகிய மைலிட்டஸ் (*Miletus*) என்ற ஊரில் பிறந்தவர். பிரபஞ்சத்தையும் பூமிக்கு அதிலுள்ள இடத்தையும் பற்றி முதன்முதலில் சிந்தித்துக் கருத்துரைத்தவர் இவரேயாவார்.) நிலநூலில் ஆர்வங்கொண்டு கிரேக்கத்தின் முதல் நிலப்படத்தை வரைந்தார்.

அனார்க்சிமேண்டரை விடச் சிறப்பாய்ச் செய்யலாமென்று, இவர் பிறந்த மைலிட்டசில் பிறந்த ஹெகாடியஸ் நினைத்திருக்கலாம். அதாவது ஹெகாடியசை விடச் சிறப்பாய்ச் செய்ய வேண்டுமென்று ஹீரோடாட்டஸ் கருதியதைப் போன்று.

ஹீரோடாட்டஸ் ஏதன்சில் வாழ்ந்தபோதுதான் பாரசிகப் போர்களைப் பற்றி எழுதுவதென்று முடிவெடுத்திருக்கலாம். அவர் அதன்பிறகுதான் அதற்கு வேண்டிய எல்லாச் செய்திகளையும் ஒன்று திரட்டினார்.

அவர் அமைத்துள்ள இக்கட்டமைப்பில் காணப்படும் கடந்த கால வரலாறுகள் அனைத்தும் கிழக்கத்தி, மேற்கத்திப் போராட்டத்தையே நோக்கிச் சென்று கி.மு 400 ஆம் ஆண்டு செர்சஸ் கிரேக்கத்தின் மீது எடுத்த படையெடுப்பில் வந்து நிற்கின்றன. அவர் இவற்றை விவரித்து வருகையில் வரலாற்றிற்கும் வரலாற்றிற்கு முந்திய காலகட்டத்திற்குமிடையிலுள்ள வேறுபாட்டைத் தெளிவாக்கிக் காட்டுகின்றார். கிரேக்கத்தைப் பொருத்த வரையில் வரலாற்றுக் காலத்தையும் வரலாற்றுக்கு முந்திய காலத்தையும் பிரிக்கும் கோடு கி.மு. 600 இல் அமைகின்றது என்பது அறிஞர் கருத்தாகும்.

ஹீரோடாட்டசின் அறிவு பெரிக்கிளீசின் ஏதன்சில்தான் முதிர்ச்சியடைந்தது. அங்குதான் அவர் பண்டை உலகின் தனிச் சிறப்பு வாய்ந்த வரலாற்றாசிரியராய் விளங்கினார்.

தூசிடைடுஸ், செனாஃபன், போலிபயிஸ் (*Thucydides*, சு. 460-சு. 400 கி.மு; ஏதன்ஸ் நகரத்து மேட்டுக்குடி வரலாற்றாசிரியர். இவர் பெலப்பனீசியப் போரின் வரலாற்றை எழுதியவர். *Xenophon* சு. 435 - 354 கி.மு; ஆப்பிரிக்கத்தில் பிறந்த கிரேக்க வரலாற்றாசிரியர். *Polybius*, சு. 200-சு. 120 கி.மு கிரேக்க அரசியல்காரர், தூதுவர், வரலாற்றாசிரியர்) போன்ற பிற்கால வரலாற்றாசிரியர்கள் மிகப் பெரியவர்களாயிருந்தனர். எனினும் ஹீரோடாட்டசிடம் இருந்த மனவருத்தமில்லாத வெறுப்பு வேதாந்தம் கசப்பேயில்லாத நகைச்சுவை போன்ற பண்புகளை அவர்களிடம் காண்பதற்கியலவில்லை.

மெய்யான வரலாற்றாளர்

இவையனைத்திற்கும் மேலாக அவர்தான் மெய்யான கிரேக்க வரலாற்றாசிரியர். அவர் குறுகிய வட்டத்திற்குள் நின்றுகொண்டு ஏதன்சின் வரலாற்றையோ பிற கிரேக்கப் பகுதிகளின் வரலாற்றையோ மட்டும் எழுதவில்லை. அவர் கிரேக்கம் முழுமையையும் உள்ளடக்கிய வரலாற்றை எழுதிய கிரேக்கர் என்றே நினைக்கின்றனர். உலகின் ஏழு அதிசயங்களில் ஒன்றான மசோலியம் என்ற கல்லறை இருந்த ஊரில் ஹீரோடாட்டஸ்

பிறந்தார். அது இன்று இல்லாவிடினும் மானுடரால் இன்றும் நினைவு கொள்ளப்படுவதைப் போன்று அவரையும் உலகம் இன்றும் நினைத்துப் போற்றுகின்றது.

அவருக்குத் தொடர்ந்து பல காலங்களில் புகழ் மாலைகள் சூட்டப் பெற்று வருகின்றன. அவர் மாபெரும் பண்டைத் திறனாய்வாளரால் வியந்து பாராட்டப்பட்டார். டயோனைசியஸ் லாஞ்சினஸ் (*Dionysisu Longinus*, சு. 213-73 கி.மு) கிரேக்க மெய்யியலார், தலை சிறந்த மேடைப் பேச்சாளர். அவர் ''மேதக்க சிறப்புப் பற்றி'' (*on the sublime*) எழுதியதாய்க் கொள்ளப்படும் ஆராய்ச்சிக் கட்டுரையில் இலக்கியத்தின் அருஞ்சிறப்பைப் பற்றிக் குறிப்பிட்டுள்ளார். ஹீரோடாட்டஸ் படிப்பவரை உணர்ச்சியொடு தனது நூலில் ஒன்றுமாறு செய்து விடுகின்றார் என்று லாஞ்சினஸ் அந்நூலில் ஓரிடத்தில் குறிப்பிடுகின்றார். ஹீரோடாட்டஸ் சமயங்கள், சமூகப் பழக்க வழக்கங்கள் ஆகியன குறித்து மிகச் சரியான முறையில் கருத்துக் கூறியிருப்பதையும், அவரது வரலாற்று இலக்கிய மேதைமை குறித்தும் இன்றும் இலக்கிய விற்பன்னர்கள் பெரிதும் பாராட்டுகின்றனர்.

ஏதன்ஸ் நகரினர் இத்தாலியில் நிறுவிய தூரை என்ற ஊரில் ஹீரோடாட்டஸ் குடியேறினார் என்று மேலே கூறினோம். அவர் அப்புது நகரில் நிலையாய்க் குடியமர்ந்து விட்டார். அவர் தூரையில் இறந்தார் என்றும், அவரது உடல் ஊரின் சந்தைப் பகுதியில் நல்லடக்கம் செய்யப்பட்டது என்றும் சிலர் கூறுவர்.

பிற்காலத்தில் சிசரோ (*Marcus Tullius Cicero, 106-42* கி.மு) என்ற நாவலர் மிகவும் பொருத்தமாய் ஹிரோடாட்டசை ''வரலாற்றுத் தந்தை'' என்று அழைத்தார்.

இந்தியம் பற்றி ஹீரோடாட்டஸ்

ஹீரோடாட்டஸ் இந்தியம் பற்றித் தனது ''வரலாறுகள்'' நூலின் மூன்றாம் ஏட்டில் எழுதியிருப்பதாவது:

''இந்தியம் மக்கள் வாழும் உலகில் பெருதொலைவிற்கப்பால் கிழக்கில் அமைந்துள்ளது. இப்பகுதியில் நான்கு கால்களுள்ளனவும் பறவைகளுமான உயிரினங்கள் அனைத்தும், குதிரைகளைத் தவிர்த்து, பிற நாடுகளில் உள்ளவற்றை விட மிகப் பெரியனவாய் இருக்கின்றன. அங்கு ஏராளமான அளவில் தங்கம் உள்ளது. அதில் ஓரளவைத் தோண்டி எடுக்கின்றனர். ஓரளவை ஆறுகள் கொண்டு வருகின்றன... அங்குள்ள சிலவகைக் காட்டு மரங்கள் பழம் பழுக்காமல் கம்பளி மயிரைத் தருகின்றன. அதன் அழகும் தரமும் ஆட்டு மயிரைவிட நேர்த்தியா யிருக்கின்றது. இந்தியர் இந்த மரத்திலிருந்து தமக்கு வேண்டிய துணிகளை நெய்து கொள்கின்றனர்.''

Feder. Lillian The Hand Book of Classical Literature, London, 1964.

வரலாறு: காரல் மார்க்சின் நோக்கு

''வாழ்க்கையில் வருகின்ற சில கணங்கள் எல்லைக் கற்களாக நின்று, கடந்த காலத்தை முடிவுறச் செய்கின்றன? அதே வேகத்தில் ஒரு புதிய திக்கில் வலுவாக நமக்கு வழியையும் காட்டுகின்றன.''

''அப்படி மாறுதல் ஏற்படுகின்ற அந்தப் புள்ளியில் நாம் கழுகுகள் போன்ற தீட்சணியமான சிந்தனையொடு நின்று, நமது மெய்யான பதில் என்னவென்பது குறித்து மெய்யான உள்ளறிவை அடைவதற்காக வேண்டிக் கடந்த காலத்தையும், நிகழ்

காலத்தையும் பற்றிச் சிந்தித்துப் பார்க்க வேண்டிய கட்டாய உணர்வு நமக்கு உண்டாகின்றது.''

''பின்னோக்கிச் செல்வது போலவும், நிலைகுத்தி நிற்பது போலவும் தோன்றிய போதிலும், சாய்வு நாற்காலியில் சாய்ந்து கொண்டு தன்னைப் புரிந்து கொள்ளவும், தன் செயலை, தன் மனத்தின் செயலை அறிவு பூர்வமாக ஊடுருவிச் சென்று அறிந்து கொள்வதற்காகவும் இவ்வாறு பின்னோக்குக் கொள்வதை உலக வரலாறு கூட மெய்யாகவே பெரிதும் விரும்புகின்றது.''

(இக்கடிதம் காரல் மார்க்சினால் (1818-1883), அவர் மாணவராக இருந்த காலத்தில், பெர்லினிலிருந்து 1837 நவம்பர் 10 அன்று, ஜெர்மனியின் டிரையர் என்ற ஊரிலிருந்த தன் தந்தை ஹென்றிக்கு மார்க்சிற்கு எழுதிய நீண்ட கடிதத்தின் முதல் எட்டு வரிகளாகும்.)

பொய்யிலா வரலாறு அலுப்பூட்டும்

''பொய்கள் இல்லா வரலாற்று நூல்களனைத்தும், மிக மிக அலுப்பூட்டுவனவாம்.''

-அனட்டோல் ஃபிரான்ஸ்

(ஷா அனட்டோல் ஃபிரான்சுவா பால்ட் என்பவரின் புனை பெயர் அனட்டோல் ஃபிரான்ஸ் (1844-1924) இவர் பிரஞ்சு நாவலாசிரியர், இலக்கியத் திறனாய்வாளர். இவருக்கு இலக்கியத்திற்காக 1921-ஆம் ஆண்டு நோபல் பரிசு தரப்பட்டது.)

வரலாறு இனிய தேவதைக் கதையா?

அறிவுக் கூர்மையுள்ள ஆடவரும், பெண்டிரும் அடங்கிய ஒரு சிறு கூட்டம் ஆளவும், அவ்வளவு கெட்டிக்காரத்தனமில்லாத ஆடவரும், பெண்டிரும் சேர்ந்த மிகப் பெரியதொரு கூட்டம் அவர்களுக்குக் கீழ்ப்படிந்து நடக்கவுமான தவிர்க்க முடியாத நிலைமை தொடக்க காலத்திலிருந்தே நிலவி வருகின்றது என்றே தோன்றுகின்றது.

இவ்விரு கூட்டத்தாரும் பல்வேறு கால கட்டங்களில் பல்வேறு பெயர்களில் தமது உயிரைப் பணயம் வைத்து விளையாடுகின்றனர். அவர்கள் ஒருபுறம் வலிமையையும், தலைமை தாங்கும் பண்பையும் குறிப்பவர்களாக விளங்குகின்றனர். மறுபுறத்திலோ பலவீனத்தையும், பணிந்து செல்வதையும் குறிப்பவர்களாக, எக்காலத்தும் மாறாதவர்களாக இருந்து வருகின்றனர்.

அவர்களுக்குப் பேரரசு, சமயத் திருச்சபை, பிரபுத்துவம், முடியரசு, ஜனநாயகம் என்றும்,

அடிமைத்தனம், தொழும்பர், உழைப்பாளி வர்க்கம் என்றெல்லாம் பல பெயர்கள் உண்டு.

ஆனால் மனித இன வளர்ச்சியைப் பொருத்த மிக மர்மமான விதி, இலண்டன் அல்லது மாட்ரிடு, அல்லது வாசிங்டனில் எவ்வாறு செயல்படுகின்றதோ, அவ்வாறேதான் மாஸ்கோவிலும் செயல்படுகின்றது.

ஏனெனில் இந்த விதியானது காலத்தையோ, இடத்தையோ சார்ந்தது அன்று.

அது அடிக்கடி விசித்திரமான வடிவங்களில், மாறு வேடங்களில் தன்னை வெளிப்படுத்தி வருகின்றது.

அது ஒன்றுக்கு மேற்பட்ட தடவைகளில் மிக எளிய ஆடைகளை அணிந்து கொண்டு மனித இனத்தின் மீது தனக்குள்ள அன்பை உரத்த குரலில் பிரகடனம் செய்திருக்கின்றது.

தன் கடவுள் பக்தியைப் பற்றிக் கூறியிருக்கின்றது.

ஏராளமான மக்களுக்கு ஏராளமான நன்மைகளைக் கொண்டு வர வேண்டுமென்ற தனது அடக்கமான அவாவை இயம்பியிருக்கின்றது.

ஆனால் இந்த இனிய அழகிய புறத்தோற்றத்திற்கடியில் இதுதான் ஒளிந்திருக்கின்றது;

''மனிதனின் முதற் கடமை உயிர் பிழைத்து நிற்பதுதான் என்ற அநாதியான விதியின் உண்மைகள் எப்போதும் மறைந்தே கிடக்கின்றன. தொடர்ந்து மறைக்கப்பட்டு வருகின்றன.''

தாம் பாலூட்டிகளின் உலகத்தில் பிறந்திருக்கின்றோம் என்ற உண்மையை வெறுப்பவர்கள், இதுபோன்ற உரைகளைக் கேட்டுச் சினங் கொள்ளவே செய்வர்.

அவர்கள் தம்மை லௌகீகர் என்றும் மனித இனத்தின் நற்பண்புகளில் நம்பிக்கையில்லாதவர்கள் என்றும், வேறு என்னவெல்லாமோ பெயர் சொல்லி அழைப்பார்கள்.

ஏனெனில் அவர்கள் வரலாற்றை ஓர் இனிமையான தேவதைக் கதையென்றே எப்போதும் மதித்து வந்திருக்கின்றனர்.

பிரபஞ்ச முழுவதையும் ஆளுகின்ற இரும்பு போன்ற வலிமை வாய்ந்த அதே விதிகளுக்குக் கட்டுப்பட்ட ஒரு விதி, அறிவியல் கலை வரலாறு என்பதைக் கண்டறிய நேரும்போது அதிர்ச்சியடைகின்றனர்.

(டாக்டர் ஹென்றிக் வில்லம் வான் லூன் 1882-1944; இவர் நெதர்லாந்தில் பிறந்தவர். மனித இனத்தின் ஆன்ம நேய ஒருமைப் பாட்டில் ஆழ்ந்த பற்றுக் கொண்டிருந்த எழுத்தாளர். வரலாற்றையும், நில நூலையும் மனிதத் தன்மை என்ற நோக்கில் பார்த்து சுவைபடப் பல நூல்களை எழுதியுள்ளவர். இவர் அமெரிக்கக் குடிமகனானார். வான் லூன் என்றே சுருக்கமாக அழைப்பர்.)

வரலாறு ஆபத்தான கஷாயம்

வரலாறென்பது மனத்தின் வேதியால் உண்டாக்கப்பட்ட மிகவும் ஆபத்தான கஷாயமாகும். அதில் அடங்கியிருப்பவை எல்லாருக்கும் நன்கு தெரிந்தவையேயாம். அது அந்தக் கஷாயம் - மனிதரை கனவு காணச் செய்கிறது. தவறான நினைவுகளை உண்டாக்கி ஆபத்திற்குள்ளாக்குகிறது. மனிதனின் உணர்ச்சிகளை மிகைப்படுத்துகிறது. பழைய புண்களை ஆறாமல் வைத்திருக்கின்றது. மனிதரின் ஓய்வு நேரத்தை நாசமாக்குகின்றது. தன்னை மிஞ்சி ஒருவருமில்லையென்ற தருக்கையும் அல்லது தன்னைப் (பிறர்) கொடுமைப்படுத்துவதாகக் கற்பித்து நோவதையும் தூண்டி விடுகின்றது. நாடுகளைக் கசப்பும் பெருமையும் கொள்ளச் செய்கின்றது.

இவையனைத்தும் பொறுக்க முடியாதனவா கின்றன. அகந்தை மிகக் கொள்ளச் செய்கின்றன.

(பால் வேலரி (*Ambroise Paul Toussaint Jules Valery*), *1871-1945*. இவர் கவிஞர், திறனாய்வாளர். பிரான்சில் பிறந்தவர். அவர் கூறிய இக்கருத்து கே.பி.எஸ். மேனனின் *Many Worlds* என்ற நூலிலிருந்து).

வரலாறும், இந்து நாளிதழும்

இந்து அலுவலகத்தில் அதன் வரலாறு காட்டும் ஆவணங்களோ பழங்காலத்தில் அதனோடு தொடர்பு கொண்டிருந்த மனிதர்களைப் பற்றித் தெரிந்து கொள்ள உதவும் ஒரு துண்டுத்தாளோ, புகைப்படமோ இல்லை.

இப்பத்திரிக்கையின் பிறப்பையும், வளர்ப்பையும் விவரிக்கின்ற பதிவேடுகளையோ, நாள் குறிப்புகளையோ, அதைத் தோற்றுவித்தவர்களும் அதன் ஆசிரியர்களுமாயிருந்த ஜி. சுப்ரமணிய ஐயர், கஸ்தூரி ரங்க ஐயங்கார் போன்றவர்கள் விட்டுச் செல்லவில்லை என்பதை நம்பவே முடியவில்லை.

இந்து இதழ் தான் எங்கே பிறந்தோம் என்பதையோ, அதன் முதல் இதழ் எங்கிருந்து வெளியானது என்பதையோ, அதன் முதற் தாயகம் எது என்பதையோ, அறியவில்லை என்பது நம்மைத் திடுக்கிட வைக்கின்றது.

அதன் நிறுவனர்களில் ஒருவரான வீரராகவாச்சாரியார் எழுதி, இந்து இதழின் வெள்ளிவிழா மலரில் வெளியான ஒரேயொரு வரலாற்றுக் குறிப்பு மட்டுமே உள்ளது.

அதிலும் முந்திய விவரங்கள் இல்லை. இந்து இதழைத் தோற்றுவித்த மேலும் நான்கு பேரைப் பற்றியும் அதிலிருந்து எதுவும் அறிந்து கொள்வதற்கில்லை.

இந்து *1878*, செப்டம்பர் *4* அன்று முதல் இதழ் வெளி வந்தது. அதன் பிரதியும் அதையடுத்துப் பல மாதங்கள் வந்த பிரதிகளும் இல்லை.

1701

அரசியல்

காவிரியைத் தடுத்த சிக்க தேவராயர்
புதுச்சேரியில் பிரஞ்சுக்காரர் நிலைப்படுதல்
ஸ்பானிய வாரிசுரிமைப் போர்

சமயம்

இலண்டனில் யூதர் வழிபாட்டுக் கூடம்
மலபாரில் கத்தோலிக்கப் பேராயர்

கலை, இலக்கியம்

பரஞ்சோதியாரின் திருவிளையாடற் புராணம்

கல்வி

ஏல் பல்கலைக்கழகம் தொடக்கம்
வெனிஸ் பல்கலைக்கழகம்

வேளாண்மை, தொழில்

விதை நடு கருவி

மக்கள்

இலண்டனில் மக்கள் தொகைப் பெருக்கம்

பொது

இந்துமாக் கடலில் ஐரோப்பியக் கடற் கொள்ளையர்

பிறப்பு

ஆண்டர்ஸ் செல்சியஸ் (1701-1764)

இறப்பு

இரண்டாம் ஜேம்ஸ் (1631-1701)

1701

1. காவிரியைத் தடுத்தி நிறுத்தியவர்

பழந்தமிழர் வானமலை என்று அழைத்த மேற்குத் தொடர்ச்சி மலையில் குடகு நாட்டின் தலைக் காவிரியில் தோன்றி கர்நாடக மாநிலத்தைக் கடந்து தமிழகத்தில் பாய்ந்து 765 கிலோமீட்டர் ஓடிக் கடலில் கலக்கும் தொன்மையான ஆற்றைப் பொன்னி, காவிரி, காவேரி என்று பல பெயர்களால் அழைக்கின்றனர்.

கி.பி இரண்டாம் நூற்றாண்டினது என்று கொள்ளப்படும் சிலப்பதிகாரம் காவிரியை வாழ்த்திப் பாடுகின்றது. காவிரி தொன்மங்களிலும் சிறப்பான இடம் பெற்றுப் புனிதமானது என்ற பெருமையையும் பெற்றுள்ளது.

இந்த ஆறு கடந்த *15,00,000* ஆண்டுகளில் பல காலங்களில் பல தடங்களில் தடம் மாறிமாறி ஓடி வருகின்றது என்பதும் இனி வருங்காலத்திலும் அதன் தடம் புரளும் என்பதும் தற்காலத்து அறிவியல் உண்மைகளாகும். இந்த ஆற்றைப் பற்றிய வரலாற்று உண்மையும் ஒன்றுள்ளது. பகை கொண்ட அரசர்கள் அவ்வக் காலங்களில் காவிரியை அடைத்து, அது தமிழகத்தினுள் பாயாதவாறு தடுத்து நிறுத்த முயன்றுள்ளனர் என்பதே அந்த வரலாற்று உண்மையாகும்.

சோழப் பேரரசின் இரண்டாம் இராசராசன் ஆட்சிக் காலத்தில் *(1146-1163)* பகையரசர் ஒருவர் வானமலையில் - மேற்குத் தொடர்ச்சி மலையில் - ஓரிடத்தில் காவிரியாற்றை அடைத்து விட்டார். அதனால் காவிரி கிழக்கு நோக்கிப் பாய்வது தடைப்பட்டது. சோழ நாட்டில் நீர் வளம் குன்றியது. இதையறிந்த இரண்டாம் இராசராசன் படை கொண்டு சென்று அத்தடையைத் தகர்த்தார் என்ற செய்தி தி.வை. சதாசிவ பண்டாரத்தாரின் ''பிற்காலச் சோழர் சரித்திரம்'' என்ற நூலில் காணப்படுகின்றது. காவிரியாறு குறித்த பிணக்கு தமிழகத்திற்கும் எருமை நாட்டிற்கும் வரலாறு நெடுகிலும் இருந்து வருகின்றது என்பதை நாம் இக்காலத்திலும் நன்கு அறிவோம்.

பதினெட்டாம் நூற்றாண்டின் தொடக்கமான இந்த *1701*-ஆம் ஆண்டில் மைசூர் அரசரான சிக்கதேவராயர் (ஆ.கா. *1673-1704*) காவிரியைத் தடுத்து நிறுத்தினார்.

மைசூர் நாடு

சிக்கதேவராயர் ஆண்ட மைசூர் நாட்டின் பழம் பெயர் எருமை நாடு. அதன் தலைநகர் எருமையூர். அப்பகுதியிலுள்ள தமிழ், கன்னடக் கல்வெட்டுகள் அப்பகுதியை எருமை நாடு என்று கூறுகின்றன. புறநானூற்றில் *273*-ஆவது பாடலைப் பாடிய எருமை வெளியனார் எருமையூரினர் ஆவார்.

சங்க காலத்தில் (சு.கி.மு. *250*-கி.பி *250*) எருமையூரன் என்னும் குறுநில மன்னர் மரபினர் எருமையூரிலிருந்து எருமை நாட்டை ஆண்டு வந்தனர். கோ நாடு, வேங்கை நாடு, உம்பற் காடு (உம்பல் - யானை) என்பன போல் எருமை மிகுதியாய் இருந்தமையால், அது எருமை நாடு என்று பெயர் பெற்றது. ஆவூர், புலியூர் போன்றது எருமையூர் ஆகும்.

எருமையூர் என்பது பிற்காலத்தில் மைசூர் என்றானது. எருமைக்குச் சம்ஸ்கிருதத்தில் மகிஷம் என்று பெயர். எருமையூர் -மகிஷபுரி, மகிஷபுரி - மகிஷவூர் - மைசூர் எனத் திரிந்தது.

உடையார் குடி மைசூரை 1399 முதல் ஆண்டு வருகின்றது. இக்குடியை வடக்கிலிருந்து வந்தவர் என்று கூறப்படும் யாதவ இளைஞரான யதுராயர் நிறுவி, அதன் முதல் அரசராய் 1423 வரை ஆண்டார். சிக்கதேவராயர் இந்தக் குடியில் வந்த அரசராவார்.

திருச்சிராப் பள்ளியிலுள்ள கோட்டை பற்றி மைசூர் மன்னருக்கும் நாயக்க மன்னருக்கும் பலகாலமாகப் பகைமை இருந்து வந்தது. மதுரை நாயக்கர்கள் முத்து வீரப்ப நாயக்கன் ஆட்சிக் காலத்தில் (1609-1623) 1616-ஆம் ஆண்டு மதுரையிலிருந்த தம் தலைநகரத்தைத் திருச்சிராப்பள்ளிக்கு மாற்றினார். திருச்சிராப்பள்ளிக் கோட்டை மிகவும் வலுவானது என்பது அதற்கு முக்கிய காரணமாகும். அதை நாயக்கர் குடியின் முதல் அரசரான விசுவநாத நாயக்கன் (சு. 1542-1564) கட்டினார்.

காவிரி பாயும் திருச்சிராப்பள்ளி நாடு வளஞ் செறிந்ததாய் இருந்தமையால் மைசூர் அரசரான சிக்கதேவராயர் அதைத் தன் நாட்டுடன் சேர்த்துக் கொள்ள விரும்பினார். அவர் ஆற்றலும் வலிமையும் வாய்ந்த அரசராயிருந்தார். அவர் திருச்சிராப்பள்ளிக் கோட்டையைக் கைப்பற்றுவதற்காகத் தன் படைத் தலைவரும் அமைச்சருமான தளவாய் குமரய்யனைப் பெரும் படையுடன் அனுப்பினார். அவர் வலிமை மிக்க அரணான திருச்சிராப்பள்ளிக் கோட்டையைப் பல காலம் முற்றுகையிட்டார்.

இக்காலத்தில் செஞ்சியிலிருந்த மராட்டிய அரசப் பேராளான ஷாஜி மதாதிக்கு பெரும் படையுடன் திருச்சிராப்பள்ளிக்கு அருகில் வந்து நின்றார். குமரய்யன் உடனே கோட்டை முற்றுகையை நீக்கினார். குமரய்யன் வெறுங்கையுடன் நாடு திரும்ப நேர்ந்தது. திருச்சிராப் பள்ளிக் கோட்டை தமிழக வரலாற்றில் பல முற்றுகைகளைக் கண்டது. பதினெட்டாம் நூற்றாண்டுக் காலத்தில் இதைப் பிரஞ்சுக்காரர், பிரிட்டிசார், முதலானோரும் மராட்டியரும் முற்றுகை இட்டுள்ளனர். இந்தக் கோட்டைக்குள்தான் மதுரை நாயக்கர்களின் ஆட்சி முற்றுப் பெற்றது.

மைசூர் அரசரான சிக்க தேவராயர் திருச்சிராப்பள்ளிக் கோட்டையைத் தனது நாட்டுடன் சேர்த்துக் கொள்ளும் எண்ணத்தை இதனால் கைவிட்டு விடவில்லை . அவர் வேறு வழிகளில் தனது நோக்கத்தை நிறைவேற்ற முயன்றார். அவர் அதற்குத் திட்டமிட்டுக் கொண்டே, காவிரி நீர் மதுரை நாயக்கர் ஆட்சிப் பகுதியினுள் பாயாதவாறு, அதை மைசூர் நாட்டின் பிற பகுதிகளுக்குள் திருப்பிவிட்டார். இதனால் மதுரை நாயக்கர்களை எளிதில் அடிபணியச் செய்து விடலாம் என்று கருதினார். இக்காலத்தில் அரசி மங்கம்மாள் (ஆ.கா. 1689-1706) திருச்சிராப்பள்ளியைத் தலைநகராகக் கொண்டு தன் பேரனுக்காக ஆட்சி செய்து கொண்டிருந்தார்.

பேராற்றலும் வலிமையும் வாய்ந்த மைசூர் அரசரான சிக்கதேவராயர் 1701-ஆம் ஆண்டு காவிரியைத் தடுத்து நிறுத்தியதால் ஏற்பட்ட விளைவுகளை ஏசுசபை அச்சனான டீ வில்லர் ஆஊர் 1701-ஆம் ஆண்டிற் கென்று எழுதிய கடிதத்தில் கூறுவதாவது:

''எவருக்கும் பயனின்றிக் காற்று வீசியபடி இருந்தது. ஆறு (காவிரி) தொடர்ந்து வற்றிக் கொண்டே வந்தது. பெரும் பஞ்சம் வருமென்று மக்கள் அஞ்சிக் கிடந்தனர்.

'எனினும் பருவ மழை காலத்தில் பெய்தது. மைசூர் அரசர் ஆற்றைத் தடுப்பதற்காக ஒரு பெரிய அணைச் சுவரை எழுப்பிக் கால்வாய் நெடுகிலும்

1701

நீட்டித்திருந்திராவிடில், மலைகளிலிருந்து பெருக்கெடுத்து ஓடிவந்த வெள்ளம் வழக்கம்போல் கொள்ளிடம் வரை பாய்ந்திருக்கும். அவர் ஆற்று நீரை இந்த அணை கரை வழியே திருப்பித் தான் தோண்டிய கால்வாய் வழியே தனது நாட்டினுள் பாயச் செய்ய வேண்டுமென்று திட்டமிட்டு இதைச் செய்தார். ஆனால் அவர் தனது நிலம் செழிக்க வேண்டுமென்று இங்ஙனம் முடிவெடுத்த நேரத்தில், மதுரையையும் தஞ்சையையும் சீரழிக்கின்றார்.

''எனவே தம்முடைய அரசுகளின் நலன் மீது அக்கறை கொண்ட (மதுரை, தஞ்சைச்) சிற்றரசர்கள், அவரது இம்முயற்சியினால் சீற்றமுற்றனர். அதனால் அவர்கள் ஒன்று சேர்ந்தனர். அவர்கள் தம்முடைய பொது எதிரியைப் படைகொண்டு எதிர்த்துத் தமக்கு மிகுந்த இடையூறாயிருந்த அணைகளை அழிக்கத் திரண்டனர்.

''அவர்கள் அதற்கென்று பெரிய அளவில் ஆயத்தமான வேளையில், தனது திட்டத்தை மடக்கித் தன்னை அவமதித்த (மைசூர்) அரசரைப் பழி வாங்குவதைப் போன்று கொள்ளிட ஆறு பெருக்கெடுத் தோடிற்று.

''இக்கால கட்டத்தில் மலைகளில் சிறுசிறு அளவில் மழை பெய்தது. (மைசூர் அரசர்) வெட்டிய கால்வாய்களுக்குள் தண்ணீர் மெதுவாய்ப் பாய்ந்தது. ஆனால் மழை பலமாய்ப் பெய்யத் தொடங்கியதும் ஆற்றில் வெள்ளம் பெருக்கெடுத்தது. அது (மைசூர் அரசர் கட்டிய) அணை கரையைத் தன்னோடு இழுத்துக் கொண்டு சென்றது. இதற்கெனப் பெருஞ் செலவு செய்து இதனால் ஆதாயம் பெறலாம் என்று கருதியிருந்த மைசூர் அரசின் எண்ணம் குலைந்தது.''

சிக்கதேவராயர் இந்த அணை கரையையும், கால்வாயையும் அமைத்த இக்காலத்தில் அணைக்கட்டுப் பொறியியல் வளர்ச்சி பெற்றிருக்கவில்லை. எனினும் அது பின்னாளில் (இருபதாம் நூற்றாண்டில்) மைசூர் அரசரான நான்காம் கிருஷ்ணராசரின் (ஆ.கா. *1894-1940*) பெயரால் கட்டப்பட்ட கிருஷ்ணராச சாகர் அணைக்கு இடப்பட்ட கால்கோள் எனலாம். சிக்கதேவ ராயர் *1701*-ஆம் ஆண்டு கட்டிய அணை கரையும் பெரிய கால்வாயும், இன்றும் சிக்கதேவராய சாகரம் என்றுதான் அழைக்கப்படுகின்றன. அது நீர்ப்பாய்ச்சல் திட்டப்பணி என்ற முறையில் கிருஷ்ணராச சாகர அணை, மேட்டூர் அணை ஆகியவற்றின் சிறப்புகளில் சிலவற்றைப் பெற்றுள்ளது.

அவர் கரடுமுரடான கற்களைக் கொண்டு கட்டிய சுவருக்கு மடது கட்டி என்று பெயர். அது தாழ்வான அணை கரையாகும். காவிரி குறிப்பிடத்தக்க தொலைவிற்கு ஓடிவந்த பின்னர் சிக்க தேவராய சாகரத்தினுள் பாய்ந்து, இந்தக் கால்வாய் வழியே செல்கின்றது.

இது இன்று கர்நாடக மாநிலத்தின் மிகச் சிறந்த கால்வாய்களில் ஒன்றாகும். அக்கால்வாய் காவிரியின் இடக்கரை நெடுகிலும் சுமார் 115 கிலோமீட்டர் தொலைவு செல்கின்றது. இக்கால்வாய் கட்டப்பட்டது அரசியலைப் பொருத்தவரையில் தோல்வியாயிருப்பினும், மைசூரில் பிற்காலத்தில் மேற்கொள்ளப்படவிருந்த பல்வேறு நீர்ப்பாய்ச்சல் திட்டங்களுக்கு அது முன் மாதிரியாய் அமைந்தது எனலாம்.

சிக்க தேவ ராயரைப் பலவழிகளில் பின்பற்றிய திப்பு சுல்தான் (1753-1799)1799 ஆம் ஆண்டு காவிரியின் குறுக்கே அணை கட்டத் திட்டமிட்டார் என்பதும் வரலாற்று உண்மையாகும்.

புலவர் குழந்தை, கொங்கு நாடு, ஈரோடு, 1953.

2. பிரெஞ்சுக்காரர் புதுச்சேரியில் நிலைப்படுதல்

பிரஞ்சுக்காரரும் ஐரோப்பியர் பலரைப் போன்று, மேற்கிந்தியத்திலுள்ள மிகப்பெரிய வாணிபப் பண்ட சாலையான சூரத்துத் துறைமுகப் பட்டிணத்தில்தான் வந்து இறங்கினர். அங்கு 1667 அக்டோபர் 15 அன்று பிரஞ்சுப் பண்டசாலை அமைக்கப்பட்டது. (இ.ச.க.தொகுதி-5:1742 கட்டுரை) அதற்கு ஏழாண்டுகளுக்குப் பிறகு, 1672-இல் பிரெஞ்சுக்காரர் புதுச்சேரியை நிறுவினர். எனினும் சூரத்துப்பட்டிணம்தான் அவர்களின் வாணிபத் தளமாய் இருந்து வந்தது.

புதுச்சேரியை நிறுவியதாய் வரலாற்றில் சொல்லப்பட்டு வரும் பிரான்சுவா மார்டின் (Francois Martin 1634-1706) சூரத்தில் 1699-ஆம் ஆண்டு இறங்கியதற்கு முன்னரே புதுச்சேரி புகழ்பெற்ற நெசவுத் தொழில் மையமாய் விளங்கியது. அத்துடன் நல்ல துறைமுகமாயும் இருந்தது. பிண்டாரியார் என்ற கொள்ளைக் கூட்டத்தினர் புதுச்சேரியின் அருகிலுள்ள செஞ்சியைக் கைப்பற்றித் துணி ஏற்றுமதித் துறைமுகமான புதுச்சேரியை 1648-இல் கொள்ளையடித்தனர் என்று ஆங்கில ஆவணங்கள் குறிப்பிட்டுள்ளன.

புதுச்சேரி கடற்கரையோரமாய் அமைக்கப்பட்டது. இங்கு கோட்டை அமைப்பு மிகவும் நுட்பமானதாயும் சென்னையின் ஜார்ஜ் கோட்டையை விடப் பெரியதாயும் இருந்தது. நேர் நேராகத் தெருக்கள் கோட்டைச் சுவருடன் வந்து சேர்ந்தன. ரோக்குரோயி (Rocroi) என்ற பிரஞ்சு நகரத்தைப் போல் புதுச்சேரி இருந்தது என்பர்.

சூரத்தில் நடந்த வாணிபத்தில் ஆதாயம் இல்லாததாலும், அங்கு கடும் போட்டிகளுக்கிடையே தொழில் செய்வது கடினமாய் இருந்ததாலும் பிரஞ்சுக்காரர்கள் கெட்டிக்காரத்தனமாய் அங்கிருந்த பண்டசாலையை 1701-ஆம் ஆண்டு புதுச்சேரிக்கு மாற்றினர்.

பதினான்காம் லூயி (Lous XIV, 1638-1715) 1671 ஆம் ஆண்டு சூரத்தில் அமைத்த இறையாண்மைக் குழுமம் (Sovereign Council) அமைக்கப்பட்ட முறைகளில், புதுச்சேரியிலும் ஓர் இறையாண்மைக் குழுமத்தை அமைக்க ஓர் அரசாணையை 1701 பிப்ரவரியில் பிறப்பித்தார்.

பிரஞ்சுக்காரர் கிழக்கே சோழ மண்டலக் கரையில் அமைத்த புதுச்சேரி மீது தமது முழுக்கவனத்தையும் செலுத்தலாயினர்.

1701

வரலாற்றுப் புள்ளிகள்

அரசியல்

ஸ்பானிய வாரிசுரிமைப் போர் (1701-1713)

அஞ்சு கோமகனை ஸ்பானிய, குறிப்பாய் காஸ்டிலிய அரசராய் ஏற்பதற்காக ஐரோப்பியத்தில் ஸ்பானிய அரசுரிமை குறித்து உண்டான ஸ்பானிய வாரிசுரிமைப் போர் (Spanish War of Succession 1701-1713) இந்த ஆண்டு தொடங்கியது. புனித ரோமன் பேரரசரான முதலாம் லியோப்பால்டு (Leopold.I, 1640-1705 ஆ.கா. 1658-1705) ஸ்பெயினுக்கு உரிமையான டச்சு, இத்தாலியப் பகுதிகளைக் கவர முனைகின்றார். இந்நிலையில் பிரான்சின் பதினான்காம் லூயி ஸ்பெயினுடன் சேர்ந்து கொள்ளலாம் என்ற அச்சத்தில் புனித ரோமன் பேரரசருடன் பிரிட்டனும் ஆலந்து சேர்ந்து ஸ்பெயினிற்கு எதிராய் ஒரு பேரணியை அமைக்கின்றன. இவற்றிடையே 1713 வரை இந்தப் போர் நடந்தது. (இ.ச.க.தொகுதி-12)

சமயம்

(அ) இலண்டனில் யூதர் வழிபாட்டுக் கூடம்

யூதர்கள் சமயச் சடங்குகளைச் செய்யவும் வழிபாடுகளை நடத்தவும் கூடுகின்ற இடத்திற்குச் சினகாகு (Synagogue) என்று பெயர். இங்கு சமயக் கல்வியும் கற்பிக்கப்படும். இந்த 1701-ஆம் ஆண்டு இலண்டனிலுள்ள பென்ஸ் மார்க்ஸ் என்ற இடத்தில் ஒரு சினகாகு அமைக்கப்பட்டது. இதைப் பெரிதும் ஸ்பானிய போர்த்துக்கீச வழியினரான (Sephardi) யூதர்கள் அமைத்தனர். இந்த வழிபாட்டுக் கூடம் இதன்பிறகு கிட்டத்தட்ட இருநூறு ஆண்டுகளுக்கு மேல் நிலவியது.

(ஆ) மலபாரில் கத்தோலிக்கப் பேராயர்

போர்த்துக்கீச அரசர் இந்த 1701-ஆம் ஆண்டில் ஜான் ரிபைரோ என்ற ஏசு சபை அச்சனை மலபாரின் ஆயராய் (Bishop) அமர்த்தினார். அவர் கொச்சியிலிருந்து செயல்படுவதற்குத் தடை விதிக்கப்பட்டது. அதனால் அவர் கள்ளிக்கோட்டைச் சாமூதிரியின் ஆட்சிப் பகுதியிலிருந்த அம்பலக் காட்டிலிருந்து பணி செய்து வரலானார். ஜான் ரிபைரோ அச்சன் இப்பகுதியில் 1720-ஆம் ஆண்டு இறந்து வரையிலும் நீடித்தார்.

கலை, இலக்கியம்

பரஞ்சோதியாரின் திருவிளையாடற் புராணம்

தமிழ் இலக்கிய மரபில் பரஞ்சோதி என்ற பெயருடையோர் பலர் உள்ளனர். அறுபத்து மூன்று நாயன்மாரில் ஒருவராய்ச் சிறுத்தொண்டர் என்ற பெயரில் வாழ்ந்தவர் திருச் செங்காட்டாங்குடிப் பரஞ்சோதியார் ஆவார். இவரது காலம் ஏழாம் நூற்றாண்டு என்று கொள்ளப்படுகின்றது.

சுமார் பதின்மூன்றாம் நூற்றாண்டில் பரஞ்சோதி முனிவர் என்று ஒரு யோகியார் இருந்தார். அவர் அச்சுதக் களப்பாளரின் குழந்தையைக் கண்டு அதற்கு ஞானோபதேசம்

செய்து மெய்கண்டார் எனப் பெயர் சூட்டினதாய்ச் சமய இலக்கியங்கள் கூறுகின்றன.

பதினாறாம் நூற்றாண்டில் சிதம்பரப் பாட்டியல் என்ற இலக்கண நூலைச் செய்தவரும் பரஞ்சோதியார் என்றே பெயர் பெற்றுள்ளார்.

நாம் இங்கு கூறப்போவது பதினெட்டாம் நூற்றாண்டின் தொடக்கத்தில் வாழ்ந்தவர் என்று கருதப்படும் பரஞ்சோதி முனிவரைப் பற்றியதாகும். அவர் இக்காலத்தில் திருவிளையாடற் புராணம் பாடினார். இவர் சோழ நாட்டில் திருமறைக்காட்டில் பிறந்தவர்.

சிவபெருமானின் திருவிளையாடல்களைக் கூறும் நான்கு திருவிளையாடற் புராணங்கள் தமிழிலுள்ளன. அவை வருமாறு:

பெரும்பற்றப் புலியூர் நம்பி எழுதிய திருவாலவாயுடையார் திருவிளையாடற் புராணம்; தொண்டை நாட்டு இலம்பூர் வீமநாத பண்டிதர் எழுதிய கடம்பவனப் புராணம்; தொண்டை மண்டலம் வாயற்பதி அனதாரியப்பன் எழுதிய சுந்தர பாண்டியம்; பரஞ்சோதியார் எழுதிய திருவிளையாடற் புராணம்.

இவற்றுள் முதலில் கூறிய புராணமும் கடைசியாய்ச் சொல்லப்பட்ட புராணமுமே குறிப்பிடத்தக்கவையாகும். பரஞ்சோதி முனிவரின் திருவிளையாடற் புராணம் திருவால வாயுடையார் திருவிளையாடற் புராணத்தை விட இருமடங்கு பெரியது. திருவால வாயுடையார் திரு விளையாடற் புராணம், பரஞ்சோதியாரின் திருவிளையாடற் புராணத்தை விடக் காலத்தால் முந்தியது.

பரஞ்சோதியாரின் திருவிளையாடற் புராணம் வடமொழி நூலை முதல் நூலாய்க் கொண்டது. இதில் 3360 விருத்தப் பாக்கள் இடம் பெற்றுள்ளன. மதுரையில் சோமசுந்தரக் கடவுள் நடத்திய 64 திருவிளையாடல்களை இந்நூல் விவரிக்கின்றது.

மு.அருணாசலம் தமிழ் இலக்கிய வரலாறு (தமிழ்ப்புலவர் வரலாறுகள்) பதினாறாம் நூற்றாண்டு, மயிலாடுதுறை, 1975.

கல்வி

(அ) ஏல் பல்கலைக் கழகம்

எலிகு ஏல் (Elihu Yale, 1649-1721) அமெரிக்கத்தின் பாஸ்டன் நகரில் பிறந்தவர். இவர் கிழக்கிந்தியக் கம்பெனியின் ஊழியத்தில் சேர்ந்து 1687 சூலையில் சென்னை ஆளுநரானார். அவர் 1692 அக்டோபர் வரை அப்பதவியிலிருந்தார். இவர் காலத்தில்தான் சென்னை நகர மேயர் பதவியும் நகராட்சியும் 1688-இல் அமைந்தன.

அவர் 1690-ஆம் ஆண்டு கடலூரின் அருகிலிருந்த தேவி பட்டணம் அல்லது தேங்காய்ப் பட்டணத்தை 32,000 ரூபாய்க்கு வாங்கி அங்கு ஒரு கோட்டையை எழுப்பினார். அதற்கு இறந்து போன தன் மகனான சிறுவன் டேவிடின் பெயரை வைத்தார். புனித டேவிடு கோட்டையைக் கல்கத்தாவின் வில்லியம் கோட்டைக்கும் சென்னையின் ஜார்ஜ் கோட்டைக்கும் இணையானதாக்கினார். அவர் முகலாயப் படைத்தலைவரான சுல்ஃபிகர் கானுக்கு வெடி மருந்துகளைக் கொடுத்து உதவினார். அதற்குக் கைம்மாறாக விசாகப்பட்டினத்தையும் கோல்கொண்டாவிலும் செஞ்சியிலுமிருந்த பிரிட்டிசுக் குடியேற்றங்களனைத்தையும் கம்பெனி உரிமையாக்கிக் கொள்ளும் ஆணையை (Firman) சுல்ஃபிகர் கானிடமிருந்து பெற்றார்.

ஏல்

1701

ஏல் இரக்கமற்றவர் என்ற பெயரையும் பெற்றிருந்தார். ஆங்கிலேயரான அவரின் குதிரைக்காரர் இரவில் வெளியே சென்று, ஐரோப்பியர் போகக் கூடாத "கறுப்பர் பட்டினத்தில்" தங்கிவிட்டு வந்த குற்றத்திற்காக, அவருக்கு ஏல் தூக்குத் தண்டனை விதித்தார். கம்பெனி ஆளுநர்கள் தொடக்க காலத்தில் எவ்வாறு ஏதேச்சாதிகாரமாய் நடந்தனர் என்பதற்கு இது எடுத்துக்காட்டாகும். இங்கிலாந்திற்கும் இந்தியத்திற்கு மிடையே துரிதமான போக்குவரவுத் தொடர்பு இல்லாதிருந்ததால் ஆளுநர்கள் மீது நடவடிக்கை எடுக்க இயலாதிருந்தது.

எனினும் ஏல் கம்பெனி ஆட்சி மன்றக் குழுவைப் பயன்படுத்தித் தன் நலன்களைப் பெருக்கிக் கொண்டார். இந்தக் குற்றத்திற்காக அவர் 1692 ஆம் ஆண்டு பதவியிலிருந்து நீக்கப்பட்டார். மேல் மட்டக் கம்பெனி ஊழியர்களைப் போன்று, அவரும் தனிப்பட்ட முறையில் வணிகம் செய்து பெரும் பொருளும் ஈட்டி விட்டார். ஏல் தன் குற்றத்திற்குத் தண்டத்தொகை கட்டியாக வேண்டும் என்று வற்புறுத்தப்பட்டு, 1699 வரையில் சென்னையில் நிறுத்தி வைக்கப்பட்டார். எனினும் அவர் பெருஞ் செல்வத்துடன் இங்கிலாந்து சென்று விட்டார். அவர் தன் சொத்தில் பெரும் பகுதியையும் நேரத்தையும் மக்களின் நன்மைக்குச் செலவிட்டார்.

அமெரிக்கத்தின் வட கிழக்கில் நியூ இங்கிலாந்துப் பகுதியிலிருந்த கனக்டிக்கட்டுக் (Connecticut) குடியேற்றத்தில் சே புருக்கு (Seybrook) என்னுமிடத்திலிருந்த கல்லூரிக் கல்விப் பள்ளி (Colegiate school) என்ற பள்ளிக்கு எலிகு ஏல் ஒரு கப்பல் நிரம்பப் புத்தகங்களை நன்கொடையாய் அனுப்பினார். அந்தப் பள்ளி இந்நூல்களை 560 பவுனிற்கு விற்றது. அதில் கிடைத்த பணத்தைக் கொண்டு பள்ளி விரிவாக்கப்பட்டது. புரவலர் ஏலைச் சிறப்பிக்கும் வகையில் இந்தப் பள்ளிக்கு ஏல் பல்கலைக்கழகம் என்று பெயரிட்டனர். இப்பல்கலைக் கழகம் தென் கனக்டிக்கட்டிலுள்ள நியூஹேவன் (New Haven) என்ற நகரத்திற்கு மாற்றப்பட்டது. இது இன்றும் நடந்து வருகின்றது. தமிழக முதலமைச்சராயிருந்த

சி.என். அண்ணாத்துரையை இப்பல்கலைக்கழகம் அழைத்துச் சிறப்பித்தது.

(Wilkinson, Theon Two Monsoons, London, 1976)

வாழ்வியற் களஞ்சியம் தொகுதி ஆறு, தஞ்சை.

(ஆ) வெனிஸ் பல்கலைக்கழகம்

வடகிழக்கு இத்தாலியிலுள்ள இத்துறைமுகம் நூற்றுக்கு மேற்பட்ட தீவுகள் மீதும் சேற்றுப்படுகைகளின் மேலும் எழுப்பப்பட்டுள்ளது. இங்கு ''மேதகு கால்வாயும்'' சுமார் *170* சிறு கால்வாய்களும் உள்ளன. நகரின் போக்குவரவு இவற்றின் வழியே நடக்கின்றது.

வட இத்தாலியின் மையப் பகுதியைச் சேர்ந்த லம்பாடியர் *(Lombards)* தாக்குதலால் ஓடி வந்த ரோமானியர் கி.பி ஐந்தாம் நூற்றாண்டில் வெனிசை *(Venice)* நிறுவினார். வெனிஸ் அதற்கடுத்த ஐநூறாண்டுக் காலத்தில் பேராற்றல் வாய்ந்த கடல் வாணிப அரசாய் விளங்கிற்று. அது கீழை, மேலை நாடுகள் இரண்டுடனும் வாணிபம் செய்தது. நெசவு, பூப்பின்னல், கண்ணாடி செய்தல், கப்பல் கட்டுதல் போன்ற தொழில்களை உருவாக்கிற்று. வாணிபத்தில் தனக்குப் பெரும் போட்டியாயிருந்த ஜெனோவாவை *1380*-இல் வெனிஸ் முறியடித்தது. வரலாற்றுப் புகழ் பெற்ற நாடோடியான மார்க்கோ போலோ *(Marco Polo 1254-1324)* வெனிசில் பிறந்து வளர்ந்தவர்.

மாபெரும் ஓவியர்கள் வெனிஸ் நகரத்தில் தோன்றியுள்ளனர். இங்குள்ள பழமைச் சிறப்பு வாய்ந்த கட்டடங்களைக் காண உலகெங்கிலுமிருந்து மக்கள் அங்கு செல்கின்றனர். இத்தகைய வெனிஸ் நகரில் *1701*-ஆம் ஆண்டு ஒரு பல்கலைக்கழகம் நிறுவப்பட்டது.

வேளாண்மை, தொழில், வாணிபம்

விதை நடு கருவி

தென் இங்கிலாந்திலுள்ள பெர்க்குசயர்க் கோட்டத்தின் பேசில்டன் *(Basildon)* என்ற ஊரைச் சேர்ந்த வேளாண்மையாளரான ஜேத்துரோ துல் *(Jethro Tull, 1674-1741)* வேளாண்மையில் ஏராளமான புதிய முறைகளை அறிமுகப்படுத்தியவர். அவர் இந்த ஆண்டில் வரிசையாய் விதைகளை நடக் கூடிய விதைநடு எந்திரத்தைச் செய்தார். அதனால் விதைகள் வீணாகாது, விளைச்சல் மிகுந்தது.

1701

மக்கள்

(அ) இலண்டனில் மக்கள்தொகை பெருக்கம்

ரோமானியர் கி.பி *43* ஆம் ஆண்டில் அமைத்த இலண்டியனியம் *(Londinium)* இன்று *(1999) 1580* சதுர கிலோமீட்டர் பரப்பில் விரிந்து அகன்று தேம்ஸ் ஆற்றின் இரு கரைகளிலும் *32* கோட்டங்களாய்ப் பரவிக் கிடக்கின்றது. இந்நகரம் பதினெட்டாம் நூற்றாண்டின் தொடக்கத்தில் நலக்கேடுகள் மலிந்து மக்கள் நோய்களுக்கு ஆளாகும் சூழலே இருந்தது. எனினும் மக்கள்தொகை *1660*-ஆம் ஆண்டில் *4,50,000* ஆக விரிந்து, நாற்பதாண்டுகளில் *1700*-ஆம் ஆண்டில் *5,50,000* ஆகப் பெருகிவிட்டது.

இம்மாநகரில் *1665* ஆம் ஆண்டில் பரவிய பிளேக்கு என்னும் கொள்ளை நோயினாலும் *1666*-ஆம் ஆண்டு ஏற்பட்ட பெரிய தீ விபத்தினாலும் ஏராளமானவர்கள் இறந்தனரெனினும், இலண்டன்தான் ஐரோப்பியத்திலேயே மக்கள் நிறைந்த பெரு நகராயிருந்தது.

கொள்ளை நோய் டச்சுப் போர்க் கைதிகளால் அல்லது ஆலந்திலிருந்து வந்த

சரக்குப் பொதிகளில் 1665-இல் இலண்டனுக்கு வந்தது. இச்சரக்குப் பொதிகள் நிலநடுக்கடல் பகுதிகளிலிருந்து வந்தவையாகும். இக் கொள்ளை நோயினால் இலண்டன் நகர மக்கள் 4,60,000 பேரில் மூன்றிலொரு பங்கினர் ஊரை விட்டே ஓடினர். எனினும் இலண்டன் நகரில் 68,500 பேரை இந்நோய் வாரிக் கொண்டு போனது.

இலண்டன் பெருந்தீ 1666-இல் நகரைச் சுடுகாடாக்கியது. இலண்டன் பாலத்திற்கருகிலுள்ள புட்டிங்குச் சந்தில் 1666 செப்டம்பர் 2 ஞாயிறன்று விடியற்காலையில் மூண்ட நெருப்பு நகரெங்கும் பற்றி நான்கு நாட்கள் எரிந்தது. இலண்டன் கோட்டைக்குள்ளிருந்த பகுதியில் நான்கு பங்கு அழிந்தது.

(ஆ) இந்துமாக்கடலில் ஐரோப்பியக் கடற்கொள்ளையர்

மடகாஸ்கரில்

மடகாஸ்கரை மையமாய்க் கொண்டு கடற்கொள்ளையரின் "லிபட்டாலியம்" (Libertalia) என்ற குடியரசு நிலவியது பற்றிய செய்திகள் இ.ச.க.தொகுதி-9 இல் பக்கங்களில் விவரிக்கப்பட்டுள்ளன. மடகாஸ்கரில் மூன்று முக்கியமான காலகட்டங்களில் கடற்கொள்ளை வளர்ச்சி பெற்றது என்று எச்.டெஷாம்ஸ் (H.Deschamps) என்ற பிரஞ்சு எழுத்தாளர், கடற்கொள்ளையர் பற்றிய தனது நூலில் (Les Pirates a Madagascar aux 17 c:et 18c Siecles, 1949) கூறுகின்றார். ஆவரி, மிஸ்ஸன், கிடு ஆகியோரின் காலம் 1685 தொடங்கி 1701 வரை; சிறுதரக் கடற்கொள்ளையர் காலம் சுமார் 1705 வாக்கில் உச்ச நிலையடைதல்; கடைசியாய்க் கொள்ளைக்காரர் காலம் 1718 இல் தொடங்கிச் சுமார் 1726-இல் முடிவடைதல்.

பதினெட்டாம் நூற்றாண்டின் இரண்டாம் பத்தில் நடந்த இரண்டு நிகழ்ச்சிகள் லிபட்டாலியம் சிதறுவதற்குக் காரணமாயின. வாணிப நிறுவனங்களின் கப்பல்களில் கனத்த படைக்கலன்கள் பொருத்தப்பட்டது முதல் நிகழ்ச்சியாகும். அதனால் அக்கப்பல்களைக் கொள்ளையரால் கவர முடியாது போயிற்று. பிரஞ்சுக்காரர் மஸ்கரனே தீவுக் கூட்டத்தில் குடியேறத் தொடங்கியது இரண்டாவது நிகழ்ச்சியாகும். (Mascarene Islands மேற்கு இந்துமாக் கடலில் மடகாஸ்கரின் கிழக்கிலமைந்த தீவுத் திரளாகும். இதில் ரீயூனியன், மோரீசு, ரோடுரிகுவஸ் ஆகிய தீவுகள் அடங்கியுள்ளன.) அவர்கள் அங்கு 1674-ஆம் ஆண்டிலேயே குடியேறலாயினர். எனினும் 1721 முதல் 1725 வரை பூர்பான் தீவில் பிரெஞ்சுக் குடியேற்றம் தொடங்கிய பிறகுதான் அது வேகமடைந்தது. "பிரஞ்சுத் தீவு" என்று அழைக்கப்பட்ட மோரீசில் 1721 ஆம் ஆண்டு அவர்கள் குடியேறலாயினர்.

பிரஞ்சுக்காரர் மடகாஸ்கரிலிருந்த கடற் கொள்ளையரைப் பேரெண்ணிக்கையில் பூர்பான் தீவிற்குக் கொண்டு சென்று அங்கு குடியமர்த்தினர். அவர்களின் இவ்வேண்டுகோளுக்கு இசையாத கொள்ளையர் இரக்கமின்றித் தாக்கப்பட்டனர். கடைசி வரை எதிர்த்து நின்ற லா பூஸ் என்ற பிரஞ்சுக் கொள்ளையரைச் சிறைபிடித்து 1730-இல் பூர்பான் தீவில் தூக்கிலிட்டனர்.

கேப்டன் கிடு என்று அறியப்பட்டுள்ள, வில்லியம் கிடு (William Kidd, சு.1645-1701; ஸ்காத்லாந்திலுள்ள கிரீனோக்கு (Greenoak) என்ற ஊரில் பிறந்திருக்கலாம். பிரிட்டிசு அரசு கடற் கொள்ளையை ஒடுக்குவதற்காகக் கிடை 1696-ஆம் ஆண்டு அமர்த்தியது. அவர் முன்னர் கடல் வாணிபம் செய்து வந்தார். அவர் 1690ஆம் ஆண்டு கேரளத்தின் காயாங்குளம் நாடு வாழியுடன் வாணிபம் செய்திருக்கின்றார். எனினும் அவர் மடகாஸ்கரை அடைந்ததும் கடற் கொள்ளையராய் மாறி விட்டார்.

பிரிட்டன் அவரை இறுதியாய்ச் சிறை செய்தது. அவர் மீது ஓல்டு பெயிலி (*Old Bailey*, இங்கிலாந்தின் குற்றவியல் தலைமை நீதிமன்றம்) நீதி மன்றத்தில் வழக்கு நடந்த பின்னர் அவருக்குத் தூக்குத் தண்டனை அளிக்கப்பட்டது. அவர் 1701 மே 23 அன்று தூக்கிலிடப்பட்டார்.

வில்லியம் கிடு

இந்தியக் கரையோரங்களில்

இந்தியத்தின் கரையோரப் பகுதிகளில், ஐரோப்பியக் கடற் கொள்ளைக்காரர்கள் பல ஆண்டுகளாகவே மக்களின் உடைமைகளைக் கொள்ளையடித்து வருகின்றனர். இக்கொடுமை வங்கத்தில் நெடுங்காலமாக நடந்து வருகின்றது.

அதை ஓர் ஆசிரியர் இவ்வாறு சுவைபட எழுதுகின்றார்.

மேகனாவில் நள்ளிரவு. கரிய ஆறு இருண்ட வானத்துடன் ஒன்றிப்போய் இருட்டுக்கு மேல் இருட்டு, ஊர் உறங்கி முடங்கியிருக்கிறது. பகற் பொழுதில் எங்கு பார்த்தாலும் பசுமையையன்றி வேறு நிறத்தை அங்கே காணமுடியாது. கதிர் முற்றிய பயிர்கள் நிமிர்ந்து நிற்கும். மூங்கில் காடுகள் வாழை, தென்னந் தோப்புகள், எங்கு பார்த்தாலும் சிறுசிறு குளங்கள், ஒவ்வொரு குளத்தைச் சுற்றிலும் வைக்கோல் வேய்ந்த மண்குடிசைகள். எங்கோ ஓரிடத்தில் சாம்பல் பூத்துப்போன சிறுகோயில், அங்கு ஏதோ ஓர் இறைவனோ, இறைவியோ இருந்தனர்.

வங்கத்தில் சிற்றூர் இப்படித்தானிருக்கும். இந்துத்தானத்தின் மீது அலையெழுச்சியெனப் படையெடுப்புகள் வந்து வந்து போயின. ஆனால் வங்கத்தின் சிற்றூர்கள் தொலை தூரங்களில் ஒதுங்கிப் போய்க் கிடந்தமையால், அப்படையெடுப்புகள் அவற்றைத் தீண்டவில்லை. எப்போதோ அவர்களுக்குப் பக்கத்தில் போர் நடக்கும். அவர்கள் ஊர்களிலோ அமைதி தவழும். அக்கிராமங்கள் பன்னெடுங் காலத்திற்கு முற்பட்ட பாரம்பரியத்தைப் போற்றி வழிபட்டன.

அது - கிராமம் - நிலப்பிரபுத்துவப் பொருளியல் கட்டமைப்பு என்ற பிடியினில் நசுங்கிக் கிடந்த போதிலும், ஏதோ ஒரு வகையான ஜனநாயக முறைகள் அங்கே இருந்தன. இப்படிப்பட்ட வங்கக் கிராமத்தை நோக்கிப் பயங்கரம் வந்து கொண்டிருந்தது. அதனுடைய வரலாற்றில் இத்தகைய பயங்கரம் இதற்கு முன்னர் வந்ததேயில்லை.

நிலவு அவிந்த இரவில் ஒரு நாய் குரைத்தது. மற்றொன்றும் குரைத்தது. கண நேரத்தில் பத்துப் பன்னிரண்டு நாய்கள் குரைத்து அச்சத்தை அதிகரித்தன. சில கணங்கள் கழிந்தன.

பயங்கரமான ஒரு கூப்பாடு எழுந்தது: ''பரங்கி, பரங்கி வாரான், பரங்கி வாரான்.''

ஊரின் ஒரு முனையிலிருந்து மறுமுனை வரை இந்த ஓலம் பரவிற்று. ஆடவர், பெண்டு பிள்ளைகளுடன் இங்குமங்கும் ஓடினர். வயல்களுக்குள் புகுந்தனர். வாய்க்காலுக்குள், புதர்களுக்குள், அசைந்தாடிய கதிர்களுக்குள் ஓடி ஒளிந்தனர்.

நிமிடங்களில் ஊரில் அரவம் அற்றது. அமைதி நிலவிற்று.

பிறகு தீச்சுடர் எழுந்தது. கறும்புகை கக்கிக் கொண்டு தீப்பிழம்பு மேலெழுந்தது. மூங்கில் கம்புகள் வெடித்துக் கங்குகள் சிதறின. கூரையில் வேய்ந்திருந்த வைக்கோல் கருகிச் சாம்பலானது. சற்று நேரத்தில் மண் சுவர்கள் மட்டுமே அம்மணமாய் நின்றன.

வயல்கள் ஓடி ஒளிந்திருந்த மக்கள் அகன்ற கண்களால் இந்தப் பயங்கரத்தைப் பார்த்தனர். சற்று நேரத்தில் அந்தப் பயங்கரம் நடமாடத் தொடங்கியது.

தீவட்டிகள் வயல்வெளியை நோக்கி வந்தன. இருளை அவை சுட்டெரித்தன. திருடுவதற்கு, கொள்ளையடிப்பதற்கு, வீட்டுப் பண்டங்களை விட விலையுயர்ந்த வேறு பொருள்கள் உள்ளன.

காப்பாற்றுவாரற்ற நிலையில் ஒரு கதறல்! இப்போது வயல்வெளியெங்கும் அதைப் போன்ற கூக்குரல். ''இறைவா! எனக்குச் சாவைக் கொடு! சாவைக் கொடு!'' என்று ஒருத்தி அலறினாள். முரட்டுக் கைகளால் இழுத்துச் செல்லப்பட்ட இன்னொருத்தி வெறி கொண்டு கதறினாள். ஒரு கைக்குழந்தை சிணுங்கியது. அதை அதன் தாயின் முலையிலிருந்து பறித்ததனால் வந்த துயரச் சிணுங்கல். அந்தச் சின்னஞ்சிறு குழந்தையை மரத்தின் மீது எறிந்து விட்டதும் அதன் சிணுங்கல் நின்றது.

இப்பரங்கிகள் யார்? கடல் நாய்களான அவர்கள் தமது நாட்டைவிட்டுக் கப்பலில் ஏறிக் கொள்ளையடிக்கக் கிளம்பியவர்கள். அவர்கள் பண்டங்களை வாங்கி விற்றதில் அல்லது கைப்பற்றி விற்றதில் மனநிறைவு கொள்ளாமல், ஆடவரையும் பெண்டிரையும் பிடித்து அடிமைகளாய் விற்றனர். அவர்கள் போர்த்துக்கீசர்.

1701

போர்த்துக்கீசர் வாணிபத்திலும், செல்வச் செழிப்பிலும் இருந்த நாள்களில் கூட அடிமை வாணிபத்தில் முன்னோடிகளாயிருந்தனர். அவர்கள் ஆப்பிரிக்கத்தின் மேற்குக் கரையோரப் பகுதிகளை ஆராய்ந்து வந்த போது, மனிதப் பண்டங்களினால் வாணிபத்துக்குக் கிடைக்கக் கூடிய பெரிய ஆதாயத்தை எண்ணிப் பார்த்தனர். அதனால் அவர்கள் கட்டுடல் வாய்ந்த அப்பாவி ஆப்பிரிக்கர்களைப் பிடித்துக் கப்பல்களில் ஏற்றி மேற்கத்தியத் தீவுகளிலும், தென்னமெரிக்கக் காலனிகளிலும் இருந்த தோட்ட முதலாளிகளுக்கு விற்றனர்.

போர்த்துக்கீசக் கடற் கொள்ளைக்காரர்கள் வங்கக் கடலில் வெகு தொலைவு சென்றபோது, அரக்கான் கரையை அடைந்தனர். அங்கு அவர்களையொத்த கொடிய குணமுள்ள மாகு (*Magh*) என்ற மன்னனைக் கண்டனர். அவன் மங்கோலியக் கலப்பினத்தவன். இருவரும் கூட்டுச் சேர்த்து கொண்டனர்.

அவ்விருவரும் வங்கத்தைத் திட்டமிட்டுக் கொள்ளையடிப்பதற்காகச் சிட்டகாங்கைத் தலைமையகமாக்கினர். சிட்டகாங்கு மிகப் பெரிய நீர்த்தடங்களின் முகப்பில் அமைந்துள்ளது. மிகப்பரந்த அளவில் கால்வாய்களும், ஓடைகளும் அதனுடன் இணைந்திருந்தன. போர்த்துக்கீசர் இக்கால்வாய்களில் சிறு கலங்களில் ஏறிக் கொண்டு உள்நாட்டில் நாற்பது ஐம்பது லீகு (1 லீகு என்பது 3 மைல்) தொலைவு சென்று சிறு ஊர்களைத் தாக்கிக் கொள்ளையடித்தனர்.

அவர்கள் இந்துக்கள், முகம்மதியர், ஆடவர், பெண்டிர், சிறுவர், பெரியவர், சிலர், பலர் என்று மக்களைப் பிடித்து அவர்களின் உள்ளங்கைகளில் ஓட்டை போட்டு, அதனுள் மூங்கிலை விட்டு ஒருவரை யொருவர் பிணைத்துக் கப்பலின் மேல்தளத்தில் போடுவர். ஒவ்வொரு நாளும், காலையிலும் மாலையிலும், கோழிகளுக்கு இரை தூவுவதைப்

போன்று, சோற்றைக் கைதிகளின் முன்னால் தூவுவார்கள்.

முகலாயப் பேரரசரான ஜகாங்கீரும் (1605-1628) ஷாஜகானும் (1628-1658) வங்கத்தில் நடந்த இக்கொடுமைகளைச் சகித்துக் கொண்டனர். வங்கம் அவர்களிடமிருந்து வெகு தொலைவில் இருந்தமையால், அவர்களால் எதுவும் செய்ய முடியவில்லை. எனினும் முகலாயரின் வங்கக் கடற்படையைக் கண்டு போர்த்துக்கீசர் அஞ்சினர். ஆனால் முகலாயரின் நூறு போர்க் கப்பல்கள் போர்த்துக்கீசரின் மூன்று நான்கு படகுகளைக் கூட எதிர்த்து நிற்பதற்குத் துணியவில்லை.

கடற்கொள்ளையர் வரம்பு கடந்து போய்க் கொண்டேயிருந்தனர்.

ஐரோப்பியர்களின் இக்கொள்கைகளைக் கண்டு ஆத்திரமுற்ற ஔரங்கசீபு (1658-1707) இந்த 1701-ஆம் ஆண்டில் கடும் நடவடிக்கையை எடுத்தார்.

ஐரோப்பியக் கடற் கொள்ளைக்காரர்களினால் தனது மக்களுக்கு ஏற்படும் இழப்புகளை, இந்தியத்தில் வாணிபம் செய்யும், ஐரோப்பிய வணிகக் கம்பெனிகள் ஈடுகட்ட வேண்டுமென்று அவர் இவ்வாண்டு ஆணை பிறப்பித்தார்.

இதே ஆண்டில்தான் இங்கிலாந்தில் கிடு என்ற கடற் கொள்ளைக்காரன் தூக்கிலிடப்பட்டான்.

பிறப்பு

ஆண்டர்ஸ் செல்சியஸ் (1701-1744)

ஆண்டர்ஸ் செல்சியஸ் (Anders Celsius, 1701-1744) சுவிடனின் உப்பசலா நகரில் 1701-ஆம் ஆண்டு பிறந்தார். இவர் வானியலார். இவர் 1742 ஆம் ஆண்டில் வெப்பத்தை அளக்கும் செண்டிகிரேடு வெப்பமானியைக் கண்டுபிடித்தார். இவர் பெயரால் வெப்பத்தின் அலகு செல்சியஸ் என்று இன்றும் அழைக்கப்படுகின்றது.

இறப்பு

இரண்டாம் ஜேம்ஸ் (1633-1701)

இங்கிலாந்தின் அரசரான முதலாம் சார்லஸ் (1600-1649) ஆ.கா. (1625-1649) உள்நாட்டுப் போரின் போது நேஸ்பை என்ற இடத்தில் தோற்ற பின்னர் 1640-ஆம் ஆண்டு சரணடைந்தார். பின்னர் இரண்டாவதாய் எழுந்த உள்நாட்டுப் போரில் அவர் சிறைப்பட்டார். அவர் மீது வெஸ்டுமினிஸ்டரில் வழக்கு நடந்த பின்னர், தலை வெட்டிக் கொல்லப்பட்டார்.

முதலாம் சார்லசின் மகன் இரண்டம் ஜேம்ஸ் (1633-1701 ; ஆ.கா. 1662-1688) மூன்றாண்டுக் காலம் பிரிட்டனில் அரசராயிருந்தார். மக்கள் இவரையும் எதிர்த்துப் புரட்சி செய்து, 1688-ஆம் ஆண்டில் அரச பதவியிலிருந்து அவரை இறக்கி விட்டனர். அவர் பிரான்சிற்குத் தப்பிச் சென்றுவிட்டார். அவர் கத்தோலிக்கம் தழுவியதே அதற்குக் காரணமாகும். அவர் அரச பதவியைப் பெறப் பெரும் முயற்சி செய்தார். அவர் அதில் வெற்றி பெறாது 1701-ஆம் ஆண்டு இறந்தார்.

1702

அரசியல்

இந்தியத்தின் முதல் ஒத்துழையாமை இயக்கம்
கிழவன் சேதுபதி - தன்னாட்சி முதல்வர்
ஆன் அரசி ஆட்சி தொடக்கம்

கலை, இலக்கியம்

இலண்டனில் முதல் நாளிதழ்

சட்டம்

கடலாதிக்க எல்லை வரையறுப்பு

தொழில், வாணிபம், வேளாண்மை

பிரிட்டனில் வாணிப நிறுவனங்கள்

இராணுவம், போர்

சென்னையில் முதன்முதலாய் வெடி மருந்து செய்தல்

மக்கள்

தக்காணத்தில் பஞ்சமும் கொள்ளை நோயும்

பொது

கல்கத்தா வில்லியம் கோட்டை முற்றுப் பெற்றது
இங்கிலாந்தில் குதிரைப் பந்தயம் தொடக்கம்

1702

1. இந்தியத்தின் முதல் ஒத்துழையாமை இயக்கம்

பதினேழாம் நூற்றாண்டில் இரவிவர்மன் *(1663-1672)*, ஆதித்த வர்மன் *(1672-1677)* ஆகியோரின் ஆட்சிக் காலத்தில் வேணாடு என்ற திருவிதாங்கூரில் பத்மநாப சுவாமி கோயிலின் அறங்காவலரான யோகக்காரருக்கும், ஆட்சியாளருக்குமிடையே பலத்த கருத்து வேறுபாடுகள் தோன்றின.

பத்மநாப சுவாமி கோயிலின் ஆட்சி எட்டரை யோகம் என்ற ஒரு மன்றத்தின் கீழ் இருந்து வந்தது. எட்டுப்பேர் அடங்கிய இந்த மன்றத்தில் வேணாட்டு - திருவிதாங்கூர் மன்னருக்கு அரை வாக்குரிமையே உண்டு. அதனால் அது எட்டரை யோகம் என்று அழைக்கப்பட்டது.

பத்மநாப சுவாமி கோயில் தொடர்புடைய எந்தப் பணியாயினும் இந்த யோகத்தின் அல்லது மன்றத்தின் முன் ஒப்புதலின்றிச் செய்ய முடியாது.

கேரளத்தில் இப்படிப்பட்ட மன்றங்களில், இந்த எட்டரை யோகந்தான் மிகப் பெரியது. இதில் சங்கராச்சாரியாரின் வழி வந்த புஷ்பாஞ்சலி மடத்துச் சாமியார் தலைவர். போற்றிமார் என்ற குருக்கள் அறுவரும் வேணாட்டு மன்னரும் பிற உறுப்பினர்கள்.

இக்காலகட்டத்தில் மன்னருக்கும் யோகக்காரர்களுக்குமிடையே கருத்து வேறுபாடு வலுத்தமையால், யோகக்காரர்கள் கோயில் நிலங்களை எட்டுப் பங்குகளாக்கி அவை ஒவ்வொன்றிலும் வரி தண்டி, அவற்றை நிர்வகிக்கும் பொறுப்பை நாயர் குலப் பிரப்புக்கள் எட்டு பேரின் பொறுப்பில் விட்டனர்.

இப்பிரபுக்கள் எட்டு வீட்டில் பிள்ளைமார் என்று அறியப்பட்டனர். இவர்கள் குளத்தூர், கழக்குட்டம், செம்பழந்தி, குடமான், பளிச்சல், வெங்கண்ணூர், இரமண மடம், மார்த்தாண்ட மடம் என்ற எட்டுச் சிற்றூர்களில் வாழ்ந்தனர்.

1702

இந்திய சரித்திரக் களஞ்சியம் | 301

சமயத் தொடர்பான அதிகாரங்களனைத்தையும் யோகக்காரர்கள் தம் கையில் வைத்துக் கொண்டு, நிர்வாக அதிகாரத்தை எட்டு வீட்டுப் பிள்ளைமார் கையில் ஒப்படைத்து விட்டனர்.

யோகக்காரரும் பிள்ளைமாரும் சேர்ந்து மன்னரின் அதிகாரத்திற்கு ஆபத்தாயினர். அரசரின் படையினர் ஒரு புறமும், கோயில் ஊழியர், கோயில் நிலங்களைக் குத்தகைக்கு எடுத்தோர் மறுபுறமும் இருந்து கொண்டு அடிக்கடி மோதினர்.

எட்டு வீட்டுப் பிள்ளைமார் இவ்வாறு யோகக்காரரின் துணை கொண்டு மன்னரின் அரசியல் அதிகாரத்தைப் பறித்துக் கொண்டனர் எனலாம். முதலில் கூறிய மன்னர் இருவரும் கொச்சி அரசர் குடியிலிருந்து மகன்மையாக - சுவீகாரமாக வேணாடு வந்தவர்களாவர். பலவீனமானவர்கள். எனவே அவர்களால் யோகக்காரரையும் பிள்ளைமாரையும் எதிர்க்க முடியவில்லை.

இவர்களையடுத்து ஆட்சிக்கு வந்த இரவி வர்மன் குழந்தைப் பருவத்தினராயிருந்தமையால், உமையம்மை ராணி அவருக்காக ஆட்சிப் பொறுப்பை ஏற்றார். இவர் 1677 முதல் 1684 வரை ஆட்சியிலிருந்தார்.

இப்போது வயதடைந்த இரவிவர்மன் 1684 -இல் ஆட்சிக்கு வந்தார். இவர் காலத்தில் மங்கம்மாள் (1689-1706) அனுப்பிய மதுரை நாயக்கர் படை, வேணாட்டின் ஒரு பகுதியான நாஞ்சில் நாட்டை - இன்றைய குமரி மாவட்டம் - தாக்கி நாசம் செய்தது.

விசய நகர மன்னர்களும், அவர்களையடுத்து மதுரை நாயக்கர்களும், இவ்வாறு வேணாட்டின் - திருவிதாங்கூர் - மீது படையெடுத்து, அதன் ஒரு பகுதியான நாஞ்சில் நாட்டைத் தாக்குவதும் கொள்ளையிடுவதும் இருநூறு ஆண்டுகளுக்கு மேல் நடந்து வருகிறது.

இப்படிப்பட்ட காலகட்டத்தில்தான் நாஞ்சில் நாட்டில் மக்கள் ஆட்சியாளரின் கொடுமைகளை எதிர்த்து எழுந்தனர். வரி வாங்கும் அலுவலரும், எட்டு வீட்டுப் பிள்ளைமாரும் மக்களுக்கு இழைக்கும் கொடுமைகளை எதிர்த்து நாஞ்சில் நாட்டு மக்கள் புரட்சி செய்தனர்.

அவர்கள் இந்த 1702-ஆம் ஆண்டு தொடர்ச்சியாக நாட்டின் பல்வேறு இடங்களில் பொதுக் கூட்டங்களை நடத்தினர். அரசின் பாராமுகமான போக்கை அங்கு கண்டித்துப் பேசினர். இக்கொடுமைகள் நீடிக்குமேயானால், குறைகளை மன்னர் விரைந்து நீக்கவில்லையாயின் திருவிதாங்கூர் எல்லைக்குள் ஓரிடத்தில் அல்லது அதற்கு வெளியே குடியேறி விடுவோம் என்று அவர்கள் அக்கூட்டங்களில் தீர்மானம் நிறைவேற்றினர்.

"நாஞ்சில் நாட்டுமக்கள் நாடெங்கும் நடத்திய இப்பொதுக் கூட்டங்கள்தாம், நமது நாட்டு வரலாற்றில் முதன்முறையாக உருவாக்கப்பட்ட ஒத்துழையாமை இயக்கம் என்னும் அரசியல் போராட்டக் கருவியாக இருக்கலாம்" என்று "கேரள வரலாறு" என்னும் நூலின் ஆசிரியரான ஏ. ஸ்ரீதர மேனன் குறிப்பிடுகிறார்.

2. கிழவன் சேதுபதி - தன்னாட்சி முதல்வர்

இராமபிரான் வழிபட்டதாக நம்பப்படும் புனிதத் தலமான இராமேசுவரத்தில் உள்ள இராமலிங்க சுவாமி கோயிலுக்குப் பாரதமெங்கிலுமிருந்து வரும் பக்தர்களைப் பாதுகாக்கும் பொருட்டு அறப் பணியில் ஈடுபட்டவர்கள் சேதுபதிகள் எனப்பட்டனர்.

அவர்கள் இதைத் தமது தலையாய கடமையாகக் கொண்டு, பதினாறாம் நூற்றாண்டின் கடைசிக்காலம் வரையில் சேது காவலராயிருந்து வந்தனர். அக்கால கட்டத்துடன் பண்டைச் சேதுபதிகளின் குல வழி முற்றுப் பெற்றது.

எனவே புனிதப் பயணிகளுக்குப் பாதுகாப்பு இல்லாமல் போய்விட்டது. மதுரையை அப்போது ஆண்ட முத்து வீரப்ப நாயக்கன் (1601-1609); பழைய சேதுபதிகளின் உறவினரான சடைக்கத் தேவர் என்றவரை 1604-ஆம் ஆண்டு இராமநாதபுரத்தில் தனக்குப் பேராளாய் அமர்த்தினார்.

சடைக்கத் தேவரும், அவர் வழி வந்தவர்களும், சேதுச் சீமையில் ஒழுங்கை நிலை நாட்டியதுடன், நாயக்க மன்னர் மீது விசய நகர, பிஜப்பூர், மைசூர் மற்றும் தஞ்சை மன்னர்கள் படை கொண்டு வந்த போதெல்லாம் தமது படையொடு மதுரை நாயக்கருக்கு உதவி வந்தனர்.

சேதுபதிகள் காலப்போக்கில் வலிமைமிக்கவர்களாகி, நாயக்க மன்னர்களிடம் விசுவாசம் காட்டுவதைச் சிறுகச் சிறுகக் குறைத்துக் கொண்டே வந்தனர்.

மதுரை நாயக்க மன்னரை எதிர்த்துத் தன்னாட்சி செலுத்திய முதல் சேதுபதி இரகுநாதத் தேவர் என்ற கிழவன் சேதுபதி ஆவார். இவர் 1674-ஆம் ஆண்டில் ஆட்சிக்கு வந்தார்.

மறவர்களிடையே கீழ்க்காணும் உள் பிரிவுகள் இருந்து வருகின்றன.

கொண்டையங் கோட்டை மறவன்; செம்பி நாட்டு மறவன்; சிறுதாலி கட்டி மறவன்; வன்னிய மறவன்; பண்டார மறவன்; அகத்தா மறவன்; உப்புக் கோட்டை மறவன்; குறிச்சி கட்டி மறவன்.

இவர்களில் இராமநாதபுரத்திலும் சிவகங்கையிலும் மன்னராயிருந்தவர்கள் செம்பி நாட்டு மறவராவார்.

இரகுநாதத் தேவர் சூரியத் தேவரின் ஐந்தாவது மனைவிக்குப் பிறந்த மகன் எனினும், மறவர் நாட்டு வழக்கப்படி மன்னரின் மூத்த மனைவியின் மகனே அரசாராகும் உரிமையுடையவராவார். மன்னர் மறவர் சாதியின் எந்த உட்பிரிவைச் சேர்ந்தவரோ அதே பிரிவைச் சேர்ந்தவராகவே மூத்த மனைவி இருப்பார். மற்ற மனைவிகள் மறவர் சாதியின் வேறு உள் பிரிவினராக இருந்தாலும், அது கலப்பு மணமாகவே கருதப்படும்.

இரகுநாதத் தேவரின் தாய் செம்பி நாட்டு மறத்தியல்லர். கொண்டையங் கோட்டை மறதியாவார். எனவே இரகுநாதத் தேவர் பட்டத்திற்கு வருவதற்கு இது இடையூறாக இருந்தது. எனினும் அத்தடை தகர்த்து இரகுநாதத் தேவர் சேதுபதியானார்.

அவர் ஆட்சிப் பொறுப்பை ஏற்ற 28 ஆண்டுகளுக்குப் பிறகு, இந்த 1702-ஆம் ஆண்டில் நாயக்கருக்கு அடங்காத தனியரசை உண்டாக்கினார். இதுவரை எந்தச் சேதுபதியும் துணியாத இந்த வீரத்தினால் கிழவன் சேதுபதி வரலாற்றில் தனிச் சிறப்புக் கொண்டு விளங்குகிறார்.

இரகுநாதத் தேவர் என்ற கிழவன் சேதுபதி இவ்வாறு புதிதாக அமைத்த சேது நாடு தெற்கே வைப்பாற்றில் தொடங்கி வடக்கே தஞ்சாவூர் வரையிலும் கிழக்கே ஆதாம் பாலத்திலிருந்து மதுரைக்கு ஆறு மைல் வரையிலும், மேற்கே தேவ கோட்டை, மன்னார் கோயில், திருவாரூர் வரையிலும் நீண்டிருந்தது.

1702

வரலாற்றுப் புள்ளிகள்

ஆன்

அரசியல்

இங்கிலாந்தில் ஆன் அரசி ஆட்சி தொடக்கம்

இங்கிலாந்து அரசர் மூன்றாம் வில்லியம் *(1680-1702:ஆ.கா. 1689-1702) 1689* முதல் *1694* வரை ஐந்தாண்டுக் காலம் தன் மனைவி இரண்டாம் மேரியுடனும் *(1662-1694)* அதன் பிறகு தனியாய் *1702* வரையிலும் அரசராயிருந்தார். அவர் குதிரையிலிருந்து கீழே விழுந்தமையால் தனது 52-ஆவது வயதில் 1702 மார்ச்சு 8 அன்று இறந்தார்.

அவரையடுத்து அவரின் மைத்துனியான ஆன் *(Anne 1665-1714;* ஆ.கா. *1702-1714)* தனது *32-*ஆவது வயதில் *1702* ஏப்ரல் *23* அன்று பட்டத்திற்கு வந்து *1714* வரை ஆண்டார். இவர்தான் இங்கிலாந்தை ஆண்ட ஸ்டூவட்டு குடியின் கடைசி அரசியாவார். இவர் இலண்டன் நகரில் பிறந்தவர். இரண்டாம் ஜேம்ஸின் இரண்டாவது மகள். டென்மார்க்கு இளவரசர் ஜார்ஜை மணந்து 17 பிள்ளைகளைப் பெற்றவர். எனினும் வில்லியம் என்ற ஒரே மகனைத் தவிர ஏனைய குழந்தைகள் அனைவரும் குழந்தைப் பருவத்திலேயே இறந்தனர்.

ஆன் அரசியின் ஸ்டூவட்டு குடி *1371* முதல் *1673* வரை ஸ்காத்துலாந்தையும் *1603* முதல் *1714* வரை ஸ்காத்துலாந்து இங்கிலாந்து இரண்டையும் ஆண்டது.

ஆன் அரசியின் ஆட்சி முதலாம் எலிசபெத்திற்கும் *(Elizabeth I, 1533-1603)* ஆ.கா *1558-1603)* விக்டோரியாளிற்கும் *(Alexandrina Victoria, 1815-1901;* ஆ.கா. *1837-1901)* இடைப்பட்ட காலத்தில் நடந்தது. அவர் காலத்தில் ஸ்காத்துலாந்து இங்கிலாந்துடன் இணைந்தது. மால்பரோ கோமகன் *(John Churchil, I st Duke of Marlborough, 1650-1722;* பிரிட்டிசுப் படைத் தலைவர்) கண்ட வெற்றிகளினால் பிரஞ்சு அரசர் பதினான்காம் லூயியின் நம்பிக்கைகள் தவிடு பொடியாயின.

இலக்கியத்தில் ஸ்விஃப்டு *(Jonathan Swift, 1662-1745;* இவரே உலகப் புகழ் பெற்ற கலிவரின் பயணங்கள் என்ற அங்கதக் கதையை எழுதியவர்.), புலவரான அலெக்சாந்தர்

போப்பு (Alexander Pope, 1688-1744) இவர் அங்கதப் பாடல்கள் பலவற்றை எழுதிப் புகழ் பெற்றவர்), அடிசன் (Joseph Addison, 1672-1719; புகழ் பெற்ற கட்டுரையாளர்; அரசியல்காரர்), ஸ்டீல் (Sir Richard Steele, 1672-1729; கட்டுரையாளர், நாடகாசிரியர், அரசியல்காரர்) முதலியோரும் ஏராளமான சிறுதர எழுத்தாளர்களும் இக்காலத்தில் உரைநடையில் சிறந்த படைப்புகளை ஆக்கினர்.

கலை, இலக்கியம்

இலண்டனில் முதல் நாளிதழ்

இலண்டனிலிருந்து "டெயிலி கூரண்" (Daily Courant - அன்றாட நடப்பு) என்ற முதல் நாளிதழ் 1702 மார்ச்சு 11 முதல் வெளி வரத் தொடங்கியது. இந்தப் பதினெட்டாம் நூற்றாண்டின் முடிவிற்குள் இலண்டனிலிருந்து மொத்தம் 21 நாளிதழ்கள் வெளிவரவிருந்தன.

சட்டம்

கடலாதிக்க எல்லை வரையறுப்பு

ஒரு நாட்டின் கடலாதிக்க எல்லை வரம்பு அதன் கரையிலிருந்து மூன்று மைல் - சுமார் 4.8 கிலோ மீட்டர் வரை நீளும் என்று டச்சு நாட்டின் சட்டவியலரான கர்னீலியஸ் வான் பைங்கர்ஷோயிக்கு (Corneliuus Van Bynkershoek) இந்த ஆண்டு வரையறுத்தார்.

தொழில், வாணிபம், வேளாண்மை

பிரிட்டனின் வாணிப நிறுவனங்கள்

சர் ஜோசையா சைல்டு (Sir Josiah Child, 1630-1699) என்ற கம்பெனி உயரலுவலர் பிரிட்டிசுக் குடிமக்கள் அரசின் உரிமையாணை பெற்று இந்தியத்தில் வாணிபம் செய்து வரும் கிழக்கிந்தியக் கம்பெனியுடன் வாணிபத்தில் போட்டியிடலாகாது என்று இரண்டாம் சார்லஸ் (1630-1685; ஆ.கா. 1660-1685) அரசரிடமிருந்து ஒரு தடையாணையை வாங்கி வைத்திருந்தார். அவர் இதற்காக அரசருக்கு 80 ஆயிரம் பவுன் பணம் கொடுத்தார்.

ஜோசையா சைல்டு

இவர், கடற்கரையையொட்டி வெற்றிடமாய்க் கிடந்த இடத்தில் ஒரு கோட்டையை நிறுவிச் சென்னை நகரைத் தோற்றுவித்தவர். இவர் 1674-ஆம் ஆண்டிலிருந்து உயிர் நீத்த 1699 வரையிலும் பெரும்பகுதிக் காலத்தில் தொடர்ந்து கிழக்கிந்தியக் கம்பெனியின் இயக்குநராயிருந்தார். அவர் பிரிட்டிசுக் கப்பற்படைக்குப் பொருள்கள் வழங்கியதில் பெருஞ்செல்வம் திரட்டியிருந்தார். மேலும் கம்பெனிக்கும் இரண்டாம் சார்லஸ், இரண்டம் ஜேம்ஸ் அரசர்களின் அவைக்கும் நெருக்கமான உறவை உண்டாக்கினார். அவர் 1681-1690 காலத்தின் பெரும்பகுதியில் கம்பெனி ஆளுநராய் அல்லது துணை ஆளுநராய்ப் பணி செய்தார்.

கிழக்கிந்தியக் கம்பெனி போர் பற்றியும் இந்தியத்தை வெல்வது குறித்தும் கொண்டிருந்த மனப்போக்குப் பதினேழாம் நூற்றாண்டிலும் பதினெட்டாம் நூற்றாண்டிலும் தொடக்கக் காலத்திலும் வேறுபட்ட நிலையிலேயே இருந்து வந்தது.

பாதுகாப்பையும் தனிப்பட்ட செல்வங்களையும் நாடி இந்தியத்தில் இருந்து வந்த பிரிட்டிசார், போரில் ஈடுபட்டு இந்தியத்தை வெல்ல வேண்டுமென்று இலண்டனிலிருந்த தம் ஆண்டையரிடம் வலியுறுத்தி வந்தனர். ஆனால் போர்த்துக்கீசர் இந்தியத்தில் போரில் ஈடுபட்டதனால் பெருஞ்செலவு ஏற்பட்டு அந்தச் சுமையினால் அவர்களின் வாணிபம் நசுக்குண்டதைக் கம்பெனி கண் முன்னே கண்டது. டச்சுக்காரருக்கும் அதே கதி நேர்ந்ததைக் கம்பெனி அறியும்.

எனினும் துலக்கமாய்த் தெரிகின்ற வாணிபக் கொள்ளையிலிருந்து விலகி, வெகு வண்மையான முறையில் பேரரசைக் கட்டியெழுப்பும் கொள்கையைக் கடைப்பிடிக்க வேண்டுமென்று இங்கிலாந்திலும் சிலர் வலியுறுத்தி வந்தனர். கம்பெனியின் இந்தியக் குடியேற்றங்களில் ஆள்களின் எண்ணிக்கையையும் வாணிபத்தையும் பெருக்கக் கூடியதும் அவற்றை இணைத்துக் கொண்டு காக்கவல்லதுமான பெரும் போக்கான எண்ணங்கள் சைல்டிற்கு இருந்தன.

பெரிய நிலப்பரப்பும் வருவாயும் இல்லாமல் ''இந்தியத்தில் வெகு வலுவான அரசியல் அடித்தளத்தின் மேல் ஆங்கிலேயரை உறுதியாய் நிலைநிறுத்த முடியாது; அவ்வாறு செய்யாவிடில் நாம் டச்சுக்காரரால் வெளியே தள்ளப்படக் கூடியவர்களாயும் நாட்டு மக்களின் விருப்பு வெறுப்புகளுக்கு ஆளாகின்ற வெறும் வணிகர்களாயும் எப்போதும் இருப்போம்'' என்று சைல்டு கூறினார்.

இந்தியத்திலிருந்த கம்பெனி ஊழியர்கள் கம்பெனிக்கு வாணிபச் சலுகைகளைப் பெறுவதற்காக முரட்டுத்தனமாய் நடந்து கொள்வதைச் சைல்டு ஊக்குவித்தார். மேற்கு இந்தியத்திலும் வங்கத்திலும் ஔரங்கசீபை எதிர்த்துக் கம்பெனி 1689-இல் நடத்திய போர் அழி தோல்வியில் முடிந்து போனதற்கு அவரது இந்தக் கொள்கையே காரணமாகும். எனினும் பதினெட்டாம் நூற்றாண்டு அரசியல் சூழ்நிலையும் கம்பெனி முகவர்கள் கட்டிய வன்செயல் போக்கும் சைல்டின் கூற்றில் இருந்த இறுதியான மதியூகம் சரிதான் என்பது உறுதியானது. சைல்டு பொருளியல் நடவடிக்கைகள் குறித்து எழுதுவதிலும் குறிப்பிடத்தக்க கவனமாயிருந்தார்.

ஜோசையா சைல்டிற்கும் சென்னை நகரத் தோற்றுவாய்க்கும் நெருங்கிய தொடர்பு உண்டு. அவர் பணியாற்றியது ஜார்ஜ் கோட்டையில்தான் எனினும் சாந்தோமில் தன்னுடைய வங்கணக்காரியுடன் (ஆசைநாயகி) வாழ்ந்தார். சென்னை நகராட்சியை அமைக்க வேண்டுமென்ற கருத்தை முதன்முதலில் கூறியவர் சைல்டே ஆவார். அவர் இது குறித்து 1687 செப்டம்பர் 28 அன்று இலண்டனுக்கு எழுதிய ஒரு கடிதத்தில், அந்நகராட்சியில் இந்தியர், ஆங்கிலேயர், போத்துக்கீசர், யூதர் முதலியோர் இடம் பெற வேண்டுமென்று கூறியிருந்தார். பிரிட்டிசு அரசு அவரது வேண்டுகோளுக்கு இணங்கி ஓர் உரிமையாணை வழங்கியது. அதன்படி 1688 செப்டம்பர் 29 அன்று சென்னை மாநகராட்சி அமைந்தது என்பது குறிப்பிடத்தக்கது.

ஜோசையா சைல்டு பிரிட்டிசு அரசரிடம் மேற் சொன்னவாறு ஒரு தடையாணையைப் பெற்று வைத்திருந்த போதிலும் ஆங்கில நாடாளுமன்றம் கிழக்கிந்தியக் கம்பெனியின் வாணிபத் தனியுரிமைக்கு எதிராய் 1694-இல் ஒரு தீர்மானத்தை நிறைவேற்றியது.

ஆங்கிலக் குடிமக்களனைவருக்கும் இந்தியப் பகுதிகளில் வாணிபம் செய்வதற்குச் சம உரிமை உள்ளதென்று அத்தீர்மானம் கூறிவிட்டது.

உடனே சைல்டின் போட்டிக்காரர்கள் அரசிற்கு எட்டுச் சத வட்டியில் 20 இலட்சம் பவுனைக் கடனாய்த் தர முன் வந்ததால், அவர்கள் ஒரு போட்டி நிறுவனத்தை அமைக்கத்தக்க உரிமையாணை அவர்களுக்குத் தரப்பட்டது. அவர்கள் நியூ இங்கிலாந்துக் கம்பெனி (*The New England Company*) என்ற பெயரில் புதிதாய் ஒரு நிறுவனத்தைக் கிழக்கிந்தியக் கம்பெனிக்குப் போட்டியாய் அமைத்தனர்.

எனினும் இந்தப் போட்டி நிறுவனம் நன்றாய் நடக்கவில்லை. அது கிட்டத்தட்டத் தன் கைம்முதல் முழுவதையும் அரசிற்குக் கடனாய்த் தந்துவிட்டதால் சரிவரச் செயல்பட இயலாமல் தவித்தது. அதன்பிறகு கிழக்கிந்தியக் கம்பெனியிலிருந்து நீக்கப்பட்டவர்களை வேலைக்கு வைத்துக் கொண்டது.

புது நிறுவனம் இவ்வாறு தவித்ததைக் கண்டு புதிய ஏற்பாடு ஒன்று செய்யப்பட்டது. இருபத்திநான்கு நிபந்தனைகளைக் கொண்டு ஒரு முறை மன்றத்தின் (*Court*) கீழ் ஏழாண்டுக் காலம் வாணிபம் செய்வதற்கு இவ்விரு கம்பெனிகளுக்கும் இசைவு தரப்பட்டது. அவையிரண்டும் இக்காலக் கெடுவின் பின்னர் ஒன்றுபட்டு ஒரே நிறுவனமாய்விடும் என்பது அந்த ஏற்பாடாகும்.

பழைய கம்பெனியின் பண்ட சாலைகள் அமைந்திருந்த இடங்கள் வருமாறு: பம்பாய், சூரத்து, சுவாலி, பரூச்சு, ஆமதாபாது, ஆக்ரா, இலட்சுமணபுரி (லக்னௌ) இவை பம்பாயின் கீழ் வந்தன.

மலபார்ப் பண்ட சாலைகள்: கார்வார், தலைச்சேரி, அஞ்சங்கோ, கள்ளிக் கோட்டை.

சென்னை: ஜார்ஜ் கோட்டை, டேவிடு கோட்டை, கடலூர், பரங்கிப்பேட்டை, வேட்டைப் போல (நிசாம் பட்டணம்) மச்சிலிப் பட்டினம், மாத போலம், விசயநகரம்.

வங்கம்: வில்லியம் கோட்டை, சட்டனூதி, பாலசோர், காசிம்பசார், தாக்கா, ஊகிளி, மால்தா, இராஜ்மகால், பாட்னா.

பாரசிகம்: கோம்பரன், ஷிராஸ், இஸ்ஃபகான்

சுமத்திரா: யார்க்கு கோட்டை, எங்குலன், இந்திம் ரப்பூர், தயாமிங்கு, செல்லிபார்.

கொச்சின் சீனம்: தாங்குபின் (கொச்சின் சீனம் என்பது தென் சீனக்கடலின் கரை மீதுள்ள முன்னாள் இந்தோசீனத்தின் தென் மாநிலத்தைக் குறிக்கும். இது இப்போது வியத்துநாமில் அடங்கியுள்ளது. தென் வியத்து நாமின் பிரஞ்சுப் பெயர்தான் கொச்சின் சீனமாகும்.)

செயிண் ஹெலினா தீவும் கிழக்கிந்தியக் கம்பெனிக்கு உரிமைப்பட்டதாகும்.

புதிய கம்பெனியின் பண்ட சாலைகள் அமைந்திருந்த இடங்கள்: சூரத்து, மச்சிலிப் பட்டினம், மகோபலம், போர்னியோவிலுள்ள தீவுகள், புலோ கோண்டார்.

இவ்விரு கம்பெனிகளும் 1708-ஆம் ஆண்டு இணைந்தன.

இந்தியத்திலும் இந்துமாக்கடல் பகுதிகளிலும் வாணிபம் புரிவதற்கென்று 1600-ஆம் ஆண்டு கிழக்கிந்தியக் கம்பெனி அமைக்கப்பட்டதற்கு முன்னரே, உலகின் வேறு பல பகுதிகளில் வாணிபம் நடத்துவதற்கென்று ஆறு நிறுவனங்கள் இருந்தன. அவை வருமாறு:

1. மஸ்கோவி கம்பெனி (*Muscovy Company*) இரஷியத்தில் வாணிபம் புரிவதற்காக *1555*-ஆம் ஆண்டு நிறுவப்பட்டது.

2. பால்டிக்கு அல்லது ஈஸ்டுலந்துக் கம்பெனி (*Baltic or Eastland Company*) பால்டிக்கின் கிழக்கிலுள்ள பகுதிகளில் வாணிபம் செய்வதற்கென்று *1580*-ஆம் ஆண்டு அமைக்கப்பட்டது.

3. பார்பரி அல்லது மொராக்கோ கம்பெனி (*Barbary or Morocco Company*) என்ற பெயரில் ஒரு நிறுவனம் இருந்தது. அது அமைக்கப்பட்ட ஆண்டு தெரிந்திலது.

4. லெவண் அல்லது துருக்கிக் கம்பெனி (*Levant or Turkey Company*) நிலநடுக்கடலுக்கு வடக்கிலுள்ள பகுதிகளில் வாணிபம் புரிய *1581*-இல் அமைக்கப்பட்டது.

5. செனிகால் அட்வெஞ்சரர்ஸ் (*Senegal Adventurers*) என்ற நிறுவனம் ஆப்பிரிக்கத்தின் செனிகலிலும் சாம்பியத்திலும் வாணிபம் செய்வதற்காக நிறுவப்பட்டது.

6. கினி அல்லது ஆப்பிரிக்கக் கம்பெனி (*Guinea or African Company*) ஆப்பிரிக்க வணிகத்திற்கென்று *1588* ஆம் ஆண்டு நிறுவியது.

இவற்றின் வரிசையில் *1600*-ஆம் ஆண்டு கிழக்கிந்திக் கம்பெனி அமைந்தது.

Bayly. C.A. The Raj. India and the British 1600&1947, 1991

Handlin. Oscar The History of United States. New York 1967.

இராணுவம், போர்

சென்னையில் முதன்முதலாய் வெடிமருந்து செய்தல்

வெடிமருந்தும் பீரங்கியும் சீனப் பெருநிலத்தில் உருவாயின என்ற கருத்துள்ளது. வெடிமருந்து பற்றிய செய்திகள் இ.ச.க ஐந்தாம் தொகுதியின் முதற் கட்டுரையில் விரித்துச் சொல்லப்பட்டுள்ளது.

போரியல் வரலாற்றில் மிகவும் முக்கியமான கண்டுபிடிப்புகளில் பேரழிவை உண்டாக்கும் முதல் பொருள் வெடிமருந்து என்றால் அது மிகையாகாது. அது இந்தியத்திற்கு முகலாயரொடு வந்து, பதினெட்டாம் நூற்றாண்டில் ஆங்காங்கே பயன்படத் தொடங்கி வருகின்றது.

சென்னையில் முதன்முதலாய் இந்த ஆண்டில்தான் பீரங்கிக்குள் அல்லது துப்பாக்கியினுள் செலுத்திக் கெட்டித்து வெடிக்கும் வெடிமருந்து செய்யப்பட்டது. வெடிமருந்து என்பது கந்தகம், வெடியுப்பு, அடுப்புக்கரி முதலியவற்றைக் குறிப்பிட்ட அளவில் கலந்து செய்வதாகும். இதற்குக் கருமருந்து என்று பெயர். கருநிறமாயிருந்ததால் அது இப்பெயர் பெற்றது.

இந்த 1702 ஏப்ரல் மாதம் சென்னைக் கோட்டைக்குள் வெடிமருந்து செய்யப்பட்டது.

இயற்கைச் சீற்றம், பஞ்சம்

தக்காணத்தில் பஞ்சமும் கொள்ளை நோயும்

ஔரங்கசீபு தக்காணத்தில் ஓயாது போர் நடத்தி வந்தமையால் நாடு நாசமாகி, மக்கள் சொல்லொணா இன்னலுக்குள்ளாயினர். இதை நேரில் கண்ட இத்தாலிய நாடோடியான மனுர்ச்சி இவ்வாறு எழுதுகின்றார்: ''ஔரங்கசீபு அகமது நகருக்குச் சென்று விட்டார். அவர் தன் பின்னே இம்மாநிலங்களில் (தக்காணத்தில்) மரங்களோ, பயிர் பச்சைகளோ இல்லாத தீய்ந்து போன மண்ணைத்தான் விட்டுச் சென்றார். மரஞ்செடி கொடிகள் நின்ற இடத்தில் மனிதர் அல்லது விலங்குகளின் எலும்புகள் கிடந்தன. பசுமையாயிருக்க வேண்டிய நிலப்பரப்புக் கரிந்து தீய்ந்து போய்க்கிடந்தது. அவரின் படையினரில் நூறாயிரம் பேருக்குமதிகமானவர்கள் ஆண்டுதொறும் இறந்தனர். விலங்குகள், பொதி மாடுகள், ஒட்டகங்கள், யானைகள் என்று முந்நூறாயிரத்திற்குமதிகமானவை செத்து மடிந்தன. தக்காண மாநிலங்களில் 1702 முதல் 1704 வரை பிளேக்கும் பஞ்சமும் நிலவின. இக்காலத்தில் இரண்டு மில்லியனுக்குமதிகமான -இருபது இலட்சம்- உயிர்கள் செத்தன.''

பொது

(அ) கல்கத்தா வில்லியம் கோட்டை முற்றுப் பெற்றது

ஊகிளி ஆற்றின் கரைமீது அமைந்த வில்லியம் கோட்டையின் கதை 1691 ஆம் ஆண்டு தொடங்குகின்றது. பிரிட்டிசுக் கிழக்கிந்தியக் கம்பெனி அந்த ஆண்டில் அங்கு ஒரு கோட்டையைக் கட்ட தொடங்கியது. அந்தப் பணி பன்னிரெண்டு ஆண்டுகள் நடைபெற்றது. 1702-ஆம் ஆண்டு முற்றுப் பெற்றது. அக்கோட்டை வில்லியம் கோட்டை என்று பெயர் பெற்றது.

வில்லியம் கோட்டை இதன் பிறகு ஏறத்தாழ இரண்டு நூற்றாண்டுக்காலம் பிரிட்டிசு அரசின் இந்தியத் தலைமையிடமாகவும், இராணுவத் தலைமையகமாகவும் இருந்து வந்தது.

கல்கத்தா வரலாறு இக்கோட்டை கட்டப்பட்டதற்கு முந்திய ஆண்டில்தான் (1690 ஆகஸ்டு 24) தொடங்கியது. அதை நிறுவிய கம்பெனிப் பேராளரான ஜாப் சார்னோக்கு (*Job Charnok, 1630-1692*) பற்றியும் கல்கத்தா நகரத் தோற்றம் பற்றியும் இ.ச.க.தொகுதி-2:1715; இ.ச.க:1774 ஆகிய இடங்களில் காண்க.

(ஆ) இங்கிலாந்தில் குதிரைப் பந்தயம் தொடக்கம்

குதிரை பற்றியும் குதிரைப் பந்தயம் குறித்தும், இந்திய சரித்திரக் களஞ்சிய வரிசையில் எட்டாம் தொகுதியில் 1773-ஆம் ஆண்டுப் பகுதியில் விரிந்த இரு கட்டுரைகள் வெளிவந்துள்ளன.

ஆன் அரசி இங்கிலாந்தில் இவ்வாண்டு மணி முடியை ஏற்றதும், நாட்டில் குதிரைப் பந்தயம் நடத்துவதற்கு இசைந்தார். இங்கிலாந்தில் இந்த ஆண்டிலிருந்துதான் குதிரைப் பந்தயத்திற்குப் பரிசுப் பணம் தரும் சூதாட்ட முறை தோன்றியது.

1703

அரசியல்

    வங்க நவாபு குடி தோற்றம்
    எழுத்துச் சுதந்திரம் காக்க
    டேனியல் டீ ஃபோ சிறை

அறிவியல்

    ஐசக்கு நியூட்டன் இராயல் சங்கத் தலைவராதல்

கலை, இலக்கியம்

    உமறுப் புலவரின் சீறாப்புராணம் முற்றுப்பெறுதல்
    இஸ்லாந் தழுவிய பிராமணப் புலவர்

மக்கள்

    எழுத்துச் சுதந்திரத்திற்காக டீஃபோ சிறை
    அடிமை வாணிபம் பெருக்க நிறுவனம்

பிறப்பு

    ஜான் வெஸ்லி (1703-1791)

இறப்பு

    உமறுப் புலவர் (1642-1703)
    சாமுவேல் பீப்ஸ் (1663-1703)
    இராபட்டு ஹூக்கு (1635-1703)

1703

1. சீறாப் புராணம் முற்றுப் பெற்றது

உமறுப் புலவர் (1642-1703) விளாத்திகுளம் - அருப்புக்கோட்டைச் சாலையிலிருந்து சுமார் 27 கிலோ மீட்டரில் உள்ள நாகலாபுரம் என்ற ஊரில் பிறந்தவர். அவரின் தந்தையார் செய்கு முகமது அலிக்கு எட்டயபுரம் சமீனில் மிகுந்த ஆதரவு இருந்தது. உமறுப்புலவருக்கு எட்டயபுரத்து அவைப் புலவரான கடிகை முத்துப் புலவர் தமிழிலக்கியங்களையும் இலக்கணங்களையும் கற்பித்தார். உமறு தனக்குப்பின் எட்டயபுரத்தின் அவைப் புலவராக வேண்டுமென்று கடிகை முத்துப் புலவர் பரிந்துரைத்தார். உமறுப்புலவரின் புலமைத்திறன் எங்கும் பரவலானது. வள்ளல் சீதக்காதி (சு. 1640-1715) உமறுப்புலவரை அழைத்து நபிகளின் வாழ்க்கையைப் பாடுமாறு வேண்டினார். கீழக்கரை செய்கு சதக்கத்துல்லா அப்பாவும் (1630-1703) அவரின் மாணாக்கரும் கதை தந்தனர். பின்னர் வள்ளல் அபுல் காசிமும் அவருக்கு இதில் தூண்டுதலளித்தார்.

நபிகளின் வாழ்க்கையை அரபு மொழியில் சீறதுன்னபி என்னுஞ் சொல்லால் குறிப்பர். இச்சொல்லைச் சீறத்து அல் நபி எனப் பிரிக்கலாம். சீறத்து - வாழ்க்கை; அல் - அந்த அல்லது இந்த; நபி - தீர்க்க தரிசி - அதாவது அந்த அல்லது இந்தத் தீர்க்க தரிசியின் வாழ்க்கை என்பது இச்சொல்லின் பொருளாகும்.

சீறதுன்னபியின் சுருக்கமே சீறா ஆகும். புராணம் என்பது தொன்மக் கதை என்ற பொருள்தரும் சம்ஸ்கிருதச் சொல்லாகும். இங்கு புனிதமான வரலாறு என்ற பொருளில் புராணம் வருகின்றது. பன்னிரண்டாம் நூற்றாண்டில் தண்டி இயற்றிய அணியிலக்கணம் எனப்படும் தண்டியலங்காரத்தில் கூறப்பட்டுள்ள காப்பிய இலக்கணத்திற்குப் பொருந்துமாறு சீறாப் புராணம் அமைக்கப் பெற்றுள்ளது. இந்நூல் அரபு வாழ்வியலை அரவணைத்துச் சென்றாலும்; இதில் தமிழ்க் காதல் காப்பிய நெறியும் தமிழ் இலக்கண மரபு முறையும் அமைந்திருப்பதால் இதை இஸ்லாமியப் பண்பாட்டையும் தமிழ்ப் பண்பாட்டையும் இணைக்கும் பாலம் என்று புலவர் கொள்கின்றனர்.

உமறுப்புலவர் சீறாப் புராணத்தை எழுதத் தொடங்கு முன்னர் சீதக்காதி வள்ளல் 1715-ஆம் ஆண்டு இறந்து விட்டதாலும் எட்டயபுரம் ஆர்க்காட்டு நவாபின் ஆளுகைக்குள் சென்று விட்டதாலும் பணியைத் தொடங்குவதற்கு இயலவில்லை. இருப்பினும் வள்ளல் அப்துல் காசிம் மரைக்காயர் உமறுப் புலவரை ஆதரிக்க முன்வந்தார். அவ்வள்ளலின் ஆதரவில் உமறுப் புலவர் 1703-ஆம் ஆண்டு சீறாப் புராணத்தைப் பாடி முடித்தார்.

முகமது நபிகளைத் தலைவராயும் கதீசா பீபியைத் தலைவியாயும் கொண்ட இவ்வரலாற்றுக் காப்பியம் முப்பெருங் காண்டங்களையும் 92 படலங்களையும் 5027 விருத்தப்பாக்களையும் கொண்டுள்ளது. இக்காப்பியத்தில் திருக்குரான் மறை மொழிகளும் திருக்குறள் கருத்துகளும் விரவிக்கிடக்கின்றன. இதில் நபி பெருமானின் பிறப்பு, திருமணம், ஆற்றல், வெற்றி ஆகிய அரும் பெருஞ் செய்திகள் அழகுறப் புனைந்து காட்டப் பெறுகின்றன.

இதன் முதற் காண்டத்திற்கு விலாதத்துக் காண்டம் என்று பெயர். இது பாட்டுடைத் தலைவரின் இளமைக் கால வாழ்க்கையைப் படம் பிடித்துக் காட்டுகின்றது. விலாதத்து என்ற அரபிச் சொல்லிற்குப் பிறப்பு என்பது பொருள். இறுதித் தூதர் நபிகளின் பிறப்பு இக்காண்டத்தில் முதன்மைப்படுத்தப் பெறுகின்றது.

இரண்டாம் காண்டமான நுபுவத்துக் காண்டத்தில் நபிகளுக்கும் அவர் தம் தோழர்களுக்கும் பகைவர்கள் செய்த கொடுமைகள் சொல்லப்படுகின்றன. நபி பெருமானாரின் அறிவுரைகளும் தீர்க்கத் தரிசனங்களும் இப்பகுதியில் கூறப்படுகின்றன. நுபுவத்துக் காண்டம் என்பது நபி என்னுஞ் சொல்லுடன் தொடர்புடையதாகும்.

இறுதிக் காண்டமான இசிறத்துக் காண்டத்தில் காப்பியத் தலைவர் அறப்பணிக்காகத் தம் பிறப்பிடத்தைத் துறந்து வேற்றிடம் செல்லும் புனிதப் பயணக் காட்சி வருகின்றது. இசிறத்து என்ற அரபுச் சொல்லுக்கு இடம் பெயர்தல் என்பது பொருள். நபிகள் மக்கத்திலிருந்து மதீனத்திற்குச் சென்ற நிகழ்ச்சி இப்பகுதியில் கவிநயஞ் சொட்டும் விதத்தில் பாடப் பெற்றுள்ளது.

விலாதத்துக் காண்டம் 24 படலங்களையும் நுபுவத்துக் காண்டம் 21 படலங்களையும் இசிறத்துக் காண்டம் 47 படலங்களையும் கொண்டிருக்கின்றன. உமறுப் புலவர் யாப்பமைப்பதில் திருத்தக்கத் தேவரையும் (10 நூ) கம்பரையும் (10 நூ. பிற்பகுதி) பின்பற்றியுள்ளார் என்பர் அறிஞர்.

நபி நாயகத்தின் அறவாழ்வு அழகுறப் பாடப் பெற்றாலும் அவரின் வரலாறு முழுவதும் இக்காப்பியத்தில் இடம் பெறாததால், சின்ன சீறாப்புராணம் இரண்டாந் தொகுதி போன்ற நூல்களும், இப்புராணத்தைத் தழுவிக் கீர்த்தனம், வண்ணம், நாடகம், விளக்கு, வெண்பா, அம்மானை, பல வண்ணமாலை போன்ற பல சார்பு நூல்களும் எழுதப் பெற்றன.

சீறாப் புராணத்திற்குப் பலர் உரை எழுதியிருப்பினும் சதாவதானி செய்குதத்தம்பிப் பாவலர் (1872-1950) எழுதிய உரையே முழுமையான முதல் உரையாகப் போற்றப்படுகின்றது. சிறப்பு உரையாசிரியராய்த் திகழ்ந்தவர் டாக்டர் கா.மு. செரீபு ஆவார்.

உமறுப் புலவர் இந்த 1703-ஆம் ஆண்டு இறந்தார்.

1703

வரலாற்றுப் புள்ளிகள்

அரசியல்

வங்க நவாபுகள் குடி தோற்றம் (1703-1770)

வங்கத்தில் மூர்ஷிது குயிலி ஜாஃபர்கான் என்பவர் 1703-ஆம் ஆண்டு வங்க நவாபுகள் குடியைத் தோற்றுவித்தார். அவர் 1703 முதல் 1727 வரை வங்கத்தின் நவாபாயிருந்தார். இவருக்கு முன்னர் வங்கச் சுல்தான்கள் 1282-ஆம் ஆண்டு முதல் 1576 வரை வங்கத்தை ஆண்டு வந்தனர். அதற்கு முன்னர் வங்கத்தில் பாலர் மரபும் (சு.750-1161) சேனர் மரபும் (சு. 1030-1250) ஆட்சி செய்து வந்தனர்.

வங்க நவாபுகளின் காலத்தில்தான் பிரிட்டிசார் வாணிப நோக்கத்துடன் வந்து, பெரிய அரசியல் ஆதாயங்களை வங்கத்தில் பெறப் போகின்றனர்.

அறிவியல்

ஐசக்கு நியூட்டன் அறிவியல் கழகத் தலைவர்

சர் ஐசக்கு நியூட்டன் (*Isaac Newton, 1642-1727*) கிழக்கு இங்கிலாந்தில் வடகடலின் கரை மீதுள்ள உல்ஸ்தோர்ப்பி (*Woolsthorpe*) என்ற ஊரில் பிறந்தவர். அவர் *1665-1666*-ஆம் ஆண்டில் ஒருநாள் மரத்திலிருந்து கீழே விழுந்த ஆப்பிளைப் பற்றிச் சிந்தித்துப் பார்த்ததும் ஈர்ப்புப் பற்றிய விதியை உருவாக்கினார் என்பர். இவர் ஒளியியல் ஆய்வில் ஈடுபட்டார். அவர் எழுதிய இயற்கையியலின் கணிதக் கோட்பாடுகள் (*Mathematical Principles of Natural Philosophy*) என்ற நூல் (*1687*) இயற்பியலார் அனைவரினும் மேலான என்ற இடத்தை இவருக்குப் பெற்றுத் தந்தது. நியூட்டன் இந்த ஆண்டு பிரிட்டனின் அறிவியற் கழகமான இராயல் சொசைட்டியின் தலைவராக்கப்பட்டார். அவர் இறந்தது வரையில் இப்பதவியில் இருந்தார்.

கலை, இலக்கியம்

1703

இஸ்லாந் தழுவிய பிராமணப் புலவர் (1683-1703)

ஆலம் என்ற இந்தி மொழிப் புலவர் பிராமணராயிருந்து இஸ்லாந் தழுவியர். இவர் *1683* முதல் *1703* வரை வாழ்ந்திருந்தவர் என்று அறிஞர் கொள்கின்றனர். அவர் செயிக்கு என்ற முஸ்லிம் பெண்மீது மையல் கொண்டு இஸ்லாமியரானார். அவர் சாயம் போடும் தொழிலைச் செய்து வந்தார். பின்னர் பகதூர் ஷா (*1707-1712*) என்ற பெயரில் முகலாய அரசரான மூவாசமிடம் ஆலம் நெடுங்காலம் பணி செய்தார். ஆலமின் மனைவி செயிக்கும் பாக்கள் புனைந்தார். அவை பிரித்தெடுக்க முடியாதவாறு ஆலத்தின் பாடல்களுடன் கலந்து கிடக்கின்றன.

கணவனும் மனைவியும் பாடிய ''ஆலம்-கேலி'' என்ற காதற் பாடல்களின் தொகுதி ஒன்றுள்ளது. இவையன்றி, இத்தொகுதியில் சேராத பல பாடல்களும் இருக்கின்றன. இப்பாடல்களில் காதல் ஏக்கங்களும், காதல் இணையும் இன்பங்களும் பிரிவுத் துன்பங்களும் சொல்லப்படுகின்றன.

ஆலம் சுமார் *1688* வாக்கில் சீக்கியக் குருவான கோவிந்தரின் (*1666-1708*) அவையில் தன் மனைவியுடன் சேர்ந்து விட்டார் என்பது அண்மைக்கால ஆராய்ச்சியிலிருந்து தெரிய வருகின்றது. குரு கோவிந்தர் போஜராஜனிலும் மேலான வள்ளல் என்று ஆலம் புகழ்ந்து பாடினார். ஆலம் ''மாதவானல் காமகண்டல்'' என்ற கதையை இந்தியில் மொழி பெயர்த்தார். அக்கதை ஜோடா *Jodha*) எழுதிய சம்ஸ்கிருத நூலை அடிப்படையாய்க் கொண்டது என்பர்.

ஆலம் அந்நூலை மொழி பெயர்த்தபோது ''தசம் கிரந்தம்'' என்ற நூலில் வரும் நானூற்றி நான்கு கதைகளில் சொல்லப்பட்டுள்ள கதைகளை வெகுவாய் எடுத்தாண்டுள்ளார். கண்ணன் ருக்குமணியை மணந்ததைச் ''சியாம-சனேகி'' என்ற பாடலில் ஆலம் விவரிக்கின்றார். இதை அவரும் அவரின் மனைவி செயிக்கும் சேர்ந்து எழுதினர்.

ஆலம் ''சுதாம-சரித'' என்ற நூலையும் எழுதியுள்ளார். மேலும் ஏராளமான கவிதைகளையும் சந்தப் பாடல்களையும் புனைந்திருக்கின்றார். அவை, ''ஆலம் -கி-கவித'', ''ஆலம் கவித'', ''ஆலம் சங்கிரகம்'' என்ற பெயரில் தொகுக்கப் பெற்றுள்ளன.

இவர் அக்பர் காலத்தவர் *(1542-1605;* ஆ.கா. *1556-1605)* என்று கொள்வாரும் உள்ளனர்.

மக்கள்

எழுத்துச் சுதந்திரத்திற்காகச் சிறை சென்ற எழுத்தாளர்

உலகப் புகழ் பெற்ற இராபின்சன் குரூசோ என்ற கதையை எழுதிய ஆங்கில எழுத்தாளரான டேனியல் டீஃபோ *(Daniel Defoe, 1660-1731)* இலண்டன் நகரில் பிறந்தவர். அவர் இங்கிலாந்தின் சிறந்த இதழாசிரியராயும் விளங்கினார். அவர் பத்திரிகைச் சுதந்திரத்திற்காக இந்த ஆண்டு சிறைக்கும் சென்றார்.

டீஃபோ இக்காலக்கட்டத்தில் பிரிட்டிசு அரசியலில் நிலவிய விக்கு *(Whig)*, டோரி *(Tory)* என்ற இரு அரசியல் கட்சியினரும் சினந்து சீற்றமடையும் விதத்தில் ஒரு துண்டு வெளியீட்டை எழுதியிருந்தார். அது அரசியல்காரர்களை நையாண்டி செய்தது. (கட்டுரை: *The Shortest way with the Dissenters)*

டீஃபோ

அதனால் டீஃபோவைப் பிடித்து அவரது கழுத்திலும் கைகளிலும் கட்டைகளை மாட்டி மக்கள் முன்னிலையில் நிறுத்தி இழிவுபடுத்தினர். அதன்பிறகு அவரைச் சிறையிலும் அடைத்தனர். அவர் *1704*-இல் சிறையி லிருந்து மீண்டதும் அரசின் நம்பிக்கைக்குரிய செய்தியாளராகிப் பிரிட்டனெங்கும் நிலவும் மக்கள் கருத்துகள் பற்றி அரசிற்கு அறிவிக்கும் பணியைச் செய்தார். அவர் நாடு தழுவிய இப்பயணத்தின்போது சேகரித்த செய்திகள் *1714-1726* காலத்தில் ஒரு நூலாய்த் தொகுக்கப் பெற்றன. *(A Tour through the Whole Island of Great Britian)*

டீஃபோ *1704*-ஆம் ஆண்டில் ''திரிவியூ'' *(The Review)* என்ற இதழைத் தொடங்கி அதன் ஆசிரியரானார். இது வாரத்தில் மும்முறை வெளிவந்தது. டீஃபோ அதில் எல்லாப் பக்கங்களையும் எழுதி நிரப்பினார். அவர் சிறந்த விமர்சகராயும் செய்தியாளராயும் விளங்கினார்.

அவர் *1719-1720* காலத்தில் வெளிவந்த இராபின்சன் குரூசோ என்ற கதையை

எழுதியதால் உலகப் புகழ் பெற்றார் என்பது ஒரு புறமிருப்பினும், ஆற்றல் வாய்ந்த இதழாளராய் விளங்கினார் என்பதுடன் இதழ்ச் சுதந்திரத்திற்காகத் தண்டனை பெற்றுச் சிறையிலும் ஓராண்டு அடைக்கப்பட்டார் என்பது குறிப்பிடத்தக்கதாகும்.

டீஃபோ மீது கடுஞ்சினங் கொண்ட பிரிட்டிசு அரசியல் கட்சிகள் வருமாறு:

டோரி கட்சி

டோரி என்ற சொல் பதினேழாம் நூற்றாண்டில் தொடங்கிப் பல்வேறு பொருள்களில் வழங்கி வந்தது.

உடைமைகளையெல்லாம் இழந்து ஏதிலியராய் அயர்லாந்தில் குடியேற வந்த ஆங்கிலேயர்களையும் படை வீரர்களையும் கொன்று கொள்ளையிட்டே வாழ்க்கை நடத்தி வந்த அயர்லாந்தியரைப் பதினேழாம் நூற்றாண்டில் டோரி என்றனர்.

யார்க்குக் கோமகனான ஜேம்ஸ் இங்கிலாந்தின் அரியணை மீது ஏறலாகாது என்று கூறப்பட்டதை எதிர்த்து வந்த எவராயினும், அவர் டோரி என்று அழைக்கப்பட்டார்.

பின்னர் 1689 ஆம் ஆண்டிற்குப் பிறகுதான் இருபெரும் அரசியல் கட்சிகளில் ஒன்று டோரி கட்சி என்று அழைக்கப்பட்டது.

டோரி என்றால் முதலில் கொள்ளையன் என்றும் பின்னர் சட்ட விரோதி என்று பெயர் கொள்ளப்பட்டு, இறுதியில் ஓர் அரசியல் கட்சியைக் குறிக்கும் சொல்லானது.

விக்கு

இது 1697 முதல் சுமார் 1832 வரை இங்கிலாந்திலிருந்த அரசியல் கட்சியாகும். இது மக்களின் உரிமைகளுக்காகப் பாடுபட்டது. அரசியலில் ஜனநாயகப் போக்கை உண்டாக்கச் செயலாற்றியது. இந்த அரசியல் கட்சி அல்லது கூட்டம் யார்க்குக் கோமகனான ஜேம்ஸ் கத்தோலிக்கராயிருந்தமையால், அவர் அரியணை ஏறுவதை எதிர்த்தது. இக்கட்சிதான் பின்னர் லிபரல் கட்சியானது.

(இப்போது பிரிட்டனில் கன்சர்வேடிவ் கட்சி, தொழிற்கட்சி என்று முக்கியமான இரு கட்சிகள் உள்ளன.)'

தொழில், வாணிபம், வேளாண்மை

அடிமை வாணிபம் பெருக்கப் புது நிறுவனம்

மனிதன் பதினைந்தாம் நூற்றாண்டின் இறுதியிலிருந்து பூமியின் நாலாபக்கமும் பரவத் தொடங்கியதன் விளைவாய் மனித இனம் புதிய உறவுகளை உண்டாக்கி உலக ஒருமையை நெருங்க நேர்ந்தது. அதே வேளையில் புதிய இன்னல்களையும், இடுக்கண்களையும் அது எதிர் கொள்ள நேர்ந்தது. அத்தகைய துன்பங்களுள் அடிமைத்தனம் என்பது தலையாயதானது. மனிதர் இக்கால கட்டத்தில் உடலாலும் உள்ளத்தாலும் பிற மனிதர்க்கு அடிமைப்படும் கொடுமை நிகழ்ந்தது.

ஆப்பிரிக்கத்தின் உள் பகுதிகளிலும் கரையோரங்களிலும் கவர்ந்த மனிதர்களைப் புளி மூட்டைபோல் கப்பல்களில் ஏற்றிக் கடல் கடந்து புதிய உலகான அமெரிக்கத்திற்குக் கொண்டு செல்லும் அடிமை வாணிபம் பதினெட்டாம் நூற்றாண்டில் உச்ச கட்டத்தை எட்டியது. அந்த அடிமை வாணிபத்தை வளர்க்கும் நோக்குடன்

1703-ஆம் ஆண்டில் ஏசியண்டோ கினி கம்பெனி (Asiento Guinea Company) என்ற நிறுவனம் அமைக்கப்பட்டது.

பிறப்பு

ஜான் வெஸ்லி (1703-1791)

கிறித்தவ சமயப் பரப்பாளரும் மெதாடிஸ்டுத் திருச்சபையைத் தோற்று வித்தவருமான ஜான் வெஸ்லி (John Wesley, 1703-1791) கிழக்கு இங்கிலாந்திலுள்ள லிங்கன்சயர்க் கோட்டத்தின் எப்வொர்த்து என்ற இடத்தில் 1703-ஆம் ஆண்டு பிறந்தார்.

இறப்பு

(அ) உமறுப் புலவர் (1642-1703)

முகமது நபிகளின் வாழ்க்கையைச் சீறாப் புராணமாய்ப் பாடியவரும் பதினெட்டாம் நூற்றாண்டின் சிறந்த தமிழ்ப் புலவரில் ஒருவருமான உமறுப்புலவர் தனது 61-ஆவது வயதில் 1703-ஆம் ஆண்டு இறந்தார்.

(ஆ) நாள் குறிப்பாசிரியர் சாமுவல் பீப்ஸ் (1633-1703)

சாமுவேல் பீப்ஸ் (Sameul Papys, 1633-1703) இலண்டனில் பிறந்தவர். இவர் 1660 ஜனவரியிலிருந்து 1699 ஜூன் முடிய தனது காலத்து நிகழ்ச்சிகளை நாள் குறிப்பில் எழுதி வைத்திருந்தார். அவை ஒன்றரை நூற்றாண்டிற்குப் பிறகு 1825 ஆம் ஆண்டு வெளியிடப்பட்டது. இச்செய்திகள் இ.ச.க.தொகுதி-13 இல் விரித்துரைக்கப் பெற்றன. அவரைப் பதினெட்டாம் நூற்றாண்டினரான ஆனந்தரங்கம் பிள்ளையுடன் ஒப்பிடலாம்.

பீப்ஸ் இலண்டனில் 1703 மே 26 அன்று எழுபதாவது வயதில் இறந்தார்.

(இ) இராபட்டு ஹூக்கு (1635-1703)

பிரிட்டிசு அறிவியலாரும் இராயல் சொசைட்டி என்ற அறிவியல் சங்கத்தின் முதற் பொறுப்பாளருமான இராபட்டு ஹூக்கு (Robert Hooke, ; 1635-1703) இந்த ஆண்டு இறந்தார். இவர் நெகிழ்திறம் (elasticity) பற்றிய ஹூக்கு விதியை வகுத்தவர். கடியாரங்களில் சுருள்களை அமைக்கும் முறையை உருவாக்கியவர். இவர் பற்றி இ.ச.க. தொகுதி-14 இல் காண்க.

1704

அரசியல்

மங்கம்மாள் தீர்த்து வைத்த பூணூல் வழக்கு
ஜான் லாக்கு
மங்கம்மாள் ஆட்சி முடிவு
சிக்கதேவராயர் ஆட்சி முடிவு
பிரிட்டன் ஜிப்ரால்டரைக் கவர்தல்
வேப்பேரி, புரசைவாக்கம், கீழ்ப்பாக்கம் வரலாறு

அறிவியல்

ஒரு நட்சத்திரம் உருவாகின்றது
நியூகமன் நீராவிப் பொறி
அறிவியலாருக்குக் கோப்லே பதக்கம்

சமயம்

தாயுமான சாமிகள்

கலை, இலக்கியம்

தமிழ் நாவலர் சரிதை
அமெரிக்கத்தில் முதல் செய்தி இதழ்

இராணுவம், போர்

ஸ்பானிய வாரிசுரிமைப் போர்

பொது

மூர்சிதாபாது நகரம் அமைப்பு

பிறப்பு

தாயுமானவர் (1704-1742)

இறப்பு

சிக்க தேவராயர் (?-1704)
ஜான் லாக்கு (1632-1704)

1704

1. தாயுமான சுவாமிகள் (1704-1742)

''ஓராயிரமாண்டு ஓய்ந்து கிடந்த பின்னர் வாராது போல் வந்த மாமணி'' என்று தாயுமானத் தயாபரரைக் கூறலாம்.

என்றும் இருக்க உளங் கொண்டாய்!
இன்பத் தமிழுக் கிலக்கி யமாய்!
இன்றும் இருத்தல் செய்கின் றாய்!
இறவாய் தமிழோ டிருப்பாய் நீ!
ஒன்று பொருள ஃதின்ப மென
உணர்ந்தாய் தாயு மானவனே!
நின்ற பரத்து மாத்திரமோ?
நில்லா இகத்தும் நிற்பாய் நீ!

என்று இருபதாம் நூற்றாண்டின் ஆன்ம நேய அறிவுச் சுடரான பாரதி போற்றிய ஞானச் சுடரான தாயுமானவர் இந்த 1704-ஆம் ஆண்டில் பிறந்தார்.

''உலகம் யாவும் போற்றும் ஒரு முதல்வனின் பொதுத் தன்மைகளை, இன்சுவை ததும்பும் அமுதப் பாடல்கள் வாயிலாக அறிவுறுத்திய பாவலரும், உயர்ந்த பேரின்ப நிலை ஒன்றினையே விழைந்து செல்லும் உயிரின் இயல்பைத் தந்நிலை கூறு முகத்தாற் பண்டையப் பெரியரும் மன மாயையின் நுட்பமுரைத்த மூதறிவாளரும் தாயுமான அடிகள் என்னுஞ் சிவானுபூதிப் பெருஞ் செல்வரேயாவார்'' என்று கா.சு. பிள்ளை சிறப்பித்துப் போற்றிய சிவநேசச் செல்வராம் தாயுமானவரைக் கண்ட பெருமை ஒன்றுதான் இந்தப் பதினெட்டாம் நூற்றாண்டுத் தமிழகத்திற்கு உண்டு என்று துணிந்து கூறுவர்.

''அவர் சிறந்த ஞானியாகவும், தத்துவக் கவிஞராகவும் போற்றப் பெறுகின்றார். தமிழ் இலக்கியத்திலேயே அவர் தாம் பேருருவாகத் தோன்றுகிறார்'' என்று கமில் சுவலபில் கூறுகின்றார்.

தாயுமானவர் சோழ நாட்டின் கடற்கரையிலுள்ள ஊர்களுள் ஒன்றான வேதாரணியம் என்னுந் திருமறைக் காட்டில் கேடிலியப்ப பிள்ளை என்பவரின் மகனாகப் பிறந்தார்.

திருச்சிராப் பள்ளியில் இருந்து ஆண்ட நாயக்க மன்னரான விசயரங்கச் சொக்க நாதரிடம் (1689-1732) அரசுப் பொருள் கணக்காயராயிருந்த தம் தந்தையாரின் மறைவிற்குப் பிறகு தாயுமானவர் அப்பொறுப்பை ஏற்றார். ஆனால் அவர் உள்ளம் சிவ நாட்டத்திலேயே இருந்தது.

அரும்பெரும் சித்தாந்தங்களை உணர்த்தும் திருமந்திரம் என்னும் ஒப்புயர்வற்ற நூலை உலகிற்களித்த திருமூல நாயனார் மரபில் வந்தவரும், திருக்கயிலாய பரம்பரையைச் சேர்ந்த மெய்கண்டார் வழி வந்தவர் ஒருவரிடமிருந்து ஞானோபதேசம் பெற்றவருமான மௌன சுவாமிகள் என்று ஒருவர் இருந்தார்.

தாயுமானவர் திருச்சிராப்பள்ளியில் எழுந்தருளியிருக்கும் தாயுமான ஈசுவரரைக் காண அங்கு சென்றார். தாயுமானவர் மௌன குரு சுவாமிகளைத் தற்செயலாகச் சந்திக்க நேர்ந்தது. உடனே தாயுமானவர் மனமுருகி, மௌன குரு சுவாமிகளின் அருள் நோக்கு வசப்பட்டு, அடியற்ற மரம்போல் அவர் திருவடிகளில் விழுந்து பணிந்து, தழுதழுத்த சொற்களால், ''ஐய, தங்கள் திருக்கரத்து விளங்கும் புத்தகம் யாது?'' என்று வினவினார்.

மௌன சுவாமிகள் யாதும் உரையாது மௌனமாய்ச் சென்றனர். தாயுமானவர் அவரை விடாது பின் தொடர்ந்தார். மௌன சுவாமிகளோ தமக்கு விருப்பமான இடங்களுக் கெல்லாம் செல்ல, தாயுமானவர் அவரை விடாது பின்பற்றிச் சென்று கொண்டிருந்தார். இரவு நடுச் சமமாயிற்று.

மௌன சுவாமிகள் தாயுமான ஈசுவரர் கோயிலுக்குள் சென்று ஓரிடத்தில் பத்மாசனமிட்டு உட்கார்ந்தார். தாயுமானவர் அவர் எதிரே சென்று கை கட்டி வாய் புதைத்து நின்றார். அவரது பக்தியைக் கண்ட மௌன சுவாமிகள், அவரை அருள் கனிந்து நோக்கி, ''எனது கையிலுள்ளது சிவஞான சித்தி'' என்றார்.

தாயுமானவர் சற்றுத் தயங்கி நின்று சுவாமிகளை நோக்கிச் ''சுவாமிகளே அடியேனுக்குச் சில ஐயங்கள் உள்ளன. தயைகூர்ந்து அவற்றைத் தெளிவாக்க விரும்புகிறேன். முதலாவது சிவ என்பது எது? இரண்டாவது ஞானம் என்பது யாது? மூன்றாவது சித்தியாவது யாது? என்று கேட்டார்.

அப்போது குருமூர்த்தியான மௌன குரு சுவாமிகள் அவரை நோக்கி, ''ஓ மாணவ, சிவம் என்பது பதி, ஞானம் என்பது (அப்பதியை உள்ளவாறு அறியும்) அறிவு. சித்தி என்பது அந்த அறிவை வருவிப்பது'' என்றார்.

தாயுமானவர் இங்ஙனமே தமக்குள்ள ஐயங்களையெல்லாம் மௌன குரு சுவாமிகளிடம் தெரிவித்தார். குரு தாயுமானவரின் பக்குவத்திற்கு ஏற்றவாறு தீட்சை செய்து, ''மாணவ நின் உள்ளத்துத் தோன்றிய ஐயங்களை அகற்றி, மயக்கங்களை மாற்றி, உண்மை அறிவாகிய அத்துவித ஞானத்தைக் கொடுப்பது இந்தச் சிவஞான சித்தி என்னும் நூலாகும். இது சந்தான குரவருள் சகல ஆகம பண்டிதரென்னும் அருள் நந்தி சிவசாரிய சுவாமிகளால் அருளப்பட்டது. சிவஞான போதத்திற்கு வழி நூலாக உள்ளது. வேதாகம சாரமாகிய சித்தாந்த இயல்பினை எடுத்து ஸ்தாபித்தலால் சுபக்கம் என்றும் அதற்கு ஒவ்வாதன வாயுள்ள சமயக் கொள்கைகளை எடுத்துக் கண்டனம் செய்வதால் பரபக்கம் என்றும் சொல்லப்பட்ட இரு பகுதிகளையுடையது. இந் நூல் போதிக்கும் மார்க்கம் சுத்த அத்துவித சைவ சித்தாந்தம் எனப்படும்.

''இதனால் பெறப்படும் உண்மைப் பொருளாவது, சிவபெருமானே உலக முதற் காரணமாகிய பரமபதி. அவரோடு இரண்டறக் கலத்தலே முத்தி என்பதாகும்.''

அது கேட்ட தாயுமானவர் சுவாமிகளை மீண்டும் வணங்கிக் கேட்டார்.

''குருநாத! தேவரீர்! திருவுளங்கனிந்து அவ்வத்துவித சித்தாந்த நிலையினை அடியேனுக்குப் போதித்து அடியேனை உய்விக்க வேண்டும்.''

மௌனகுரு சுவாமிகள் ''மாணவ, நீ இன்னும் சிறிது காலமிருந்து, இல்லற நெறியை அனுசரித்துப் புத்திரப் பேறு அடைவாய். பிறகு யாம் வந்து உனக்கு நிட்டை கூடும் உபாயத்தை அறிவிப்போம்.'' சுவாமிகள் இவ்வாறு கூறித் தாயுமானவரைப் பிரிந்து சென்றார். அதைக்கண்டு தாயுமானவர் மிகவும் மனம் வருந்தி நின்றார். அதையுணர்ந்த மௌன குரு தாயுமானவரைத் திரும்பி நோக்கிச் ''சும்மா இரு'' என்று கூறிச் சென்றார்.

சும்மா இரு

இங்ஙனம் தாயுமானவர் மௌன குருவைச் சந்தித்து அவரொடு உரையாடியது முதல், அவர் திருவுருவமும், சிவஞான சித்தியாரைப் பற்றி அவர் கூறியதும், தம்மைவிட்டுப் பிரிந்து சென்ற காலை உரைத்த ''சும்மா இரு'' என்ற வாக்கும், அவர் மனத்தை விட்டகலவில்லை.

1704 இதற்குச் சான்று அவர் பாடிய பாடல்களில் பல இடங்களில் காணப்படும் ''சும்மா இரு'' என்ற மொழியை வேத வாக்காகப் பற்றினார் என்பதாகும். மௌன குரு வணக்கத்தில் (10-ஆவது செய்யுள்) ''ஐய! நீ சொன்ன ஒரு வார்த்தையினை மலையிலக்கென நம்பினேன்'' எனவும், உடல் பொய்யுறவில் (5-ஆவது செய்யுள்) 'ஏதுக்குச் சும்மா இரு மனமே என்று உனக்குப் போதித்த உண்மையெங்கே போக விட்டாய்'' எனவும், உடல் பொய்யுறவில் 71-ஆவது செய்யுளில், ''என்னை அடிமைக் கிருத்தினான். சொன்ன ஒரு சொல்லை மறவா மற்றோயந்தால் நெஞ்சேயுன்னால் - இல்லை - பிறப் பெனக்கே'' எனவும், இன்னும் பல இடங்களில், இவ் வண்ணமே தன் குருவின் மொழியைக் குறிப்பாகவும், வெளிப்படையாகவும் அமைத்திருப்பதிலிருந்து, அம்மொழி அவர் உள்ளத்தில் வலுவாக ஆளுகை கொண்டிருந்ததைத் தெளிவாகக் காண முடிகின்றது.

சிவ சிந்தனை

தாயுமானவர் நாயக்க மன்னரிடம் அரசுப் பணியை ஏற்ற போதிலும் தமது நிட்டையை விடாதிருந்தார். அரசன் விசயரங்கச் சொக்கநாதன் இவர் நிலை கண்டு பணிந்து, இவரைத் தனது அரசப் பணியிலிருந்து விடுத்து, அவருக்கென வேறிடம் ஒன்றை அளித்தார்.

இம்மன்னர் அரசுப் பணியை விட அரனின் பணியையே பெரிதாகக் கொண்டு எப்போதும் தல யாத்திரை செய்தவரென்று அறிகிறோம். தாயுமானவர் இவரின் ஆதரவில் இருந்தார். இம் மன்னர் 1732-இல் இறந்தார்.

அப்போது தாயுமானவருக்கு வயது இருபத்தெட்டு. விசயரங்கச் சொக்கநாதன் இறந்ததும் அவர் மனைவி மீனாட்சி அரியணை ஏறினார். இவர் காலத்தில் அரசியல் குழப்பங்களும், சதிகளும், அயல் படையெடுப்புகளும் நிகழ்ந்தன.

இந்த அரசியார், தாமரையிலைத் தண்ணீர் போல், உலக வாழ்க்கையிற் பற்றியும் பற்றில்லாதிருந்த தாயுமானவர் மீதும் மனம் பற்றினார். அவர் தன் கணவன் உள்ள பொழுதே தாயுமானவரைப் பன்முறையும் பார்த்திருக்கிறார். அவர் வடிவழகைப் பற்றிப் பிறர் உரைப்பப் பன்முறையும், அரசி கேட்டிருந்தார். அக்காலத்தெல்லாம் தன் கணவனுக்கஞ்சி அமைந்திருந்தார் போலும். இப்போதுதானே தனியரசு வகித்தமையால் அச்சம் அறவே ஒழித்துத் தீண்டா நெருப்பனைய தாயுமானவரை நெருங்கித் தன் தீ வாய் திறந்து, ''ஐய! என் உடல், பொருள், ஆவி மூன்றையும் தங்களுக்கே தத்தம் செய்து விட்டேன். என் இராச்சியத்திற்குத் தாங்களே தலைமை வகிக்க வேண்டும்'' என்றார்.

தாயுமானவர் அரசியின் தீய எண்ணத்தை அறிந்து கொண்டார். ஞான குரு சன்னிதானத்தில் தமது உடல், பொருள், ஆவி மூன்றையும் தத்தம் செய்யச் சித்தமாய், ''மெய்யிற் சிவம் பிறக்க மேவு மின்பம் போல் மாதர் - பொய்யில் இன்பென்று பொருந்து நாள் எந்நாளோ'' என்று ஏங்கிக் காத்திருக்கும் தாயுமானவரோ அரசியின் உடல், பொருள், ஆவி மூன்றையும் ஏற்பார்?

அவர் அரசியின் தீய எண்ணத்திற்காகத் துக்கித்து, அவருக்கு ஏற்ற புத்திமதிகளைக் கூறிவிட்டு, இனி அங்கிருப்பது தகாது என்று நீங்கித் தேவை என்ற இடத்திற்குச் சென்று வசித்தார். இந்த ஊர் இராமநாதபுரத்திற்கு அருகிலுள்ளது.

தாயுமானவர் இராமநாதபுரத்தில் வாழ்ந்த இடம் காட்டூரணி என்றும் கூறுவர்.

''தாயுமானவரின் தமையனாராகிய சிவ சிதம்பரம் பிள்ளை, இவரது சந்ததி விருத்தியின் பொருட்டு இவரை வேண்டித் திருமணம் செய்வித்தனர். அந்த அம்மையாரும் இவரை மணந்து, கனக சபாபதிப் பிள்ளை என ஒரு குமாரனைப் பெற்றுக் காலமாயினள். பின் தாயுமானவர் துறவறமடைந்து பல தோத்திரப் பாடல்களைப் பாடிச் சிவமடைந்தனர்'' என்று அபிதான சிந்தாமணி கூறுகின்றது.

1704

தாயுமானவர் பாடல்கள்

தாயுமானவர் எழுதிய பாடல்களின் தொகை 1454. சிலர் 1452 பாடியுள்ளார் என்று கணக்கிட்டுள்ளனர். தாயுமானவரின் பாடல் தொகை மாலை 587; கண்ணிகள் 865; அகவல் 1; வண்ணம் 1 ; ஆக 1454 பாடல்கள் என்று தனிப் பாடல் உணர்த்தும் என்பர்.

அவர் பாடல்கள் அவரது சிறந்த தமிழறிவைப் புலப்படுத்துவதுடன், தெளிவும், இனிமையும் ஒருங்கு அமைந்தனவாயுள்ளன. சுவாமிகள் தமிழ் மொழியிலும், வட மொழியிலும் வல்லவராயினும், தமிழ் மொழியிலேயே இறைவனைப் பாடித் துதித்துத் தமது தாய்மொழியாகிய தமிழ்மொழியாகிய தமிழ்கற்பாரையும், கேட்பாரையும் மனமுருகச் செய்யும் தன்மை வாய்ந்தது என்னும் உண்மையினை உணர்ந்திருந்தார். அதனால்தான் இவ்வாறு பாடினார் போலும்.

கன்னலமு தெனவுமுக் கனியெனவும் வாயூற
  கண்டெனவு மடியெடுத்துக்
கடவுளர்கள் தந்ததல; அமுதமுது பேயபோற்
  கருந்திலெழு கின்ற தெலாம்
என்னதறி யாமையறி வென்னுமிரு பகுதியால்
  ஈட்டு தமிழ்; என்தமிழினுக்கு
இன்னல்பக ராதுலகம் ஆராமை மேலிட்
  டிருந்தலால் இத்தமிழையே

சொன்னவ னியாவன் அவன் முத்தி சித்திகளெலாந்
  தோய்த்தநெறி யேபடித்தீர்
சொல்லுமென அவர் நீங்கள் சொன்னவை யிற்சிறிது
  தோய்ந்தகுண சாந்தனெனவே
மின்னல்பெற வேசொல்ல அச்சொல்கேட் டடிமைமனம்
  விகசிப்ப தெந்நாளோ
வேதாந்த சித்தாந்த சமரச நன்னிலை பெற்ற
  வித்தகச் சித்தர்கணமே.

''தாம் பாடிய தமிழ்ச் செய்யுட்களுக்கு உலகம் இன்னல் பகராது. ஏனெனில் இத்தமிழுக்கு ஆராமை (அல்லது அன்பு) மேலிட்டிருத்தலால்'' என்று அவர் கூறியிருப்பதால் அது நன்கு விளங்கும்.

ஏகான்மவாத எதிர்ப்பு

தாயுமானவர் வேதாந்தத்திற்கும், சித்தாந்தத்திற்கும் ஒற்றுமை காணத் துடித்தவர். அதனால் ஏகான்ம வாதத்தைக் கண்டிப்பதைத் தம் கொள்கையாகக் கொண்டிருந்தார்.

இறைவனும் தாமும் ஒன்று என்னும் ஏகான்ம வாதிகளைச் ''சொல்லுக் கடங்காச் சுகப் பொருளை நாமெனவே அல்லும் பகலும் அரற்றுவதேன்'' என்ற கேட்கின்றார் தாயுமானவர்.

1704

''விளக்குத் தகளியையும் வேறென்னார் நின்னைச் சீவனென்று சொல்வார் நிலை பரிதாபத்திற்குரியது'' என்கிறார்.

தாமே கடவுள் என்பவரைப் பாதகர் என்று சாடுகிறார். ''யாங்களே கடவுள் என்றிடும் பாதகத்தவரும்'' என்பது அவரது கூற்று.

2. மங்கம்மாள் தீர்த்து வைத்த பூணூல் வழக்கு

இது சாதிக் கட்டுத்திட்டங்கள் கடுமையாய்க் கடைப்பிடிக்கப்பட்டு வந்த காலம். வேத சாஸ்திரங்களுக்கு வேதியர்கள் கூறிய விளக்கங்கள் எழுதா மரபுகளாயும் சட்டங்களாயும் ஆளவந்தாரால் செலுத்தப்பட்டன. அவ்விளக்கங்கள் இடத்திற்கு இடம் காலத்திற்குக் காலம் மாறுபட்டு வந்ததை எடுத்துக்காட்டும் நடு நிலையாளர் அவ்வக்காலங்களில் தோன்றினாலும், அவர்களின் குரல்கள் ஓங்காமற் போயின. பதினெட்டாம் நூற்றாண்டின் இந்தக் காலத்தில் அறியாமை இருள் மண்டிக் கிடந்தது. அதனால் சாதிக் கொடுமைகள் தலை விரித்தாடின.

மங்கம்மாள் நாயக்க அரசர் சொக்கநாத நாயக்கனின் (1659-1682) மனைவி. மூன்றாம் முத்து வீரப்ப நாயக்கனின் (1682-1689) தாய். முத்து வீரப்பன் 1689-இல் இறந்தபோது அவர் மனைவி முத்தம்மாள் நிறை கருவுடையவராயிருந்தார். அதனால் அவர் கணவருடன் உடன்கட்டை ஏறாது, குழந்தை பிறக்கும் வரை உயிர் வைத்திருந்து, குழந்தை பிறந்த நாளாம் நாள் பன்னீரைக் குடித்துச் சன்னி கண்டு இறந்தார்.

அக்குழந்தைக்குப் பாட்டியான மங்கம்மாள் விசயரங்கச் சொக்கநாதன் என்று பெயரிட்டு மூன்றாம் மாதம் பட்டங் கட்டினார். மங்கம்மாள் அக்குழந்தையின் சார்பாக மதுரை நாட்டின் ஆட்சிப் பொறுப்பை 1689-இல் ஏற்றார். மங்கம்மாளின் ஆட்சிக் காலத்தில் நாடெங்கும் அமைதி நிலவியது. முகலாயருக்குக் கையூட்டுக் கொடுத்துப்

போரின்றி மக்களை வாழச் செய்தார். அவருடைய ஆட்சிக் காலத்தில் நடந்த ஒரு நிகழ்ச்சி அவரது நடுநிலைக்குச் சான்றாக விளங்குகின்றது.

தமிழ்நாட்டில் நெசவாளருக்குப் பொதுவாய் எங்கும் நல்ல செல்வாக்கு இருந்து வந்துள்ளது. மதுரை நாட்டில் நாயக்க அரசர்கள் அனைவருமே அவர்களுக்கென்று தனிச் சலுகைகள் கொடுத்து வந்திருக்கின்றனர். அவர்களுக்கு மக்களிடையிலும் நல்ல செல்வாக்கு இருந்தது. வேளாண் தொழில் போன்றே நெசவுத் தொழிலும் பெரிதும் மதிக்கப்பட்டு வந்தது.

எனவே பட்டு நூல்காரர் என்று அழைக்கப்படும் நெசவாளர் சமூகத்திற்கு மதுரை நாயக்கராட்சியில் மிகுந்த செல்வாக்கு இருந்தது என்பது புதுமையாகாது.

இக்காலத்தில் சௌராட்டிரர் என்ற பட்டு நூல்காரர் தொடர்பாக நடந்த ஒரு நிகழ்ச்சியைக் குறித்துக் கே.ஆர். சேதுராமன் என்பவர் ''தமிழ்நாட்டில் சௌராட்டிரர் - முழு வரலாறு'' என்ற தனது நூலில் குறிப்பிடுவதாவது;

''தமிழ்நாட்டில் பிராமணர்களின் செல்வாக்கு மகாராணி மங்கம்மாள் ஆட்சியில் உச்சகட்டத்தில் இருந்தது. சாதிகளுக்குள் உயர்வு, தாழ்வு கற்பிக்கப்பட்டு அரசாங்க அதிகாரத்தால் நிலைநிறுத்தப்பட்டிருந்தது.

மங்கம்மாள்

இந்நிலைமையில் நாட்டின் தொழில் வளர்ச்சிக்குக் காரணமாக விளங்கிய சௌராட்டிர சமூகத்தின் அந்தஸ்து நன்றாகவே இருந்தது. பிராமணர்களைத் தவிர மற்ற பிரிவு மக்கள் சௌராட்டிரர்களுக்கு உரிய அந்தஸ்தைக் கொடுத்தார்கள். தென்னாட்டில் பிராமண சமூகத்தில் ஒரு தொழிலைச் செய்து உழைக்கும் வழக்கம் இல்லை. பரம்பரையாகப் பிராமணக் கலாச்சாரத்தைக் கொண்டு வாழ்ந்த சௌராட்டிரர்கள் தமிழ்நாட்டில் பிராமணர்கள் செய்யாத ஒரு தொழிலைச் செய்தது இவர்களுக்குப் பிடிக்கவில்லை. வைதிகத் துறையில் சௌராட்டிரர்கள் தங்களுக்குப் போட்டியாக வந்திருப்பதாகவே அவர்கள் கருதத் தொடங்கினர்.

''கைத்தொழில் திறமையுடன் அரசாங்க ஆதரவுடன், சுதந்திர மனப் பான்மையுடன், நகரத்தில் உயர்ந்த சாதியினருடன் வாழ்ந்த சௌராட்டிரர்களுக்கும், பிராமணர்களுக்கும் ஒரு சாதிப் பூசல் வெடித்தது.

''சாலிவாகன சகாப்தம் 1627 (1704-1705) பார்த்திப ஆண்டு ஆவணித் திங்களில் உபாகர்ம தினம் (ஆவணி அவிட்டம்). இரு பிறப்பாளர்கள் எனப்பட்ட துவிஜர்கள்

(பிராமண, க்ஷத்திரிய, வைசியர்கள்) எல்லாரும் பிரம்ம யக்ஞம் செய்து தங்கள் திருப்பவித்திரங்களைக் (பூணூல்) கழித்துப் புதியன அணிய வேண்டிய புண்ணிய நாள். அன்றைக்கு மதுரையில் வசித்த சௌராட்டிர வைணவப் பிராமணர்கள் தங்கள் உபா கர்மச் சடங்கை முடித்துவிட்டுப் புதுப் பூணூல் மார்பில் துலங்க வைகை நதியினின்றும் திரும்பிக் கொண்டிருந்தனர்.

''அன்றைய மதுரைக்கோட்டை அதிகாரியாகவிருந்த வெங்கடரங்கையங்காரு என்ற பிராமணர் வந்து கொண்டிருந்த 18 சௌராட்டிரப் பிராமணர்களையும் பலவந்தமாகச் சிறைப்பிடித்துத் திருச்சிக்கு விசாரணைக்கு அனுப்பி வைத்தார். புதுப் பூணூல் அணியும் இந்த உப கர்மச் சடங்கைச் செய்ததே குற்றம். அது பிராமணர்களுக்கு மட்டுமே உரிமையுள்ளது. இதுதான் கோட்டையதிகாரி கைது செய்ததற்குக் கூறிய காரணம்.

''...க்ஷத்திரிய, வைசியர்கள் பூணூல் அணிந்தாலும், அந்தச் சடங்கை நடத்தி வைக்கும் உரிமையும், அதிகாரமும் பிராமணர்களுக்குத்தானிருந்தது. வேத சாத்திரங்களில் அவர்கள் பூவுலகத் தேவர்கள் (பூசுரர்) என்றே குறிக்கப்பட்டனர்.

''சௌராட்டிர் பதினெண்மரும் குற்றவாளிகளாக மகாராணி மங்கம்மாளின் முன்பாக நிறுத்தப்பட்டனர். கவலையும், கலவரமும் அடைந்த மங்கம்மாள், இது மத சம்மந்தப்பட்ட விஷயமாகையால், மதப் பெரியோர்கள், ஆசாரிய புருஷர்கள், வேத, சாத்திர, புராண வரலாற்றுக் கரை கண்ட பண்டிதர்கள் கொண்ட சபையில் கூறும் தீர்ப்பைத் தான் ஏற்றுக் கொள்வதாகக் கூறி, அறிஞர்களின் சபையைக் கூட்டினார்.

''எனவே திருச்சி திருவானைக்காவல் ஆகிய தலங்களின் மக்கள் காண இரகுநாதசாமி திருக்கோயிலில் மதாசாரியர்களின் பேரவை கூடிற்று.

''சௌராட்டிரர்கள் தங்கள் பூர்வீக வரலாற்றைப் புராண, சரித்திர ஆதாரங்களுடன் விரிவாக விளக்கிக் கூறினர்.

''கவிதார்க்கிக சிம்மம் ஆசாரியுலு, தண்டலம் வெங்கட கிருஷ்ணய்யங்கார், அனந்தய்யங்கார், சடகோபாச்சார்லு, சிங்கபிரான் தீட்சிதர், சுமிருதி ஐயன் ஐயங்கார், நித்தியானந்த சாஸ்திரி, திருமலை சாஸ்திரி, இராம சாஸ்திரி முதலிய பண்டிதர்களும் ஏராளமான அறிஞர்களும் போதாயன, காத்தியாயன, தேவால சுமிருதி, சுருதிகள், புராணங்கள், ஆசாரிய புருஷர்களின் கிரந்தங்கள் முதலியவற்றை ஆழ்ந்து படித்தாராய்ந்தனர்.

''பின்னர் சௌராட்டிரர்கள் பரம்பரையாய் அனுபவித்து வரும் உபா கருமம் போன்ற வைதிகச் சடங்குகளைச் செய்து வரலாம் என்று தீர்ப்பளித்து இராணி மங்கம்மாளுக்கு அதை அனுப்பி வைத்தனர்.

''சௌராட்டிரம் என்ற நாடு இருக்கிறது. அங்கு சௌராட்டிரப் பிராமணர்கள் நெய்யும் தொழிலைச் செய்து வாழ்கின்றனர். நாட்டுக்கு நாடு, இடத்துக்கு இடம், ஒரு வகுப்பாளரின் பண்பாடு, தொழில் மாறுபடுவது இயற்கை. இவைகளைக் கண்டு வெறுக்காமல் அவ் வகுப்பினர்களுக்கு அவர்கள் பரம்பரையாய் அனுபவிக்கும் உரிமைக்குப் பாதுகாப்பு அளித்து மதிக்கவேண்டும்.

''பேரவையின் இந்தத் தீர்ப்பைக் கண்டு அக மகிழ்ந்த இராணி மங்கம்மாள் சௌராட்டிரப் பிராமணர் பதினெட்டுப் பேர்களையும் விடுதலை செய்து சன்மானங்களை வழங்கிச் சாசனம் அளித்து அனைவரின் அபிமானத்தையும் பெற்றார்.

''இராணி மங்கம்மாள் பேரவையின் தீர்ப்பைக் கண்டு சௌராட்டிரர்களுக்கு வழங்கிய சாசனங்கள் இரண்டு. அவை ஏட்டுச் சுவடிகளில் ஆட்சி மொழியான தெலுங்கில் எழுதப்பட்டன.

''முதலாவது ஜயப் பத்திரிக (வெற்றிப் பட்டயம்), இரண்டாவது ''அபய பிரதான சாசனம்'' (பாதுகாப்புச் சாசனம்.)

மங்கம்மாள் ஆட்சி முடிந்தது

அரசி மங்கம்மாளின் ஆட்சி இந்த ஆண்டில் முடிந்து, அவர் இதுவரை காப்பாளராய் இருந்து பேணிவந்த, அவரின் பேரன் விசயரங்கச் சொக்கநாத நாயக்கன் பட்டத்திற்கு வந்தார்.

மங்கம்மாளின் ஆட்சி மதுரைச் சீமையின் வரலாற்றில் குறிப்பிடத்தக்கதாகும். இவரது ஆட்சிக் காலத்தில்தான் செஞ்சிக் கோட்டைக்குள்ளிருந்த சிவாஜியின் மகன் இராஜாராமைப் பிடித்து வருமாறு ஔரங்கசீபு தனது படைத் தலைவரான சுல்ஃபிகர் அலிகானைச் செஞ்சிக்கு அனுப்பி அக்கோட்டையை முற்றுகையிடச் செய்தார்.

அவர் ஐந்தாண்டுகள் முற்றுகை நடத்தி அதன் பிறகுதான் அக்கோட்டையைப் பிடித்தார். ஆனால் மராட்டிய மன்னர் இராஜாராம் அங்கிருந்து தன் குடும்பத்தினருடன் தப்பிச் சென்றுவிட்டார்.

சுல்ஃபிகர் கான் 1693 ஆம் ஆண்டு திருச்சி, தஞ்சை நாயக்க மன்னர்களிடமிருந்தும் திறை தண்டினார்.

3. சிக்கதேவராயர் ஆட்சி முடிந்தது

1704

சிக்கதேவராயர் (?-1704; ஆ.கா. 1673-1704) மைசூர் உடையார் குடி மன்னர்களில் மிகவும் சிறப்பு வாய்ந்தவர். மைசூரின் வரலாற்றில் இவருக்கு முன்னரும் பின்னரும் இவரைப் போன்ற ஆற்றலும் திறனும் வாய்ந்த அரசர் எவரும் இருந்திலர். இவர் மைசூர் அரச குடியை உண்டாக்கிய யதுராயரின் வழிவந்த பதினான்காவது அரசராவார். பதினேழாம் நூற்றாண்டின் இரண்டாம் பாதியில் குழப்பத்தில் மூழ்கிக் கிடந்த தென்னிந்திய வரலாற்றில் சிக்க தேவராயர் ஒளி பிறங்கும் சிறந்த அரசராய் விளங்குகின்றார்.

இவர் அரசுரிமையை ஏற்றதற்கு முன்னர் ஏலாந்தர் என்ற ஊரில் இளமையை வறுமையிலும் தாழ்ந்த நிலையிலும் கழித்தவர் என்பது புதுமையாயிருக்கின்றது. அவரின் போட்டியாளரான தொட்ட தேவராயர் மைசூர் மணிமகுடத்தைத் தான் பெற வேண்டுமென்பதற்காகச் சிக்கதேவராயரை இளவயதிலேயே வரங்கலி என்ற இடத்தில் சிறை வைத்தார். சிக்கதேவராயர் பதின்மூன்று ஆண்டுகள் சிறையில் வாடிய பின்னர் தொட்ட தேவராயர் மரணப் படுக்கையில் கிடந்தபோது விடுவிக்கப்பட்டார்.

சிக்கதேவராயர் விடுதலையாகி 1673 -இல் வெளிவந்ததும் மைசூர் அவரை வரவேற்று முடிமன்னராகிற்று. அவர் தென்னகத்தில் கன்னட மொழி வழங்கும் நாட்டின் பெருமையை மீண்டும் நிலை நாட்டினார். கங்கர், போசளர் போன்ற கர்நாடக அரச குடிகள் பெற்றிருந்த சிறப்பை இவர் உடையார் குடிக்கு வாங்கித் தந்தார்.

சிக்கதேவராயர் அண்டையிலிருந்த சிறு அரசுகளை மைசூர் நாட்டுடன் சேர்த்துக் கொண்டார். அவ்வாறு புதிதாய் வென்ற பகுதிகளில் தனது மேலாண்மையை ஏற்று ஒப்புமாறு முகலாயப் பேரரசைக் கேட்டுக் கொள்வதற்காக அகமது நகரிலிருந்த பேரரசர்

ஔரங்கசீபின் அரசவைக்கு ஒரு தூதுக் குழுவை அனுப்பினார். முகலாய அரசு அவரின் வேண்டுகோளை ஏற்று அவருக்கு ஜகத்துதேவ இராசா என்ற பட்டத்தை அளித்துத் தந்த அரியணை மேல் அமர்ந்து ஆளும் உரிமையையும் 1699-ஆம் ஆண்டில் அவருக்கு அளித்தது.

அவரின் ஆட்சியில் பொருளியல் வளமும் செழித்திருந்தது என்பதை அவர் நாணயங்கள் வெளியிட்டதிலிருந்து அறிகின்றோம். அவர் காலத்தில் கன்னட இலக்கியம் அரச ஆதரவைப்பெற்றது. அவரின் அவையிலிருந்த புலவோரில் திருமலைராய (1645-1706), சிக்கு பாதயாய (17நு) என்ற இருவரும் குறிப்பிடத்தக்கவர்கள். இவ்விருவரும் சிக்கதேவராயரின் அமைச்சராயும் இருந்தனர்.

திருமலைராயர் மைசூர் உடையார் குடியின் முன்னோரைப்பற்றிச் ''சிக்க தேவராய வமிசாவளி'' என்ற கன்னட நூலை எழுதினார். இவர் சிக்கதேவராயரின் ஒரு சாலை மாணவர்; நண்பர். திருமலைராயரின் நூல்கள் யாவும் சிக்கதேவராயரைப் பற்றியவையாகும். அவரைப் புகழ்ந்து ஏற்றுவதே திருமலைராயரின் குறிக்கோள். இவர் தன் புரவலரின் கொடி வழி கூறுவது எப்போதும் வரலாற்றுடன் இசைவதில்லை; சரியாயிருப்பதில்லை.

சிக்குபாதயாய ஆழ்ந்த வைணவப் பற்றுடையவர். இவர் உரைநடையாயும் பாடல்களாயும் ஏராளமாய் எழுதியிருக்கின்றார். இவரின் எழுத்து முழுமையும் தெய்வங்கள், ஞானியர், திருத்தலங்கள் ஆகியவற்றின் பெருமையைப் பாடுவனவாகும். இவர் வைணவத்தைச் சிறப்பித்துக் கூறும் ''சாத்துவீகப் பிரம்ம வித்தியா விலாசம்'' என்ற நூலைச் சம்ஸ்கிருதத்திலிருந்து கன்னடத்தில் மொழிபெயர்த்தார். விஷ்ணு புராணத்தையும் இரு பகுதிகளாய்ப் பிரித்து மொழி பெயர்த்தார். இது பிரபஞ்சத்தின் தோற்றத்தில் தொடங்கிக் கலியுகத்துடன் முடிவடைகின்றது.

சிக்கதேவராயர் பெங்களூரை முகலாயரிடமிருந்து விலைக்கு வாங்கி மீட்டது, அவரின் அருஞ்செயல்கள் அனைத்திலும் குறிப்பிடத்தக்கதாகும். (பெங்களூர் நகர வரலாறு இ.ச.கதொகுதி-3)

சிவாஜியின் தந்தையான ஷாஜி பான்ஸபுலேக்குப் பிஜப்பூர் சுல்தான் பெங்களூரை ஜாகீராய் அளித்த செய்தி முன்னர் சொல்லப்பட்டிருந்தது. அவருக்குப் பின்னர் அவரின் அன்பிற்குரிய மகனான ஏகோசியின் பங்கிற்குப் பெங்களூர் மாறியது.

முதலாம் கெம்பக் கவுடர் 1537-ஆம் ஆண்டில் கட்டிய பெங்களூர்க் கோட்டையை மூன்று இலட்ச ரூபாய்க்கு விற்றுவிட ஏகோசி என்ற வெங்காசி பேரம் செய்து கொண்டிருந்தார். அதற்குள் ஔரங்கசீபின் படையினர் 1687 -இல் ஏகோசியிடமிருந்து பெங்களூரைப் பிடித்து விட்டனர். அதற்கு மூன்றாண்டுகளுக்குப் பிறகு 1690-இல் காசிம் கான் முகலாயர் புதிதாய் அமைத்த சீரா என்ற மாநிலத்தின் ஆளுநரானார். சிக்கதேவராயர் காசிம் கானுடன் நட்புக் கொண்டார். அவர் காசிம் கானிடம் பெங்களூரை விலை பேசி, ஏகோசி கேட்ட அதே விலைக்கு - மூன்று இலட்ச ரூபாய்க்குப் பெங்களூரை வாங்கிவிட்டார்.

இவருக்குப்பின் மைசூரை ஆண்ட திப்பு சுல்தான் சிக்கதேவராயரின் நிர்வாக விதிமுறைகளைப் பின்பற்றினார் என்பது குறிப்பிடத்தக்கது. இத்தனை ஆற்றலும் ஆட்சித்திறனும் வாய்ந்த அரசர் எவரும் உடையார் குடியில் தோன்றவில்லை எனலாம்.

அதனால்தான் மைசூர் அரசர்கள் முதலில் தமது தளவாய்களுக்கும் பின் ஐதரலிக்கும் அவர் மகன் திப்புசுல்தானுக்கும் இறுதியில் ஆங்கிலேயருக்கும் அடங்கியவர்களாய்ப் பெயருக்குத்தான் அரசர்களாயிருந்தனர். சிக்கதேவராயர் 1704-ஆம் ஆண்டு இறந்தார்.

Burges, James The Chronology of India History, Delhi. Reprint 1972.

4. ஆங்கில அரசியல் மெய்யியலார் ஜான் லாக்கு

அடிப்படையான விதிகளையும் கோட்பாடுகளையும் கொண்ட அரசியல் சட்ட அமைப்புடன் கூடிய ஜனநாயகத்தின் அடிப்படையான கருத்துக்களைத் தெள்ளத்தெளிவாக முதன்முதலில் ஒன்று கூட்டி விளக்கிய ஆங்கில மெய்யியலார் ஜான் லாக்கு (John Locke) ஆவார்.

முற்றிலும் பட்டறிவையும் கண்ணால் கண்டறிந்ததையும் அடிப்படையாகக் கொண்டு மெய்ப்பொருள் விளக்கம் காண்பதைக் (Empirical Philosophy) கைக் கொண்ட ஜான் லாக்கின் தத்துவக் கருத்துகள் புதிய அரசியல் சிந்தனைகளைத் தூண்டின.

இவரது கருத்துகள் குறிப்பாய் பிரான்சிலும், அமெரிக்கத்திலும் செல்வாக்குப் பெற்றிருந்தன.

பிரஞ்சு "அறிவு மலர்ச்சி" இயக்கத்தைச் சேர்ந்த தலையாய தத்துவ ஞானிகளை லாக்கின் அரசியல் சிந்தனைக் கருத்துகள் பெரிதும் கவர்ந்தன.

அவர் இங்கிலாந்தின் ரிங்டன் என்ற ஊரில் 1632-ஆம் ஆண்டு பிறந்தார். ஆக்ஸ்ஃபோர்டு பல்கலைக்கழகத்தில் கல்வி கற்றார். 1656இல் பி.ஏ பட்டமும் 1658-ஆம் ஆண்டில் எம்.ஏ பட்டமும் பெற்றார். முப்பத்தாறாவது வயதில் இராயல் சொசைட்டிக்கு உறுப்பினராகத் தேர்ந்தெடுக்கப்பட்டார்.

அவர் புகழ் பெற்ற வேதியியலாரான இராபட்டு பாயிலின் (Robert Boyle, 1627-1691, அயர்லாந்திய வேதியியலார், இயற்கையியலார்.) நல்ல நண்பராக விளங்கினார். பின்னர் ஐசக்கு நியூட்டனுடன் நெருங்கிய நண்பரானார். அவருக்கு மருத்துவத்திலும் ஈடுபாடு இருந்தமையால், அத்துறையிலும் பட்டம் பெற்றார். எனினும் எப்போதோ ஒரு முறைதான் மருத்துவத் தொழில் செய்தார்.

அவர் ஷாஃப்ட்ஸ்பரி பிரபுடன் (Anthony Ashly Cooper, 1st Earl of Shaftsbury, 1621-1683) நட்புக் கொண்ட பிறகுதான், அவரது வாழ்க்கையில் மாறுதல் ஏற்பட்டது.

ஜான் லாக்கு

லாக்கு அப் பிரபுவின் செயலாளராகவும், மருத்துவராகவும் பணியாற்றினார். ஷாஃப்ட்ஸ்பரி சுதந்திரமான அரசியல் கருத்துகளை ஆதரிப்பவர்களில் மிகவும் முக்கியமானவராவார். அவரை இரண்டாம் சார்லஸ் மன்னர், அவரது அரசியல் கருத்துக்களுக்காகச் சிறிது காலம் சிறையிலடைத்து வைத்தார்.

ஷாஃப்ட்ஸ்பரி 1682-ஆம் ஆண்டு ஆலந்திற்கு ஓடிச் சென்று, மறு ஆண்டிலேயே அங்கு இறந்து போனார்.

லாக்கு, ஷாஃப்ட்ஸ்பரியுடன் நெருக்கமான உறவு கொண்டிருந்தமையால் அவர் மீதும் ஐயம் எழவே, அவரும் 1683-இல் ஆலந்திற்கு ஓடினார். சார்லஸ் மன்னருக்குப் பிறகு இரண்டாம் ஜேம்ஸ் பட்டத்திற்கு வந்து, 1688-ஆம் ஆண்டில் நடந்த புரட்சியின்போது, அவரை அரியணையிலிருந்து இறக்கினார்கள். லாக்கு அதன் பிறகுதான் 1689-இல் தாய் நாடு திரும்பி அங்கேயே வாழ்ந்தார். அவர் மணம் செய்து கொள்ளாமல் பிரமசாரியாக வாழ்ந்தார். அவர் தனது 73-ஆவது வயதில் 1704-ஆம் ஆண்டு இறந்தார்.

அவருக்கு முதன்முதலில் புகழ் தேடித் தந்த நூல், ''மனித அறிவுத் திறன் பற்றிய ஒரு கட்டுரை'' ஆகும்.

இது 1690-ஆம் ஆண்டு வெளி வந்தது. ''அவர் இக்கட்டுரையில் மனித அறிவின் தோற்றம், தன்மை, அதன் வரம்புகள் முதலியன குறித்து விவாதித்திருந்தார். லாக்கின் கருத்துகள் ஆய்ந்து தேர்ந்து காணும் பட்டறிவை அடிப்படையாகக் கொண்டனவாகும். அவருடைய சிந்தனைகளில் ஃபிரான்சிஸ் பேக்கன் (1561-1626) ரெனி டெக்காட் (1596-1650) ஆகியோரின் செல்வாக்கு மிகுந்திருந்தது என்பது தெளிவு.

1704

லாக்கின் கருத்துகள், பிஷப் ஜார்ஜ் பெர்க்ளி (1685-1753), டேவிடு ஹியூம் (1711-1776), இம்மானுவேல் கண் (1724- 1804) போன்ற தத்துவ ஞானிகளின் சிந்தனைகளை ஆட் கொண்டன. லாக்கின் மேற்சொன்ன கட்டுரை மூலக் கருத்தாகவும், தத்துவ ஞானத்தின் புகழ் பெற்ற சிறந்த நூலாகவும் இருப்பினும், அது அவரது அரசியல் எழுத்துக்களை விட மிகக் குறைந்த தாக்கத்தையே வரலாற்று நிகழ்ச்சிகள் மீது உண்டாக்கியது எனலாம்.

அவர் பெயர் குறிப்பிடாது, ''பொறையுடைமை பற்றிய ஒரு கடிதம்'' 1689-இல் எழுதினார். மக்கள் தம் விருப்பம்போல் சுதந்திரமாக மதங்களைக் கைக் கொள்வதில் அரசு தலையிடலாகாது என்று லாக்கு அக் கட்டுரையில் வலியுறுத்தினார். புராட்டஸ்டண்டுப் பிரிவுகளனைத்திலும் சமய சகிப்புத் தன்மை வேண்டுமென்று முதன்முதலில் கருத்துக் கூறியது ஜான் லாக்கு அல்லர் எனினும், அவர் கூறிய வலுவான வாதங்கள் சமயப்பொறைக் கருத்துக்குப் பொது மக்களின் ஆதரவைப் பெற்றுத் தந்தன.

மேலும் கிறித்தவரல்லாதவரிடத்தும் சகிப்புத்தன்மை காட்ட வேண்டும் என்று லாக்கு கூறினார்.

''.... புறச் சமயத்தவரோ, முகமதியரோ, யூதரோ அவர் எவராயினும் அவரது சமயம் கருதிக் காமன்வெல்து சிவில் உரிமைகளிலிருந்து அவர்களை ஒதுக்கலாகாது'' என்றார். இருப்பினும் கத்தோலிக்கரிடம் சமய சகிப்புத் தன்மை காட்டலாகாது என்று லாக்கு நம்பினார். ஏனெனில் அவர்கள் அயல் நாட்டிலுள்ள ஒரு தலைவருக்கு விசுவாசமாயிருக்கின்றனர் என்று அவர் நம்பினார். இதைப்போன்று நாத்திகர்களிடமும் சகிப்பைக் காட்டலாகாது என்று நம்பினார். அந்தக் காலத்தில் நிலவிய சூழ்நிலைக்கேற்ற விதத்தில் இது குறித்து அவரது கருத்து இருந்தது எனலாம்.

அவர் எழுதிய ''அரசு பற்றிய இரண்டு ஆராய்ச்சிக் கட்டுரைகள்'' என்ற நூல் (1689) மேற்சொன்ன இரண்டு கட்டுரைகளையும் போலவே மிகவும் முக்கியமானதாகும். அவர் இதில் ஜனநாயக அரசியலமைப்புப் பற்றிய அடிப்படைக் கருத்துகளைக் கூறியிருக்கிறார். இந்நூல் ஆங்கில மொழி வழங்கும் நாடுகளெங்கிலும், ஆழ்ந்த அகத் தூண்டுதலை உண்டாக்கிற்று.

ஒவ்வொரு மனிதனுக்கும் இயற்கையான உரிமைகள் உள்ளன. அவற்றுள் உயிர் மட்டுமன்றித் தனிப்பட்ட சுதந்திரமும், சொத்துரிமையும் அடங்கியுள்ளன என்று லாக்கு உறுதியாக நம்பினார்.

அரசின் முக்கியமான
குறிக்கோள், தனது
குடிமக்களின் உயிரையும்
உடைமைகளையும்
பாதுகாப்பதேயாகும்

என்று லாக்கு வலியுறுத்திக் கூறினார். இக்கருத்துச் சில வேளைகளில் ''அரசு இரவுக் காவலாளி'' ஆகும் என்ற கொள்கையுடையது என்று அழைக்கப்படுகின்றது.

லாக்கு மன்னர்களின் தெய்வீக உரிமைக் கோட்பாட்டை மறுத்தார். ஆளப்படுபவர்களின் ஒப்புதலைக் கொண்டு மட்டுமே அரசு தன் ஆட்சி அதிகாரத்தைப் பெறுகிறது என்று லாக்கு வலியுறுத்தினார்.

''சமுதாயத்தில் மனிதனுக்குள்ள சுதந்திரம், சட்ட மியற்றும் அதிகாரம் ஆகியன எதன் கீழும் இருத்தலாகாது, நாட்டு மக்களின் ஒப்புதலினால் அது நிலைநிறுத்தப்பட வேண்டும்.''

அவர் சமுதாய ஒப்பந்தத்தைப் பெரிதும் வலியுறுத்தினார். இக்கருத்தைப் பதினேழாம் நூற்றாண்டைச் சேர்ந்த ஆங்கிலத் தத்துவ ஞானியான தாமஸ் ஹாப்ஸ் (1588-1679) என்பவரிடமிருந்து அவர் ஓரளவு பெற்றார் எனலாம். எனினும் ஹாப்சின் சமுதாய ஒப்பந்தம் என்ற கருத்திலிருந்து லாக்கின் கருத்து மாறுபட்டிருந்தது.

''....சட்டம் செய்பவர்கள் மக்களின் உடைமைகளைப் பறிக்கவும் அழிக்கவும் முற்படுகையில் எல்லாம் அல்லது மக்களை ஒரு தலைபட்சமான அதிகாரத்தின் கீழ் அடிமை நிலைக்கு தாழ்த்த முற்படும்போதெல்லாம் அவர்கள் மக்களைப் போரில் ஈடுபடும் நிலைக்கு உட்படுத்துகின்றனர். அதனால் மக்கள் இனிமேலும் கீழ்ப்படியும் நிலை இல்லாமற்போய் விடுகிறது. மனிதரை வலுக் கட்டாயத்திற்கும் வன்செயலுக்கும் எதிராக ஈடுபடுவதற்கென்று கடவுள் அளித்துள்ள வழி மட்டும் எஞ்சி நிற்கிறது'' என்கின்றார்.

மக்கள், புரட்சியின் மூலம் தம்மைத் தற்காத்துக் கொள்ளும் உரிமை குறித்து லாக்கு கூறியுள்ள கருத்துகள் தாமஸ் ஜெஃபர்சனையும் (1743-1826), அமெரிக்கப் புரட்சியாளர் பிறரையும் மிகவும் கவர்ந்தன.

லாக்கின் இக்கருத்துகள் அமெரிக்கத்தில் மட்டுமன்றிப் பிரான்சிலும் செல்வாக்குப் பெற்றன. பிரஞ்சுப் புரட்சி (1789) தோன்றியதற்கும், ''மனித உரிமைகள் பற்றிய பிரகடனம்'' வெளியிடப்பட்டதற்கும் லாக்கின் சிந்தனைகள் மறைமுகத் தூண்டுதலாயிருந்தன.

வால்டயர் (1694-1778), தாமஸ் ஜெஃபர்சன் போன்றோர் லாக்கைவிடப் புகழ் பெற்றவர்களாயிருந்த போதிலும், அவர் இவர்களுக்கு முன்னரே தனது கருத்துகளை

எழுதி வைத்துள்ளார். இவர்களை அக்கருத்துகள் பெரிதும் ஆளுகை கொண்டன என்பதே லாக்கின் சிறப்பாகும்.

1704

வரலாற்றுப் புள்ளிகள்

அரசியல்

(அ) பிரிட்டன் ஜிப்ரால்டரைக் கவர்ந்தது

ஜெபல் தாரிக்கு (*Jebel Tariq*) என்ற அரபுப் பெயர் ஜிப்ரால்டர் (*Gibraltar*) என்று திரிந்ததென்பர். அந்த அரபிப் பெயருக்கு ஜெபலின் பாறை என்று பொருள். இன்று ஜிப்ரால்டர் ''பாறை'' (*Rock*) என்றுதான் அழைக்கப்படுகின்றது.

ஸ்பெயினின் தென் முனையில் நிலநடுக்கடலைப் பார்க்க 425 மீட்டர் உயரத்திற்கு அந்தச் சுண்ணாம்புக்கல் பாறை நிமிர்ந்து நிற்கின்றது. அந்த நிலக் கூம்பு ஜிப்ரால்டர் இன்று பிரிட்டிசு மணிமுடியின் குடியேற்றமாய் விளங்குகின்றது. அது கடற்போருக்கு வாய்ப்பான இடத்தில் அமைந்துள்ளது. அங்கு விமான தளமும் இருக்கின்றது. கப்பல் போக்குவரவைக் கண்காணிக்கும் தகவல் தொடர்பு அமைப்புகளும் அங்கு உள்ளன.

பண்டைக் கிரேக்கர் ஜிப்ரால்டரில் குடியேறிய காலத்திலிருந்து அது படையெடுப்பாளர் பலரைக் கண்டு வருகின்றது. மூர்கள் என்ற முஸ்லிம்கள் 711-ஆம் ஆண்டு வட ஆப்பிரிக்கத்திலிருந்து இங்கு வந்தனர். அவர்கள்தான் இந்தப் பாறைக்கு ஜெபல் தாரிக்கு என்ற பெயரைத் தந்தனர். இந்தத் தீவக்குறை மூர்களிடம் 1462 வரை இருந்து வந்தது. ஸ்பானியர் அவர்களை அந்த ஆண்டு அங்கிருந்து வெளியேற்றினர்.

ஸ்பானிய வாரிசுரிமைப் போர் (பக்கம் 340-341) நடந்து கொண்டிருந்தபோது பிரிட்டிசு அட்மிரலான சர் ஜார்ஜ் ரூக்கி (*Sir George Rooke*) 1704 ஜூலை 24 அன்று ஸ்பானியரிடமிருந்து ஜிப்ரால்டரைக் கவர்ந்தார். உட்டரக்கு உடன்படிக்கையின்படி 1713 முதல் ஜிப்ரால்டர் பிரிட்டனின் குடியேற்ற ஆட்சிப்பகுதியாக இன்றளவும் அதன் ஆட்சியிலேயே உள்ளது. ஸ்பானியரும் பிரெஞ்சுக்காரரும் பல ஆண்டுகள் அதை முற்றுகையிட்டனர். ஸ்பெயின் அதன்மீது இன்றும் உரிமை கொண்டாடுகின்றது.

(ஆ) வேப்பேரி, புரசைவாக்கம், கீழ்ப்பாக்கம்

வேப்பேரி

ஜார்ஜ் கோட்டைக்கு வெளியே வடபகுதியில் அமைத்திருந்த கறுப்பர் பட்டணத்தின் மேற்கே இருந்த வேப்பேரியைப் பற்றி, விசயநகர மன்னருக்கும், கோல்கொண்டா சுல்தானுக்குமிடையே நடந்த சண்டையின்போது வேப்பேரி பற்றி முதன்முதலாகக் குறிப்பிடக் காண்கிறோம்.

நவாபின் படைகள் 1656 டிசம்பரில் பூவிருந்தவல்லியை நோக்கிச் செல்கின்றன. அப்படையினரை விசயநகரப் படையின் தலைவராயிருந்த கோனேரிச் செட்டி வேப்பேரி வரை விரட்டிக் கொண்டு வருகின்றார்.

''விப்பூரில்'' அதாவது வேப்பேரியில் ''கள் மரங்கள்'' ஏராளமாக இருந்தன என்று

வருணிக்கப்படுகிறது. இது பனை, தென்னை மரத் தோப்புகளைக் குறிப்பதாக இருக்கலாம்.

விசயநகரப் படை வேப்பேரியில் தோல்வியடைந்தது. அதற்கு விசயநகரப் படையின் தலைவனான கோனேரிச் செட்டி செய்த துரோகம் காரணமாகும். அவர் கோல்கொண்டச் சுல்தானின் படையிலிருந்த மற்றொரு தெலுங்கு வியாபாரிகள் படைத்தலைவர் கொப்பா கிருஷ்ணப்ப அல்லது துப்பாக்கிக் கிருஷ்ணப்ப என்பவருடன் ஒத்துப் பேசிக்கொண்டு நாயக்கர் படையைத் தோற்கச் செய்தார்.

இக்காலத்தில் பூவிருந்தவல்லியிலிருந்த விசயநகர நாயக்கர் அரசின் ஆளுநரும், முஸ்லிம் நவாபும் தமது படைகளுக்குத் தெலுங்கு வியாபாரிகளைப் படைத்தலைவராக நியமித்துக் கொண்டனர்.

அவர்கள் ''ஜெண்டு'' அல்லது ''தெலுங்கர்'' என்று ஆங்கிலேயரால் அழைக்கப்பட்டனர்.

தெலுங்கரை இவ்வாறு படையில் உயர்ந்த பதவிகளில் அமர்த்தும் வழக்கமானது *1673*-இல் நடந்த சாந்தோம் முற்றுகையின் போதும் இருந்தது. தெலுங்குப் படைத் தலைவர்கள் இராணுவத்தில் உயர்ந்த பதவிகளை வகித்திருக்கின்றனர்.

குத்தகைக்கு ஊர்கள்

முஸ்லிம் மன்னர்களிடமிருந்தும், பிரஞ்சுக்காரர் முதலானோரிடமிருந்தும், ஆங்கிலக் குடியேற்றத்தையும், ஜார்ஜ் கோட்டையையும் பாதுகாப்பதற்காக, அதைச் சுற்றியுள்ள சிற்றூர்களை வலுப்படுத்துவது முக்கியம் என்பதை ஆங்கிலேயரின் வணிக நிறுவனமான கிழக்கிந்தியக் கம்பெனி உணர்ந்தது.

1704

இக்கால கட்டத்தில் கம்பெனியில் முகவராய் இருந்த ஸ்டிரீன்ஷாம் மாஸ்டர் என்பவர் சுற்றுப்புற நகரங்களிலிருந்து எழும்பூர் உள்ளிட்ட ஊர்களைக் குத்தகைக்கு வாங்குவதற்காக *1678*-ஆம் ஆண்டில் முயன்றார். அவர் இது குறித்து, நவாபின் காரியங்களைப் பார்த்து வந்த விசய ராகவய்ய என்ற பிராமணருடன் கடிதப் போக்குவரவு நடத்தினார். அவற்றில் மாஸ்டர் குறிப்பிட்டிருந்த ஊர்கள் வருமாறு;

''போரிஷ் வாவ்கா, பூப் பங்கா, வேப்பேரி, கீப்பங்கா, சேட்டி பட்டா, ஓமஞ்சக்கா, நுங்கபங்கா ஆகியன.'' (அதாவது புரசைவாக்கம், புதுப்பாக்கம், (இது இராயப்பேட்டைக்கருகிலுள்ளது) வேப்பேரி, கீழ்ப்பாக்கம், சேத்துப்பட்டு, அமைந்தகரை, நுங்கம்பாக்கம் முதலியன.)

மாஸ்டர் எவ்வளவோ முயன்றும், இப்பகுதிகளைக் குத்தகைக்குப் பெற முடியவில்லை. விசயநகர ஆட்சியின் கீழ் பூவிருந்தவல்லியில் ஆளுநராக இருந்த லிங்கப்பாவின் ஆட்சியில் வேப்பேரியும் பிற ஊர்களும் இருந்தன.

வேப்பேரியும் எழும்பூரும் அப்போது லிங்கப்பாவின் தானியக் களஞ்சியங்களாக இருந்தன. அங்கு தானியங்களைச் சேமித்து வைத்து, விலைக்கு விற்றனர்.

கவர்னர் ஏலின் முயற்சி

கவர்னர் ஏல் மேற்சொன்ன ஊர்களைப் பெறுவதற்காக *1692*-இல் விண்ணப்பம் செய்தும் பயனில்லை.

இறுதியாக, வசீர் ஆசாது கான் 1693 பிப்ரவரி 10 அன்று பர்வானா என்ற ஆணையைப் பிறப்பித்து, அதன்படி சென்னைப் பட்டணத்தின் ஆளுநரான ஹிகின்சின் பெயரால் ''தோண்டூர் (தொண்டையார் பேட்டை) பெர்சிவாக்கா (புரசைவாக்கம்), எக்மோர் (எழும்பூர்) ஆகிய ஊர்களைக் கம்பெனிக்கு மானியமாக் கொடுத்து விட்டார்.''

கிழக்கிந்தியக் கம்பெனி மேற்சொன்ன மூன்று ஊர்களையும் பெற்றுவிட்ட பிறகு, வேப்பேரி தனக்கு வேண்டிய மிகவும் இன்றியமையாத ஊர் என்பதைக் கண்டது. வேப்பேரி கம்பெனியின் தஸ்தாவேஜுகளில் ''இப்போரா'' ''பாப்பேரி'' என்று குறிப்பிடப்பட்டது. இது முகலாயப் பேரரசரின் மேலாண்மையில் இருந்து வந்தது.

ஔரங்கசீபின் பெரிய தளபதிகளில் ஒருவரான சுல்ஃபிகர் கானின் மகனான வசீர் ஆசாது கானை, நாராயணன் என்ற ஒருவரின் மூலம் கம்பெனி அணுகியது. வேப்பேரியை மானியமாகத் தரவேண்டுமென்று அவரிடம் விண்ணப்பிக்கப்பட்டது. அவ்வாறு தந்தால், கம்பெனி தனது செலவில் ஒரு பள்ளிவாசலைக் கட்டி, அதைத் தன் செலவில் நடத்தச் செய்யும் என்று வசீருக்கு ஆசை காட்டினார்கள். வசீர் அதற்கு இணங்கவில்லை.

நவாபு சென்னை நகரத்தைச் சுற்றிலும் சுங்கச் சாவடிகளை ஆங்காங்கே வைத்துச் ''சுங்கம்'' அல்லது ''ஜங்கரஸ்'' என்று ஆயம் வாங்கி வந்தார். இச்சுங்கச் சாவடிகளைக் குத்தகைக்கு எடுத்தவர்கள் கம்பெனிக்கு மிகுந்த தொல்லை கொடுத்தனர். அவர்களின் தொல்லையிலிருந்து வேப்பேரியை மட்டுமன்றி, நவாபின் ஆட்கள் சுங்கம் வசூலித்து வந்த பெரிய மேட்டையும் விடுவிக்க எல்லா முயற்சிகளும் மேற்கொள்ளப்பட்டன.

தாவூது கான்

தாவூது கான் 1700-ஆம் ஆண்டு கருநாடகத்திற்கும் செஞ்சிக்கும் நவாபாக அமர்த்தப்பட்டபோது, அவர் ஜார்ஜ் கோட்டைக்குச் சென்று, கம்பெனியின் கடைகளைப் பார்க்க விரும்பினார்.

அங்கு கவர்னர் அவருக்குத் தந்த வரவேற்பு அவருக்கு மகிழ்ச்சி தரவில்லை. ஜார்ஜ் கோட்டையின் ஆளுநர் தந்த பரிசின் மதிப்பிலும், தரத்திலும், அவருக்கு மனத் திருப்தியில்லை. அப்போது நவாபின் ஆட்கள் எழும்பூர், புரசைவாக்கம், திருவல்லிக்கேணி ஆகிய இடங்களைக் கொள்ளையடித்தனர். அங்கிருந்த மக்கள் பயந்து போய் ஊரை விட்டே ஓடினர்.

ஆங்கிலேயர் பிணையத் தொகையாக 25,000 ரூபாயைக் கொடுத்தபிறகுதான் நவாபின் அட்டூழியங்கள் நின்றன. நவாபின் ஆட்கள் அதன்பிறகு தான் கறுப்பர் பட்டணம், புரசைவாக்கம் உள்ளிட்ட சுற்றுப்புற ஊர்களுக்குள் சரக்குகள் செல்லாமல் தடுத்திருந்த முற்றுகையை நீக்க அமைதி உண்டாயிற்று.

புரசைவாக்கம்

கிழக்கிந்தியக் கம்பெனி 1704-ஆம் ஆண்டில் திருவல்லிக்கேணி, தொண்டையார் பேட்டை ஆகிவற்றுடன் புரசைவாக்கத்தையும் கிட்டி நாராயணன் என்பவருக்கு ஏழாண்டுக் காலத்திற்கு, ஆண்டுக்கு 1300 வராகன் என்று குத்தகைக்கு விட்டது (ஒரு வராகன் - மூன்றரை ரூபாய்)

கிட்டி நாராயணன் 1708-ஆம் ஆண்டிலேயே தனக்குக் குத்தகை வேண்டாமென்று கூறிவிட்டதால், கலவைச் செட்டி, வேங்கடு செட்டி என்ற இருவருக்கு 1750 வராகன் என்று, பன்னிரண்டு ஆண்டுக் காலத்திற்கு அவை மீண்டும் குத்தகைக்கு விடப்பட்டன.

இருப்பினும் நவாபின் தொல்லை நிற்கவேயில்லை. ஜார்ஜ் கோட்டை ஒவ்வொரு முறையும் அவருக்கு வழக்கமாகப் பரிசுகள் கொடுத்துத்தான் அவரைச் சமாதானப்படுத்த வேண்டியிருந்தது.

நவாபு புரசைவாக்கம் உள்ளிட்ட எல்லா ஊர்களையும் திருப்பித் தருமாறு கேட்கவே, அவருக்கு 400 பாட்டில் மதுவைக் கொடுத்து, அவரை வாயடைக்கச் செய்தனர்.

இந்த நவாபாகிய தாவூது கானிடம் கம்பெனியின் சார்பாகப் புகழ்பெற்ற வெனிசியப் பயணியான நிக்கோலோ மனூச்சியும் சென்றிருந்தார். இவர் முகலாயர்களின் பழக்கவழக்கங்களையும், மனப்போக்கையும் குணாதிசயங்களையும் நன்கு அறிந்திருந்தார்.

நவாபிற்குக் கம்பெனி அனுப்பிய ''பாட்டில் பரிசு'' மிகவும் பிடித்திருந்தது. அதனால் அவர் பரங்கி மலையில் மேலும் 46 ஏக்கர் நிலத்தைக் கம்பெனிக்கு மானியமாகக் கொடுத்து விட்டார்.

புரசைவாக்கத்தில் சூளைகளும் நெல் வயல்களும் இருந்தன.

கிழக்கிந்திய கம்பெனி அரசு 1710-இல் புரசைவாக்கத்தின் பயிர் நிலங்களில் பெரும்பரப்பைச் செங்கல் செய்வதற்காகப் பயன்படுத்தியது. நிலத்துக்காரர்களுக்கு இதனால் ஏற்பட்ட இழப்பை ஈடுகட்டுவதற்காகக் கம்பெனி பணம் கொடுத்தது.

புரசைவாக்கத்திலும் வேப்பேரியிலும் பெரிய அளவில் நெல் பயிரிடப்பட்டு வந்தது.

பின்னர் 1720-ஆம் ஆண்டுக்குப் பிறகு குத்தகை ஒப்பந்தங்கள் முடிவு பெற்றதும், நிலங்களைப் பொறுப்பேற்று அங்கு வாழ்ந்த மக்களைக் கொண்டு பயிர் செய்வதென்று அரசு தன் அதிகாரியான ஸ்டீஃபன் நியூகோம்பு என்பவரை அமர்த்தியது.

இங்கு விளைந்த நெல்லில் 80 கரிசையைக் கீழ்க்கண்டவாறு பங்கு வைத்தனர். (ஒரு கரிசை என்பது 400 மரக்கால்) கம்பெனியின் நிலச் சொந்தக்காரர்கள் 30 கரிசைகளையும், குடியானவர்கள் 30 கரிசைகளையும் எடுத்துக்கொண்டு, எஞ்சிய இருபது கரிசைகளைப் பல்வேறு பணிகளுக்கென்று ஒதுக்கினர்.

அதாவது தலைமைக் காவல் அதிகாரியான பெத்து நாயக்கனுக்கும், கோயில், சத்திரங்கள், பள்ளிகள் ஆகியவற்றுக்கெனவும் ஊர்க்காவலரான தலையாரிகள், அம்பட்டர், வண்ணார், பறையர், குளத்துக்காரர், பல்வேறு பிராமணர்கள், தேவதாசிகள், பறையடிப்போர், மற்றும் பிறருக்கென்றும் அந்த 20 கரிசைகள் ஒதுக்கப் பெற்றன.

புரசைவாக்கத்தில் பெரிய ஏரி இருந்தது. கெல்லிஸ் சாலைக்கு எதிரேயிருந்த தாழ்வான பகுதியிலிருந்த நெல் வயல்களுக்கு, அந்த ஏரியிலிருந்து நீர் பாய்ந்தது. அந்தக் காலத்தில் ஏரியைச் செப்பனிட்டு ஏராளமான நெசவாளர்களைப் புரசைவாக்கத்தில் கம்பெனியார் குடியேற்றினர்.

நவாபின் நன்றி

நிசாம் - உல்- முல்கு ஆர்க்காட்டு நவாபு மீது பகை கொண்டிருந்த நேரத்தில், நவாபு சஃப்தர் அலிகான் தனது குடும்பத்துடன் கறுப்பர் பட்டணத்தில் வந்து தங்கியிருந்தார்.

அப்போது கம்பெனி ஆளுநர் பன்யனும், நவாபும் அடிக்கடி ஒருவரையொருவர் அவரவர் இருப்பிடம் சென்று கண்டு கொண்டனர். சஃப்தர் அலி கொலை செய்யப்பட்டார். அதன்பிறகு அவருடைய இள மகன் தொடர்ந்து கறுப்பர் பட்டணத்தில் இருந்து வந்தார். அவர் பெயர் மீர் ஆசாது.

இளம் நபாவின் மீதும், அவரது குடும்பத்தின் மீதும் ஆங்கிலேயர் மிகுந்த அன்பு கொண்டு விருந்தோம்பியமைக்காக, நவாபு அவர்களுக்காக வேப்பேரியுடன் எரணாவூர், சாத்தாங்குப்பம், பெரம்பூர், புதுப்பாக்கம் ஆகிய ஊர்களைப் பரிசாகக் கொடுத்து விட்டார். இந்தப் பரிசுகள் 1742 நவம்பர் 4 அன்று சன்னது என்ற ஓர் ஆணையினால் உறுதி செய்யப் பெற்றன.

பிரஞ்சு முற்றுகையில் வேப்பேரி

பிரஞ்சுக்காரர் 1748 -இல் சென்னையை முற்றுகையிட்டபோது, வேப்பேரி மிக முக்கியமான இடமாக விளங்கிற்று. பிரஞ்சுக்காரர் வேப்பேரி வழியாகத்தான் கறுப்பர் பட்டணம் சென்றனர்.

ஆங்கிலேயர் வேப்பேரியிலும் தோட்ட மாளிகைகளைக் கட்டினர். இங்கு மிகவும் புகழ்பெற்ற "மஸ்கலீன் தோட்டம்" பிற்காலத்தில் ஆர்க்காட்டு நவாபு முகமதலியினால் விலைக்கு வாங்கப் பெற்று, அவர் அங்கு குடியிருந்தார். இந்தத் தோட்டம் புரசைவாக்கம் நெடுஞ்சாலைக்கு வடக்கிலும், பெரம்பூர் பேரக்ஸ் சாலைக்கு மேற்கிலும் இருந்தது.

சாலைகளும், இடங்களும்

ஆட்கின்சன் சாலை

மனநல மருத்துவமனை போர்டின் செயலாளராக இருந்த டாக்டர் ஆட்கின்சன் பெயரால் இந்தச்சாலை வழங்கப்படுகின்றது. அவர் வீடு இந்தச் சாலையில் இருந்தது.

கீழ்ப்பாக்கத்திலிருந்த டேர் தோட்டம் 1822-இல் டேர் என்பவருக்குச் சொந்தமாயிருந்தது. அவர் பாரி அண்டு கம்பெனியின் கூட்டாளியாக இருந்தார்.

பிளவர்ஸ் சாலை

இது 1811-ஆம் ஆண்டு அசஸ்மெண்ட் கலக்ட்ராக இருந்த ஆஸ்டின் ஃபிளவர்ஸின் பெயரால் அழைக்கப்படுகின்றது.

அறிவியல்

(அ) ஒரு நட்சத்திரம் உருவாகின்றது

ஒரு நட்சத்திரம் எவ்விதம் உருவாகின்றது என்பதைக் கட்டங்கட்டமாய்க் கவனித்துப் பதிவு செய்வது என்பது இயலாத செயல். ஏனெனில் ஒரு நட்சத்திரம் உருவாவதற்கு மிக நீண்ட காலம் ஆகின்றது. வானியலார் ஒருவரின் ஆயுள் காலம் அதற்குப் போதாது.

எனினும் அறிவியலார் குறிப்பிட்ட ஒரு நட்சத்திரம் வளர்ந்து வருவதைக் கண்டறிந்து உள்ளனர். ஒரு நட்சத்திரத்தின் பிரகாசத்தில் அவ்வப்போது ஏற்படும் மாறுதல்களைக் கொண்டு, அது வளர்ச்சியடைந்து வருகின்றதா என்பதை வரைசெய்ய முடியும்.

அறிவியலார் குறிப்பிட்ட ஒரு நட்சத்திரத்தின் மிகு வெளிச்சம் பற்றி 1704-ஆம் ஆண்டு முதல் சேகரிக்கப்பட்ட தகவல்களையும் இப்போது பெறப்பட்ட தகவல்களையும் வைத்து, அந்நட்சத்திரம் வளர்ச்சி யடைந்துள்ளது என்று கண்டுள்ளனர்.

அந்நட்சத்திரம் விண்வெளியின் வடபாதியில் பால் மண்டலத்திலுள்ள (*Milky Way*) பெகாசஸ் (*Pegasus*), டிராக்கோ (*Draco*) என்ற உடுத்திரள்களின் இடையிலுள்ள உடுத்திரளான சிக்னஸ் (*Cygnus*) என்ற நட்சத்திரக் கூட்டத்திலுள்ள பி-சிக்னை (*P-Cygnii*) என்பதாகும்.

அதன் மிக்கொளி (பிரகாசம்) கடந்த காலத்தில் மிகுந்து வந்துள்ளது.

நட்சத்திரத்தின் வளர்ச்சி பற்றிய கொள்கைகள் கூறுவதைவிட, இரண்டு மடங்கு அதிகமான வேகத்தில் மேற்சொன்ன நட்சத்திரம், வளர்ந்துள்ளதென்று அறிவியலார் தெரிவிக்கின்றனர். இந்நட்சத்திரத்தின் நிறை முதலில் கூடுதலாய்க் கணக்கில் கொள்ளப்பட்டது இதற்குக் காரணமாகலாம் அல்லது இத்தகைய நட்சத்திரங்களின் வெளிப்புற அடுக்குகள் விரிவடைவதுடன் வேகம் குறைவாய் மதிப்பிடப்பட்டிருக்க வேண்டும் என்று அறிஞர் கருதுகின்றனர்.

இந்நட்சத்திரத்தை வட அயர்லாந்திலும் ஆலந்திலும் உள்ள வானியலார் ஆராய்ந்து வருகின்றனர்.

(ஆ) நியூகமனின் நீராவிப் பொறி

நீராவிப் பொறியின் வரலாறு பதினேழாம் நூற்றாண்டிலேயே தோன்றி விட்டது. (இ.ச.க.தொகுதி-12) தாமஸ் சேவரி (*Thomas Savery*, சு. 1650-1715) 1698 இல் உருவாக்கிய நீராவிப் பொறியைத் தாமஸ் நியூகமன் (*Thomas Newcomen*, 1663-1728) திருத்தம் செய்து 1704-ஆம் ஆண்டில் ஒரு பொறியைக் கட்டினார்.

(இ) அறிவியலாரை ஊக்குவிக்கக் கோப்ளே அறக்கட்டளை

பிரிட்டனின் இராயல் சங்கம் (*Royal Society*) அறிவியலில் சிறந்த பணிகளைச் செய்தவர்களுக்கு விருதுகள் அல்லது பரிசுகளை அளித்து வந்தது. இச்சங்கம் 1662-ஆம் ஆண்டு இலண்டனில் நிறுவப்பட்டது. அறிவியல் ஆய்வுகளில் ஈடுபடக் கூடியவர்களுக்கு இது மிகுந்த ஊக்குதலை அளித்தது.

சர் காடுஃபிரே கோப்ளே (*Sir Godfrey Copley*,-1709) பிரிட்டனின் வட இங்கிலாந்தில் இருந்த ஒரு கோட்டமான யார்க்குசயரில் பிறந்தவர். அவர் தனது உயிலில் இராயல் சங்கத்திற்கு 1704-ஆம் ஆண்டு 100 பவுனை விட்டுச் சென்றார். அந்தப் பணத்திலிருந்து கிடைக்கும் வட்டியைக் கொண்டு அறிவியலில் அரிய செயல்களைப் புரிந்தவர்களுக்குக் கோப்ளே பதக்கம் 1732 முதல் அளிக்கப்பட்டு வருகின்றது.

அறிவியல் வளர்ச்சிமீது மிகுந்த ஆர்வத்தை உண்டாக்குவதற்காகக் கோப்ளே அறக்கட்டளையிலிருந்து கிடைக்கும் வட்டியைக் கொண்டு பரிசளிப்பதற்கென்று 1736-ஆம் ஆண்டு முதல் ஒரு திருத்தம் செய்யப்பட்டது. அதன்படி பயனுள்ள அறிவியல் கண்டுபிடிப்பு, ஆய்வு ஆகியவற்றைச் செய்தவர்களுக்கு ஆண்டுதோறும் பரிசு வழங்க வகை செய்யப்பட்டது. இந்த ஆண்டுப் பரிசு முதலில் தங்கப் பதக்கமாய்த் தரப்பட்டது. அதன் மதிப்பு ஐந்து பவுன். அதன் ஒருபுறம் கோப்ளேயின் உருவமும் மறுபுறம் இராயல் சங்கத்தின் சின்னமும் பொறித்திருந்தது. கோப்ளே குடும்பம் அறக்கட்டளை நிதியை 1881-ஆம் ஆண்டில் கூடுதலாக்கியது. அதனால் 35 முதல் 50 பவுன் மதிப்புள்ள

பதக்கங்களை அளிக்க முடிந்தது. இதுவரை இருநூறுக்கு மேற்பட்ட அறிவியலார் கோப்ளே பதக்கம் பெற்றுள்ளனர்.

கலை, இலக்கியம்

(அ) தமிழ் நாவலர் சரிதை

தமிழ்ப் புலவர்களின் வரலாறு பதினெட்டாம் நூற்றாண்டளவில் தொகுத்து எழுதப் பெற்றது. அதனைத் தொகுத்து எழுதியவர் யாரெனத் தெரிந்திலது. இதனைத் தி. நாகசுந்தரம் பிள்ளை காலக்குறிப்பு எழுதிப் பதிப்பித்துள்ளார்.

(ஆ) அமெரிக்கத்தின் முதல் செய்தியிதழ்

அமெரிக்கத்தின் முதல் செய்தி இதழான ''நியூஸ் லெட்டர்'' (மீனுதீண் ஃனுணு ணுனுணூ) பாஸ்டன் நகரிலிருந்து 1704-இல் வெளி வந்தது. இந்தக் கிழமை இதழை 51 வயதான அஞ்சல் அலுவலர் ஜான் காம்பல் வெளியிட்டார்.

இது 7x11 ½ அங்குல அளவில் ஒரே தாளில் இருபக்கமும் அச்சிட்டு அவரால் வெளியிடப் பெற்றது. அஞ்சலோடிகள், கப்பல் தலைவர்கள், மாலுமியர் முதலானோர் கொண்டுவந்த செய்திகள் இந்த வார இதழில் இடம் பெற்றன.

1704

இராணுவம், போர்

ஸ்பானிய வாரிசுரிமைப் போர்: பிளனீம் சண்டை

ஸ்ப்பானிய வாரிசுரிமைப் போரின் தொடர்ச்சியாய் நடந்துவந்த சண்டைகளில் பிளனீம் சண்டையும் ஒன்றாகும். தென் மேற்கு ஜெர்மனியிலுள்ள பிளனீம் (*Blenheim*) என்ற சிற்றூரில் 1704-ஆம் ஆண்டு பிரஞ்சுக்காரருக்கும் ஆங்கில - ஆஸ்திரியப் படையினருக்கும் நடந்த சண்டையில் மால்பரோ கோமகனின் (*Ist Duke of Marlborough, John Churchill 1650-1722*) தலைமையிலிருந்த கூட்டணிப் படை வியன்னாவைக் காப்பாற்றியது. மால்பரோ கோமகன் போர்த்தந்திரக் கலையில் வல்லவரான வைக்கவுண் துரேன் (*Henri de la Tour d' Auvergne Viscomte d Turenne, 1612-1675*) என்ற பிரஞ்சுப் படைத்தலைவரிடம் பணி செய்தவர். அவர் பிரிட்டனின் இராயல் கப்பற்படையிலும் இருந்தார். டச்சுப் படைத் தலைவர்களின் கீழும் பணி புரிந்திருந்தார். தொடக்கக்காலத்தில் படைத்துறை சார்ந்த பல்வேறு பணிகளில் ஈடுபட்டிருந்தார்.

மால்பரோ கோமகன் தன் புரவலரான இரண்டாம் ஜேம்ஸ் மன்னரிடம் பணி செய்த காலையில் மான்மத்துக் கோமகனின் (1649-1685 இவர் இரண்டாம் சார்லஸ் அரசரின் காமக்கிழத்தி மகன்.) கிளர்ச்சியை 1685-இல் வெற்றிகரமாய் ஒடுக்கினார். எனினும் 1658இல் நடந்த பெரும் புரட்சியின்போது அரசரைக் கைவிட்டு ஓடினார். மூன்றாம் வில்லியமும் (1650-1702; ஆ.கா. 1689-1702) இரண்டாம் மேரியும் (1662-1694) இவரை முற்றிலும் நம்பாத நிலையில் புதிதாய் மால்பரோ ஏள் என்ற நிலைக்கு உயர்த்தப்பட்டார்.

அவர் இப்போது ஃபிளாண்டர்சிலும் (பெல்ஜியம்) அயர்லாந்திலும் போரில் ஈடுபட்டார். கடைசியாய், 1692-ஆம் ஆண்டு ஜேக்கோபிய ஊழல்களின்போது அவர் பெயரிழந்தார். எனினும் மேரி இறந்தபிறகு வில்லியத்துடன் மீண்டும் நல்லுறவு கொண்டார்.

ஆன் அரசி பட்டமேற்றதும் மால்பரோ கோமகன் அரசியிடம் செல்வாக்குப்

பெற்றார். அவரின் மனைவி ஆன் அரசிக்கு மிகவும் விருப்பமானவராயிருந்தார். ஆதலால் அவர் ஸ்பானிய வாரிசுரிமைப் போரில் கேப்டன் ஜெனரல் என்ற உயர் தலைமைப் பதவியைப் பெற்றார். அவருக்கு *1703*-ஆம் ஆண்டில் கோமகன் என்ற டியூக்குப் பட்டம் தரப்பட்டது. ஸ்பானிய வாரிசுரிமைப் போரில் ஈடுபட்ட கூட்டணிப் படை அடுத்தடுத்து நடத்திய பத்துச் சண்டைகளில் அவர் தலைமை ஏற்றார். இந்தக் கூட்டணி அவரால் உருவாக்கப்பட்டது.

இவர் பிற்காலத்தில் பிரிட்டிசு அரசியலில் பெரும் புகழ் பெற்ற சர் வின்ஸ்டன் சர்ச்சிலின் (*Sir Winston Churchill, 1874-1965*) முன்னோராவார்.

பொது

மூர்சிதாபாது நகரம் அமைப்பு

வங்க நவாபுகள் குடியைத் தோற்றுவித்த மூர்சிது குயிலி ஜாஃபர் கான் (ஆ.கா. *1703-1727*) தனது அரசின் கோநகராய் மூர்சிதாபாதை *1704*-ஆம் ஆண்டு நிறுவினார். இந்நகரம் கல்கத்தாவின் வடக்கே சுமார் *180* கிலோமீட்டரில் அமைந்துள்ளது. ஆங்கிலேயர் *1757*-ஆம் ஆண்டில் நடந்த பிளாசிப் போரையடுத்து *1767*-ஆம் ஆண்டில் வங்கம் முழுவதையும் பெற்றுக் கொண்ட பின்னர், மூர்சிதாபாது பிரிட்டிசு இந்தியத்தின் ஆட்சி மையமானது. அங்கு *1773* முதல் *1834* வரை தலைமை ஆளுநர் இருந்தார்.

மூர்சிதாபாதில் இன்னும் சுல்தான்கள் கட்டிய அரண்மனை உள்ளது.

பிறப்பு

தாயுமானவர் (1704-1742)

பதினெட்டாம் நூற்றாண்டின் ஞான விளக்கான தாயுமானவர் *1704*-ஆம் ஆண்டில் பிறந்தார். அவர் பிறந்த ஆண்டு பற்றி ஒத்த கருத்து இல்லை.

இறப்பு

(அ) சிக்கதேவராயர் (?-1704)

மைசூர் மன்னரான சிக்கதேவராயர் பல வெற்றிகளைக் கண்டு நாட்டைச் சிறக்கச் செய்த பின்னர் *1704*-ஆம் ஆண்டு இறந்தார்.

(ஆ) ஜான் லாக்கு (1632-1704)

தலைசிறந்த அரசியல் சிந்தனையாளரான ஜான் லாக்கு (ஒணிடண ஃணிஞிடுனு, *1632-1704*) இங்கிலாந்தின் சாமர்செட்டுக் கோட்டத்திலுள்ள ரிங்டன் என்ற ஊரில் *1704*-ஆம் ஆண்டு பிறந்தார். அவர் *1704*-ஆம் ஆண்டு இறந்தார்.

1705

அறிவியல்
    ஹேலி வால்மீன் - வால்மீன் ஆய்வு
    நியூட்டனுக்குச் சிறப்பு

சமயம்
    கொல்லத்தில் சிரியன் கிறித்தவப் பேராயர்

கலை, இலக்கியம்
    பிரஞ்சு மொழியில் ஆயிரத்தோர் இரவுகள்

இயற்கைச் சீற்றம், பஞ்சம்
    பதினெட்டாம் நூற்றாண்டில் பஞ்சங்கள்
    பிரான்சில் கொடிய பஞ்சம்

பொறியியல்
    கப்பல் சுக்கான் சக்கரம்

1705

1. வால்மீன்: ஹேலி கொள்கை

சங்க இலக்கியத்தில் (சு. 250-கி.மு. -250 கி.பி) வால்மீனைப் பற்றிய குறிப்புகள் வருகின்றன. வால்மீனை (Comet) வடமொழியில் தூமகேது என்பர். தமிழர்கள் வால்மீனை வானத்தில் மறைந்திருந்து தோன்றும் கோளாய்க் கொண்டனர். திங்கள், செவ்வாய், முதலிய கோள்களுடன் (Planet) வால்மீனையும் ஒரு கோள் என்று கொண்டனர்.

மனிதனுக்கு வரும் கேடுகள், துன்பங்கள் கோள்களினால் வருகின்றன என்ற நம்பிக்கை தொன்றுதொட்டு இருந்து வருகின்றது. கோளாறு, கிரகசாரம் என்ற சொல் வழக்குகள் இந்த நம்பிக்கையில் தோன்றின. வால்மீன் வானத்தில் தோன்றுவது, அது உலகிற்கும் மக்களுக்கும் பெரும்கேடு தரும் என்ற நம்பிக்கை சங்க காலத்திலேயே தமிழ்நாட்டில் இருந்தது. வால்மீனுக்கு அந்தக் காலத்தில் புகைக்கொடி என்று பெயர்.

மைமீன் புகையினும் தூமந் தோன்றினும்
தென்றிசை மருங்கின் வெள்ளி யோடினும்

- புறம். 117

கரியவன் புகையினும் புகைக்கொடி தோன்றினும்
விரிகதிர் வெள்ளி தென்புலம் படரினும்

- சிலம்பு 10; 102-103

சனி புகைந்தாலும் தூமகேது தோன்றினாலும் உலகிற்குப் பெருந்தீங்கு வரும் என்ற நம்பிக்கையைப் புறநானூறும் சிலப்பதிகாரமும் கூறுகின்றன. கம்பரும் ''தூமகேது புவிக்குத் தோன்றிய'' என்று மந்தரையின் தோற்றத்தை எடுத்துக் காட்டுகின்றார். தூமகேது தோன்றினால் அரசர் இறப்பர், பஞ்சம் தலைவிரித்தாடும், புயல் முதலிய பெருங்கேடுகள் உண்டாகும் என்று பல நாடுகளிலும் நம்பி வந்தனர். ஷேக்ஸ்பியர்கூடத் தனது ஜூலியஸ் சீசர் நாடகத்தில் இந்நம்பிக்கை பற்றிக் கூறியுள்ளார்.

பழந்தமிழர் தூமகேது வானத்தில் மறைந்து உறைவதாயும் இடையில் தோன்றி உலகிற்குக் கேடு விளைவிப்பதாயும் கருதினர். இந்தக் கரந்துறைக் கோள்கள் வட்டம், சிலை, நுட்பம், தூமம் என்று நான்கு என்று எண்ணினர். தூமகேது கதிரவனை மையமாய் கொண்டு சுற்றிச் செல்கையில் வட்ட வடிவமாயும் அரைவட்டமாயும் (ellipses, parabolas, hyperboles) செல்லுமென்பர். பழந்தமிழர்கள் தூமகேது செல்லும் முறையை நோக்கி வட்டம் முதலிய பெயர்களை அதற்கு வைத்தனர்.

தூமகேதுகளை ஆராய்ந்த அறிவியலார் சில உண்மைகளைக் கண்டுள்ளனர். வட்டப்பாதையில் செல்லும் தூமகேதுகள் பல ஆண்டுகள் கழித்துத் திரும்பவும் வானில் தோன்றுகின்றன. ஆனால் வில் வடிவான பாதையில் செல்பவை திரும்பவும் வானத்தில் தோன்றுவதில்லை. தூமகேதுகள் செல்லும் பாதைகளை நோக்கியும் தன்மையைக் கருதியும் அவற்றுக்குப் பழந்தமிழர் பெயரிட்டனர் என்று தோன்றுகின்றது.

வட்டப் பாதையில் செல்வதை வட்டம் என்றும், வில் வடிவமான பாதையில் செல்வதை வில் என்றும் அழைத்தனர். வானத்தில் நுண்ணியதாய்த் தோன்றிய

இந்திய சரித்திரக் களஞ்சியம் | 339

தூமகேதை நுட்பம் என்றும், வெண்மையான புகைபோல் தோன்றியதைத் தூமம் என்றும் அழைத்தனர் என்று தெரிகின்றது. தூமகேதைத் தற்காலத்தில் வால்மீன்கள் என்கின்றோம்.

தூமகேதுக்கு நீண்ட வால் போன்ற பகுதி உள்ளது. இந்த வால் பதினாறு இலட்சத்திலிருந்து முப்பத்திரண்டு இலட்சம் கிலோமீட்டர் நீளமாய் இருக்குமென்பர். இந்த வால் ஒரு நுனி அடர்த்தியாய்ச் சிறுத்தும் மறு நுனி அடர்த்தியின்றி விரிந்தும் காணப்படும். இந்த வடிவம் துடைப்பம் போலிருந்ததால், இதைத் ''துடைப்பக்கட்டை நட்சத்திரம்'' என்று நாட்டு மக்கள் அழைப்பதுண்டு. நாட்டு மக்கள் தூமகேதை மூதேவி நட்சத்திரம் என்றும் அழைப்பதுண்டு. மனிதருக்குக் கேடு தருவது என்று கருதி அதை மூதேவி என்றனர். புதுவைப் பகுதியில் தூமை என்ற சொல் நாட்டு மக்களிடையே வசை மொழியாய் வழங்குகின்றது. தூமம் என்ற புறநானூற்று வழக்கே தூமை என்று வழங்குகின்றது என்பார் பி.எல். சாமி.

ஹேலி கொள்கை

எட்மண் (*Edmond Halley, 1656-1742*) இலண்டன் நகரில் பிறந்த கணிதவியலார். வானியலார். இவர் கோள்களின் பாதைகள் பற்றி ஆராயத் தொடங்கியவர். அவர் வால்மீன்கள் பற்றியும் ஆராய்ந்தார்.

1705 ஹேலி ஒரு பணக்கார வணிகரின் மகனாய் *1656*-ஆம் ஆண்டு இலண்டனில் பிறந்தார். அவர் *1673*-ஆம் ஆண்டு ஆக்ஸ்ஃபோர்டு பல்கலைக்கழகத்தில் சேரு முன்னரே பள்ளிப் பருவத்திலேயே தேர்ந்த ஆராய்ச்சி நோக்குள்ளவராயிருந்தார். அவர் மிகச் சிறந்த அறிவியலராய் உருப்பெற்றார். அறிவியல் துறையில் பல சாதனைகளைச் செய்தார். அவர் இருபது வயதிலேயே வானியலாராய்ச் செயிண் ஹெலினா தீவிற்குச் சென்றார். அவர் அங்கு இரண்டாண்டுகள் வானியல் ஆய்வில் ஈடுபட்டார். அப்போது விண்வெளியின் தென்பாதியிலிருந்த நட்சத்திரங்களின் துல்லியமான முதல்

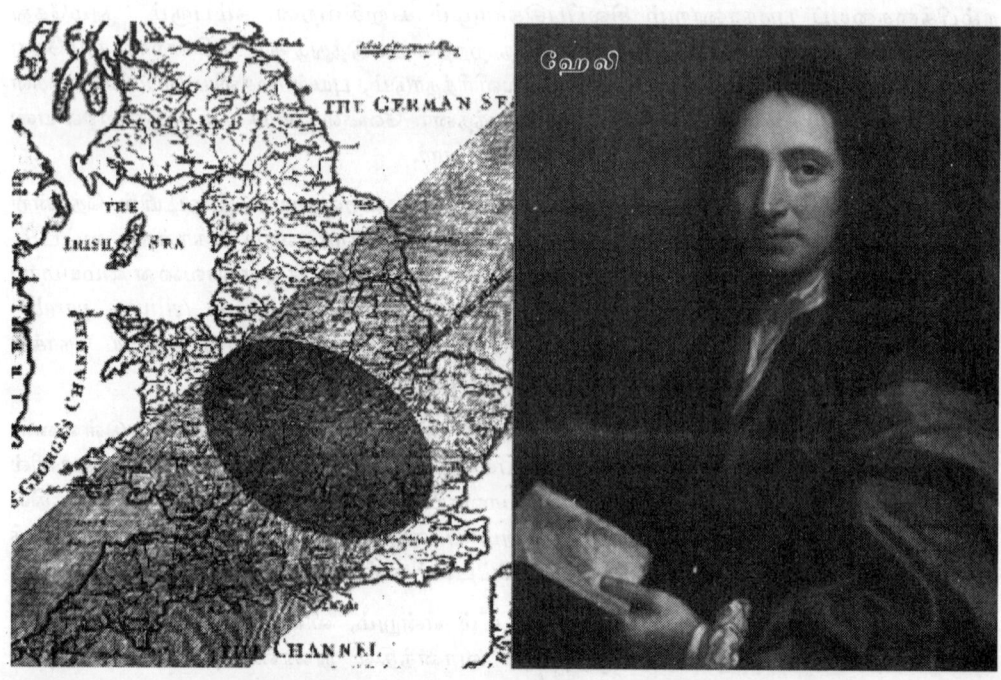

பட்டியலைத் தொகுத்தார். அவரது இந்த ஆய்வின்போது முதன்முதலாய்த் தொலைநோக்கிக் கொண்டு ஆய்வு செய்து பட்டியலிடப்பட்டது. இந்தப் பட்டியல் *1675*-ஆம் ஆண்டு வெளியானது.

அவர் *1682*-ஆம் ஆண்டில் தோன்றிய பெரிய வால்மீனைக் கண்டதும் வால்மீன்களை ஆராய வேண்டுமென்ற ஆர்வத்தால் தூண்டப்பட்டார். அவர் அதன் பயனாய் அறியப்பட்டிருந்த *24* வால்மீன்களின் கோள்பாதையைக் கணித்துக் கூறிவிட்டார். அவர் *1456, 1531, 1607, 1682* ஆகிய ஆண்டுகளில் காணப்பட்ட வால்மீன்கள் ஒத்திருக்கக் கண்டார். அவை ஒரே விண்பொருள் என்பதை அவர் உய்த்துணர்ந்து, அது *1758*-ஆம் ஆண்டில் திரும்புமென்று வருவதுரைத்தார். அதுவே இன்று அவர் பெயரால் ஹேலி வால்மீன் என்று அழைக்கப்படுகின்றது. வால்மீன்கள் வானிலுள்ள பொருள்கள் என்பதையும் ஹேலியின் ஆய்வு உறுதி செய்து விட்டது.

வால்மீன்கள் எங்கிருந்து வருகின்றன?

வால்மீன்கள் தோன்றும்போது கேடுகள் விளையுமென்பதற்கு அறிவியல் அடிப்படையுள்ள ஆதாரம் எதுவுமிலது. நடுசைபீரியத்தில் பாயும் மூன்று ஆறுகளில் ஒன்றான துங்குஸ்கவின் (*Tunguska*) அருகில் *1908*-ஆம் ஆண்டு ஒரு வால்மீன் வந்து மோதியிருக்கலாம் என்பது பலர் கருத்தாகும். சுமார் 65 மில்லியன் ஆண்டுகளுக்கு முன்பு டைனோசார் என்ற பெரும்பல்லி இனம் அழிந்தொழிந்து போனதற்கும் இத்தகைய ஒரு மோதல் காரணமாயிருக்கலாம் என்ற ஓர் ஊகமும் உண்டு. ஹேலி வால்மீன் 1910-ஆம் ஆண்டு வந்தபோது, நமது பூமி அதன் வாலில் நுழைந்து புறப்பட்டது. எனினும் எத்தகைய அபாயமும் ஏற்படவில்லை. நேரடி மோதல்கள் ஏற்படாத வரையில் (அவ்வாறு நேர்வது மிகவும் அரிதாகும்) பூமிக்கு எந்தக் கேடும் இல்லை.

மிகவும் அரிதாய்த் தலைகாட்டும் இவ்வதிசயப் ''பார்வையாளர்கள்'' எங்கிருந்து வருகின்றனர். வால்மீன்களின் தோற்றம் பற்றிய இவ்வினாவிற்கு நெதர்லாந்தின் வானியலாரான ஔட்டு (*Jan Hendrik Oort, 1900-1992*) விளக்கம் தந்தார்.

நமது சூரியக் குடும்பத்திற்கு வெளியே ஓடு போன்ற ஓர் அமைப்பு உள்ளது. அது ''ஔட்டு முகில்'' (*Oort Cloud*) என்று அழைக்கப்படுகின்றது. அது சூரியனிலிருந்து சுமார் *30,000* வானலகுத் தொலைவில் சூரியக் குடும்பத்தைச் சூழ்ந்துள்ளது. (வானலகு என்பது பூமிக்கும் சூரியனுக்கும் இடையேயுள்ள சராசரித் தொலைவு; அதாவது *14,95,97,870)* கிலோமீட்டர் அல்லது *499.012* ஒளி விநாடி.)

சூரியனுக்கும் அதனருகிலுள்ள விண்மீன்களான ஆல்ஃபா செண்டாரைக்கும் (*Alpha Centauri*; இது இரட்டை விண்மீன்; செண்டாரஸ் (*Centaurus*) என்ற விண்மீன் கூட்டத்தில் இது மிகவும் ஒளி பொருந்தியது. சூரியனுக்கு அருகிலுள்ள இரண்டு விண்மீன்களில் ஒன்று. இது பூமியிலிருந்து 4 ஒளியாண்டுகளுக்கு அப்பாலுள்ளது. இதற்கு *Rigil Kent* என்ற பெயரும் உண்டு. இதற்குச் செண்டாரின் பாதம் என்று பொருள். மனிதத் தலையும் குதிரையின் உடலும் உடைய தொன்ம விலங்கிற்குச் செண்டார் என்று பெயர். இது பிராக்சிமா செண்டாரை என்ற பெயராலும் அறியப்படும்.) இடையிலுள்ள இடத்தில் ஒரு பாதிக்கு மேல் வியாபித்துள்ள ஔட்டு முகிலில் எண்ணிலடங்கா வால்மீன்கள் உள்ளன. இவற்றினூடே ஒரு வால்மீன் கடந்து செல்லும்போது, அவற்றில் பலநூறு வால்மீன்கள் சூரியக் குடும்பத்தை நோக்கி உந்தப்படும். வியாழன் முதலிய பெரிய கோள்களின் ஈர்ப்பு விசையால் இவை மேலும் உந்தப்பட்டு நமது சூரியனை நீள்வளையப் பாதையில் சுற்றத் தொடங்குகின்றன.

இவற்றுள் சில ஒழுங்காய் அப்பாதைகளில் சுற்றி வரும். ஆதலால் அவற்றின் வருகையை முன்கூட்டியே அறிவிக்க முடியும். ஹேலி வால்மீன் 76 ஆண்டுகளுக்கு ஒருமுறை புலப்படும். நாமறிய அது இருபத்தெட்டாவது முறையாய் 1986-ஆம் ஆண்டு வந்துசென்றது நினைவிருக்கலாம். அது தன் நீள் வட்டப் பாதையில் சூரியனை விட்டு விலகி ஓடிக் கொண்டிருக்கின்றது. அது அப்பாதையின் எல்லையை 2024-ஆம் ஆண்டில் அடையும். பிறகு மீண்டும் சூரியனை நோக்கி ஓடிவரத் தொடங்கும். நாம் அதை மீண்டும் 2060ஆம் ஆண்டில் காணமுடியும். சில வால்மீன்கள் ஒருமுறை வந்து மீண்டும் காணப்படாமலே போய்விடுவதுண்டு. அவற்றுள் சிலவற்றின் சுற்றுப்பாதைக் காலம் பல்லாயிரமாண்டுகளாய் இருக்கும். இன்னுஞ்சில சூரியக் குடும்பத்தை விட்டு வெளியேறுவதும் உண்டு.

எத்தனை? எத்தனை?

சூரியனைச் சுற்றிச் சுற்றிவரும் வால்மீன்கள் கூட, அதிகபட்சமாய் ஓராயிர முறை சுற்றலாம். ஔட்டு முகிலில் வால்மீன்கள் இப்போது உற்பத்தியாவதில்லை. கோள்கள் *(Planets)* வடிவம் கொண்ட காலத்திலேயே யூரனஸ் *(Uranus)*, நெப்டியூன் *(Neptune)* பகுதியில் வால்மீன்களும் உண்டாகியிருத்தல் வேண்டும். இந்த ஔட்டு முகில் ஈர்ப்பு விசையால் தூக்கியெறியப்பட்டு வெகுதொலைவிற்குப் போய்விட்டது. அதிலுள்ள வால்மீன்கள் சுமார் 4.5 பில்லியன் ஆண்டுகளாய் எவ்வித மாறுதலுமின்றிப் பிறிந்த மேனியாய் இருந்து வருகின்றன.

1705

ஆதலால்தான் இவற்றை ஆராய்வதன் வாயிலாய்க் கோள்களின் தோற்றம் பற்றிய ஆர்வமூட்டும் தகவல்களைப் பெற முடியும் என்று அறிவியலார் நம்புகின்றனர். வால்மீன்களின் தோற்றம் பற்றிய ஔட்டு விளக்கம் இப்போது பெரும்பாலாரான அறிவியலரால் ஏற்றுக் கொள்ளப்படுகின்றது. ஔட்டு முகிலில் 100 பில்லியன் வால்மீன்கள் இருப்பதாய் அறிஞர் கணிக்கின்றனர்.

வால்மீன் அமைப்பு

வால்மீன்கள் சூரியனை நெருங்க நெருங்க அவற்றுக்கு வால் முளைத்து வளர்கின்றது. சூரியனை விட்டு விலக விலக அது குறைந்து விடும். அவற்றுக்குக் கோமா *(Coma)* எனப்படும் தலையும் வாலும் உண்டு. அவற்றின் கரு *(nucleus)* திடப் பொருளால் ஆனது. அது சுமார் 1.6 கிலோமீட்டர் முதல் 48 கிலோமீட்டர் குறுக்களவை யுடையதாயிருக்கும். அதன் எடை 10 பில்லியன் டன் முதல் 100 டிரில்லியன் டன் வரை இருக்கும். நுண்ணிய துகள்களுடன் பனிப் படிகங்களும் உறைந்து போன கார்பன் மோனாக்சைடு, மீத்தேன் முதலிய வளிகளும், அதன் கருவில் உள்ளன. அதனை ''அழுக்கேறிய பனியுருண்டை'' *(dirty snow ball)* என்று ஸ்மிது சோனியன் ஆய்வுக் கூடத்தைச் சேர்ந்த அறிவியலார் ஒருவர் குறிப்பிட்டார்.

வால்மீன்கள் சூரியனை நெருங்கும்போது அவற்றில் உறைந்து கிடக்கும் படிகங்கள் உருகி ஆவியாகின்றன. அந்த ஆவியும் தூசுப்படலமும் சூரிய ஒளியைச் சிதறடிப்பதால், அது நன்கு புலப்படும். இப்படலம் சூரியக் காற்றால் தள்ளப்பட்டு வாலாகச் (சூரியனுக்கு எதிர்த் திக்கில்) நீளும்; அதன் தலை (கோமா) 16,000 கிலோமீட்டர் முதல் 1,60,000 கிலோமீட்டர் குறுக்களவுடையதாயிருக்கும். ஒளி பொருந்திய வால்மீன்களின் வால்நீளம் எவ்வளவு இருக்கும்? அது எட்டு மில்லியன் முதல் 40 மில்லியன் கிலோமீட்டர் வரை நீளமாயிருக்கும்.

ஒரு வால்மீன் (1843-1 என்ற வால்மீன்) 51.2 கோடி கிலோமீட்டர் நீளமிருந்தது. சூரியனை நெருங்க நெருங்க அவற்றின் ஒளிமிகும். விலக விலகக் குறையும். வால்பகுதி துகள் வால், அயனி வால் என்று இரண்டாயும் தெரியும்.

பெயர் வைக்கும் முறை

வால்மீன்களுக்கு அவற்றை முதலில் கண்டுபிடித்தவர்களின் பெயரை வைப்பது வழக்கம். பலர் ஒரே நேரத்தில் ஒரு வால்மீனைக் கண்டுபிடித்தால் முதல் மூன்று பெயர்கள் ஏற்கப்படும். அதாவது சுசுக்கி -சைக்குசா - மோரி என்பது போன்று ஓர் ஆண்டில் கண்டுபிடிக்கப்படும். புதிய வால்மீன்களுக்கு அந்த ஆண்டின் எண்ணொடு ச்,ஞ என்ற எழுத்துக்கள் அந்த வரிசையில் தரப்படும். அதாவது 1983 1, என்பது 1983 II என்பதற்கு முன்னால் அந்த ஆண்டில் கண்டுபிடிக்கப்பட்டது என்பதைப் போன்று.

அவை சூரியனை வெகுஅருகில் நெருங்கும்போது, எவ்வரிசையில் வருகின்றன என்பதைப் பொருத்து, அவற்றின் நிலையான எண் தரப்படும். அதாவது 1986 1, 1986 ஐஐ என்பது போன்று. காலப்போக்கில் படிகப் படலங்களை இழந்து ஆவியாக்க எதுவுமில்லாத வற்றிய கற்களாய் ஒளியிழந்து போன அல்லது வாலில்லாத வால்மீன்கள் பலவாகும்.

ஒவ்வோர் ஆண்டும் பல வால்மீன்கள் புதிதாய்க் கண்டுபிடிக்கப்பட்டு வருகின்றன. ஆனால் அவை எல்லாம் ஒளி நிரம்பியனவாகவோ வாலுள்ளனவாகவோ, வெறும் கண்ணுக்குத் தெரியும்படியாகவோ இருப்பதில்லை. சில வெடித்துச் சிதறுவதும் உண்டு.

1705

வால்மீன்களின் எண்ணிக்கை வரலாறு மகாபாரதத்தின் காலத்திலிருந்தே தொடங்குகின்றது. கணக்கெடுத்தால், கி.மு. 1050 -ஆம் ஆண்டு முதன்முதலில் கவனிக்கப் பெற்ற (ஹேலி) வால்மீனிலிருந்து அந்தப் பட்டியல் தொடங்குகின்றது. இத்தனை என்று திட்டவட்டமாய்க் கூற முடியாதபடி எண்ணற்ற வால்மீன்கள் வந்து போய்க் கொண்டிருக்கின்றன. வரலாற்றுப் புகழ் பெற்ற வானியலாரான கலீலியோ 1618-இல் மூன்று வால்மீன்களைக் கண்டார். அவை வானவில்களைச் சற்று ஒத்திருப்பதாய்க் கூறினார். அவரது கருத்தை ஏசு சபையைச் சேர்ந்த கிரஸ்ஸி என்ற துறவி மறுத்தார்.

வால்மீனை ஆராய விண்கலம்

ஹேலி வால்மீன் 1986-ஆம் ஆண்டு பூமிக்கு அருகில் வந்தபோது, அதை ஆராய்வதற்காக ஐரோப்பிய நாடுகள் ஜியோட்டோ (Giotto) விண்கலத்தை வானில் ஏவின. இந்த விண்கலம் 1992 இறுதி வரை விண்வெளியில் சுற்றியபடி செய்திகளை அனுப்பியது. பின்னர் அந்த ஆண்டில் அது வேறொரு வால்மீனை ஆராயப் புகுந்தது.

அந்த விண்கலம் மணிக்கு 2,50,000 கிலோமீட்டர் வேகத்தில் சென்று ஹேலியை அணுகி ஆராய்ந்தது. அப்போது நுண்ணிய துகள்கள் விண்கலத்தைத் தாக்கின. பொதுவாய் சிறு துகள்கள் மோதினாலும் விண்கலம் சேதமுறும். ஆதலால் இவ்விண்கலம் ஹேலியைச் சுற்றி ஆராய்ந்தபின் பயனற்றுப்போகும் என்று அறிவியலார் கருதினர். எனினும் அதிலிருந்த 11 ஆய்வுக் கருவிகளில் நான்கு மட்டுமே பழுதடைந்தன.

அது ஏழாண்டுக் காலம் அண்டவெளியில் சுற்றித் திரிந்த பின்னர், வேறொரு வால்மீனின் பாதையை நெருங்கிக் கொண்டிருக்கின்றது என்பதை அறிந்த அறிவியலார்,

அதைப் புதிய வால்மீனை ஆராயுமாறு கட்டளையிட்டனர். விண்கலம் அக்கட்டளையை ஏற்று 1992 ஜூலை 10 அன்று கிரிக்கு-ஸ்கெல்லாரப்பு (*Grigg-Skellarup*) என்ற புதிய வால்மீனின் அருகில் சென்று ஆராய்ந்தது.

சோவியத்து விண்வெளி ஆய்வுக்கலம் வெகா-1, 1986 மார்ச்சு 6 அன்று ஹேலி வால்மீனைக் கடந்து விரைந்தது. அது பூமிக்குப் பல படங்களை அனுப்பிற்று. அம்மீனின் மையக் கரு திடமாயும் உறைந்தும் இருக்கின்றது என்பதை அப்படங்கள் உறுதிப்படுத்துகின்றனவா என்பது குறித்து அறிவியலார் ஆராய்ந்தனர். விண்கலம் வெகா - 1 ஹேலியிலிருந்து 9000 கிலோமீட்டர் தொலைவில் சென்றது.

கிரிக்கு - ஸ்கெல்லரப்பு வால்மீன் ஹேலியை விடச் சிறியது. அது ஐந்தாண்டுகளுக்கு ஒருமுறை சூரியனைச் சுற்றி வருகின்றது. இதை 1902-ஆம் ஆண்டில் ஜான் கிரிக்கு என்ற நியூசிலாந்தியரும் 1922-ஆம் ஆண்டில் ஜான் ஸ்கெல்லரப்பு என்ற தென்னாப்பிரிக்கரும் பார்த்து அறிவித்ததால், அதற்கு அவர்களின் பெயர் வைக்கப்பட்டுள்ளது.

வால்மீன் பற்றிய ஆய்வு இன்னும் தொடர்ந்து நடந்து வருகின்றது. சாமி, பி.எல். புகைக்கொடி, கட்டுரை, செந்தமிழ்ச் செல்வி, சூலை, 1970.

சுந்தரம், எஸ். டாக்டர் , வந்து கொண்டிருக்கும் வால்மீன், கட்டுரை, தினமணி சுடர், 17.3.1990.

சுவாமிநாதன் இரண்டாவது வால்நட்சத்திரம், கட்டுரை, தினமணி சுடர், 19.9.1992.

1705

1705

வரலாற்றுப் புள்ளிகள்

அறிவியல்

நியூட்டனுக்குச் சிறப்பு

ஆங்கிலக் கணிதவியலாரும் மெய்யியலாருமான ஐசக்கு நியூட்டன் புவி ஈர்ப்புக் கொள்கையின் தந்தை எனப்படுகின்றார். இங்கிலாந்தின் ஆன் அரசி நியூட்டனைச் சிறப்பிக்கும் வகையில் அவருக்கு 1705-ஆம் ஆண்டு சர் பட்டம் கொடுத்தார்.

சமயம்

கொல்லத்தில் சிரியன் கிறித்தவப் பேராயர்

நெஸ்தோரியத் திருச்சபை என்னும் சிரியக் கிறித்தவ சபையின் பிஷப்பாக மார் காபிரியல் என்பவர் இவ்வாண்டு ஆங்கிலக் கப்பல் ஒன்றில் கொல்லம் வந்தடைந்தார். அவர் கொல்லத்திலேயே சமயப் பணியாற்றி 1730-ஆம் ஆண்டு அங்கேயே இறந்தார்.

தெய்வீகத் தன்மை, மனிதத் தன்மை என்று இரு வேறு தனித் தன்மைகள் ஏசு நாதரிடத்தில் இருந்தன. அவை இரண்டும் ஒன்றுடனொன்று சேர்ந்து தனி ஆளுமையாகி விடவில்லை என்பது நெஸ்தோரியச் சமயக் கோட்பாடாகும்.

சிரியக் கிறித்தவ சபையின் மூத்த தலைவர் பெயர் நெஸ்தோரியஸ் (Nestorius - கி.பி-?- சு.451) இவர் வட சிரியத்திலுள்ள ஜெர்மானியம் என்ற ஊரில் பிறந்தவர். கன்னி மேரியை மெய்யாக இறைவனின் தாய் என்று கூறலாகாது என்ற கருத்தை அவர் ஆதரித்தார். அதனால் அவரை 431-ஆம் ஆண்டு திருச்சபையிலிருந்து நீக்கினர். கேரளத்தில் நெஸ்தோரியச் சபையைச் சேர்ந்தவர்கள் பேரெண்ணிக்கையில் உள்ளனர்.

கலை, இலக்கியம்

பிரஞ்சு மொழியில் ஆயிரத்தோர் இரவுகள்

அன்புக் கதைகள் என்று வழங்கி வரும் "ஆயிரத்தோர் இரவுகள்" என்ற நூலை, ஒரு பிரெஞ்சுக்காரர் 1705-ஆம் ஆண்டு பிரெஞ்சு மொழியில் மொழிபெயர்த்தார். இது பாரசிக மொழியில் இயற்றப்பட்ட கதையாகும்.

இயற்கைச் சீற்றம், பஞ்சம்

(அ) பதினெட்டாம் நூற்றாண்டில் ஏற்பட்ட பஞ்சங்கள்

ஆண்டு		பாதிக்கப்பட்ட பகுதி
1705-1708	-	தக்காணம்
1709-1711	-	சென்னை, வங்கம்
1717-1718	-	சோழ மண்டலக் கரை, வங்கக்கடல் மாவட்டங்கள், ஆமதாபாது, சூரத்து
1722	-	பம்பாய்
1728	-	சென்னை, பம்பாய்
1731-1734	-	சென்னை
1737	-	சென்னை
1747	-	ஆமதாபாது, ஔரங்கபாது
1751	-	வங்கம்
1769-1770	-	வங்கம், பிகார்
1782	-	பம்பாய், மைசூர், சென்னை
1783-84	-	வட இந்தியத்தில் மூல்தானிலிருந்து மூர்சிதாபாது வரை
1788	-	வங்கம்
1790-1792	-	ஐதராபாது, தக்காணம், குஜராது, வட சென்னை
1799-1801	-	வட இந்தியத்திலிருந்து ஐதராபாது வரை

(ஆ) பிரான்சில் கொடிய பஞ்சம்

பிரான்சில் இவ்வாண்டு ஏற்பட்ட கொடிய பஞ்சம், அந்நாட்டை மேலும் பல ஆண்டுகள் இன்னலுக்குள்ளாக்கியது.

பொறியியல்

கப்பல் சுக்கான் சக்கரமானது

மரக்கலங்களைச் செலுத்தும் கருவியான சுக்கான் இதுவரையிலும் கைப்பிடியாக (tiller) இருந்து வந்தது. இந்த ஆண்டு முதல் சுக்கான் சக்கரம் அறிமுகமாயிற்று.

1706

அரசியல்

தரங்கம்பாடியில் டேனியர்

சமயம்

தரங்கம்பாடியில் டேனியர் மிசன்

கலை, இலக்கியம்

வடமலையப்ப பிள்ளையின் மச்சபுராணம்

இயற்கைச் சீற்றம்

இத்தாலியில் நிலநடுக்கம்

பொது

புதுச்சேரியும் ஃபிரான்சுவா மார்டினும்
சீனச் சோதிட நூல் ஈ சின்

வரலாறு

டென்மார்க்கு, வைக்கிங்குகள்
புதுச்சேரி, காரைக்கால், மாகி,
ஏனாம், சந்திரநகர்

பிறப்பு

பெஞ்சமின் ஃபிராங்கிளின் (1706-1790)

இறப்பு

அரசி மங்கம்மாள் (?-1706)
ஃபிரான்சுவா மார்டின் (1634-1706)

1706

1. தரங்கம்பாடியில் டேனியர் மிசன்

ஜெர்மனிக்கு வடக்கிலும், வட மற்றும் பால்டிக்குக் கடல்களுக்கு நடுவிலும் அமைந்துள்ள நாடு டென்மார்க்கு எனப்படும்.

அது வரலாற்று இடைக்காலத்தில், மிகப் பரந்த ஸ்காண்டிநேவியப் பேரரசின் மையமாக இருந்தது. இன்று *(1999)* அது சின்னஞ்சிறு நாடாயிருப்பினும் பெரிதும் வளர்ச்சியடைந்துள்ளது.

வரலாற்றுக்கு முந்திய காலத்தில் டென்மார்க்குப் பெருநிலத்திலும், பால்டிக்குக் கடலின் நுழைவாயிலில் அதைக்காத்து நின்ற தீவுகளிலும் லாப்புகள் என்ற குட்டையான மக்களும் ஃபின்னியர் என்ற இனத்தவரும், வேட்டைக்காரர்களும், மீனவர்களும் வாழ்ந்தனர். கி.பி 250 வாக்கில் டேனியர் உள்பட ஜெர்மானிய இனத்தைச் சேர்ந்த மக்கள் அங்கு குடியேறினர். இப்புதிய இனத்தாரின் அரசுகள் ஒரு கூட்டு அரசாகச் சேர்ந்தன. டென்மார்க்கு என்று அது முதன்முதலில் 9-ஆம் நூற்றாண்டில் அழைக்கப்பட்டது.

வைக்கிங்குகள்

ஸ்காண்டிநேவிய வீரர்களான வைக்கிங்குகள் என்போர் 8-ஆம் நூற்றாண்டின் பிற்பகுதியில் மேற்கு ஐரோப்பியக் கரை நெடுகிலும் வரிசையாகப் பல தாக்குதல்களை நடத்தினர். அத்தாக்குதல்களில் டேனியரின் பங்கு தலையாயதாயிருந்தது.

வைக்கிங்குகளின் தாக்குதல்கள் முதலில் வெறும் கடற் கொள்ளைகள் போலிருந்தன. ஆனால் டேனிய அரசு சுமார் 950 வாக்கில் அமைந்ததும், அவை நாடு பிடிக்கும் முயற்சிகளாயின.

சிவப்பன் எரிக்கு என்ற வைக்கிங்குத் தலைவனின் கீழ் கிரீன்லந்தில் அம்மக்கள் குடியேறியிருந்தனர். அவ்வினத்தைச் சேர்ந்தவர்களில் வேறு பிரிவினர் ஸ்வெயின் ஃபோர்க்கு பியர்டு என்பவரின் தலைமையில் 1013 வாக்கில் வட பிரிட்டனின் பெரும் பகுதியை வென்று விட்டனர்.

ஃபோர்க்கு பியர்டின் மகனான மகா கான்யூட்டு தனது தந்தையின் வெற்றியுடன் தன் வெற்றிப் பங்காக 1028 வாக்கில் நார்வேயைச் சேர்த்துக் கொண்டார். அவர் அப்போது ஸ்காண்டிநேவியப் பேரரசை நிறுவினார். அக் கால கட்டத்திற்குள் அப்பகுதியில் வாழ்ந்த மக்களனைவரும் கிறித்தவராக்கப்பட்டு விட்டனர்.

கான்யூட்டு மன்னர் 1035 ஆம் ஆண்டு இறந்ததும் ஸ்காண்டிநேவியப் பேரரசு சிதைந்தது.

டென்மார்க்கில் 11 ஆம் நூற்றாண்டிலும், பன்னிரண்டாம் நூற்றாண்டின் தொடக்கத்திலும், மக்களுக்கும் அரசர்களுக்குமிடையே உட்பகை மூண்டமையால், நாடு வலுக்குன்றியது.

நாட்டின் அரசர்கள் தேர்தல்களின் மூலம் தேர்ந்தெடுக்கப்பட்டனர். அவர்கள் தமது அதிகாரத்திற்கு ஆதரவாகப் பிரபுக்களை நம்பியிருந்தனர். இப்பிரபுக்கள் சில

வேளைகளில் தமது அதிகாரத்தை வலுப்படுத்துவதற்காக விவசாயிகளுடன் சேர்ந்து கொண்டு, அரசனை எதிர்த்தனர்.

மகா விளாதிமிர் (1157-82) என்ற ஆற்றல் வாய்ந்த அரசர் தேர்ந்தெடுக்கப்பட்டார். இவருடைய ஆட்சியில் இழந்த பலத்தை டென்மார்க்கு மீண்டும் பெற்றது. இவரையடுத்து ஆட்சிக்கு வந்த ''வெற்றி'' வீரர் வால்திமார் புதியதொரு டென்மார்க்குப் பேரரசை நிறுவினார். இப்பேரரசு பால்டிக்குக் கடலை மையமாகக் கொண்டிருந்தது. அப்பேரரசு உச்ச நிலையிலிருந்த காலத்தில், வட ஜெர்மனியின் பெரும்பகுதி அதனுள் அடங்கியிருந்தது.

ஆனால் பால்டிக்குக் கடல் பகுதியில் அமைந்த ஆற்றல் வாய்ந்த வணிக நகரங்கள் ஒன்று சேர்ந்து அமைத்துக் கொண்ட ஹன்சியாடிக்கு லீகு எழுச்சி பெற்றதும் (இது வணிகர்களின் சங்கங்கள் சேர்ந்து அமைத்த நகரங்களின் கூட்டு அமைப்பாகும். இ.ச.க. தொகுதி-7:1763 கட்டுரை) ஜெர்மானியப் பகுதிகளை டென்மார்க்கு இழந்தது.

டென்மார்க்கு 1397 ஆம் ஆண்டு ஐசிலாந்தை ஆண்டு வந்த நார்வேயுடனும், சுவீடனுடனும் சேர்ந்து டேனிய அரசி மார்கரட்டின் கீழ் ஒரு கூட்டாட்சியை நிறுவியது. இந்தக் கூட்டாட்சி 1523-ஆம் ஆண்டு வரை நீடித்தது. சுவீடன் அந்த ஆண்டு கூட்டாட்சியிலிருந்து பிரிந்தது. நார்வேயும் டென்மார்க்கும் அதில் 1814 வரையில் நீடித்தன.

இதுவே டென்மார்க்கின் கடந்தகால வரலாறாகும். போர்ச்சுக்கல் கீழையுலகில் பெருஞ்செல்வம் திரட்டியதை அறிந்த ஐரோப்பிய நாடுகளெல்லாம் தாமும் அங்கு தமது வணிக அமைப்புகளை நிறுவ வேண்டுமென்று இந்தியத்தை நோக்கிப் புறப்பட்டன.

டென்மார்க்கு நாட்டினர் 1616-இல் டேனியக் கிழக்கிந்தியக் கம்பெனியை அமைத்தனர். கீழையுலகில் தாமும் ஒரு பேரரசை நிறுவி விடலாம் என்ற நம்பிக்கையில் 1620-ஆம் ஆண்டு ஒரு கப்பல் தொகுதியைத் தென்னிந்தியத்திற்கு அனுப்பினர்.

டேனியக் கப்பல்கள் முதலில் இலங்கையில் இறங்க முற்பட்டபோது, அப்போது அத்தீவைத் தம் கையில் வைத்திருந்த போர்த்துக்கீசர் அவர்களை விரட்டியடித்தனர்.

அதன்பிறகு டேனிய மாலுமிகள் இலங்கைக்கு 200 மைலுக்கப்பால், இந்தியத்தின் கீழைக் கரையிலிருந்த தரங்கம்பாடி என்ற ஊரில் இறங்கினர்.

தரங்கம்பாடியை அடைதல்

டேனியக் கிழக்கிந்தியக் கம்பெனி தற்செயலாய்த்தான் 1620-இல் தரங்கம்பாடியைப் பெற்றது. மார்செலியோ தெ போசூயெர் (*Marselio de Borshouer*) என்ற டச்சு வணிகர் டென்மார்க்கிற்காக இலங்கையுடன் ஓர் உடன்படிக்கை செய்து வருமாறு நான்காம் கிறிஸ்தியன் என்ற டேனிய அரசர் 1617இல் ஆணையிட்டிருந்தார். மார்செலியோ கோபன்கேகனிலிருந்து (*Copenhagen*: இது டென்மார்க்கின் தலைநகரம்; அது சிலண்டு என்ற தீவின் கரை மீதமைந்த துறைமுகப்பட்டினம். அப்பட்டினம் அமைந்துள்ள இடத்தில் மனிதர் சுமார் 6000 ஆண்டுகளாய் வாழ்ந்து வருகின்றனர். இது பால்டிக்குக் கடலின் தலையாய நுழைவாயில். இங்கு 1497 முதல் சிறப்பு வாய்ந்த ஒரு பல்கலைக்கழகம் இருந்து வருகின்றது.) நான்கு கப்பல்களில் படைவீரர்களை ஏற்றிக்கொண்டு 1618 மார்ச்சு 30 அன்று புறப்பட்டார்.

இப்பயணம் துயரத்தில் முடிந்தது. இக்குழுவின் தலைவர் இலங்கை சென்ற வழியில் கடலில் இறந்தார். கப்பல்கள் காரைக்காலில் கரையிறங்கின. காரைக்காலும் அப்போது போர்த்துகீசர் வசமிருந்தது. போர்த்துக்கீசருக்கும் டேனியருக்கும் நடந்த சண்டையில் நாற்பது டேனியர் மட்டுமே பிழைத்தனர். மார் செலியோவிற்குத் தஞ்சை நாயக்க அரசரான இரகுநாத நாயக்கர் (ஆ.கா. 1600-1664) புகலிடம் தந்தார்.

தஞ்சை நாயக்கர் டேனியர் தரங்கம்பாடியில் குடியேறித் தஞ்சை நாட்டில் வாணிபம் புரிவதற்கு இசைவு தந்தார். டேனியர் அவருடன் செய்து கொண்ட ஓர் உடன்படிக்கைப்படி தரங்கம்பாடியில் ஆசியத்தின் முதல் டேனியக் குடியேற்றம் நிறுவப்பட்டது.

பின்னர் டேனியக் கிழக்கிந்தியக் கம்பெனி தாழ்ச்சியடையவே 1655-இல் கலைக்கப்பட்டது. தரங்கம்பாடியிலிருந்த டேனியர் குடியேற்றமும் தாழ்வுற்றது. அங்கு 1655-இல் டேனியர் ஒருவர் மட்டுமே இருந்தார். அங்கு உள்ளூர் மக்களுடன் ஏற்பட்ட கலப்பினால் பிறந்தவர் எவரும் இருந்தனரா என்பது தெரியவில்லை. எனினும் அத்தகையோர் சிலர் அங்கு இருந்திருக்கக் கூடும் என்பதைத் தள்ளி விடுவதற்கில்லை.

டேனியக் கம்பெனி 1670-இல் மீண்டும் உயிர்ப்பிக்கப்பட்டது. தரங்கம்பாடி டேனியர்க்கு மீண்டும் முக்கியமான இடமானது. டேனியர் தரங்கம்பாடியைத் தலைமையிடமாகவும், தளமாயும் கொண்டு நிக்கோபர்த் தீவுகளில் குடியேற்றம் அமைக்கவும் பன்முறை முயன்று தோற்றனர்.

டேனியர் தரங்கம்பாடியை டேன்ஸ்பர்கு (*Dansbourg*) என்று அழைத்தனர். இந்தியத்தில் சீர்திருத்தக் கிறித்தவத்தின் ஒரு தொட்டிலாய் விளங்கிய தரங்கம்பாடியைப் பற்றியும் டேனியர் கிழக்கிந்தியக் கம்பெனியைப் பற்றியும் இக்களஞ்சிய வரிசை நெடுகிலும் பரக்கக் காணலாம்.

டேனியர் தரங்கம்பாடி என்ற ஊரைத் தஞ்சை மன்னரிடமிருந்து விலைக்கு வாங்கினர்.

இங்குதான் இந்தியத்தில் புராட்டஸ்ண்டு மிசனின் தந்தையான பார்த்தலோமஸ் சீகன்பால்கு (*Bartholomus Ziegenbalg: 1683-1715*) டென்மார்க்கு மன்னரிடமிருந்து 1706-இல் அரச கட்டளை பெற்றுச் சமயப்பணி புரிய வந்தார்.

இந்த 1706 ஆண்டில்தான் டேனியரின் சமயப் பரப்பு மிசன் தரங்கம்பாடியில் அமைக்கப்பட்டது.

சீகன்பால்கு தரங்கம்பாடியிலிருந்து கொண்டு தமிழ் நாட்டில் அச்சுக்கலை பரவுவதற்கு ஆற்றிய தொண்டுகளை இனிவரும் ஆண்டுகளில் காணலாம்.

தரங்கம்பாடியில் 1706-ஆம் ஆண்டு சமயப்பரப்பு மிசன் தொடங்கியதற்கு நூற்றம்பைது ஆண்டுகளுக்குப் பிறகுதான், 1755-இல் கல்கத்தாவின் தெற்கே செராம்பூர் என்னுமிடத்தில் மற்றோர் டேனியப் பேட்டை நிறுவப்பட்டது.

பார்ப்பதற்கு முக்கியமற்றவையாகத் தோன்றிய இவ்விரு பேட்டைகளும் டென்மார்க்கு அரசின் நேரடி ஆளுகையில் இருந்தன. பிரிட்டிசார் பின்னர் இவ்விரண்டையும் 1845-ஆம் ஆண்டு விலைக்கு வாங்கினர்.

இந்தியத்தில் கிறித்தவ சமயத்திற்கென்று அமைத்த நான்கு தொட்டில்களில் முக்கியமானவை இரண்டு. அவை தரங்கம்பாடியும், செராம்பூரும் ஆகும். மற்ற இரு தொட்டில்கள் கோவா, கேரளம்.

டேனியர்கள் இவ்விரு பேட்டைகளையும் வைத்துக் கொண்டு, தமது அளவினும் பெரிய செல்வாக்கை இந்தியத்தில் செலுத்தி வந்தனர்.

டேனியர்கள் இவ்விரு பேட்டைகளையும் வைத்துக் கொண்டு, தமது அளவினும் பெரிய செல்வாக்கை இந்தியத்தில் செலுத்தி வந்தனர்.

இவ்விரு ஊர்களும் இந்தியர்களை மதம் மாற்றுவதற்குப் பயன்பட்ட புராட்டஸ்டண்டுக் கேந்திரங்களாகும். இவையன்றி இச்சமயப் பிரிவிற்கு இக்காலத்தில் வேறு கேந்திரமில்லை. ஏனெனில் கிழக்கிந்தியக் கம்பெனி தன் பகுதிகளில் 1813 வரை மத மாற்றத்தைத் தடை செய்திருந்தது.

2. புதுச்சேரியும் ஃபிரான்சுவா மார்டினும்

புதுச்சேரியை 1674 -இல் உருவாக்கியவர் என்று வரலாற்றில் அடிக்கடி கூறப்படும். ஃபிரான்சுவா மார்டின் இந்த 1706 டிசம்பர் 20 அன்று தான் உண்டாக்கிய புதுச்சேரியில் தலைமை ஆளுநராயிருந்தார்.

இவ்வேளையில் அவரைப் பற்றிச் சிறிது நினைவு கூர்வது பொருத்தமாக இருக்கும்.

அவர் 1669-இல் இந்தியத்திற்கு வந்து சூரத்தில் இறங்கியதற்கு முன்னரே புதுச்சேரி புகழ் பெற்ற நெசவுக் கேந்திரமாகவும், நல்ல துறைமுகமாகவும் விளங்கியிருக்கின்றது.

பிண்டாரியர் என்ற கொள்ளைக் கூட்டத்தார் செஞ்சியைக் கைப்பற்றித் துணி ஏற்றுமதித் துறைமுகமான புதுச்சேரியையும் 1648-இல் கொள்ளையடித்தனர் என்பது ஆங்கில ஆவணங்களில் குறிப்பிடப்பட்டுள்ளது. எனவே ஃபிரான்சுவா மார்டின் இந்தியத்திற்கு வந்ததற்கு முன்னரே புதுச்சேரி குறிப்பிடத்தக்க முக்கியத்துவம் வாய்ந்த துறைமுகமாக விளங்கியிருக்கின்றது என்பது இதனால் தெரிகிறது.

இவர் ஃபிரான்சுவா மார்டின் ஜைல்ஸ் மார்டின் பெரோன் கோசலின் என்பவருக்கு மகனாக 1634-ஆம் ஆண்டு பிரான்சு நாட்டில் பிறந்தார். அவர் தந்தை பாரிஸ் நகரத்தில் வியாபாரம் செய்து வந்தார். அவர் 1660-ஆம் ஆண்டு இறக்கவே ஃபிரான்சுவா மார்டின் பல சரக்கு வணிகர் ஒருவரிடம் வேலைக்குச் சேர்ந்தார்.

அவர் அதற்கு ஐந்தாண்டுகளுக்குப் பிறகு பிரஞ்சுக் கிழக்கிந்தியக் கம்பெனியில் துணை வணிக அலுவலராகச் சேர்ந்தார்.

மார்டின் பிரான்சின் வடமேற்குக் கரையிலுள்ள பிரஸ்ட் என்ற இடத்தில் இருந்து மடகாஸ்கர் (இது ஆப்பிரிக்கத்தின் தென்கிழக்கேயுள்ள தீவு) என்ற இடத்திற்கு 1665 மார்ச்சு முதல் தேதியன்று கப்பலேறினார்.

பிரஞ்சுக் குடியேற்றமான மடகாஸ்கரில் மார்டின் மூன்றாண்டுகள் பணிபுரிந்த பிறகு, வணிகர் என்ற பதவி உயர்வு பெற்றார். அதன்பிறகு 1669-ஆம் ஆண்டு இந்தியத்தின் மேற்குக் கரையிலுள்ள சூரத்திற்கு அனுப்பி வைக்கப்பட்டார். அவர் சூரத்தில் வாணிபத்தைப் பெருக்குவதற்கு முயன்றார்.

மார்டின் பின்னர் மச்சலிப்பட்டினத்திலிருந்து வந்த பிரஞ்சுப் பண்டசாலையின் இயக்குநராக்கப்பட்டார். அதன்பிறகு மார்டின் அங்கிருந்து அறுபது பிரஞ்சுக் காரர்களுடன் புறப்பட்டுச் சென்று, 1674-ஆம் ஆண்டு ஜனவரி 15 அன்று புதுச்சேரியை அடைந்தார்.

புதுச்சேரியில் கம்பெனியின் அதிகாரியாயிருந்த பேரன், அங்கிருந்து சூரத்துக்குச் சென்று பிரஞ்சுக் கம்பெனியின் தலைமை இயக்குநரானமையால், மார்டின் புதுச்சேரிப் பண்ட சாலைக்கு 1675 மே 5 அன்று இயக்குநரானார்.

அதன் பிறகு மார்டின் புதுச்சேரி வளர்ச்சியில் மிகுந்த அக்கறை காட்டி வந்தார். மராட்டியருக்கும், முகலாயருக்கும் செஞ்சிப் பகுதியில் நடந்த சண்டைகளில் மார்டின் நடுநிலை வகித்தார்.

மராட்டிய மன்னர் இராசாராம் (சிவாஜியின் மகன்) இக்காலகட்டத்தில் செஞ்சிக் கோட்டையில் வந்து இருந்தார். அவருக்குப் பணம் தேவைப்பட்டதால், அவர் புதுச்சேரியைப் பிரஞ்சுக்காரருக்கு விற்க முன்வந்தும் மார்டினிடம் போதிய பணம் இல்லாததால், இந்தப் பேரம் அடைபடவில்லை.

இராசாராம் இரண்டாம் முறையும் அதை விற்க முன்வந்தபோது பிரஞ்சுக்காரரால் அதைப் பயன்படுத்திக் கொள்ள முடியவில்லை.

டச்சுக்காரர்கள் செஞ்சியில் பிரஞ்சுக்காரருக்கு எதிராகத் தொடர்ந்து சூழ்ச்சிகள் செய்து வந்தனர். டச்சுக்காரர் கடைசியில் புதுச்சேரியை இராசாராமிடமிருந்து விலைக்கு வாங்கி விட்டனர். அவர்கள் மராட்டியரின் உதவியுடன் பிரஞ்சுக் குடியேற்றங்களைத் தாக்குவதற்கு ஆயத்தமாயினர்.

நாற்பது டச்சுக் கப்பல்கள் அடங்கிய ஒரு தொகுதி 1693 ஆகஸ்டு மாதம் இலங்கையிலிருந்தும், படேவியத்திலிருந்தும் (இந்தோனேசியம்) வந்தது. அவற்றிலிருந்து சுமார் 20,000 பேர் கரையிறங்கி வந்து, பீரங்கிகொண்டு புதுச்சேரியை ஆறு நாட்கள் தாக்கினர். அதன்பிறகு பிரஞ்சுக்காரர் படை அவர்களிடம் சரணடைந்தது.

''இருபதாண்டுகளில் முயன்று செய்தவையனைத்தும் ஒரே வாரத்திற்குள் 1698 ஆகஸ்டு 30 முதல் செப்டம்பர் 8 வரை) ஒன்றுமில்லாமல் வீணாயின'' என்று ஒரு வரலாற்றாசிரியர் புதுச்சேரி வீழ்ச்சியைப் பற்றிக் குறிப்பிடுகிறார்.

ஃபிரான்சுவா மார்டின் சிறைப்பிடிக்கப்பட்டார். அவரும் அவர் குடும்பத்தினரும் சுமத்திராவின் படேவியத்திற்கு அனுப்பப்பட்டனர். பின்னர், அவர்கள் அங்கிருந்து வங்கம் செல்வதற்கு அனுமதிக்கப்பட்டனர். மார்டின் 1694 பிப்ரவரி 15 அன்று சந்திரநகரை அடைந்தார்.

இருப்பினும் 1697 -ஆம் ஆண்டு ஏற்பட்ட ரைஸ்விக் உடன்படிக்கைப்படி புதுச்சேரியைப் பிரஞ்சுக்காரருக்குத் திருப்பித்தர வகை செய்யப்பட்டது. ஆனால் 1699-இல்தான் டச்சுக்காரர் புதுச்சேரியை விட்டு வெளியேறினர்.

பல்வேறு ஐரோப்பிய வல்லரசுகளிடையே ஏற்பட்ட சண்டைகளினால் புதுச்சேரி 17, 18-ஆம் நூற்றாண்டுகளில் பலமுறை கைமாறியது. அது 1761-இல் பிரிட்டிசாரிடம் அகப்பட்டு 23 ஆண்டுகள் அவர்கள் கைகளில் இருந்தது. எனினும் அதைக் கைப்பற்றிய டச்சுக்காரரோ, ஆங்கிலேயரோ, அங்கு நடைமுறையிலிருந்த பிரஞ்சுச் சட்டத்தைத் தம் சட்டங்களால் மாற்றினாரிலர். புதுச்சேரி பன்முறை கைமாறிய பிறகு 1814-ஆம் ஆண்டு பாரிஸ் உடன்படிக்கைப்படி 1816-ஆம் ஆண்டில் பிரஞ்சுக்காரரிடம் தரப்பட்டது. புதுச்சேரியின் பரப்பளவு 293.7 சதுர கிலோமீட்டர்.

புதுச்சேரி இவ்வாறு சுமார் 50 ஆண்டுகள் டச்சுக்காரர் வசம் இருந்தது. அது புதுச்சேரிக்கு மிகவும் சோதனையான காலம். ஏனெனில் முகலாயரும் மராட்டியரும் ஓயாது சண்டையிட்டுக் கொண்டிருந்தனர்.

மார்டின் அதன்பிறகு புதுச்சேரியில் வாணிபத்தைப் பெருக்கினார். அதன் பாதுகாப்பை வலுப்படுத்தினார். அதனால் புதுச்சேரி அப்போது மிக முக்கிய நகரமாயிற்று.

மார்டின் புதுச்சேரியில் 1700-ஆம் ஆண்டு வெள்ளியினாலான அரைப்பணம், முழுப்பணம், இரட்டைப்பணம் என்ற நாணயங்களை அச்சிட்டார்.

இந்த 1706-ஆம் ஆண்டில் மட்டும் புதுச்சேரியில் 10,000 பொன் வராகன்கள் அச்சிடப் பெற்றன.

மார்டினின் சேவையைப் பாராட்டிப் பிரஞ்சு அரசு அவருக்குப் பல பரிசுகளை வழங்கியது.

சூரத்தில் வாணிபத்தில் ஆதாயம் இல்லாததாலும், அங்கு போட்டிகளிடையே தொழில் செய்வது கடினமாய் இருந்ததாலும் பிரஞ்சுக்காரர் மிகவும் கெட்டிக்காரத்தனமாய் அங்கிருந்த பண்ட சாலையை 1701-இல் கைவிட்டனர். அதற்கு முன்னரே, ''இந்தியத்திற்கான மேலுயர் குழுமத்தைச்'' சூரத்திலிருந்து புதுச்சேரிக்கு மாற்றுவதென்று முடிவாயிற்று.

மார்டின் அந்த மேலுயர் குழுமத்தின் புதுத் தலைவராகவும், இந்தியத்தில் பிரஞ்சு விவகாரங்களுக்குத் தலைமை இயக்குநராகவும் அமர்த்தப்பட்டார்.

பிரஞ்சுக்காரர் 1701-இல் கள்ளிக் கோட்டையில் ஒரு பண்டசாலையை அமைத்தனர். இக்காலத்தில் புதுச்சேரி மார்டின் நிர்வாகத்தில் செழித்தோங்கியது.

1706

அவர் 1706-ஆம் ஆண்டு ஆர்க்காட்டு நவாபு தாவுது கானிடமிருந்து ஒழுகரை, மருக்காப் பாக்கம், ஒலந்தை, மாக்கமுடையான் பேட்டை, கருவடிக்குப்பம் ஆகிய இடங்களைப் பெற்றார்.

ஐரோப்பியத்தின் புகழ்பெற்ற வாபன் தூர்னாய்க் கோட்டையைக் கட்டுவதற்காக வரைந்த திட்டத்தை அடிப்படையாக வைத்து, ஃபிரான்சுவா மார்டின் புதுச்சேரியில் புனித லூயி கோட்டையைக் கட்டினார். அதன் திறப்பு விழா 1706 ஆகஸ்டு 25 அன்று நடந்தது. மார்டின் கலந்து கொண்ட கடைசிப் பொதுநிகழ்ச்சி இதுவேயாகும்.

புதுச்சேரியின் முதல் பிரஞ்சு ஆளுநரான ஃபிரான்சுவா மார்டின் 1706 டிசம்பர் 31 அன்று தனது 72-ஆவது வயதில் புதுச்சேரியில் இறந்தார்.

இவரையடுத்துத் துலிவியர் தலைமை ஆளுநரானார். மார்டினுக்குப் பிறகு 1707-முதல் 1720 வரையிலும் ஐந்து ஆளுநர்கள் வந்தனர். அவர்களில் எவரும் மார்டினைப் போன்று திறமைசாலிகளாக இருக்கவில்லை.

பிற பிரெஞ்சுக் குடியேற்றங்கள்

இந்தியத்தில் புதுச்சேரி தவிர வேறு பல குடியேற்றங்களும் பிரஞ்சுக்காரருக்கு இருந்தன. அவற்றில் குறிப்பிடத்தக்க சிலவற்றைக் கீழே காணலாம்.

காரைக்கால்

காரைக்கால் புதுச்சேரியிலிருந்து தெற்கில் சுமார் 100 கிலோமீட்டரில் உள்ளது. இது இப்போது முப்புறமும் தஞ்சை மாவட்டத்தாலும் கிழக்கில் வங்கக் கடலாலும்

சூழப்பட்டுள்ளது. அதன் பரப்பளவு *149.20* கிலோமீட்டர். காரைக்காலைக் கிரேசியன் கோலார் (*Gratien Golard*) என்ற பிரஞ்சுப் படைத் தலைவர் சந்தா சாகிபின் துணைகொண்டு *1739* பிப்ரவரி *14* அன்று தஞ்சை மராட்டியரிடமிருந்து கவர்ந்தார். அது பின்னர் தஞ்சை அரசரிடமிருந்து *50,000* சக்கரங்களுக்கு விலைக்கு வாங்கப்பட்டது. *(காரைக்கால் இ.ச.க.தொகுதி-4:1739 கட்டுரை)*

காரைக்கால் அரசலாற்றின் வட கரையில் அமைந்துள்ளது. அரசலாறு காரைக்கால் வழியே பாய்ந்து, உடனே வங்கக் கடலில் கலக்கின்றது.

காவிரியின் ஏழு கிளை ஆறுகளான, அரசலாறு, முடிகொண்டானாறு, நந்தலாறு, நூலாறு, திருமலைராசனாறு, விஞ்சியாறு முதலியன காரைக்கால் வழியே ஓடுகின்றன. கால்வாய்கள் வழியே விளை நிலங்களுக்கு நீர் பாய்கின்றது.

மாகி

மாகி மலபார்க் கரையில் புதுச்சேரியிலிருந்து மேற்கில் சுமார் *400* கிலோமீட்டருக்கு அப்பாலுள்ளது. இங்கு இரண்டு திட்டுகள் உள்ளன. ஒன்றின் கிழக்கே அரபிக்கடலும் ஏனைய பக்கங்களில் கேரளத்தின் கோழிக்கோட்டு மாவட்டமும் அமைந்துள்ளன. மற்றொன்று கண்ணனூர் மாவட்டத்திலுள்ள திட்டாகும். ஊருக்கு வடக்கே மாகி ஆறு (மையழி -கறுப்பு ஆறு) ஓடுகின்றது. இந்த ஆறு சுமார் *54* கிலோ மீட்டர் ஓடிவந்து, இப்பகுதியில் சுமார் மூன்று கிலோமீட்டர் தொலைவு வரையிலும் பாய்ந்து மாகியின் வட, தென் எல்லைகளாக இருக்கின்றது. இந்த ஆற்றில் நாட்டுப் படகுகள் செல்லலாம். இதன் மொத்தப் பரப்பளவு *8.41* சதுர கிலோமீட்டர். புதுச்சேரி மாநிலத்தில் மாகி மிகச் சிறிய பகுதியாகும். எனினும் மக்கள் அடர்த்தி மிகுதி.

ஆன்று மெல்லாந்தினின் முயற்சியால் பிரஞ்சுக்காரர் வடகரை நாடு வாழியான (குறுநில மன்னர்) போயனாரிடமிருந்து மாகி ஆற்றின் முகத்துவாரத்தில் ஒரு பண்டசாலை அமைக்கும் உரிமையை *1721* -ஆம் ஆண்டு பெற்றனர். அவர் *1724*-ஆம் ஆண்டு மாகியில் ஒரு கோட்டையையும் கட்டினர். இதற்கு முற்றிலும் வாணிப நோக்கமே காரணமாயிருந்தது. ஆனால் தலைச்சேரியிலிருந்த ஆங்கியர் போயனாரைத் தம் வசப்படுத்திக் கொண்டு பிரஞ்சுக்காரரை மாகியிலிருந்து வெளியேற்றி விட்டனர்.

அதனால் ஆத்திரமடைந்த பிரஞ்சுக்காரர் புதுச்சேரியிலிருந்து மார்டைலான் கோண்டரின் என்பவரின் தலைமையில் நூறு கப்பல்களை அனுப்பி *1725* டிசம்பரில் மாகியை மீண்டும் பிடித்தனர். இப்போது மாகியைப் பிடித்ததற்குத் துணை புரிந்த கேப்டன் தெ லா பூர்தேனைஸ் *(de la Bourdonaise, 1699-1753)* என்ற பிரஞ்சுக் கப்பல் தலைவரைச் சிறப்பிப்பதற்காக மையழி என்ற மலையாளப் பெயரை மாற்றி மாகி (*Mahe*) ஆக்கினர். *(இ.ச.க.தொகுதி-3:1722 கட்டுரை)*

ஏனாம்

இது இன்று ஆந்திரத்தின் கிழக்குக் கோதாவரி மாவட்டத்திலுள்ளது. புதுச்சேரியின் வடகிழக்கே *500* கிலோ மீட்டரில் இருக்கின்றது. இது குறுகலான நிலப்பரப்பு. இதில் ஏனாம் நகரும் ஆறு ஊர்களும் அடங்குகின்றன. இதன் பரப்பளவு *17.29* சதுர கிலோமீட்டர்.

ஏனாம் பகுதி கொரிங்கா, கோதாவரி ஆறுகளின் இடையே அமைந்துள்ளது. கொரிங்கா ஆறு ஊரை இரண்டாய்ப் பிரிக்கின்றது. பிரஞ்சுக்காரர் *1731*-ஆம் ஆண்டு ஏனாமில் குடியேறினர்.

சந்திரநகர்

சந்திரநகர் கல்கத்தாவின் வடக்கே 30 கிலோ மீட்டரில் உள்ளது. இதன் பரப்பளவு 9.4 சதுர கிலோமீட்டர். இதில் கோரட்டி (*Goretty*) என்ற திட்டும் அடங்கும்.

பிரஞ்சுத் திட்டாயிருந்த சந்திரநகரில் 1949 சூன் 19 அன்று நடந்த பொது வாக்கெடுப்பின்படி, அது இந்தியக் கூட்டாட்சியில் இணைவதென்று அறிவிக்கப்பட்டது. இந்திய அரசு 1950 மே 2 அன்று அதன் ஆட்சிப் பொறுப்பை ஏற்றது. அதை இந்தியத்தில் இணைப்பது குறித்த உடன்படிக்கை பிரான்சுடன் 1951 பிப்ரவரி 2 அன்று கையெழுத்தானது.

3. சீனச் சோதிட நூல் ஈ சின்

அறுவடை அல்லது போர் போன்ற நிகழ்வுகளையெல்லாம் ஒழுங்கமைதியுள்ள எண்கள் அமைப்பு முறையைக் கொண்டு முன்கூட்டியே கூறிவிட முடியும் என்று சீனர் நம்பினர். ஆரூடம் கூறுவதில் மிக விரிவான ஏடு (*Chan*) என்று (மாறுதல் கூறும் என்று பொருள் தரும்) ஈ சின் (*I ching*) என்ற சீனச் சோதிட நூலைக் கூறலாம். பல்திறக் கூட்டு எனத்தக்க இந்நூல் கி.மு 7 அல்லது 8 ஆம் நூற்றாண்டில் தோன்றியது. எனினும் அதற்கு ஐநூறு ஆண்டுகளுக்குப் பிறகுதான், அந்நூல் இறுதி வடிவம் பெற்றது. பத்து இறக்கைகள் ஷி I (*Shish I*) என்ற அதன் பிற்சேர்க்கையில் அடங்கியுள்ள மிக முக்கியமான துவான் சூவான் (*Tuan Chuan*), சியாங்கு துவான் (*Hsiang Tuan*) என்ற உரை நூல்களை கன்ஃபூசியசும் அவரின் மாணாக்கர்களும் சுமார் கி.மு. 500 வாக்கில் இந்நூலுடன் சேர்த்தனர்.

(*Confucius*: 551-479 கி.மு) ''வணக்கத்திற்குரிய காங்கு ஆசான்'' என்று பொருள்படும் சிறப்பைப் பெற்ற கன்ஃபூசியஸ் லூ (*Lu*) என்ற அரசில் பிறந்தார். இது தற்காலச் சீனத்தின் ஷாண்டுங்கு மாநிலத்தில் இருந்தது. இவர் சீன மெய்யியலார். பேராசான். இவர் தானே கற்றவர். கி.மு. 531 -ஆம் ஆண்டில் ஆசான் ஆனார். அவர் சமுதாய சீர்திருத்தம் வேண்டுமென்ற கருத்துகளைக் கூறியதால், மக்கள் போற்றும் மாமனிதரானார். எனினும் அவரின் எதிரிகள் அவரை லூவை விட்டு வெளியேறுமாறு செய்தனர். அவர் மாணாக்கர் பலர் புடைசூழப் பல இடங்களுக்குச் சென்றார். அவர் கி.மு. 479-ஆம் ஆண்டில் இறந்தவுடனேயே அவரின் மாணாக்கர்கள் ''கன்ஃபூசியக் கருத்துகளின் தொகுப்பு'' (*The Confucian Analects*) என்ற நூலைத் தொகுத்தனர். அதில் கன்ஃபூசியசின் நல்லுரைகளும் செயல்களும் கூறப்பட்டுள்ளன. அவரின் போதனைகள் அவரை வழிபாட்டுக்குரிய நிலைக்குப் பிற்காலத்தில் உயர்த்தின. கன்ஃபூசியம் சீனத்தின் அரசுச் சமயம் என்ற நிலைக்கு உயர்ந்தது.)

அதற்குப் பின்னர் இயற்கையிலார் என்ற கூட்டத்தார் மேலும் இந்நூலை விரிவுபடுத்தினர். இப்பிரிவுகளின் பயனாய் இந்நூல் பேரண்டத் தோற்றுவாய் பற்றிய ஆய்விலும் ஒழுக்கவியலிலும் மிக உயர்ந்த இடத்தைப் பெற்றது.

உழவர்களுக்குத் தென்படுகின்ற சகுனங்களையும் ஆமை ஓடு அல்லது எருதின் தோள், எலும்பு ஆகியவற்றின்மீது பழுக்கக் காய்ச்சிய சூட்டுக் கோலினால் சூடு போடும்போது அவற்றில் உண்டாகும் வெடிப்புகளையும் கணித்து ஆரூடம் கூறுவதை அடிப்படையாய்க் கொண்ட நூலாய் ஈ சின் விளங்குகின்றது. மேலும் தாயக் கட்டைகளை உருட்டிப் போட்டு விழுகின்ற எண்களை வைத்து (*Kua*: என்பது தாயம்

போட்டு எண்ணிக்கை பார்ப்பது) அல்லது நீண்ட அல்லது குட்டையான குச்சிகளை (*Shih*) வீசி அவற்றை எண்ணிப் பார்ப்பது என்ற முறைக்கும் முக்கியத்துவம் தரப்பட்டது.

முக்கோட்டு வடிவமும் அறுகோண வடிவமும்

சீன விற்பன்னர்கள் மேலே கடைசியாய்க் கூறப்பட்ட முறையை முக்கோட்டு, அறுகோணக் கோட்டு வடிவங்களைச் சின்னமாய் வைத்து மிகச் சிக்கலானதும் ஆர்வமூட்டுவதுமான ஆரூட முறை ஒன்றை உருவாக்கினர்.

ஈ சின் ஆரூட முறையானது மூன்று தொகுதிகள் (*sets*) அல்லது ஆறு கோடுகளை (*hsio*) வைத்து அமைக்கப்பட்டுள்ளது. அக்கோடுகளில் சில திட்பமானவையாய் அல்லது முழுமையானவையாய் (*yang*) இருக்கும். ஏனைய கோடுகள் (*yin*) உடைந்து இருக்கும். அவை இடைவெளிவிட்டுக் குட்டைக் கோடுகளாய் வரையப்படும். யாங்கு அல்லது யின்னைத் தேர்ந்தெடுக்கக்கூடிய இரட்டை வாய்ப்புகள் 'உள. இம்மூன்று அல்லது ஆறு கோடுகளைக் கொண்டு, எட்டு அல்லது அறுபத்தி நான்கு விதங்களில் முக்கோட்டு வடிவங்களை அல்லது அறுகோண வடிவங்களை (*kua*) உண்டாக்கிக் கொள்ளலாம். அவை வரைசெய்யப்பட்ட வரிசைப்படி பட்டியலிடப்படுகின்றன.

1706

சுமார் கி.மு 1126 முதல் கி.மு. 255 வரை நிலவிய பண்டைச் சூ (*Chou*) அரசகுடியின் வெண் (*Wen*) என்ற அரசர், இக்குவாக்களில் ஒவ்வொன்றுக்கும் விளக்கம் தந்தார். அவை விளக்கவுரை (*hsit tzhu*) அல்லது இணைக்கப்பட்ட மதிப்பீடு (*hsio tzhu*) என்ற நூலில், அவ்வரசர் விவரித்த ஒவ்வொரு விளக்கமும் பின்பற்றப்பட்டன. இணைக்கப்பட்ட மதிப்பீடுகள் பற்றி எழுந்த (*Hsi Tzhu Chuvan*) என்ற நூலிலுள்ள பத்து இறக்கைகள் (*Ten Wings*) என்ற பகுதியில் ஐந்து, ஆறாம் பிற்சேர்க்கைகள் அடங்கியுள்ளன. அவை ஹன் அரச குடியின் (*Hun Dynasty*: 206 கி.மு - 221 கி.பி தொடக்கக் காலத்திலிருந்தே 'மாபெரும் பிற்சேர்க்கை' (*Ta Chuan*) என்றே அறியப்படலாயின.

யாங்கு, யின் கோடுகள் உருவாக்கப்பட்டது குறித்து ஹூ வெய் (*Hu Wei*) என்பவர் ''ஈ சின் வரைபடங்கள் பற்றிய தெளிவுரை (*I Thu Ming Pien*) என்ற நூலில் 1706-ஆம் ஆண்டு விவரித்திருந்தார். இந்நூல் ''சங்கு, யுவான் அரச மரபினர் காலத்து நிலவிய மெய்யியலார் குழாம்'' (*Sung Yuan Hsueh An*: சங்கு அரச குடி

கி.பி. 960-1279; யுவான் அரசகுடி 1279-1368) என்ற நூலில் அமைந்திருந்த மூல விளக்கப் படத்தை அடிப்படையாய் வைத்து எழுதப்பட்டதாகும். இவ்விளக்கப் படத்தில் மூல யாங்கு (*Yang*) கோடானது யின், யாங்கு கோடுகளைப் பிளக்கின்றது என்று காட்டப்பட்டுள்ளது.

பிளவுபட்ட ஒவ்வொரு கோடும் அதன்பிறகு யின், யாங்கு கோடுகளாய் மீண்டும் மீண்டும் பிளக்கின்றன. இருப்பினும் இவ்விதம் இடையறாது வரிசையாய் நிகழ்ந்து வந்த பிளவானது மூன்று அல்லது ஆறுகோடுகள் உருவானதும் நின்று விடுகின்றது. இங்ஙனம் ஒவ்வொரு முறையும் பிளவுறுகையில் இரண்டு கூறுகளும் முற்றிலும் தனிப்படாது; மிகைக் கோடு ஒன்று மட்டுமே உண்டாகின்றது.

இது தற்கால அறிவியலின் இணைப்பிரிவுக் கொள்கையை (*Principle of segregation*) நினைவூட்டுகின்றது. மாறாப் பரம்பரை அமைப்புடைய ஒன்றிலுள்ள உள்வாங்குவனவும் மேலோங்குகின்றனவுமான கூறுகளில் பிற்கூறப்பட்ட கூறே தன்னை வெளிப்படுத்தும் என்ற அறிவியல் கொள்கையுடன் ஒத்திசைவதாயும் உள்ளது.

சீன விற்பன்னர்கள் தாம் அளித்து வந்த விளக்கங்களொடு நாமறிந்துள்ள உலகின் கூறுகளைத் தம்மையறியாது இணைத்துக் கொண்டனர். கி.மு. ஆறாம் நூற்றாண்டில் வாழ்ந்திருந்தவர் என்று நம்பப்படும் லோட்சேயின் (*Laotzu*) தாவோயக் (*Taoism*) கோட்பாடுகளில் இக்கருத்தானது ஈர்ப்பு மண்டலமாய்க் கூறப்படுகின்றது. அதாவது பொருள்களனைத்தும் ஈர்ப்பு மண்டலத்தை நோக்கியே திரும்புகின்றன என்பது அக்கோட்பாடாகும். ஈ. சின்னில் கூறப்படுகின்ற அறுகோண வடிவங்கள் ஒரு பேரண்டத்தின் ஈர்ப்பு மையத்தில் நேர், எதிர் துருவங்கள் என்ற கருத்துடன் இவை தொடர்புடையனவாகும்.

ஈ சின் என்பது வரைவடிவுகளைக் கொண்டு இயற்கையின் இயல் நிகழ்வைக் கணித மொழியில் விளக்கிக் கூறும் நூல் என்று கூறிக் கொள்கின்றனர்.

Sarma. Nataraja I Ching, the book of Change. The Hindu 11.11.1992.

1706

1706

வரலாற்றுப் புள்ளிகள்

கலை இலக்கியம்

மச்சபுராணம் இயற்றிய வடமலையப்ப பிள்ளை

பதினெண்புராணங்களில் ஒன்றான மச்ச புராணம் கி.மு பதினோராம் நூற்றாண்டில் வாழ்ந்தவர் என்று கருதப்படும் வேத வியாசரால் இயற்றப்பட்டது. இதை வடமலையப்ப பிள்ளை என்பவர் 1706-ஆம் ஆண்டு வாக்கில் தமிழில் மொழிபெயர்த்துச் செய்யுள் வடிவில் பாடினார். மச்சபுராணம் வடமொழியில் பதினான்காயிரம் செய்யுள்களைக் கொண்டது. வியாசர் இதை இரு பகுதிகளாய்ப் பாடியிருக்கின்றார். பூர்வ காண்டம் என்ற முதற் பகுதியில் நூற்றிப் பதினான்கு அத்தியாயங்களும் உத்திர காண்டம் என்ற இரண்டாம் பகுதியில் ஐம்பத்தெட்டு அத்தியாயங்களுமாக மொத்தம் நூற்றியெழுபத்திரண்டு அத்தியாயங்கள் உள்ளன.

வடமலையப்ப பிள்ளை சீரங்கத்தையடுத்த ஒரு சிற்றூரில் பிறந்தவர். இவர் விசயரங்கச் சொக்கநாத நாயக்கனின் ஊழியத்தில், நெல்லைச் சீமையில் பேராளராய்ப் பணி செய்தவர். தமிழில் அவர் பாடிய மச்ச புராணத்தில் முதல் நூலைப் போலவே பூர்வ காண்டம், உத்திரகாண்டம் என்று இருபிரிவுகள் உள்ளன. அவற்றில் முறையே 11,458 அத்தியாயங்கள் அமைந்திருக்கின்றன.

மச்சபுராணம் பதினெட்டாம் நூற்றாண்டின் தொடக்கத்தில் எழுந்த இரண்டாவது புராண நூலாகும். பரஞ்சோதியார் இயற்றிய திருவால வாயுடையார், திருவிளையாடற்புராணம் பற்றி முன்னர் கூறியுள்ளோம்.

இயற்கைச் சீற்றம், பஞ்சம்

இத்தாலியில் நிலநடுக்கம் 15,000 பேர் சாவு

ஏப்பின்னஸ் மலைத்தொடருக்கும் ஏடுரியாட்டிக்குக் கடலுக்கும் இடையிலுள்ள பகுதிக்கு அபுருட்சி (*Abruzzi*) என்று பெயர். இது நடு இத்தாலியின் தென்பகுதியிலுள்ளது.

இங்கு *1706*-ஆம் ஆண்டு கொடிய நிலநடுக்கம் நவம்பர் *3* அன்று ஏற்பட்டது. அப்போது அபுருட்சி நகரம் அழிந்தது. நகர மக்களில் *15,000* பேர் இறந்தனர்.

பிறப்பு

பெஞ்சமின் ஃபிராங்கிளின் (1706-1790)

''பெஞ்சமின் ஃபிராங்கிளின் (*Benjamin Franklin, 1706-1790*) நிதரிசன வாதி. நிதரிசனவாதிகள் புரட்சிகளை உண்டாக்குவது வழக்கமில்லை. எனினும் இலட்சக் கணக்கான அமெரிக்கர்களுடன் சேர்ந்து, ''ஃபிராங்கிளினும் ஒரு புரட்சிக்காரரானார்'' என்று இராபட்டு மிடில்காவ்ஃபு அமெரிக்கப் புரட்சி பற்றிய தனது நூலில் கூறுகின்றார்.

அரசியல் தந்திரி, விஞ்ஞானி, எழுத்தாளர் என்று மேலும் பல சிறப்புகளைக் கொண்ட பெஞ்சமின் ஃபிராங்கிளின் இந்த *1706*-ஆம் ஆண்டு பிறந்தார். இவர் அமெரிக்கத்தின் விடுதலைப் பிரகடனத்தை வகுத்தத்தில் *(1776)* தாமஸ் ஜெஃபர்சனுக்கு *(Thomas Jeffarson 1743-1826)* உதவியதில் முக்கியமானவராயிருந்தார்.

இவர் பிரான்சில் மிகவும் பெயர் பெற்று விளங்கினார். பிரஞ்சு மக்கள் இவரைத் தமது தத்துவஞானிகளான வால்டயர், ரூசோ ஆகியோருக்குச் சமமாகக் கருதினர்.

ஃபிராங்கிளின் *1776* முதல் *1785* வரை பிரான்சில் அமெரிக்கத்தின் தூதுவராயிருந்தார்.

ஃபிராங்கிளின் மின்சாரம் பற்றிப் ஃபிலடெல்ஃபியத்தில் ஆராய்ச்சிகள் நடத்தியவர். இடிதாங்கியைக் கண்டுபிடித்துவரும் ஃபிராங்கிளினேயாவார்.

இறப்பு

(அ) மங்கம்மாள் சிறையில் மரணம்

மங்கம்மாள் மதுரைச் சீமையில் அமைதி நிலவுமாறு ஆட்சி செய்த அரசியாவார். முகலாயர் செல்வாக்குத் தென்னகத்தில் மிக்கோங்கியிருந்த வேளையில், மைசூர் மன்னர் சிக்கதேவராயர் வலுப்பெற்று இருந்த காலகட்டத்தில், மதுரைச் சீமையில் அமைதிக்குக் குந்தகம் நேராமல், முகலாயப் பேரரசிற்குத் திறை செலுத்தியேனும் அதை நிலை நாட்டியவர். அறச் செயல் பல புரிந்தவர்.

திருமங்கையாழ்வார் மங்கள சாசனம் செய்ததும் நூற்றெட்டு வைணவத் தலங்களுள் ஒன்றானதுமான திருக்கூடலூர் தஞ்சைத் தரணியில் உள்ளது. இங்குள்ள பெருமாளுக்கு வையங்காத்த பெருமாள் என்று பெயர். இங்கு தேவர்கள் நந்தக முனிவரொடு கூடிப் பெருமாளைச் சேவிக்க வந்தபடியால் இவ்வூருக்குத் திருக்கூடலூர் என்று பெயர். இக்கோயில் காவிரி வெள்ளத்தில் மூடி மண் மேடாகியமையால், அரசி மங்கம்மாள் இக்கோயிலைப் புதுப்பித்தார்.

(ஆ) ஃபிரான்சுவா மார்டின் (1634-1706)

ஃபிரான்சுவா மார்டின் (*Francois Martin, 1634-1706*) பாரிஸ் நகரில் பிறந்தார். அவர் கிட்டத்தட்ட *37* ஆண்டுகள் இந்தியத்தில் பணியாற்றிய பின்னர், பிரஞ்சு இந்தியக் குடியேற்றங்களின் தலைமை ஆளுநராயிருந்த போது *1706*-ஆம் ஆண்டு டிசம்பர் *31* அன்று புதுச்சேரியில் இறந்தார்.

1707

அரசியல்

ஔரங்சீபையடுத்துப் பகதூர் ஷா ஆட்சி
இங்கிலாந்தும் ஸ்காத்லாந்தும் இணைந்தன
தோஸ்து முகமது கான் போபால் நவாபானார்

அறிவியல்

நீராவிப் படகு உருவானது

கல்வி

இந்தியத்தின் முதல் மகளிர் பள்ளி

பொது

ஃபியூஜி எரிமலை கடைசியாய் வெடித்தது

மக்கள்

சென்னையில் சாதிச் சண்டைகள்

பிறப்பு

கரோலஸ் லினீயஸ் - *(1707-1778)*
ஜார்ஜஸ் - லூயி லெக்லர் பஃபோ *(1707-1788)*
ஹென்றி ஃபீல்டிங்கு *(1707-1754)*
லியோனார்டு ஓய்லர் *(1707-1783)*

இறப்பு

ஔரங்கசீபு *(1618-1707)*

1707

ஔரங்கசீபு மறைந்தார்

முஹி -உத்- இன் முகமது ஔரங்கசீபு ஷாஜகானுக்கும் மும்தாஜ் மகாலுக்கும், ஆறாவது மகனாக 1618 அக்டோபர் 24 அன்று பிறந்தார்.

''மாலிக்கு அம்பர் அகமது நகர் முடியரசை உயிர்ப்பிப்பதற்காகச் செய்த பல முயற்சிகளில் ஒன்றை அடக்கிவிட்டு இவரது (ஔரங்கசீபின்) பாட்டனரான பேரரசர் ஜகாங்கீர் மெதுவாகக் குஜராதிலிருந்து ஆக்ராவிற்கு அரச நடையில் வந்து கொண்டிருந்தபோது, அந்தப் பரிவாரத்தில் ஷாஜகானும், அவருடைய குடும்பத்தினரும் இருந்தனர். அந்தப் பரிவாரம் டோகடிலிருந்து (மும்பை மாநிலத்தின் பஞ்சமகால் மாவட்டத்திலுள்ள சப் டிவிசன் டோகடு ஆகும். மேற்கு இரயில்வேயின் டோகடு இரயில் நிலையத்தின் தெற்கில் இந்த ஊர் இருக்கிறது) உச்சயினிக்குச் சென்ற வழியில் ஹிஜிரி 1027 ஜிக்குவாடா மாதம் 15-ஆம் தேதி அல்லது ஐரோப்பியக் கணக்குப்படி ஞாயிற்றுக்கிழமைக்கு முந்திய இரவில் கி.பி 1618 அக்டோபர் 24 அன்று ஔரங்கசீபு பிறந்தார்.''

புகழ் பெற்ற வரலாற்றாசிரியரான யது நாத சர்க்கர் ''ஔரங்கசீபு வரலாறு'' என்ற தனது நூலில் இவ்வாறு ஔரங்கசீபின் பிறப்பைப் படம் பிடித்துக் காட்டுகின்றார்.

இவர் தன் தந்தையைச் சிறையிலிட்டு, அரசுரிமை கோரிய உடன்பிறந்தாரைக் கொன்றுவிட்டு முறைப்படி 1659-ஆம் ஆண்டு முகலாய அரியணையில் ஏறினார். இவர் 41-வது வயதில் அரியணை ஏறி 49 ஆண்டுகள் பேரரசராயிருந்து 1707 பிப்ரவரி 21 அன்று தனது 90-ஆவது வயதில் காலமானார்.

ஔரங்கசீபு தக்காணத்தில் முகலாய ஆளுநராக இருந்த காலத்திலிருந்து (முதலில் 1636 சூலையிலும், பின்னர் 1653 ஆம் ஆண்டிலும் ஔரங்கசீபு தக்காணத்தில் முகலாய ஆளுநராக இருந்தார்.) அவர் கடைசியாக அகமது நகரில் உயிர் நீத்தது வரையிலுள்ள எழுபத்தோரு ஆண்டுகளில் பல களங்களைக் கண்டார்.

அவர் தனது நெடுநாளையக் கனவை நிறைவேற்றுவதற்காக 1686-இல் பிஜப்பூர் சுல்தானையும், 1687-ல் கோல்கொண்டச் சுல்தானையும் வென்று அவ்விரு நாடுகளையும் முகலாயப் பேரரசில் இணைத்துக் கொண்டார்.

இமயத்திலிருந்து குமரி முனை வரையிலும் முகலாயப் பேரரசை விரிவாக்கும் அவரது கனவை நனவாக்கும் முயற்சிக்கு மராட்டியர் இடையூறாக வந்து நின்றனர்.

எனவே ஔரங்கசீபு, தென்னிந்தியத்திற்கு வந்து தனது கடைசி 26 ஆண்டுகளையும், தக்காணத்திலேயே கழித்துக் கனவு நிறைவேறாமல் அங்கேயே இறந்தார்.

ஔரங்கசீபிற்கு 1688உம் 1689உம் இடையறாது வெற்றி தந்த ஆண்டுகளாயிருந்தன. அவரது படைகள் இந்தியத்தின் கிழக்கிலும் தெற்கிலும் பாய்ந்து பிஜப்பூர், கோல்கொண்ட அரசுகளின் உடைமைகளையும், கோட்டைகளையும் தம் வசமாக்கின.

பேராரின் தலைநகரான சாகர், கிழக்கிலுள்ள ரெய்ச்சூர், ஆதோனி, மைசூரிலுள்ள சீரா, பெங்களூர், தென் மேற்கிலுள்ள மங்காப்பூர், பெல்காம் இவையனைத்தும் முகலாயரால் கைப்பற்றப்பட்டன.

இவையனைத்திற்கு மேலாக, முகலாய மத வெறியை, முகலாய மண்ணாசையை, முகலாய எதேச்சதிகாரத்தை எதிர்த்து நின்று, திரும்பிய இடமெல்லாம் முகலாயர் படையைத் திக்குமுக்காடச் செய்த மராட்டியச் சத்திரபதி சிவாஜியின் மகனும், மராட்டிய மன்னருமான சாம்பாஜியை அவரின் தலைநகரிலேயே குடும்பத்துடன் முகலாயப் படையினர் சிறைப் பிடித்தனர்.

முதுமையிலும் பேரரசுப் பேராசையினால் இம் முகலாய மன்னர் தக்காணத்தைச் சுடுகாடாக்கினார்.

தக்காணம் பொருளாதாரத்தில் முற்றிலும் நசிந்தது. நாட்டில் மக்கள் எண்ணிக்கை அருகியது. நாலைந்து நாள்கள் பயணம் செய்தாலும், நெருப்பையோ, புகையையோ எங்கும் காண முடியவில்லை என்ற நிலை இருந்தது. வாணிபமும், வரி தண்டுதலும் எப்போதோ நின்று போயின.

இரு தரப்பினரும் விடாது மக்களைக் கொள்ளையடித்து வந்தமையால், இனிமேல் கொள்ளையடிக்க எதுவுமேயில்லை என்ற நிலை ஏற்பட்டது.

எளிமைக்கு இலக்கணம் என்று கூறப்பட்ட ஔரங்கசீபு 1707 மார்ச்சு மாதம் ஒருநாள் காலையில் அகமதுநகர்க் கோட்டைக்குள் மரணப்படுக்கையில் கிடந்த போது, அவரது கையில் செபமாலை இருந்தது. நகை எதுவுமே அணிந்திராத அம்மன்னரின் செப மாலையில் ஐந்து மாணிக்கங்களும் (ruby), முப்பது முத்துக்களும் கோத்திருந்தன.

அவர் அகமது நகரில் இறந்து போனார். இச்செய்தி அவரது தலைநகரான டெல்லியை எட்டியபோது, அந் நகரம் எப்படியிருந்தது என்பதைக் குறித்து அக்காலத்தில் ஒருவர் இப்படி எழுதி வைத்திருக்கிறார்.

"தவிர்க்க முடியாத நிகழ்ச்சி" பற்றிய செய்தி, அதாவது பேரரசர் ஔரங்கசீபு இறந்த செய்தி டெல்லியை எட்டியதும், இந்துத்தானமெங்கும் இயல்பு மீறிய சலசலப்பு ஏற்பட்டது. அதையடுத்து அற்புதமான நிகழ்ச்சிகள் நடந்தன.

"இச்செய்தி டெல்லியில் தெரிந்ததற்கு மூன்று நாட்களுக்குப் பிறகு, அந்தி மயங்கியதும், மாலைத் தொழுகைக்கு முன்னர் உலகத்தின் இறுதித் தீர்ப்பு நாளன்று கேட்கக் கூடிய கூக்குரலின் மாதிரியில் என்று கூறத்தக்க ஓலம் ஊரின் மேற்குப்பக்கம் எழுந்தது. பல்லாயிரவர் ஓரிடத்துக் கூடி, ஒரே நேரத்தில் எழுப்பும் மிகப் பயங்கரமான ஓலக் கூக்குரல் கூட, இந்தக் கூப்பாட்டைப் போலிருக்க முடியாது; விவரிக்கும் ஆற்றல் அனைத்தையும் மிஞ்சுவதாக அது இருந்தது."

"அந்தக் கூக்குரலைக் கேட்டு இப்போது நாற்பதாண்டுகளாய் விட்டன. ஆனால் அது இன்னும் என் செவிகளில் ஒலிக்கிறது. அதைக் கேட்டவர் எவராயினும் நிச்சயமாக அதை நினைவில் வைத்திருப்பர்."

"அப்பேய் ஓலம் சுமார் அரை மணி நேரம் கேட்டது. அதன் பிறகு அடங்கியது. இரண்டு மணி நேரத்திற்குப் பிறகு எதுவுமே கேட்கவில்லை...."

''ஔரங்கசீபின் மரணத்தினால், அதையடுத்து இந்துத் தானத்தில் ஏற்பட்ட குழப்பத்தினால், எல்லா மாகாணங்களிலும் தானிய விலை தாறுமாறாகியது. அது சில இடங்களில் அதிகமாகவும், வேறு சில இடங்களில் குறைவாகவும் இருந்தது.''

- பெயர் குறிப்பிடாத அவர் இப்படி வருணிக்கிறார்.

ஔரங்கசீப் பற்றிய சில செய்திகள்

குரு தேக் பகதூர் நிகழ்த்திய அற்புதம்

சீக்கியரின் நான்காவது குருவான தேக் பகதூர் (குரு காலம் **1664-1673**) முகலாயப் பேரரசர் ஔரங்கசீபின் மனத்தை மாற்றி, அவரது சமயப் பொறையற்ற கொடுஞ் செயல்களை நிறுத்தச் செய்து விடலாம் என்று நம்பினார். அவர் அதற்காக ஔரங்கசீபைக் காண வேண்டுமென்று டெல்லிக்குச் சென்றார். முகலாயப் படையினர் அவரை வழியிலேயே பிடித்துச் சிறையிலடைத்து விட்டனர்.

அவரை அரசவைக்குக் கொண்டு வந்தனர். குரு தெய்வீக நோக்குடன் பேரரசரைக் காண வந்திருப்பதாகக் கூறிக் கொள்வதை மெய்ப்பிக்கும் வகையில், ஏதேனுமோர் அற்புதத்தைச் செய்து காட்டுமாறு ஔரங்கசீபு கேட்டார்.

''ஒரு மனிதனின் கடமை இறைவனை வழிபடுவது தானேயன்றி, மந்திர தந்திரங்களைச் செய்வது அன்று'' என்று தேக் பகதூர் கூறினார். தொடர்ந்து சொன்னார்; ''இருப்பினும் நீர் என்னைக் கேட்டுக் கொண்ட படியால் செய்து காட்டுகிறேன். நான் ஒரு வசியத்தை, எழுதி அதை என் கழுத்தில் கட்டித் தொங்க விடுகிறேன். என்னை வெட்டவரும் வாள் எனக்கு எந்தத் தீங்கையும் செய்யாது. அந்த வசியம் பார்த்துக் கொள்ளும்.''

அவர் ஒரு வசியத்தைச் சிறுதாளில் எழுதிக் கழுத்தில் கட்டிக் கொண்டார். பின்னர் கொலையாளிக்காகக் கழுத்தைக் குனிந்து கொடுத்தார். அவையினர் மூச்சுக்கூட விடாமல் என்ன நடக்கின்றது என்பதைக் காண காத்திருந்தனர்.

கொலையாளியின் வாள் குருவை வெட்டித் தலை வேறு முண்டம் வேறாக்கியது.

அவர் கழுத்தில் மாட்டியிருந்த தாளில் இவ்வாறு எழுதியிருந்தது.

''சிர் தியா

சிற் நா தியா''

(சிரங் கொடுத்தேன்; என் இரகசியத்தை யன்று)

பன்மொழி கற்றவர்

(யது நாத சர்க்கார் ஔரங்கசீபைப் பற்றிக் கூறியிருப்பவை கீழே தரப்படுகின்றன:)

''ஔரங்கசீபு இயற்கையில் அறிவுக் கூர்மை மிக்கவராயிருந்தார். படித்ததை உடனே கற்றுக் கொண்டு விட்டார் என்பதை நாம் தாராளமாக நம்பலாம். அவர் குரானையும், ''முகமதின் வழி வழியான மொழிகள்'' (ஹதீஸ்) முதலியவற்றையும் கற்றுத் தேர்ந்திருந்தார் என்பதும், அவற்றிலிருந்து தக்க இடத்தில் எடுத்துக் காட்டுகளைக் கூறினார் என்பதும், அவரது கடிதங்களைப் படிக்கும்போது தெரிகின்றது.

''அவர் அரபு, பாரசிக மொழிகளைக் கற்றறிந்த விற்பன்னர் போல் பேசவும், எழுதவும் செய்தார். அவருக்குத் தாய் மொழி இந்துத்தான முகலாய அரசவையில் தனிப்பட்ட வாழ்க்கையில் இந்துத்தானி மொழி வழங்கி வந்தது. அவர் இந்தி மொழியையும் நன்கு அறிந்திருந்தார். அவர் இந்தி மொழியில் பேசி, அதில் வழங்கும் செல்வாக்குப் படைத்த கருத்துக்களை எடுத்து ஒப்பிக்கவும் அறிந்திருந்தார்.

''ஔரங்கசீபு சக்தாய் துருக்கி மொழியையும் கற்றுத் தேர்ந்திருந்தார். ஏனெனில் பால்கிலும், கண்டகாரிலும் அவர் படையில் பணியாற்றியிருக்கிறார். முகலாயப் படையில் நடு ஆசியத்திலிருந்து கொண்டுவரப்பட்ட பலர் சேர்க்கப்பட்டிருந்தனர். அம்மக்கள் பேசிய மொழி சக்தாய் துருக்கி ஆகும்.''

''சோம்பியிருந்து உண்பது பாவம்''

ஔரங்கசீபு அரபு மொழியில் உயிர்த் துடிப்போடும், மிக அருமையாகவும் ''நஸ்க்'' என்னும் பாணிக் கையெழுத்தில் எழுதக் கூடியவர். அவர் இம்முறையில் குரானைப் படியெடுப்பது வழக்கம். இது முஸ்லிம்களால் பக்திச் செயலாகக் கருதப்பட்டது. அவர் தன் கைப்பட எழுதிய இரண்டு படிகளை அழகாகக் கட்டம் கட்டி மெக்காவிற்கும் மதீனாவிற்கும் அன்பளிப்பாகக் கொடுத்தார். இதன் மூன்றாவது படியை டெல்லிக்கு அருகிலுள்ள நிசாமுதீன் அவுலியாவின் தர்காவில் பாதுகாத்து வைத்திருக்கின்றனர்.

''பிற படிகளை அவர் தன் வாணாளில் பலருக்கு விற்று விட்டார். சோம்பியிருந்து உண்பது பாவம் என்று, சமயத் தூய்மை மிக்க இப்பேரரசர் கருதித் தனது ஓய்வு வேளைகளில் இவ்வாறு குரானுக்குப் படியெடுத்தும், தொப்பிகள் செய்தும் அவற்றை விற்றுத் தன் பிழைப்பிற்கு என்று பொருள் ஈட்டி வந்தார்.''

(அரபு மொழியை எழுதுவதில் நஸ்க், நஸ்தலிக் ஷிகஸ்தா என்ற பாணிகள் உள்ளன. ஔரங்கசீபு இப்பாணிகளில் எல்லாம் தேர்ந்த முறையில் அழகாக எழுதக் கற்றிருந்தார்.)

ஔரங்கசீபு-தாடி-இசை

ஔரங்கசீபு தான் (இஸ்லாத்தின்) மத விதிகளை நுணுக்கமாகப் பின்பற்றுபவர் என்பதைக் காட்டிக் கொள்வதற்காகக் கேலிக்குரிய மற்றொரு வேலை செய்தார்.

எந்த முகமதியரும் நாலு விரற் கடைக்கு மேல் தாடி வைக்கக்கூடாது என்று அவர் விதித்த ஆணையே அச்செயலாகும். முகலாயர் தமது பெரிய தாடிகளைப் பத்திரமாக வைத்துக் கொள்ளப் பெரும் பாடுபட்டனர். அதற்குப் பலவிதமான தைலங்களைத் தடவி வளர்த்து வந்தனர்.

இச்சட்டத்தை நிறைவேற்றுவதற்காக அமர்த்தப்பட்ட ஓர் அலுவலர், தனது ஏவலருடன் நடுத்தெருவில் நின்று கொண்டு தாடிகளை அளக்க வேண்டும். விதிகளை மீறியவர்களின் தாடிகளை வெட்டி விட வேண்டும்.

ஆனால் இந்த ஆணை சாதாரண மக்கள் மீதுதான் பிரயோகிக்கப்பட்டது. ஏனெனில் பிரபுக்கள், படைவீரர்கள் முதலியோருடன் இது விஷயத்தில் மாட்டிக் கொண்டு துன்பப்படுவதற்கு அரச ஊழியர்கள் விரும்பவில்லை.

தாடிக் கண்காணிப்பு அலுவலர் இங்குமங்கும் ஓடுவதையும், தாடிகளை அளந்து, அதிகமாயிருந்த தாடிகளை வெட்டுவதையும், வெட்டி மேலுதடுகள் தெரியுமாறு செய்வதையும் பார்க்க வேடிக்கையாயிருக்கும்.

மேலுதடு தெரியத் தாடியை வெட்டியது ஏனென்றால், அல்லா என்று அழைக்கும்போது அச்சொல் நேரே விண்ணுலகு செல்வதற்கு இடையில் எவ்விதமான தடங்கலும் இருத்தலாகாது என்பதாலேயாகும். படைவீரர்களும் பிறரும் தொலைவில் தாடி அலுவலரைக் கண்டதும், தமது மேல் துண்டால் முகத்தை மூடிக் கொள்வார்கள்.

ஔரங்கசீபு இந்த ஆணையோடு நிற்கவில்லை. நாட்டில் ஏராளமாகப் பெருகியிருந்த இசைக் கலைஞர்கள் மீதும் நடவடிக்கை எடுத்தார்.

இந்துத்தானத்தில் இந்துக்களும், முகமதியரும் இசையில் மிகுந்த நாட்டம் உடையோராயிருந்தனர். எனவே அவர் இசையை ஒழிக்குமாறு மேற்சொன்ன அதே (தாடி) அலுவலருக்கு ஆணை பிறப்பித்தார்.

அவர் எந்த வீட்டிலாவது கொட்டு அல்லது இசைக்கருவி ஏதேனும் இயம்பக் கேட்டால், விரைந்து சென்று தன்னால் இயன்றவரை பலரைச் சிறைப்படுத்துவார். இசைக் கருவிகளை உடைத்து எறிவார்.

இவ்வாறு இசைக் கருவிகள் பேரெண்ணிக்கையில் உடைக்கப்பட்டன. இதைக் கண்ட இசைக் கலைஞர்கள் தமது பெருத்த வருவாய் இல்லாது போய் விடுமென்பதையும், இசையன்றித் தமக்குப் பிழைப்பதற்கு வேறுவழி இல்லை என்பதையும் உணர்ந்து தமக்குள் கூடிப்பேசி, மன்னனைக் கீழ்க்கண்ட முறையில் சமாதானப்படுத்துவது என்று முயன்றனர்.

1707

ஔரங்கசீபு பள்ளி வாசலுக்குச் செல்கின்ற வெள்ளிக்கிழமையன்று சுமார் ஆயிரம் இசைக் கலைஞர்கள் கூடினர். அவர்கள் நன்கு அலங்கரித்த இருபதிற்கதிகமான பாடைகளை எடுத்துக் கொண்டு வீதிக்கு வந்து, பெயர் பெற்ற ஒருவரை அடக்கம் செய்ய எடுத்துச் செல்வதைப் போன்று பெருங்குரலெடுத்து ஒப்பாரி வைத்துக் கூப்பாடு போட்டனர்.

வெகு தொலைவில் வந்து கொண்டிருந்த ஔரங்கசீப் இந்த ஒப்பாரியையும் மாரடிப்பையும் கண்டு இப்படிப்பட்ட துக்கத்திற்கு காரணம் என்ன என்று அறிந்து வருமாறு ஆள்களை அனுப்பினார்.

இதைக் கண்ட இசை வாணர்களின் ஒப்பாரி மேலும் வலுத்தது. அவர்கள் கண்களிலிருந்து கண்ணீர் தாரை தாரையாய்க் கொட்டியது. மன்னர் இதைக்கண்டு தம்மீது இரங்குவார் என்று அவர்கள் இவ்வாறு செய்தனர். அவர்கள் அழுது கொண்டே, மன்னனின் ஆணையினால் இசை கொல்லப்பட்டு விட்டது என்றும், அதனால் அந்த இசைக் கலையைப் புதைப்பதற்கு இடுகாடு செல்கிறோம் என்றும் தேம்பித் தேம்பிக் கூறினர்.

இது மன்னரிடம் தெரிவிக்கப்பட்டது. இதற்கெல்லாம் மயங்காத அரசர் இசைக் கலைஞர்களை அமைதியாக இருக்கச் சொன்னார்.

'நீங்கள் இசையின் ஆன்மா சாந்தியடைவதற்குப் பிரார்த்திக்க வேண்டும்.''

''அவனை - இசையை நன்கு ஆழப் புதைத்து விட வேண்டும்.''

''இதனாலெல்லாம் பிரபுக்கள் இசை கேட்பதை நிறுத்தி விடவில்லை. இரகசியமாகக் கேட்டுக் கொண்டிருந்தனர்'' என்று நிக்கோலோ மனுச்சி எழுதியுள்ளார்.

இசை கல்லையும் கரைக்குமென்பர். அது ஔரங்கசீபின் உள்ளத்தையும் உருக்கியது என்பதைக் கீழ்க்காணும் நிகழ்ச்சி காட்டுகின்றது.

சூஃபி ஞானியான மைனுதீன் சிஸ்தியின் தர்கா அஜ்மேரில் உள்ளது. மைனுதீன் சிஸ்தி மிக எளிமையாய் வாழ்ந்தவர். அருளாளர் என்று மக்களாலும் முகலாய அரசர்களாலும் வணங்கப்பட்டவர். சூஃபியர் இசை வழியே இறைவனை வழிபட்டவர்கள். சூஃபி ஞானியர் அடக்கமான தர்காக்களில் இசை சிறப்பிடம் பெற்றிருக்கும். ஔரங்கசீபு ஒருமுறை மைனுதீன் சிஸ்தியின் தர்காவிற்கு வந்தபோது, அங்கு வழிபாட்டுப் பாடல்களை இசைக்கக்கூடாது என்று தடுத்து விட்டார். எனினும் அவர் இரண்டாம்முறை அங்கு சென்றபோது, அங்கிருந்த அடியார்களைப் பாடுமாறு கேட்டுக் கொண்டார். ஔரங்கசீபு தன் பழைய தவறுக்காக இரண்டு மடங்கு காணிக்கை தந்தார்.

ஔரங்கசீபிற்குப் பிறகு

ஔரங்கசீபு, தான் இறந்ததும், தன் மக்கள் பேரரசு முழுவதையும் தமக்குள் பங்கு போட்டுக்கொள்ள வேண்டுமென்று உயில் எழுதி வைத்திருந்தார். ஆனால் இவ்வாறு பகிர்ந்து கொடுத்துவிட்டுச் சுருங்கிப் போன பேரரசிற்குச் சக்கரவர்த்தியாக, அவரது ஆண் மக்கள் விரும்பவில்லை.

ஔரங்கசீபிற்கு ஐந்து ஆண் மக்கள் இருந்தனர். அவர் இயற்கையாகவே சந்தேக சுபாவம் உள்ளவர். ஏனென்றால் அவர் உடன் பிறந்தவர்களைக் கொன்று, பெற்ற தந்தையே சிறைவைத்து ஆட்சி பீடம் ஏறியவராகையால், யாரையும் நம்புவதில்லை.

தன் மக்கள் மெய்யாகவோ, கற்பனையாகவோ பிணக்குகின்றனர் என்று அவருக்குச் சிறு சந்தேகம் வந்தாலும், அவர் மக்கள் என்றும் பாராமல் அவர்களைக் கடுந்தண்டனைக்குள்ளாக்கி விடுவார்.

இளவரசர் முகமது சுல்தான் மூத்த மகன். அவர் பேரரசரான தந்தையின் வெறுப்பை எப்படியோ சம்பாதித்து விட்டார். அதனால் ஔரங்கசீபு அவரைச் சிறையில் தள்ளிவிட்டார். இவர் இருபதாண்டுக் காலம் சிறையில் கிடந்து, தந்தை பேரரசரான பிறகு நொந்து செத்தார்.

இரண்டாம் மகன் முவாஜம் அற்பக் காரணத்திற்காக ஏழாண்டுகள் சிறையில் கிடந்தார்.

மூன்றாவது மகன் ஆஜாம் ஷா எப்போதும் தன் தந்தையால் கடுமையாகப் பேசப்பட்டார். இவரை ஔரங்கசீபு தன் பக்கத்திலேயே வர விடுவதில்லை.

நான்காவது மகன் அக்பர் தந்தையின் கடுஞ் சீற்றத்திலிருந்து தப்புவதற்காக - இவர் இரசபுத்திரர்களின் விஷயத்தில் மிகவும் இணக்கமாக நடந்து கொண்டதுதான் இவர் செய்த குற்றம் - பாரசிகத்திற்கு ஓடிப்போய் அங்கு 1709-இல் இறந்தார்.

இளைய மகனான காம் பக்ஷ் இரண்டாண்டுக் காலம் தனிமைச் சிறையில் கிடந்தார்.

இவர்களில் எவரிடமும் பட்டத்து இளவரசருக்கு இருக்க வேண்டிய தன்னம்பிக்கையும், பிற குணங்களும் வளரவேயில்லை.

எனவே ஔரங்சீபு, செத்ததும், முகலாய அரசின் வீழ்ச்சி கல்லின் மேல் எழுத்துப் போல் தெளிவாயிற்று.

1707

வரலாறுப் புள்ளிகள்

அரசியல்

(அ) பகதூர் ஷா முகலாய அரசரானார்

ஔரங்கசீபின் இரண்டாவது மகனான முவாஜம் முதலாம் பகதூர் ஷா என்ற பெயரில் முகலாய மகுடத்தை 63-வது வயதில் 1707 மார்ச்சு 14 அன்று ஏற்றார்.

இவர் ஷா ஆலம் பகதூர் ஷா என்று அழைக்கப்பட்டார். இவரும் சோதரக் குருதியில் குளித்த பின்னர்தான் அரியணை ஏறினார்.

இவர் 1712 வரை பதவியிலிருந்தார்.

பகதூர் ஷாவை அடுத்து அவர் மகன் ஜகந்தர் ஷா பட்டத்திற்கு வந்தார்.

(ஆ) இங்கிலாந்தும் ஸ்காத்லாந்தும் இணைந்தன

இங்கிலாந்தும் ஸ்காத்லாந்தும் 1707 மே முதல் நாளன்று ஒரே நாடாய் இணைந்து முடியரசு ஒன்றியம் (*United Kingdom*) ஆயின. தெற்கிலுள்ள இங்கிலாந்து கெல்டுகள் வாழ்ந்த நாடாயிருந்தது. அதன்பிறகு அதை ரோமானியர், டேனியர், இறுதியாய் நார்மன்கள் ஆகியோர் வென்றனர். அதன் தலைநகரம் இலண்டனாயிருந்தது.

வடக்கிலுள்ள ஸ்காத்லாந்தில் பிக்டுகள் (*Picts*) என்ற மக்கள் வாழ்ந்திருந்தனர். பின்னர் அயர்லாந்திலிருந்து குடிபெயர்ந்த ஸ்காத்தியரும், ஸ்கேண்டிநேவியரும் அங்கு குடியேறினர். அங்கு 9 ஆம் நூற்றாண்டில் ஸ்காத்திய முடியரசு அமைந்தது.

இவ்விரு முடியரசுகளும் இந்த ஆண்டு இணைந்தன.

(இ) தோஸ்து முகமது கான் போபால் நவாபானார்

போபால் என்ற சமஸ்தானத்தை ஆப்கானியரான தோஸ்து முகமது கான் 1690 வாக்கில் உண்டாக்கினார். அவர் ஔரங்கசீபின் கீழ் முகலாயப் பேரரசில் பணிபுரிந்த பிரபு ஆவார்.

ஔரங்கசீபு அவரைப் பைர்சியா மாவட்டத்தில் மேலாளராக 1690-இல் அமர்த்தினார். ஔரங்கசீபு செத்தபின் உண்டான குழப்பத்தைத் தோஸ்து முகமது கான் பயன்படுத்திக் கொண்டு தன்னைப் போபாலின் நவாபு என்று இவ்வாண்டு பிரகடனம் செய்து தன்னாட்சி நடத்தலானார்.

அவர் ஔரங்கசீபு உயிர் வாழ்ந்த காலத்திலேயே தந்திரத்தாலும், கெட்டிக்காரத்தனத்தினாலும் தன் ஆட்சிக்குக் கீழிருந்த நிலப்பரப்பை ஏற்கெனவே விரித்துக் கொண்டிருந்தார். அந்நிலப்பரப்பை, அதனுள் அடங்கியிருந்த முக்கிய நகரமான போபாலின் பெயரால் போபால் என்றே அழைத்துக் கொண்டார்.

முகமது கான் வீரமும் துணிச்சலும் மிக்கவர் என்று பெயர் பெற்றவர். அவர் 1723 -ஆம் ஆண்டில் தனது 66-வது வயதில் இறந்தார்.

அவர் இறந்ததும் அவரின் காமக்கிழத்திக்குப் பிறந்த மூத்த மகன் யார் முகமதும் பட்டத்தரசிக்குப் பிறந்த இளைய மகன் சுல்தான் முகமதும் பதவிக்குப் போட்டியிட்டனர். யார் முகமதை நிசாம் ஆதரிக்கவே சுல்தான் முகமது ரத்கரிகோட்டையையும், அதன் சுற்றுப்புறப் பகுதிகளையும் பெற்றுப் போட்டியிலிருந்து ஒதுங்கிக் கொண்டார்.

அறிவியல்

நீராவிப் படகை உருவாக்கிய டெனிஸ் பப்பி

டெனிஸ் பப்பி (Denis Papin 1647 சு. 1712) வட பிரான்சின் நடுவில் லோயர் ஆற்றின் கரைமீதுள்ள பிளவா (Blois) என்ற ஊரில் பிறந்தவர். இவர் இயற்பியலார். நாம் இன்று வீடுகளில் பயன்படுத்தும் பிரஷர் குக்கரின் முன்னோடியான நீராவிக்கலம் ஒன்றைப் பப்பி 1679-ஆம் ஆண்டு உருவாக்கினார். பிறகு சுமார் 1650 வாக்கில் புதிய நீராவிப் பொறி ஒன்றைச் செய்தார். அவர் இந்த ஆண்டில் ஒரு நீராவிப் படகையும் கட்டினார்.

கல்வி

இந்தியத்தின் முதல் மகளிர் பள்ளி

1707

பார்த்தலோமிய சீகன்பால்கு என்ற ஜெர்மன் பாதிரியார் தரங்கம்பாடியில் அமைந்த புராட்டஸ்டண்டுச் சமயப்பரப்பு அமைப்பில் பணியாற்றுவதற்காக 1706 ஜூலை 9 அன்று வந்து சேர்ந்த செய்தி முன்னர் சொல்லப்பட்டது. அவர் இங்கு வந்து சேர்ந்த மறு ஆண்டே பெண்களுக்கென்று ஓர் இலவசப் பள்ளியை 1707-இல் அமைத்தார். இதுவே இந்தியத்தில் அமைந்த முதல் மகளிர் பள்ளியாயிருக்கலாம்.

இப்பள்ளியில் பெண்களுக்குத் தையல் வேலையும் வீட்டு வேலைகளும் கற்பிக்கப்பட்டன. இப்பள்ளி ஒரு கைம்பெண்ணின் மேற்பார்வையில் நடந்தது.

இயற்கைச் சீற்றம்

ஃபியூஜி எரிமலை கடைசியாய் வெடித்தது

ஜப்பானியத் தலைநகரான டோக்கியோவின் தென்மேற்கில் சுமார் 100 கிலோ மீட்டரில் உள்ள ஃபியூஜி எரிமலை ஜப்பானில் நன்கு அறியப்பட்ட இயற்கை அடையாளமாகும். நெடிதுயர்ந்து நிற்கும் இம்மலையின் கூம்பு, வானம் தெளிவாயிருக்கையில் டோக்கியோ - நகோயா இருப்புப் பாதையிலிருந்து பார்க்க நன்கு தெரியும்.

இந்த எரிமலை கடைசியாய் 1707-1708-ஆம் ஆண்டு வெடித்து அடங்கிவிட்டது. அதன்பிறகு வெடிக்கவில்லை. இம்மலையின் முகடு 3776 மீட்டர் உயரமாகும். சப்பானியர் இம்மலையைப் புனிதமானது என்று போற்றுகின்றனர். கோடை காலத்தின் ஆண்டு தொறும் பல்லாயிரவர் இம்மலையில் ஏறுகின்றனர். இம்மலை பல நூற்றாண்டுகளாய் ஓவியங்களிலும் பாடல்களிலும் இடம்பெற்று வந்துள்ளது.

மக்கள்

சென்னையில் சாதிச் சண்டைகள்

மதிராஸ் பட்டணம் என்றும் சென்னைப் பட்டணம் என்றும் அழைக்கப்பட்டு வந்த சென்னை நகரம், 1639-ஆம் ஆண்டு தோன்றிய காலத்தில் எழுந்த ஜார்ஜ் கோட்டைக்குள் வாழ்ந்து வந்த ஐரோப்பிய மக்களின் இருப்பிடம் வெள்ளையர் நகரம் என்றும், அக்கோட்டையின் புறத்தே இந்தியர்கள் வாழ்ந்த இடம் கறுப்பர் நகரம் என்றும் பெயர் பெற்றன.

கறுப்பர் நகரத்தில் வாழ்ந்த பல்வேறு சாதியார் இடங்கையர், வலங்கையர் என்று இரு பிரிவுகளாகப் பிரிக்கப்பட்டிருந்தனர்.

நிலம் வைத்திருந்தவர்கள், கிராமக் கணக்குப் பிள்ளைகள் முதலானோர் வலங்கைச் சாதியார்.

வாணிபம் செய்வோர், கைவினைஞர், வாணியர், நெசவாளர் முதலானோர் இடங்கைச் சாதியார்.

இவ்விரு பிரிவினருக்குமிடையே எப்போதும் சச்சரவு நடந்து வருவதுண்டு.

இவர்களுக்கிடையில் எழுந்த தாவாவைக் கம்பெனிப் பண்டசாலைத் தலைவரான பேக்கரும், பிறரும் 1652 வாக்கிலேயே தீர்த்து வைத்திருக்கின்றனர்.

இடங்கைச் சாதியார் பெத்து நாயக்கன் பேட்டையிலும், வலங்கைச் சாதியார் முத்தியாலுப் பேட்டையிலும் வாழ்ந்து வருவதென்பது அப்போது (1652) முடிவானது.

படக்குக்காரர், கிழக்கிந்திய கம்பெனி மாலுமியர் (லங்கர்), மீனவர் முதலானோர் எப்போதும்போல் கடற் கரையிலேயே வாழ்ந்து வருவதென்று முடிவு செய்தனர்.

இவ்விரு பிரிவினருக்குமிடையே தொடர்ந்து பல மாதகாலம் சச்சரவு நடந்து வந்தது. ஆளுநர் படையை அழைத்து வந்து அதை ஒடுக்க நேர்ந்தது. இந்நிலைமை 1707 ஆகஸ்டில் மிகவும் முற்றிவிட்டது. அதனால் வலங்கையினர் சாந்தோமிற்கு ஓடிப்போக நேர்ந்தது.

அப்போது சென்னையில் பிட்டு ஆளுநராக இருந்தார். அவர் இரு பிரிவின் தலைவர்களையும் அழைத்துப் பேசினார். தனியே அவர்களை ஓர் அறைக்குள் அடைத்து வைத்து நெருக்கு நேர் நின்று முகம் பார்த்துப் பேசிச் தமது சச்சரவுகளுக்கு தீர்வு காணச் செய்தார்.

இறுதியில் இருபிரிவினரும் உடன்பாடு கண்டு வலங்கையினருக்குப் பெத்துநாயக்கன் பேட்டையையும், இடங்கையினருக்கு முத்தியாலுப் பேட்டையையும் தனியே ஒதுக்குவதென்று முடிவாயிற்று.

படகுக்காரர்களும், மாலுமியரும், மீனவரும் கடற்கரையில் இருப்பதென்று முடிவு செய்தனர்.

இந்த உடன்பாட்டின் விளைவாகப் பெத்து நாயக்கன் பேட்டையிலுள்ள வீடுகளிலும், தெருக்களிலும் இடங்கையினர் இருப்பதற்கு அனுமதிக்கப்பட்டனர். அது அடைப்பு உள்ள சதுரப் பகுதியாகும்.

1707

அது இந்நாளைய சென்ன கேசவப் பெருமாள், சென்ன மல்லீசுவரர் கோயில்களுக்குத் தெற்கிலும், தங்கசாலைத் தெருவிற்குக் கிழக்கிலும் இருக்கின்ற பூங்கா நகர்ப்பகுதியாகும்.

மீண்டும் பின்னர் இவர்களுக்கிடையே சச்சரவு மூண்ட போது, கம்பெனி அனுப்பிய படைவீரர்கள் அதில் தலையிட நேர்ந்தது.

இப்போதும் இருபிரிவுகளையுஞ் சேர்ந்த பெருந் தலைகள் கோட்டைக்குள் ஓர் அறையில் பேசுவதற்காகத் தனியே அடைக்கப்பட்டனர்.

பிரஞ்சுக்காரர் இடித்துத் தகர்த்த கறுப்பர் நகரப்பகுதி ஒன்று சம்பந்தமாக இப்போது தாவா ஏற்பட்டது. வலங்கையினர் சார்பாகத் துளசிங்கச் செட்டி இருந்தார். பழைய தெருக்களைத் தமக்குக் கொடுத்து, அங்கு இடங்கைச் சாதியர் நடமாடுவதைக் கட்டுப்படுத்த வேண்டுமென்றும், இப்போது (அரண்மனைகாரத் தெருவாயிருக்கும் ஆர்மீனியன் தெரு) முத்தியாலுப் பேட்டையின், கச்சாலீசுவரர் கோயில் தெருவிலிருக்கும் குறிப்பிட்ட சில வீடுகளைத் தமக்கு ஒதுக்கித் தரவேண்டுமென்றும், வலங்கைப் பிரிவின் தலைவரான துளசிங்கச் செட்டியார் கூறினார். கச்சாலீசுவரர் கோயில் 1725-இல் கட்டப்பட்டதென்று சொல்லப்படுகின்றது.

ஆர்மீனியன் தெருவில் தேவதாசிகள் கைபற்றிக் கொண்ட வீடுகளைப் பிராமணர்களுக்குத் திருப்பித் தர வேண்டும் என்று கட்டளை இடுமாறும் கேட்கப்பட்டது.

இடங்கையர் சார்பில் சின்ன வீரண்ண பேசினார். கறுப்பர் நகரத்தில் இடிக்கப்பட்ட பகுதிகளைப் பொது இடமாக்கிக் கொள்ள வேண்டுமென்று இடங்கையர் விரும்பினர்.

ஜார்ஜ் கோட்டை அரசு இது குறித்துச் சில முடிவுகளை எடுத்தது. இரு தரப்பினரும், கோட்டைக்குள்ளிருக்கும் வெள்ளையர் நகருக்குச் சென்று வர 49 அடி அகலமான சாலையைப் பொதுவாக அனைவரும் பயன்படுத்துவதென்று முடிவு செய்தனர்.

தேவதாசிகள் கச்சாலீசுவரர் கோவில் தெருவிலுள்ள வீடுகளில் இதற்கு முன்னர் 20 ஆண்டுகளாக இருந்து வருவதால், அவர்களுக்கு அங்கு வசிப்பதற்கு அனுமதி வழங்கப்பட்டது.

பிறப்பு

(அ) கரோலஸ் லினீயஸ் (1707-1778)

தாவரவியலாரான கரோலஸ் லினீயஸ் (*Carolus Linnaeus, 1707-1778*) சுவிடனின் ராஷீல் நகரில் *1707*-ஆம் ஆண்டு மே *23* அன்று பிறந்தார். *1778* ஜனவரி *10* அன்று இறந்தார். அவர் தாவரவியலுக்கு ஆற்றிய பங்கு பணி குறித்து இ.ச.க.தொகுதி-*4: 1737*-ஆம் ஆண்டுக் கட்டுரையிலும் இ.ச.க.தொகுதி-*9: 1789*-ஆம் ஆண்டுப் புள்ளிகளிலும் விரித்துக் கூறியுள்ளோம். இவர் இடுகுறிப் பெயரிடு முறையை உருவாக்கியவர். அறிவியலில் இந்தப் பெயரிடு முறையே இன்றளவும் பயன்பட்டு வருகின்றது.

(ஆ) ஜார்ஜஸ் - லூயி லெக்லர் பஃபோ (1707-1786)

ஜார்ஜஸ் - லூயி லெக்லர் பஃபோ (*George Leclerc Comte de Buffon, 1707-1788*)

பிரான்சின் மாண்பார் (*Montbard*) என்ற ஊரில் பிறந்த இயற்கையியலார். அவர் பாரிசிலுள்ள அரசர் பூங்காவின் இயக்குநராயிருந்தார். அவர் உயிர்களின் படிமுறை வளர்ச்சிக் கொள்கைக்கு அடியெடுத்துத் தந்த ''இயற்கை வரலாறு'' என்ற நூலை **1749**-ஆம் ஆண்டு எழுதத் தொடங்கினார். இவரைப் பற்றிய செய்திகள் இக்களஞ்சிய வரிசையில் பல இடங்களில் வருகின்றன. குறிப்பாய் அவை இ.ச.க.தொகுதி-5: **1749** ஆம் ஆண்டுக் கட்டுரையில் காணப்படும்.

(இ) ஹென்றி ஃபீல்டிங்கு (1707-1754)

ஆங்கில எழுத்தாளரான ஹென்றி ஃபீல்டிங்கு (*Henry Fielding, 1707-1754*), இங்கிலாந்தின் தென்மேற்கிலுள்ள சாமர்செட்டுக் கோட்டத்தைச் சேர்ந்த ஷார்ஃப்பம் என்ற இடத்தில் *1707*-ஆம் ஆண்டு பிறந்தார். அவர் *1749*-ஆம் ஆண்டில் எழுதிய டாம் ஜோன்ஸ் (*The History of Tom Jones, A Foundling*) என்ற நாவல் பிரிட்டிசு நாவல் இலக்கியத்திற்கு அடித்தளம் அமைத்துத் தந்தது.

(ஈ) லியோனார்டு ஓய்லர் (1707-1783)

கணிதவியலாரான லியோனங்டு ஓய்லர் (*Leonhand Euler, 1707-1783*) சுவிட்சர்லாந்தின் பேசல் நகரில் *1707*-ஆம் ஆண்டு பிறந்தார். அவர் பதினெட்டாம் நூற்றாண்டுக் கணிதத் துறையில் மாபெரும் விற்பன்னராக விளங்கினார். அவர் சுத்த கணிதம், பயன்படு கணிதம், இயற்பியல், வானியல் ஆகிய துறைகளில் ஒவ்வொரு கூறையும் பற்றி எழுதினார். வகை நுண்கணிதம் (*differential calculus*), வடிவ கணிதம் (*algebra*) பற்றி அவர் எழுதிய ஆய்வுரைகள் ஒரு நூற்றாண்டுக் காலத்திற்குப் பாடநூல்களாயிருந்தன. அவர் உருப்படுத்திய *e,II*, என்ற குறியீடுகள் இன்றும் வழக்கிலுள்ளன.

1707

இறப்பு

ஔரங்கசீபு (1618-1707)

முகலாயப் பேரரசரான ஔரங்கசீபு (*1618-1707*) நாற்பத்தொன்பதாண்டுக் கால ஆட்சிக்குப் பிறகு *1707*-ஆம் ஆண்டு தக்காணத்தில் இறந்தார். இவருக்குப் பின்னர் முகலாயப் பேரரசு உயிர் வாழ்ந்திருந்தாலும், இவரே அதன் கடைசிப் பேரரசர் ஆவார்.

1708

அரசியல்

வேலூர் கோட்டையை மராட்டியர் இழத்தல்
மராட்டியர் எழுச்சி
சீக்கியர் கிளர்ச்சி ஒடுக்கப்படுதல்
வங்க, சென்னை, மாநிலங்களின் அமைப்பு

சமயம்

குரு கோவிந்தர் தீக்குளிப்பு

வாணிபம், தொழில், வேளாண்மை

கிழக்கிந்தியக் கம்பெனிகள் இணைப்பு

கலை, இலக்கியம்

வியன்னாவில் நிலையான நாடகக் கொட்டகை

கல்வி

பயன்நோக்கிய முதல் ஆங்கில அகர முதலி

தொல்லெழுத்து ஆய்வு

வரலாறு

கால்சா

எழும்பூர்

தொல்லியல்

பாம்பீ, ஹெர்க்குலேனியம் அகழ்வு

பிறப்பு

மூத்த பிட்டு *(1708-1778)*

இறப்பு

குரு கோவிந்தர் *(1666-1708)*

1708

1708

ஆங்கில அகர முதலி வளர்ச்சி

பிரிட்டனில் ஆங்கிலோ - சேக்சன்கள் காலத்தில் (கி.பி 5-11நூ) கிறித்தவத் துறவியர் திருமறையைப் படித்துக் கொண்டு வருகையில் கடினமான சொற்களுக்கு நூலின் ஓரத்தில் பொருள் எழுதி வந்தனர். ஆங்கிலோ - சேக்சனின் இடத்தை ஆங்கிலம் பெற்றதும், துறவியர் அச்சொற்களையெல்லாம் திரட்டித் தொகுத்தனர். இத்தொகுப்பிற்குக் 'கிளாசரி' (*Glossory* - அருஞ்சொல் திரட்டு) என்று பெயரிட்டனர். சொற்களை எளிதாய்த் தேடியறிவதற்காக இதைப் பின்னர் அகர வரிசையிலும் முறையாயும் அடுக்கினர். சில கலைச்சொற்களுக்கு இந்தக் கிளாசரிதான் மறுமலர்ச்சிக் காலம் (15 நூ.) வரையிலும் விளக்கம் தந்து வந்தது. எனினும் அது எக்காலத்தும் முழுமை பெறவில்லை.

இலத்தீனச் சொற்களும் அவற்றுக்கு ஈடான ஆங்கிலச் சொற்களும் பதினைந்தாம் நூற்றாண்டில் பெருந் தொகுதிகளாய்த் திரட்டடப்பட்டன. அவற்றுள் *Promptorium Paruuloruim* என்பது மிகவும் முக்கியமானது. இதற்குச் சிறியோர்க்கான களஞ்சியம்'' (*Storehouse for the little ones*) என்பது பொருளாகும். இதைக் கியோஃபரி கிராமரியன் (*Geoffrey Grammarian*) என்ற டொமினிக்கன் சபைத் துறவி தொகுத்தார்.

இந்நூலில் பத்தாயிரத்திற்குமதிகமான இலத்தீனச் சொற்களுக்கு இணையான ஆங்கிலச் சொற்கள் திரட்டடப்பட்டிருந்தன. ரிச்சர்டு ஹியூலே (*Richard Huloet*) 1552-ஆம் ஆண்டில் ஒரு தொகுப்பை (*Abcdarium Anglico Latinum Protyniculis*) வெளியிட்டார். அது இலத்தீனச் சொற்களுக்கு இணையான ஆங்கிலச் சொற்களையும் தந்தது.

கி.பி முதல் நூற்றாண்டில் வாழ்ந்த இலக்கண ஆசிரியர் ஒருவர் ஹோமர் சொல்லடைவு ஒன்றைத் தொகுத்தார். எனினும் மறுமலர்ச்சிக் காலத்திற்குப் பிறகுதான் அகர முதலிகள் வேண்டும் என்பது வலுவாய் உணரப்பட்டது.

வரலாற்று இடைக்காலத்தின் இறுதிவாக்கில் (இது 476 முதல் 1543 வரை நீடித்த காலமாகும்.) லெக்சிக்கோ கிராஃபீஸ் (*lexico graphis*) என்ற அகர முதலிகள் எழுதப்பெற்றன. லெக்சிஸ் (*lexis*) என்றால் சொல் என்று பொருள்படும். லீஜீன் (*legin*) என்றால் பேசு என்று கிரேக்க மொழியில் பொருள்படும். இச்சொற்களை ஒட்டிப் பெறப்பட்ட லெக்சிக்கோ கிராஃபு (*Lexicograph*) என்றால் அகர முதலி என்று பொருள்படும். டிக்ஷனரி (*dictionary*) என்ற ஆங்கிலச் சொல் *dictionarium* என்ற இலத்தீனச் சொல்லிலிருந்து பிறந்தது. *dictum* என்றால் சொல் அல்லது பேசு என்று பொருள்படும்.

இதன்பிறகுதான் சொற்களஞ்சியம் என்று பொருள்படும் திசாரஸ் (*thesaurus*) வந்தது. இது *thesauros* என்ற கிரேக்கச் சொல்லிலிருந்து பிறந்தது. இச்சொற்களஞ்சியம் (அ) வகைப்படுத்தப்பட்டது. (ஆ) ஒரு மொழியின் முழு அறிவையும் தருவது என்று இரு வகைப்படும்.

மூன்றாவது கட்டமாய் வருவது சொல்லாக்க விளக்கம் (*etymology*), இதற்குச் சொற்களின் தோற்றுவாயும் அவற்றின் மூலச் சிறப்பும் என்று பொருள். *etyms* என்ற கிரேக்கச் சொல்லுக்கு மெய்யான என்று பொருள். பதினேழாம் நூற்றாண்டில் செய்யப்பெற்ற சொற்பிறப்பு அகர முதலிகள் இலத்தீன் மொழியில் இருந்தன.

சாமுவல்

எனினும் ஜான் கெர்சே (John Kersey) என்பவர் 1708-ஆம் ஆண்டில் ஓர் அகராதியை (Dictionarium Anglo or A General English Dictionary) ஆங்கிலப் படிப்பாளிக்கென்று தொகுத்து வெளியிட்டார். அது ஆங்கில மொழியை முற்றிலும் கற்போருக்குப் பயன்படும் நோக்குடன் தொகுக்கப் பெற்றது. அதுவே ஆங்கில அகர முதலியைத் தொகுப்பதற்கு மேற்கொண்ட முதல் முயற்சி என்று சொல்லப்படுகின்றது.

நத்தானியல் பெயிலி (Nathan Baileyor Nathaniel Bailey ?-1742) 1721 ஆம் ஆண்டில் "அகல் விரிவான ஆங்கிலச் சொற்பிறப்பியல் அகர முதலி (An Universal Etymological English Dictionary) ஒன்றை வெளியிட்டார். அதற்குப் பிற் சேர்க்கை ஒன்று 1727-இல் வெளிவந்தது. டாக்டர் சாமுவல் ஜான்சன் (Dr. Samuel Johnson, 1709-1784) இந்த அகர முதலியை வைத்துத்தான் தனது அகர முதலியை 1747-இல் தொகுக்கத் தொடங்கி எட்டாண்டுகளுக்குப் பிறகு 1755-ஆம் ஆண்டு இரண்டு தொகுதிகளில் வெளியிட்டார். (இ.ச.க.தொகுதி-6: 1755 புள்ளிகள்) பெயிலி தொடங்கி வைத்த விளக்க உத்தியை ஜான்சன் முழு அளவில் பயன்படுத்திக் கொண்டார்.

பெயிலியின் அகர முதலி, அகர முதலிகளின் வளர்ச்சியில் ஒரு முக்கியமான கட்டத்தைக் குறிக்கின்றது. ஏனெனில் அகர முதலித் தொகுப்பு வரலாற்றில் இதுவரை புறக்கணிக்கப்பட்ட துறைகள் அனைத்தையும் இணைத்துக் கொள்வதற்கு மேற்கொண்ட முயற்சியாய் அது விளங்குகின்றது.

பதினெட்டாம் நூற்றாண்டின் பிற்பாதியில் மெதாடிஸ்டுத் திருச்சபையை நிறுவிய (Methodist Church) ஜான் வெஸ்லி (John Wesley, 1703-1791) "முழுமையான ஆங்கில அகர முதலி" (The Complete English Dictionary) ஒன்றைத் தொகுத்தார்.

சார்லஸ் ரிச்சர்டுசன் (Charless Richardson) 1836 இல் வெளியிட்ட அகர முதலி (A New Dictionary of English Language) விளக்கப் படங்களை இடையிடைய அச்சிடும் புதுமுறையைக் கொண்டு வந்தது. அவர் வரலாற்றுப் பின்புலத்தைப் பயன்படுத்தி விளக்கப்படங்களை வெளியிட்டார். படிப்பாளி ஒரு சொல்லின் பொருளை விளங்கிக் கொள்வதற்கு உதவியாய், அவர் அதன் வரலாற்று முக்கியத்துவத்தை எடுத்துக் காட்டினார்.

இதற்கிடையில் நோவா வெப்ஸ்டர் (Noah Webster, 1758-1843) ஓர் அகர முதலியை (Compendious English Dictionary) 1806 ஆம் ஆண்டும், இன்னோர் அகர முதலியை (American Dictionary) 1828 ஆம் ஆண்டும் தொகுத்து வெளியிட்டார். இரண்டாவதாய்க் கூறப்பட்ட

''அமெரிக்க அகர முதலியை''அடிப்படையாய் வைத்து வெப்ஸ்டரின் மாபெரும் அகர முதலி (*Websterr's Interaction Dictionary*) தொகுக்கப் பெற்றுள்ளது.

இங்கிலாந்திலுள்ள மொழியியல் சங்கம் (*Philological Society*) ''வரலாற்றுக் கொள்கைகள் பற்றிய புதிய அகர முதலி'' (*A New English Dictionary on Historical Principles*) ஒன்றை வெளியிட்டது. இதை ஆக்ஸ்ஃபோர்டின் கிளாரண்டன் அச்சகம் வெளியிட்டது. இந்த அகர முதலி இதுவரை வெளிவந்த அகர முதலிகளிலேயே மிகுந்த முக்கியத்துவம் வாய்ந்தது என்று சொல்லப்படுகின்றது. இந்த அகர முதலியைத் தொகுத்து வெளியிடுவதற்கு எழுபதாண்டுகள் (*1884-1928*) ஆயிற்று. ஆக்ஸ்ஃபோர்டு அகர முதலியின் தோற்றுவாயும் அதில் கண்டுள்ள ஒவ்வொரு சொல்லின் படிமுறை வளர்ச்சியும், இந்த அகர முதலியையே தோற்றுவாயாய்க் கொண்டனவாகும்.

கலைச் சொற்களுக்குப் பெயரும் எடை, அளவு வாய்பாடுகளும் அமெரிக்கம், கனடா ஆகிய நாடுகளின் அஞ்சல் நிலையங்களும் சேர்த்து வெளியிட்டது. வெப்ஸ்டரின் ''அமெரிக்கன் அகரமுதலி'' ஆகும்.

இன்று வெப்ஸ்டரின் அமெரிக்கன் அகர முதலியும் ஆக்ஸ்ஃபோர்டு ஆங்கில அகர முதலியும் உலகெங்கிலும் நன்கறியப்பட்டனவாகும். ஆக்ஸ்ஃபோர்டு அகர முதலியிலிருந்து, ஓர் உலக மொழி எத்தனை அகல் விரிவானது என்பதை உணரலாம்.

1708

2. எழும்பூரின் கதை

தாமர்ல வெங்கடப்ப நாயக்கன் *1639* ஆம் ஆண்டு கிழக்கிந்தியக் கம்பெனிக்குக் கொடுத்த நிலப்பரப்பில் எழும்பூர், கோமளீசுவரன் பேட்டை, சிந்தாதிரிப் பேட்டை முதலியன அடங்கியிருக்கவில்லை.

இப்பேட்டை ஒவ்வொன்றுக்கும் தனித்தனி வரலாறு உண்டு. அவை ஆதியில் சிறு ஊர்களாய் இருந்தன.

எழும்பூர் பழைய ஆவணங்களில் ''எழும்பூர்'' என்றும் ''ஏகம்பூர்'' என்றும் குறிக்கப்பட்டுள்ளதாகத் தெரிகிறது.

முகலாயப் பேரரசர் ஔரங்கசீபின் மகன் தனது வசீரான ஆசாது கானுடன் செஞ்சியில் தங்கியிருந்த போது, தாமஸ் பிட்டு விடுத்த வேண்டுகோளுக்கிணங்க எழும்பூர் கிழக்கிந்தியக் கம்பெனிக்கு அளிக்கப்பெற்றது.

எக்மோர் (எழும்பூர்), தொண்டேர் (தொண்டையார் பேட்டை) புரசவாக் (புரசைவாக்கம்) என்ற மூன்று ஊர்களையும் தனக்கு அளிக்குமாறு கம்பெனி கேட்டது.

ஆனால் எழும்பூர், புரசைவாக்கம், இரண்டும் முகலாயர் படைத் தலைவரான சுல்ஃபிகர் அலிகான் என்பவரால் வேலாயுத அரசன்ன நாயக்கன் என்பவருக்கு ஏற்கெனவே அளிக்கப்பட்டு விட்டதால், நாயக்கனுக்கும் கம்பெனிக்குமிடையே வழக்கு ஏற்பட்டது. இந்த வழக்கு இறுதியில் கம்பெனிக்குச் சாதகமாக முடிந்தது.

எழும்பூர் மிகவும் தொன்மை வாய்ந்த ஊராகும். இதில் ஐயத்திற்கு இடமில்லை. கி.பி. பதினொன்றாம் நூற்றாண்டுக் கல்வெட்டில் எழும்பூர் குறிக்கப்பட்டுள்ளது என்று நீதிபதி டபிள்யூ எஸ். கிருஷ்ணசாமி அவர்கள் ''பழைய சென்னை'' என்ற தனது ஆங்கில நூலில் கூறுகின்றார்.

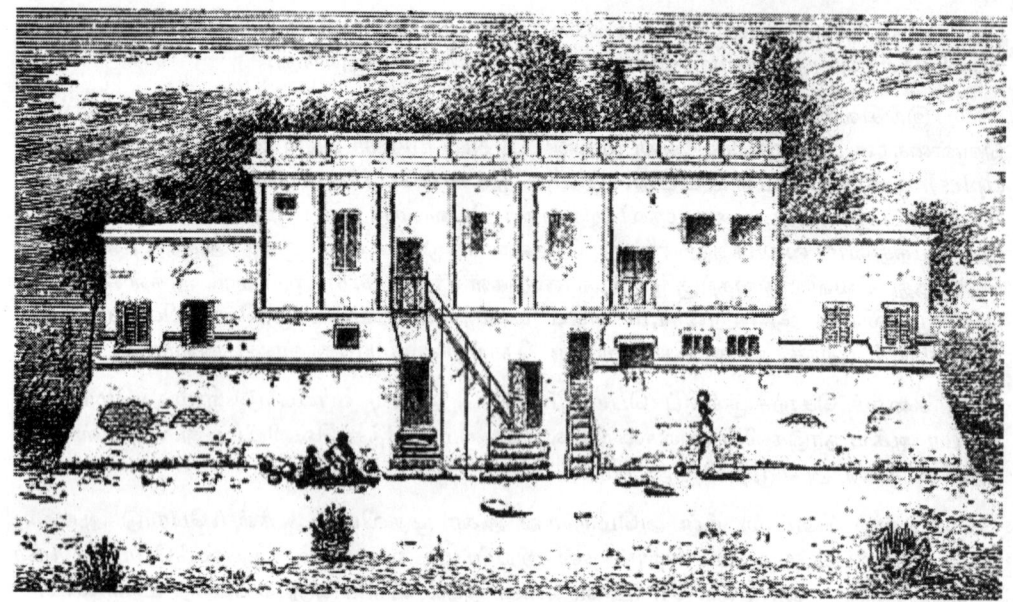

1708

கிழக்கிந்தியக் கம்பெனி எழும்பூரைத் தனது தலைமை வணிகரான சேரப்பன் என்பவருக்குக் குத்தகைக்கு விட்டது. அந்தக் குத்தகை மூன்றாண்டுகளில் முடிந்ததும், மற்றொரு வணிகரான நாராயணன் என்பவருக்கு 1704-ஆம் ஆண்டில் மாற்றிக் கொடுக்கப்பட்டது.

அவரது குத்தகைக்காலம் 1708 சூன் 30 அன்று முடிவுற்றதும், ஆண்டுக்கு 1750 வராகன் குத்தகைப் பணம் என்று கலவைச்செட்டி, வெங்கச் செட்டி என்பவர்களுக்குப் பன்னிரண்டு ஆண்டுகள் குத்தகைக்கு விடப்பட்டது.

அதற்குச் சிறிது காலத்திற்குப் பிறகு எழும்பூர் கம்பெனியின் நேரடி ஆட்சியில் வந்தது. அங்கு பெரிதும் நெல் பயிரிடப்பட்டது. நெல் விளைச்சலில் நான்கில் ஒரு பங்கு பல்வேறு காரியங்களுக்காக ஒதுக்கப் பெற்றது. அதாவது பெத்து நாயக்கன், தலையாரி, கணக்குப் பிள்ளை, வண்ணான், ஆசாரி ஆகியோருக்குக் கொடுக்கவும், கோயில்கள், சத்திரங்கள், பள்ளிக் கூடங்கள் ஆகியவற்றுக்குக் கொடுக்கவும் அந்த நாளில் ஒரு பங்கு பயன்பட்டது.

ஆனால் கம்பெனி இவ்வாறு நேரடியாக எழும்பூரை நிர்வகித்தலில் அதற்கு ஆதாயம் இல்லை. ஏனெனில் குத்தகைக்கு நிலத்தை எடுத்திருந்தவர்களிடமிருந்து கம்பெனிக்கு மூன்றில் இரு பங்குதான் கிடைத்தது. எனவே ஏலத்தில் குத்தகைக்கு விடுவதென்று முடிவு செய்யப்பட்டது.

எழும்பூர் ஊர்க்காரர்களில் சிலர் கூட்டமாகச் சேர்ந்து 1360 வராகனுக்கு ஏலம் எடுத்தனர்.

எழும்பூரில் சிறு அரண்

கம்பெனியாருக்குக் கருநாடக நவாபான தாவூது கானின் நோக்கங்கள் மீது ஐயம் இருந்து வந்தது. கறுப்பர் பட்டணத்தைச் சுற்றிச் சுவர் எழுப்பிய ஆளுநர் தாமஸ் பிட்டு, எழும்பூரிலுள்ள நாட்டுச்சத்திரத்தைச் சுற்றியும் சுவர் எழுப்புமாறு ஆணை பிறப்பித்தார்.

இந்தக் காப்புச் சுவரினால், எழும்பூருக்குப் பாதுகாப்பு ஏற்படாது. இதனால் எழும்பூருக்கும் சென்னப் பட்டணத்திற்குமிடையிலுள்ள பகுதிதான் பாதுகாப்பை அடைந்தது.

ஆளுநர் ஃபிரேசர் 1710 ஆம் ஆண்டு எழும்பூர்ச் சத்திரக்கோட்டைப் பாதுகாப்புக் காவலைச் சீர்படுத்த விரும்பினார். அந்த அரண் மேடான இடத்தில் அமைந்திருந்தது. எழும்பூர்ப் பக்கம் இருந்த கோடி, ஒரு காவல் அறையை அமைத்து அங்கு பாதுகாப்புப் படை வீரர் கூட்டத்தை அமைப்பதற்கு வசதியாக இருந்தது.

ஃபிரேசரின் கருத்துப்படி கட்டப்பட்ட எழும்பூர்க் கோட்டையானது ஒவ்வொரு பக்கமும் 100 செ.மீ நீளமுள்ள சதுரமான அரண்களைக் கொண்டிருந்தது.

இந்தக் காவல் அறையில் நோயுற்ற படை வீரர்களை வைக்கவும், குறிப்பாகக் கடல் கடந்து பணிபுரிந்து திரும்பியவர்களை அமர்த்தவும் வசதியாக இருந்தது.

கம்பெனி 1752 ஆம் ஆண்டில், இந்த எழும்பூர் அரணுக்குள் 7500 வராகன் செலவில் ஒரு மாவாலையை அமைத்தது.

திப்பு சுல்தான் 1799-ஆம் ஆண்டு சீரங்கப்பட்டணத்துச் சண்டையில் தோற்ற பிறகு, எழும்பூர் அரணின் அவசியம் மறைந்தது. எனவே அது மனநல மருத்துவமனைக்கெனக் கொடுக்கப்பட்டது.

மனநல மருத்துவமனை 1900 ஆண்டில் பூவிருந்தவல்லிச் சாலைக்குச் சென்றதும், அந்த இடத்தைத் தென்னிந்திய இரயில்வே கம்பெனிக்கு விற்று விட்டனர்.

இன்று இரயில்வே யார்டு இருக்கின்ற இடத்தில் எங்கோ ஒரு பகுதியில் எழும்பூர்க் கோட்டை இருந்திருக்க வேண்டும்.

எழும்பூருக்கும் சேத்துப்பட்டிற்கும் இடையிலிருந்த ஸ்பர் ஏரி அந்தக் காலத்தில் நீர்த்தேக்கமாக இருந்தது. ஸ்பர் (*Spur*) என்பது குதிரையேறிகள் காலில் அணியும் உலோகக் கவட்டை ஆகும். மேற்சொன்ன ஏரி வளைந்த கவட்டை போன்று இருந்தமையால் அந்தப் பெயர் பெற்றது. எனவே ஸ்பர் டாங்கு என்பதைக் கவட்டை ஏரி எனலாம். இந்த ஏரியிலிருந்துதான் எழும்பூர், சேத்துப்பட்டு மக்களும் அண்டையிலிருந்தவர்களும் தண்ணீரைப் பயன்படுத்தினர்.

3. குரு கோவிந்தர் தீக்குளித்தார்

பாஞ்சா லத்துப் படர்திரு சிங்கக்
குலத்தினை வகுத்த குருமணி யாவான்?
ஞானப் பெருங்கடல், நல்லிசைக் கவிஞன்
வானம் வீழ்ந் துதிரினும் வாள் கொண்டு தடுக்கும்
வீரர் நாயகன், மேதினி காத்த
குருகோ விந்த சிங்கமாங் கோமான்

சீக்கியர்களின் கடைசிக் குருவான கோவிந்தரைப் பாரதி இவ்வாறு சிறப்பித்துப் பாடுகின்றார்.

குருநானக்கு ஆன்மநேய ஒருமைப் பாட்டு உணர்வுடனும், மாறாத இறை பக்தியுடனும் கலந்து, மெய்யான சகோதரத்துவத்தை உண்டாக்குவதற்கென்று அமைத்த சீக்கியக் கோட்பாடுகள், தனித்தன்மை பெற்றுப் பாஞ்சாலத்து மக்களை மனித

உரிமைகளைக் காக்கும் போர்க்குணம் படைத்த வீர மறவர்கள் ஆக்கியது.

இந்த வழி வந்த கடைசிக் குருவே கோவிந்த சிங்கர் *(1666-1708;* குரு பதவி *1675-1708)* ஆவார். இவர் ஔரங்கசீபினால் கொல்லப்பட்ட தேக்பகதூரின் மகன் ஆவார்.

குரு கோவிந்தர் சீக்கிய இயக்கத்தில் புதிய காலகட்டத்தை உண்டாக்கினார். இவரின் தந்தையும், கொள்ளுப் பாட்டனாரும் கொலை செய்யப் பட்டனர். இவரின் பாட்டனார் சிறையில் அடைக்கப்பட்டார்.

முகலாயக் கொடுங்கோன்மையால் இந்துக்கள் அனுபவித்த இன்னல்களைக் கண்ட குரு கோவிந்தர் கொடியதும், சீர் கெட்டதுமான ஆட்சியின் கொடுமைகளிலிருந்து விடிவு காண வேண்டுமென்பதை உணர்ந்தார்.

குரு கோவிந்தர் புராணங்களைப் படித்தபோது இறைவன் அவ்வக்காலங்களில் அவதாரமெடுத்துத் தீயவர்களை அழித்து நல்லவர்களைக் காப்பார் என்பதைக் கண்டிருக்கிறார். இறைவன் தன்னைத் துஷ்டநிக்கிரகம் செய்து சிஷ்ட பரிபாலனம் பண்ண அனுப்பி வைத்திருப்பதாகக் குரு கோவிந்தர் நம்பினார். இது அவர் எழுதியுள்ள ''விசித்திர நாடகம்'' என்ற நூலில் கூறியுள்ள இரண்டு பொன்மொழிகளிலிருந்து தெளிவாகின்றது.

இறைவன் கடந்த காலங்களில் கொடியவர்களை அழிப்பதற்குத் துர்க்கையை அனுப்புவாரென்று குரு கோவிந்தர் ''சண்டி சரித்திரம்'' என்ற தனது நூலில் கூறுகின்றார். அந்தக் கடமை இப்போது கோவிந்தரிடம் அளிக்கப்பட்டுள்ளது. அவர் சண்டியின் திருவருளைப் பெற அவாவுகிறார்.

குருவிடம். பணிபுரிந்த கற்றறிந்த பண்டிதர்கள் ஒரு மாபெரும் ஹோமத்தை நடத்துமாறு குருவிடம் எடுத்துரைத்தனர். வாரணாசியிலிருந்து பண்டிதர் கேசோ என்பவரை அழைத்து ஆனந்தப்பூருக்கு அருகிலுள்ள நந்ததேவி மலையில் துர்க்காஷ்டமி நாளன்று, தசராவிற்கு இரண்டு நாட்களுக்கு முன்னர், *1698* அக்டோபர் மாதம் ஹோமம் செய்வித்தார். இந்தச் சடங்கு முழுமையாக ஆறு மாதங்கள் நடந்தது.

அது முடிந்ததும் துர்க்கையை வழிபடும் புனித நாளான நவராத்திரி, *1699,* மார்ச்சு *21* அன்று தொடங்கியது. வேள்வித் தீயில் அவியாகச் சொரிந்த நெய்யும், மணப் பொருட்களும் எரிந்து, மந்திரம் ஓதிய பண்டிதர் அலுத்ததும், ஹோமத்திலிருந்து காளி எழாததால், குரு உருவிய வாளுடன் வந்து நின்று, அங்கு திரண்டிருந்த மக்களிடம் அந்த வாளை வீசிக் காட்டி ''இதோ துர்க்கையின் சக்தி'' என்றார். இந்நிகழ்ச்சி துர்க்காஷ்டமி நாளான *1699* மார்ச்சு *26* அன்று நடந்தது.

அதற்கு அடுத்து நாளன்று இத்திருச்சபை, அருகிலுள்ள ஆனந்தப்பூருக்குச் சென்றது. அங்குதான் குரு கோவிந்தர் புதியதோர் மறவர் இனத்தை உண்டாக்கப் போகின்றார்.

ஆனந்தப்பூரில் கூடியிருந்த மக்களிடையே குரு கோவிந்தர் பேசிய பிறகு, வாளை உருவிக் காட்டி, இக் கூட்டத்திலுள்ள எவரேனும், இறைவனுக்காக, சத்தியத்துக்காக, சமயத்திற்காகத் தனது தலையை கொடுக்க முன்வருவாரா என்று கேட்டார்.

கால்சாவின் தோற்றம்

இது கூடியிருந்த மக்களிடையே திகிலை உண்டாக்கியது. அவரின் முதற் குரலுக்கும் இரண்டாவது குரலுக்கும் எவரும் முன்வரவில்லை. மூன்றாம் முறை அழைத்தபோது லாகூரைச் சேர்ந்த தயாராம் என்பவர் தன் இருக்கையை விட்டு எழுந்து, தன் உயிரைத் தத்தம் செய்யத் தனக்கு விருப்பம் என்றார்.

குரு அவரைப் பக்கத்திலிருந்த கூடாரத்திற்கு அழைத்துச் சென்று, பேசாமல் அங்கே உட்காரச் செய்தார். ஒரு கோப்பையிலிருந்த ஆட்டு இரத்தத்தில் வாளைத் தோய்த்து எடுத்துக் கொண்டு, கையிலிருந்த வாளில் குருதி சொட்டச் சொட்டக் குரு வெளியே கூட்டத்தினர் முன்வந்து நின்று, இரண்டாவது வருவது யார் என்று கேட்டார்.

இப்போது தர்மதாஸ் என்ற ஜாட்டு வகுப்பினர் ஒருவர் தமது தலையைத் தர முன்வந்தார். குரு முன் போலவே இப்போது கூடாரத்தினுள் அவரை அழைத்துச் சென்று ஆட்டுக் குருதி சொட்ட மக்கள் முன் வாளுடன் வந்து நின்றார்.

இவ்வாறு ஐவர் தமது தலையைத்தர முன்வந்ததும் கடைசியில் குரு அந்த ஐவருடனும், அழகான ஆடை குலையாமல் கூடாரத்திலிருந்து வெளிவந்தார்.

அவர்களுக்கு வாளால், அல்லது குத்து வாளால் கலக்கிய நீரையும், இனிப்பையும் குரு அளித்துத் திருமுழுக்குச் செய்தார். இந்தச் சடங்கிற்குப் பகுல் என்று பெயர்.

இவ்வைந்து பேரும் ''பஞ்ச பியாரர்'' (அன்பிற்குரிய ஐவர்) என்று அழைக்கப்பட்டனர். அவர்களுக்கு கால்சா என்று பெயர் தரப்பட்டது. பாரசிக மொழியில் ஐந்து எழுத்துக்களைக் கொண்ட ''கால்சா'' என்ற சொல்லுக்கு தனிச் சிறப்பு உண்டு.

முதல் இரண்டு எழுத்துக்களான க், ஆ என்பவை முறையே குத் அல்லது தான், அகால் புர்க் (கடவுள்) என்பவற்றைக் குறிக்கும்.

மூன்றாவது எழுத்தான ல, லப்பாயிக்கு என்பதைக் குறிக்கும். லப்பாயிக்கு என்ற சொல்லின் பொருள் என்ன வென்றால் கடவுளைப் பற்றிக் கேட்கப்படும் பின்வரும் கேள்விகளாகும்.

''உனக்கு என்னிடத்தில் என்ன வேண்டும்?''
''நான் இதோ இருக்கிறேன்''
''உனக்கு எது வேண்டும்?''

இவற்றுக்குச் சிங்கு பக்தன், தரும் மறுமொழி.

''இறைவனே எங்களுக்கு விடுதலையும் தன்னாட்சி உரிமையும் தா''

இந்திய சரித்திரக் களஞ்சியம் | 377

நான்காவது எழுத்தான ஸ் சாகிப் (பிரபு, எசமான்) என்பதைக் குறிக்கும்.

கடைசி எழுத்து ஆ அல்லது ஹ; என்று வரும் முன்னது ஆசாதி அல்லது விடுதலை என்பதையும், பின்னது ஹியூமா என்ற புராணப் பறவையையும் குறிக்கும்.

குருகோவிந்தர் தமது சீக்கியர்களுக்கு - சீடர்களுக்கு, எல்லாருக்கும் எளிதில் கிடைக்கும் இரத்தினங்களைக் கொடுத்தார். அவை க கரத்தில் தொடங்கும் ஐந்து விதிகளாகும்.

நீண்ட முடி (கேசம்) வளர்க்க வேண்டும்
சீப்பு (கங்கா) வைத்திருக்க வேண்டும்
குட்டைக்கால் சட்டை (கச்சா) அணிதல் வேண்டும்
வலக்கையில் காப்புப் (கரா) பூண்டிருக்க வேண்டும்
குத்துவாள் (கிர்ப்பான்) வைத்திருக்க வேண்டும்

அவர்கள் முழங்க வேண்டியது;

வாஹ் - ஏ குருஜீகா கால்சா
வாஹ் - ஏ குருஜீகா ஃபத்தே

1708

கால்சாவின் தோற்றம் இந்தியத்தின் அரசியல் வரலாற்றில், சமய சரித்திரத்தில் புது யுகத்தை உண்டாக்கிய மாபெரும் நிகழ்ச்சியாகும்.

திட்டமிட்டுச் செய்யப்படும் அடக்கு முறையையும், கொடுங்கோன்மையான சர்வாதிகாரத்தையும் கையில் வைத்துக்கொண்டு மக்களை ஆற்றொணாத் துன்பங்களுக்கு ஆளாக்கி வந்த முகலாய அரசை ஒழிப்பதே சிறு எண்ணிக்கையினராக இருந்த கால்சாக்களின் பெரும் பணி ஆனது.

குரு கோவிந்தரின் அறிவுரைப்படி கால்சா ஆயுதம் ஏந்தியது. பன்னெடுங்காலமாகத் தொழும்பர் நிலையில், தாழ்ந்தோருக்கெல்லாம் தாழ்ந்தோராக அடிமைப்பட்டுக் கிடந்த மக்கள், வீரஞ்செறிந்த மறவராக மாறினர்.

இதன்பிறகுதான் தொடர்ந்து பல சண்டைகள் நடந்தன. அவற்றில் குரு கோவிந்தருக்குப் பலத்த இழப்புகள் ஏற்பட்ட போதிலும், கால்சாவின் பக்கம் பல இடங்களில் வெற்றி சேர்ந்தது.

ஆனந்தப்பூர் ஐந்து முறை முற்றுகையிடப்பட்டது. அவற்றுள் 1704 -ஆம் ஆண்டு இலையுதிர் காலத்தில் நடந்த முற்றுகை மிகவும் கடுமையானது.

ஔரங்கசீபின் கட்டளைப்படி சிர்ஹிந்தின் ஆளுநரான வசீர் கான், கால்சாவை முற்றிலும் ஒழித்து விட முழு ஆயத்தம் செய்தார். லாகூரின் ஆளுநர், காங்கரா மலை இராஜாக்கள் பலர், அண்டை அயலிலுள்ள நவாபுகள், ஜாகிர்தார்கள் அனைவரும் வசீர் கானின் படைக்குத் துணை நின்றனர்.

இத்தனை படைபலத்துடன் ஆனந்தபூர் முற்றுகையிடப்பட்டது. உணவுப் பொருட்களுக்குப் பற்றாக்குறை; பலர் கோட்டைக்குள்ளிருந்து வெளியேறி ஓடினர். நெருக்கடி முற்றியது. இந்நேரத்தில், குருவைப் பத்திரமாக வேறு இடத்திற்கு மாற்றுவது குறித்து வசீர் கான் பேச்சு நடத்தினார். குருவும், அவர் குடும்பத்தினரும் பத்திரமாக வெளியேறலாம் என்று குரானில் அடித்துச் சத்தியம் செய்து தந்தனர். ஆளுநரின் புனித சத்தியத்திற்கு ஆதரவாக ஔரங்கசீபு கையெழுத்திட்ட கடிதம் காட்டப்பட்டது. இறுதியாக 1704 டிசம்பரில் உடன்பாடு ஏற்பட்டது.

குரு பெண்களையும் தம் இளைய ஆண் மக்கள் இருவரையும் தக்க பாதுகாப்புடன் சிர்மூர் சமஸ்தானத்தின் நகான் என்ற இடத்திற்கு அனுப்பி வைத்தார். இரண்டாம் கட்டமாகத் தமது மூத்த ஆண் மக்கள் இருவரும், சிறு எண்ணிக்கையில் குருவின் சீடர்களும் குருவின் தலைமையில் வெளியேறினர்.

துரதிருஷ்டவசமாகப் பெரிய மழை பெய்தது. சர்சா ஆறு வெள்ளப் பெருக்கெடுத்தோடியது. இருதரப்பினரும் கடுங்குளிரிலும், காற்றிலும், மழையிலும் ஆற்றின் கரையில் நிற்க நேர்ந்தது. குருவையும், அவரைப் பின்பற்றியோரையும் பூண்டோடு அழிப்பதற்கு, இது கடவுள் தந்த தருணம் என்று எதிரிகள் நினைத்தனர். அவர்கள் தாம் செய்து கொடுத்த சத்தியத்தைக் காற்றில் பறக்க விட்டனர். அந்தி மயங்கியதும் குருவின் மீது பாய்ந்து தாக்கினர்.

இதனால் ஏற்பட்ட குழப்பத்தில் குருவின் தாயாரும் அவரின் இளைய மக்கள் ஜோரவார் சிங் (பிறந்தது 1696) ஃபதே சிங் (பிறந்தது 1699) ஆகியோரும் இருளில் பிரிந்து விட நேர்ந்தது. அவர்கள் சிர்ஹிந்து ஆளுநரின் கையில் சிக்கினர்.

சிறுவர் இருவரையும் இஸ்லாத்தில் சேருமாறு வற்புறுத்தினர். அவர்களிருவரும் மறுக்கவே, உயிரோடு கோட்டைச் சுவரில் புதைக்கப்பட்டனர். 1704 டிசம்பர் 27 அன்று இருவரின் தலையையும் வெட்டிக் கொன்றனர்.

குருவும் அவரின் மூத்த மக்களான அஜீத் சிங்கும் (பிறப்பு 1686) ஜுஜங் சிங்கும் (பிறப்பு 1690) நாற்பது சீக்கியருடன் மறுகரை ஏறினர். வெள்ளம் அவர்களில் பலரை அடித்தும் சென்றது. குருவின் கையெழுத்துப் படிகளும், பல பாடல்களும் வெள்ளத்தால் கொண்டு செல்லப்பட்டன. பிற சொத்துகளும் அவ்வாறே ஆற்றோடு போயின. அவர்கள் ஒரு மண் வீட்டில் தங்கினர். உடனே அந்த வீடும் முற்றுகையிடப் பட்டது.

இங்கு 1704 டிசம்பர் 22 அன்று நடந்த சண்டையில் குருவின் மக்களிருவரும், ''பஞ்ச பியாரர்'' என்ற அன்பிற்குரிய ஐவரில் மூவரும் முப்பத்திரண்டு சீக்கியரும் இறந்தனர். குரு கோவிந்தருடன் ஐந்து சீக்கியர் மட்டும் எஞ்சி நின்றனர்.

அவர்கள் இதற்கு முன்னர் விதிக்கப்பட்டிருந்த கட்டளைப்படி மார்க்கத்தின் நலனைக் கருதிக் குருவின் நிலையில் இருந்துகொண்டு, குரு கோவிந்தரைத் தப்பிச் செல்லும்படி கட்டளையிட்டனர். அவரும் அதற்கிணங்க முஸ்லிம் பக்கிரியின் வேடத்தில் தப்பிச் சென்றார்.

குரு கோவிந்தர் அதன்பிறகு சம்கௌரிலிருந்து சுமார் 1500 மைல்கள் அலைந்து திரிந்து, மயிரிழையில் பல இடங்களில் உயிர் தப்பி நாந்தோரை அடைந்தார்.

ஔரங்கசீபு 1707-ஆம் ஆண்டு செத்துப்போன செய்தி, குரு கோவிந்தர் இராஜஸ்தானத்திலிருந்தபோது, அவருக்கு தெரியவந்தது. அவர் உடனே ஆக்ராவை நோக்கிப் புறப்பட்டார்.

ஔரங்கசீபின் மூத்தமகன் 65-ஆவது வயதில் காபூலிலிருந்து டெல்லிக்குத் திரும்பி வந்து, பகதூர் ஷா என்ற பெயரில் தன்னைப் பேரரசர் என்று பிரகடனம் செய்தார். குரு கோவிந்தர் பகதூர் ஷாவிடம் வசீர் கானைத் தண்டிக்கும்படி வேண்டினார். அதற்கு பகதூர் ஷா பொறுத்திருக்கச் சொல்லிக் காலங் கடத்தினார். எனவே குரு மனவருத்தத்தோடு நாந்தோரை அடைந்தார்.

வசீர் கான் இதே நேரத்தில் குருவைச் கொலை செய்வதற்குப் பல சதிகளில் ஈடுபட்டிருந்தார். குருவிடம் இரண்டு பட்டாணிப் பையன்கள் பணிபுரிந்து வந்தனர். ஒரு

1708

நாள் குரு தனியே இருக்கக் கண்ட அப்பையன்கள் அவரை 1708 ஆகஸ்டில் வாளால் வெட்டினர். அதனால் குரு பலத்த காயமடைந்தார்.

காயங்கள் பெரிதாயிருந்தமையால், குரு 1708 அக்டோபரில் பெருந் துன்பத்திற்காளானார். குரு தமது, வேளை நெருங்குவதை உணர்ந்தார்.

அவர் சீடர்களனைவரையும் அழைத்துத் தமது கடைசிக் கட்டளைகளை வெளியிட்டார். இவ்வுலகில் அனைத்தும் இறைவனின் திருவுளப்படி நடக்கின்றன என்பதை அவர்களுக்குக் குரு எடுத்துரைத்தார். அவர் தமது திருப்பணி முற்றுப் பெற்றது குறித்து மன நிறைவு கொண்டார். குரு பட்டம் தமது குடும்பத்தின் பரம்பரை உரிமையாக இருந்து வருவதால், அவர் தமது மக்கள் அனைவரையும் இழந்து விட்டதால், குடும்பத்திற்குள் ஏற்படக்கூடிய உட்பகையைத் தவிர்ப்பதற்காகவும், குரு பதவியைக் குரு கோவிந்தர் இல்லாது செய்தார்.

அவர் கால்சாவை அகால் பர்க்கின்- இறைவனின் கண்காணிப்பில் விட்டுச் செல்வதாகக் கூறிவிட்டார். ஆன்மிக அடியார்களின் புனித ஆதிகிரந்தம் அவர்களுக்கு வழிகாட்டும். அவர்களின் புற வாழ்க்கை புனித கிரந்தத்தின் முன்னர் கூடுகின்ற பஞ்சாயத்துகளினால் ஒழுங்கு செய்யப்படும் என்று விதித்தார்.

பந்த் என்ற அந்தப் பஞ்சாயத்தைப் பாதிக்கும் முக்கியமான விஷயம் ஏதேனும் வருமாயின் சீக்கியர் கூட்டம் ஒன்றைக் கூட்டி அதிலிருந்து ஐவரைத் தேர்ந்தெடுத்து, அது குறித்து முடிவு செய்ய வேண்டுமென்று ஆணை இட்டார். அவர்கள் அளிக்கும் தீர்ப்புக்குக் குரு மாதா என்று பெயர். அதைக் குருவின் தீர்ப்பாக மதிக்க வேண்டும். அதில் ஏதேனும் மீறப்படுமானால், அது தெய்வ கட்டளையை மீறியதாகக் கருதப்படும்.

இறைவன் கால்சாவை நாட்டின் எதிர்கால ஆட்சியாளராக நியமித்துள்ளார் என்றும் அக் குறிக்கோளை அடைவதற்காக, அவர்கள் தொடர்ந்து அயராது போரிட வேண்டுமென்றும் குரு கோவிந்தர் கூறினார்.

குரு கோவிந்தர் இந்து மகான்களும், பெரியோரும் கையாண்டதைப் போன்று சமாதி நிலையில் அமர்ந்து உயிர் துறப்பதற்கு வேண்டிய ஏற்பாடுகளைச் செய்தார்.

அவர் நாற்புறமும் அடைப்பு உள்ள ஓரிடத்தினுள் சிதையை அடுக்கச் செய்தார். இரு கைகளையும் கூப்பி,

''வாஹ் குருஜீ கா கால்சா
வாஹ் குருஜீ கி ஃபத்தே''

என்ற தமது வாழ்த்துரையைக் கூறிக் கொண்டே அமைதியாக நடந்து சென்று, சுற்றியடைத்த பகுதிக்குள் போய்த் தாளிட்டுக் கொண்டார்.

அங்கு சூழ்ந்திருந்த மக்கள் கூட்டம் என்ன செய்வதென்றறியாது மௌனமாக நின்றது. சற்று நேரத்தில் சிதை கனன்று எரிந்ததைக் கூட்டத்தினர் கண்டனர்.

கூடியிருந்த மக்களனைவரும் கண்ணீர் விட்டுத் தேம்பி அழுதபடி மெதுவாக ''சத்ஸ்ரீ அகால்'' (சர்வ வல்லமையுள்ள நித்தியனே சத்தியம்) என்று துன்ப முழக்கம் எழுப்பினர்.

இந்நிகழ்ச்சி 1708 அக்டோபர் 7 அன்று நடந்தது. குரு கோவிந்தருக்கு இன்னும் நாற்பத்திரண்டு ஆண்டுகள் நிறைவு பெறவில்லை.

சீக்கியர் கிளர்ச்சியை முகலாயர் ஒடுக்கினர்

குரு கோவிந்தர் தீக்குளித்ததையடுத்துச் சீக்கியர்கள் இவ்வாண்டில் பெரும் புரட்சி செய்தனர். அவர்களின் புரட்சி பஞ்சாப் முழுமையிலும் நடந்தது. சீக்கியர்கள் முகலாய ஆட்சிப் பகுதிகளில் பரவலாகத் தாக்குதல் நடத்திக் கொள்ளையடித்தனர்.

ஷம்ஸ்கான் என்ற முகலாயப் படைத் தலைவர் ராகுன் என்ற இடத்தில் புரட்சிக்காரர்களைத் தோற்கடித்தார்.

"ஔரங்கசீபின் கீழ் இருந்த முகலாய அரசு குருவின் வலிமையை உடைப்பதில் வெற்றி கொண்டதை இவ்வாறு காண்கிறோம்.

"இதனால் சீக்கியரின் ஒரு பொதுத் தலைவரும், அவர்கள் அணி திரளக்கூடிய மையமும் இல்லாமல் போய்விட்டன" என்று வரலாற்றாசிரியர் சர். யதுநாத சர்க்கார் கூறுகின்றார்.

1708

வரலாற்றுப் புள்ளிகள்

அரசியல்

(அ) வேலூர்க் கோட்டையை மராட்டியர் இழந்தனர்

மராட்டியர் வசம் வேலூர்க் கோட்டை 1677-ஆம் ஆண்டிலிருந்து இருந்து வந்தது. அவர்கள் அதை இந்த 1708-ஆம் ஆண்டு ஆர்க்காட்டு நவாபான தாவுது கானிடம் இழந்தனர்.

தமிழ்நாட்டிலிருந்த கோட்டைகளில் முக்கியமான வேலூர்க் கோட்டை கிருஷ்ண தேவராயருக்கு 1509-1529 முந்திய விசயநகர மன்னரான நரசிங்க ராயரால் (1505-1509) பிடிக்கப்பட்டது. அவருக்குப் பிறகு பிசப்பூர்ச் சுல்தான் கைக்கு வேலூர்க் கோட்டை போயிற்று.

மராட்டியர் அதைப் பிசப்பூர்ச் சுல்தானிடமிருந்து 1677-ஆம் ஆண்டில் கைப்பற்றினர். ஔரங்கசீபின் படைத்தலைவரான சுல்ஃபிகர் கான். இக்கோட்டையை இரண்டாண்டுகள் முற்றுகையிட்டார். அப்போது மராட்டியர் தலைவராக சிங்கோஜி ஒன்றரை இலட்சம் பகோடாவைச் சுல்ஃபிகர் கானுக்குக் கொடுத்துக் கோட்டையைக் காப்பாற்றுகிறார்.

ஆனால் ஆர்க்காட்டு நவாபான தாவுது கான் 1708-ஆம் ஆண்டில் மராட்டியரை வேலூர்க் கோட்டையிலிருந்து விரட்டினார். எனவே 32 ஆண்டுகள் மராட்டியரிடமிருந்த கோட்டை இப்போது தாவுது கான் வசமாயிற்று.

இதன்பிறகு ஹைதர் அலி 1779-இல் இக்கோட்டையைச் சூழ்ந்து முற்றுகையிட்டு இறுதியில் கைப்பற்றினார்.

எனினும் பிரிட்டிசார் 1799-ஆம் ஆண்டில் வேலூர்க் கோட்டையைப் பிடித்து

விட்டனர். இங்கு 1806-ஆம் ஆண்டு படைவீரர் கிளர்ச்சி நடந்த சிறிது காலம் தவிர, அது பிரிட்டிசார் வசமே எப்போதும் இருந்தது.

1708

(ஆ) இரண்டு கம்பெனிகள் இணைப்பு

''இலண்டனைச் சேர்ந்த வணிகர்களின் ஆளுநர் மற்றும் நிறுவனத்தின் பெயரால் ஒன்றிணைந்த கூட்டு நிறுவனமாகச் செயல்பட்டுக் கிழக்கு இந்தியப் பகுதியில் வாணிபம் செய்வதற்கென்று'' முதலாம் எலிசபெத்தரசி 1600 ஆம் ஆண்டின் கடைசி நாளன்று இலண்டனைச் சேர்ந்த சுமார் 220 கனவான்களுக்கும், வணிகர்களுக்கும் ஓர் உரிமைப் பட்டயம் வழங்கியதால் கிழக்கிந்தியக் கம்பெனி அன்று தோன்றியது.

அது 101 பங்குகளான, 30, 135.6.8 பவுன் மூலதனத்துடன் தொடங்கப் பெற்றது .

அவர்கள் 1613-ஆம் ஆண்டு வரையிலும் ஒவ்வொரு பங்குதாரரும், ஆபத்திலும் ஆதாயத்திலும் பங்கு எடுத்துக் கொண்டு வாணிபம் செய்து வரவும், அதன் பின்னர் கூட்டுப்பங்கு அடிப்படையில் இயங்கி வரவும் அந்த உரிமைப் பட்டயம் அங்கீகரித்தது.

இக்கம்பெனியின் நிர்வாகம் ஓர் ஆளுநரிடமும், இருபத்து நான்கு குழுக்களிடமும் ஒப்படைக்கப்பட்டு நடந்து வந்தது. இக்கம்பெனி ஆசியப் பகுதிகள் அனைத்திலும் வாணிபம் செய்யும் தனிச்சலுகையைப் பெற்றிருந்தது.

அடிநாட்களில் இக்கம்பெனி சமாளிக்க முடியாத இன்னல்களையெல்லாம் எதிர்ப்பட்டது. பிரிட்டிசு மன்னர் பங்கு மூலதனத்தின்மீது ஐந்து சதவிகிதத் தீர்வை விதித்தார். கம்பெனி அந்த 1683 -இல் செலுத்தத் தவறியதால் அதன் உரிமைப் பட்டயம் அந்த ஆண்டு நீக்கப்பட்டது.

எனினும் புதிதாக ஒரு சாசனத்தை அளித்துக் கம்பெனியின் சலுகைகள் பிறகு அதனிடம் அளிக்கப்பட்டன.

பிரிட்டன் பல்வேறு போர்களில் ஈடுபட்டதால் ஏற்பட்ட அவசரங்களை உத்தேசித்து இந்தியத்துடன் வாணிபம் செய்வதற்காக ஆங்கிலக் கிழக்கிந்தியக் கம்பெனி என்ற பெயரால் மற்றொரு கம்பெனிக்கு 1698-ஆம் ஆண்டு நாடாளுமன்றம் அனுமதி வழங்கியது.

இதை எதிர்த்து இலண்டன் கம்பெனி என்ற முதல் கிழக்கிந்தியக் கம்பெனி பிரிட்டிசு மக்கள் சபையில் கொடுத்த விண்ணப்பத்தையும் பொருட்படுத்தாமல் புதிய கம்பெனிக்கு இசைவு தரப்பட்டது.

இரண்டு கம்பெனிகளும் நெடுநாள் போட்டியில் ஈடுபடவில்லை. எனினும், பல இடையூறுகள் இருந்து வந்தன.

எனவே இந்த 1708-ஆம் ஆண்டில் ''கிழக்கிந்தியப் பகுதியில் வாணிபம் செய்யும் இலண்டன் வணிகர்களின் ஒன்றியக் கம்பெனி'' என்ற பெயரில் இரு கம்பெனிகளும் இணைக்கப்பட்டன.

இதற்கு ஐந்தாண்டுகள் கழித்து 1713-ஆம் ஆண்டு மேலும் 20 ஆண்டுக் காலம் 1713 வரையில் வாணிகம் செய்யும் தனி உரிமையைப் பெரிய எதிர்ப்புகளுக்கிடையே இக்கம்பெனி பெற்றது.

இச்சாசனம் இருபதாண்டுகளுக்கொரு முறை 1773 வரையிலும் புதுப்பிக்கப்பட்டு வந்தது. அந்த 1773- ஆம் ஆண்டில் நாடாளுமன்றத்தில் ஒழுங்குமுறைக் கட்டுப்பாட்டுச்

சட்டம் கொண்டுவரப்பட்டது. அதன்படி கம்பெனி நடைமுறைகள் நாடாளுமன்றத்தின் கட்டுப்பாட்டுக்குள் வந்து விட்டன.

கம்பெனியின் வாணிபச் சலுகைகள் மட்டும் அப்போதைக்கப்போது புதுச் சாசனங்களால் *1833* வரை புதுப்பிக்கப்பட்டு வந்தன. இந்த *1833*-ஆம் ஆண்டுச் சாசனப்படி கம்பெனிக்கு இருந்த வாணிப உரிமைகள் முற்றிலும் பறிக்கப்பட்டன.

பிரிட்டிசாருக்கு உரிமையான இராயல் ஆப்பிரிக்கன் கம்பெனி *(Royal African Company)* என்ற நிறுவனம் நொடித்துப் போனதாய் *1708* ஆம் ஆண்டு அறிவிக்கப்பட்டது. எனினும் அந்நிறுவனம் *1750* வரையிலும் வாணிபம் செய்தது.

(இ) வங்க, சென்னை, பம்பாய் மாநிலங்கள் அமைப்பு

மேலே குறிப்பிட்டவாறு ஒன்றாக இணைந்த இரண்டு கம்பெனிகளும் அடங்கியகூட்டுக் கம்பெனியானது முதல் வேலையாக *1708*-ஆம் ஆண்டில் வங்கம், சென்னை, பம்பாய் ஆகிய மூன்றையும் தனித்தனி மாநிலங்கள் என்று ஆக்கி, அவை ஒவ்வொன்றும் தனது எல்லைக்குள் முழு அதிகாரம் படைத்ததாக இருக்கும்படி செய்தனர்.

அம்மாநிலங்களின் தலைவர்கள் *(President)* தத்தமது மாநிலங்களின் தலைமைத் தளபதியாயினர். அவர்கள் தமது தாயகத்திலிருந்த கம்பெனி இயக்குநர்களுக்கு மட்டுமே நேரடியாகக் கட்டுப்பட்டவராயினர்.

(ஈ) மராட்டியர் எழுச்சி - சாகு (1662-1749)

சிவாஜி *1680*-ஆம் ஆண்டு இறந்ததற்கு முன்னரே அவரின் மூத்த மகனான சாம்பாஜிபர்னாலா என்ற இடத்தில் கடுமையான கண்காணிப்பில் வைக்கப்பட்டிருந்தார். அவர் நடத்தை தவறாக இருந்தமையால், இவ்வாறு கண்காணிப்பில் இருந்தார்.

சிவாஜி இறந்ததும் அவருடைய இரண்டாவது மகன் இராசாராமின் தாயான சோயரா பாய் இந்நிலைமையைப் பயன்படுத்திக்கொண்டு தன் மகனை அரியணையில் அமர்த்தி விட்டார்.

சாம்பாஜி தன் தந்தை இறந்த செய்தியைக் கேட்டதும், அதையடுத்து இராசாராம் அரியணை ஏற்றப்பட்டார் என்ற செய்தியை அறிந்ததும், தனது எதிரிகளை அழிப்பதற்காக விரைந்து சென்றார்.

அவர் இராசாராமைக் காவலில் வைத்து விட்டு, அவருக்கு முடிசூட்ட உதவியவர்களைக் காட்டுமிராண்டித்தனமான முறைகளில் தண்டித்துவிட்டு *1680* சூலை *8* அன்று தனக்குத்தானே முடிசூட்டிக் கொண்டார்.

ஆனால் ஒரு மன்னனுக்குரிய அறிவுக் கூர்மை சாம்பாஜிக்கு இருக்கவில்லை. அவர் சுகவாசியாகக் குடியிலும் காமக்களியாட்டத்திலும் இறங்கியமையால், மக்களிடமிருந்து தன்னைத் தனிப்படுத்திக் கொண்டதுடன், முகலாயர் தன்னை *1688*-ஆம் ஆண்டு டிசம்பரில் சங்க மேசுவரர் என்ற இடத்தில் சிறைப்பிடிக்கும்படியும் நடந்து கொண்டார்.

அவர் அவ்வாறு சிறைப்பட்ட நேரத்தில் மிதமிஞ்சிய குடி போதையிலும், ஒழுக்கங்கெட்ட காமந்தகரமான நிலையிலும் இருந்தார். அவர் ஔரங்கசீபின்

அவையில் துடுக்குத்தனமாகவும் நடந்து கொண்டதால், அவருக்கு உடனே மரண தண்டனை விதிக்கப்பட்டது.

இராசாராம் காவலிலிருந்து வெளியே வந்து ஆட்சிப் பொறுப்பை ஏற்பதற்கு இதனால் வாய்ப்புக் கிடைத்தது. அவர் மாற்று மன்னர் என்று தன்னை அழைத்துக் கொண்டார். ஏனெனில் சாம்பாஜியின் மகனான சாகுவிற்கு அப்போது வயது ஆறுதான்.

முகலாயர்கள் இராய்கடைத் தாக்கியபோது 1690-ஆம் ஆண்டில் சாகுவையும் அவரின் தாய் ஏகபாயையும் சிறைப்பிடித்து விட்டமையால், இராசாராம் 1700-ஆம் ஆண்டு இறந்தது வரையிலும் மராட்டிய அரியணையில் மன்னராக வாழ்ந்து விட்டார்.

இராசாராம் இறந்ததும் அவரது விதவை தாராபாய் தன் மகன் இரண்டாம் சிவாஜியின் பெயரால் ஆட்சிப் பொறுப்பைக் கையில் எடுத்துக் கொண்டார்.

சாகுவிற்கும், அவரின் தாய்க்கும் ஔரங்கசீபின் மகளான ஜெபுன்னிசா மிகவும் வேண்டிய நண்பரானார். ஔரங்கசீபும் அவர்களிடத்தில் மிகுந்த மனிதாபிமானத்துடன் நடந்து கொண்டார்.

ஔரங்கசீபு அவர்களின் மத விஷயத்தில் தலையிடவில்லை. இளவரசர் சாகுவை வளர்ப்பதற்கு வேண்டிய வசதிகளனைத்தையும் அவர் செய்தார். இந்த ஏற்பாடு அவர் 1707-ஆம் ஆண்டு இறந்தது வரையிலும் நீடித்தது.

ஔரங்கசீபு சாகுவைப் பயன்படுத்தி, அரசியல் ஆதாயம் பார்க்கலாமென்று விரும்பினார். அவர் இரண்டு அழகிய பெண்களை மராட்டிய இளவரசரான சாகுவிற்கு மணம் செய்து வைத்தார்.

மராட்டியர் மத்தியில் மனமாச்சரியத்தை ஏற்படுத்திப் பிளவு உண்டாக்க வேண்டுமென்பதற்காகச் சாகுவை விடுதலை செய்ய வேண்டுமென்று குறைந்தது இருமுறை ஔரங்கசீபு முயன்றார். ஆனால் அவர் அத்திட்டத்தைச் செயல்படுத்தவில்லை.

ஔரங்கசீபு இறந்ததும் அவருடைய மக்களிடையே அரசுரிமை குறித்துச் சண்டை ஏற்பட்டது. அவர்களுள் ஒருவரான இளவரசர் ஆஜம் பொறுப்பில்தான் சாகு விடப்பட்டிருந்தார்.

மராட்டியரை உட்பகைப் போரில் ஈடுபடச் செய்யும் நோக்கத்துடன், இளவரசர் ஆஜம், சுல்ஃபிகர் கான் ஆலோசனைகளின்படி சாகுவை விடுதலை செய்து விட்டார்.

சாகு ஆஜம் ஷாவிற்கு அடங்கிய குறுநில மன்னராக இருந்து வரவேண்டுமென்ற நிபந்தனையில் 1707 மே மாதம் விடுதலை செய்யப்பட்டார்.

அவருக்குத் தக்காணத்தின் ஆறு சுபாக்களிலிருந்து வரி வருவாய் திரட்டிக் கொள்ளும் உரிமைகளுடன், சாகுவின் அரசும், குஜராது, கோண்டுவான, தஞ்சாவூர் ஆகிய பகுதிகளும் தரப்பட்டன. அவருடைய நன்னடத்தைக்குப் பிணையமாக அவருடைய இரண்டு மனைவிமார், தாய், ஒன்றுவிட்ட சகோதரர் முதலியோரை வைத்துக் கொண்டு, சாகுவை மட்டும் விடுதலை செய்தனர்.

அவர் எதிர்பார்த்தது நடந்தது. ஆனால் இளவரசர் ஆஜம் ஜஜன் போரில் கொல்லப்பட்டார். பகதூர் ஷா (1707-1712) புதிய முகலாயப் பேரரசரானார். சாகு 1708-ஆம் ஆண்டு ஜனவரி 12 அன்று மராட்டியச் சத்திரபதியாய் முடிசூட்டினார்.

கலை, இலக்கியம்

(அ) பண்டைக் கிரேக்க எழுத்துப் பற்றிய ஆய்வு நூல்

தொல்லெழுத்து ஆய்வின் (Palaeography) முதல்வர் எனப்படும் பெர்னார்டு தெ மோஃபோசோ (Bernard de Montfaucon, 1655-1741) பண்டைக் கிரேக்க எழுத்துக்களை நுணுகி ஆராய்ந்து "கிரேக்கத் தொல்லெழுத்து நூல்" (Palaeographica Gracca) என்ற நூலை 1708-இல் எழுதினார். அவர் பிரான்சிலுள்ள சூலேஷ் (Soulage) என்ற ஊரில் பிறந்த கிறித்தவத் துறவி. கற்றறிந்த விற்பன்னர். அவர் பழங்காலத்துக் கையெழுத்துக்களை ஆராய்ந்து கண்ட முடிவுகளை மேற்சொன்ன நூலில் விளக்கினார்.

(ஆ) வியன்னாவில் நிலையான முதல் நாடகக் கொட்டகை

வியன்னா வடகிழக்கு ஆஸ்திரியத்தில் டான்யூபு ஆற்றின் வடகரை மீது பெரிதும் அமைந்துள்ளது. இன்று ஆஸ்திரியத்தின் தலைநகராய் உள்ளது. இந்நகரம் பல நூற்றாண்டுகளாய்க் கிழக்கும் மேற்கும் கூடுமிடமாய் விளங்கியது. புனித ரோமன் பேரரசின் கோநகராய் 1558 முதல் 1806 வரை இருந்தது. பதினெட்டு, பத்தொன்பதாம் நூற்றாண்டுகளில் அரசியலுக்கும் கலைகளுக்கும் மையமாயிருந்தது. புகழ் பெற்ற இசைக் கோவையாளர் பலருடன் தொடர்புடையது. இங்கு 1365 முதல் பல்கலைக்கழகம் இருந்து வருகின்றது.

இந்நகரில் 1708-ஆம் ஆண்டு நிலையான முதல் ஜெர்மன் நாடகக் கொட்டகை அமைந்தது.

தொல்லியல்

பாம்பீயில் தொடக்கக் கால அகழ்வு

தொல்லியல் ஆய்வின் தொடக்கம் குறித்து இ.ச.க.தொகுதி-5: 1748-ஆம் ஆண்டுக் கட்டுரையில் விரித்துரைக்கப்பட்டுள்ளது. எனினும் தொடக்கக்கால அகழ்வுப்பணி 1708-ஆம் ஆண்டு இத்தாலியின் பாம்பீ, ஹெர்குலேனியம் (Pompeii, Herculaneum) என்ற இடங்களில் தொடங்கியது. இந்நகரங்கள் இரண்டும் தென் மேற்கு இத்தாலியில் இருந்த பண்டை நகரங்களாகும். அவை வெசூவியஸ் என்ற எரிமலை கி.பி 79 ஆம் ஆண்டு வெடித்ததால் புதைந்து போய்விட்டன. அவற்றை அகழ்ந்து வெளிக் கொண்டுவரும் முயற்சி இந்த ஆண்டு மேற்கொள்ளப்பட்டது.

பிறப்பு

மூத்த பிட்டு (1708-1778)

மூத்த பிட்டு என்றழைக்கப்படும் வில்லியம் பிட்டு (William pitt. 1st Earl of Chatham, 1708-1778) சென்னையில் ஆளுநராயிருந்த தாமஸ் பிட்டின் (1653-1726) மகனாவார். இவர் பிரிட்டனின் தலைமை அமைச்சராயிருந்த புகழ்பெற்ற அரசியல் தந்திரி. இவரின் மகனான வில்லியம் பிட்டும் (அல்லது இளைய பிட்டு) புகழ் வாய்ந்த மற்றொரு பிரிட்டிசுத் தலைமை அமைச்சராவார்.

1709

அரசியல்

சென்னையில் புது ஆளுநர்கள்
சுவிடியப் பேரரசு மறைந்தது

தொழில், வாணிபம், வேளாண்மை

அயலுலகிற்குத் தமிழகத் துணிகள்
புதுச்சேரியில் நாணயச் சாலை
ஐரோப்பியர் பீங்கான் இரகசியம் அறிதல்
இரும்பை உருக்கக் கல் கரி

இயற்கைச் சீற்றம், பஞ்சம்

ஐரோப்பியத்தில் பஞ்சம்

மக்கள்

ஏசு சபையினர் கோயிலை இடித்தனர்
முஸ்லிம்களுக்குள் வகுப்புக் கலவரம்

பிறப்பு

ஆனந்தரங்கம் பிள்ளை (1709-1761)
டாக்டர் ஜான்சன் (1709-1784)

1709

1. அயலுலகிற்கு தமிழகத் துணிகள்

உலகிற்கு இக்காலத்தில் உண்டி கொடுத்ததொடு உடையும் அளித்த நாடு என்ற பெருமையைத் தமிழகம் பெற்றிருந்தது. இந்தியத்தின் துணி வகைகள் உலகெங்கும் இப்போது பெயர் பெற்றிருந்தன. தமிழகத்தில் இக்காலத்தில் நெய்யப் பெற்ற சில துணி வகைகள் இங்கு கூறப்படுகின்றன. அவை பல நாடுகளுக்கு இப்போது கப்பலேறின.

ஆனந்தரங்கம் பிள்ளையின் தினப்படி சேதிக் குறிப்பில் பெரும் பாகத்தில், துணி ஏற்றுமதி சிறப்பித்துக் கூறப்பட்டிருக்கின்றது.

சோழ மண்டலக் கரையில் பருத்தித் துணி மிகுதியாக நெய்யப் பட்டது. புதுச்சேரியிலிருந்து அவை சிறந்த முறையில் அயல் நாடுகளுக்கு ஏற்றுமதியாயின.

நெல்லூரின் வடபெண்ணை ஆற்றங்கரையிலிருந்து, பரங்கிப்பேட்டையின் தெற்கிலுள்ள வெள்ளாறு வரையிலுமிருந்த ஊர்களில் நெய்யப்பட்ட துணிகள் புதுச்சேரிக்கு வந்தன. அவ்வூர்களிலிருந்த நெசவாளர்களிடம் புதுவை வணிகர்கள் ஒப்பந்தம் செய்து கொண்டு துணிகளை வாங்கினர். அவ்வொப்பந்தச் சரக்குகள் கட்டை வண்டிகளில் புதுச்சேரிக்கு வந்து சேர்ந்தன.

இத்துணிகள் காரிக்கமாகவே வந்தன. அவற்றைப் புதுச்சேரியில் சலவை செய்து வெளுப்பாக்கி, ஒழுங்காக மடித்துக் கட்டுக்கட்டிக் கப்பலில் ஏற்றினார்கள்.

நீலச்சாயத் துணி

புதுச்சேரி இவ்வகை நீலத்துணிகளுக்கு மிகவும் பெயர் பெற்றது. இவை வெளிநாடுகளில் பெரிதும் விரும்பப்பட்டன.

பிற வகை

முரட்டுத் துணி, வழவழப்பான துணி என்று இரு வகையான துணிகளும் ஏற்றுமதிக்கென்று நெய்யப்பட்டன. வழவழப்பான மெல்லிய துணிகள் ஆர்கண்டி, மஸ்லின் போன்ற வகையாகும். இவை காஞ்சிபுரம், வந்தவாசி, மதுரைப்பாக்கம் ஆகிய ஊர்களிலிருந்து வந்தன.

திருவண்ணாமலைத் துணி

புதுச்சேரியின் மேற்கே மஸ்லின் போன்ற மெல்லிய வழவழப்பான துணிகளை நெய்தனர். இவற்றுக்குத் "திருவண்ணாமலைத் துணி" என்று பெயர். இது வங்கத்தின் டாக்காவில் நெய்யப்பட்ட மெல்லிய மஸ்லின் இனத்தை ஒத்திருந்தது. ஆனால் ஆர்கண்டி போன்று அவ்வளவு மெல்லியதன்று.

சாலாம்புரித் துணி, கினேத்துத் துணி

துணிகளில் இந்த இனங்களும் இருந்தன.

சாலாம்புரித் துணிகள் மலிவான விலைக்குக் கிடைத்தன.

கினேத்துத் துணிகள் விலை சாலாம்புரித் துணிகளை விட இரண்டு மடங்கு அதிகமாகும். இதை வெங்காயச் சருகுச் சேலை போல் அக்காலத்தில் நெய்தனர்.

மெல்லிய ஆடை அணியத் தடை

புதுச்சேரியில் தூய்ப்பிளே காலத்தில், சம்பா கோயில் என்று சொல்லும் ''சேந்த போல்'' கோயிலுக்கு ஓர் அம்மையார் வந்திருந்தார். அவர் உடுத்தியிருந்த ஆடையைப் பார்த்த பிறகு, இனிமேல் பெண்கள் மெல்லிய ஆடைகளை அணியலாகாது என்றும், வாசனைத் திரவியங்களை உபயோகிக்கலாகாது என்றும், அந்தக் கோயில் பாதிரியார் கூறியதாக ஆனந்தரங்கம் பிள்ளை ''தினப்படி சேதிக் குறிப்பில்'' எழுதியிருக்கிறார்.

கருநாடகத் துணி

இது மிகவும் பெயர் பெற்ற துணி வகையாகும். கருநாடகத்தில் பரக் காளாத்துணி என்பது மிகுந்த மதிப்புடையது. தென் கருநாடகத்தில், அதற்கு அடுத்த வகையான துணிகள் நெய்யப்பட்டன.

சென்னையிலும் ஆங்கிலேயர் நெவாளருக்குக் குடியிருப்பு முதலியன தந்து துணி நெசவைச் செய்து வந்தனர். எனினும் சென்னையைப் பார்க்கிலும், புதுச்சேரியில் அதிகம் துணி நெய்யப்பட்டது.

1709

புதுச்சேரியிலிருந்து நான்கு விதமான துணிகள் பிற நாடுகளுக்கு அனுப்பப்பட்டன.

வெள்ளைத் துணிகள்
நீலந் துவைத்த துணிகள்
சாயம் ஏற்றிய நூல்களைக்
கொண்டு நெய்த துணிகள்

அச்சுக் குத்திய துணிகள், கிண்டன் துணிகள் என்ற கினேத்துத் துணிகள் ஏராளமாக நெய்யப்பட்டன. அவை நீலச் சாயம் ஏற்றிய துணிகளாகும்.

சேலம், பரங்கிப்பேட்டை முதலிய ஊர்களிலிருந்தும் புதுச்சேரிக்குத் துணிகள் வந்தன.

சாலாம்புரி

சாலாம்புரி என்ற இத்துணிவகை சேலத்தில் நெய்யப்பட்டது.

இரட்டுத் துணி

இரட்டுத் துணி நெசவால் கூடலூர் மிகுந்த பெயர் பெற்று விளங்கியது. இந்த வகைத்துணிகள் மேசை விரிப்பு, கால் சட்டை, மேல் சட்டை முதலியவற்றுக்குப் பயன்படுத்தப்பட்டன.

காஞ்சிபுரத்தில் நெய்த இவ்வகைத் துணி உலகில் அழகு வாய்ந்தது என்று புகழப்பட்டது.

1709

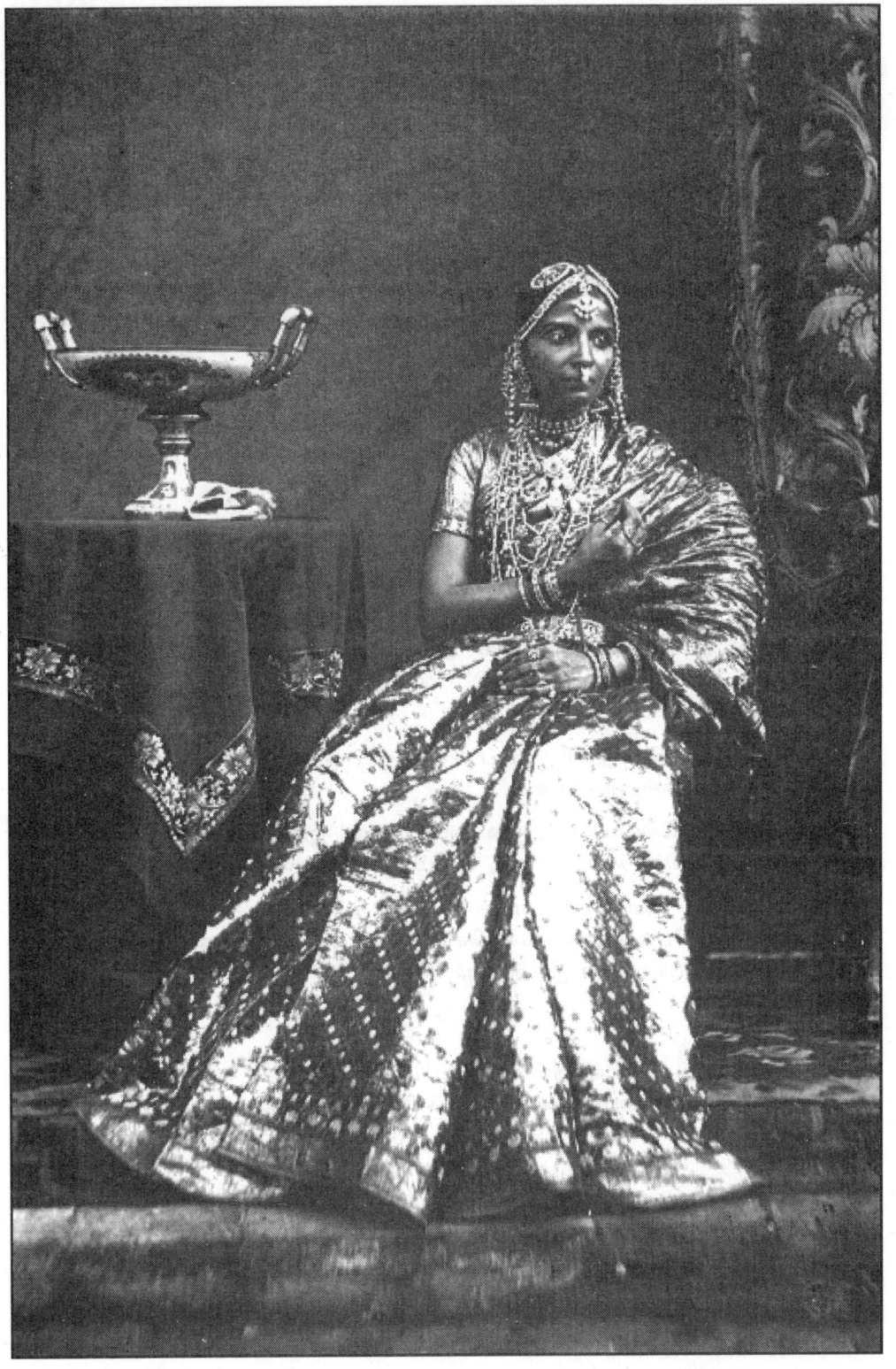

பழவேர்க்காட்டுக் கைக்குட்டை

பழவேர்க்காட்டுக் கைக்குட்டை அல்லது மதராசுக் கைக்குட்டை என்ற துண்டுகள் ஏற்றுமதிக்கென நெய்யப்பட்டன. இவ்வகைத் துணிகள், மேற்கிந்தியத் தீவுகளில் ஆண்டைல்ஸ் தீவுக் கூட்டங்களில் வாழ்ந்த ஆப்பிரிக்கப் பெண் மக்களுக்கு மேலாடையாகப் பயன்பட்டன.

சர்வபள்ளி

சர்வபள்ளி என்ற ஊரிலிருந்தும் புதுச்சேரிக்குத் துணிகள் வந்தன. இவை புதுச்சேரியில் நன்கு சலவை செய்யப்பட்ட பின்னர், மடியாக்கி அனுப்பப்பட்டன.

பிற நாட்டினர் மோகம்

புதுச்சேரியிலிருந்து கப்பலில் வரும் துணிகளைப் பிற நாட்டினர் எதிர்பார்த்துக் காத்திருந்தனர். மெக்சிக்கோ, பெரு, ஆண்டைல்ஸ் தீவுகள் முதலிய இடங்களில் வாழ்ந்த சட்டைக்காரர் முதல், அடிமைகள் வரையிலும், எல்லாரும் இத்துணிகளை எதிர்பார்த்துக் காத்திருந்து வாங்கினர்.

சீட்டித் துணி

1709

புதுச்சேரியில் துணிகளில் பலவிதமான சித்திரங்கள் அச்சிடப் பெற்றன. அவற்றுக்குச் சீட்டித்துணி என்று பெயர். பெரும்பாலும் மரக் கட்டைகளால் ஆன அச்சுக்களைக் கொண்டு துணிகளில் அச்சடித்தனர். இத்தொழிலில் ஈடுபடும் தொழிலாளர்களை ''எழுத்துக்காரர்'' என்று அழைப்பதாக ஆனந்தரங்கர் குறிப்பிடுகின்றார்.

இன்னும் பார்சித் துணி, லம்பாசித் துணி, கட்டில் விரிப்புத் துணி எனப் பலவகையான துணிகள் இருந்தன.

புதுச்சேரியில் நெய்யப்பட்ட துணிகளில் இருந்த இந்திய ஓவியக் கோலங்களைக் கண்டு ஐரோப்பிய மங்கையர் பெரிதும் விரும்பி வாங்கினர்.

இவையன்றிச் ''சைலாசு'', ''கம்பாய்'' என்ற துணி வகைகளும் நெய்யப்பட்டன. இவையிரண்டும் போர்த்துக்கீசியச் சொற்களாகும். இத் துணி வகைகளுக்குப் போர்த்துக்கீசியர் அப்பெயரை இட்டு வழங்கினர்.

சாயப் பட்டறைகள்

துணிகளுக்குச் சாயம் ஏற்றும் சாயப் பட்டறைகள் புதுச்சேரியில் இருந்தன. அங்கு சாயத்திற்கு முதற் பொருளாய் அவுரி இலைகள் பயன்படுத்தப்பட்டன.

நெசவாளர்

நெசவாளர்களுக்குப் பணம் தேவைப்படும் போதெல்லாம், பிரஞ்சுக் கம்பெனிக்காரர்கள் கொடுத்து உதவினர். வெளியூர்களிலிருந்து கைக்கோளர், சேடர், சேணியர் முதலிய நெசவாளர்கள் புதுச்சேரிக்குக் கொண்டு வரப்பட்டனர்.

வில்லியனூரின் தெற்கே ஆற்றோரத்தில் இருந்த பெருமாள் தோப்பு தறிகள் அமைப்பதற்கு, ஏற்ற இடமாயிருந்தது. அவ்விடத்தில் நெசவாளர்களுக்கு வீடுகள்

கட்டித்தர அனுமதி தரப்பட்டது. அவ்வாறு நெசவாளர்களும் பெருமாள் தோப்பில் வீடுகட்டிக் கொண்டனர்.

துகில்விடு தூது

பதினேழு, பதினெட்டாம் நூற்றாண்டுகளில் பற்பல விதமான துணிகள் நெய்யப்பட்ட விவரங்களும், கப்பல் ஏற்றுமதி இறக்குமதி பற்றிய குறிப்புகளும் ''தினப்படி சேதிக் குறிப்பில்'' விரிவாகக் காணக் கிடைக்கின்றன.

இக்காலத்தில் வாழ்ந்த பரமானந்தர் என்ற யாப்பு அறிந்த புலவர் ''துகில்விடு தூது'' என்ற பெயரில் எழுதிய நூலிலும் துணிகள் பற்றிய பலசேதிகள் தெரியவருகின்றன. ''ஆனந்தரங்கரின் குறிப்புகளில் காணப்படும் செய்திகளை ஒப்புநோக்க இது பயன்படுகின்றது. இரண்டும் ஒத்திருக்கின்றன'' என்று 'கடல் வாணிகமும், தரை வாணிகமும்'' என்ற நூலில் புலவர் மு.த. வேலாயுதனார் விரிவாக விளக்கிக் காட்டுகிறார். அவர் ஒப்பு நோக்கியுள்ள சில பாடல்கள் கீழே தரப்படுகின்றன.

சோமன் தலைப்பாகு துப்பட்டிச் சால்வை யங்கி
மாமடவார் சேலை முதல் வர்க்கமே - பூமறை யோன்
மாலின் கலையும் வரையின் திருவாணி
மேலின் கலையு முந்தன் மேற்குலமே

என்றும் பஞ்சாகி நூலாய்ப் பலபாடு நீபடுதல்
அஞ்சா துயிர் காக்க வல்லவோ - பிஞ்சு சல்லா
துப்பட்டா சுக்கமுத் தஞ்சோடு நெடு முழம்
ஒப்பும் இழிவு சிலம் பிரியும்

என்றும் அந்நூல் கூறுகிறது.

வெண்பட்டு செம்பட்டு மிக்ககரும் பட்டு மஞ்சள்
பண்பட்டுப் பச்சைவகைப் பட்டும் எண்பட்ட
பொன் சொரிந்து கொள்ளும் புதுச்சால்வை யங்கிவகை
மின் சரிகைப் பாகுவிதங்களுடன் பின்மென் சரிகை
சேலை சந்திர காரத் திரண்பாகு வர்க்க முறு
மாலை துண்டைச் சந்திரா வத்திரமே

இன்னும் சில வகை ஆடைகள் வருமாறு:

வச்சிர கண்டச் சேலை
மதுரைச் சல்லாச் சேலை
சேலத்து எழுத்து வகைச் சேலை
மாதாளம்பூச் சேலை
மல்லிகைப் பூச்சேலை
துத்திப் பூச்சேலை
மாதிப் பாக்கத்துச் சல்லாச் சேலை
கலசபாக்கச் சேலை
காஞ்சிபுரச்சேலை, தஞ்சை நகர்ப் பாகு
பெங்களூர்ச் சால்வை
பச்சடம்
நெல்வேலிச் சோமன்

காஞ்சிபுரச் சோமன்
திருநாகேசுவரத்துச் சோமன்

நாகீசுரம், திருவாரூர், நாகை, தில்லை, சீர்காழி, மாயூரம், காவூர், வேதாரணயம், வேலூர், மருதூர் முதலிய இடங்களில் நெய்யப்பட்ட துணிகளும் அழகுடையனவாயிருந்தன என்று துகில்விடு தூது பாடுகின்றது. பிற செய்திகள்;

புதுச்சேரியில் நாணயச் சாலை

புதுச்சேரியில் இரண்டு ரூபாய் நாணயம் செய்வதற்குக் கப்பலிலிருந்து கொண்டுவரப்பட்ட வெள்ளிக் கட்டிகளைப் பயன்படுத்தினார்கள்.

பதினெட்டாம் நூற்றாண்டில் வராகன் கணக்கில் வாணிபம் நடந்து வந்தது. சில வராகன்களின் மதிப்புக் குறைந்தும், சிலவற்றின் மதிப்பு அதிகமாயும் அவற்றின் தங்க மாத்திரையைப் பொருத்து இருந்தன.

புதுச்சேரியில் அடித்த நட்சத்திர வராகன் எட்டு மாத்திரை பொன்னுடையது. சில வராகன்கள் புதுச்சேரியில் மட்டும் புழங்கின.

வேறு சில கருநாடக - அதாவது தமிழ்நாடும், ஆந்திரத்தின் சில பகுதிகளும் அடங்கிய நாடு - முழுமையும் செல்லத் தக்கவையாயிருந்தன.

புதுச்சேரியில் வழங்கியது புதுச்சேரிப் பிறை வராகன் என்று பெயர் பெற்றது.

சென்னைப் பட்டணத்தில் புழங்கியது நட்சத்திர வராகன் எனப்பட்டது.

புதுச்சேரியில் 1705-இல் காசுகள் அச்சடிக்கப்பட்டன. பிரான்சில் புரட்சி ஏற்பட்ட 1789 வரையிலும், புதுச்சேரியிலும் நாணயச்சாலை வேலை செய்து வந்தது.

டச்சுக்காரர்கள் புதுச்சேரியைப் பிடித்திருந்த காலத்தில், அங்கு செப்புக் காசுகளை அச்சிட்டனர்.

1709

வரலாற்றுப் புள்ளிகள்

அரசியல்

(அ) சென்னையில் புதிய ஆளுநர்கள்

தாமஸ் பிட்டை அடுத்துக் கல்ஸ்டன் அடிசன் என்பவர் 1709 செப்டம்பர் 18 அன்று சென்னையின் ஆளுநரானார். அவர் இந்த ஆண்டு அக்டோபர் 17 அன்று இறக்கவே, எட்மண் மாண்டேகு என்பவர் தற்காலிக ஆளுநராக நவம்பர் 14 வரை இருந்தார்.

வில்லியம் ஃபிரேசர் நவம்பர் 14 அன்று சென்னையில் ஆளுநராகி 1711 வரை பணியாற்றினார்.

(ஆ) சுவிடியப் பேரரசு மறைந்தது

இரஷியத்தின் பேரரசரான முதலாம் பீட்டர் சுவிடனின் பன்னிரண்டாம் சார்லசை

(1682-1718; ஆ.கா. 1697-1718) நார்வா என்ற இடத்தில் *1709* சூலை *8* அன்று கடற்போரில் தோற்கடித்தார். அதனால் சுவீடியப் பேரரசு மறைந்தது.

தொழில், வாணிபம், வேளாண்மை

(அ) ஐரோப்பியர் பீங்கான் செய்யக் கற்றல்

சீனர் மட்டுமே பீங்கான்செய்யும் கலையை அறிந்திருந்தனர். பீங்கான் கலையின் இரகசியங்களை ஜோகான் போட்கர் *(Johan Bottger, 1682-1719)* என்ற ஜெர்மானியர் *1709*-ஆம் ஆண்டு டிரஸ்டன் *(Dresden)* நகரில் கண்டுபிடித்தார். அதன் பிறகு பீங்கான் தொழில் ஐரோப்பியத்தில் சிறப்பு மிக்கோங்கியது. இதைப் பற்றி இ.ச.க. *6* -ஆம் தொகுதியின் *1755*-ஆம் ஆண்டுக் கட்டுரையில் விரித்துக் கூறப்பட்டுள்ளது.

(ஆ) இரும்பை உருக்கக் கல் கரி

ஆபிரகாம் டார்பை *(Abraham Darby,* சு. *1678-1717)* இரும்புத் தொழில் வல்ல கருமாரர். அவர் இங்கிலாந்தின் மேற்கு மிட்லாந்திலுள்ள டடுலி என்ற ஊரில் பிறந்தவர். அவர் இரும்பை உருக்குவதற்கு முதன்முதலாய் *1709*-ஆம் ஆண்டில் கல் கரியைப் *(Coke)* பயன்படுத்தி வெற்றி கண்டார். அவர் பெயரையுடைய அவரின் மகன் ஆபிரகாம் டார்பை *(1715-1763)* நியூகமனின் நீராவிப் பொறிக்கு இரும்பு உருளைகளையும், டிரி விதிக்கின் நீராவிப் பொறிக்கு உயரழுத்தக் கொதிகலனையும் செய்து தந்தார். *(டிரிவித்திக்கு இ.ச.க.தொகுதி-11:1801 கட்டுரை)*

1709

இயற்கைச் சீற்றம்

ஐரோப்பியத்தில் பஞ்சம்

தண்ணீர் உறை நிலைக்கும் கீழே சென்று விட்ட கடுங்குளிரினால் உண்டான உறை பனியினால், இவ்வாண்டு ஐரோப்பியத்தில் பயிர் பச்சைகள் நாசமாயின. பழ மரங்கள் பட்டுப்போயின. கோழிகள் செத்தன.

தெற்கே நிலநடுக்கடல் வரையிலும் ஐரோப்பியம் எங்கும் கொடிய பஞ்சம் இதனால் ஏற்பட்டது.

பிரான்சில் மக்கள் உணவுப் பொருள் கேட்டுக் கலகம் செய்தனர். உண்பதற்கு ரொட்டி கிடைக்காமற் போய்விடும் என்று மக்கள் அஞ்சியதால், பிரான்சில் ஆங்காங்கே கலகங்கள் நடந்தன.

பிரஞ்சு அரசினர் தானியக் கிடங்குகளைத் திறந்து மக்களுக்கு உணவுப் பொருள் வழங்கினர்.

மக்கள்

(அ) புதுச்சேரியில் ஏசு சபையினர் கோயிலை இடித்தனர்

ஏசு சபைச் சாமிமார்கள் இந்த ஆண்டு செப்டம்பர் மாதம் ஓர் இந்துக் கோயிலைப் புதுச்சேரியில் இடித்து விட்டனர். இதனால் ஒரு கலவரம் அங்கே மூண்டது.

(ஆ) முஸ்லிம்களுக்குள் வகுப்புச் சண்டை

முகலாய மன்னரான முதலாம் பகதூர் ஷா தன்னைக் காலிஃபா அலியின் வாரிசு என்று அழைத்துக் கொண்டார். காலிஃபா என்பவர் இஸ்லாத்தின் உயர்தலைவர் ஆவார். முகமது நபியை அடுத்து இத்தலைமையை ஏற்றவர்கள் காலிஃபா ஆவார்கள். இது முஸ்லிம்களுக்கு இடையிலுள்ள இருபெரும் பிரிவுகளான ஷியா, சன்னி என்ற வகுப்பாரிடையே பெரிய கலவரத்தை உண்டாக்கியது. இதனால் பல வன்செயல்கள் தோன்றின.

அகமதாபாதின் மதத் தலைவர் ஒருவர் அங்கு குத்திக் கொல்லப்பட்டார்.

பிறப்பு

(அ) ஆனந்தரங்கம் பிள்ளை (1709-1761)

ஆனந்தரங்கம் பிள்ளை 1709 மார்ச்சு 30 அன்று சென்னைப் பெரம்பூரில் திருவேங்கடப் பிள்ளை என்பவருக்கு மகனாய்ப் பிறந்தார். திருவேங்கடப் பிள்ளையின் மைத்துனரான புதுச்சேரி நைனியப்ப பிள்ளை அங்கு மிகுந்த செல்வாக்குப் பெற்றிருந்தார். அவரின் விருப்பப்படி திருவேங்கடப் பிள்ளை தன் குடும்பத்தினருடன் புதுச்சேரியில் குடியேறினார். ஆனந்தரங்கம் பிள்ளை புதுச்சேரியில் செல்வச் செழிப்புள்ள வணிகராயும், செல்வாக்கு மிக்க அரசு ஊழியராயும் விளங்கினார். இவரைப் பற்றிய செய்திகள் இக்களஞ்சிய வரிசையில் பல இடங்களில் காணப்படும்.

(ஆ) டாக்டர் சாமுவல் ஜான்சன் (1709-1784)

டாக்டர் சாமுவல் ஜான்சன் என்று அறியப்பட்டுள்ள சாமுவல் ஜான்சன் (Samuel Johnson, 1709-1754) பிரிட்டனின் ஸ்டாஃபோர்டு சயர் கோட்டத்தின் லிஷ்ஃபீல்டு என்ற ஊரில் 1709-ஆம் ஆண்டு செப்டம்பர் 18 அன்று பிறந்தார். இவர் அகர முதலி ஆசிரியர், திறனாய்வாளர், கவிஞர் என்ற பல சிறப்புகளை உடையவரெனினும் உரையாடுவதில் வல்லவர் என்று புகழ் பெற்றிருந்தார். (இவரது அகராதி பற்றி இக்களஞ்சிய வரிசையில் பல இடங்களில் காணலாம்)

1710

அரசியல்

ஆர்க்காட்டின் முதல் நவாபு
சாதத்துல்லா கான்
பிரிட்டனில் டோரிக் கட்சி ஆட்சி

சமயம்

இலண்டனில் புனித பால் கோயில்

கலை, இலக்கியம்

செண்டலங்காரன் விடு தூது
தமிழ் அச்செழுத்துகள்
மூன்று வண்ணங்களில் அச்சிடும் முறை தோற்றம்

தொழில், வாணிபம், வேளாண்மை

பிரிட்டனின் தென்கடல் வாணிப நிறுவனம்

இயற்கைச் சீற்றம், பஞ்சம்

மதுரைச் சீமையில் பஞ்சம்

வரலாறு

இந்தியத்தில் அச்சுக் கலை
தாள் கண்டுபிடித்த சாய் லூன்
அச்சுப் பொறி செய்த கூடன்பர்கு

பிறப்பு

பதினைந்தாம் லூயி *(1710-1774)*
இசையாளர் பாக் *(1710-1784)*

இறப்பு

கிழவன் சேதுபதி *(1631-1710)*

1710

1. இந்திய அச்சுக் கலை வளர்ச்சியும், தாளும் அச்சுப்பொறியும் கண்ட மா மனிதர்களும்

உலக மக்களின் அக வாழ்க்கையிலும் புற வாழ்க்கையிலும் காலத்தையெல்லாம் கடந்து ஆளுகை கொண்டிருப்போர் என்று மைக்கேல் எச். ஹார்ட் (*Michal Hart*) என்பவர் கணித்துள்ள நூறு மனிதர்களில் தாளைக் கண்டுபிடித்தவர் ஏழாவது இடத்தையும் அச்சுப் பொறியைக் கண்டுபிடித்தவர் எட்டாவது இடத்தையும் பெற்றுள்ளார்.

சாய் லுன்

உலகில் முதன்முதலாகத் தாளைக் கண்டுபிடித்தவரின் பெயர் சாய் லுன் (*Sai Lun*) ஆகும். இது நம்மில் பலருக்குத் தெரியவே தெரியாத பெயராகும். அவரது கண்டுபிடிப்பின் முக்கியத்துவத்தை வைத்துப் பார்க்கும் போது, மேலையுலகம் இத்தனை காலமாய் அவரை அறியாதிருந்தது மெய்யாகவே வியப்பூட்டுகின்றது.

பெரிய கலைக் களஞ்சியங்கள், தரமான வரலாற்றுப் பாடநூல்கள் ஆகியவற்றில் கூட சாய்லுன்னைப் பற்றிச் சுருக்கமான குறிப்புகள் கூடக் காணப்படவில்லை.

தாளின் உலகறிந்த முக்கியத்துவத்தையும், சாய் லுன் பற்றிய குறிப்புகள் எதிலும் காணப்படாமல் இருப்பதையும் நோக்கும் போது, அவர் ஒரு போலியோ என்ற ஐயப்பாடுகள் கூடத் தோன்றலாம்.

இருப்பினும் மிகுந்த கவனத்துடன் ஆராய்ச்சி செய்த பின்னர் சாய் லுன் மெய்யாகவே வாழ்ந்த மனிதர் என்பது மிகவும் தெளிவாகின்றது. அவர் அரசவையில் ஓர் அலுவலராய் இருந்தார். அவர் கி.பி.105 -ஆம் ஆண்டு வாக்கில் ஹோ தி என்ற பேரரசருக்குத் தாளின் மாதிரிகளைக் கொடுத்தார்.

சாய் லுன் தாளைக் கண்டுபிடித்தது பற்றிய செய்தி ஹன் மரபின் அதிகாரபூர்வமான வரலாற்றில் குறிக்கப் பெற்றுள்ளது. அது நேர்மையானதாகவும், நம்பக் கூடியதாகவும் இருக்கின்றது. இதில் மந்திர தந்திரத்திற்கோ, கட்டுக் கதைக்கோ இடமில்லை.

தாளைக் கண்டுபிடித்தவர் சாய் லுன் என்ற சிறப்பு சீனத்தில் என்றும் அவருக்குத் தரப்பட்டு வருகின்றது. சீனத்தில் அவர் பெயர் நன்கறியப்பட்டுள்ளது.

இப்போது சாய் லுன் வாழ்க்கை பற்றி ஏராளமான செய்திகள் கிடைத்துள்ளன. அவர் ஓர் கவி என்று சீன வரலாற்றுக் குறிப்புகள் கூறுகின்றன. சாய் லுன்னின் கண்டுபிடிப்புப் பேரரசருக்கு மகிழ்ச்சியைக் கொடுத்ததென்று எழுதி வைக்கப்பட்டிருக்கின்றது. அதனால் அவருக்குப் பதவி உயர்வு கிடைத்தது. மேட்டுக்குடிப் பிரபுப் பட்டமும் தரப்பட்டது. பெருஞ் செல்வரானார்.

அவர் பின்னே ஏதோ அவமானத்திற்காளான பிறகு குளித்து முழுகி நேர்த்தியான துணிகளை அணிந்து நஞ்சை உண்டு இறந்து போனார்.

சீனத்தில் கி.பி. இரண்டாம் நூற்றாண்டில்தான் எங்கும் பரவலாகப் பயன்பட்டது. சீனம் சில நூற்றாண்டுக் காலத்திற்குள் ஆசியத்தின் பிற்பகுதிகளுக்குத் தாளை ஏற்றுமதி

சாய் லுன்

கூடன்பர்கு

சீகன்பால்கு

1710

செய்யத் தொடங்கியது. சீனம் பன்னெடுங் காலமாகவே தாள் செய்யும் முறையை மிகவும் இரகசியமாகப் பாதுகாத்து வைத்திருந்தது.

இருப்பினும் அராபியர்கள் கி.பி 751-ஆம் ஆண்டு தாள் செய்யத் தெரிந்த சீனர் சிலரைச் சிறைப் பிடித்து விட்டனர். அதன்பிறகு சாமர்க்கண்டிலும், பாக்தாதிலும் தாள் செய்யலாயினர்.

தாள் செய்யும் கலை அரபு உலக முழுவதிலும் சிறுகச் சிறுகப் பரவி, ஐரோப்பியர் அதைப் பன்னிரண்டாம் நூற்றாண்டில் அராபியரிடமிருந்து கற்றனர்.

தாளின் பயன் பையப் பைய எங்கும் பரவிற்று. கூடன்பர்கு அச்சுப் பொறியைக் கண்டுபிடித்த பிறகு, மேற்குலகில் தலையாய எழுது பொருளாயிருந்த கன்றின் தோல் பெற்றிருந்த இடத்தைத் தாள் அடைந்தது.

இன்று தாள் மிகச் சாதாரணமான பொருளாயிற்று; தாள் இல்லாத உலகைக் கற்பனை செய்து பார்க்கவே முடியாது.

சீனத்தில் சாய் லுன் காலத்திற்குமுன்னர் பெரும்பாலான புத்தகங்கள் மூங்கிலால் செய்யப் பெற்றன. அவை மிகவும் கனமானவை என்பதும், கையாளக் கடினமாயிருக்கு மென்பதும் சொல்லித் தெரிய வேண்டுவதில்லை.

சில நூல்கள் பட்டின் மீது எழுதப் பெற்றன. ஆனால் அவை பொதுப் பயனுக்கு வரமுடியாதபடி விலையுயர்ந்தவை.

மேற்கத்திய நாடுகளில் காகிதம் கண்டுபிடிக்கப்பட்டதற்கு முன்னர் கன்று போன்ற விலங்குகளின் தோலில் எழுதப் பெற்றன. ஆடு அல்லது பசுங் கன்றுகளில் தோலைப் பதனிட்டு எழுதுவதற்கென்றே செய்தனர்.

கிரேக்கரும், ரோமரும், எகிப்தியரும் பெரிதும் விரும்பி வந்த பராப்பிரஸ் என்ற ஒரு வகை நாணல் காகிதத்தின் இடத்தைத் தோல்கள் பிடித்துக் கொண்டன. இவ்வகைத் தோலும், பாப்பிரசும் அரிதான பொருள்கள். அது மட்டுமன்று. அவற்றைப் பக்குவப்படுத்துவதற்குப் பெரும் செலவாகும்.

சாய் லுன்னுக்குப் பிறகு, சுமார் ஆயிரத்து முந்நூறு ஆண்டுகளுக்குப் பின்னர் வந்த கூடன்பர்கும், முன்னவரைப் போன்றே உயர்ந்த இடத்தைப் பெறத் தகுதி வாய்ந்தவராவார்.

இவ்விருவரின் கண்டுபிடிப்புகளுடைய முக்கியத்துவத்தை அளந்தரிய வேண்டுமாயின் சீனத்திலும், மேலைநாடுகளிலும் ஏற்பட்ட பண்பாட்டு வளர்ச்சியை ஒப்பு நோக்குவது அவசியமாகும்.

சீன நாகரிகம் இரண்டாம் நூற்றாண்டுக்கு முன்னர் மேற்கத்தி நாகரிகத்தைவிடப் பின் தங்கித் தானிருந்தது. கிறித்தவ அப்தத்தின் முதல் ஆயிரமாண்டுக் காலத்தில் சீனத்தின் சாதனை மேலையுலகின் சாதனைகளை மிஞ்சியது. ஏழெட்டு நூற்றாண்டுக் காலம் வரையிலும் இம்மண்ணுலகில் எந்தத் தரப்படி பார்த்தாலும் சீன நாகரிகமே மிகவும் முன்னேறி நின்றது.

இம் மாறுதல்களுக்குப் பல்வேறு விளக்கங்கள் தரப்படுகின்றன. என்றாலும், மைக்கேல் ஹார்ட் தனது ''நூற்றுவர்'' என்ற நூலில் தரும் விளக்கம் ஏற்புடையதாயிருக்கின்றது.

1710

''சீனத்தை விட நடுக் கிழக்கு நாடுகளில் தான் பண்டைக் காலத்தில் வேளாண்மையும், எழுத்துக் கலையும் சிறந்தோங்கியிருந்தன என்பது மெய்யாகும். சீன நாகரீகம் மேற்கத்தியுலகை விடத் தொடர்ந்து பல காலமாகப் பின் தங்கியிருந்ததற்கு இது மட்டும் காரணமாகாது. சாய் லுன்னுக்கு முன்னர் சீனத்தில் வசதியான எழுதுபொருள் எதுவுமேயில்லை என்பது தான் மிகுந்த முக்கியத்துவம் வாய்ந்த அம்சமாகும் என்று நான் நம்புகிறேன். மேலையுலகில் பாப்பிரஸ் கிடைத்தது. பாப்பிரஸ் சுருணைகளில் பல குறைபாடுகள் இருந்தபோதிலும், மரம் அல்லது மூங்கிலில் எழுதப்பட்ட புத்தகங்களை விட அவை மிக உயர்ந்தவையாகும்.

''தகுந்த எழுது பொருள் இல்லாதிருந்தமையே சீனப் பண்பாட்டு முன்னேற்றத்திற்குப் பெருந்தடைக் கல்லாக இருந்தது. நாம் வெகு சில புத்தகங்கள் என்று கருதக் கூடிய நூல்களை எடுத்துச் செல்வதற்குச் சீன விற்பன்னர்கள் ஒரு பெரிய வண்டியையே பயன்படுத்த வேண்டிய அளவிற்கு, மூங்கிலால் ஆன புத்தகங்களின் அளவு இருந்தது. இதைப் போன்ற நிலையில் அரசு நிர்வாகத்தை நடத்த முயல்வது எவ்வளவு கடினம் என்பதைக் கற்பனை செய்து பார்த்துக் கொள்ளலாம்.

''சாய் லுன் தாளைக் கண்டுபிடித்ததால் இந்நிலைமை முற்றிலும் மாறிவிட்டது. தகுந்த எழுதுபொருள் கிடைத்து விட்டமையால் சீன நாகரிகம் வெகு வேகமாக முன்னேற்ற மடைந்தது. சில நூற்றாண்டுகளுக்குள் அது மேற்கத்தியுலகை எட்டிப் பிடித்து விட்டது.''

மேலையுலகில் அரசியலில் ஒற்றுமையின்மை இருந்ததால், அதன் முன்னேற்றமானது ஒப்பு நோக்குகையில் மெதுவாக அடையப்பட்ட போதிலும், சீனத்தில் திசை காட்டும் கருவி, வெடி மருந்து, அச்சு போன்ற மாபெரும் கண்டுபிடிப்புகள் நிகழ்ந்தன.

மேலை நாடுகள் தாளைப் பயன்படுத்தத் தொடங்கியதும், அவை சீனத்தை எட்டிப் பிடித்து விட்டன. அவை பண்பாட்டு இடைவெளியை மேலும் சுருங்கச் செய்தன எனலாம்.

இப்படியிருக்கும்போது, சீனம் மேலையுலகை விடப் பின் தங்க நேர்ந்தது ஏன்? பதினைந்தாம் நூற்றாண்டில் ஜோகான் கூடன்பர்கு பேரளவில் தாளைப் பயன்படுத்தி அச்சிடக் கூடிய ஒரு தொழில்நுட்ப உத்தியைக் கண்டுபிடித்ததே அதற்குக் காரணமாகும். அதன் பிறகு ஐரோப்பிய நாடுகள் பண்பாட்டில் வெகு விரைவான முன்னேற்றம் கண்டன. சீனத்தில் ஒரு கூடன்பர்கு பிறவாததால் சீனர்கள் மொத்தை அச்சு முறையுடன் நின்றுவிட்டனர். அவர்களின் பண்பாடும் மெதுவாகவே முன்னேற நேர்ந்தது என்பது மைக்கேல் ஹாட்டின் கருத்தாகும்.

மனித இன வரலாற்றில் சாய் லூன்னும், ஜோகான் கூடன்பர்க்கும் நடு நாயகர்களாக விளங்குகின்றனர். இவர்களுள் பெரும்பாலான கண்டுபிடிப்பாளர்கள் அனைவரையும் விட சாய் லுன் மேலோங்கி நிற்கிறார்.

ஜோகான் கூடன்பர்கு *(Johan Gutenberg)*

எழுத்தைக் கோத்துப் பக்கங் கட்டி அச்சிடும் அச்சுக் கலையைக் கண்டுபிடித்தவர் ஜோகான் கூடன்பர்கு (1400-1469) என்ற ஜெர்மானியராவார். இதனால் பல்வேறு பட்ட எழுத்துகளை விரைவாகவும், துல்லியமாகவும் கோத்து அச்சிடும் வழி பிறந்தது.

சீனத்தில் பிளாக் அச்சுமுறை - அதாவது அச்சிட வேண்டியதை ஒரு மரக் கட்டையில செதுக்கி அந்தக் கட்டையில் மை தடவிக் காகிதத்தில் குத்தி எழுத்தைப் பதிக்கும் மொத்தை அச்சு முறை கூடன்பர்கிற்குப் பல நூற்றாண்டுகளுக்கு முன்னரே இருந்தது. இவ்வாறு சுமார் கி.பி 868-ஆம் ஆண்டில் அங்கு அச்சிடப்பட்டதாகக் கருதப்படும் ஒரு புத்தகத்தைச் சீனத்தில் கண்டுபிடித்திருக்கிறார்கள்.

ஆனால் மொத்தை அச்சு முறையில் ஒரு பெரிய குறைபாடு உண்டு. ஒவ்வொரு புத்தகத்திற்கும் தனித் தனியாகக் கட்டைகளைச் செதுக்கியாக வேண்டும்.

அச்சுக் கோக்கும் முறையிலோ, ஒரு புத்தகத்தை அச்சிட்ட பின் தனித்தனியான அச்செழுத்துக்களைக் கலைத்துக் கோத்து கொண்டு வேறு புத்தகங்களையும் அச்சிட முடியும்.

சீனத்தில் பைஷெங்கு என்பவர் பதினொன்றாம் நூற்றாண்டின் நடுவில் அச்சுக் கோக்கும் முறையைக் கண்டுபிடித்தார். ஆனால் அவர் வார்த்த எழுத்துக்கள் மண்ணாலானவை. அவை நெடுங்காலம் உழைப்பவையன்று. இருப்பினும் பிற சீனரும், கொரியரும் கூடன்பர்கிற்கு முன்னரே இக்கலையில் வரிசையாகப் பல சீர்திருத்தங்களைக் கொண்டு வந்தனர்.

கொரிய அரசு பதினைந்தாம் நூற்றாண்டு வாக்கிலேயே அச்செழுத்துக்களை வார்க்கும் வார்ப்படச் சாலை ஒன்றை ஆதரித்து வந்திருக்கின்றது. இவ்வாறெல்லாம் இருந்தபோதிலும், மனித இனத்தை ஆளுகை கொள்ளக் கூடிய மனிதர் என்று பைஷெங்கைக் கூறிவிட முடியாது.

ஐரோப்பியம் அச்செழுத்துக் கோக்கும் முறையைச் சீனத்திடமிருந்து பெறாமல் தானாகவே உண்டாக்கிக் கொண்டது. அந்தப் பெருமை ஜோகான் கூடன்பர்கையே சேரும்.

கூடன்பர்கின் வாழ்க்கை பற்றிய செய்திகள் நமக்கு மிகவும் குறைவாகவே கிடைத்துள்ளன. அவர் சுமார் கி.பி 1400 அல்லது 1398 இல் பிறந்தார். அவர் பிறந்த ஊர் ஜெர்மானியிலுள்ள மெயின்ஸ் ஆகும்.

அவர் பதினைந்தாம் நூற்றாண்டின் நடுவில், அதாவது, 1456 வாக்கில் அச்சுக் கலையை உலகிற்கு அளித்தார். அவரது புகழ் பெற்ற கூடன்பர்கு பைபிள் அப்போதுதான் மெயின்ஸ் நகரில் அச்சாயிற்று. இதில் புதுமை என்னவென்றால், அவரது நூல் எதிலும், கூடன்பர்க்கு பைபிளில் கூட, அவரின் பெயர் இல்லை என்பதாகும்.

அவர் உலக இயல்புதெரியாத மனிதராக இருந்தார். அதனால் அவர் தனது இந்தக் கண்டுபிடிப்பை வைத்துப் பணம்பண்ண முடியாமல் போயிற்று. இவர் பல வழக்குகளில் ஈடுபட்டவர் என்று தெரிகிறது. அவர் தன் கூட்டாளியான ஜோகான் ஃபஸ்டுடன் வழக்காடினார். அவர் அதனால் தனது அச்சுப் பொறியையும், பிற கருவிகளையும் அவரிடம் இழக்க நேர்ந்தது.

கூடன்பர்கு 1468-இல் தான் பிறந்த ஊரான மெயின்சிலேயே இறந்தார்.

இந்தியத்தின் அச்சுக் கலை

இந்தியத்திற்கு முதன்முதலில் போர்ச்சுக்கல் வழியாக ஒரு ஸ்பானியர் மூலம் அச்சுக் கலை வந்தது என்று தெரிகின்றது. அவர் ஸ்பெயினின் கிழக்குப் பகுதியான வேலன்ஸியா என்ற ஊரில் 1536-இல் பிறந்தார்.

இவர் ஏசு சபையில் சேர்ந்து தன் பெயரை ஜோகோ ரோட்ரிகுவஸ் என்று மாற்றிக் கொண்டார். இவர் தான் முதன்முதலில் அச்சுப் பொறியுடன் இந்தியத்திற்கு வந்தார்.

போர்ச்சுக்கலில் 1495-இல் தான் அச்சகம் அமைக்கப்பட்டது என்று தெரிகின்றது. ஆனால் இதற்கு 59 ஆண்டுகளுக்குப் பிறகு தான் 1554-இல் லிஸ்பனில் அச்சிடும் பணி நடந்தது.

கோவாவில் 1556-இல் முதன்முதலில் அச்சகம் அமைந்தது. அதற்கு ஓராண்டு கழித்து 1557-இல் கொல்லத்திலும், அம்பலக்காட்டிலும், 1578-இல் புன்னைக் காயலிலும் கிறித்தவப் பாதிரியார்கள் அச்சகங்களை அமைத்தனர். இங்கெல்லாம் தமிழில் நூல்கள் அச்சிடப் பெற்றன.

இந்தியத்தில் குறிப்பாகத் தமிழ்நாட்டில் அச்சக்கலை வளர்ந்ததற்குக் கிறித்தவச் சாமிமார்களே காரணமாயிருந்தனர். இந்த அச்சுத் தொழில் முழுக்க முழுக்கப் பத்தொன்பதாம் நூற்றாண்டு வரையிலும் அவர்கள் வசமே இருந்தது. அவர்கள் தமது சமயத்தை பரப்புவதற்காகவும் சமய நூல்களை வெளியிடுவதற்காகவும் அச்சுத் தொழிலைப் பயன்படுத்தினர்.

தமிழ் அச்செழுத்துகள் ஜெர்மனியில் வார்ப்பு

ஜெர்மனியின் தென்மேற்குப் பகுதியிலுள்ள ஹாலி (*Halle*) என்ற ஊரில் 1710 ஆம் ஆண்டு தமிழ் எழுத்துகள் உலோகத்தில் வார்க்கப்பட்டன. இந்நகரம் லீப்சிகிற்கு அருகில் உள்ளது. இவ்வூரில் 1694 முதல் ஒரு பல்கலைக்கழகமும் இருந்து வருகின்றது.

எனினும் அங்கு அச்சு வார்த்தவர்கள் தமிழ் நெடுங்கணக்கை நன்றாக உணர்ந்திருக்கவில்லை. அக் குறையின் காரணமாக அச்செழுத்துகள் சரியாக வார்க்கப்படவில்லை.

முதல் தமிழ்த் துண்டு வெளியீடு

இந்தியத்தில் 1500 முதல் 1577 வரையிலும் எவ்விதமான அச்சு வேலையும் நடக்கவில்லை என்று தெரிகிறது.

ஆனால் அயல்நாட்டில் தமிழ் வெளியீடு ஒன்று 1554 ஆம் ஆண்டு அச்சிடப்பட்டது. அதன் பெயர் ''லூசோ தமிழ் சமய வினா - விடை'' என்பதாகும். அது போர்ச்சுக்கல்லின் தலைநகரான லிஸ்பனில் அச்சாயிற்று. இந்தியத்தில் இதற்கு இரண்டாண்டுகளுக்குப் பிறகுதான் அச்சடிக்கப்பட்டது.

பிரான்சிஸ் சேவியர் சாமியாரின் போதனையை வினா - விடைச் சுருக்கம் என்று, இந்தியத்தில் முதன்முதலாக 1557-ஆம் ஆண்டு அச்சிட்டனர். கிறித்தவச் சாமிமார்கள் தமது சமயத்தை இந்தியத்தில் பரப்புவதற்காகப் பதினாறாம் நூற்றாண்டிலேயே அச்சுக் கலையை இந்தியத்தில் காலூன்றச் செய்து விட்டனர். இந்நூல்களும் வெளியீடுகளும் தமிழில் அவர்களால் அச்சிடப்பெற்றன.

அவர்கள்தாம் முதன்முதலில் 1556-ஆம் ஆண்டு கோவாவிலும் அதற்கடுத்து 1557-ஆம் ஆண்டு கொல்கத்தாவிலும், அம்பலக் காட்டிலும் பின்னர் 1578-இல் புன்னைக் காயலிலும், வைப்புக் கோட்டையிலும் அச்சகங்களை அமைத்தனர்.

மர எழுத்துகள்

திருச்சூருக்குத் தெற்கில் 20 மைல் தொலைவிலுள்ள அம்பலக்காடு என்னும் ஊரில் 1577-ஆம் ஆண்டு ''மலபார் எழுத்துகள்'' என்று அழைக்கப்பட்ட தமிழ் எழுத்துகள் முதன்முதலில் மரத்தில் செதுக்கப்பட்டன.

அக்காலத்தில் ''மாபார்'' என்றாலும், ''மலபார்'' என்றாலும் மேற்குக் கரையையும், கிழக்குக் கரையையும் கொண்ட தமிழ்நாட்டையே குறிக்கும். இப்பகுதியில் வாணிபம் செய்ய வந்த அரேபியர் போன்றோர் ''மாபார்'' என்று தவறுதலாக உச்சரித்து வந்தனர். அதனால்தான் 18-ஆம் நூற்றாண்டு வரையிலும் தமிழகத்தையும் தமிழ் மக்களையும் குறிக்க மாபார், மலபார் என்ற சொற்கள் பயன்படுத்தப்பட்டன. பின்னர் அது கருநாடகம் என்று பெயர் பெற்றது. எனவே தமிழ் வழங்கும் பகுதி நாடு விடுதலை பெற்ற பிறகு தான் தமிழ் நாடு என்று அழைக்கப் பெற்றது என்பது இங்கு நினைவு கூரத்தக்கது.

இந்தியத்தில் அச்சான முதல் தமிழ் நூல்

இந்நூலின் பெயர் ''தம்புரான் வணக்கம்'' இது 1557-ஆம் ஆண்டு கொல்லத்தில் அச்சிடப் பெற்றது. இதைத் தமிழில் மொழிபெயர்த்து அச்சடித்தவர் நாம் மேலே கூறிய ரோட்ரிகுவஸ் ஆவார்.

இவர்தான் தமிழ் மொழியில் நூல் எழுதி அதை அச்சிட்டு வெளியிட முயன்றவர். இவர் எழுதியன அனைத்தும் நமக்குக் கிடைக்கவில்லை. மூன்று நூல்கள் மட்டும் எஞ்சியுள்ளன. யூதரான இவர் ஏசு சபையில் சேர்ந்து, தனது உடைமைகளை ஏழை, மக்களுக்குக் கொடுத்து விட்டார். சமயப் பணி புரிவதற்காக இந்தியம் வந்து, சிறுகச் சிறுகத் தமிழைக் கற்றுக் கொண்டார்.

தமிழில் புதிய ஏற்பாடு

பிலிப்பு தெ மெல்லோ கொழும்பில் 23.4.1723 -இல் பிறந்த நாட்டுக் கிறித்தவர். இவர் படித்துத் தேறியபின் புராட்டஸ்டண்டு மதப் பிரிவின் பாதிரியாரானார். டச்சு அரசு 1746-இல் இலங்கையில் ஏற்படுத்திய ''நார்மல் பள்ளியில்'' ஆசிரியராகப் பணி புரிந்தார்.

அவர் புதிய ஏற்பாட்டைக் கிரேக்க மொழியிலிருந்து தமிழில் மொழி பெயர்த்தார். அது 1749-ஆம் ஆண்டு இலங்கையில் அச்சிட்டு வெளியிடப்பட்டது.

இவர் பின்னர் ''சத்தியத்தின் செபம்'' என்ற சிறு நூலைத் தமிழிலும், டச்சு மொழியிலும் எழுதி 1753-இல் வெளியிட்டார்.

சீகன்பால்கு

டேனியர்கள் புராட்டஸ்டண்டு சமயத்தைச் சேர்ந்ததோராவார். இவர்கள் தரங்கம்பாடியில் 1706-ஆம் ஆண்டு ஒரு கிறித்தவப் பணி அமைப்பைத் தொடங்கினர். அங்கிருந்துகொண்டு இலங்கையிலும், கிழக்கிந்தியத் தீவுகளிலும் தமது சமயத்தைப் பரப்புவதற்காகப் பாதிரிமாரைக் கொண்டு வந்தனர். அவ்வாறு தரங்கம்பாடிக்கு வந்து சேர்ந்தவர் பார்த்லோமிய சீகன்பால்கு (1683-1716) என்ற ஜெர்மானியப் பாதிரியாராவார்.

சீகன்பால்கு தமிழகத்தில் அச்சுக் கலைத் தொடர்பாகவும், கல்வி மற்றும் பிற துறைகளிலும் செய்த தொண்டுகள் பலவாகும். இவர் பல நூல்களைத் தமிழில் எழுதி வெளியிட்டிருக்கிறார்.

கடந்த 1987-ஆம் ஆண்டு அண்ணா பல்கலைக் கழகத்தில் நடந்த ஒரு நிகழ்ச்சியில் சீகன்பால்கு ஆற்றிய தொண்டு குறித்துப் பாராட்டப்பட்டது என்றால் காலத்தால் மறையாத அவரின் பெருமையை உணரலாம்.

வங்கத்தின் செராம்பூரிலுள்ள டேனிய மிஷனைச் சேர்ந்த கேரி சமயப் பணியில் குறிப்பிடத்தக்கவர் என்று பாராட்டப்படுபவர். அவரே சீகன்பால்கை முன்னுதாரணமாகக் கொண்டு பணிபுரிந்தார் என்று கூறுவர்.

''சீகன் பால்கு இல்லாவிட்டால் கேரி இல்லை. தரங்கம்பாடி இல்லாவிட்டால் செராம்பூரும் இல்லை'' என்று தரங்கம்பாடியில் இருந்த கிறித்தவப் பணி அமைப்பின் அலுவலரான சாண்ட்கிரீன் சீகன்பால்கைப் பாராட்டிப் பேசினார்.

1710

வரலாற்றுப் புள்ளிகள்

அரசியல்

(அ) ஆர்க்காட்டு முதல் நவாபு சாதத்துல்லா கான்

ஆர்க்காட்டு நவாபுகளில் நெவாயத்து என்ற பெயருள்ள குடி மரபைத் தோற்றுவித்தவர் சாதத்துல்லா கான் ஆவார். இவர் ஔரங்கசீபின் படைத் தலைவர்களில் ஒருவர். ஔரங்கசீபின் புகழ் பெற்ற தளபதிகளில் ஒருவரான சுல்ஃபிகர் கானின் உதவியாளராய் இருந்தவர்.

இந்தச் சுல்ஃபிகர் கான் 1676 முதல் 1707 வரையில் ஔரங்கசீபு தக்காணத்தில் மேற்கொண்ட போர்களில் பங்கெடுத்தவர். இவர்தான் 1689-ஆம் ஆண்டு மராட்டியரின் ராய்கடு கோட்டையைப் பிடித்தார். 1698-இல் செஞ்சியையும், 1705-இல் வகீங்ராவையும் பிடித்தார்.

தளபதி சுல்ஃபிகர் கானின் துணைத் தளபதியான தாவூது கான், சாதத்துல்லாக்

கானைக் கருநாடகத்தின் நவாபு அல்லது ஆளுநராக்கினார். இவருடைய பூர்வோத்திரம் மிகவும் சுவையானதாகும்.

ஈராக்கில் நடந்த அடக்குமுறைகளைப் பொறுக்க மாட்டாமல் அங்கிருந்த அராபியரில் சிலர் கி.பி. எட்டாம் நூற்றாண்டு வாக்கில் இந்தியத்திற்கு ஓடி வந்தனர். அவர்களில் சிலர் மேற்குக் கரையில் கொங்கணத்திலும், வேறு சிலர் கன்னியாகுமரிக் கரையிலும் குடியேறினர்.

கொங்கணத்தில் குடியேறியவர்கள் நெவாயத்துகள் எனவும், குமரிப் பகுதியில் குடியமர்ந்தவர்கள் லெப்பை என்றும் அழைக்கப்பட்டனர்.

நெவாயத்துகள் இந்தியருடனோ, மேட்டுக்குடி முஸ்லிம்களுடனோ கலக்காமல், பல நூற்றாண்டுகளாகத் தனித்து ஒதுங்கியே வாழ்ந்தனர். தக்காணத்தில் முஸ்லிம் அரசுகள் தோன்றிய காலம் வரையிலும் அவர்கள் இவ்வாறு தமது தனித் தன்மையைக் காத்து வந்தனர்.

கொங்கணத்தில் மிக வறிய நிலையிலிருந்த நெவாயத்து சகோதரர்களான முகமது சையதும், குலாம் அலியும் ஔரங்கசீபின் படையில் சேர்வதற்குச் சென்றனர். தம்பி குலாமலிக்குக் கட்டுமஸ்தான உடல். அதனால் அவரை உடனே படையில் சேர்த்துக் கொண்டனர். அண்ணன் முகமது சையது மெலிந்து குட்டையாக இருந்ததால் தள்ளப்பட்டு விட்டார். ஏமாற்றமடைந்த சையது முகமதிய மகான் ஒருவரைக் கண்டு, அவரிடம் ஒரு தாயத்தை வாங்கிக் கட்டிக் கொண்டார். அத் தாயத்தின் மகிமையால் படையில் சேர்ந்துவிடலாமென்று மகான் கூறினார்.

சையது அதை அணிந்து கொண்டு இருநூறுக்குமதிகமானவர்கள் இருந்த வரிசையில் கடைசியாகப் போய் நின்று கொண்டார். ஔரங்கசீபின் கண்ணில் படாதவாறு ஒதுங்கி நின்றார்.

ஆனால் ஔரங்கசீபு சையதின் அங்க அடையாளங்களைக் கூறி, சையது தலைப்பாகைக்குள் தாயத்தை மறைத்து வைத்திருந்ததையும் சொல்லிக் காட்டித் தன் முன்னே அவரை அழைத்து வரச் செய்தார். தாயத்தைக் கொடுத்த மகான் அரசின் பணியில் அநாவசியமாகத் தலையிடுகிறாரென்று ஔரங்கசீபு கூறிய போதிலும், சையதைப் படையில் சேர்த்துக் கொண்டார்.

இந்தச் சையது கான் பிற்காலத்தில் சாதத்துல்லா கான் என்று ஆர்க்காட்டின் முதல் நவாபானார்.

ஆர்க்காட்டின் பொறுப்பு சுல்ஃபிகர் கானிடம் இருந்து பின்னர் தாவூது கான் அதன் நிர்வாகத்தை ஏற்றார். அப்போது சாதத்துல்லா கான் தாவூது கானுக்குப் பல வகைகளில் துணையாயிருந்து தாவூது கானின் உயிரையே ஒரு முறை காப்பாற்றினார்.

முகலாயர்களுக்கிடையில் நடந்த அரசுரிமைச் சண்டையில் சுல்ஃபிகர் கான் கொல்லப்பட்டதைப் போலவே, தாவூது கானும் அதே போட்டியில் சிக்கிச் செத்தார்.

சையது அதன் பிறகு சாதத்துல்லா என்ற பெயரில் ஆர்க்காட்டின் முதல் நவாபானார். அவரின் நெடுநாள் ஆசை நிறைவேறியது. நெவாயத்து என்ற ஆர்க்காட்டு நவாபு குடி இவரிலிருந்து தொடங்குகிறது.

இவர் ஆர்க்காட்டின் நவாபானதற்கு முன்னர் தாவூது கானின் திவானாகவும் இருந்தார். இந்தத் தாவூது கான் ஜார்ஜ் கோட்டை ஆங்கிலேயருக்கு மிகுந்த தொல்லை கொடுத்தவர் என்பதை முன்னர் கண்டோம்.

1710

சாதத்துல்லா கான் 1752 வரை ஆர்க்காட்டின் நவாபாக இருந்தார். இவர் நல்ல நிர்வாகி என்று கருதப்படுகின்றார். இவர் தன் ஆட்சிக் காலத்தில் பல போர்களில் ஈடுபட்டார்.

இவர் தான் தேசிங்குராசன் என்ற தேஜ்சிங்கை 1714-ஆம் ஆண்டு தோற்கடித்தார். புந்தேல இரசபுத்திரரான தேஜ்சிங்கு, நரசிங்கதேவ் என்ற வீரரின் பேரன். புந்தேல் கண்டைச் சேர்ந்த இரசபுத்திரர்கள் முகலாயர்களுடன் இணங்கி வாழ்ந்தனர். அக்பரின் அன்பிற்குரிய அமைச்சரான அபுல் ஃபசல் என்ற அறிஞர் மீது இளவரசர் சலீம் பொறாமை கொண்டு, நரசிங்க தேவை ஏவி ஃபசலைக் கொல்லச் செய்தார்.

(ஆ) டோரிக் கட்சி ஆட்சிக்கு வந்தது

இங்கிலாந்தில் முதன்முறையாக இந்த ஆண்டில்தான் அமைதியான முறையில் அரசியல் அதிகார மாற்றம் ஏற்பட்டது.

டோரிக் கட்சி இவ்வாண்டு நவம்பரில் நடந்த தேர்தலில் தெளிவான பெரும்பான்மை பெற்று, மால்பரோ கோமகன் தலைமையிலிருந்த விக்கு ஆட்சியைத் தோற்கடித்தது.

சமயம்

புனிதபால் கோயில் கட்டி முடிந்தது

இலண்டனிலுள்ள புனித பால் கோயில் 1710-ஆம் ஆண்டு கட்டி முடிக்கப் பெற்றது.

கலை, இலக்கியம்

(அ) செண்டலங்காரன் விறலி விடு தூது

விறலி விடு தூது என்னும் இலக்கிய வகை தமிழ்நாட்டு வரலாற்றின் மிகுந்த குழப்பமான கால கட்டமாகிய பதினேழு, பதினெட்டாம் நூற்றாண்டுகளில் மிகுந்த செல்வாக்குப் பெற்று விளங்கியது.

''முதலாளிமார் விறலி விடு தூதும், காதலுமாகக் கேட்டு மகிழ்ந்து வாழ்க்கையில்'' என்று

தெ.பொ. மீனாட்சி சுந்தரனார் இவ்வகை இலக்கியம் சமுதாயத்தில் பெற்றிருந்த இடத்தை நயம்பட உரைக்கின்றார்.

அவர் மேலும் கூறுகின்றார்:

''பாளையக்காரர்கள் போராட்டத்திலும், மாறாட்டத்திலும், காமத்தில் கண் மூடியதிலும் காலம் கழிந்தது போகச் சில போது சிலபல தூது நூல்களையும் கேட்டு மகிழ்ந்தனர். மேகமோ, வண்டோ, மனமோ, விறலியோ, கிளியோ, மானோ தென்றலோ தூது செல்வது போக மறலியும் புகையிலையும், பணமும், பழையதும் தூது செல்லக் காண்கிறோம்'' என்று பன்மொழிப் புலவர் தெ.பொ. மீனாட்சி சுந்தரனார் காலத்தின் கேடுற்ற சூழலைச் சொல்லில் வடிக்கின்றார்.

இவ்வகை இலக்கியத்தில் அறியப்பட்டிருக்கும் மிகப் பழமையானது, தெய்வச் சிலையார் விறலி விடு தூது என்பதாகும். இது 1600 -ஆம் ஆண்டில் பாடப்பட்டது என்று தெரிகின்றது. இதை எழுதியவர் பெயர் குமாரசாமி அவதானி. அவர் தன்னை ஆதரித்த தெய்வச் சிலையார் என்ற புரவலர் மீது பாடியிருக்கின்றார்.

இதனையடுத்து மதுரையை ஆண்ட திருமலை நாயக்கர் (1623-1659) காலத்தில் மூவரையன் விறலி விடு தூது என்ற நூல் 1650-ஆம் ஆண்டு எழுதப் பெற்றது.

வீரவ நல்லூர் வீரைத் திருவேங்கடநாதன் என்பவரின் சிறப்புகளைப் புகழ்ந்து இந்நூல் எழுதப் பெற்றுள்ளது. (பிற விறலி விடு தூதுகள் குறித்து 1720-1770, 1804 காண்க) துகில் விடு தூது பற்றி ஏற்கணவே கண்டோம்.

விறலி விடு தூது இலக்கிய விளக்கம்

விறலி விடு தூது இலக்கிய வகையின் அமைப்புப் பெரிதும் கீழ்க்கண்ட முறையில் அமைந்திருக்கும்.

பாட்டுடைத் தலைவன் புகழ்ச்சி;
அறிவிற் சிறந்த அந்தணன்
வீட்டில் சினமுற்று மனைவியைத்
துறந்து வெளியேறுதல்,
புண்ணியத் தலங்கள் செல்லுதல்;
வேசை மையலில் சிக்கல்
வேசை கோயிலில் ஆளும் குலத்தினள்
வேசையின் பிறப்பு
அவளைத் தாய் வளர்த்தல்
வேசைத் தொழிலில் இறங்குவது
இருவரும் கொக்கோக முறைப்படி
சம்போகம் செய்தல்
மருந்து வைத்தல்
பணம் பறித்தல்
விரட்ட வழிகாணுதல்
மாமியை அந்தணன் திட்டுதல்
வேசை வழக்குத் தொடுத்தல்
தீர்ப்பு; பாட்டுடைத் தலைவனைக்
கண்டு, அவனிடம்
பொருள் பெற்று
அந்தணன் விறலியை
மனைவியிடம் தூது அனுப்புதல்
அறிவு வந்து அந்தணன்
மனைவியுடன் சேர்தல்

விறலி விடு தூது அனைத்தும் பாட்டுடைத் தலைவனின் சிறப்பைப் புகழவே பாடப்படுகின்றன. அவை அனைத்திலும் அந்தணனாகிய பிராமணனே மனைவியைப் பிரிந்து வேசியிடம் செல்கின்றான்.

சம்போக சிருங்காரம் பச்சையாகப் பாடப்படுகின்றது.

தூது இலக்கிய வகையில் மூன்றாவதாக வருவது செண்டலங்காரன் விறலி விடு தூது ஆகும். இது *1710* வாக்கில், மராட்டிய மன்னரான சகோசியின் *(1684-1712)* காலத்தில் பாடப்பட்டது. இதை இயற்றியவர் இன்னாரென்று பெயர் தெரியவில்லை.

சகோசி அரசரின் கிராம மணியத்து அட்டவணை அதிகாரியான செண்டலங்காரன் என்பவர் மீது இந்தத் தூது பாடப்பட்டிருக்கின்றது.

(ஆ) மூன்று வண்ண அச்சு

மூன்று வண்ணங்களில் அச்சிடும் முறையை ஜே.சி.லெ. புளோன் (*J.C. Le Blon, 1667-1741*) இந்த ஆண்டில் கண்டு பிடித்தார்.

தொழில், வாணிபம், வேளாண்மை

பிரிட்டனின் தென் கடல் வாணிப நிறுவனம்

பிரிட்டனில் இந்த ஆண்டு புதிதாய்த் தென்கடல் வாணிப நிறுவனம் (*The South Sea Trading Company*) என்ற பெயரில் ஒரு நிறுவனம் தோன்றியது. இதைப் பற்றிய பிற செய்திகள் இ.ச.க.தொகுதி-*2* காண்க.

இயற்கைச் சீற்றம், பஞ்சம்

மதுரைச் சீமையில் பஞ்சம்

மதுரைச் சீமையில் இந்த ஆண்டு கொடிய பஞ்சம் வந்து மக்கள் அல்லலுற்றனர். இக்காலத்தில் மதுரையை விசயரங்க சொக்கநாத நாயக்கன் ஆண்டார்.

பின்னர் *1720* -ஆம் ஆண்டிலும் மற்றொரு பஞ்சம் வந்தது.

1710

பிறப்பு

(அ) பதினைந்தாம் லூயி (1710-1774)

இவர் பர்கண்டிக் கோமகனுக்கும், சவாய் இளவரசி மாரி அடிலைடுக்கும், வெர்செயில் அரண்மனையல் *1710* பிப்ரவரி *15* அன்று பிறந்தார். இவர் தனது பாட்டனார் பதினான்காம் லூயி இறந்ததும் ஐந்து வயதில் பட்டத்திற்கு வந்தார்.

பதினைந்தாம் லூயி *1715* முதல் *1774* வரை ஆட்சி புரிந்தார். இவரின் ஆட்சிக் காலத்தில் தான் ஆஸ்திரிய வாரிசுமைப் போரும், ஏழாண்டுப் போரும் நடந்தன.

இவரின் பேரன்தான் பதினாறாம் லூயி *(1754-1793)* இவரது ஆட்சிக் காலத்தில் தான் *(1774-1793)* பிரஞ்சுப் புரட்சி நடந்தது. இவர் புரட்சிக்காரர்களால் மரண தண்டனைக்குள்ளானார்.

(ஆ) வில்லம் ஃபிரீடுமன் பாக் (1710-1784)

ஹாலே பாக் என்று அறியப்பட்ட வில்லம் ஃபிரீடுமன் பாக் (*Wilhelm Friedmann Bach, 1710-1784*) என்ற இசைக் கோவையாளர் ஜெர்மனியின் வெய்மார் நகரில் *1710*-ஆம் ஆண்டு பிறந்தவர். இவர் தனது காலத்தில் மிகச் சிறந்த ஆர்கன் விற்பன்னராயிருந்தார்.

இவர் ஜோகான் செபஸ்தியான் பாகின் (Johann Sebastian Bach, 1685-1750; இ.ச.க.தொகுதி-5:1750 புள்ளிகள் காண்க) மூத்த மகனாவார். இவர் டிரஸ்டன், ஹாலே ஆகிய நகரங்களில் ஆர்கன் இசைப்பவராய் இருந்தார்.

இறப்பு

கிழவன் சேதுபதி (1631-1710)

தமிழ்நாட்டில் கடைசியாகத் தன்னாட்சி (1674-1710) செய்த தமிழ் மன்னர் என்ற பெருமை கிழவன் என்னும் சிறப்புப் பெயர் கொண்ட இரகுநாதத் தேவருக்கு உண்டு. இவர் நாயக்கரிடம் கட்டுண்டு கிடந்த மறவர் சீமையை மீட்டுத் தன்னாட்சி புரிந்தவர் என்பதை முன்னர் கண்டோம்.

கிழவன் சேதுபதி தனது நீண்ட ஆட்சியில் கண்ட களங்கள் பல. அவர் 1682 தொடங்கி மூன்று போர்களை நிகழ்த்தியிருக்கின்றார். 1702 வாக்கில் மறவர் சீமையின் பரப்பை விரிவுபடுத்தினார்.

கிழவன் இரகுநாதத் தேவர் தனது ஆட்சிக் காலத்தில் பல பொதுப் பணிகளையும் செய்திருக்கிறார். அவர் 1707 வாக்கில் வைகையில் ஓர் அணை கட்டினார் என்றும் தெரிகிறது. பல்வேறு கோயில்களுக்கு இறையிலியாகப் பல ஊர்களை அளித்திருக்கின்றார்.

கிழவன் காலத்தில் சேது அரசு நாணயங்களை அச்சிட்டிருக்கின்றது.

சீதக்காதி வள்ளல் கிழவனின் நெருங்கிய நண்பராக விளங்கியிருக்கின்றார்.

கிழவன், சேதுபதியின் ஆட்சிக்காலத்தில் 1709-ஆம் ஆண்டு ஏற்பட்ட பஞ்சம், அவர் இறந்த பின்னரும், 1713 வரை நீடித்தது. இக்காலகட்டத்தில் பெரிய வெள்ளமும் ஏற்பட்டது. இந்தப் பஞ்சத்தினால் மக்கள் பட்ட அல்லல் மிகுதி.

நாடு இக்கொடிய பஞ்ச நிலையில் இருந்த போது தஞ்சை மராட்டியர் 1709-ஆம் ஆண்டு சேதுச் சீமையைச் சூழ்ச்சியால் தாக்கினர். நாடு துன்பத்தில் தவிக்கும்போது தாக்கினால், அதை எளிதில் கவர்ந்து விடலாம் என்பது அவர்கள் திட்டமாக இருந்தது. ஆனால் அவர்கள் கனவு கண்ட வெற்றி அவர்களுக்குக் கிடைத்து விடவில்லை.

ஏனெனில் களம் பல கண்ட கிழவனிடம் அவர்கள் தோற்றுவிட நேர்ந்தது.

கிழவன் சேதுபதி சுமார் 36 ஆண்டுக் கால ஆட்சிக்குப் பிறகு 1710 ஆம் ஆண்டில் பெருங் கிழவராக எண்பதாவது வயதில் இறந்தார்.

அவருக்கு 47 மனைவியர் இருந்தனர். அவரின் 47 மனைவியரும் அவருடன் உடன் கட்டை ஏறினர்.

கிழவன் இரகுநாதத் தேவரின் ஆட்சியில் ஏசு சபையைச் சேர்ந்த அருளானந்த சாமி என்ற டீ பிரித்தோ (1647-1693) கொல்லப்பட்டது ஒரு துன்ப நிகழ்ச்சியாகும். கிழவன் சேதுபதி சமயப் பொறை அற்றவர் அல்லர்.

பதினெட்டாம் நூற்றாண்டு

கால நிரல்

பதினெட்டாம் நூற்றாண்டுத் தொடக்கத்தில்

இந்திய அரசியல், சமூக நிலை

தென் தமிழ்நாடு மதுரை நாயக்கராட்சியிலும் தஞ்சைத் தரணி மராட்டியர் கையிலும் கட்டுப்பட்டிருந்தன. எனினும் தக்காணம் போலவே முகலாயர் மேலாண்மையின் கீழ் அவை நிலவின. பாளையக்காரர் மைய ஆட்சிக்கு அடங்கியே கிடந்தனர்.

கேரளத்தின் வேணாட்டில் குலசேகரர் குடியும் கொச்சியில் பெரும்படப்புச் சொரூப வழியினரும் கோழிக்கோட்டில் சாமூதிரியரும் அரசிருக்க, ஆங்காங்கே அவர்களுக்கு அடங்கிய நாடுவாழிகளும் தேசவாழிகளும் இருந்தனர்.

மைசூர் நாட்டில் உடையார்குடி அரசர்கள் தளவாய்கள் என்ற வல்லாளர்களின் கைப்பாவையாய் வாழ்ந்து வந்தனர். அங்கு மேற்கரையில் துளு நாட்டில் சமணந் தழுவியோரும் சைவ சமயத்தவருமான பல சிற்றரசர்கள் ஆண்டு வந்தனர்.

தக்காணத்தில் முஸ்லிம் சிற்றரசர்களையும் மராட்டியரையும் முகலாயர் வென்றடக்கி வைத்திருந்தனர். இந்துத்தானம் என்ற வட பாரதம், வங்கம், பிகார், ஒரிசம் என்ற பெரும் பரப்பு எங்கும் முகலாயரின் வல்லாண்மைக் கொடி பறந்து கொண்டிருந்தது.

ஐரோப்பியரில் போர்த்துக்கீசர் கோவாவிலும் டச்சுக்காரர் டேனியர் ஆகியோர் ஆங்காங்கே சிறு திட்டுகளிலும் ஆங்கிலேயர் சென்னையிலும் பிரஞ்சுக்காரர் புதுச்சேரி முதலான திட்டுகளிலும் வாணிபமே கண்ணாயிருந்ததுடன், அரசியல் சதுரங்க ஆட்டத்திற்கும் ஆயத்தமாகி வந்தனர்.

பாரதமெங்கும் சாதிப் பாகுபாடும் சாதிக் கொடுமைகளும் திணைக்குத் திணை வேறுபட்டு நிலவின. பெண்களைப் பொட்டுக்கட்டி கோயிலுக்கு விடும் வழக்கம் பல நூறாண்டுகளாய்த் தொடர்ந்து வந்தது. பெண்களின் நிலையும் சாதிக்குச் சாதியும் நாட்டுக்கு நாடும் வேறுபட்டும் மாறுபட்டும் இருந்து வந்தது. ஆடவரும் பெண்டிரும் பலரை மணக்கும் சமுதாய அமைப்பு முறைகளும் காணப்பட்டன. அயல் பண்பாடு, சமயம், பழக்கவழக்கம் ஆகியவற்றின் தாக்கம் ஏற்படாத நிலையில் அவற்றைத் தம்முடையவற்றுடன் ஒப்புநோக்கி விருப்புவெறுப்புக் கொண்டு அல்லது நடுநிலையில் நின்று மாற்றுவழி நடக்கலாம் என்ற எண்ணம் இப்போது தோன்றிலது.

ஐரோப்பியர் வருகையால் நாட்டில் பெரிய மாறுதல் நேரப்போகின்றது என்பதை உய்த்துணர்ந்த இக்காலத்து ஞானவான்கள் சிலரை இந்திய வரலாறு பதிந்து வைத்துள்ளது.

ஆதிப் பத்து - முதல் பத்து

1701 காவிரி ஆற்றை மைசூர் மன்னர் அடைத்துத் தோற்றல்
1701 பிரிட்டனில் விதைநடு எந்திரம் கண்டுபிடிப்பு
1701 மடகாஸ்கரில் அமெரிக்கக் கடற்கொள்ளையர்
1701 பிரிட்டனில் கடற்கொள்ளையர் தலைவர் கேப்டன் கிடு தூக்கு
1701 இலண்டனில் முதல் யூதர் கோயில் (சினகாகு)
1701 ஆண்டர்ஸ் செல்சியஸ் பிறப்பு (1701 – 1744)
1701 வெனிஸ் பல்கலைக்கழகம் அமைப்பு
1701 அமெரிக்கத்தில் ஏள் பல்கலைக்கழகம் தோற்றம்
1701 ஸ்பானிய வாரிசுரிமைப் போர் தொடக்கம் (1701-1744)

1702 இந்தியத்தில் முதல் ஒத்துழையாமை இயக்கம் (நாஞ்சில் நாட்டில்)
1702 கடல் எல்லை வரையறுக்கப்பட்டது
1702 கல்கத்தாவில் வில்லியம் கோட்டை எழும்பியது
1702 இங்கிலாந்தில் ஆன் அரசி முடி சூடுதல்
1702 இங்கிலாந்தில் முதல் குதிரைப் பந்தயம்
1702 சென்னைக் கோட்டையில் முதலில் வெடிமருந்து செய்தல்
1702 முதல் ஆங்கில நாளிதழ் (*Daily courant*)

1703 உமறுப் புலவர் சீறாப் புராணம் பாடி முடித்தார்
1703 வேதியியலார் இராபட்டு ஹூக்கு இறப்பு (1635 – 1703)
1703 சாமுவல் பீப்ஸ் இறப்பு (1673 – 1703)
1703 வங்க நவாபு குடி தோற்றம் (1703 – 1770)
1703 பூணூல் வழக்கு, மங்கம்மாள் தீர்த்தல்

1704 மங்கம்மாள் ஆட்சி முடிவு
1704 விசயரங்கச் சொக்கநாதன் நாயக்க மன்னராதல்
1704 தாயுமான சுவாமிகள் பிறப்பு (1704 – 1742)
1704 நிலநடுக்கடலிலுள்ள ஜிப்ரால்டரைப் பிரிட்டன் கவர்ந்தது
1704 அமெரிக்கத்தின் முதல் செய்தி இதழ் (*News letter*)
1704 ஆங்கில மெய்யியலார் ஜான் லாக்கு இறப்பு (1632 – 1704)
1704 வங்கத்தில் மூர்சிதாபாது நகரம் நிறுவப்பட்டது
1704 புதிய நட்சத்திரம் ஒன்று உருவாகின்றது

1705 நியூட்டனுக்குச் சர் பட்டம்
1705 விண்மீன் பற்றி எட்மண் ஹேலி (1656 - 1742) கொள்கை அறிவிப்பு

1706 சீன யின், யான் கோடுகளுக்கு விளக்கம்
1706 தரங்கம்பாடியில் டேனியர் கிறித்தவ மிசன் அமைப்பு
1706 பெஞ்சமின் ஃபிராங்கிளின் பிறப்பு (1706 – 1794)
1706 மங்கம்மாள் சிறையில் சாவு

1706	வடமலையப்ப பிள்ளை தமிழில் மச்ச புராணம் பாடினார்
1706	புதுச்சேரி வளர்த்த ஃபிரான்சுவா மார்டின் இறப்பு (1665 - 1706)
1706	இத்தாலியில் நிலநடுக்கம் 15,000 பேர் சாவு
1707	ஃபியூஜி எரிமலை (ஜப்பான்) கடைசியாய் வெடித்தது
1707	கரோலஸ் லினீயஸ் பிறப்பு (1707 - 1778)
1707	லியோனார்டு யூலர் (கணிதவியலார்) பிறப்பு (1707 - 1783)
1707	ஆங்கில நாவலாசிரியர் ஹென்றி ஃபில்டிங்கு பிறப்பு (1707 - 1754)
1707	பிரஞ்சு இயற்கையியலார் பஃபன் பிறப்பு (1707 - 1788)
1707	சென்னையில் சாதிச் சண்டைகள்
1707	தரங்கம்பாடியில் இந்தியத்தின் முதல் மகளிர் பள்ளி
1707	முகலாய அரசர் ஔரங்கசீபு இறப்பு (1618 - 1707)
1707	பகதூர் ஷா முகலாய அரசரானார்
1707	இங்கிலாந்தும் ஸ்காத்லந்தும் இணைந்து மா பிரிட்டனாதல்
1707	சாகு முகலாயர் சிறையிலிருந்து விடுதலை
1708	குரு கோவிந்தர் தீக்குளித்தார் (1675 - 1708)
1708	எழும்பூர் குத்தகைக்கு விடப்படுதல்
1708	சென்னை பம்பாய், வங்க மாநிலங்கள் அமைப்பு
1708	வேலூர்க் கோட்டையை மராட்டியர் இழத்தல்
1708	சாகு மராட்டியச் சத்திரபதியாய் முடிசூடுதல்
1708	சீக்கியர் கிளர்ச்சியை முகலாயர் ஒடுக்கினர்
1709	சுவீடியப் பேரரசு மறைந்தது
1709	வட இந்தியத்தில் முஸ்லிம்களுக்குள் வகுப்புக் கலவரம்
1709	அடிமை வணிகன் ஜான் நியூட்டனின் பக்திப் பாட்டு
1709	சாமுவல் ஜான்சன் பிறப்பு (1709 - 1784)
1709	ஆனந்தரங்கம் பிள்ளை பிறப்பு (1709 - 1761)
1709	சென்னையில் புது ஆளுநர்கள்
1709	ஐரோப்பியத்தில் பஞ்சம்
1710	கிழவன் சேதுபதி இறப்பு (1631 - 1710)
1710	ஆர்க்காட்டு முதல் நவாபு சாதத்துல்லா கான் (நெவாயத்து குடி)
1710	பிரிட்டனில் டோரி கட்சி ஆட்சிக்கு வந்தது
1710	மதுரைச் சீமையில் பஞ்சம்
1710	தமிழ் அச்செழுத்துகள் ஜெர்மனியில் வார்ப்பு
1710	செண்டலங்காரன் விடு தூது பாடப்பட்டது
1710	கேம்பிரிட்ஜில் கிரிக்கட்டுப் பற்றிய முதல் குறிப்பு

அகராதிப் பத்து - இரண்டாம் பத்து

1711	மாட்ரிடில் (ஸ்பெயின்) நாட்டு நூலகம்
1711	வீரமா முனிவர் தமிழகம் வந்தார்

1711 இலண்டனில் காப்பிக் கடைகள்
1711 தமிழில் முதல் புதிய ஏற்பாடு எழுதப்பட்டது
1711 சென்னை ஆளுநர் எட்வர்டு ஹாரிசன்
1711 ஆஸ்காட்டில் (பிரிட்டன்) முதல் குதிரைப் பந்தயம்

1712 பிரஞ்சு மெய்யியலார் ரூசோ பிறப்பு (1712 – 1778)
1712 தமிழ்நாட்டில் முதல் அச்சுக்கூடம்
1712 செயிண் பீட்டர்ஸ்பர்கு இரஷியத்தின் புதிய கோநகரானது
1712 அருணாசலக் கவிராயர் பிறப்பு
1712 தாமஸ் நியூகமன் ஆக்கமான நீராவி எஞ்சினை உருவாக்கினார்.
1712 மாரிமுத்தா பிள்ளை (தமிழிசை மூவர்) பிறப்பு (1712 – 1782)

1713 பரூக்சியார் முகலாய அரசரானார்
1713 ஜகந்தர் ஷா முகலாய அரசராதல்
1713 பிரிட்டன் ஸ்பானியக் குடியேற்றங்களுக்கு அடிமைகளை ஏற்றுவதில் தனியுரிமை பெறுதல்
1713 தமிழகத்தில் முதல் அச்செழுத்து வார்ப்படச் சாலை
1713 பாலாஜி விசுவநாத பேஷ்வா ஆதல்
1713 இலண்டனில் ''கார்டியன்'' (Guardian) இதழ் தோற்றம்
1713 ''தென்னிந்தியக் கடவுளர் வமிசாவளி'' – சீகன்பால்கு எழுதிய நூல்
1713 தூத்துக்குடியில் பெரிய கோயில் கட்டி முடிக்கப்பெறுதல்

1714 தேசிங்கு ராசன் இறப்பு
1714 பாதரச வெப்பமானி ஆக்கப்பட்டது
1714 மைசூரில் தொட்ட கிருஷ்ணராசா முடி சூடினார்
1714 வீரமாமுனிவர் மரண தண்டனையிலிருந்து தப்பினார்
1714 பிரிட்டனில் விக்கு கட்சி வெற்றி
1714 ஆமதாபாதில் வகுப்புக் கலவரம்
1714 முதலாம் ஜார்ஜ் முடிசூடுதல்

1715 பணவிடு தூது எழுதப்பட்டது
1715 முகலாயர் பிரிட்டிசாருக்கு வங்கத்தில் பல ஊர்களை அளித்தல்
1715 மண்ணியல் துறை தோற்றுவித்த குவட்டார்டு பிறப்பு (1715 – 1789)
1715 அடிமைப் பிள்ளைகளுக்குத் தரங்கம்பாடியில் பள்ளிக்கூடம்
1715 பதினான்காம் லூயி இறப்பு (1638 – 1715)
1715 உலகக் கடலோடி வில்லியம் டேம்பியர் இறப்பு (1652 – 1715)
1715 தமிழ்நாட்டில் முதல் தாள் ஆலை
1715 சீதக்காதி இறப்பு (சு. 1640 – 1715)
1716 ஆங்கிலப் புலவர் தாமஸ் கிரே பிறப்பு (1716 – 1771)
1716 கர்நாடக நவாபு ஆர்க்காட்டைத் தலைநகராக்குதல்
1716 லெயிபினிட்ஸ் (கணித, மெய்யியலார்) இறப்பு (1646 – 1716)

1716 ஏசுசபை அச்சன் இமயந் தாண்டித் திபேத்துப் பயணம்

1717 ஏசுசபை அச்சன்மார் சீனத்தில் தொகுத்த நிலப்படம்
1717 சென்னை, கடலூரில் கிறித்துவப் பள்ளிகள்
1717 ஆஸ்டெண்டுக் கம்பெனி அமைப்பு
1717 ஆங்கிலேயர் வங்கத்தில் வாணிபம் செய்ய உரிமை பெறுதல்

1718 குஜராதில் கொடிய பஞ்சம்
1718 இங்கிலாந்து - ஸ்பெயின் போர்
1718 நிக்கோலோ மனூச்சி புதுச்சேரியில் இறப்பு (1636 – 1718)
1718 வால்டயர் புகழடையத் தொடங்குதல்

1719 போட்டிக் கிழக்கிந்தியக் கம்பெனி அமைப்பு
1719 காண்டர்பரி ஆர்ச்சு பிஷப்பு – தரங்கம்பாடி தொடர்பு
1719 முகலாய அரியணையில் மேலுமிரு அரசர்கள்
1719 முகமது ஷா முகலாய அரசராதல்
1719 டேனியல் டீஃபோவின் இராபின்சன் குரூசோ வெளியாதல்
1719 பம்பாயில் இலவசப் பள்ளி
1719 ஓமனியரைப் பாரசிகர் ஒடுக்குதல்
1719 ஆங்கிலப் புலவர் ஜோசஃப்பு அடிசன் இறப்பு (1672 – 1719)
1719 சிவசயிலக் கோயில் திருப்பணி

1720 பிரிட்டனில் நிதி நெருக்கடி ''தென் கடற்குமிழி வெடிப்பு''
1720 தூய்ப்பிளே போர்ப் படை ஆணையராய் அமர்த்தப்படுதல்
1720 காசுமீரத்தில் இந்துக்களுக்கு எதிராய்க் கலகம்
1720 முகலாயர் அவையில் சையதுகளின் செல்வாக்கு ஒழிதல்
1720 மதுரைச் சீமையில் மீண்டும் பஞ்சம்
1720 சிவசயிலப் பள்ளு எழுதப்பட்டது
1720 கிழக்கிந்தியக் கம்பெனி கடன் எழுப்பப் பிரிட்டீசு அரசு இசைவு
1720 சென்னை ஆளுநர் ஃபிரான்சிஸ் ஹேஸ்டிங்சு
1720 திருப்பனந்தாள் காசி மடம் தோற்றம்
1720 இராமேசுவர யாத்திரிகரிடம் வரி தண்டிய
மருமகனைச் சேதுபதி தூக்கிலிட்டார்
1720 சுப்பிரதீபக் கவிராயரின் கூளப்ப நாயக்கன் விறலிவிடு தூது
1720 பம்பாயில் முதல் வங்கி அமைப்பு
1720 பேஷ்வா பாலாஜி விசுவநாத இறப்பு
1720 பாஜிராவ் பேஷ்வா ஆனார்

அறிவெழுச்சிப் பத்து - மூன்றாம் பத்து

1721 இராபட்டு வால்போல் பிரிட்டனின் முதல் தலைமை அமைச்சரானார்.

1721 முகலாய அரசின் புதிய வசீர் நிசாம்-உல்-முல்கு
1721 சென்னையில் பெரும் புயல்
1721 சென்னை ஆளுநர் எல்விச்சு இல்மாண்
1721 அஞ்சங்கோவில் (கேரளம்) ஆங்கிலேயர் படுகொலை
1721 அம்மைத் தடுப்பிற்கு அம்மைப் பால்

1722 ஐதரலி கான் பிறப்பு (1722 – 1782)
1722 தூய்ப்பிளே புதுச்சேரி வந்தடைந்தார்
1722 மாகி பிரஞ்சுத் திட்டானது
1722 பசிபிக்கில் ஈஸ்டர் தீவு (ரப்பா நூயி) கண்டுபிடிப்பு
1722 ஆந்திரத்தில் கிழக்கிந்தியக் கம்பெனி காலூன்றுதல்
1722 அகமது ஷா அப்தாலி பிறப்பு (1722 – 1773)

1723 ஆடம் ஸ்மிது (பொருளியலார்) பிறப்பு (1723 – 1790)
1723 படிக்காசுப் புலவர் இறப்பு (1682 – 1723)
1723 இராம வர்மன் - கிழக்கிந்தியக் கம்பெனி உடன்படிக்கை
1723 ஓவியர் ஜோசுவா ரெயினால்ஸ் பிறப்பு (1723 – 1792)
1723 கட்டடக் கலை வல்லுநர் கிறிஸ்தபர் ரென் இறப்பு (1632 – 1723)
1723 ஜார்ஜ் கோட்டைக்குள் நாணயச் சாலை
1723 சீனப் பேரரசர் யுங்கு-செங்கு ஆட்சி தொடக்கம்
1723 சீனத்தில் கிறித்தவம் பரப்பத் தடை
1723 போபால் நவாபு குடி தோற்றம்
1723 மராட்டியர் குஜராதின் மீது படையெடுத்தல்
1723 லூவன் ஹோயக்கு (நுண்ணோக்காடி) இறப்பு (1632 – 1723)
1723 அமெரிக்கக் கண்டத்தில் காப்பிப் பயிர் அறிமுகம்

1724 பிரான்சில் அறிவொளி இயக்கம் தோற்றம்
1724 பாரிசில் பங்குச் சந்தை தோற்றம்
1724 சேதுபதிகள் உள் சண்டை – மராட்டியர் தலையீடு
1724 லாங்குமன் நூல் வெளியீட்டு நிறுவனம் தொடக்கம்
1724 டெல்லியில் ஜந்தர் மந்தர் வானாய்வு நிலை அமைப்பு
1724 ஐதராபாதில் ஆசஃபு ஷா குடி ஆட்சி தொடக்கம்
1725 காசனோவா பிறப்பு (1725 – 1798)
1725 இரஷியப் பேரரசர் மா பீட்டர் இறப்பு (1672 – 1725)
1725 தமிழில் புதிய ஏற்பாட்டுப் பணி முற்றுதல்
1725 ஜேம்ஸ் மக்கி சென்னை ஆளுநர்
1725 இராபட்டு கிளைவு பிறப்பு (1725 – 1774)
1725 சென்னை கச்சாலீசுவரர் கோயில் கட்டப்பெற்றது
1725 செயிண் பீட்டர்ஸ்பர்கில் அறிவியல் கழகம் அமைப்பு
1725 இலண்டனில் முதல் நீராவிப் பொறி

1726 காளைச் சண்டை பற்றிய வரலாறு எழுதி வைக்கப்படுதல்
1726 இந்தியத்தில் நீதிமன்றங்கள் அமைக்கக் கம்பெனிக்கு உரிமை

1726 ஜானதன் ஸ்விஃப்டின் ''கலிவர் பயணம்'' எழுதப்பட்டது
1726 புதிய சேதுபதி சுந்தரேசுவர இரகுநாதன்
1726 (சைதாப்பேட்டையில்) மர்மலாங்குப் பாலம் கட்டப்பெற்றது
1726 சென்னையில் கிறித்தவத் திருச்சபை அமைக்கப்பட்டது
1726 கம்பெனிக்கு இலண்டன் லெயிடன்ஹால் தெருவில் மாளிகை
1726 (குவாலியர்) சிந்தியா குடி தோற்றம் *(1726 – 1948)*
1726 அயர் கூட்டே பிறப்பு *(1726 – 1783)*

1727 பிரேசிலில் காப்பிப் பயிர் அறிமுகம்
1727 கான்ஸ்டான்டிநோபிளில் முதல் அச்சகம்
1727 இரத்த அழுத்தம் துல்லியமாய் அளக்கப்பட்டது
1727 இரண்டாம் ஜார் முடி சூடினார்
1727 சென்னையில் மேயர் முறை மன்றம் அமைப்பு
1727 தமிழகத்தில் கிறித்தவ சமயப் பரப்பியரிடையே சமயச் சழக்கு
1727 ஐசக்கு நியூட்டன் இறப்பு *(1642 – 1727)*
1727 ஆக்ஸ்ஃபோர்டில் கிரிக்கட்டுப் பற்றிய முதல் குறிப்பு

1728 தஞ்சையில் துக்கோசி ஆட்சி தொடக்கம்
1728 ஜெயப்பூர் நகரத் தோற்றம்
1728 சென்னையில் கிறித்தவச் சமயப் பரப்பு அமைப்பு *(SPCK)*
1728 ஆலிவர் கோல்டு ஸ்மிது பிறப்பு *(1728 – 1774)*

1729 தஞ்சைத் தரணியில் பஞ்சம்
1729 சீனத்தில் அபினி இறக்கத் தடை
1729 மா காதரைன் பிறப்பு *(1729 – 1791)*
1729 எட்மண் பர்க்கு பிறப்பு *(1729 – 1797)*
1729 இரவி வர்மன் வேணாட்டு (திருவிதாங்கூர்) மன்னரானார்
1729 வெகு பழமையான கிரிக்கட்டு மட்டை (இன்றும் உள்ளது)
1729 கானோஜி ஆங்கரே இறப்பு

1730 சிவகங்கை முதல் அரசர் சசிவர்ணத் தேவர் பட்டம் ஏற்றல்
1730 புதுக்கோட்டையில் முதல் தொண்டைமான் பட்டம் ஏற்றல்

அகராதிப் பத்து - நான்காம் பத்து

1731 பத்மநாபசாமி கோயில் திருப்பணி
1731 தமிழ்நாட்டில் அகவிலை ஏற்றம்
1731 சுவீடியக் கிழக்கிந்தியக் கம்பெனி மறைந்தது
1731 கோணமானி கண்டுபிடிப்பு
1731 ஹென்றி காவண்டிஷ், வேதியியலார் பிறப்பு *(1731 – 1810)*
1731 பிரிட்டீசு நீதிமன்றங்களில் இலத்தீனத்தின் இடத்தில் ஆங்கிலம்
1731 டேனியல் டீஃபோ மறைவு *(1660 – 1731)*

1731	புந்தேல்கண்டில் பன்னா நாட்டரசு தோற்றம்
1732	இந்தூர் நாட்டரசு தோற்றம்
1732	ஜார்ஜ் வாசிங்டன் பிறப்பு (1732 – 1799)
1732	வீரமா முனிவர் சந்தா சாகிபு சந்திப்பு
1732	தஞ்சை மராட்டியர் ஆர்க்காட்டு நவாபிற்கு அடங்குதல்
1732	தோஸ்து அலி ஆர்க்காட்டு நவாபானார்
1732	மீனாட்சி நாயக்க அரசியானார்
1732	வீரமா முனிவர் சதுரகராதி தொகுத்தார்
1733	நாயக்கர் உள் சண்டையால் நாட்டில் பஞ்சம்
1733	நூற்பு, நெசவு முன்னேற்றத்துடன் தொழிற் புரட்சி தொடக்கம்
1733	முதல் தமிழ்க் கிறித்தவ உபதேசியார் ஆரோன்
1733	சிதியர் தலைவர் சிதி ரசூல் கான் சாவு
1734	ஆங்கிலத்தில் திருக்குரான்
1734	தமிழகத்தில் மீண்டும் முஸ்லிம் ஆட்சிக்கு வழி
1735	சேதுபதி 'சைவத் துரை' முத்து விசயரகுநாதன்
1735	இந்தியர்க்கு முதலில் ஐரோப்பியப் பாணியில் படைப் பயிற்சி
1735	பம்பாயில் கப்பல் கட்டும் தொழில் பெருக்கம்
1736	பிளாட்டினம் கண்டுபிடிப்பு
1736	தென்னமெரிக்கத்திற்குப் பிரஞ்சுக்காரர் அறிவியற் பயணம்
1736	துருவங்களில் நிலப்பரப்புத் தட்டை பிரஞ்சு அறிவியலார் அறிதல்
1736	முதலாம் ஜெகவீர பாண்டியக் கட்டபொம்மன் இறப்பு (1709 – 1736)
1736	சருகணியில் போர்த்துக்கீசப் பாதிரிமார்
1736	தஞ்சையில் இரண்டாம் ஏகோசி ஆட்சி தொடக்கம்
1736	மதுரை நாயக்கராட்சி முடிவு
1737	தமிழ்நாட்டில் ஆர்க்காட்டுப் படைகள் வெற்றி
1737	போர்த்துக்கீசர் பாசீனை மராட்டியரிடம் இழத்தல்
1737	கல்கத்தாவில் நிலநடுக்கம் 30000 பேர் சாவு
1737	லூகி கால்வனி பிறப்பு (1737 – 1798)
1737	லினீயஸ் இடுகுறி இரட்டைப் பெயர்ப் பட்டியல் தொகுத்தல்
1737	பிராகா, ஸ்டாக்கோமில் நாடகக் கொட்டகைகள்
1737	சிந்தாதிரிப்பேட்டையில் நெசவாளர் குடியேற்றம்
1737	முகலாயர் குஜராதை முற்றிலும் இழத்தல்
1737	ஆமதமாபாது மராட்டியர் வசமானது
1738	வில்லியம் ஹெர்ஷல் பிறப்பு (1738 – 1822)
1738	டௌனிங்குத் தெரு மாளிகை தலைமை அமைச்சர் இல்லமாதல்
1738	புதுச்சேரியில் கத்தோலிக்கக் கன்னிமார்

1739 பகவல்பூர் நாட்டரசு அமைதல்
1739 காசியில் பிராமணர் குடி அரசு அமைத்தல்
1739 தஞ்சையில் மீண்டும் பஞ்சம்
1739 பம்பாயில் ஐரோப்பியப் பெண்கள்
1739 ஜெங்கின்ஸ் காதுச் சண்டை
1739 குடந்தையில் சங்கர மடம் அமைதல்
1739 தஞ்சை அரியணையில் பிரதாப சிங்கன்
1739 நாதிர் ஷாவிடம் லாகூர் பணிதல்
1739 நாதிர் ஷா டெல்லிக்குள் படையுடன் நுழைதல்

1740 அலிவர்தி கான் வங்கத்தில் முகலாய வைசிராயாதல்
1740 சென்னை வழியே அடிமைக் கூட்டம் கப்பலேறுதல்
1740 கிழக்கிந்தியக் கம்பெனியின் நாணயச் சீர்திருத்த முயற்சி
1740 மார்க்குவிஸ் சேடு (சேடியம்) பிறப்பு (1740 – 1814)
1740 ஜேம்ஸ் பாஸ்வல் பிறப்பு (1740 – 1795)
1740 விவிலிய மொழிப்பெயர்ப்பில் ஃபப்ரீசியஸ் பாதிரியார்
1740 பாலாஜி ராவ் பேஷ்வா ஆதல்
1740 தூய்ப்பிளே ''நவாபு'' ஆனார்

வெடிப் பத்து - ஐந்தாம் பத்து

1741 மார்த்தாண்ட வர்மனிடம் டி லென்னாய் சிறைப்பட்டார்
1741 மராட்டியர் ஜார்ஜ் கோட்டையை முற்றுகையிட்டனர்.
1741 ரகுஜி போஸ்லே சந்தா சாகிபிடமிருந்து
திருச்சிராப்பள்ளியைக் கைப்பற்றுதல்
1741 கொழும்பில் ஆலந்துக்கார அச்சகம் அமைதல்
1741 ஓமனில் புதிய அரசு குடி
1741 சீன மக்கள் தொகை 14 கோடியை எட்டுதல்
1741 அமெரிக்கத்தில் அவுரி பயிரிடுதல்
1741 ''பலச் சமநிலை'' – வால்போலின் உரையில் முதலில் ஆளப்படுதல்
1741 பேரிங்கு அலாஸ்கத்தை அடைந்தார்
1741 பேரிங்கு இறப்பு (1681-1741)

1742 தாயுமானவர் சிவபதம் அடைந்தார்
1742 ஆர்க்காட்டில் அரசுரிமைக்காகக் கொலைகள்
1742 பம்பாயில் பெரும் புயல்
1742 மராட்டியர் படையெடுப்பு – தப்பக் கல்கத்தாவைச் சுற்றி அகழி
1742 வால்டயரின் ''முகமது'' நாடகத்திற்குப் பாரிசில் தடை
1742 கோபால்டு கண்டுபிடிப்பு
1742 வர்ஜீனியத்தில் நிலக்கரி கண்டுபிடிப்பு
1742 பிரிட்டிசுத் தலைமை அமைச்சர் வில்மிங்டன்
1742 ஔது நவாபு குடி தோற்றம்

1742 வானில் பறக்கப் பாரிசில் முயற்சி
1742 எட்மண் ஹேலி இறப்பு *(1656-1742)*

1743 சென்னை ஆளுநர் நிக்கலஸ் மார்ஸ்
1743 தமிழ்நாட்டின் மீது நிசாம் படையெடுப்பு
1743 அடிமை வணிகன் பரந்தாமனுக்குப் புதுச்சேரியில் சிறை
1743 தாமஸ் ஜெஃபர்சன் பிறப்பு *(1743-1820)*
1743 யூதக் கோடீசுவரர் ராத்ஸ்சைல்டு பிறப்பு *(1743-1812)*
1743 அண்டாயின் லாவோசியே, வேதியியலார் பிறப்பு *(1743-1794)*
1743 வால்டயரின் ''மெரோப்பி'' நாடகம் பாரிசில் அரங்கேற்றம்
1743 இரஷியத்தில் ஆயிரக்கணக்கில் யூதர் கொலை
1743 பிரிட்டனின் மூன்றாவது தலைமை அமைச்சர் பெல்ஹம்
1743 ஜெயப்பூர் அரசர் ஜெயசிங்கு இறப்பு *(1686-1743)*

1744 கள்ளரிடம் மகஃபூஸ் கான் தோல்வி
1744 அன்வருதீன் ஆர்காட்டு நவாபானார்
- வாலாசா குடியின் ஆட்சி தொடக்கம்
1744 ஆர்க்காட்டு நவாபு திருச்சிராப்பள்ளியை நத்தர் நகராக்கினார்
1744 திருவனந்தபுரத்தில் ஆறாண்டுகள் நடந்த முறை ஜெபம்
1744 தற்கால அளவாய்வுக் கொள்கையின்படி வரைந்த நிலப்படம்
1744 பிரிட்டன் மீது பிரான்ஸ் போர் தொடுத்தது
1744 பிரிட்டீசு அரசிற்குக் கம்பெனி கடன் தந்தது
1744 பண்டி நாட்டரசு வரலாறு தொடக்கம்
1744 முகலாயப் பேரரசு சிதையத் தொடங்குதல்
1744 ஆண்டர்ஸ் செல்சியஸ் இறப்பு *(1701-1744)*
1744 பிரஞ்சு இயற்கையியலார் லாமார்க்கு பிறப்பு *(1744-1829)*
1744 கிரிக்கட்டு விதிமுறைகள் வகுக்கப்படுதல்

1745 சென்னை ஜார்ஜ் கோட்டையில் நூலகம்
1745 கல்கத்தாவில் முதல் நாடகக் கொட்டகை
1745 புதுச்சேரியில் பெரும் புயல்
1745 கிளைவின் தற்கொலை முயற்சி தோல்வி
1745 கொல்லத்தை வேணாடு வென்றது
1745 புனித ரோமன் பேரரசராய் முதலாம் ஃபிரான்சிஸ்
1745 ஜோனதன் ஸ்விஃப்டு இறப்பு *(1667-1745)*

1746 பரங்கிமலை, அடையாற்றுச் சண்டைகள்
1746 ஜார்ஜ் கோட்டை பிரஞ்சுக்காரரிடம் விழுந்தது
1746 டேவிடு கோட்டையைப் பிரஞ்சுக்காரர் தாக்குதல்
1746 புதுச்சேரியில் பாக்கு விலையேற்றம் - போர் மூண்டதால்
1746 காசுமீரத்தில் கொடிய பஞ்சம்
1746 சிக்கல் எண் கூட்டுத் தொகை பற்றிய கொள்கை உருவாதல்
1746 அமெரிக்கத்தில் பிரின்ஸ்டன் பல்கலைக்கழகம் தோற்றம்

1746 பிரிட்டனில் தானிய விலை வீழ்ச்சி
1746 பெஞ்சமின் ஃபிராங்கிளினின் மின்னாராய்ச்சி
1746 மராட்டியர் தாக்குதலால் வங்கத்தில் பணமுடை
1746 நாகபுரிப் போஸ்லே குடி வரலாறு தொடக்கம்
1746 ஸ்பானிய ஓவியர் கோயா பிறப்பு *(1746-1828)*
1746 வில்லியம் ஜோன்ஸ் பிறப்பு *(1746-1794)*

1747 வீரமா முனிவர் இறப்பு *(1688-1747)*
1747 கிளைவு கம்பெனிப் படையில் உயரலுவலராதல்
1747 கப்பூர்த்தல நாட்டரசு வரலாறு தொடக்கம்
1747 ஆப்கானித்தானம் அயலாராட்சியிலிருந்து விடுதலை
1747 குவாக்கர் அமைப்புத் தோற்றம்
1747 நாதிர் ஷா கொலை *(1688-1747)*

1748 பெரிய மருது பிறப்பு *(1748-1803)*
1748 புதிய சேதுபதி இராக்கத் தேவர்
1748 முகலாய அரசர் முகமது ஷா இறப்பு
1748 அகமது ஷா முகலாய மன்னரானார்
1748 நிசாம் உல் முல்கு இறப்பு
1748 டிஃப்ஃதிரியா பற்றிய முதல் விளக்கம்
1748 முதல் குளிர்பதனப் பெட்டி
1748 சந்தா சாகிபு மராட்டியரிடமிருந்து விடுதலையானார்
1748 பாம்பீ நகரை அகழ்ந்தெடுக்கும் தொல்லியல் பணி தொடக்கம்
1748 கம்பெனிப் படையின் புதிய தலைவர்
ஸ்டிரிங்கர் லாரன்சு கடலூர் வருகை

1749 சென்னையைப் பிரிட்டீசார் பிரஞ்சுக்காரரிடமிருந்து பெற்றனர்
1749 தேவிகோட்டையைப் பிரிட்டீசார் பிடித்தனர்
1749 தேவனள்ளிப் போரில் ஐதரலி கான் எழுச்சி
1749 சாந்தோம், மயிலாப்பூரைக் கம்பெனி பெறுதல்
1749 தூத்துக்குடியில் புராட்டஸ்டண்டுச் சர்ச்சு எழும்புதல்
1749 புதிய சேதுபதி செல்லத் தேவர்
1749 மராட்டிய மன்னர் சத்திரபதி சாகு இறப்பு *(1680-1749)*
1749 ஆம்பூர்ச் சண்டையில் சந்தா சாகிபு வெற்றி
1749 ஆர்காட்டு நவாபு ஆம்பூர்ச் சண்டையில் சாதல்
1749 வாலாசா முகமதலி ஆர்காட்டு நவாபாதல்
1749 ஆம்பூரில் மகஃபூஸ் கான் சந்தா சாகிபிடம் சிறை
1749 முகமதலி சந்தா காகிபிற்கு அஞ்சித் திருச்சிராப்பள்ளி ஓட்டம்
1749 ஜெர்மானியப் பெரும் புலவர் கதே பிறப்பு *(1749-1832)*
1749 சீன மக்கள் தொகை 22 ½ கோடி
1749 எட்வர்டு ஜென்னர் பிறப்பு *(1749-1823)*
1749 கணிதவியலார் பியரே சைமன் லாப்லாஸ் பிறப்பு *(1749-1827)*

1750 வாரன் ஹேஸ்டிங்சு கல்கத்தா வந்து சேர்ந்தார்
1750 செஞ்சிக் கோட்டையைப் பிரஞ்சுக்காரர் பிடித்தனர்
1750 சென்னைக் கறுப்பர் நகரில் வளர்ச்சிகள்
1750 சென்னை ஆளுநர் தாமஸ் சாண்டர்ஸ்
1750 சுவார்ஷ் பாதிரியார் தரங்கம்பாடியை அடைந்தார்
1750 பத்மநாபசாமிக்கு வேணாடு முழு உரிமையாதல்
1750 காயாங்குளம் வேணாட்டுடன் இணைதல்
1750 பாரிசில் ஆண்டு முழுவதும் ஐஸ் கிரீம் கிடைத்தல்
1750 பிரான்சில் கொடிய பஞ்சம்
1750 வெஸ்டுமினிஸ்டர் பாலம் கட்டி முடிக்கப்பெறுதல்
1750 ரோகில்லரின் இராம்பூர் நாட்டரசு வரலாறு தொடக்கம்
1750 ஐதராபாது அரசுரிமைக்காகக் கொலைகள்
1750 ஜோகன் செபாஸ்தியான் பாக்கு இறப்பு *(1685-1750)*

கஞ்சிப் பத்து - ஆறாம் பத்து

1751 இந்திய மக்கள் தொகை *18* கோடி
1751 கிளைவின் ஆர்காட்டு வெற்றி
1751 காஞ்சிபுரம் கம்பெனி வசமாதல்
1751 மர்மலாங்குப் பாலம் (இன்றைய மறைமலையடிகள் பாலம்) கட்டிய பீட்ராவு லுஸ்கான் கோஜா போகஸ் இறப்பு
1751 சருகணியில் மாதா கோயில் கட்டப்பெறுதல்
1751 பூலித் தேவர் சீவில்லிப்புத்தூர்க் கோட்டையைப் பிடித்தல்
1751 ஒரிசத்தை மராட்டியர் கவர்ந்தனர்
1751 பிரஞ்சுக் கலைக்களஞ்சிய முதல் தொகுதி வெளியாதல்
1751 அமெரிக்கரின் திமிங்கில வேட்டை
1751 தாமஸ் கிரேயின் ''எலிஜி'' பாடப் பெற்றது
1751 ஃபிராங்கிளினின் மின்னாராய்ச்சி
1751 மண்ணியல் துறை தோற்றம்
1751 ரிச்சர்டு ஷெரிடன் பிறப்பு *(1751-1816)*

1752 தென்னாட்டில் வல்லாளர் அட்டுழியங்கள்
1752 சந்தா சாகிபு மராட்டியரால் கொல்லப்படுதல்
1752 பாகூர்ப் போர்
1752 பாட்டியால நாட்டரசு வரலாறு தோற்றம்
1752 கிரிகோரியன் ஆண்டுக்கணக்கு வழக்கிற்கு வருதல்
1752 ஃபிலடெல்ஃபியத்தில் தெரு விளக்குகள் போடப்படுதல்
1752 பிரான்சில் பஞ்சம் தடுக்கப் போய் வந்த பஞ்சம்
1752 மாஸ்கோவில் *18,000* வீடுகள் தீக்கிரை
1752 வயிறு உணவைச் செரிக்கும் அறிவியல் உண்மை அறியப்பட்டது
1752 இடி தாங்கி கண்டுபிடிப்பு

1753 மதுரையில் பட்டாணியர் ஆட்சி

1753	முச்சங்கம் பற்றிக் கூறும் பாண்டியர் செப்பேடு கண்டுபிடிக்கப்படுதல்
1753	சென்னையில் இராபட்டு கிளைவு திருமணம்
1753	சென்னையில் அரசினர் மாளிகை அமைதல்
1753	பிரஞ்சு, பிரிட்டீசாருக்கு நிசாம் பல பகுதிகளை விட்டுத் தருதல்
1753	கிழக்கிந்தியக் கம்பெனியின் நீதியாட்சி முறைகள்
1753	திப்பு சுல்தான் பிறப்பு *(1753-1799)*
1753	சாதிக்காய் மோரீசில் அறிமுகம்
1753	பிரஞ்சு மன்னர் பாராளுமன்றத்தைக் கலைத்தார்
1754	மதுரைக்கு மன்னர் வேண்டும் - கம்பெனியிடம் பாளையக்காரர் முறையீடு
1754	கான் சாகிபை எதிர்த்தவர் பீரங்கி வாயில் வைத்துச் சுடப்பட்டார்
1754	ஹெரானைக் கள்ளர் தாக்கினர் - கான் சாகிபு வந்து மீட்டார்
1754	கம்பெனியின் புதிய படைத்தலைவர் ஜான் ஆட்லர் கிரன்
1754	கிளைவு வைர வாளை ஏற்க மறுப்பு
1754	இந்தியத்தில் பிரிட்டீசுப் பட்டாளம் முதலில் வந்து இறங்குதல்
1754	டெல்லியை மராட்டியர் தாக்கிக் கொள்ளை
1754	இரண்டாம் ஆலம் கீர் முகலாய அரசரானார்
1754	பச்சையப்பன் பிறப்பு *(1754-1794)*
1754	கீழையியல் விற்பன்னர் ஆங்குவடில் துப்பரோன் புதுச்சேரியில்
1754	மார்த்தாண்டவர்மன் ஐதரலி கானிடம் உதவி கோருதல்
1754	வேணாட்டில் செத்தவர்க்கும் வரி
1754	தூய்ப்பிளே பிரான்சிற்குத் திருப்பியழைக்கப்பட்டார்
1754	புதுச்சேரியில் புதிய ஆளுநர் கோடேயூ
1754	பரத்பூர் நாட்டரசு வரலாறு தோற்றம்
1754	பிரிட்டனின் நான்காவது தலைமை அமைச்சர் நியூகேசில் பிரபு
1754	பிரிட்டனின் முதல் உருட்டாலை
1754	கலை, தொழில்நுட்ப ஆக்கங்களுக்குப் பிரிட்டனில் உதவி
1754	டேவிடு ஹியூமின் ''இங்கிலாந்து வரலாறு'' வெளிவந்தது
1754	ஏசுசபையினர் பிரேசிலை விட்டு வெளியேற்றப்படுதல்
1754	இங்கிலாந்தில் ஓய்வு நிறைந்த வாழ்க்கை
1754	பாரிசில் காப்பிக் கடைகள்
1754	பிரஞ்சு அரசியல் தந்திரி டேலிராண் பிறப்பு *(1754-1838)*
1755	மதுரைச் சீமை மீது ஆர்க்காட்டார் படையெடுப்பு
1755	சென்னை ஆளுநர் பிகாட்டு
1755	கான் சாகிபின் வீரத்தை மெச்சிப் பிரிட்டீசார் தங்கப் பதக்கம்
1755	மறவர் - மராட்டியர் சண்டை
1755	இரங்கூன் நகரத் தோற்றம்
1755	கோவாவில் ஏசுசபைச் சாமியார் சிறை
1755	ஏசுசபையினர் உருகுவேயிலிருந்தும் வெளியேற்றம்
1755	சாமூதிரியின் கடைசி மாமாங்கம்
1755	ஜான்சனின் 'டிக்சனரி' வெளியீடு

1755 பாரசிகத்திலும் லிஸ்பனிலும் நிலநடுக்கம்
1755 கிளைவு தேர்தலில் நின்று செல்வம் இழத்தல்
1755 ஐரோப்பியத்தில் பீங்கான் தொழில் செழிப்பு
1755 அரசியல் சிந்தனையாளர் மாண்டெஸ்கூ இறப்பு *(1698–1755)*
1755 ஆங்கில நாவலாசிரியர் ஹென்றி ஃபீல்டிங்கு இறப்பு *(1707-1755)*
1755 மாஸ்கோவில் அரசினர் பல்கலைக்கழகம்
1755 மக்னீசியம் பற்றி ஆய்வு
1755 ஜோசஃபு பிளாக்கு கரியமில வாயுவைக் கண்டுபிடித்தார்

1756 ஆங்கிலத்தில் பாகவத புராணம்
1756 இராபட்டு கிளைவு கம்பெனிப் படையின் தலைமைத் தளபதி
1756 சிராசுத்தௌல கல்கத்தாவைப் பிடித்தார்
1756 கல்கத்தா மாதா கோயில் தீக்கிரை
1756 மேற்குக் கரையில் கடற்கொள்ளையரை ஒடுக்க நடவடிக்கை
1756 தீத்தாரப்ப முதலிக்கு நெல்லைச் சீமையில் வரி தண்டக் குத்தகை
1756 அந்தமான் தீவுகளை அடைய ஐரோப்பிய நாடுகள் முயற்சி
1756 தீரன் சின்னமலை பிறப்பு *(1756-1805)*
1756 இந்தியவியல் முன்னோடியரின் பணி
1756 பண்ணமைப்பாளர் மொசாட்டு பிறப்பு *(1756-1823)*
1756 புதிய பிரீட்டீசுத் தலைமை அமைச்சர் காவண்டிஷ்
1756 எகிப்தியவியல் துறை தோற்றம்
1756 ஏழாண்டுப்போர் தொடக்கம் *(1756-1763)*
1756 மயோன்னைஸ் கண்டுபிடிப்பு

1757 பிரிட்டீசாருக்குப் பிளாசியில் வெற்றி
1757 கிளைவு - கூட்டே பூசல்
1757 நெல்லைச் சீமையில் பாளையக்காரர் கிளர்ச்சி
1757 பிரஞ்சுக்காரர் காவேரிப்பாக்கத்தைப் பிடித்தனர்
1757 டி லென்னாய் வேணாட்டில் ஜெனரலானார்
1757 பொப்பிலிப் போரில் பிரஞ்சுக்காரர் வெற்றி
1757 டெல்லியில் நிலநடுக்கம்
1757 வட ஐரோப்பியத்தில் உருளைக்கிழங்கு அறிமுகம்
1757 அகமது ஷா அப்தாலி அமிர்தரசுப் பொற்கோயிலைத் தரைமட்டமாக்குதல்
1757 பிரஞ்சுப் படைத் தலைவர் லஃபாயத்து பிறப்பு *(1757-1834)*
1757 ஜார்ஜ் வாங்கூவர், கடலோடி பிறப்பு *(1757-1798)*
1757 ஆங்கிலப் புலவர் வில்லியம் பிளேக்கு பிறப்பு *(1757-1827)*

1758 மதுரை மீனாட்சி கோயிலில் மீண்டும் வழிபாட்டிற்கு ஏற்பாடு
1758 பிரஞ்சுத் தளபதி சென்னைக் கோட்டையை முற்றுகையிடுதல்
1758 சென்னை ரெஜிமெண் தோற்றம்
1758 இராசமகேந்திரவரத்தில் பிரஞ்சுக்காரர் தோல்வி
1758 வேணாட்டு மன்னர் மார்த்தாண்ட வர்மன் இறப்பு

1758 வேணாட்டின் புதிய மன்னர் தர்மராசா
வேணாட்டில் சக்கர நாணய முறை அறிமுகம்
1758 இராபட்டு கிளைவு வங்க ஆளுநரானார்
1758 கம்பெனிக்கு ஆந்திரத்தில் வெற்றி
1758 சிந்தில் கம்பெனி பண்டசாலை அமைத்தது
1758 போர்க் கொள்ளையைப் பங்கிடுவது பற்றிக் கம்பெனி திட்டம்
1758 பிரஞ்சு அரசியல்காரர் ரோபஸ்பிய பிறப்பு *(1758-1794)*
1758 பாரைனில் அல் காலிஃபா குடி தோற்றம்
1758 நெல்சன் பிறப்பு *(1758-1805)*

1759 தியாகதுருக்கப் போர்கள்
1759 தஞ்சை மராட்டியர் காரைக்காலை இழந்தனர்
1759 கான் சாகிபு மதுரை ஆளுநரானார்
1759 பெங்களூர் ஐதரலி கானின் ஜாகீரானது
1759 பிரஞ்சுக்காரருக்கு எங்கும் தோல்வி
1759 ஷா ஆலம் முகலாய அரசரானார்
1759 பிரஞ்சுக் கலைக்களஞ்சியத்தைத் தீயிட்டுக் கொளுத்தப்
பாராளுமன்ற ஆணை
1759 போர்த்துக்கீசியர் தலைநகரம் பஞ்சிமிற்கு மாற்றம்
1759 போர்ச்சுக்கல் ஏசு சபையினரை வெளியேற்றியது
1759 வில்லியம் வில்பர்ஃபோர்ஸ் பிறப்பு *(1759-1833)*
1759 பிரஞ்சு அரசியல்காரர் ஜார்ஜஸ் டாண்டன் பிறப்பு *(1759-1794)*
1759 கின்னஸ் மது வடிசாலை தொடக்கம்

1760 வந்தவாசிச் சண்டையில் பிரஞ்சுக்காரர் தோல்வி
1760 பிரிட்டீசார் கரூரைப் பிடித்தனர்
1760 கான் சாகிபு மதுரை ஆளுநராய் நீடித்தல்
1760 இராபட்டு கிளைவு தாயகம் திரும்பினார்
1760 வான்சிட்டாட்டு வங்க ஆளுநரானார்
1760 மீர் காசிம் வங்க நவாபானார்
1760 கட்டபொம்மன் பிறப்பு *(1760-1799)*
1760 அமெரிக்க குடியேற்றங்களில் மக்கள் தொகை 16 இலட்சம்
1760 கிராம்பு, சாதிக்காய் ஆம்ஸ்டர்டாமில் தீயிடப்படுதல்
1760 இலண்டனில் தாவரவியல் பூங்கா அமைந்தது
1760 நோய் நாடுவதில் உடற்கூறுக் கோட்பாடு
1760 ஜப்பானில் புதிய ஷோகன்
1760 பிரிட்டன் கனடாவை வெல்லுதல்
1760 ஆல்ப்ஸ் மலையுச்சிக்கு ஏற முயற்சி
1760 நிலநடுக்கம் பற்றிய முறையான ஆய்வு தொடக்கம்
1760 லாயிடு கப்பல் போக்குவரவு அடங்கல்
1760 அமெரிக்கத்தில் மூக்குப் பொடி அறிமுகம்
1760 மூன்றாம் ஜார்ஜ் முடிசூடுதல்

பானிப் பத்து - ஏழாம் பத்து

1761 பிரஞ்சு மொழியில் திருக்குறள்
1761 ஐதரலி கான் மைசூர் ஆட்சியைக் கவர்ந்தார்
1761 பூலித் தேவர் கான்சாகிபிடம் தோல்வி
1761 கூட்டே பெருமுக்கலைப் பிடித்தார்
1761 வேப்பேரியில் எஸ்.பி.கே.சி. அச்சகம்
1761 அரக்கானில் நிலநடுக்கம்
1761 பிரிட்டனில் மூத்த பிட்டு பதவி விலகினார்
1761 திரிபுர நாட்டரசு வரலாறு தொடக்கம்
1761 ஆக்ராக் கோட்டையை ஜாட்டுகள் பிடித்தனர்
1761 பிரிட்டீசாருக்குப் பிரஞ்சுக்காரர் எதிர்ப்பு ஒழிதல்
1761 மூன்றாவது பானிப் பத்துப் போரில் மராட்டியர் தோல்வி
1761 குவாக்கர் அமைப்பிலிருந்து அடிமை வணிகர் நீக்கம்
1761 தட்டிப் பார்த்து நோயறியும் முறை வந்தது
1761 புகையிலை புற்றுநோய்த் தொடர்பு அறியப்படுதல்
1761 மூப்புப் பற்றிய மருத்துவநூல்கள் வெளியாதல்
1761 ஸ்பெயின் போர்ச்சுக்கல் மீது போர் தொடுத்தது
1761 பேஷ்வா பாலாஜி பாஜி ராவ் இறப்பு *(1721-1761)*
1761 ஆனந்தரங்கப் பிள்ளை இறப்பு *(1709-1761)*

1762 சென்னையில் கோயில் கட்டக் கம்பெனி உதவி
1762 இளவயதுச் சேதுபதி முத்துராமலிங்கத் தேவர்
1762 கான் சாகிபு குழந்தைக்குத் தங்கத் தொட்டில்
1762 ஐதரலி படையினருக்கு ஐரோப்பியர் பயிற்சி
1762 ஆலப்புழையில் அயல் வாணிபப் பெருக்கம்
1762 சியாமா சாஸ்திரி பிறப்பு *(1762-1827)*
1762 இலங்கை – கிழக்கிந்தியக் கம்பெனி முதல் தொடர்பு
1762 பிரிட்டீசார் அலி கானை நிசாமாக்கினர்
1762 ரூசோவின் சமுதாய ஒப்பந்தம் வெளியானது
1762 பிரான்சில் பீங்கான் களிமண் கிடைத்தது
1762 பிரிட்டன் ஆறாவது தலைமை அமைச்சர் பூட்டு பிரபு
1762 காதரைன் இரஷியப் பேரரசியானார்
1762 ரப்பர் கற்பூரத் தைலத்தில் கரைவது கண்டுபிடிப்பு
1762 ஐரோப்பியத்தில் மக்கள் தொகைப் பெருக்கம்
1762 இத்தாலியில் டைஃபஸ் பரவுதல்
1762 குழந்தை நோயியல் தோற்றம்

1763 துளு நாட்டில் ஐதரலி கான் படையெடுப்பு வெற்றி
1763 இக்கேரி நாயக்கர் குடி ஆட்சி முடிந்தது
1763 ஓர்மியின் இந்திய வரலாறு வெளிவந்தது
1763 பொட்டல்புதூரில் தர்கா
1763 தஞ்சையில் துளசா ஆட்சி தொடக்கம்

1763	சென்னை ஆளுநர் பால்கு
1763	திருச்சிராப்பள்ளி ஆயுதக் கிடங்கில் தீ
1763	இராமநாதபுரத் தளவாய் வெள்ளையன் சேர்வை இறப்பு
1763	தூய்ப்ளே வறுமையில் இறந்தார் *(1697-1763)*
1763	நானா பதனவிஸ் எழுச்சி
1763	ஐரோப்பிய வேளாண்மை, வாணிபம் வங்கித் தொழில் செழிப்பு
1763	ஏழாண்டுப் போர் முடிவு *(1756-1763)*
1763	கனடாவைப் பிரான்சு பிரிட்டனுக்கு விட்டுத் தந்தது
1763	வேல்சில் கிரிக்கட்டுப் பற்றிய முதல் குறிப்பு
1763	கடலோடிகள் வழிகாட்டிக் கையோடு வெளிவந்தது
1763	ஸ்பின்னிங்கு ஜென்னி நூற்பு எந்திரம் கண்டுபிடிப்பு
1763	டாக்டர் ஜான்சன் - பாஸ்வல் சந்திப்பு
1763	பிரிட்டீசுத் தலைமை அமைச்சர் கிரன்வில்
1763	ஊடாநல்லாப் போரில் மீர் காசிம் தோற்றார்
1763	அமெரிக்க குடியேற்றங்களில் பிரிட்டன் மீது வெறுப்பு மிகுதல்
1763	ஹன்சியாட்டிக்கு லீகு இறுதியாய் மறைந்தது
1764	கான் சாகிபு விழ்ச்சி தூக்கிலிடப்பட்டார்
1764	கர்நாடகத்தில் மராட்டியர் படையெடுப்பு
1764	கள்ளர் மீது கொடிய அடக்குமுறை
1764	பேராளர் *(Resident)* ஆட்சி முறை அறிமுகம்
1764	வங்க ஆளுநர் ஜான் ஸ்பென்சர்
1764	பக்சார்ச் சண்டை மீர் காசிம், ஒளது நவாபு தோல்வி
1764	மாட்ரிடில் அரண்மனை கட்டி முடிக்கப்பெற்றது
1764	இரஷியத்தில் கோயில் நிலங்களை அரசு பறித்தது
1764	இலண்டனில் வீடுகளுக்கு எண்கள் இடப்படுதல்
1764	குடியேற்றங்களை நசுக்கப் பிரிட்டன் மிகு வரி விதித்தல்
1764	ஐரோப்பியத்தில் காற்றாலைகள்
1764	வில்லியம் ஹோகார்த்து இறப்பு *(1697-1764)*
1764	பாம்பீடு சீமாட்டி இறப்பு *(1721-1764)*
1765	மீண்டும் கிளைவு இந்தியம் வந்தார்
1765	கிளைவு வங்க ஆளுநரானார்
1765	முகலாய அரசர் வங்க மாநிலத்தைப் பிரிட்டீசாருக்குத் திவானியாய் அளித்தார்
1765	ஜேம்ஸ் வாட்டின் நீராவிப் பொறிகள்
1765	பிரிட்டீசுத் தலைமை அமைச்சர் ராக்கிங்காம் பிரபு
1765	பிரிட்டீசு அரசியல் சட்டத்திற்குப் பிளாக்ஸ்டோன் விளக்கவுரை
1765	மேலை நாடுகளில் மருத்துவக் கல்வி வளர்ச்சி
1765	முத்திரைத் தாள் சட்டம் அமெரிக்கக் குடியேற்றங்களில் எதிர்ப்பு
1765	அமெரிக்கக் குடியேற்றங்களில் ஏற்றுமதிப் பெருக்கம்
1765	பேங்கு ஆஃப் பெர்லின் அமைப்பு
1765	பாரிசில் உலகின் முதல் ரெஸ்டாரண்டு

1765 கப்பலுக்குக் காலக் கணிப்புக் கருவி கண்டுபிடிப்பு

1766 உலகைக் கடலில் வலம் வரப் புகைன்வில் புறப்பட்டார்
1766 பாளையக்காரருக்கு எதிரான போர் தொடக்கம்
1766 கொண்டபள்ளியைப் பிரிட்டீசார் கைப்பற்றினார்
1766 பிரஞ்சுத் தளபதி லாலிக்கு மரண தண்டனை
1766 வதோதரா பரோட நாட்டரசின் கோ நகராதல்
1766 வட கேரளத்தின் மீது ஐதரலி கான் படையெடுப்பு
1766 ரூசோவின் ''குறையேற்பு'' வெளியானது
1766 முத்திரைத் தாள் சட்டத்தைப் பிரிட்டன் நீக்கியது
1766 ஹைடிரஜன் பிரித்தறியப்பட்டது
1766 மூத்த பிட்டு பிரிட்டீசுத் தலைமை அமைச்சரானார்
1766 பிரான்சில் உள்நாட்டுத் தானிய வாணிபத்திற்குத் தடை
1766 இரஷியத்தில் மக்களுக்கு வழிபாட்டு உரிமை மீண்டும் கிடைத்தது
1766 கிறிஸ்தி ஏலக் கடை திறப்பு
1766 தாமஸ் மால்தஸ் பிறப்பு (1766 – 1834)

1767 இந்திய நில அளவாய்வுத் துறை தோற்றம்
1767 பாளையக்காரர் எழுச்சி ஒடுக்கப்பட்டது
1767 முதல் மைசூர்ப் போர் மூண்டது (1767 – 1769)
1767 தியாகராஜ சுவாமிகள் பிறப்பு (1767 – 1847)
1767 இங்கிலாந்து சென்ற இந்திய முஸ்லிம்கள்
1767 இராபட்டு கிளைவு தாயகம் திரும்பினார்
1767 சென்னை ஆளுநர் பூர்ச்சியர்
1767 வங்க ஆளுநர் வெரல்ஸ்டு
1767 அமெரிக்கக் குடியேற்றங்கள் மீது மீண்டும் வரி விதிப்பு
1767 தாகித்தி, சொசைட்டித் தீவுகள் கண்டுபிடிப்பு

1768 தமிழ் நூல்கள் மறைவு
1768 சம்ஸ்கிருத – ஐரோப்பிய மொழிகள் உறவு உணரப்படுதல்
1768 சேப்பாக்கத்தில் ஆர்க்காட்டு நவாபு அரண்மனை
1768 வத்தலக்குண்டை மைசூர்ப் படை பிடித்தது
1768 கொங்கு நாட்டுப் போர்க்களங்கள்
1768 சென்னையில் பத்திரிகை நடத்த முயன்றவர் கப்பலேற்றப்பட்டார்
1768 கம்பெனி – நிசாம் மச்சிலிப்பட்டின உடன்படிக்கை
1768 விசாகப்பட்டினத்தைப் பிரிட்டீசார் பிடித்தனர்
1768 சீனம் பர்மா மீது படையெடுத்தது
1768 பிரிட்டானியக் கலைக் களஞ்சியத் தொகுப்புப் பணி தொடக்கம்
1768 கிராஃப்டன் பிரபு பிரிட்டனின் தலைமை அமைச்சரானார்
1768 இலண்டனில் உணவுக் கலவரம்
1768 பிரான்சில் ரொட்டி விலையேற்றம்
1768 பிரஞ்சுக் கடலோடி புகைன்வில் கடலில் உலகை வலம் வந்தார்
1768 கார்சிக்கத்தைப் பிரான்ஸ் விலைக்கு வாங்கியது

1768 ஜேம்ஸ் குக்கின் முதல் தென் கடல் பயணம் (1768 – 1771)
1768 இராயல் ஓவியக் கழகம் அமைப்பு
1768 நைல் ஆற்றின் தோற்றுவாய் தேடிப் பயணம்

1769 இராமேசுவரக் கோயில் திருப்பணி நிறைதல்
1769 முதல் மைசூர்ப் போரின் இறுதிக் கட்டம்
1769 பிரிட்டீசு ஓவியர் இந்தியம் வருதல்
1769 வாரன் ஹேஸ்டிங்சு சென்னையில்
1769 சுவார்ஷ் பாதிரியார் தஞ்சையில் குடியமர்ந்தார்
1769 வங்கத்தில் பெரும் பஞ்சம்
1769 வான்சிட்டாட்டு எங்கோ மறைந்தார்
1769 வங்க ஆளுநர் கார்டியர்
1769 நேபாளம் ஒரே நாடாய் உருவாதல்
1769 வில்லியம் ஷேக்ஸ்பியருக்கு முதல் விழா எடுக்கப்படுதல்
1769 புதையுயிர்த் தட ஆய்வாளர் குவியர் பிறப்பு (1769 – 1832)
1769 பிரஞ்சுக் கம்பெனி வாணிப உரிமத்தை இழத்தல்
1769 அமெரிந்தியத் தலைவர் பாண்டியாக்கு இறப்பு (சு. 1720 – 1769)
1769 நெப்போலியன் போனப்பாட்டு பிறப்பு (1769 – 1821)

1770 இறைவன் இல்லையெனில் அவனைப் படைப்போம் - வால்டயர்
1770 ''இயற்கையில் இறை நோக்கமிலது'' பிரஞ்சு மெய்யியலார் கூற்று
1770 தஞ்சையில் முகலாயப் பாணி ஓவியர் குடியேற்றம்
1770 சிவசாமி சேதுபதி விறலி விடு தூது எழுதப் பெறுதல்
1770 மைசூர் மன்னர் நஞ்சராச உடையார் கொலை
1770 பீரங்கி இரகசியத்தை ஐரோப்பியர் காத்து வருதல்
1770 பம்பாயில் நாடகக் கொட்டகைகள் அமைதல்
1770 கான்பூர் நகரத் தோற்றம்
1770 வட பாரதத்தில் வேளாண்மை, தொழில்கள் மந்த நிலை
1770 இந்திய – சீன வாணிபத்தில் ''நேர்மையற்ற வழி''
– கள்ள அபினி வாணிபம்
1770 கேப்டன் ஜேம்ஸ் குக்கு ஆஸ்திரேலியத்தில் முதலில் இறங்குதல்
1770 பிரஞ்சு இளவரசர் - ஆஸ்திரிய இளவரசி அந்தாய்னத்து திருமணம்
1770 ஜெர்மன் புலவர் கதே ''ஃபாஸ்டு'' எழுதி முடித்தார்
1770 சாதிக் காயில் டச்சு ஏகபோகம் ஒழிதல்
1770 உலகின் பெரிய பேரங்காடி இலண்டனில் திறப்பு
1770 பிரிட்டனில் உருளைக்கிழங்கு போதிய அளவில் விளைதல்
1770 நார்த்து பிரபு பிரிட்டீசுத் தலைமை அமைச்சரானார்
1770 அமெரிக்கக் குடியேற்றங்களில் மக்கள் தொகை 22 இலட்சம்
1770 சேசலசில் பிரஞ்சுக்காரர் குடியேறுதல்
1770 இந்தியத்திற்கு ஆங்கில மருத்துவர்கள் வருகை
1770 பிரேசிலிலிருந்து ஐரோப்பியத்திற்குத் தோல் ஏற்றுமதி
1770 ஜெர்மன் மெய்யியலார் ஹெகல் பிறப்பு (1770 – 1831)
1770 ஆங்கிலப் புலவர் வேர்டுஸ்வொர்த்து பிறப்பு (1770 – 1850)

1770	பண்ணமைப்பாளர் பீத்தோவன் பிறப்பு (1770 – 1827)

வேதிப் பத்து - எட்டாம் பத்து

1771	அருணாசலக் கவிராயர் இராம நாடகக் கீர்த்தனை இயற்றினார்
1771	தஞ்சை மராட்டியர் மறவர் நாட்டைத் தாக்குதல்
1771	பிரிட்டீசார் வல்லத்தைப் பிடித்தனர்
1771	சென்னையில் கொடும் பஞ்சம் (1771 – 1782)
1771	ஆங்கில நாவலாசிரியர் வால்டர் ஸ்காட்டு பிறப்பு (1771 – 1832)
1771	இரஷியம் கிரிமியத்தை முற்றாய் வென்றது
1771	பிரஞ்சுக் கடலோடி கெர்குவலின் தென்கடல் பயணம்
1771	பிரிட்டீசு நாடாளுமன்ற உரைகள் (ஹன்சார்டு) அச்சிட உரிமை
1771	"அடிமட்டத்திலிருப்பவர்களை அழுத்தி வை" ஆங்கிலச் செல்வர் கூற்று
1771	பிரிட்டனில் உணவுப் பொருளில் கலப்படம்
1771	தாமஸ் கிரே இறப்பு (1716 – 1771)
1772	மாமல்லபுரம் "கண்டுபிடிப்பு"
1772	மறவர் சீமையில் போர்
1772	சத்தியநாதன் பாதிரியானார்
1772	பேஷ்வா மாதவராவ் இறப்பு (1745 – 1772)
1772	மேற்குக் கரையோரத்தில் முதல் சர்வே
1772	கொள்ளையர் குடும்பத்தினரைக் குடும்பத்துடன் அடிமைகளாய் விற்க இந்தியத்தில் சட்டம்
1772	வாரன் ஹேஸ்டிங்சு வங்க ஆளுநரானார் (1772 – 1775)
1772	ஊமைத்துரை பிறப்பு (1772 – 1801)
1772	இராசாராம் மோகனர் பிறப்பு (1772 – 1803)
1772	கல்கத்தாவில் நாடகக் கொட்டகைகள் அமைப்பு
1772	கம்பெனி பிரிட்டீசு அரசிடம் கடன் கோருதல்
1772	கூச்சு பிகாரைக் கம்பெனி தன் வசப்படுத்தியது
1772	இந்தியத்தில் போர்த்துக்கீசர் நீதிமன்றங்கள்
1772	பிரஞ்சுக் கலைக்களஞ்சியப் பணி முற்றுதல்
1772	போலந்தை இரஷியம், பிரஷியம், ஆஸ்திரியம் பங்கு போடுதல்
1772	கேப்டன் ஜேம்ஸ் குக்கின் இரண்டாவது பசிபிக்குப் பயணம்
1772	ஜப்பானிய எடோ நகரம் தீக்கிரை
1773	புதிய ஏற்பாடு 27 ஆகமங்களை ஃபப்ரீசியஸ் தமிழில் மொழிபெயர்த்து வெளியிடுதல்
1773	சிவகங்கைச் சீமை பெரிய மருதிற்கு உரிமையாதல்
1773	தஞ்சைத் தரணி ஆர்க்காட்டு நவாபிற்கு அடங்குதல்
1773	சென்னையில் குதிரைப் பந்தயம் தொடக்கம்
1773	இந்தியத்தில் ஐரோப்பியப் பெண்கள் வந்து இறங்குதல்
1773	இந்திய-சீன அபினி வாணிபம்
1773	சென்னை ஆளுநர் விஞ்சு

1773	பிரஞ்சு வீரன் திருடிய ஆர்லோ வைரம்
1773	பேஷ்வா நாராயண ராவ் கொலை
1773	பிரிட்டீசு இந்தியக் குதிரைப் படை அமைப்பு
1773	ஏசு சபையைப் பாப்பரசர் கலைத்தார்
1773	இலண்டனில் பங்குச் சந்தை தோற்றம்
1773	கோவா வெடிமருந்துக் கிடங்கில் தீ
1773	பிரிட்டனில் கோதுமை இறக்கச் சட்ட இசைவு
1773	விடுதலை பெற்ற அடிமைகளை மேற்காப்பிரிக்கத்தில் குடியமர்த்த வலியுறுத்தல்
1773	நிலநடுக்கம் - ஆண்டிகுவா முற்றிலும் அழிந்தது
1773	"பாஸ்டன் தேநீர் விருந்து" – அமெரிக்கக் குடியேறிகளின் தன்னுரிமைக் குமுறல்
1773	கேப்டன் குக்கு அண்டார்டிக்கு வட்டத்தைக் கடந்தார்
1773	கிழக்கிந்தியக் கம்பெனி ஒழுங்கு முறைச் சட்டம் நிறைவேற்றம்
1773	காதரைனை எதிர்த்து இரஷியத்தில் புரட்சி
1774	கல்கத்தா பிரிட்டீசு இந்தியத் தலைநகராதல்
1774	கல்கத்தாவில் முதல் அஞ்சல் துறைத் தலைவர்
1774	ஐதரலி கான் மீண்டும் வட கேரளத்தைத் தாக்கினார்
1774	திப்பு சுல்தான் - ருக்குவய்யா பேகம் திருமணம்
1774	முதல் ஆங்கில – மராட்டியர் போர் தொடக்கம் (1774 – 1783)
1774	படேவியத்தில் ஆசியவியல் சங்கம் அமைப்பு
1774	சென்னையில் தோட்டம் போட ஐரோப்பியருக்கு நிலம்
1774	டச்சுக்காரர் ஆமதாபாதிலிருந்தும் வெளியேற்றம்
1774	அடிமை ஒழிப்பில் குவாக்கர் பணி
1774	பிரிட்டீசு நாடாளுமன்ற உரைக் கோவை (ஹான்சார்டு) அச்சாதல்
1774	வேதியியல் வரலாறு தொடங்கியது
1774	ஜோசஃபு பிரீஸ்டிலி ஆக்சிஜனைக் கண்டுபிடித்தல்
1774	குளோரின், மக்னீசியம் கண்டுபிடிப்பு
1774	பிரான்சில் பயிர் பிழைத்துப் பஞ்சம்
1774	அரசுக் கல்வித் திட்டம் - முதலில் நடைமுறைப்படுத்திய நாடு ஆஸ்திரியம்
1774	இராபட்டு கிளைவு இறப்பு (1725 – 1774)
1774	பதினான்காம் லூயி அம்மை கண்டு இறப்பு (1710 – 1774)
1774	கனக்டிக்கட்டில் அடிமைகள் இறக்கத் தடை
1774	ஃபிலடெல்ஃபியத்தில் அமெரிக்கப் பெருநிலப் பேரவை கூடியது
1775	தமிழில் உரைநடைக் கதை – வசன சம்பிரதாயக் கதை
1775	திருவாரூர் முத்துச்சாமி தீட்சிதர் பிறப்பு
1775	தென்னாட்டில் ரோமன் நாணயங்கள் அகப்பட்டன
1775	மராட்டியரிடையே உள் சண்டை
1775	மைசூரில் குழந்தை அரசர் சாமராச உடையார்
1775	இந்து மாக்கடலியல் ஆய்வு

1775 கல்கத்தாவில் நந்தகுமாருக்குத் தூக்கு
1775 அமெரிக்க விடுதலைப் போர் தொடக்கம் (1775 – 1781)
1775 அடிமை விடுதலைக்கு அமெரிக்கத்தில் முதல் சங்கம்
1775 பிரிட்டனில் கொத்தடிமைகள் விடுதலை
1775 கேப்டன் ஜேம்ஸ் குக்கு பசிபிக்குப் பயணம்
முடித்துத் தாயகம் திரும்பினார்
1775 காசோலைக் கணக்குத் தீர்க்க வங்கிகளில் முதல் மையம்
1775 காப்பிக் கொட்டைக்குத் தடை – பிரஷிய மன்னர் முயற்சி
1775 ஆந்திரே மாரி ஆம்பியர் பிறப்பு (1775 – 1836)
1775 பீற்று நீர் விசைக் கஃசு (ஃபளஷ் அவுட்டு)
1775 யாங்கி டூடில் பாட்டுப் பிறந்தது

1776 இந்துச் சட்டங்கள் வெளியீடு
1776 அயினி-எ-அக்பரி ஆங்கிலத்தில்
1776 புதுச்சேரியில் கத்தோலிக்கப் பேராயர்
1776 தலைச்சேரி ஆங்கிலேயர் தொடர்பு
1776 வங்கத்தில் நெசவுத் தொழில் நிலை
1776 அல்வார் நாட்டரசு தோற்றம்
1776 அமெரிக்க விடுதலை உலகறியச் சாற்றப்படுதல்
- இரண்டாவது பெருநிலப் பேரவையில்
1776 அமெரிக்க விடுதலைப் படையினர் அம்மையினால்
ஆயிரக்கணக்கில் மடிதல்
1776 கிப்பனின் ரோமானிய வரலாறு – முதல் தொகுதி வெளிவந்தது
1776 மேற்கத்தி இசை வரலாறு எழுதத் தொடக்கம் (1776 – 1789)
1776 மாஸ்கோவில் போல்ஷாய் கொட்டகை அமைந்தது
1776 அடிமை முறையை எதிர்த்துப் பிரிட்டீசு
நாடாளுமன்றத்தில் முதல் குரல் - தீர்மானம் தோல்வி
1776 யூரிக்கு அமிலம் கண்டுபிடிப்பு
1776 பிரான்சில் விளைச்சல் பெருக்கம் - ரொட்டி மலிதல்
1776 நீர் முழ்கிப் போர் முன்னோடியர்
1776 காக்டெயில் பிறந்தது
1776 டேவிடு ஹியூம் இறப்பு (1711-1776)

1777 வாரணாசியில் காசி விசுவநாதர் கோயில் திருப்பணி
1777 முகமதலி தஞ்சைத் தரணியை அடகு வைத்தல்
1777 ஆளுநர் பிகாட்டுப் பிரபு சென்னையில் இறப்பு
1777 சென்னை ஆளுநர் ஸ்டிரேட்டன்
1777 முராரி ராவ் இறப்பு (1704 – 1777)
1777 வாசிங்டனிடம் பிரிட்டீசுப் படை தோல்வி
1777 ரியோடிஜனீரா பிரேசிலின் புதுத் தலைநகரம்
1777 நிழற்படம் தொடக்க நிலை ஆய்வுகள்
1777 நாயக்கர் குடியின் விசயகுமாரன் இறப்பு
1777 டி லென்னாய் இறப்பு

1778	சென்னை ஆளுநர் ரம்போல்டு
1778	இந்தியத்தில் ஐரோப்பியக் கூலிப் படையினர் நிலை
1778	பிரிட்டன் பிரான்ஸ் மீது போர் தொடுத்தது
1778	பிரிட்டனின் சுரங்கத் தொழிலாளர் கொத்தடிமை நிலையிலிருந்து விடுதலை
1778	அமெரிக்க வர்ஜீனியத்தில் அடிமைகள் இறக்கத் தடை
1778	கேப்டன் குக்கு ஹவாயியைக் கண்டுபிடித்தல்
1778	ஹம்பர்கில் முதல் சேமிப்பு வங்கி
1778	மாலிப்தினம் தனிப்படுத்தப்படுதல்
1778	பாரிஸ் நகரில் மெஸ்மரிசப் பித்து
1778	வால்டயர் இறப்பு (1694-1778)
1778	ரூசோ இறப்பு (1712-1778)
1778	கரோலஸ் லினீயஸ் இறப்பு (1707-1778)
1779	ஃபப்ரீசியஸ் செய்த முதல் தமிழ் ஆங்கில – தமிழ் அகராதி வெளியாதல்
1779	சுவார்ஷ் பாதிரியார் ஐதரலி கானிடம் தூது
1779	கர்நாடகத்தில் சித்திரதுர்க்க நாயக்கராட்சி மறைதல்
1779	அயர் கூட்டே தலைமைப் படைத் தலைவரானார்
1779	ஆர்மோனியம் கண்டுபிடிப்பு
1779	கருக்கொள்ள விந்து வேண்டும் - ஐரோப்பியத்தில் உணரப்படுதல்
1779	ஸ்பெயின் பிரிட்டன் மீது போர் தொடுத்தது
1779	நூற்பு, நெசவு எந்திரங்களை எதிர்த்து மாஞ்செஸ்டரில் முதல் கலவரங்கள்
1779	தாவரவியல் ஒளிச்சேர்க்கைக் கொள்கை உருவாக வழி
1779	மனிதன் கி.மு.4004 இல் படைக்கப்பட்டான் - கேம்பிரிட்ஜ் பல்கலைக்கழகத் துணைவேந்தர் கூற்று
1779	உலகம் விவிலியம் கூறுவதைவிடக் காலத்தால் மூத்தது - பஃபன் கருத்து
1779	நாடக நடிகர் டேவிடு காரிக்கு இறப்பு (1717-1779)
1779	கேப்டன் ஜேம்ஸ் குக்கு கொலை (1728 – 1779)
1780	சென்னைத் தம்பி படை அமைப்பு
1780	நெல்லைச் சீமையில் கிளாரிண்டா
1780	பெரிய மருது சருகணியில் அடைக்கலம்
1780	இரண்டாம் மைசூர்ப் போர் மூண்டது (1780 – 1784)
1780	கோழிக்கோட்டில் ஐதரலி கானிடம் ஐரோப்பியர் சிறை
1780	திப்பு சுல்தான் சிரக்கல்லை அழித்தார்
1780	பதினெட்டாம் நூற்றாண்டில் இந்திய இதழ்கள்
1780	இந்தியத்தில் ஐரோப்பிய முகவர் நிறுவனங்கள்
1780	குவாலியர்க் கோட்டை பிரிட்டீசாரிடம் வீழ்ந்தது
1780	இரஞ்சித்து சிங்கு பிறப்பு (1780-1839)
1780	பம்பாய் நகர மக்கள் தொகை 1,13,756

1780	இலண்டனில் கார்டன் கலவரங்கள்
1780	பென்சில்வேனியம் அமெரிக்கத்தில் அடிமை முறையை ஒழித்த முதல் மாநிலமானது
1780	பிரிட்டனில் பசுமைப் புரட்சி
1780	பிரிட்டனில் சோதிடக் கலை புத்துயிர் பெறுதல்
1780	ஆஸ்திரிய அரசி மரியாள் தெரசாள் இறப்பு (1717-1780)

புரட்சிப் பத்து - ஒன்பதாம் பத்து

1781	முத்துராமலிங்க சேதுபதி சிறையிலிருந்து விடுதலை
1781	இரண்டாம் மைசூர்ப் போரில் சிதம்பரம்
1781	சென்னை ஆளுநர் மக்காட்னிப் பிரபு
1781	கருங்குழி ஆங்கிலேயர் வசமானது
1781	காசி அரசரை வாரன் ஹேஸ்டிங்சு சிறை செய்தார்
1781	ஐதரலி கான் முகலாய அமைச்சருடன் அரசியல் பேரம் நடத்தல்
1781	டச்சுக்காரர் நாகப்பட்டினத்தைப் பிரிட்டீசாரிடம் இழத்தல்
1781	கல்கத்தாவில் மதரசா அமைப்பு
1781	பிரிட்டீசுப் பொருளியல் வளர்ச்சியில் முடுக்கம்
1781	இங்கரின் கடைசி மன்னர் கொலை
1781	ஸ்பானியர் லாஸ் ஏஞ்சலஸ் நகரை நிறுவுதல்
1781	சீனத்தில் முஸ்லிம் கிளர்ச்சி
1781	வில்லியம் ஹெர்ஷல் யூரனஸ் கோளைக் கண்டுபிடித்தல்
1782	சென்னையில் பஞ்சம் - மணியக்காரர் சத்திரம் திறப்பு
1782	ஆர்க்காட்டு நவாபு தமுக்கம் அரண்மனையை ஆங்கிலேயருக்குத் தருதல்
1782	புன்னைக்காயல் கோட்டை அழிப்பு
1782	திரிகோண மலைக்காகப் பிரிட்டீசார், டச்சுக்காரர் சண்டை
1782	பேங்காக்கு நகரத் தோற்றம்
1782	பிரிட்டீசு அரச குடும்பச் செலவுகளை கட்டுப்படுத்தச் சட்டம்
1782	பிரிட்டீசுத் தலைமை அமைச்சர் செல்பன் பிரபு
1782	பிரிட்டனில் சிறைச்சாலைச் சீர்திருத்தம்
1782	பிரிட்டனில் ஒப்பந்தக்காரர் தேர்தலில் நிற்கத் தடை
1782	ஸ்பெயின் ஃபுளோரிடத்தை வென்றது
1782	ஐதரலி கான் இறப்பு (1722-1782)
1782	டேனியல் பெர்னூலி இறப்பு (1700-1782)
1783	முதல் இந்திய நிலப்படம்
1783	மருது பாண்டியர் அறப்பணிகள்
1783	பாளையக்காரரை ஒடுக்கக் கம்பெனி முனைப்பு
1783	ஐரோப்பியர் நாட்டுப்படையினர் முதல் மோதல்

1783	முதல் ஆங்கில – மராட்டியர் போர் முடிவு *(1774-1783)*
1783	வட பாரதத்தில் வறட்சியும் வற்கடமும்
1783	காலின் மெக்கன்சி சேகரப் பணி தொடக்கம்
1783	வில்லியம் ஜோன்ஸ் இந்தியம் அடைந்தார்
1783	இந்தியத்தில் பிரிட்டீசு ஓவியர் சோஃபனி
1783	இளைய பிட்டு பிரிட்டனில் தலைமை அமைச்சராதல்
1783	இந்தியச் சட்ட முன்வரை பிரிட்டீசு நாடாளுமன்றத்தில் தோல்வி
1783	அடிமை ஒழிப்பில் குவாக்கர் முனைந்து ஈடுபடுதல்
1783	பிரிட்டனில் கடைசித் தூக்குத் தண்டனை நிறைவேற்றம்
1783	நீரிழிவு சர்க்கரைத் தொடர்பு அறியப்பட்டது
1783	உலகின் முதல் மெழுகுப் பொம்மைக் காட்சி
1783	டங்ஸ்டன் உண்டாக்கப்பட்டது
1783	முதல் பலூன் பிரான்சில் பறந்தது
1783	கால்வினியின் செப்பமற்ற மின்கலம்
1783	ஐசிலாந்தில் எரிமலை வெடித்தது
1783	சைமன் பொலிவார் பிறப்பு *(1783 – 1830)*
1783	வாசிங்டன் இர்விங்கு பிறப்பு *(1726-1859)*
1783	அயர் கூட்டே இறப்பு *(1726-1783)*
1783	லியோனார்டு யூலர் இறப்பு *(1707-1783)*
1784	வங்க ஆசியவியல் சங்கம் அமைப்பு
1784	இராசாராம் மோகனரின் அறிவு வாழ்க்கை தொடக்கம்
1784	வேணாட்டு மன்னர் இராமேசுவர யாத்திரை
1784	கண்ணனூர் அரசி கம்பெனிக்குக் கப்பம் கட்டினார்
1784	மராட்டி மொழியில் 'கிறித்தவ புராணம்'
1784	இரண்டாம் மைசூர்ப் போர் முடிவு *(1780 – 1784)*
1784	இந்தியச் சட்டம் *1784* நிறைவேறியது
1784	தனிப்பட்ட பிரிட்டீசு வணிகர் இந்தியத்தில் ஏற்றம்
1784	பிரிட்டானியக் கலைக்களஞ்சியம் பத்துத் தொகுதிகள் நிறைவு
1784	அமெரிக்கரின் முதல் கீழையுலகப் பயணம்
	இந்துமாக் கடலில் அமெரிக்கர்
1784	அரசியல் கேலிச்சித்திர முன்னோடி
1784	பாரிசில் முதற் குருடர் பள்ளி
1784	ஜப்பானில் தொடர்ந்து பஞ்சம்
1784	சிட்ரிக்கு அமிலம் கண்டுபிடிப்பு
1784	டாக்டர் சாமுவேல் ஜான்சன் இறப்பு *(1709-1784)*
1785	பகவத் கீதை ஆங்கிலத்தில் மொழிபெயர்க்கப்பட்டது
1785	சென்னை அரசின் ஆதரவில் கிழமை இதழ் " The Madras Courier"
1785	இராமநாதபுரத்தில் சுவார்ஷ் உயர்நிலைப் பள்ளி
1785	முத்தியாலுப்பேட்டைப் பள்ளிவாசல் எழும்புதல்
1785	ஆர்க்காட்டு நவாபு – கம்பெனி முதல்நிலை உடன்படிக்கை
1785	சென்னை ஆளுநர் அலெக்சாந்தர் டேவிட்சன்

1785 மலபாரிலிருந்து மிளகு ஏற்றத் திப்பு சுல்தான் தடை
1785 ஆந்திரத்தில் ஆங்கிலேயர் - பிரஞ்சுக்காரர் சண்டை
1785 வாரன் ஹேஸ்டிங்சு தாயகம் திரும்பினார்
1785 போர்பந்தர் நாட்டரசு வரலாற்றுத் தொடக்கம்
1785 மலேயத்தில் பிரிட்டீசார் ஜார்ஜ் டவுனை நிறுவினர்
1785 இலண்டன் டைம்ஸ் நாளிதழ் வெளியீடு
1785 பலூனில் ஆங்கிலக்கால்வாய் முதலில் கடக்கப்பட்டது
1785 அமெரிக்க ஒன்றியத்தில் பொருளியல் இடர்ப்பாடுகள்
1785 பிரான்சில் உருளைக் கிழங்கு அறிமுகம்
1785 தெ பூசி இறப்பு (1718-1785)

1786 சென்னையில் தலைமை அஞ்சலகம் அமைப்பு
1786 மதுரை மாவட்டத்திற்கு முதல் ஆட்சித்தலைவர் (கலக்டர்)
1786 சென்னையில் துப்புரவுப் பணிக்கு ஒப்பந்த முறை
1786 காரன்வாலிஸ் பிரபு புதிய தலைமை ஆளுநர் ஆனார்
1786 கல்கத்தாவில் தாவரவியல் பூங்கா அமைந்தது
1786 திப்பு சுல்தான் ''பாதுஷா'' ஆனார்
1786 வாரன் ஹேஸ்டிங்சு மீது ஊழல் குற்றச்சாட்டு
1786 பிரிட்டனில் நாட்டுக் கடன் தீர்க்கும் நிதி நிறுவனம் அமைப்பு
1786 மாண் பிளாங்கு மலை மீது மனிதன் ஏறினான்
1786 பிரஷியம் ஐரோப்பியத்தில் வலிமை மிக்க இராணுவ வல்லரசாதல்
1786 கதிரடிக்கும் எந்திரம் வந்தது
1786 ஆணி செய்ய எந்திரம் வந்தது
1786 வேதியியலார் காரல் ஷீல் இறப்பு (1742-1786)
1786 பிரஷிய மன்னர் மா ஃபிரடரிக்கு இறப்பு (1712-1786)

1787 மாவட்டங்களில் ஆட்சித் தலைவர்கள் (கலக்டர்) அமர்த்தப்படுதல்
1787 அமரசிங்கன் தஞ்சை மன்னராதல்
1787 மைசூரில் நசராபாது திப்பு சுல்தான் உண்டாக்கினார்
1787 இந்தியத்தில் தீவாந்தரத் தண்டனை தொடக்கம்
1787 சைமன் ஓம் பிறப்பு (1787-1845)
1787 லூயி டாகரி (நிழற்படக் கருவி) பிறப்பு (1787-1851)
1787 வாரன் ஹேஸ்டிங்சு மீது மேலும் பல குற்றச்சாட்டுகள்
1787 பம்பாயில் தலைமை அஞ்சலகம் அமைப்பு
1787 காம்பே மக்கள் கம்பெனிப் பகுதியுடன் இணைய ஆவல்
1787 குஜராத்தில் கொள்ளையர் அட்டுழியும்
1787 அடிமை முறைக்கு ஐரோப்பியத்தில் எதிர்ப்பு வலுத்தல்
1787 லார்டுஸ் மைதானத்தில் முதல் கிரிக்கட்டு ஆட்டம்
1787 பிரிட்டனில் தொழில் வளர்ச்சி மிகுதல்
1787 அருமணங்கள் கண்டுபிடிப்பு
1787 டெலவேர் ஆற்றில் நீராவிப் படகு வெள்ளோட்டம்
1787 பிரான்சில் தொழிலாளர் நிலை இழிவாகிப் போதல்
1787 முதல் ஐடிரஜன் பலூன் பறக்கவிடப்படுதல்

1787 அமெரிக்க ஒன்றியத்துடன் குடியேற்றங்கள் இணைதல்
1787 துருக்கருடன் இரஷியம் மீண்டும் போர்
1787 ஒசாக்காவில் (ஜப்பான்) உழவர் கிளர்ச்சி
1787 வகாபி இயக்க நிறுவனர் வகாபி இறப்பு (1691-1787)

1788 கண்டம நாயக்கனூரைத் திப்பு சுல்தான் கவர்ந்தார்
1788 கொண்டவீட்டைப் (ஆந்திரம்) பிரிட்டீசார் பிடித்தனர்
1788 கேரளத்தில் திப்பு சுல்தானின் அட்டூழியங்கள்
1788 சென்னையில் பாரி நிறுவனம் அமைப்பு
1788 மேரிலிபோன் கிரிக்கட்டுக் கிளப்பு (MCC) அமைப்பு
1788 அமெரிக்க ஒன்றியத்துடன் மேலும் குடியேற்றங்கள் இணைதல்
1788 ஆஸ்திரேலியத்தில் ஐரோப்பியர் குடியேற்றம் தொடக்கம்
1788 நீரிழிவு கணையத் தொடர்பு முதலில் அறியப்படுதல்
1788 யூதர்கள் ஆஸ்திரியத்தில் இழிவுபடுத்தப் படுதல்
1788 பிரான்சில் கோதுமை விலையேற்றம்
1788 பிரஞ்சு மன்னரிடம் மக்கள் குறைகளின் பட்டியல் அளிக்கப்படுதல்
1788 இலண்டனில் ஆப்பிரிக்கச் சங்கம் அமைப்பு
1788 சியரா லியோஸகில் (மேற்கு ஆப்பிரிக்கம்)
முதல் பிரிட்டீசுக் குடியேற்றம்
1788 கப்பல் எஞ்சினுக்குக் கொதிகலன் உருவாக்கப்பட்டது
1788 ஆக்கமான முதல் நீராவிப் படகு
1788 இயற்கையிலார் பஃபன் இறப்பு (1707-1788)
1788 தாமஸ் கெயின்பரோ இறப்பு (1727-1788)

1789 ஆங்கில தமிழ் அகராதி ஃபப்ரீசியஸ் தொகுத்தது
1789 முத்துப்பழனியின் இராதிகா சந்த்வனம் தெலுங்கு இலக்கியம்
1789 காமசூத்திர விருத்தியுரை எழுதப்படுதல்
1789 சிவகங்கைச் சீமை மீது கம்பெனி படையெடுத்தது
1789 திப்பு சுல்தான் வேணாட்டுப் போரில் காயமடைந்து புறமுதுகிடுதல்
1789 புதுக்கோட்டையின் புது மன்னர் விசயரகுநாதத் தொண்டமான்
1789 திருவல்லிக்கேணிப் பள்ளிவாசல் கட்டி முடிக்கப் பெறுதல்
1789 நாகர் நாட்டில் பிரிட்டீசார்
1789 வங்க ஆசியவியல் சங்க ''ரிசர்ச்சஸ்'' வெளியீடு
1789 பம்பாயின் முதல் செய்தியிதழ் (Bombay Herald)
1789 சீனத்திற்கு இந்தியப் பருத்தி ஏற்றுமதியாதல்
1789 அந்தமானில் விரிந்த அளவாய்வு
1789 மராட்டிய ஜாகிர்தாருக்கு மீண்டும் ஆரணி கிடைத்தல்
1789 பாரிசில் பாஸ்டிலிச் சிறை தரைமட்டமாக்கப்பட்டது
1789 பிரஞ்சுப் புரட்சி வெடித்தது
1789 பிரஞ்சுப் பேரவை மன்றத்தில் மனித உரிமைகள் அறிவிப்பு
1789 பௌண்டி கப்பலில் பிரிட்டீசு மாலுமிகள் கலகம்
1789 அடிமை வாணிபத்தை ஒழிக்கக் காரன்வாலிஸ் முயற்சி
1789 ஜமைக்கத்தில் 2,11,000 அடிமைகள்

1789 ஜார்ஜ் வாசிங்டன் அமெரிக்க ஒன்றியத்தின் முதல் ஆட்சித் தலைவரானார்
1789 அமெரிக்க ஒன்றியத்துடன் வட கரோலினம் இணைந்தது
1789 அமெரிக்கத்தில் ''நன்றி செலுத்த நாள்'' முதலில் கொண்டாடப்பட்டது
1789 புகையிலைக்குச் செய்யப்பட்ட முதல் விளம்பரம்
1789 லினீயன் இடுகுறிப் பெயரிடு முறையில் சீர்திருத்தம்
1789 யுரேனியம் கண்டுபிடிக்கப்பட்டது
1789 ''கொக்கிப் புழு'' பெயர் பெறுதல்

1790 தென் பாண்டிச் சீமை முற்றிலும் கம்பெனி கைக்கு வந்தது
1790 சென்னை ஆளுநர் சர் வில்லியம்ஸ்
1790 கட்டபொம்மன் பட்டத்திற்கு வந்தார்
1790 மூன்றாம் மைசூர்ப் போர் மூண்டது *(1790-1792)*
1790 சென்னை மாநிலத்தில் பருத்தி விளைச்சலைப் பெருக்கக் கம்பெனி முனைப்பு
1790 அமெரிக்கத்தில் குடியேறிய முதல் சென்னைக்காரர்
1790 மயிலையில் சாதிக் கலவரம்
1790 கன்னட மொழியில் வரலாற்று நூல்கள்
1790 வினுகொண்டவில் (ஆந்திரம்) கம்பெனிப் படை
1790 காரன்வாலிஸ் கொண்டு வந்த நீதித் துறைச் சீர்திருத்தங்கள்
1790 பதின்மான முறை பிரஞ்சு அரசியலமைப்பு மன்றம் ஏற்றது
1790 பிரஞ்சுப் புரட்சிக்கு எட்மண் பர்க்கு எதிர்ப்பு
1790 அமெரிக்க ஒன்றிய மக்கள் தொகை *39,29,000*
1790 பெஞ்சமின் ஃபிராங்கிளின் இறப்பு *(1706-1790)*
1790 அர்ச்சண்டினத்தில் தோல் ஏற்றுமதியும் கன்று காலி அழிவும்
1790 தென்னிந்தியத் தொல்லெழுத்து ஆய்வு தொடக்கம்

பெண்ணியப் பத்து - பத்தாம் பத்து

1791 பிரான்சில் பஞ்சம்
1791 பதினாறாம் லூயி பிரான்சை விட்டுத் தப்ப முயன்று பிடிபடுதல்
1791 பிரிட்டனில் ஞாயிற்றுக்கிழமை இதழ் ''அப்சர்வர்'' வெளிவந்தது
1791 தாமஸ் பெயினின் ''மனித உரிமைகள்'' வெளியீடு
1791 கனடா சட்டப்படி பிரிட்டனுக்கு உரிமையாதல்
1791 அமெரிக்க ஒன்றியத்துடன் வெர்மாண் இணைதல்
1791 டைட்டானியம் கண்டுபிடிப்பு
1791 மைக்கேல் ஃபாரடே பிறப்பு *(1791-1867)*
1791 ஃபப்ரியஸ் இறப்பு *(1711-1791)*
1791 பண்ணமைப்பாளர் மொசாட்டு இறப்பு *(1756-1791)*
1791 ஜான் வெஸ்லி இறப்பு *(1703-1791)*
1791 மா காதரைன் இறப்பு *(1729-1791)*

1792 கீத கோவிந்தம் ஆங்கிலத்தில் மொழிபெயர்க்கப்பட்டது
1792 திருப்பரங்குன்றக் கோயிலின் தூய்மை காக்க உயிர்த்தியாகம்

1792 சைவப் புலவர் கிறித்தவம் தழுவினார்
1792 சென்னை ஆளுநர் சார்லஸ் ஒக்கிலி
1792 மூன்றாம் மைசூர்ப் போர் முடிவு *(1790-1792)*
1792 பெண்ணுரிமைக்கு முதல் குரல் கொடுத்த மேரி உல்ஸ்டன்கிராஃப்டு
1792 ஆங்கிலப் புலவர் ஷெல்லி பிறப்பு *(1792-1822)*
1792 சூஃபிப் புலவர் குணங்குடி மஸ்தான் பிறப்பு *(1792-1838)*
1792 வாசிங்டன் வெள்ளை மாளிகைக்குக் கால்கோளிட்டார்
1792 நியூயார்க்கில் பங்குச் சந்தை அமைந்தது
1792 அமெரிக்க ஒன்றியத்துடன் கெண்டக்கி இணைந்தது
1792 பிரஞ்சு நாட்டுப் பாடல் ''லா மாசைலஸ்'' எழுதப்பட்டது
1792 பிரான்ஸ் குடியரசு என்று சாற்றப்பட்டது
1792 ஜில்லட்டின் பாரிசில் முதன்முதலாய் இயக்கப்பட்டது
1792 அடிமை வாணிபத்தை டென்மார்க்கு கைவிட்டது
1792 ரொட்டி சுடுவதில் புரட்சி பொட்டாசியம் கார்பனேட்டு
1792 ஃபிலடெல் ஃபியத்தில் முதல் நாணயச் சாலை அமைந்தது
1792 பாஸ்டன் பட்டினத்தில் அம்மை பரவுதல்
1792 எகிப்தில் பிளேக்குப் பரவியது

1793 ஆபே துபாய் இந்தியம் அடைந்தார்
1793 நிலக்கிழார்*(சமீந்தாரி)* முறை தோற்றம்
1793 காரன்வாலிஸ் பிரபிற்கு எழும்பூர்ப் பாந்தியனில் விருந்து
1793 சர். ஜான் ஷோர் புதிய தலைமை ஆளுநரானார்
1793 இந்தியச் சட்டம் 1793 பிரிட்டீசு நாடாளுமன்றத்தில் நிறைவேற்றம்
1793 இந்தியத்தில் சமயப் பரப்பியர் எண்ணிக்கை மிகுதல்
1793 மலபாரில் கம்பெனி நீதிமன்றங்களை அமைத்தல்
1793 இரசபுதன அரசர்கள் சம்ஸ்கிருதத்தில் கடிதத் தொடர்பு
1793 டேசிட்டஸ் எழுதிய ''வரலாறுகள்'' ஆங்கிலத்தில் மொழிபெயர்ப்பு
1793 நெப்போலியன் துலோன் வெற்றிக்குப் பிறகு அரசியல் ஏற்றம்
1793 பிரான்சில் புரட்சிக் காலண்டர் நடைமுறைக்கு வருதல்
1793 பிரான்சிற்கு எதிராய்ப் பிரிட்டனின் முதற் கூட்டணி
1793 பிரான்சில் முதன்முதலில் பதின்மான எடை, அளவு அறிமுகம்
1793 பாரிசில் லூவர் மியூசியம் மக்களுக்குத் திறந்து விடப்பட்டது
1793 பதினாறாம் லூயி தலைவெட்டிக் கொல்லப்பட்டார்
1793 பிரஞ்சுப் புரட்சியாளர் மரா குத்திக் கொலை
1793 ஆட்சியிலிக் *(anarchism)* கோட்பாடு தோற்றம்
1793 போலந்து மீண்டும் பங்கு போடப்பட்டது
1793 இரஷியத்தில் கோதுமைப் பட்டினம் ஒடசா தோற்றம்
1793 கனடாவில் டொராண்டோ நகரம் நிறுவப்பட்டது
1793 அலெக்காந்தர் மெக்கன்சி நில வழியாய்ப் பசிபிக்கை அடைந்தார்
1793 ஜப்பானில் புதிய ஷோகன் பதவி ஏற்றார்
1793 புதைபடிவுகள் பண்டு உயிர் வாழ்ந்த விலங்குகளின்
தடங்கள் லாமார்க்கு கருத்து
1793 பீட்டுக் கிழங்கிலிருந்து சர்க்கரை எடுக்கும் ஆலை அமைப்பு

1793 ஃபிலடெல்ஃபியத்தில் மஞ்சள் காய்ச்சல்

1794 சாரநாதம் வெளிச்சத்திற்கு வருதல்
1794 சென்னையில் மனநல மருத்துவமனை அமைந்தது
1794 சென்னையில் அர்மீனிய மொழி இதழ் வெளியீடு
1794 சென்னை ஆளுநர் ஹோபாட்டு
1794 திப்பு சுல்தான் ஈடுகாணம் கொடுத்து மக்களிருவரையும் மீட்டார்
1794 காசியைக் கம்பெனி தன் ஆட்சிப் பகுதியுடன் இணைத்தது
1794 ஆப்பிரிக்கத் தேட்டப் பயணங்கள் தொடக்கம்
1794 பிரிட்டீசுத் தூதுவர் உறவை ஏற்கச் சீனம் மறுத்தது
1794 பிரிட்டனில் அடக்குமுறை
1794 பிரஞ்சுப் படையில் பலூன்
1794 பிரான்சில் ரொபஸ்பியரும் 19 புரட்சியாளரும் தலைவெட்டிக் கொலை
1794 தாமஸ் பெயினின் 'பகுத்தறிவுக் காலம்' வெளியீடு
1794 அமெரிக்கத்தில் கடற்படை அமைப்பு
1794 அமெரிக்கத்தில் முதல் காப்பீட்டுக் கழகம் அமைந்தது
1794 பாரசிகத்தில் கசர் அரசகுடி தோற்றம்
1794 இந்தோனேசியத்தில் சீனர் குடியேற்றம்
1794 ஆளை வைத்து இழுக்கும் ரிக்ஷா தோற்றம்
1794 பென்சில் பற்றிய வரலாறு
1794 சொறி, கரப்பான் தடுப்பில் வெற்றி
1794 வேதியியலார் அண்டாணி லாவோசியே
தலைவெட்டிக் கொலை *(1743-1794)*
1794 பச்சையப்ப முதலியார் இறப்பு *(1754-1794)*
1794 வரலாற்றாசிரியர் எட்வர்டு கிப்பன் இறப்பு *(1737-1794)*
1794 சர் வில்லியம் ஜோன்ஸ் இறப்பு *(1746-1794)*

1795 தமிழ் நூல்கள் மறைதல்
1795 இராமநாதபுரம் கம்பெனி ஆட்சிக்கு வருதல்
1795 சென்னையில் பத்திரிகைத் தணிக்கை வந்தது
1795 வேணாடு கம்பெனி உடன்படிக்கை
1795 பேஷ்வா மாதவ ராவ் தற்கொலை
1795 இலங்கையில் பிரிட்டீசு வல்லாண்மை தொடங்குகின்றது
1795 காங்கரா ஓவியப் பாணி உருவாதல்
1795 தொல்லுயிர் ஆய்வில் குவியர் கண்ட பேருண்மைகள்
1795 கிரேக்க ஆதி கவி ஹோமர் பற்றிய ஆய்வு புதிய கருத்துகள்
1795 பிரிட்டனில் ஆட்சி எதிர்ப்புச் செயல்களை ஒடுக்கச் சட்டம்
1795 பாரிசில் ரொட்டிக் கலவரங்கள்
1795 பண்டங்கள் பல நாள் கெடாமல் காக்கும் வழிமுறை தோற்றம்
1795 ஜேம்ஸ் பாஸ்வில் இறப்பு *(1740-1795)*

1796 அமராவதிச் சிற்பங்கள் கண்டுபிடிக்கப்படுதல்
1796 கீழையியல் அறிஞர் எல்லீசு சென்னை வருகை

1796 திருச்சிராப்பள்ளிப் பாளையங்களை முகமதலி இணைத்தல்
1796 கிறித்தவரான முதல் நாடார்
1796 டச்சுக்காரர் கேரளம், இலங்கையிலிருந்து வெளியேறுதல்
1796 கண்ணனூர் அரசி அரசுரிமை இழத்தல்
1796 கம்பெனி வட கேரளத்தில் நேரடியாய் வரி தண்டுதல்
1796 இந்தியத்தில் கம்பெனிப் படைபலப் பெருக்கம்
1796 பம்பாயில் யூதரின் முதல் கோயில் எழும்புதல்
1796 சீனப் பேரரசர் சியன் லுங்கு முடி துறந்தார்
1796 பிரான்சில் மீண்டும் எழுத்துரிமை
1796 நெப்போலியன் - ஜோசஃபின் திருமணம்
1796 நெப்போலியன் மாமிலூக்குகளை வெல்லுதல்
1796 அமெரிக்க ஒன்றியத்துடன் டென்னசி இணைதல்
1796 எட்வர்டு ஜென்னரின் அம்மைத் தடுப்புப் பணி தொடக்கம்

1797 கம்பெனி வரி நிலுவைக்காக மாயூரம், மன்னார்குடியை இணைத்தல்
1797 தஞ்சைப் பெரியகோயிலில் சம்புரோட்சணம்
1797 சீரங்கப்பட்டணத்தில் ''விடுதலை மரம்''
1797 தென்னாட்டில் கரும்பு விளைச்சலைப் பெருக்க முயற்சி
1797 பிரிட்டனில் முதல் செப்புக் காசு, ஒரு பவுன் நோட்டு அறிமுகம்
1797 பிரிட்டனில் கடற்படையினர் கிளர்ச்சி ஒடுக்கப்பட்டது
1797 பிரிட்டனில் வங்கி நெருக்கடி
1797 நெப்போலியனின் இத்தாலி வெற்றிகள்
1797 டாவின்சி நூல்களை வெளியிட நெப்போலியன் உதவி
1797 ஜான் ஆடம்ஸ் அமெரிக்க ஆட்சித் தலைவரானார்
1797 கியூபத்தில் சிகரட்டுகள் செய்யப்படுதல்
1797 ஆஸ்திரேலியத்திற்கு முதல் மெர்கனோ ஆடு
1797 பிச்சுப்பிளண்டிலிருந்து யுரேனியம் ஆக்சைடு
1797 குரோமியம் தனிப்படுத்தப்பட்டது
1797 முதற் கடைசல் பொறி ஒரே நேரத்தில் பிரிட்டனிலும் அமெரிக்கத்திலும் உருவாதல்
1797 வான் குடையிலிருந்து குதித்த முதல் மனிதர்
1797 பாரசிகத்தில் ஆகா முகமது கொலை
1797 எட்மண் பர்க்கு இறப்பு (1729-1797)

1798 அபிராமி பட்டர்
1798 தமிழகத்தில் சாதிக்காய் அறிமுகம்
1798 சென்னை ஆளுநர் கிளைவு பிரபு
1798 சென்னை நாணய முறையை ஆராயக் குழு
1798 சென்னையில் கர்நாடக வங்கி அமைப்பு
1798 வேணாட்டின் புதிய மன்னர் பலராம வர்மன்
1798 மராட்டியர் அரசு தஞ்சை நகருடன் சுருங்குதல்
1798 அயல் நாடுகளுக்கு இந்தியத்திலிருந்து அஞ்சல் அனுப்ப வசதி
1798 ரிச்சர்டு வெல்லஸ்லி தலைமை ஆளுநரானார்

1798 பிண்டாரியர் ஒழிப்புப் பணி தொடக்கம்
1798 ஜார்ஜ் தாமசிடம் சீக்கியர் தோல்வி
1798 அரசியலில் ‘இடம்’ ‘நடு’ ‘வலம்’ பிரிவுகள் வழக்குத் தோற்றம்
1798 அயர் புரட்சியாளர் பிரிட்டீசுப் படையினரிடம் தோல்வி
1798 மால்தசின் மக்கள் தொகைக் கோட்பாடு தோற்றம்
1798 பிரான்சிற்கு எதிராய் இரண்டாவது கூட்டணி
1798 ஓமியோபதி மருத்துவமுறை தோற்றம்
1798 சுவார்ஷ் பாதிரியார் இறப்பு (1726 – 1798)
1798 கடலோடி வாங்கூவர் இறப்பு (1757-1798)
1798 லூயி கால்வின் இறப்பு (1737-1798)
1798 காசனோவா இறப்பு (1725-1798)

1799 நான்காவது மைசூர்ப் போர் - திப்பு சுல்தான் மரணம் (1753-1799)
1799 மைசூரில் பழைய அரசுகுடி பட்டமேற்றது
1799 மங்களூர் பிரிட்டீசார் வசமானது
1799 கட்டபொம்மன் தூக்கிலிடப்பட்டார் (1760-1799)
1799 கேரளத்தில் முதல் காப்பித் தோட்டம்
1799 வேணாட்டில் வேலுத்தம்பி எழுச்சி
1799 கம்பெனி சூரத்தை இணைத்துக் கொண்டது
1799 இரஞ்சித்து சிங்கு அரியணை ஏறினார்
1799 பிரிட்டனில் வருமான வரி அறிமுகம்
1799 பிரிட்டனில் அரசியல் சங்கங்களுக்குத் தடை
1799 நெப்போலியன் சிரியம் மீது படையெடுத்தார்
1799 பதின்மான முறையில் எடை, அளவை பிரான்சில்

1799 அமெரிக்கத்தில் முதலில் அம்மை குத்துதல்
1799 எரி வாயு (காஸ்) விளக்கு முன்னோடி
1799 நைட்டிரசக் காடி ஆக்கப்பட்டது
1799 ஹம்போலின் தென்னமெரிக்க அறிவியற் பயணம்
1799 ரொசட்டக் கல்வெட்டு கண்டுபிடிப்பு
1799 ஜார்ஜ் வாசிங்டன் இறப்பு (1732-1799)
1799 திசுக்கள் பற்றிய முன்னோடி ஆய்வு முடிவுகள் வெளியாதல்

1800 தமிழில் ஞானவசிட்டம்
1800 தமிழில் எழுந்த புராணங்கள்
1800 பூவிருந்தவல்லி உடல்நல வாழ்விடம்
1800 சென்னை அரசின் முதல் தலைமைச் செயலாளர்
1800 மைசூர் நாட்டில் கொள்ளையர் அட்டுடூழியம்
1800 பெல்லாரி நிசாமின் உடைமை ஆதல்
1800 கம்பெனிப் படையில் சாதிப் பாகுபாடு
1800 வேணாட்டில் முதல் பிரிட்டீசுப் பேராளர்

1800	கேரளத்தில் மிளகு வாணிபம் படுத்தல்
1800	பிரிட்டீசாரை எதிர்த்துக் கேரள வர்மன் புரட்சி
1800	வில்லியம் கோட்டைக் கல்லூரி அமைக்கப்பட்டது
1800	கராச்சிப் பட்டினம் தோற்றம்
1800	''கப்பலோட்டப் புரட்சிக் காலம்''
1800	அயர்லாந்தைப் பிரிட்டனுடன் இணைக்கும் சட்டம் நிறைவேற்றம்
1800	பிரிட்டனில் தேயிலை வரவு மிகுதல்
1800	தாமஸ் ஜெஃபர்சன் அமெரிக்க ஒன்றிய ஆட்சித் தலைவராதல்
1800	நானா பதனவிஸ் இறப்பு
1800	அகச்சிவப்புக் கதிர்கள் கண்டுபிடிப்பு
1800	உலகின் முதல் தொங்கு பாலம்
1800	அமெரிக்கக் காங்கிரசு நூலகம் அமைந்தது

பதினெட்டாம் நூற்றாண்டைத் தாண்டிவிட்ட நிலையில்

நூறு ஆண்டுகளுக்குள் உலகு நழுவிய வரலாற்றொடு இந்திய வரலாற்றுப் போக்குகளில் உண்டான வளர்சிதை மாற்றங்களைச் சுருக்கமாய்க் கூறுவதாயின் இந்தியம் இந்நூற்றாண்டில் அரசியல் ஒருமை எய்தத் தொடங்கியதை அழுத்திக் குறிக்க வேண்டும். பழம் பெரும் பாரதநாடு புதிய மறுமலர்ச்சிக்குத் தன்னை ஆயத்தப்படுத்துகின்றது.

அரசியல், பொருளியல், சமயவியல், சமுதாயவியல், அறிவியல், கலை, இலக்கியம் ஆகிய பல்வேறு துறைகளில் புதிய பரிமாணங்களை இந்தியம் காணப்போவதற்கும் இந்தியம் தன்னைத் தானே மெய்யாய்க் கண்டுணரப் போவதற்கும் பத்தொன்பது உண்மைச் சான்றாக விளங்கும்.

நேர்காணல்

ப. சிவனடி

'இந்திய சரித்திரக் களஞ்சியம்' என்ற தலைப்பில் 18–ஆம் நூற்றாண்டு முதல் இந்திய வரலாற்றை ஒரு நூற்றாண்டுக்கு 10 தொகுதிகள் என்ற நூல்களாக எழுதி வெளியிட்டவர் ப. சிவனடி

இந்திய வரலாற்றை 18ஆம் நூற்றாண்டிலிருந்து நீங்கள் எழுதத் துவங்கியதேன்?

பிரிட்டனில் தொழிற் புரட்சி, பிரெஞ்சுப் புரட்சி, திப்பு சுல்தான் வீழ்ச்சிக்குப் பின் இந்திய நாடு ஆங்கிலேயரிடம் முழு அடிமையாதல், வால்டேர், ரூஸோ போன்ற அறிஞர்கள் தோன்றுதல் என்று உலக வரலாற்றில் மிக முக்கியமான காலப் பகுதியாக விளங்குவது 18ஆம் நூற்றாண்டுதான். எழுத்து பூர்வமான ஆதாரங்களும், ஆவணங்களும் 18ஆம் நூற்றாண்டிலிருந்துதான் விரிவாகக் கிடைக்கின்றன. ஆகவேதான் நான் 18ஆம் நூற்றாண்டிலிருந்து வரலாற்றுச் செய்திகளைத் தொகுத்துத் தர முடிவு செய்தேன்.

எப்போது இந்தப் பணி முடிவடையும்? எந்த வயதில் உங்களுடைய முதல் நூல் வெளி வந்தது?

என்னுடைய முதல் நூல் இந்திய வரலாற்றுக் களஞ்சியம் தான். 60ஆவது வயதில்தான் இந்த நூல் வெளிவந்தது. இருபதாம் நூற்றாண்டு முழுமைக்கும் வரலாற்றுத் தகவல்களைத் தொகுத்து வருகிறேன். 19ஆம் நூற்றாண்டுக்கு 10 தொகுதி, 20ஆம் நூற்றாண்டுக்கு 10 தொகுதி என்ற அளவில் தொகுத்து கி.பி. 2001 ம் ஆண்டு இப்பணியை முடிக்கத் திட்டமிட்டுள்ளேன். அப்போது நான் 75 வயதை எட்டியிருப்பேன்.

10 ஆண்டுகள் என்பது வரலாற்றில் மிகக் குறுகிய காலம். இந்தப் பத்தாண்டு கால வரலாற்றை வைத்துச் சுமார் 400 பக்க அளவில் ஆதாரங்களைக் கொண்டதாக ஒரு நூல் எழுதுவதற்கு அசாத்திய உழைப்பு வேண்டும். உங்களுக்குத் துணையாக ஒரு குழு செயல்படுகிறதா?

தன்னந் தனியாகவேதான் செயல்படுகிறேன். ஆதாரங்களைத் தொகுத்து, எழுத்து வடிவமாக்கி அச்சுக்கு அனுப்புவது முதல், மெய்ப்பு (புரூஃப்) திருத்துவது வரை எல்லாவற்றையும் நானே செய்கிறேன். வரலாறு எழுதும்போது அச்சிடும் நிலையில் கூடப் பெரும் பிழைகள் ஏற்படக் கூடும் என்பதால் ஒவ்வொரு சொல்லையும் துல்லியமாக புரூஃப் பார்க்க வேண்டியது மிகவும் முக்கியமானதாகும்.

இதற்காக ஏராளமான நூல்களைப் படித்துக் குறிப்பு எடுக்க வேண்டியிருக்கிறது. எல்லா நூல்களையும் தனி நபரான நான் வாங்கி வைத்துக் கொள்வதென்பது இயலாத ஒன்று. ஆகவே, சென்னையில் உள்ள கன்னிமரா நூலகம், பல்கலைக்கழக நூலகம், மறைமலை அடிகள் நூலகம், அரசு ஆவணக் காப்பக நூலகம் ஆகியவைகளைப் பயன்படுத்திக் கொள்கிறேன்.

பல்வேறு கால கட்டத்தில் நடைபெறும் நிகழ்ச்சிகளை எவ்வாறு தொகுக்கிறீர்கள்? ஒரே நபர் அல்லது நிகழ்ச்சி பற்றிப் பல ஆண்டுகளில் வரலாற்றுச் சம்பவங்கள் நடைபெறும் போது அவைகளை எவ்வாறு கண்டறிகிறீர்கள்?

ஒவ்வொரு ஆண்டுக்கு ஒரு கோப்பு (ஃபைல்) வைத்துக் கொள்கிறேன். அந்த ஆண்டின் தொடர்பான சம்பவங்களை அதில் எழுதி வைத்துக் கொள்கிறேன். ஆனால், ஒரே நபர் அல்லது சம்பவம் தொடர்பாகப் பல்வேறு ஆண்டுகளின் கோப்புகளில் இருக்கும் சம்பவங்களைக் கண்டறிய நூல் நிலையங்களில் உள்ள கேட்டலாக் கார்டு போன்ற இன்டெக்ஸ் கார்டுகளைப் போட்டு வைத்துள்ளேன். 60,000 இன்டெக்ஸ் கார்டுகள் இப்போது உள்ளன.

வரலாற்றுக் களஞ்சியமாக இருந்தாலும், ஒரு ஆண்டில் நடைபெற்ற நிகழ்ச்சி ஒன்றினை எழுதும்போது அதை ஒரு தனிக் கட்டுரையாக அமைத்து முன் பின் நடைபெற்ற நிகழ்ச்சிகளைத் தொகுத்து எழுதி வருகிறேன். குறிப்பாக, தண்டி யாத்திரை நடைபெற்ற ஆண்டில் அதைப் பற்றி எழுதும்போது எதற்காக அது நடைபெற்றது? அதன் வரலாற்றுப் பின்னணி என்ன, அதன் விளைவுகள் என்ன என்பதையும், அந்த நிகழ்ச்சியைப் பற்றிய செய்தியை எழுதுவதற்காக வந்த லூயி ஃபிஷர் பின்னாளில் காந்தியின் அபிமானியாக மாறி அவரைப் பற்றி மிகச் சிறந்த நூல் எழுதினார் என்பதையும் எழுதுகிறேன்.

சரித்திரக் களஞ்சியம் எழுத வேண்டுமென்று உங்களுக்கு ஏன் தோன்றியது?

என்னுடைய ஆரம்ப எண்ணம் ஒரு நீண்ட வரலாற்று நாவல் எழுத வேண்டுமென்பதுதான். இதற்காக 17 ஆம் நூற்றாண்டிலிருந்து 20 ஆம் நூற்றாண்டு வரையில் நடைபெற்ற சம்பவங்களைத் தொகுத்து வைத்திருந்தேன். சரித்திர நாவல் எழுத வேண்டும் என்ற எண்ணத்துடன் அதை வெளியிடும் பதிப்பகங்களை அணுக நினைத்து முதலில் தி.நகர் கலைஞன் பதிப்பக உரிமையாளர் மாசிலாமணியைச் சந்தித்தேன்.

அவர் என்னிடமுள்ள ஏராளமான குறிப்புகளைப் பார்த்துவிட்டு என் மனதை மாற்றினார். சரித்திர நாவல்களை ஏராளமான பேர் எழுதுகின்றார்கள். நீங்கள் ஆதாரபூர்வமான தகவல்களை வைத்திருப்பதால் சரித்திரக் களஞ்சியமாக இவைகளைத் தொகுத்துக் கொடுக்கலாமே என்று கூறினார். என்னுடைய முதல் இரண்டு தொகுதிகளையும் அவரே வெளியிட்டு உற்சாகப்படுத்தினார். மூன்றாவது தொகுதி என் பேரன் பெயரில் 'சித்தார்த்தன் புத்தகங்கள்' என்ற புத்தக வெளியீட்டு நிறுவனத்தைத் தொடங்கி எழும்பூர் சேட் காலனி 1 ஆம் தெரு, 21 ஆம் எண்ணுள்ள என் வீட்டிலிருந்து நானே வெளியிட்டு வருகிறேன்.

புத்தக வெளியீடு என்பது முதலீடு மிக்க தொழில். பழம் பெரும் நிறுவனங்களே இத்துறையில் அச்சுக் காகித விலையேற்றத்தின் காரணமாகத் தடுமாறிக் கொண்டிருக்கும்போது உங்களால் எவ்வாறு இத்தகைய பெரிய திட்டத்தினைச் செயல்படுத்த முடிகிறது?

வெளியிடுவது ஒரு புறமிருக்க, விற்பனை செய்வது பெரும்பாடாக இருக்கிறது. பொது நூலகத் துறையில் 500 பிரதிகள் மட்டும் வாங்குகிறார்கள்.

மற்றப்படி சுமார் 60 பேர்கள் இந்நூலின் அருமையை உணர்ந்து தொடர்ந்து என்னிடம் வாங்கிக் கொண்டிருக்கிறார்கள். பல புத்தக விற்பனை நிலையங்களுக்கு நூல்கள் அனுப்பினாலும், அவர்களிடமிருந்து விற்ற நூல்களுக்கான பணம் சரியாக வந்து சேருவதில்லை.

ஓரிரு கசப்பான அனுபவங்களுக்குப் பின் வேறு எந்தப் புத்தக விற்பனை நிறுவனத்துக்கும் நான் புத்தகங்களை அனுப்புவதில்லை. விற்பனையாகாத புத்தகங்களே 2 லட்ச ரூபாய் மதிப்புக்கு மேல் என்னிடம் உள்ளன. ஹிக்கின் பாதம்சுக்கு மட்டும்தான் இப்போது புத்தகங்களை அனுப்புகிறேன்.

ஆனால், இதைப் பற்றிக் கவலைப்படவில்லை. என் குடும்பச் செலவுக்கு வருவாய் ஈட்டுவதற்காக சிறிய வியாபாரம் ஒன்றை நடத்தி வருகிறேன். என் இரண்டு மகன்கள் அமெரிக்காவில் இருக்கிறார்கள். ஒரு மகன் அகமதாபாத்தில் தனியார் கம்பெனியில் வைஸ்பிரசிடென்ட்டாக இருக்கிறான். ஒருவன் என்னுடன் வியாபாரத்தில் ஈடுபட்டிருக்கிறான். இவர்கள் எனக்கு ஊக்கமளிக்கிறார்கள். எவ்வளவு இழப்பு ஏற்பட்டாலும், நான் எடுத்துக் கொண்ட திட்டத்தினை நிறைவேற்றியே தீருவேன்.

நீங்கள் வரலாற்று நிகழ்ச்சிகளைத் தொகுத்த வரையில் வரலாற்று ஆசிரியர்கள் உண்மைப்படியே எழுதியிருப்பதாக உணர்கிறீர்களா? அல்லது subjective approach உள்ளதா?

பண்டைய வரலாற்று நூல்களெல்லாம் எழுதுபவரின் கண்ணோட்டத்தில் தொகுக்கப்பட்ட செய்திக் குவியலே. இந்தியாவைப் பற்றி விரிவாக ஆராய்ச்சி செய்து வெளியான முதல் வரலாற்று நூல் ராபர்ட் ஓர்மி எழுதிய நூலாகும்.

ஆனால், ஆங்கிலேயரான ராபர்ட் ஓர்மி என்பவர் தான் ஒரு ஆங்கிலேயன் என்பதை மனதில் கொண்டு வெள்ளையர்கள் எவ்வாறு இந்தியர்களைப் பார்த்தார்களோ அதே போன்றுதான் வரலாற்று நூலை எழுதினார். ஆனால், இப்போதெல்லாம் ஏராளமான வரலாற்று நூல்கள் வெளிவந்து கொண்டிருப்பதாலும் அரசாங்கங்கள் சரியான தகவலைத் தருவதில் அக்கறையாக இருப்பதாலும் வரலாற்று நிகழ்ச்சிகளைத் தனி நபர் விருப்பம் போல் மாற்றி எழுதுவது நடை பெறுவதில்லை.

எடுத்துக்காட்டாகச், சிந்து சமவெளி நாகரிகம் ஆரிய நாகரிகம் என்று முன்பு வந்த வரலாற்று நூல்கள் கூறின. ஹீராஸ் பாதிரியார் முதன்முதலில் ஆராய்ந்து, அது திராவிட நாகரிகம்தான் என்பதை ஏராளமான ஆதாரங்களுடன் கூறினார்.

பின்னர், ரஷ்யர்கள், ஃபின்லாந்துக்காரர்கள் என்று பலர் சிந்து சமவெளி நாகரிகம் திராவிட நாகரிகமாகத்தான் இருக்க வேண்டுமென்று தெளிவு படுத்தி உள்ளார்கள். சிந்துவெளி முத்திரைகளின் விளக்கங்கள் அனைவராலும் ஏற்றுக் கொண்ட பிறகு இந்தப் பிரச்னை பற்றிய வரலாறு தெளிவாகிவிடும். பழைய சம்பவங்களாக இருந்தாலும், புதிய ஆராய்ச்சிகளின் மூலம், வரலாற்று உண்மைகள் மாறுவதும் உண்டு.

உங்களுக்கு Inspiration ஆக யார் இருந்தார்கள்? யாருடைய நடையை நீங்கள் பின்பற்றுகிறீர்கள்?

எழுத்தில் யாருடைய நடையையும் நான் பின்பற்றவில்லை. சிறு

வயதிலிருந்தே நான் சாமிநாத சர்மா, சிந்தனைச் சிற்பி சிங்கார வேலர், அறிஞர் அண்ணா, கல்கி ஆகியோரின் எழுத்துக்களை ஆர்வமாகப் படித்தவன். எழுதும்போது வட மொழி, ஆங்கிலம் போன்ற பிற மொழிச் சொற்களைக் கலந்து மணிப்பிரவாளமாகவும் எழுதாமல், இன்றைய இளைஞர்களுக்குப் புரியாத அருந்தமிழ்ச் சொற்களைக் கொண்டு பண்டிதத் தமிழாகவும் எழுதாமல், எளிய நடையில் எழுதி வருகிறேன். இதை என்னுடைய நடை என்றுதான் சொல்ல விரும்புகிறேன்.

உங்களுடைய பின்னணியைப் பற்றி அறிந்து கொள்ளலாமா?

1927 இல் விருதுநகரில் ஒரு வணிகர் குடும்பத்தில் பிறந்தேன்.

1944 இல் நான் கப்பற் படையில் சேர்ந்து பணியாற்றினேன். அங்கிருந்து நான் எழுதிய கடிதங்களை என் மாமா அவரது உறவினர், நண்பர்களுக்கெல்லாம் படித்துக் காட்டுவார். அந்த அளவுக்கு அதில் பொது விஷயங்கள்தான் அதிகமிருக்கும். 1947 முதல் விருதுநகர் இந்து நாடார் கல்லூரியில் அக்கவுண்டன்ட் ஆகப் பணி புரிந்தேன். அப்போது கல்லூரி மாணவர்களுக்கான நாடகங்கள் பலவற்றை நானே எழுதி இயக்கி இருக்கிறேன்.

பெரியார் காலத்து நீதிக் கட்சிப் பிரமுகரான வி.வி.ராமசாமியின் 'தமிழ்த் தென்றல்', பேராசிரியர் இலக்குவனாரின் 'இலக்கியம்', ஜலகண்டபுரம் கண்ணனின் 'பகுத்தறிவு' போன்ற பத்திரிகைகளில் பணியாற்றி இருக்கிறேன். எங்கள் ஊர்க்காரரரான ஏ.வி.பி. ஆசைத்தம்பியின் 'தனி அரசு' நாளிதழில் பணியாற்றியதுடன் ஒரு குறிப்பிட்ட காலத்திற்கு அதன் வேலைகள் அனைத்தையும் நானே பொறுப்பேற்றுக் கொண்டு நடத்தினேன். 58 இல் சேலத்தில் ஒரு நண்பருடன் சேர்ந்து புத்தக நிறுவனம் நடத்திப் பெரும் இழப்பினைச் சந்தித்தேன்.

என் வாழ்க்கையில் திருப்பு முனையாக அமைந்தது 'நேஃபன்' என்னும் பன்னாட்டுச் செய்தி நிறுவனம் ஒன்றில் நியூஸ் எடிட்டராக வேலையில் சேர்ந்ததுதான். 8 ஆண்டுகள் அதில் பணியாற்றி இலக்கியம், மருத்துவம், தத்துவம் முதல் சமையல் கலை வரை அனைத்தையும் ஆசை தீர எழுதித் தள்ளினேன். நான் மொழிபெயர்ப்புகளை உடனுக்குடன் செய்ததால் 'மொழி பெயர்ப்பு இயந்திரம்' என்று கூட அந்த நிறுவனத்தில் என்னைச் செல்லமாக அழைத்தார்கள்.

இந்திய வரலாற்றுக் களஞ்சியத்திற்கு அப்பால் வேறு ஏதாவது நூல்கள் எழுதும் திட்டம் உண்டா?

என்னிடமுள்ள ஏராளமான தகவல்களைக் கொண்டு 'வரலாற்று அகராதி' ஒன்று எழுதி வெளியிட எண்ணியுள்ளேன். இது அகர வரிசைப்படி அமையும். இதுவும் பல தொகுதிகளைக் கொண்டதாக இருக்கும்.

நன்றி : பாவைச் சந்திரன், புதிய பார்வை-1995

சொல்லடைவு

அக்பர் பிறந்தார் 198
அக வாழ்க்கை 212
அகர முதலி 371
அச்சுக் கலை 396
அடிப்படை நூல்கள் 274
அணுக்கள் தோற்றம் 42
அயலார் வந்த வழி 105
அர்த்த சாஸ்திரம் 145
அரசியல் நிலை 263
அரசியல் மெய்யியல் 327
அரபுகள் வருகை 172
அராவலி 107
அரிஸ்டார்க்கஸ் 62
அருளானந்தர் 267
அலகாபாதுக் கோட்டை 161
அவந்தி 115
அறிவியல் வளர்ச்சி 261
அஃப்சல் கான் 227
அஃபரன்சிஸ் 54
ஆட்டோ சடன்ஸ்கி 65
ஆப்பிரிக்கம் 86
ஆபே துபாய் 258
ஆரியபட்டர் 164
ஆரியர் வருகை 110
ஆன்றோமேடா 44
இந்திய ஆண்டுக் கணக்குகள் 91
இந்தியமும் சீனரும் 237
இந்து நாளிதழ் 286
இந்துகுஷ் 104
இமயம் 103
இயக்கியர் வழிபாடு 162
இயற்கைச் சீற்றம் 393
இரசபுத்திரர் 169
உச்சயினி 116
உப்புகின்ற அண்டம் 46
உமாயூன் 195
உயிர்வளி ஆலைகள் 50
உருது மொழி 182
உவான் சவாங்கு 167
எஃபிரயிம் 63
எகிப்தியரின் படைப்புக் கதை 73
எழுத்தாணி 273
எழும்பூரின் கதை 373
ஏதன்ஸ் நகரம் 278
ஏல் பல்கலைக்கழகம் 293
ஐசக்கு நியுட்டன் 313
ஒத்துழையாமை இயக்கம் 301
ஓலைச் சுவடி 275
ஔரங்கசீபு 216
கசனி முகமது 174
கடற் கொள்ளையர் 296
கடைசி மௌரியர் 150
கபீர் 185
கல்கத்தா 253
கலிங்கம் 152
கலை இலக்கியம் 261
கலை, தொழில் 264
கலைப் படைப்பு 280
கற்கும் வயது 272
கற்ப சூத்திரம் 128
காசுமீரம் 106
காந்தாரம் 158
காரல் மார்க்ஸ் 283
காலமேகம் 246
காளிதாசர் 163
கிழவன் சேதுபதி 302
கிறித்துவம் தழுவிய பறையர் 266
குசாணர் 156
குணாளன் 148
குத்தகைக்கு ஊர்கள் 331
குரு கோவிந்தர் 375
குரு நானக்கு 232
குவார்க்குகள் 45
குறு மிளகு 238
கூட்டுப் பங்கு நிறுவனம் 260
கோசலம் 117
சதுர் யுகக் கணக்கு 89
சந்திர குப்தர் 146
சந்திர நகர் 354
சமணம் 129
சமயப் பொறை 205
சாதவாகனர் 154

இந்திய சரித்திரக் களஞ்சியம் | 445

சாதிக் கொடுமை	268	பண்டைய ஐரோப்பியரும்	
சிக்க தேவ ராயர்	290	இந்தியமும்	240
சிக்கந்தர் லோடி	235	பதினெண் புராணம்	96
சித்தூர் முற்றுகை	203	பதும புராணம்	96
சிந்து சமவெளி	109	பம்பாய் மாநிலம் -அமைப்பு	383
சிவ சிந்தனை	320	பரி நிர்வாணம்	136
சிவாஜி	224	பருவக் காற்றுகள்	238
சிறையில் சிவாஜி	230	பள்ளி நேரம்	271
சீக்கியர் கிளர்ச்சி	381	பன்னிரு சீடர்	185
சீறாப் புராணம்	311	பாபர்	191
சீனம்	179	பாரசிகர் படைப்பு	80
சீனரின் படைப்புக் கதை	74	பாளையக்காரர்	259
சுகர்சன் ஆண்டு	92	பானிப்பத்துப் போர்	193
சுங்க மரபு	153	ஃபாகியான்	162
சுமேரியன் படைப்புக் கதை	71	ஃபார்மிக் காடி	49
சுருதி	113	பிம்பிசாரன்	120
சூர் குடி	199	பிரதாப சிங்	203
சூரத்து	252	பிரளயம்	93
சேடக்கு	204	பிரைமேட்	53
சைரஸ்	139	ஃபிரைடுமன்	43
டச்சுக்காரர்	249	பீர்பல்	206
டோரி கட்சி	315	புத்தர்	131
தட்சசீலம்	141	புத்தரின் அஸ்தி	137
தண்டனைகள்	274	புதிய கற்காலம்	60
தமிழகத் துணிகள்	387	புதுச்சேரி	350
தரங்கம்பாடி	347	புரசைவாக்கம்	332
தாடி -இசை	362	புராண வகை	100
தாயுமானவர்	321	புருஷோத்தமன் தோல்வி	143
தானேசுவரம்	175	புரோகிதன்	69
திண்ணைப் பள்ளி	270	புலி நகம்	227
திருவிவிலியத்தில் படைப்புக் கதை	77	பெங்களூர்	222
திருவிளையாடற் புராணம்	292	பெண் மக்கள்	215
தில்லிச் சுல்தான்	177	பொற்காலம்	163
துகில் விடு தூது	391	போர்த் தந்திரம்	253
தென்னகம்	245	பௌத்த சங்கம்	160
தேவதைக் கதை	284	மகதம்	118
தொல் கால நாகரிகம்	138	மகாநதி	107
நந்த	122	மகாயான பௌத்தம்	158
நர்மதை	108	மகாவீரர்	127
நாயக்க மன்னர்	303	மகாஜன பாதங்கள்	114
நில நடுக்கம்	180	மகேந்திரன்	149
நூர்ஜகான்	209	மங்கம்மாள்	322
பகதூர் ஷா	365	மதுரைப் பஞ்சம்	406

மர எழுத்துகள்	401	லும்பினி	132
மரப் பீரங்கிகள்	254	லூவஸ்	63
மராட்டியர் எழுச்சி	218	வட இந்தியம்	102
மராட்டியர் கூலிப் படை	220	வட பாரதம்	245
மராட்டியர் வரலாறு	225	வரலாற்று மரபு	94
மனிதர் படைப்பு	78	வரலாற்றுக் காலம்	277
மாநில இராணுவம்	256	வரலாற்றுச் சான்று	94
மார்க்கோபோலோ	190	வராக புராணம்	99
மாலிக்கு அம்பர்	219	வாணிப நிறுவனம்	305
மாலிக்கு காபூர்	179	வாரிசுரிமைப் போர்	336
மிலிந்தர்	155	வால்மீன்	339
முகமது நபி	170	விண்கலம்	343
முதல் உபதேசம்	135	விதை நடு கருவி	295
முதல் போர்த்துக்கீசர்	243	வில்லியம் கோட்டை	309
முதல் மகளிர் பள்ளி	366	விறலி விடு தூது	405
முதலாளித்துவம்	262	வின்னிபகோ இந்தியர்	83
மூத்த பிட்டு	385	வெடிமருந்து செய்தல்	308
மெலனீசிய மக்கள்	85	வேத அறிவு	71
மைசீன்	138	வேத காலம்	112
மைசூர் நாடு	288	வேப்பேரி	330
மொத்தைத் திரட்சி	47	ஜகாங்கீர்	207
மொத்தைத் திரட்டு	47	ஷா ஜகான்	211
மௌரிய மரபு	144	ஷாஜி பான்ஸ்லே	231
யுகம்	89	ஷேர் கான்	200
யூச்சி நாடோடி	157	ஹிப்போலைட்டு	64
ரகசிய உயில்	194	ஹீமு	201
ரொபஸ்டஸ்	56	ஹஉணர்	165
ரோப்பஸ்	57	ஹென்றி டிக்கி	45
லிச்சாவியர்	124	ஹேபிலிஸ்	57
லீக்கேயும்	65	ஹோமோ சேப்பியன்	41
லுக்ரீஷகம்	62	ஸ்ரீபாகவதம்	97

களஞ்சியம் பற்றிய கருத்துகள்

"What is remarkable about the author is his ability to correlate the present with the past without getting lost in the maze of details and to project the contemporary world scenario alongside so as to make Indian History a living subject.''

"Free from misprints, this elegant volume is a continuing mounmental work which when competently translated would make the novel - like History instantly popular among the enlightened reader the world over. More power to Mr.Pa. Civanadi's elbow!''

- The Hindu

Indhiya Carithirak Kalanchiam is a real treasury of authentic researched information that would help scholars and researchers for generations to come.

Prof. M.S. Nadar

பாதைகளற்ற பாதையில் இலட்சியப் பயணம்

உலகம் விசித்திரமானது. மக்களில் பெரும்பாலோரும் பொருளாதாரப் பாதுகாப்புடன் கூடிய வாழ்க்கைப் போக்கையே விரும்பி ஏற்றுக் கொள்கின்றனர். ஆனால் ஒரு சிலரோ லட்சங்களை ஒதுக்கிவிட்டு லட்சியங்களுக்காகப் பாதைகளற்ற பாதைகளில் பயணம் செய்து சாதனைகள் புரிகின்றனர். அத்தகையவர்களில் சிவனடி ஒருவர்.

...இப்படிப்பட்ட தகவல்களைத் தொகுத்திருப்பது மட்டுமே சிவனடியின் சாதனை அல்ல. இவற்றை முறைப்படுத்தி ஓர் ஒழுங்கான வரைமுறைக்குட்படுத்தித் தொகுத்திருக்கின்றார். 1701 முதல் முந்நூறு ஆண்டுகளில் இந்திய, உலக, தமிழகச் சரித்திரத்தின் முக்கிய குறிப்புகளைப் பத்தாண்டுகளுக்கு ஒரு தொகுதி வீதம் முப்பது தொகுதிகளாய் வெளியிடும் முயற்சி...

- தினமணி

இதுவரை யாரும் மேற்கொள்ளாத முயற்சியாய் இந்நூலை வெளியிட்டுள்ளீர்கள். அகர வரிசையில் வரும் களஞ்சியங்கள் காலக் கிராமத்தில் முக்கிய நிகழ்ச்சிகளைக் கண்முன் நிறுத்துவதில்லை. பல்வேறு ஆராய்ச்சிகளுக்கு இந்நூல் உதவும் என்பது திண்மம்.

டாக்டர். கி.வேங்கடசுப்பிரமணியன்,
முன்னாள் துணை வேந்தர், புதுச்சேரிப் பல்கலைக் கழகம்.

இந்தியத்தை மையமாகக் கொண்டு மனித இனத்தின் ஏற்றத்தைப் பதினெட்டாம் நூற்றாண்டிலிருந்து தொடங்கி வர்ணிக்கும் இந்தப் புத்தகம் பத்துப் பத்து ஆண்டுகளாகச் சரித்திரத்தைப் பிரித்து, காலத்தின் முன்னும் பின்னும் சென்று உலக வரலாற்றை முழுமையாகக் காட்டும் அரிய நூல் வரிசையில் ஒன்று. பத்தாண்டுகளில் நிகழ்ந்த பல சம்பவங்களையும் புருஷர்களையும் விஸ்தாரமான பின்னணிச் செய்திகளுடன் முழுக் கட்டுரைகளாகக் கொடுத்திருக்கும் இந்தத் தொகுதி சுவாரஸ்யமானதொன்று. இதன் மற்ற தொகுதிகளையும் தேடிப் படிக்கத் தூண்டுகிறது. முப்பது தொகுதிகளையும் அவர் விரைவிலேயே முடிக்க வாழ்த்துகிறோம். தைரியமாக, தெளிவாக எழுதப்பட்ட உரைநடை.

சுஜாதா